ಛಂದ ಪುಸ್ತಕ

ಓದಿ ಓದಿ ಮರುಳಾಗಿ!

ದೇವರ ರಜಾ

ಕಥಾಸಂಕಲನ

ಗುರುಪ್ರಸಾದ ಕಾಗಿನೆಲೆ

Devara Rajaa

– Collection of short stories in Kannada
by Guruprasad Kaginele
ISBN: 978-81-967248-9-4

Published by:
Chanda Pustaka
I-004, Mantri Paradise
Bannerghatta Road
Bangalore - 560076
M. 98444 22782

ಮೊದಲ ಮುದ್ರಣ: 2013
ಎರಡನೆಯ ಮುದ್ರಣ: 2024

ಮುಖಪುಟ: ಕಿರಣ್ ಮಾಡಾಳು
ಕರಡು ತಿದ್ದುವಿಕೆ: ಪುನರ್ವಸು
ಪುಟಗಳು: 186 ಬೆಲೆ: ₹ 225
ಕಾಗದ: ಸ್ಟೋರಾ 70 ಜಿಎಸ್‌ಎಂ, 1/8 ಡೆಮಿ

ಪ್ರತಿಗಳಿಗಾಗಿ ಸಂಪರ್ಕಿಸಿ:
ಛಂದ ಪುಸ್ತಕ
ಐ–004, ಮಂತ್ರಿ ಪ್ಯಾರಡೈಸ್
ಬನ್ನೇರುಘಟ್ಟ ರಸ್ತೆ
ಬೆಂಗಳೂರು–560 076
ಸೆಲ್: 98444 22782
me@vasudhendra.com

ಮುದ್ರಣ:

ಟ್ರಿನಿಟಿ ಅಕಾಡೆಮಿ, ಕುಡ್ಲು ಗೇಟ್, ಹೊಸೂರು ರಸ್ತೆ, ಬೆಂಗಳೂರು

ಗುರುಪ್ರಸಾದ ಕಾಗಿನೆಲೆ

ಹುಟ್ಟಿದ್ದು ಶಿವಮೊಗ್ಗ. ಬೆಳೆದದ್ದು ಮೈಸೂರು ಮತ್ತು ಮಂಡ್ಯ ಜಿಲ್ಲೆಯ ನಾಗಮಂಗಲದಲ್ಲಿ. ಬಳ್ಳಾರಿಯ ಸರಕಾರಿ ವೈದ್ಯಕೀಯ ವಿದ್ಯಾಲಯದಲ್ಲಿ ಎಂ.ಬಿ.ಬಿ.ಎಸ್ ಮತ್ತು ಎಂ.ಡಿ ಪದವಿ ಪಡೆದು, ಸದ್ಯಕ್ಕೆ ಮಿನೆಸೊಟಾ ರಾಜ್ಯದ ರಾಚೆಸ್ಟರ್‌ನಲ್ಲಿ ಪತ್ನಿ ಪದ್ಮ ಮತ್ತು ಮಕ್ಕಳಾದ ಪ್ರಣೀತ ಮತ್ತು ಪ್ರಭವರೊಟ್ಟಿಗೆ ವಾಸ. ಓಮ್‌ಸ್ಟೆಡ್ ಆಸ್ಪತ್ರೆಯ ಎಮರ್ಜೆನ್ಸಿ ಮೆಡಿಸಿನ್ ವಿಭಾಗದಲ್ಲಿ ಎಮರ್ಜೆನ್ಸಿ ವೈದ್ಯನಾಗಿ ಕೆಲಸ.

'ನಿರ್ಗುಣ', 'ಶಕುಂತಳಾ', 'ದೇವರ ರಜಾ', 'ಲೋಲ' ಎಂಬ ಕಥಾಸಂಕಲನಗಳನ್ನೂ, 'ವೈದ್ಯ, ಮತ್ತೊಬ್ಬ' ಎಂಬ ಲೇಖನ ಸಂಗ್ರಹವನ್ನೂ, 'ಸಾವೆಂಬ ಲಹರಿ' ಎಂಬ ಲಲಿತ ಪ್ರಬಂಧ ಸಂಕಲನವನ್ನೂ, 'ಬಿಳಿಯ ಚಾದರ', 'ಗುಣ', 'ಹಿಜಾಬ್', 'ಕಾಯಾ' ಎಂಬ ಕಾದಂಬರಿಗಳನ್ನೂ ಬರೆದಿದ್ದಾರೆ. 'ಆಚೀಚೆಯ ಕತೆಗಳು', 'ಬೇರು–ಸೂರು' ಇವರ ಸಂಪಾದಿತ ಸಂಕಲನಗಳು.

'ವೈದ್ಯ, ಮತ್ತೊಬ್ಬ' ಕೃತಿಗೆ ಡಾ. ಪಿ ಎಸ್. ಶಂಕರ್ ಶ್ರೇಷ್ಠ ವೈದ್ಯ ಸಾಹಿತ್ಯ ಪ್ರಶಸ್ತಿ, 'ಗುಣ' ಕಾದಂಬರಿಗೆ ಸೂರ್ಯನಾರಾಯಣ ಚಡಗ ಪ್ರಶಸ್ತಿ, 'ಹಿಜಾಬ್' ಕಾದಂಬರಿಗೆ ಕನ್ನಡ ಸಾಹಿತ್ಯ ಪರಿಷತ್ತಿನ ಭಾರತೀಸುತ ಸ್ಮಾರಕ ದತ್ತಿ ಪ್ರಶಸ್ತಿ, ಡಾ. ಎಚ್. ಶಾಂತಾರಾಮ್ ಹಾಗೂ ಕರ್ನಾಟಕ ಸಾಹಿತ್ಯ ಅಕಾಡೆಮಿಯಿಂದ ಪುಸ್ತಕ ಬಹುಮಾನ ದೊರಕಿವೆ.

ಇವರ ಕೆಲವು ಕಥೆಗಳು ಮರಾಠಿ, ಕೊಂಕಣಿ, ಮಲೆಯಾಳಿ, ಇಂಗ್ಲಿಷ್ ಮತ್ತು ತೆಲುಗು ಭಾಷೆಗೂ ಅನುವಾದವಾಗಿವೆ. 'ಹಿಜಾಬ್' ಕಾದಂಬರಿ ಇಂಗ್ಲಿಷ್ ಭಾಷೆಗೆ ಅನುವಾದಗೊಂಡಿದೆ. ಇವರ ಆಯ್ದ ಕತೆಗಳ ಅನುವಾದ 'The Preferred Pronoun and other stories' ಶೀಘ್ರದಲ್ಲಿ ಪ್ರಕಟವಾಗಲಿದೆ.

gkaginele@gmail.com | +1-507-358-7292

'ಪುಸ್ತಕ ಓದು,
ಮಸಾಲೆ ಮಂಡಕ್ಕಿ ತಿಂದು ದುಡ್ಡು ಹಾಳುಮಾಡಬೇಡ' -
ಎಂದು ಬೇಸಿಗೆ ರಜೆಯಲ್ಲಿ ಸರ್ಕ್ಯುಲೇಟಿಂಗ್ ಲೈಬ್ರರಿಯ ಪುಸ್ತಕಗಳನ್ನು
ಎರವಲು ತಂದು ಓದಲೆಂದು
ಪ್ರತಿದಿನ ತನ್ನ ಉಳಿತಾಯದ ಹಣದಿಂದ ಹತ್ತು ಪೈಸೆ ಕೊಡುತ್ತಿದ್ದ

'ಕಮಲಜ್ಜಿ'

ನಿನಗೆ ಈ ಕೃತಿ ಅರ್ಪಣೆ

ಲೇಖಕನ ಮಾತು

ಆತ್ಮೀಯರೇ,

'ಶಕುಂತಲಾ' ಕಥಾಸಂಕಲನ ಬಿಡುಗಡೆಯಾಗಿ ಸುಮಾರು ಏಳು ವರ್ಷಗಳ ನಂತರ ನನ್ನ ಮೂರನೆಯ ಕಥಾ ಸಂಕಲನ ಈಗ ಬಿಡುಗಡೆಯಾಗುತ್ತಿದೆ. ಈ ಏಳು ವರ್ಷಗಳ ಅವಧಿಯಲ್ಲಿ ನಾನು ಬರೆದಿರುವುದು ಒಂಭತ್ತು ಕಥೆಗಳು. ಇದರಲ್ಲಿ ಬಹಳಷ್ಟು ನೀಳ್ಗತೆಗಳು. ಈ ಅವಧಿಯಲ್ಲಿ ನಾನು ಎರಡು ಕಾದಂಬರಿಗಳನ್ನೂ ಬರೆದಿರುವುದು ನನ್ನ ಕಥನಕ್ರಮದಲ್ಲಿ ಆಗಿರುವ ಪಲ್ಲಟದ ಚಿಹ್ನೆಯಿರಬಹುದು. ಪದಮಿತಿ ಹಾಕಿಕೊಂಡು ಕತೆಗಳನ್ನು ಬರೆಯಲು ಇತ್ತೀಚೆಗೆ ಸಾಧ್ಯವಾಗುತ್ತಿಲ್ಲ.

ಎಲ್ಲ ಕಡೆ ಆದಂತೆ ಕನ್ನಡ ಸಾಹಿತ್ಯವೂ ಧ್ರುವೀಕೃತವಾಗಿದೆ. ನೀನು ಈ ಗುಂಪು ಇಲ್ಲವೇ ಆ ಗುಂಪು ಎಂದು ಪ್ರತಿಯೊಂದಕ್ಕೂ ಲಗತ್ತು ಹಚ್ಚುವ ಈ ಕಾಲದಲ್ಲಿ ಮ್ಯಾನಿಫೆಸ್ಟೋ, ಪ್ರತಿಭಟನೆ, ಚಳವಳಿ ಇವುಗಳ ಹಂಗಿಲ್ಲದೆ ಕೇವಲ ಮನುಷ್ಯಕೇಂದ್ರಿತವಾಗಿರುವ ಬರವಣಿಗೆ ಮಾತ್ರ ಚಿಕಿತ್ಸಕ ಎಂದು ನಾನು ಭಾವಿಸಿದ್ದೇನೆ. ಹಾಗೆಯೇ ಸಾಮಾನ್ಯ ಮನುಷ್ಯನ ಸ್ವಾಸ್ಥ್ಯದಲ್ಲಿ ಕುಟುಂಬದ ಪಾತ್ರ ಬಹಳ ದೊಡ್ಡದು ಎಂದೂ ನನ್ನ ನಂಬಿಕೆ.

ಈ ದಿನಗಳಲ್ಲಿ ನನ್ನನ್ನು ಕಾಡುತ್ತಿರುವ ಮತ್ತೊಂದು ಅಂಶ ದೇವರು. ದೇವರೆಂದರೆ, ದೇವರ ಮೇಲಿನ ನಂಬಿಕೆ, ಭಯ, ಭಕ್ತಿ ಎಂತಲ್ಲ. ಅಥವಾ ಆಧ್ಯಾತ್ಮಿಕತೆಯೂ ಅಲ್ಲ. ವ್ಯಕ್ತಿ, ಕುಟುಂಬ, ಸಮಾಜ ಮತ್ತು ಜಗತ್ತಿನ ಸ್ವಾಸ್ಥ್ಯ ಮತ್ತು ಅಸ್ವಾಸ್ಥ್ಯಕ್ಕೆ ಈ 'ದೇವರು' ಎಂಬ ಅಂಶ

ಕೆಲವೊಮ್ಮೆ ಕಾರಣ, ಹೆಚ್ಚು ಬಾರಿ ನಿಮಿತ್ತವಾಗುವ ಪರಿ ನನ್ನನ್ನು ಚಕಿತನನ್ನಾಗಿ ಮಾಡಿದೆ. ನನ್ನ ಇತ್ತೀಚಿನ ಕಥೆಗಳಲ್ಲಿ 'ದೇವರು' ಮತ್ತೆ ಮತ್ತೆ ಕಾಣಿಸಿಕೊಂಡಿದ್ದಾನೆ.

ಕೆಲವು ಕಥೆಗಳನ್ನು ಈ ಮೊದಲು ಪ್ರಕಟಮಾಡಿದ ಉದಯವಾಣಿ, ದೇಶ-ಕಾಲ, ಮಯೂರ, ಕನ್ನಡಪ್ರಭ ಮತ್ತು ಅರುಹು-ಕುರುಹು ಪತ್ರಿಕೆಯ ಸಂಪಾದಕರುಗಳಿಗೆ, ಈ ಪುಸ್ತಕದ ಕರಡನ್ನು ತಿದ್ದಿದ ಗೆಳತಿ ಜ್ಯೋತಿಗೆ, ಮುಖಪುಟ ವಿನ್ಯಾಸ ಮಾಡಿ, ಒಳಪುಟಗಳನ್ನು ಜೋಡಿಸಿ, ಮತ್ತೊಮ್ಮೆ ತಪ್ಪು ತಿದ್ದಿದ ಗೆಳೆಯ 'ಅಪಾರ' ರಘು ಮತ್ತು ಪುಸ್ತಕವನ್ನು ಮುದ್ರಿಸಿಕೊಟ್ಟ ಸ್ವಾನ್ ಪ್ರಿಂಟರ್ಸ್, ಎಲ್ಲರಿಗೆ ವಂದನೆಗಳು.

ಈ ಸಂಕಲನದಲ್ಲಿರುವ ಹೊಸ ಕಥೆ 'ದೇವರ ರಜಾ' ಈ ಕಥಾಸಂಕಲನಕ್ಕಾಗಿಯೇ ಬರೆದದ್ದು. ನನ್ನ ಎಲ್ಲ ಕಥೆಗಳನ್ನು ನಾನು ಬರೆದ ತಕ್ಷಣ ಓದಿ ಪ್ರತಿಕ್ರಿಯಿಸುವ ನನ್ನ ಆತ್ಮೀಯ ಸ್ನೇಹಿತರ ಒತ್ತಾಸೆ, ಪ್ರೋತ್ಸಾಹ ಮತ್ತು ವಿಮರ್ಶೆಯನ್ನು ನೆಚ್ಚಿಕೊಂಡು ನಾ ಬರೆಯುತ್ತೇನೆ. ಅವರಿಗೆ ಹೃದಯದಾಳದಿಂದ ಧನ್ಯವಾದಗಳು.

ಈ ಕಥಾಸಂಕಲನವನ್ನು ಪ್ರಕಟಿಸುತ್ತಿರುವ ಗೆಳೆಯ ವಸುಧೇಂದ್ರ, ಆತನ 'ಛಂದ ಪುಸ್ತಕ'ಕ್ಕೆ ಅಪಾರ ವಂದನೆಗಳು.

ಎಂದಿನಂತೆ ಓದಿ, ಪ್ರತಿಕ್ರಿಯಿಸಿ.

• ಗುರುಪ್ರಸಾದ್ ಕಾಗಿನೆಲೆ

ಪರಿವಿಡಿ

ದೇವರ ರಜಾ

'ಇಷ್ಟು ದಿನ ನಾವು ಅನುಭವಿಸಿಯಾಗಿದೆ. ಈಗ ನಿಮ್ಮಗಳ ಸರದಿ. ಇದಕ್ಕೇ ಹೇಳೋದು 'ಫುಲ್ ಸರ್ಕಲ್' ಅಂತ. ತಿಂಗಳಿಗೆ ಮೂರುದಿನ ದೇವರಮನೆಗೆ ಹೋಗದೇ ಹೊರಗಿನಿಂದ ನಮಸ್ಕಾರ ಮಾಡಿದರೆ ನಿನ್ನ ದೇವರುಗಳೇನು ಬೇಜಾರು ಮಾಡಿಕೊಳ್ಳೋಲ್ಲ. ನಮ್ಮಗಳಿಗೆ ಚಾಪೆ, ಲೋಟ ಕೊಟ್ಟು ಕೂಡಿಸುತ್ತಿದ್ದ ದಿನಗಳು ನಿನಗೆ ನೆನಪಿದೆಯಾ. ನಿಮ್ಮನೆಯಲ್ಲಿ ನಿಮ್ಮಮ್ಮ ಅನುಭವಿಸಿಲ್ವಾ, ಅಕ್ಕ ತಂಗಿಯರಿದ್ದರೆ ಇವೆಲ್ಲ ಗೊತ್ತಾಗಿರುತ್ತಿತ್ತು. ಇದೂ ಹಾಗೇ ಅಂತ ತಿಳಕೋ. ನಿನಗೆ ಅಷ್ಟು ದೇವರ ಪೂಜೆ ಮಾಡಲೇಬೇಕು ಅನ್ನಿಸಿದರೆ ಬೇರೆ ರೂಮಲ್ಲಿ ಮಲಗಿದ್ದೆದ್ದು ಬೆಳಿಗ್ಗೆ ಸ್ನಾನ ಮಾಡಿ ಮಡಿ ಉಟ್ಕೊಂಡು ಪೂಜೆ ಮಾಡು. ಅದಾಗೊಲ್ಲ ಅಂದರೆ ನನಗೆ ನೀರಾಗೋ ತನಕ ತಡಕೋ. ನನಗೆ ದೇವರ ಮನೆಗೆ ಹೋಗಕ್ಕಾಗದೇ ಇದ್ರೆ ನೀನೂ ಹೋಗೋ ಹಾಗಿಲ್ಲ. ಇದಕ್ಕೇ ಧರ್ಮೇಚ, ಅರ್ಥೇಚ, ಕಾಮೇಚ ಅಂತ ಹೇಳಿರೋದು. ಇದು ಆಲ್ ಆರ್ ನನ್. ಬದುಕಲ್ಲಿ ಪ್ರತಿಯೊಂದೂ ಪ್ಯಾಕೇಜು. ಬೆಡ್ರೂಮೂ ದೇವರಮನೆಯೂ ಒಂದೇ ಕಾಲಕ್ಕೆ ಸಿಗೋದಲ್ಲ. ತಿಳಕೋ' ಎಂದು ಕಡ್ಡಿ ತುಂಡು ಮಾಡಿದಂತೆ ಹೇಳಿದ್ದಳು ಶಾಲಿನಿ. ದೇವರ ಮನೆಯ ಬಾಗಿಲನ್ನು ಮುಂದಿನಿಂದ ಎಳೆದು ಚಿಲಕ ಹಾಕಿಕೊಂಡಳು.

ಪ್ರಹ್ಲಾದನಿಗೆ ಇದು ಇಲ್ಲಿಯವರೆಗೆ ಬಂದು ನಿಲ್ಲಬಹುದು ಎಂದನಿಸಿರಲಿಲ್ಲ.

■

ಮದುವೆಯಾದ ಹೊಸತರಲ್ಲಿ ಶಾಲಿನಿ 'ತಿಂಗಳಿಗೆ ಮೂರುದಿನ ಹೊರಗೆ ಕೂರದಿದ್ದರೆ ಪರವಾಗಿಲ್ಲವಾ? ಇದಕ್ಕೆ ಅತ್ತೆಯವರ ಅಭ್ಯಂತರ ಏನಾದರೂ ಇರುತ್ತದಾ?' ಎಂದು ಮಂಚದ ಕಿರುಗುಟ್ಟುವಿಕೆಯ ನಡುವೆ ಕೇಳಿದಾಗ ಪ್ರಹ್ಲಾದ ಹೌಹಾರಿ, 'ನೀನು ಈಗ ಒಳಗಿದ್ದೀಯ ತಾನೆ?' ಎಂದು ಪಕ್ಕಕ್ಕೆ ಹಾರಿದ್ದ. ಶಾಲಿನಿ ಆತನ ಕೆನ್ನೆ ಚಿವುಟಿ 'ನೀನೇ ಹೇಳು'

ಎಂದು ನಕ್ಕಿದ್ದಳು. ಹೊಸತರ ಬಿಸುಪು ಆರುವುದರ ಒಳಗೇ ಈ ವಿಷಯವನ್ನು ಸೆಟಲ್ ಮಾಡಬೇಕೆಂದುಕೊಂಡಿದ್ದಳು.

ಪ್ರಹ್ಲಾದ, ಅಮ್ಮ ಒಬ್ಬಳೇ ಇದ್ದ ಸಮಯದಲ್ಲಿ 'ಅಮ್ಮ, ಶಾಲಿನಿ ಈಗಿನ ಕಾಲದ ಹುಡುಗಿ. ಆಕೆ ತಿಂಗಳಿಗೆ ಮೂರುದಿನ ಕೂರೋದಿಲ್ಲವಂತೆ. ಮತ್ತೆ ನನಗೂ ಅವೆಲ್ಲ ಅಷ್ಟೇನೂ ಇಷ್ಟ ಇಲ್ಲ. ಶುದ್ಧ ಅನಾಗರಿಕ ಪದ್ಧತಿ. ನೀನೂ ಇದನ್ನು ಅನುಭವಿಸಿದ್ದೀಯ. ಆದರೆ, ನಿನಗೆ ಇದರಿಂದ ಮುಜುಗರ ಆಗೋದಾದರೆ ನೀನು ಪದ್ದಕ್ಕನ ಮನೇಗೆ ಹೋಗಿ ಇದ್ದು ಬಾ. ನಿನಗೆ ಅಲ್ಲಿ ಹೋಗೋಕೆ ಸಂಕೋಚ ಆಗುತ್ತೆ ಅಂದರೆ ಯಾವುದಾದರೂ ಹೋಟೆಲಿನಲ್ಲಿ ರೂಮ್ ಮಾಡಿಸಿ ಮೂರು ದಿನ ಅವಳನ್ನು ಇರಿಸುತ್ತೇನೆ' ಎಂದು ಮೈಯೆಲ್ಲ ಹಿಡಿಮಾಡಿಕೊಂಡು ಹೇಳಿದ್ದ. ಅಮ್ಮ ಪರಿಮಳಾಬಾಯಿಯವರು 'ಅಯ್ಯೋ ಮಾರಾಯಾ. ಪೆಲ್ಲಿ, ಹೋಟೆಲ್ಲಿನಲ್ಲಿ ಇರಿಸೋ ಮಾತಾಡ್ಬೇಡೋ ಮಗನೇ. ಬಂದ ಸೊಸೀನ ಹೊರಗ್ ಹಾಕಿದ್ಳು ಅಂತ ಮಂದೀ ಆಡಿ ನಗ್ತಾರಾಮೇಲ. ನೋಡಪ್ಪಾ, ನೀವು ಹಿಂಗೇ ಇರಬೇಕು ಅಂತ್ ನಾ ಹೇಳೋ ಕಾಲ, ಅದನ್ನು ನೀವು ಕೇಳೋ ಕಾಲ ಎಲ್ಲ ಮುಗಿದು ಹೋದ್ವು. ನಿಮ್ಗೆ ಹೆಂಗಿರಬೇಕನಿಸುತ್ತೋ ಹಂಗಿರ್ರಿ. ನಾ ದಿನಾ ಬೆಳಗಾ ಮುಂಜಾನಿ ಎದ್ದು ನೀವೇಳೋದರೊಳಗ ಸ್ನಾನ ಮಾಡಿ ದೇವರ ಪೂಜಿ ಮಾಡಿ ಬಿಡ್ತೀನಿ. ನಂತರ ದೇವರ ಮನೀ ಸಹವಾಸಕ್ಕೆ ಹೋಗಲ್ಲ. ನಂದಾದೀಪ ನಂದದ ಹಂಗ ಸಂಜೀಮುನ್ನ ಒಂದ್ನಾಲ್ಕು ಉದ್ಧರಿಣೆ ಎಣ್ಣೆ ಬಿಡಬೇಕು. ಅದನ್ನ ಬೇಕಾರ ದಿನಾ ಥಾಬಳೀ ಉಟ್ಕೊಂಡು ಮಾಡ್ತೀನ್ ತಗೋ. ನಿಮ್ಮಿಬ್ಬರಿಗೆ ಮನಸ್ಸು, ಮೈ ಶುದ್ಧಿ ಅದ ಅಂತ ಅನಿಸಿದರ ದೇವರಿಗೊಂದು ನಮಸ್ಕಾರ ಮಾಡ್ರಿ. ಮನಸ್ಸಿಗೆ ಕಸಿವಿಸಿಯಾದ್ರ ಅದೂ ಬೇಡ. ನಂಗೂ ಹೆಂಗಸ್ರ ಕಷ್ಟ ಅರ್ಥ ಆಗತ್ತಪ. ನಾನೂ ಒಬ್ಬಾಕೀನ ಹೊರಗ, ಒಳಗೆ ದುಡಕೋತ ನಿನ್ನ ಈ ಮಡೀ ಮೈಲಿಗೆ ನಡೂ ಬೆಳೆಸೀನಿ. ಈಗ ವಯಸ್ಸಿಗೆ ತಕ್ಕ ಹಂಗೆ ಇರ್ಬೇಕೋ ಬೇಡೋ ಹೇಳು, ಆಕೀ ತವರ್ಮನೀಲ್ ಮಡಿ, ಸಂಪ್ರದಾಯ ಹೆಂಗದೆ ಅಂತ ನಿಂಗೂ ಗೊತ್ತೇ ಇದೆ. ಈಕೀಗೂ ಅಷ್ಟ್ ವಿಷ್ಯ ಅರ್ಥ ಮಾಡಿಕೊಳ್ಳೋಷ್ಟು ಬುದ್ಧಿವಂತಿಕೀನ ಆ ಪರಮಾತ್ಮ ಕೊಟ್ಟೇ ಇದಾನೆ ಅಂತಂದುಕೊಂಡಿದೀನಿ. ನನ್ನ ಕೈಕಾಲು ಆಡೋತನ್ನ ಅಡುಗೆ ಮಾಡಿ ಹಾಕ್ತೀನಿ. ಆಕೀಗ ಸಹಾಯ ಮಾಡಬೇಕನಿಸಿದರೆ ಮಾಡಲಿ. ನಂಗೆಂದಾದ್ರೂ ಗರಬಡೀತೋ, ಯಾರ್ ಮಾಡಿದ್ರೂ ತಿಂತೀನಪ್ಪ. ಹಂಗೆಲ್ಲ ಅನ್ನದ ಮೇಲೆ ಸೊಕ್ಕು ಮಾಡಿದ್ರೆ ನಡೀತದನು. ಒಟ್ಟ ನಿಮ್ಮ ಮನಸಿಗೆ ಸರಿ ಅನ್ಸಿದನ್ನು ಮಾಡ್ರಿ' ಎಂದು ಹೇಳಿ ಕೈ ತೊಳಕೊಂಡುಬಿಟ್ಟಿದ್ದರು.

ಬಾಗಲಕೋಟೆಯಲ್ಲಿ ವಿಧವೆ ಪರಿಮಳಾಬಾಯಿ ಜನರಲ್ ಪೋಸ್ಟ್ ಆಫೀಸಿನ ಹೊಟ್ಟೆಪಾಡಿನ ಕೆಲಸದ ಜತೆಜತೆಯಲ್ಲೂ ಅಕ್ಕಪಕ್ಕದ ಮನೆಗಳಲ್ಲಿ ವಾಸವಾಗಿರುವ ಆಚಾರ್ರುಗಳ ಮಡಿಹುಡಿಗಳ ನಡುವೆ ಪ್ರಹ್ಲಾದನನ್ನು ಬೆಳೆಸುವಾಗ ಮೈಗೂಡಿಸಿಕೊಂಡ ಅನುಕೂಲಸಿಂಧುತ್ವ ಈಗ ಸೊಸೆ ಬಂದಮೇಲೂ ಬಹಳ ಚೆನ್ನಾಗಿ ಕೆಲಸಮಾಡಿತ್ತು.

ಅತ್ತೆ ವಿರೋಧಿಸಿದರೆ ಏನು ಮಾಡಬೇಕು ಎಂದು ಯೋಜನೆ ಹಾಕುತ್ತಿದ್ದ ಶಾಲಿನಿಗೂ ಅತ್ತೆಯ ಮನೆಯಲ್ಲಿ ತನ್ನ 'ಆ' ದಿನಗಳ ರೂಪುರೇಷೆಯ ಬಗ್ಗೆ ಸ್ಪಷ್ಟ ಕಲ್ಪನೆ ಇನ್ನೂ ಇರಲಿಲ್ಲ.

ಅಮ್ಮನ ಮಡಿ ಏನಿದ್ದರೂ ಬರೀ ಮೇಲೆಮೇಲೆ ಮಾತ್ರ, ಆದರೆ ಆಕೆ ಹುಟ್ಟಾ ಉದಾರಿ ಎಂದು ಪ್ರಹ್ಲಾದ ಹೇಳಿದ್ದರೂ ಅತ್ತೆ ಏಕ್‌ದಂ ಶಾಲಿನಿಯ ತವರುಮನೆಯ ಸಂಪ್ರದಾಯಗಳು, ತಮ್ಮ ವಯಸ್ಸು, ಅರ್ಥ ಮಾಡಿಕೊಳ್ಳುವಷ್ಟು ಬುದ್ಧಿವಂತಿಕೆಯನ್ನು ಆ ಪರಮಾತ್ಮನೇ ಆಕೆಗೆ ಕೊಟ್ಟಿರುವುದು ಇತರೇ ಎಲ್ಲ ಹೇಳಿ ಶಾಲಿನಿಯನ್ನು ಇನ್ನೂ ಗೊಂದಲದಲ್ಲಿ ಬೀಳಿಸಿದ್ದರು. ಶಾಲಿನಿ ಅತ್ತೆಯಿಂದ ಒಂದು ಸ್ವಲ್ಪವಾದರೂ ವಿರೋಧ ಬರಬಹುದು ಎಂದು ಘರ್ಷಣೆಗೆ ಸಿದ್ಧಮಾಡಿಕೊಳ್ಳುತ್ತಿದ್ದಳೇ ಹೊರತು ಹೊಂದಾಣಿಕೆಗಲ್ಲ. ಈಗ ಅವರ ಮಡಿಯ ಜತೆಗೆ ತನ್ನ ದೈನಿಕವನ್ನೂ ಹೊಂದಿಸಿಕೊಳ್ಳುವ ಜವಾಬ್ದಾರಿಯನ್ನು ಪರಿಮಳಾಬಾಯಿಯವರು ಶಾಲಿನಿಯ ಮೇಲೇ ಹಾಕಿಬಿಟ್ಟಿದ್ದರು.

ಇದು ನಡೆದದ್ದು ಸುಮಾರು ಇಪ್ಪತ್ತು ವರ್ಷದ ಹಿಂದೆ- ಪ್ರಹ್ಲಾದ, ಶಾಲಿನಿ ಮದುವೆಯಾದ ಹೊಸತರಲ್ಲಿ.

■

ವಾಸ್ತವವಾಗಿ ಆಗ ಪರಿಮಳಾಬಾಯಿಯವರು ಸರಿಯಾದ ಮರ್ಮಸ್ಥಳಕ್ಕೇ ಪೆಟ್ಟುಹಾಕಿದ್ದರು. ಶಾಲಿನಿಯ ತವರುಮನೆಯ ಪ್ರಸ್ತಾಪ ಇಲ್ಲಿ ಅನುದ್ದಿಶ್ಯವಾಗಿ ಬಂದಿರಲಿಲ್ಲ. ಶಾಲಿನಿ ಬಳ್ಳಾರಿಯ ಸತ್ಯನಾರಾಯಣಪೇಟೆಯಲ್ಲಿ ವಾಸಿಸುತ್ತಿದ್ದ ಬಿಂದುಮಾಧವಾಚಾರ್ಯ ಮತ್ತು ಅಲಕಾಬಾಯಿಯವರ ಏಕೈಕ ಪುತ್ರಿ. ಬಿಂದುಮಾಧವಾಚಾರ್ಯರು ಧರ್ಮಧುರಂಧರರು. ಸ್ವಾದಿಮಠದ ಶ್ರೀಪಾದಂಗಳವರು ಒಂದಾನೊಂದು ಕಾಲದಲ್ಲಿ ಚಾತುರ್ಮಾಸಕ್ಕೆ ಬಳ್ಳಾರಿಗೆ ಬಂದಾಗ ಆಚಾರ್ಯರ ಮನೆಯಲ್ಲಿಯೇ ಮೊಕ್ಕಾಂ ಹೂಡುತ್ತಿದ್ದರಂತೆ. ಕಾರಣಾಂತರಗಳಿಂದ ನಂತರದ ದಿನಗಳಲ್ಲಿ ಶ್ರೀಗಳು ಸತ್ಯನಾರಾಯಣಪೇಟೆಯ ಸರ್ಕಲಿನಲ್ಲಿದ್ದ ಶ್ರೀ ವೆಂಕಟೇಶ ನರ್ಸಿಂಗ್ ಹೋಮ್‌ನ ಡಾ. ಕೃಷ್ಣಮೂರ್ತಿಯವರ ಮನೆಗೆ ತಮ್ಮ ವಾಸ್ತವ್ಯವನ್ನು ಬದಲಾಯಿಸಿದ್ದರು. ಮಠಕ್ಕೆ ಡಾ. ಕೃಷ್ಣಮೂರ್ತಿಯವರ ಸಖ್ಯ, ಪರಂಪರಾನುಗತವಾಗಿ ಬಂದಿದ್ದ ಬಿಂದುಮಾಧವಾಚಾರ್ಯರ ಕುಟುಂಬದ ಸಖ್ಯಕ್ಕಿಂತ ಆರ್ಥಿಕವಾಗಿ ಹೆಚ್ಚು ಅನುಕೂಲಕರವಾಗಿದ್ದು ಈ ಬದಲಾವಣೆ ವ್ಯಾವಹಾರಿಕವಾಗಿ ಸಿಂಧು ಎಂದು ಆಚಾರ್ಯರಿಗೆ ಅನಿಸಿದ್ದರೂ, ಮನೆಯಲ್ಲಿ ಶ್ರೀಗಳವರ ಚಾತುರ್ಮಾಸ ವ್ರತ, ಭಿಕ್ಷೆ, ಪಾದಪೂಜೆ ಇತರೇ ಎಲ್ಲ ಪರಿಕ್ರಮಗಳನ್ನು ಮುಂದುವರೆಸಿಕೊಂಡು ಹೋಗಲು ತಮಗೆ ಗಂಡು ಸಂತಾನವಿಲ್ಲದಿರುವುದು ಕಾರಣವಿದ್ದಿರಬಹುದೇನೋ ಎಂಬ ಸಂಶಯ ಹೋಗಲೇ ಇಲ್ಲ.

ಇದೇ ಹಟಕ್ಕೆ ಬಿದ್ದವರಂತೆ ಆಚಾರ್ಯರು ಶಾಲಿನಿಯನ್ನು ಅತಿಕಠೋರವಾಗಿ ಬೆಳೆಸಿದ್ದರು. ಉಪನಯನ ಆಗಿಲ್ಲ ಎಂಬ ಮಾತನ್ನು ಬಿಟ್ಟರೆ ಶಾಲಿನಿ ಉಳಿದೆಲ್ಲ ದೇವರ ಕೆಲಸಗಳನ್ನೂ ಯಾವ ಗಂಡುಮಗನಿಗಿಂತಲೂ ಕಮ್ಮಿಯಿಲ್ಲದೆ ಪಾಂಗ್ತವಾಗಿಯೇ ಮಾಡುತ್ತಿದ್ದಳು. ಶಾಲಿನಿ ಬೆಳಿಗ್ಗೆ ಬೇಗ ಎದ್ದು ಮನೆಮುಂದೆ ಸಗಣಿ ನೀರಿನಿಂದ ನೆಲ ಸಾರಿಸಿ ಮನೆಯ ಅಂಗಳದ ತೋಟದಲ್ಲಿ ಬಿಟ್ಟಿದ್ದ ದೇವಕಣಗಿಲೆ, ಮಂದಾರ, ಮಲ್ಲಿಗೆ, ದಾಸವಾಳ,

ಸೇವಂತಿಗೆ ಹೂಗಳನ್ನು ಬಿಡಿಸಿ, ತುಳಸಿಪೂಜೆ ಮಾಡಿ ಅಪ್ಪ 'ಆಗಮಾರ್ಥಂತು ದೇವಾನಾಂ ಗಮನಾರ್ಥಂ ತು ರಾಕ್ಷಸಾಂ'ನಿಂದ ಶುರುಮಾಡುವ ಮೊದಲು ಎಲ್ಲ ಅಣಿಮಾಡಿಕೊಟ್ಟು 'ಪ್ರಣವಸ್ಯ ಪರಬ್ರಹ್ಮರ್ಷಿಃ' ಪೂರೈಸಿ, 'ಪಾಪೋಹಂ ಪಾಪಕರ್ಮಾಹಂ' ಆಗುವತನಕ ಅಲ್ಲಿಯೇ ನಿಂತಿದ್ದು, ಮಹಾಮಂಗಳಾರತಿಗೆ ಜಾಗಟೆ ಹೊಡೆದು, ತೀರ್ಥ, ಬಾಳೆಹಣ್ಣಿನ ತುಂಡು, ಕಲ್ಲುಸಕ್ಕರೆ ಪ್ರಸಾದ ತೆಗೆದುಕೊಂಡು 'ಪಾಹಿಪಾಹಿ ರಾಘವೇಂದ್ರ ಗುರೋ, ತ್ರಾಹಿ ತ್ರಾಹಿ ಗುಣಸಾಂದ್ರ ಗುರೋ' ಹೇಳಿಕೊಂಡೇ ಶಾಲೆಗೆ ಹೋಗುತ್ತಿದ್ದುದು.

ಮನೆಯ ಪರಿಸ್ಥಿತಿ ಹೀಗಿದ್ದಾಗ ಶಾಲಿನಿಗೆ ಚಿಕ್ಕಂದಿನಲ್ಲಿ ಹೊರಗೆ ಕೂರುವುದಿಲ್ಲ ಎಂದು ಹೇಳುವ ಅವಕಾಶ ಇರಲೇ ಇಲ್ಲ. ಶಾಲಿನಿ ಋತುಮತಿಯಾದಾಗ ಅಮ್ಮ ಇಡೀ ಸತ್ಯನಾರಾಯಣಪೇಟೆಗೇ ಚಿಗಳಿ ಹಂಚಿದ್ದರು. ಊರಿನ ಮುತ್ತೈದೆಯರನ್ನೆಲ್ಲಾ ಕರೆಸಿ ಆರತಿ ಮಾಡಿಸಿದ್ದರು. ಶಾಲಿನಿಯ ತಿಂಗಳ ಆ ದಿನಗಳು ಸತ್ಯನಾರಾಯಣಪೇಟೆಗೇ ಢಾಳಾಗಿ ಎದ್ದುಕಾಣುತ್ತಿದ್ದವು. ಮನೆಯ ಜಗಲಿ ಮೇಲೆ ಕೂರಿಸಿ ಮದುವೆ ಮನೆಯಲ್ಲಿ ವಾಲಗದವರಿಗೆ ಊಟ ಬಡಿಸುವ ಹಾಗೆ ಬಾಳೆ ಎಲೆಯಲ್ಲಿ ಉಪ್ಪಿಟ್ಟು, ಗೊಜ್ಜವಲಕ್ಕಿ ಅಥವಾ ಅನ್ನ ಹುಳಿ ಕ್ಯಾಚ್ ಹಾಕುತ್ತಿದ್ದಾಗ ಅಮ್ಮನನ್ನು ಕೊಂದುಬಿಡುವ ಕೋಪ ಬರುತ್ತಿತ್ತು, ಶಾಲಿನಿಗೆ. ಪಾರ್ವತೀನಗರದಲ್ಲಿದ್ದ ಜ್ಯೂನಿಯರ್ ಕಾಲೇಜಿಗೆ ದಾರಿ ಬಳಸಾದರೂ ಪರವಾಗಿಲ್ಲ ಎಂದು ಸೈಕಲ್ಲುಗಳಲ್ಲಿ ಡಬಲ್ ರೈಡ್ ಮಾಡಿಕೊಂಡು ದಿನಾ ಸತ್ಯನಾರಾಯಣಪೇಟೆಯ ಶಾಲಿನಿಯ ಮನೆಯ ಮುಂದೆ 'ಬಾಟನಿ ಪಾಟಮುಂದಿ ಮ್ಯಾಟನಿ ಆಟಮುಂದಿ' ಹಾಡಿಕೊಂಡು ಹೋಗುತ್ತಿದ್ದ ನಾಣಿ, ಸೀನ, ಪೀಟರ್, ಇಕ್ಬಾಲಾದಿಗಳು ಜಗಲಿ ಮೇಲೆ ತಿಂಡಿ ತಿನ್ನುತ್ತಿರುವ ಶಾಲಿನಿಯನ್ನು ನೋಡಿ ಆಚಾರ್ಯರ ಮನೆಯ ಧರ್ಮಸೂಕ್ಷ್ಮವನ್ನು ಅರ್ಥಮಾಡಿಕೊಂಡವರಂತೆ 'ಕ್ಯಾರೆ ಬುಲ್ ಬುಲ್, ಅಂದರ್ ಯಾ ಬಾಹರ್' ಎಂದು ಚುಡಾಯಿಸಲು ಶುರುಮಾಡಿದ್ದರು. ಗೆಳತಿಯರಾದ ಲೀಲಾವತಿ, ರುದ್ರಮ್ಮ, ನೀಲಾಕ್ಷಿ, ನಸೀಮಾ ಕೂಡ ಏನೋ ಲೆಕ್ಕಾಚಾರ ಹಾಕಿ ಬೇರೆ ಬೆಂಚಿನಲ್ಲಿ ಕೂರಲು ಶುರುಮಾಡಿದಾಗ ಶಾಲಿನಿಗೆ ಈ ಭೂಮಿ ಬಾಯಿಬಿಟ್ಟು ತನ್ನನ್ನು ನುಂಗಬಾರದೇ ಎನಿಸುತ್ತಿತ್ತು.

ಕಾಲೇಜು ಮುಗಿಸಿ, ಮದ್ರಾಸಿನಲ್ಲಿ ಕೆಲಸ ಸಿಕ್ಕಿದ್ದೇ ತಡ, ಶಾಲಿನಿಗೆ ಮನೆಯಿಂದ ತಪ್ಪಿಸಿಕೊಂಡು ಬರುವುದಕ್ಕಾಗಿ ಮತ್ತು ತಿಂಗಳ ಮೂವತ್ತೂ ದಿನಗಳೂ ಸ್ವಚ್ಛಂದವಾಗಿರುವುದಕ್ಕಾಗಿ ತನಗೆ ಆ ರಾಯರೇ ತೋರಿಸಿದ ದಾರಿ ಇದು ಎನಿಸಿಬಿಟ್ಟಿತು. ನುಂಗಂಬಾಕಂನಲ್ಲಿ ಸ್ನೇಹಿತೆಯರ ಜತೆ ಬಾಡಿಗೆ ಮನೆಹಿಡಿದ ಮೊದಲ ದಿನ ಮನೆಯ ಯಾವ ಕಟ್ಟುಪಾಡುಗಳೂ ಇಲ್ಲದ ಸ್ವತಂತ್ರ ಹಕ್ಕಿ ಎಂದು ಮನೆಯೆಲ್ಲಾ ಹವಾಯ್ ಚಪ್ಪಲಿ ಹಾಕಿಕೊಂಡು ಟಪ್ ಟಪ್ ಎಂದು ಸಪ್ಪಳ ಮಾಡುತ್ತಲೇ ಓಡಾಡಿದಳು. ಮೂಲೆಯಲ್ಲಿ ಚಾಪೆ, ದಿಂಬು, ಲೋಟ ಹಿಡಿದು ಕೂರುವ ದಿನಗಳು ಮುಗಿದವೆಂದು ಬಹಳ ಖುಷಿಯಾಗಿತ್ತು. ಆದರೆ ಆಕೆ ಅಂದುಕೊಂಡಿದ್ದೇ ಒಂದು ಆದದ್ದೇ ಇನ್ನೊಂದು.

ಮದ್ರಾಸಿಗೆ ಬಂದು ಹೊಸಾ ಮನೆಯಲ್ಲಿ ಸೆಟಲ್ ಆದ ಹದಿನೈದು ದಿನದಲ್ಲಿ ಒಂದು ದಿನ ಕಿಬ್ಬೊಟ್ಟೆ ನೋವು ಶುರುವಾಗಿತ್ತು. ಎಷ್ಟೇ ಧೈರ್ಯಮಾಡಿಕೊಂಡಿದ್ದರೂ ಯಾಕೋ

ಎದೆ ಡವಗುಟ್ಟತೊಡಗಿತು. ಬಚ್ಚಲಿಗೆ ಹೋಗಿ ದೃಢಪಡಿಸಿಕೊಂಡು ಬಂದು ರೂಮಿನಲ್ಲಿ ಒಂದು ಕಡೆ ಕೂತುಬಿಟ್ಟಳು. ಅಕ್ಕಪಕ್ಕ ಇದ್ದ ತನ್ನದೇ ಬಟ್ಟೆಗಳನ್ನು ಮುಟ್ಟುವುದಿರಲಿ ರೂಮಿನ ಬಾಗಿಲ ಪರದೆಯನ್ನು ಮುಟ್ಟಲೂ ಧೈರ್ಯಬರಲಿಲ್ಲ. ಹೇಗೋ ಸಾವರಿಸಿಕೊಂಡು ನಿಧಾನವಾಗಿ ಅಡುಗೆಮನೆಗೆ ಹೋಗಿ ತಾನೇ ಒಂದು ಗಂಟೆ ಮುಂಚೆ ಮಾಡಿಟ್ಟಿದ್ದ ಅನ್ನ, ಬೂದುಗುಂಬಳಕಾಯಿ ಹುಳಿಯನ್ನು ಬಡಿಸಿಕೊಳ್ಳಲು ಹೋದಾಗ ಕೈ ನಡುಗಿತು, ಮೈ ಬೆವರಿತು, ಉಸಿರಾಟದ ವೇಗ ಜಾಸ್ತಿಯಾಗಿ ತಲೆತಿರುಗಿ ಬಿದ್ದೇಬಿಡುತ್ತೇನೆ ಎನ್ನಿಸಿತು. ಏನು ಮಾಡಿದರೂ ಅಡುಗೆ ಮುಟ್ಟಲಾಗಲೇ ಇಲ್ಲ. 'ಇಲ್ಲ, ಈಗ ಧೃತಿಗೆಡಬಾರದು' ಎಂದು ಮನಸ್ಸು ಗಟ್ಟಿಮಾಡಿಕೊಂಡು ಬಡಿಸಿಕೊಂಡು ಊಟ ಶುರುಮಾಡಿದಳು. ನಾಲ್ಕು ತುತ್ತು ಅನ್ನ ತಿಂದಮೇಲೆ ಇದ್ದಕ್ಕಿದ್ದ ಹಾಗೆ ಎದೆಯ ಬಡಿತ ಸಿಕ್ಕಾಪಟ್ಟೆ ಹೆಚ್ಚಾಗಿ, ಹೊಟ್ಟೆತೊಳಸು ಬಂದಂತಾಗಿ ಬಚ್ಚಲಿಗೆ ಹೋಗಿ ವಾಂತಿ ಮಾಡಿಬಿಟ್ಟಳು. ನಂತರ, ಮಾಡಿಟ್ಟಿದ್ದ ಬೂದುಗುಂಬಳಕಾಯಿ ಹುಳಿಯನ್ನೂ, ಅನ್ನವನ್ನೂ ಬಚ್ಚಲಿಗೆ ಚೆಲ್ಲಿ ಪಕ್ಕದ ಅಂಗಡಿಗೆ ಹೋಗಿ ಬಾಳೆಹಣ್ಣು ಕೊಂಡು ತಿಂದು ಮಲಗಿಬಿಟ್ಟಳು.

ಸಮಸ್ಯೆ ಶುರುವಾಗಿದ್ದು ಅಲ್ಲಿಂದಲೇ, ಶಾಲಿನಿಗೆ. ಮನೆಯಲ್ಲಿದ್ದಾಗ ಸುಮ್ಮನೆ ಮೂರು ದಿನ ಕೂರಬಹುದು. ಅಡುಗೆ ಮಾಡಿ ಹಾಕಲು ಅಮ್ಮ ಇದ್ದಳು. ಇಲ್ಲಿ ಯಾರಿದ್ದಾರೆ? ಮನೆಯಲ್ಲಿ ಭೋಪಾಲ, ಅಸ್ಸಾಂ ಮತ್ತು ಬಾಂಬೆಯಿಂದ ಬಂದಿರುವ ರೂಮ್‌ಮೇಟುಗಳು. ಅವರಿಗೆ ಅಡುಗೆ ಮಾಡಿಹಾಕುತ್ತಿದ್ದುದು ಶಾಲಿನಿಯೇ. ಅವರಿಗೆ, ಅಡುಗೆ ಮಾಡಿ ಊಟ ಕ್ಯಾಚ್ ಹಾಕಿ ಎಂದು ಕೇಳುವುದಾದರೂ ಹೇಗೆ? ಅಂದು ಕೆಲಸ ಮುಗಿಸಿ ಮನೆಗೆ ಬಂದವರೇ ಮನೆಯಲ್ಲಿ ಅಡುಗೆ ಇಲ್ಲದಿದ್ದುದನ್ನು ನೋಡಿದ ಗೆಳತಿಯರು 'ಕ್ಯಾ ಶಾಲಿನಿ, ತಬೀಯತ್ ಖರಾಬ್ ಹೈ ಕ್ಯಾ?' ಎಂದು ಮೈಮುಟ್ಟಿ ನೋಡಲು ಬಂದಾಗ ಕಸಿವಿಸಿಯಾದರೂ ಸುಮ್ಮನಿದ್ದಳು. 'ಕೋಯಿ ಬಾತ್ ನಹೀ, ಸರವಣ ಭವನ್ ಜಾಯೇಂಗೆ' ಎಂದು ಹೊರಗೆ ಹೋಗಿ ಊಟ ಮಾಡಿ ಬಂದಿದ್ದರು. ಜತೆಗೆ ಶಾಲಿನಿಗೂ ಊಟ ಕಟ್ಟಿಸಿಕೊಂಡು ಬಂದಾಗ ಆ ಕ್ಷಣಕ್ಕೆ ಸಮಾಧಾನವಾದರೂ ಮುಂದೆ ಏನು ಮಾಡುವುದು ಎಂದು ಹೊಳೆದಿರಲಿಲ್ಲ.

ಒಂದೆರಡು ದಿನ ಆದ ಮೇಲೆ ಸ್ನೇಹಿತೆಯರಿಗೆ ನಿಧಾನವಾಗಿ ತಮ್ಮ ಮನೆಯ ಸಂಪ್ರದಾಯವನ್ನು ವಿವರಿಸಿ ಹೇಳಿದಳು. ಶಾಲಿನಿ ಮನೆಯ ಸಾಮಾನುಗಳನ್ನು ಮುಟ್ಟದೇ, ಅಡುಗೆ ಮನೆಗೆ ಹೋಗದೇ ಇರುವ ತನ್ನ ಮನೆಯ ರೂಢಿಯನ್ನು ಅವರುಗಳಿಗೆ ಹೇಳಿದಾಗ ಆ ಹುಡುಗಿಯರೂ ಅಲ್ಪಸ್ವಲ್ಪ ಅರ್ಥವಾದಂತೆ ಎಲ್ಲಕ್ಕೂ ತಲೆಯಾಡಿಸಿ, ಪ್ರತಿ ತಿಂಗಳೂ ತಿಂಗಳ ಆ ಮೂರೂ ದಿನ ಹೋಟೆಲಿನಲ್ಲಿಯೇ ಊಟಮಾಡಿಬಿಡುವುದೆಂದು ಸಮಸ್ಯೆಗೆ ಪರಿಹಾರ ಕಂಡುಕೊಂಡಿದ್ದರು.

ಅವಶ್ಯಕತೆ ಆವಿಷ್ಕಾರದ ಮೂಲವಂತೆ. ನುಂಗಂಬಾಕಂನಲ್ಲಿ ಶಾಲಿನಿಗೆ ಒಂದು ವಿಷಯ ಮನವರಿಕೆಯಾಯಿತು. ಯಾವ ಕಾರಣದಿಂದ ಸತ್ಯನಾರಾಯಣಪೇಟೆಯಲ್ಲಿ ಹೊರಗೆ ಕೂರುವುದು ಮುಜುಗರವಾಗುತ್ತಿತ್ತೋ ಅದೇ ಕಾರಣಗಳಿಂದ ಮದ್ರಾಸಿನಲ್ಲಿ ಹೊರಗೆ ಕೂರದೇ ಇರುವುದು ಹಿಂಸೆಯಾಗಿಬಿಟ್ಟಿತು. ಸತ್ಯನಾರಾಯಣಪೇಟೆಯಲ್ಲಿ ಆ ದಿನಗಳಲ್ಲಿ

ಆಕೆಗೆ ಒಂದು ಆವರಣ ಸೃಷ್ಟಿಯಾಗುತ್ತಿತ್ತು. ಯಾರೂ ಮುಟ್ಟದ, ಯಾರೂ ಪ್ರವೇಶಿಸದ ಆವರಣ. ಅದರಿಂದ ಅವಮಾನ ಆಗುತ್ತಿತ್ತು, ತನ್ನ ಹೆಣ್ತನದ ಶೋಷಣೆ ಆಗುತ್ತಿದೆ ಎಂದೆಲ್ಲಾ ಅನಿಸುತ್ತಿತ್ತು. ಆದರೆ, ಅಪ್ಪ ಅಮ್ಮನನ್ನು ವಿರೋಧಿಸಿ, ಕೂಗಿ 'ನಿಮ್ಮ ಈ ಮೌಢ್ಯದಿಂದ ನನ್ನ ಜೀವನವನ್ನು ನರಕ ಮಾಡುತ್ತಿದ್ದೀರಿ' ಎಂದು ಹೇಳಿದಲ್ಲಿ ಕೇಳಲು ಅಲ್ಲೊಂದು ಸಣ್ಣ ಪ್ರೇಕ್ಷಕವರ್ಗವಿತ್ತು. ಇಲ್ಲಿ ನುಂಗಂಬಾಕಂನಲ್ಲಿ ವಿರೋಧವೇ ಇಲ್ಲ. ತಾನು ಏನು ಮಾಡಿದರೂ ಕೇಳುವವರಿಲ್ಲ. ಅದೇ ಕಾರಣಕ್ಕಾಗಿ ವಿರೋಧವಿಲ್ಲದೇ ಪ್ರತಿಭಟನೆಯೂ ಸಾಧ್ಯವಾಗದೇ ಹೋಯಿತು. ತಾನು ಇಷ್ಟಪಡುತ್ತಿದ್ದುದು ಆ ಪ್ರತಿಭಟನೆಯನ್ನು ಮಾತ್ರ, ಚಿಕ್ಕಂದಿನಿಂದ ಅಭ್ಯಾಸವಾಗಿದ್ದ ಆ ದಿನಗಳ ರೂಢಿಯನ್ನು ತಪ್ಪಿಸಲು ತನಗೂ ಧೈರ್ಯ ಸಾಲದು ಎಂದು ಆಕೆಗೆ ಎರಡೇ ತಿಂಗಳಲ್ಲಿ ಅನಿಸಿಬಿಟ್ಟಿತು.

ಹಾಗಂತ ನುಂಗಂಬಾಕಂನಲ್ಲಿ ಹೊರಗೆ ಕೂರುವುದು ಅಷ್ಟು ಸುಲಭವಾಗಿರಲಿಲ್ಲ. ಮದ್ರಾಸಿನಲ್ಲಿ ಹೊರಗೆ ಕೂರುವುದೆಂದರೆ ಕೂರುವ ಜಾಗ ಎಲ್ಲಿ ಎಂಬುದರಿಂದ ಹಿಡಿದು ಏನೀರು ಹಾಕುವುದು ಯಾರು ಎನ್ನುವ ತನಕ ಎಲ್ಲವೂ ಸಮಸ್ಯೆಯೇ. ಮೊದಲ ತಿಂಗಳು ಪ್ರಯತ್ನಪಟ್ಟು ಬಿಡುಬೀಸಾಗಿ ಮನೆಯೆಲ್ಲ ಓಡಾಡಿಕೊಂಡಿರಲು ಹೋದರೆ ಯಾರೋ ಹಿಂದಿನಿಂದ ಹಗ್ಗಕಟ್ಟಿ ಎಳೆದಂತೆ ಅನಿಸುತಿತ್ತು. ತಿಂಗಳ ಆ ಮೂರುದಿನಗಳಲ್ಲೂ ಬಳ್ಳಾರಿಯ ಮನೆಯ ಮೂಲೆಯ ತನ್ನ ಆ ಜಾಗ, ಓಡಾಡುವಾಗ ಅಕ್ಕ ಪಕ್ಕ ನೈಟಿ ತಗಲದಂತೆ ಮುದುರಿಕೊಳ್ಳುವ ಬಗೆ, ಬಚ್ಚಲಿಗೆ ಹೋದಮೇಲೆ ನೀರು ಹಾಕಿ, 'ಅಮ್ಮಾ, ನಂದಾಯ್ತೇ. ಬಚ್ಚಲಿಗೆ ಒಂಚೂರು ನೀರು ಹಾಕ್ರಿ' ಎಂದು ಕೂಗಿ ಹೇಳುವುದು, ಊಟ ಮಾಡಿದ ತಟ್ಟೆ, ಕಾಫ್ಲಿಕುಡಿದ ಲೋಟ ಎಲ್ಲ ತೊಳೆದು ಬೋರಲು ಹಾಕುವುದು– ಎಲ್ಲವೂ ರೂಢಿಯಂತೆ ನೆನಪಾಗುತ್ತಿತ್ತು. ಅದರ ಜತೆಜತೆಗೇ ಅನುಭವಿಸಿದ ನಾಚಿಕೆ, ಅವಮಾನ ಬೆನ್ನಟ್ಟಿ ನೆನಪಾಗುತ್ತಿತ್ತು. ಆದರೂ, ಎಷ್ಟು ಕಷ್ಟ ಪಟ್ಟರೂ ಇಲ್ಲಿ ಯಾರೂ ಕೇಳುವವರು ಇಲ್ಲದಿದ್ದರೂ ಮನೆಯ ಕೆಲಸಗಳನ್ನು ನಿತ್ಯದಂತೆ ಮಾಡಿಕೊಂಡು ಹೋಗಲು ಸಾಧ್ಯವಾಗಲೇ ಇಲ್ಲ.

ಹೀಗೇ ಹೋಟೆಲಲ್ಲಿ ಊಟಮಾಡಿಕೊಂಡು, ಬಚ್ಚಲುಮನೆಯಲ್ಲಿ ಸರ್ಕಸ್ ಮಾಡಿಕೊಂಡು, ಬಾಗಿಲ ಪರದೆಗಳನ್ನು ತಗಲಿಸಿಕೊಳ್ಳದೇ ಓಡಾಡಿಕೊಂಡು ಸ್ವಲ್ಪ ದಿನ ಕಳೆದಳು. ಮೂರನೆಯ ತಿಂಗಳು ಶಾಲಿನಿ ನೈಟಿಯನ್ನು ಮಡಿಸಿ ಮೊಣಕಾಲ ನಡುವೆ ಸಿಕ್ಕಿಸಿಕೊಂಡು ಅಡುಗೆಮನೆಯ ಬಾಗಿಲ ಹೊರಗೆ ನಿಂತು, ಒಳಗೆ ಅಡುಗೆ ಮಾಡಲು ಪರದಾಡುತ್ತಿದ್ದ ಅಸ್ಸಾಮಿನ ಹುಡುಗಿಗೆ ತರಕಾರಿ ಹೆಚ್ಚಿಕೊಡುತ್ತೇನೆ, ದಪ್ಪ ಮೆಣಸಿನಕಾಯಿಯನ್ನು ನೀರು ಚಿಮುಕಿಸಿ ತೊಳಕೊಡು, ಹಾಗೇ ಕುಕ್ಕರಲ್ಲಿ ನಾಲ್ಕು ಲೋಟ ಅನ್ನಕ್ಕಿಡು ಎಂದು ಹೇಳಿದಾಗ ಆಕೆ ಚಾಕು, ತರಕಾರಿ ಎಲ್ಲವನ್ನೂ ಸೀದಾ ಕೈಗೇ ತಂದು ಕೊಟ್ಟುದಲ್ಲದೇ, ಕುಕ್ಕರಿಗೆ ಗ್ಯಾಸ್ಕೆಟ್ ಹಾಕದೇ ಹಾಗೇ ಇಟ್ಟು ಅನ್ನವನ್ನೆಲ್ಲಾ ಕರಕಲಾಗಿಸಿದಾಗ ಶಾಲಿನಿಗೆ ಇದು ಆಗದ ಹೋಗದ ಕೆಲಸ ಅನಿಸಿತು. ಅಷ್ಟೇ ಆಗಿದ್ದರೆ ಪರವಾಗಿಲ್ಲ, ಅಸ್ಸಾಮಿನ ಹುಡುಗಿ ಅಡುಗೆಯ ನಡುವೆ ಕಿಬ್ಬೊಟ್ಟೆ ಹಿಡಕೊಂಡು ಬಚ್ಚಲಿಗೆ ಹೋಗಿ ಬಂದಾಗ ಶಾಲಿನಿಗೆ ಯಾಕೋ ಅನುಮಾನ ಬಂದು ತಾನೂ ಆಕೆಯ ಹಿಂದೆಯೇ ಬಚ್ಚಲುಮನೆಗೆ ಹೋಗಿದ್ದಳು. ಬಚ್ಚಲ ಮನೆಯ ಕಸದಬುಟ್ಟಿಯಲ್ಲಿದ್ದ ಸ್ತ್ರೀಶುಚಿಯ ನೈರ್ಮಾಲ್ಯ ತನ್ನದಲ್ಲ, ಅಡುಗೆಮನೆಯಲ್ಲಿ

ಅಡುಗೆ ಮಾಡುತ್ತಿರುವ ಅಸ್ಸಾಮಿ ಹುಡುಗಿಯದು ಎಂದನಿಸಿತು. ಬೇಸರಕ್ಕಿಂತ ಹೆಚ್ಚಾಗಿ ನಾಚಿಕೆಯಾಯಿತು. ಈ ಮನೆಯಲ್ಲಿ ತಾನಲ್ಲದೆ ತನ್ನದೇ ವಯಸ್ಸಿನ ಇನ್ನೂ ಮೂರು ಜನ ಹುಡುಗಿಯರು ಇದ್ದಾರೆ ಎಂಬ ಮೂಲಭೂತ ಅಂಶವನ್ನು ತಾನು ಮರೆತಿದ್ದಲ್ಲದೆ, ತನ್ನ ತಿಂಗಳ ರೂಢಿಯ ಒಂದೇ ಒಂದಾಣೆಯನ್ನೂ ತನ್ನ ಸ್ನೇಹಿತೆಯರಿಗೆ ಅರ್ಥಮಾಡಿಸಲು ವಿಫಲಳಾಗಿರುವುದು ಅರಿವಿಗೆ ಬಂದಿತು. ಮನೆಯ ಸಾಮಾನುಗಳನ್ನು ಮುಟ್ಟಿಕೊಳ್ಳದೆ, ಕಿಟಕಿಗಳ, ಬಾಗಿಲ ಪರದೆಗಳು ತಾಗದಂತೆ, ಬಚ್ಚಲಮನೆ, ಅಡುಗೆಮನೆಯ ನೀರು, ಪಾತ್ರೆಗಳು ಏಕ ಆಗದಂತೆ ಹಾರಾಡುವ, ಕುಪ್ಪಳಿಸುವ ಸ್ಥಿತಿ ಶಾಲಿನಿಗೆ ವಿಶೇಷವಾದದ್ದು ಎಂದು ತನ್ನ ರೂಂಮೇಟುಗಳು ಭಾವಿಸಿದ್ದಾರೆ ಎಂದನ್ನಿಸಿತು. ತನ್ನ ಮೈಲಿಗೆಯನ್ನು ಮೀರಿಯೂ ಶಾಲಿನಿಗೆ 'ಹೆಲ್ಪ್' ಮಾಡಲು ಮುಂದಾಗಿದ್ದಳು, ಆ ಅಸ್ಸಾಮಿ ರೂಂಮೇಟು. ಇಂಥ ಸ್ಥಿತಿಗೆ ತಂದಿಟ್ಟ ಅಪ್ಪ, ಅಮ್ಮನನ್ನು ಮನಸಾರೆ ಬಯ್ದುಕೊಂಡಳು. ಇದು ಮೌಢ್ಯದ ಪರಮಾವಧಿ, ಇದು ಸಾಧ್ಯವೇ ಇಲ್ಲ ಎಂದನಿಸಿದರೂ ಮಂತ್ರಾಲಯಕ್ಕೆ ತಪ್ಪುಕಾಣಿಕೆ ಕಳಿಸಿ, ಮೂರೂ ದಿನವೂ ತಲೆಗೆ ಸ್ನಾನ ಮಾಡಿ, ರಾಯರಿಗೆ ದೂರದಿಂದಲೇ ನಮಸ್ಕಾರ ಮಾಡಿ, ಮನೆಯಲ್ಲಿ ತಾನೇ ಅಡುಗೆ ಮಾಡಿ ಪಾಪಪ್ರಜ್ಞೆಯಿಲ್ಲದೆ ಊಟಮಾಡುವುದನ್ನು ರೂಢಿಸಿಕೊಳ್ಳುವುದಕ್ಕೆ ಮುಂದಿನ ಮೂರು ತಿಂಗಳು ಬೇಕಾಯಿತು.

ಆದರೂ, ಅವಳಿಗೆ ಆ ದಿನಗಳಲ್ಲಿ ದೇವರ ಪಟಗಳನ್ನು ಮುಟ್ಟಿ ಪೂಜಿಸುವುದು, ದೇವಸ್ಥಾನಗಳಿಗೆ ಹೋಗುವುದು ಸಾಧ್ಯವಾಗಲೇ ಇಲ್ಲ. ಅಡುಗೆಮನೆಯಲ್ಲಿ ಸಾಧ್ಯವಾದ ಆಕೆಯ ಪಾಪಾಂಕಿತವಿಲ್ಲದ ಗೆಲುವು ದೇವರಮನೆಯಲ್ಲಿ ಸಾಧ್ಯವಾಗಲಿಲ್ಲ. ನುಂಗಂಬಾಕಂನ ಈ ಪುಟ್ಟಮನೆಯ ತನ್ನ ರೂಮಿನಲ್ಲಿ ಕಪ್‌ಬೋರ್ಡಿನಲ್ಲಿ ರಾಯರ ಫೋಟೋ, ಲಕ್ಷ್ಮೀ, ಸರಸ್ವತಿ, ಗಣೇಶರ ಕ್ಯಾಲೆಂಡರ್, ಪಕ್ಕದಲ್ಲಿ ಒಂದು ಪುಟ್ಟ ಕುಂಕುಮದ ಭರಣಿ ಮತ್ತು ಒಂದು ಸಣ್ಣ ಹಿತ್ತಾಳೆ ದೀಪ ಇಷ್ಟೇ ಆಕೆಯ ದೇವರಮನೆ. ಮನೆಯಿಂದ ಬರಬೇಕಾದರೆ ಅಮ್ಮ ರಾಘವೇಂದ್ರ ಅಷ್ಟೋತ್ತರ ಮತ್ತು ಲಕ್ಷ್ಮೀಶೋಭಾನದ ಹಾಡಿನ ಪುಸ್ತಕಗಳನ್ನು ಕಳಿಸಿದ್ದಳು. ಎಷ್ಟೇ ಬೇಗ ಕೆಲಸಕ್ಕೆ ಹೋಗಬೇಕಾದರೂ ಅಥವಾ ಎಷ್ಟೇ ತಡವಾಗಿ ಕೆಲಸದಿಂದ ಬಂದರೂ ಕೈಕಾಲು ತೊಳೆದು 'ಶ್ರೀಪೂರ್ಣಬೋಧಗುರುತೀರ್ಥ ಪಯೋಬ್ಧಿಪಾರಾ' ಹೇಳಿಕೊಳ್ಳದೆ ಇದ್ದರೆ ಆಕೆಗೆ ಸಮಾಧಾನವಿರುತ್ತಿರಲಿಲ್ಲ.

ಶಾಲಿನಿ ತನ್ನ ರೂಮಿನಲ್ಲಿ ದೇವರ ಫೋಟೊಗಳಿಗೆಂದೇ ಕಾದಿರಿಸಿದ್ದ ಕಪಾಟಿನ ಆ ಶೆಲ್ಫಿನಲ್ಲಿ ತನ್ನ ಬಟ್ಟೆಗಳು, ಸ್ತ್ರೀಶುಚಿಗೆ ಸಂಬಂಧಪಟ್ಟ ಸಾಮಾನುಗಳು ಯಾವುದನ್ನೂ ಇಡುತ್ತಿರಲಿಲ್ಲ. ಬಳ್ಳಾರಿಯಲ್ಲಿ ಬಿಂದುಮಾಧವಾಚಾರ್ಯರು ಶಾಲಿನಿ ಮೊಟ್ಟಮೊದಲ ಬಾರಿಗೆ ಕೇರ್‌ಫ್ರೀ ಪ್ಯಾಕೆಟ್ಟುಗಳನ್ನು ತಂದಾಗ ಆಕೆಯನ್ನು ಮನೆಯೊಳಗೇ ಸೇರಿಸಿರಲಿಲ್ಲ. ಕೆಲಸದವರು ಬಂದುಹೋಗಲು ಅನುಕೂಲವಾಗಲೆಂದು ಕಟ್ಟಿಸಿದ್ದ ಮನೆಯ ಪಕ್ಕದ ಓಣಿಯಿಂದ ಶಾಲಿನಿ ಮನೆಯ ಹಿತ್ತಲಿಗೆ ಸೀದಾ ಹೋಗಿ ಅಲ್ಲಿದ್ದ ಹಳೆಯ ಜಾಯಕಾಯ ಪೆಟ್ಟಿಗೆಯೊಂದರಲ್ಲಿ ಯಾರಿಗೂ ಕಾಣದಹಾಗೆ ಒಂದು ಹಳೆಯ ಅಂಗವಸ್ತ್ರದಲ್ಲಿ ಸುತ್ತಿ ಇಡಬೇಕಾಗಿತ್ತು. ಉಪಯೋಗಾನಂತರ ಸಾಕ್ಷಿಸಮೇತ ಮೂಲೆಯ ಮುನಿಸಿಪಾಲಿಟಿ ತೊಟ್ಟಿಯಲ್ಲಿ ಅವು ನಾಶವಾಗಬೇಕು. ಅಮ್ಮನ ಆ ದಿನಗಳ 'ಮೈಲಿಗೆ' ಬಟ್ಟೆಗಿಂತ ಇದು ವಾಸಿಯಾದ್ದರಿಂದ

ಅದನ್ನು ಶಾಲಿನಿಯೂ ಹೆಚ್ಚು ತಕರಾರಿಲ್ಲದೆ ಒಪ್ಪಿದ್ದಳು. ಇಲ್ಲಿ ನುಂಗಂಬಾಕಂನಲ್ಲಿ ಇದ್ದ ಒಂದು ಕೋಣೆಯೇ ಮಲಗುವ ಕೋಣೆ, ದೇವರಮನೆ ಎಲ್ಲ ಆಗಿರುವಾಗ ನೈವೇದ್ಯ, ನೈರ್ಮಾಲ್ಯದ ನಡುವಿನ ಬಫ಼ರ್‌ಗೆ ಕಿಂಚಿತ್ತೂ ಜಾಗವಿರಲಿಲ್ಲ. ಆದರೂ ಇದ್ದ ಹನ್ನೆರಡು ಬೈ ಹನ್ನೆರಡು ರೂಮಿನಲ್ಲಿ ರಾಯರ ಫೋಟೋದಿಂದ ಅನತಿದೂರದಲ್ಲಿ ಒಂದು ಸೂಟ್‌ಕೇಸಿನಲ್ಲಿ ಶಾಲಿನಿಯ ಸ್ತ್ರೀಶುಚಿಯ ಸಾಮಗ್ರಿಗಳು ಭದ್ರವಾಗಿ ಬೀಗಹಾಕಿಸಿಕೊಂಡು ಪಾಕೀಟಿನೊಳಗೆ ಅಡಗಿದ್ದವು. ಈ ಮೂಲಕ ಮಧ್ವಮತ ಪ್ರತಿಪಾದಕರ ಮ್ಯಾನಿಫೆಸ್ಟೋ ಆದ 'ಅಂಗವಸ್ತ್ರ ಕೊಳಕಾದಷ್ಟೂ ಮಡಿ ಜಾಸ್ತಿ' ಎಂಬ ಶುಚಿಗೂ ಮಡಿಗೂ ಇರುವ 'ದೂರ'ವನ್ನು ಶಾಲಿನಿಯೂ ಅಕ್ಷರಶಃ ಪಾಲಿಸಿಕೊಂಡು ಬಂದಿದ್ದಳು.

ಶಾಲಿನಿಗೆ ಕೃಷ್ಣಾಜಿನದಲ್ಲಿ ಸುತ್ತಿಟ್ಟಿದ್ದ ದೇವರಪೆಟ್ಟಿಗೆಯಲ್ಲಿಟ್ಟಿದ್ದ ಸಾಲಿಗ್ರಾಮವನ್ನು ಮುಟ್ಟಬೇಕೆಂಬ ಕ್ರಾಂತಿಕಾರಿ ಆಲೋಚನೆಗಳು ಯಾವತ್ತೂ ಬಂದಿರಲಿಲ್ಲ. ಆಕೆಯ ಮನಸಿನಲ್ಲಿದ್ದ ಆಲೋಚನೆ ಒಂದೇ. ತನ್ನ ದೈನಿಕದ ಯಾವ ಕಾರ್ಯಕ್ರಮವೂ ಈ ಕಾರಣದಿಂದ ಈ ದಿನಗಳಲ್ಲಿ ಬದಲಾಗಬಾರದು. ದೇವರ ಮುಂದೆ ಬೆಳಿಗ್ಗೆ ರಾತ್ರಿ ಕಣ್ಣುಮುಚ್ಚಿ ನಿಂತುಕೊಂಡು ಹೇಳಿಕೊಳ್ಳುತ್ತಿದ್ದ ರಾಯರ ಅಷ್ಟೋತ್ತರ ಮತ್ತು ಲಕ್ಷ್ಮೀಶೋಭಾನದ ಹಾಡುಗಳು ಕೂಡ. ಆ ಘಳಿಗೆ ಬಂದಾಗ ನುಂಗಂಬಾಕಂನ ಮನೆಯಲ್ಲಿ ಸ್ನಾನಮಾಡಿ ಒದ್ದೆ ನೈಟಿಯಲ್ಲಿ ಬಂದು ದೇವರ ಫೋಟೋ ಇಟ್ಟಿದ್ದ ಕಪ್‌ಬೋರ್ಡ್ ಮುಂದೆ ನಿಂತು ಬಾಗಿಲನ್ನು ಮುಟ್ಟಲು ಹೋದಾಗ ಮತ್ತೆ ಅದೇ ಮನೆಯ ಅಡುಗೆಮನೆಯಲ್ಲಿ ಬೂದುಗುಂಬಳಕಾಯಿ ಹುಳಿ ಮುಟ್ಟಬೇಕಾದರೆ ನಡುಗಿದಂತೆ ಕೈ ನಡುಗಿತ್ತು. ಎಷ್ಟೇ ಕಷ್ಟಪಟ್ಟರೂ ಆಕೆಗೆ ದೇವರಿಟ್ಟಿದ್ದ ಕಪಾಟಿನ ಆ ಭಾಗದ ಬಾಗಿಲು ತೆಗೆಯಲು ಸಾಧ್ಯವಾಗಲೇ ಇಲ್ಲ. ಮುಚ್ಚಿದ ಬಾಗಿಲ ಹೊರಗಿನಿಂದಲೇ ದೇವರಿಗೆ ಕೈ ಮುಗಿದು ನಾಲ್ಕು ಸ್ವಪ್ರದಕ್ಷಿಣ ನಮಸ್ಕಾರ ಹಾಕಿದಳು. ಒಂದಲ್ಲ ಎರಡಲ್ಲ ಮದ್ರಾಸಿನಲ್ಲಿ ಇದ್ದ ಎರಡು ವರ್ಷವೂ ಪ್ರತಿತಿಂಗಳೂ ಎಡಬಿಡದೆ ಈ ಪ್ರಯತ್ನವನ್ನು ಮಾಡಿದರೂ ಆಕೆಗೆ ಆ ಕಪಾಟಿನ ಬಾಗಿಲು ತೆಗೆಯಲಾಗಲೇ ಇಲ್ಲ. ಸ್ನೇಹಿತೆಯರು, 'ಇದು ಆಂಕ್ಸೈಟಿ ಅಷ್ಟೇ. ಕೌನ್ಸೆಲಿಂಗ್ ಮಾಡಿಸಿಕೊ. ಈಗ ನೀನೇ ಅಡುಗೆಮಾಡಿಕೊಂಡು ಊಟ ಮಾಡುತ್ತಿಲ್ಲವಾ, ಏನಾಗಿದೆ?' ಎಂದು ಶಾಲಿನಿಗೆ ಸಲಹೆ ಮಾಡಿದ್ದರು. ಉಹೂ, ಶಾಲಿನಿಗೆ ಒದ್ದೆ ನೈಟಿ, ಸ್ಯಾನಿಟರಿ ಪ್ಯಾಡು ಮತ್ತು ಅಷ್ಟೋತ್ತರ– ಈ ಮೂರನ್ನೂ ಒಂದೇ ಆವರಣದೊಳಗೆ ತರಲಾಗಲೇ ಇಲ್ಲ. ಪ್ರತಿತಿಂಗಳು ಅಮ್ಮನ ಹತ್ತಿರ ಯಾವ ಕಾರಣಕ್ಕಾಗಿ ತನ್ನ ಹೆಣ್ತನದ ಶೋಷಣೆಯಾಗುತ್ತಿದೆ, ನನಗೊಂದು ಕೆಲಸ ಸಿಕ್ಕಿ ಊರುಬಿಟ್ಟು ಹೋದತಕ್ಷಣ ಅದರಿಂದ ಮುಕ್ತಿಪಡೆದುಕೊಳ್ಳುತ್ತೇನೆ ಎಂದೆಲ್ಲ ಹೆದರಿಸಿ, ಧಮಕಿಹಾಕಿದ್ದಳೋ ಅದು ಕೌನ್ಸೆಲರುಗಳ ಆಂಟಿಡಿಪ್ರೆಸಂಟುಗಳ ನೆರವಿನಿಂದಲೂ ಸಾಧ್ಯವಾಗಲೇ ಇಲ್ಲ,

ಅಂದಿನಿಂದ ಶಾಲಿನಿ ತನಗೆ ತಾನೇ ಒಂದು ಪದ್ಧತಿಯನ್ನು ರೂಢಿಗೊಳಿಸಿಕೊಂಡಿದ್ದಳು. ಆ ದಿನಗಳಲ್ಲಿ ಮನೆಯ ಅಡುಗೆ, ತಿಂಡಿ ಎಲ್ಲ ಮಾಡಿಕೊಂಡು ಓಡಿಯಾಡಿಕೊಂಡಿರುತ್ತಿದ್ದರೂ ದೇವರ ಕಪಾಟಿಗೆ, ಮತ್ತು ನಂತರ ಸಂಸಾರ ಶುರು ಮಾಡಿದಾಗ ದೇವರ ಮನೆಯೊಳಗೆ ಹೋಗುತ್ತಿರಲಿಲ್ಲ. ಅಂದು ಶುರುವಾದದ್ದು ನಂತರ ಪ್ರಹ್ಲಾದನನ್ನು ಮದುವೆಯಾಗಿ ನಂತರದ ದಿನಗಳಲ್ಲಿ ಪರಿಮಳಾಬಾಯಿಯವರ ಜತೆ ಬೆಂಗಳೂರಿನಲ್ಲಿ ಕಳೆದ ಒಂದು ವರ್ಷ

ಮತ್ತು ಆಮೇಲಿನ ಅಮೆರಿಕಾದ ಮನೆಯಲ್ಲಿಯೂ ಮುಂದುವರೆದುಕೊಂಡು ಬಂದಿತ್ತು. ಪರಿಮಳಾಬಾಯಿಯವರು ಮೇಲೆ ಎಷ್ಟೇ ಕರ್ಮಠರಾಗಿ ಕಂಡರೂ ಮನೆಕೆಲಸದಲ್ಲಿ ಶಾಲಿನಿಯಿಂದ ದೊರಕಬಹುದಾದ ಸಹಾಯವನ್ನು ನಿರಾಕರಿಸುವಷ್ಟು ಮೂರ್ಖರಾಗಿರಲಿಲ್ಲ. ಅವರ ಸಕೇಶೀ ವೈಧವ್ಯ, ನೆರೆಹೊರೆಯ ಆಚಾರ್ಯರ ಮನೆಗಳ ಮತ್ತು ಮಠಗಳ ಕಠೋರ ಮಡಿಯಿಂದ ಅವರನ್ನು ಬಹಳ ಬಾರಿ ಕಾಪಾಡಿತ್ತು. ಮಕ್ಕಳ ಮನಸ್ಸಿಗೆ ಬೇಜಾರು ಮಾಡಬಾರದು ಎಂಬ ಒಳ್ಳೆ ಮನಸ್ಸಿನ ಹಿಂದೆ, ಇರುವ ಒಬ್ಬ ಮಗ ತನ್ನ ಕೈ ಬಿಟ್ಟರೆ ತನ್ನನ್ನು ನೋಡಿಕೊಳ್ಳುವರು ಯಾರು ಎಂಬ ಬುದ್ಧಿವಂತ ಪ್ರಶ್ನೆಯೂ ಕಾಡಿತ್ತೇನೋ, ಒಟ್ಟು ಸೊಸೆ ಈ ಒದ್ದೆನೈಟಿಯಲ್ಲಿ ದೇವರಮನೆಯ ಬಾಗಿಲನ್ನು ಹೊರಗಿನಿಂದ ಮುಚ್ಚಿ ಹೊಸಿಲಿನ ಹೊರಗೆ ನಿಂತು 'ಕಾಣ'ದ ದೇವರುಗಳಿಗೆ ಮಾಡುವ ನಮಸ್ಕಾರಗಳಿಗೆ ಅವರೂ ಒಗ್ಗಿಕೊಂಡರು. ಆ ದಿನಗಳಲ್ಲಿ ತಾವೂ ಎರಡೆರಡು ಬಾರಿ ಸ್ನಾನ ಮಾಡಿ ದೇವರ ನಮಸ್ಕಾರ ಮಾಡಿ ಬೆಳಿಗ್ಗೆ ಸಂಜೆ ಬೇರೆ ಬೇರೆ ಅಡುಗೆ ಮಾಡಿ ಪೂರೈಸುತ್ತಿದ್ದರು.

■

ಅಮೆರಿಕಾಕ್ಕೆ ಬಂದ ಹೊಸತರಲ್ಲಿ ಒಂದು ಸಣ್ಣ ಅಪಾರ್ಟ್‌ಮೆಂಟಿನಲ್ಲಿ ಗಂಡ ಹೆಂಡತಿ ಇಬ್ಬರದೇ ಸಂಸಾರ. ನುಂಗಂಬಾಕಂನ ಮನೆಯಂತೆ ಇಲ್ಲಿಯೂ ರೂಮಿನ ಒಂದು ಶೆಲ್ಫೇ ದೇವರ ಗೂಡು. ನುಂಗಂಬಾಕಂನ ಕಪ್‌ಬೋರ್ಡ್ ಅಮೆರಿಕಾದಲ್ಲಿ ಕ್ಲಾಸೆಟ್ಟಾಗಿದ್ದರೂ ದೇವರುಗಳಿಗೆ ಪ್ರತ್ಯೇಕವಾದ ಠಾವಿರಲಿಲ್ಲ. ಕೆಲಸ, ಮದುವೆ, ಅಮೆರಿಕಾಕ್ಕೆ ವೀಸಾ ಹೀಗೆ ಪ್ರತಿ ಪ್ರಮುಖ ಘಟ್ಟ ದಾಟಿದಾಗಲೆಲ್ಲ ಒಂದೊಂದು ಹೊಸ ದೇವರ ಪಟ ಕ್ಲಾಸೆಟ್ಟಿನ ಗೋಡೆಯನ್ನೇರುತ್ತಿತ್ತು. ಮಧ್ಯೆ ರಾಯರ ಪಟ, ಮೇಲ್ಭಾಗದಲ್ಲಿ ಲಕ್ಷ್ಮೀವೆಂಕಟೇಶ್ವರ, ಈ ಪಕ್ಕದಲ್ಲಿ ಎದೆ ಬಿರಿದು ರಾಮನನ್ನು ತೋರಿಸುತ್ತಿರುವ ಹನುಮಂತ, ಆ ಕಡೆ ಅಮ್ಮ ಕೊಟ್ಟಿದ್ದ ಯಂತ್ರೋದ್ಧಾರಕ, ಈ ಮೂಲೆ ಸರಸ್ವತಿ, ಆ ಮೂಲೆ ರಾಮ, ಸೀತೆ, ಕೊಂಚ ಕೆಳಗೆ ಬೆಣ್ಣೆ ಕೃಷ್ಣ, ಮೇಲಿನ ಮೂಲೆಯಲ್ಲಿ ಅಷ್ಟಲಕ್ಷ್ಮಿಯರು– ಹೀಗೆ ಕ್ಲಾಸೆಟ್ಟಿನ ಗೋಡೆ ಭರ್ತಿಯಾಗಿತ್ತು.

ಅಮೆರಿಕಾದಲ್ಲಿಯೂ ಶಾಲಿನಿಯ ಆ ದಿನಗಳಲ್ಲಿ ಯಾವ ದೇವರುಗಳೂ ಬೆಳಕು ಕಾಣುತ್ತಿರಲಿಲ್ಲ. ಮುಚ್ಚಿದ ಬಾಗಿಲಿನ ಹೊರಗಿನಿಂದಲೇ ದೇವರುಗಳಿಗೆ ಎಲ್ಲ ಪೂಜೆಗಳೂ ಸಲ್ಲುತ್ತಿದ್ದವು. ಸ್ನಾನಮಾಡಿ ಒದ್ದೆ ನೈಟಿಯಲ್ಲಿ ಜೋಕೆಯಾಗಿ ಆಕಡೆ ಈಕಡೆ ತಗಲಿಸಿಕೊಳ್ಳದೇ ಅಡುಗೆಮನೆಯ ಶೆಲ್ಫಿನಲ್ಲಿಟ್ಟಿದ್ದ ದೇವರುಗಳಿಗೆ ಹೊರಗಿನಿಂದಲೇ 'ಕಾಯೇನ ವಾಚಾ ಮನಸೇಂದ್ರಿಯೈರ್ವಾ' ಹೇಳಿ ಕೆನ್ನೆ ಬಡಿದುಕೊಂಡು ಹನ್ನೆರಡು ನಮಸ್ಕಾರ ಮಾಡಿ, ಆ ಮಡಿ ನೈಟಿಯನ್ನು ಮತ್ತೆ ಬಾತ್‌ರೂಮಿನಲ್ಲಿ ಒಂದು ಮೊಳೆಗೆ ತೂಗುಹಾಕಿ ಅಲ್ಲಿಯೇ ಬಟ್ಟೆ ಬದಲಿಸಿ ಕೆಲಸಕ್ಕೆ ಹೋಗುತ್ತಿದ್ದಳು. ಆ ನೈಟಿಯನ್ನು ಪ್ರಹ್ಲಾದನೂ ಮುಟ್ಟುವ ಹಾಗಿರಲಿಲ್ಲ. ಶಾಲಿನಿಯ ತರ್ಕವಿದ್ದುದು, ಒದ್ದೆಬಟ್ಟೆ ಮಡಿಗೆ ಬರುತ್ತದೆ. ನೈಟಿಯ ತೇವ ಆರುವುದರೊಳಗೆ ದೇವರಿಗೆ ನಮಸ್ಕಾರ ಮಾಡಿಬಿಟ್ಟರೆ ಅದು ಎಂಥ ಮೈಲಿಗೆಗೂ ಸಮ್ಮತ. ಇದು ಶಾಲಿನಿಯೇ ಕಂಡುಕೊಂಡಿದ್ದೋ ಅಥವಾ ಧಾಬಳಿ, ನಾರುಮಡಿಗಳು ಸಿಗದ ಅಮೆರಿಕಾದಲ್ಲಿ ಈ ಒದ್ದೆ ನೈಟಿ ಮಡಿಗೆ ಬರುತ್ತದೆ ಎಂದು ಯಾರಾದರೂ ಆಕೆಗೆ ಹೇಳಿಕೊಟ್ಟಿದ್ದೋ ಯಾವ

ದೇವರುಗಳಿಗೂ ಗೊತ್ತಿರಲಿಲ್ಲ. ನೈಟಿ ಎಷ್ಟೇ ಒದ್ದೆಯಾದರೂ ಎಲ್ಲವೂ ಕ್ಲಾಸೆಟ್ಟಿನ ಹೊರಗೇ. ಕ್ಲಾಸೆಟ್ಟಿನ ಬಾಗಿಲು ತೆಗೆದು ದೇವರುಗಳ ದರ್ಶನ ಮಾಡಲು ಆಕೆಗೆ ಇನ್ನೂ ಧೈರ್ಯ ಬಂದಿರಲಿಲ್ಲ.

ಪ್ರಹ್ಲಾದ, ಅಮೆರಿಕಾಕ್ಕೆ ಬಂದ ಹೊಸತರಲ್ಲಿ ಶಾಲಿನಿಯ ಈ ದೊಂಬರಾಟವನ್ನು ನೋಡಿ 'ಶಾಲಿನಿ, ನೀನು ಯಾವಾಗಲಾದರೂ ಲಯನ್ ಸಫ಼ಾರಿ ನೋಡಿದ್ದೀಯಾ?' ಎಂದು ಕೇಳಿದ್ದ. ಅರ್ಥವಾಗದೇ ಆಕೆ ಅವನನ್ನು ನೋಡಿದ್ದಳು. 'ನಿನ್ನ ಈ ಮಡಿಯ ಅವಾಂತರ ಹೇಗಿದೆ ಎಂದರೆ, ನಿಮ್ಮಪ್ಪ ಮನೆಯೆಲ್ಲ ಮೈಲಿಗೆಯಾಗುತ್ತೆ ಅಂತ ನಿನ್ನನ್ನು ಹೊರಗೆ ಕೂರಿಸಿ ಮನೆಯವರೆಲ್ಲ ಆರಾಮಾಗಿ ಓಡಾಡಿಕೊಂಡು ಇರುವ ಹಾಗೆ ಅನುಕೂಲ ಮಾಡಿರುತ್ತಿದ್ದರು. ಇಲ್ಲಿ ನಿನಗೆ ಎಲ್ಲ ಕಡೆ ಓಡಾಡಲು ಅನುಕೂಲವಾಗಿರಬೇಕು ಎಂದು ದೇವರುಗಳನ್ನು ಕ್ಲಾಸೆಟ್ಟಲ್ಲಿ ಕೂಡಿಹಾಕಿ ನೀನು ಓಡಾಡಿಕೊಂಡಿರ್ತೀಯ. ಬಳ್ಳಾರಿ ಮನೆ ಸಫ಼ಾರಿ ಥರ, ನೀನು ಬೋನಿನಲ್ಲಿದ್ದುಕೊಂಡು ದೇವರುಗಳು ಬಿಡುಗಡೆಯಿಂದ ಇದ್ದರು. ಆದರೆ ಇಲ್ಲಿ ದೇವರುಗಳೆಲ್ಲ ಬೋನಿನಲ್ಲಿದ್ದಾರೆ, ನೀನು ಆರಾಮಾಗಿ ಓಡಾಡಿಕೊಂಡಿದ್ದೀಯ. ನಂಬಿಕೆ ಒಂದೇ ಅನುಸರಣೆ ಮಾತ್ರ ಬೇರೆ ಆಯಿತಲ್ಲ. ನಿನಗೆ ಬಿಡುಗಡೆ ಆಗಬೇಕು ಅಂತ ದೇವರನ್ನೇ ಒಳಗೆ ಹಾಕಿದರೆ ಅದು ಎಂಥ ಲಾಜಿಕ್ಕು' ಎಂದಿದ್ದ. ಹಾಗೆ ಮಾತನಾಡಿದ ನಾಲ್ಕು ದಿನ ಪ್ರಹ್ಲಾದನನ್ನು ಹತ್ತಿರ ಕೂಡ ಸೇರಿಸಿರಲಿಲ್ಲ, ಶಾಲಿನಿ.

ಆದರೆ, ಪ್ರಹ್ಲಾದ ಹೀಗೆ ಹೇಳುವುದಕ್ಕೂ ಕಾರಣವಿತ್ತು. ಅಮ್ಮನ ಅನುಕೂಲಕ್ಕೆ ಅನುಸರಿಸುವ ಮಡಿಯಲ್ಲಿ ಬೆಳೆದರೂ ಆತನೂ ಚಿಕ್ಕಂದಿನಿಂದ ದಿನಾ ಬೆಳಿಗ್ಗೆ ಸ್ನಾನಮಾಡಿದ ಮೇಲೆ ದೇವರಿಗೆ ಮೂರು ಬಾರಿ ಸಾಷ್ಟಾಂಗ ನಮಸ್ಕಾರ ಹಾಕುವುದೊಂದನ್ನು ರೂಢಿಮಾಡಿಕೊಂಡಿದ್ದ. ಉಪನಯನವಾದ ಮೇಲೆ ಪ್ರತೀ ದಿನ ಬೆಳಿಗ್ಗೆ ಸಂಜೆ ಗಾಯತ್ರೀ ಮಂತ್ರ ಹೇಳಿ ಸಂಧ್ಯಾವಂದನೆಯ ಶಾಸ್ತ್ರ ಮಾಡಿ ಮುಗಿಸುತ್ತಿದ್ದ. ಇದು ಎಷ್ಟೇ ಮೇಲೆ ಮೇಲೆ ತೋರಿಕೆಗೆ ಮಾಡಿದಂತಿದ್ದರೂ ಪ್ರಹ್ಲಾದನಿಗೆ ಅಷ್ಟು ಮಾತ್ರ ಮಾಡದೇ ಇದ್ದರೆ ಸಮಾಧಾನವಿರುತ್ತಿರಲಿಲ್ಲ. ಇಲ್ಲಿ ಗಾಯತ್ರೀ ಹೇಳಿಕೊಳ್ಳುವುದರಿಂದ ಏನೋ ಒಳ್ಳೆಯದಾಗುತ್ತದೆ ಎನ್ನುವ ನಂಬಿಕೆಗಿಂತ ಹೇಳಿಕೊಳ್ಳದೇ ಇದ್ದರೆ ಏನೋ ಆಗಿಬಿಡಬಹುದೆಂಬ ಭಯವೇ ಹೆಚ್ಚು. ದಿನಾ ದೇವರಿಗೆ ಸಾಷ್ಟಾಂಗ ನಮಸ್ಕಾರ ಹಾಕುವುದು ಮತ್ತು ಗಾಯತ್ರೀ ಹೇಳಿಕೊಳ್ಳುವುದು, ಈ ಅಭ್ಯಾಸ ವಯಸ್ಸಾದ ಹಾಗೆ, ಬಿಟ್ಟರೆ ಚಡಪಡಿಕೆಯಾಗುವ ವ್ಯಸನವಾಗಿತ್ತು.

ಆದರೆ, ಅಮೆರಿಕಾಕ್ಕೆ ಬಂದಮೇಲೆ ಆತನಿಗೆ ಶಾಲಿನಿಯ ಆ ದಿನಗಳಲ್ಲಿ ತನಗೂ ಮನೆದೇವರುಗಳ ದರ್ಶನ ಸಂಪೂರ್ಣ ನಿಷಿದ್ಧ ಎಂದು ನಿಧಾನವಾಗಿ ಅರಿವಾಗತೊಡಗಿತು. ಬೆಂಗಳೂರಿನಲ್ಲಿದ್ದಾಗ ಶಾಲಿನಿಯ ಆ ದಿನಗಳಲ್ಲಿ ಅಮ್ಮನಿಗೆ ಬೇಜಾರಾಗಬಹುದೆಂದು ಆತ ಶಾಲಿನಿಯ ರೀತಿಯೇ ದೇವರಮನೆಯ ಹೊರಗಿನಿಂದಲೇ ಬಾಗಿಲು ಮುಚ್ಚಿಕೊಂಡು ಬಾಗಿಲಿಗೇ ನಮಸ್ಕಾರ ಮಾಡುತ್ತಿದ್ದ. ಅಮ್ಮ ಇದ್ದಾಳೆ, ದೇವರ ಪೆಟ್ಟಿಗೆ ಇದೆ ಆದ್ದರಿಂದ ಇದು ಬೆಂಗಳೂರಿಗೆ ಸರಿಯಾದ ಕ್ರಮ ಎಂದು ಆತ ತಿಳಕೊಂಡಿದ್ದ. ಆದರೆ ಅಮೆರಿಕಾಕ್ಕೆ ಬಂದಮೇಲೆ ಕ್ಲಾಸೆಟ್ಟಿನಲ್ಲಿರುವ ದೇವರ ಪಟಗಳಿಗೆ ಬೆಂಗಳೂರಿನಷ್ಟೇ ನೇಮ, ನಿಷ್ಠೆಯಿಂದ

ಪೂಜೆ ಸಲ್ಲಿಸಬೇಕು, ಸಲ್ಲಿಸಲಾಗುತ್ತದೆ ಎಂದು ಆತ ಅಂದುಕೊಂಡಿರಲಿಲ್ಲ. ಇಲ್ಲಿ ಸಾಲಿಗ್ರಾಮ, ಸಂಪುಷ್ಪ, ಕೃಷ್ಣಾಜಿನಗಳಿಲ್ಲದೆ ದೇವರುಗಳು ಪಟಗಳ ಮೇಲೆ ಬರೇ ಎರಡೇ ಆಯಾಮದಲ್ಲಿರುವುದರಿಂದ ಹೊರಗೆ ಒಳಗೆ ಓಡಾಡಿಕೊಂಡಿರುವುದು ನಿರಾಳ ಎಂದು ಆತ ತಿಳಕೊಂಡಿದ್ದ.

ಆತನಿಗೆ ಇದು ತನ್ನ ತಪ್ಪುಕಲ್ಪನೆ ಎಂದು ಮೊದಲ ಬಾರಿ ಅನುಭವಕ್ಕೆ ಬಂದದ್ದು ಒಂದು ದಿನ ಸ್ನಾನ ಮಾಡಿ ಟವಲ್ ಸುತ್ತಿಕೊಂಡು 'ಓಂ ಭೂರ್ಭುವಸ್ವಃ' ಹೇಳಿಕೊಳ್ಳುತ್ತಾ ದೇವರ ಕ್ಲಾಸೆಟ್ಟಿನ ಬಾಗಿಲನ್ನು ತೆಗೆಯಲು ಬಂದಾಗ. ಅಲ್ಲೇ ಮುಚ್ಚಿದ ಕ್ಲಾಸೆಟ್ಟಿಗೆ ಪ್ರದಕ್ಷಿಣ ನಮಸ್ಕಾರ ಹಾಕುತ್ತಿದ್ದ ಶಾಲಿನಿ ಏನೋ ನೋಡಬಾರದ್ದನ್ನು ನೋಡಿದವಳಂತೆ ಎರಡೂ ಕಣ್ಣುಮುಚ್ಚಿಕೊಂಡು 'ದೇವರ ಗೂಡಿನ ಬಾಗಿಲು ತೆಗೆಯಬೇಡ' ಎಂದು ಜೋರಾಗಿ ಕೂಗಿದವಳೇ ಹೊರಗಿನಿಂದ ಬಾಗಿಲನ್ನು ಪಟೀರೆಂದು ಮುಚ್ಚಿಬಿಟ್ಟಿದ್ದಳು. ಪ್ರಹ್ಲಾದನಿಗೆ ತಕ್ಷಣ ಏನು ಮಾಡಬೇಕೆಂದು ಗೊತ್ತಾಗಲಿಲ್ಲ. 'ನಾನ್ಯಾಕೆ ದೇವರನ್ನು ನೋಡಬಾರದೇ? ನಾನೇನು ತಪ್ಪು ಮಾಡಿದೀನಿ?' ಎಂದಿದ್ದ. ಅನುದ್ದಿಶ್ಯವಾಗಿ ಆಡಿದ ಈ ಮಾತು ಶಾಲಿನಿಗೆ ಸಿಕ್ಕಾಪಟ್ಟೆ ಸಿಟ್ಟು ತಂದಿತ್ತು. 'ತಪ್ಪು, ನಾನು ತಪ್ಪು ಮಾಡಿದೀನಿ, ಅಂತಾನಾ?' ಎಂದು ಸಿಟ್ಟಿನಿಂದ ಆತನನ್ನು ನೋಡಿದಳು. ಪ್ರಹ್ಲಾದ 'ನಾನು ಸ್ನಾನ ಮಾಡಿದೀನಿ' ಎಂದು ಬೆಬೆಬೆ ಮಾಡುತ್ತಾ ಬಾಗಿಲು ತೆಗೆಯಲು ಹೋದ. ಆದರೆ ಆಕೆ 'ಖಂಡಿತಾ ಕೂಡದು. ಮೊದಲೇ ಕಾರ್ಪೆಟ್ ಎಲ್ಲ ಏಕ ಮಾಡುತ್ತೆ. ಸ್ನಾನ ಮಾಡಿ ಬಂದರೆ ಮೈಲಿಗೆ ಪೂರಾ ದೂರ ಆಗುತ್ತೇನು? ನಾನು ಮಾಡಿದ ಅಡುಗೆ ಊಟ ಮಾಡಬೇಕು, ನನ್ನ ಜತೆ ಎಲ್ಲಾವಾಗಲೂ ಇದ್ದಹಾಗೆ ಇರಬೇಕು ಎಂದರೆ ಈ ಮೂರು ದಿನ ದೇವರ ಕಾರ್ಯಕ್ಕೆ ನೀನು ಕೂಡ ರಜಾ ಕೊಡಲೇ ಬೇಕು' ಎಂದಿದ್ದಳು. ಜಗಳ ಕಾಯಲು ಇಷ್ಟವಿಲ್ಲದೆ ನಂತರ ನೋಡಿಕೊಳ್ಳೋಣ ಎಂದು ಆತ ಸುಮ್ಮನೆ ಕೈಮುಗಿದು ಸಿಟ್ಟಿನಿಂದ ಮಣಮಣ ಗಾಯತ್ರೀ ಮಂತ್ರ ಹೇಳಿಕೊಳ್ಳುತ್ತಾ ಕೆಲಸಕ್ಕೆ ಹೋಗಿದ್ದ.

ಪ್ರಹ್ಲಾದನ ಪ್ರಕಾರ ಈ 'ನಂತರ ನೋಡಿಕೊಳ್ಳೋಣ' ಎಂದು ಆತ ಯೋಚಿಸಿ ಎಲ್ಲ ಕಾರ್ಯಗತಗೊಳಿಸುವುದರ ಒಳಗೆ ಶಾಲಿನಿ ಮನೆಯನ್ನು ಪೂರಾ ತನ್ನ ಹತೋಟಿಗೆ ತಂದುಕೊಂಡಿದ್ದಾಗಿತ್ತು. ಈ ಹತೋಟಿಗೆ ತಂದುಕೊಳ್ಳುವುದು ಎಂದರೆ ಆದ ಮುಖ್ಯ ಬದಲಾವಣೆ ಶಾಲಿನಿಯ 'ಆ' ದಿನಗಳು ಸಂಪೂರ್ಣವಾಗಿ ಪ್ರಹ್ಲಾದನ 'ಆ' ದಿನಗಳಾಗಿಯೂ ಆಗಿಬಿಟ್ಟದ್ದು. ಈ ಸಂಗತಿ ಪ್ರಹ್ಲಾದನಿಗೆ ಸಂಪೂರ್ಣವಾಗಿ ಅರಿವಾಗುವುದರಲ್ಲಿ ಪ್ರಹ್ಲಾದ, ಶಾಲಿನಿಯರು ಅಪಾರ್ಟ್‌ಮೆಂಟು ಬಿಟ್ಟು ಮನೆ ತೆಗೆದುಕೊಂಡು ಸೆಟಲ್ ಆಗಿಬಿಟ್ಟಿದ್ದರು. ಮನೆ ಕಟ್ಟಿಸುವಾಗ ಮನೆಗೊಂದು ದೇವರ ಮನೆ ಇರಬೇಕೆಂದು ಶಾಲಿನಿ ಹಠ ಹಿಡಿದಿದ್ದಳು. ದೇವರುಗಳು ಕ್ಲಾಸೆಟ್ಟಿನಿಂದ ಒಂದು ಪ್ರತ್ಯೇಕ ಕೋಣೆಗೆ ಶಿಫ್ಟ್ ಆದಲ್ಲಿ ತಾನು ತಿಂಗಳ ಮೂವತ್ತೂ ದಿನಗಳು ದೇವರ ಮನೆಯೊಳಗೆ ಹೋಗಿ ಕೂತು ತನ್ನ ಸಂಧ್ಯಾವಂದನೆ, ಸಾಷ್ಟಾಂಗ ನಮಸ್ಕಾರಗಳನ್ನು ಮಾಡಿಕೊಳ್ಳಬಹುದು ಎಂದು ಪ್ರಹ್ಲಾದನೂ ಅದಕ್ಕೆ ಹೂ ಎಂದಿದ್ದ.

ಆದರೆ, ಮನೆ ದೊಡ್ಡದಾಗಿ ಮನೆಯಲ್ಲೊಂದು ದೇವರ ಕೋಣೆ ಆದ ಮೇಲೆ ಆತ ಗಮನಿಸಿದ ಮೊದಲ ಬದಲಾವಣೆಯೆಂದರೆ, ಮುಂಚೆ ಅಪಾರ್ಟ್‌ಮೆಂಟಿನಲ್ಲಿದ್ದಾಗ ತಿಂಗಳಿಗೆ ಮೂರು ದಿನ ಬರೇ ದೇವರ ಕ್ಲಾಸೆಟ್ಟಿನ ಬಾಗಿಲು ಮಾತ್ರ ಮುಚ್ಚಿಕೊಂಡಿರುತ್ತಿತ್ತು. ಆದರೆ, ಈಗ ದೇವರ ಕೋಣೆಯಾದ ಮೇಲೆ ತಿಂಗಳ ಮೂರು ದಿನ ಆ ಇಡೀ ಕೋಣೆಯ ಬಾಗಿಲು ಮುಚ್ಚಿರುತ್ತಿತ್ತು. ಮನೆ ದೊಡ್ಡದಾಗಿದೆ, ಈ ದೇವರ ಕೋಣೆಯಲ್ಲದೆ ಇನ್ನೂ ಮೂರು ರೂಮುಗಳಿವೆ. ಆದ್ದರಿಂದ ಬೇರೆ ಎಲ್ಲ ಕೆಲಸಗಳನ್ನೂ ಬೇರೆ ರೂಮಿನಲ್ಲಿ ಮಾಡಿಕೊಳ್ಳಬಹುದು ಎಂದು ಮೊದಲು ಅಂದುಕೊಂಡರೂ ಸಂಸಾರ ಬೆಳೆದಂತೆ ಬೇಕಿದ್ದು, ಬೇಡದ್ದು ಸಾಮಾನುಗಳು ಮನೆಯಲ್ಲಿ ಸೇರಿಕೊಂಡು ದೇವರ ಮನೆಯ ಒಂದು ಭಾಗದಲ್ಲಿ ಕಂಪ್ಯೂಟರ್ ಡೆಸ್ಕ್ ಇಡಲೇಬೇಕಾಗಿ ಬಂದಿತ್ತು. ತಿಂಗಳ ಮೂರು ದಿನ ಕಂಪ್ಯೂಟರ್ ನೋಡುವ ಮಾತೂ ಆಡುವ ಹಾಗಿಲ್ಲ. ಮೊದಮೊದಲು ಇದು ಸಣ್ಣ ಅನಾನುಕೂಲವೆನ್ನಿಸಿದರೂ ಹವಾಮಾನ ವರದಿಯಿಂದ ಮಕ್ಕಳ ಸ್ಕೂಲಿನ ಊಟದ ಮೆನುಗೆ ಕೂಡ ಕಂಪ್ಯೂಟರ್ ನೋಡದೇ ಇರುವುದು ಸಾಧ್ಯವೇ ಇಲ್ಲ ಎನ್ನುವ ಪರಿಸ್ಥಿತಿ ಬಂದಾಗ ಅನಿವಾರ್ಯವಾಗಿ ಮನೆಗೆ ಎರಡು ಲ್ಯಾಪ್‌ಟಾಪುಗಳನ್ನು ತರಲೇಬೇಕಾಯಿತು. ಮಕ್ಕಳು ಲ್ಯಾಪ್‌ಟಾಪನ್ನು ಬಳಸುತ್ತಿದ್ದಾರೆಂದು ದೇವರ ಕೋಣೆಯಲ್ಲಿದ್ದ ಡೆಸ್ಕ್‌ಟಾಪನ್ನೇ ನೋಡಬೇಕಿದ್ದರೆ ಪ್ರಹ್ಲಾದ ಒದ್ದೆ ಟವೆಲ್ ಉಟ್ಟುಕೊಂಡೇ ಹೋಗಬೇಕು. ಪ್ರಹ್ಲಾದ ಒಮ್ಮೆ ಹುಕಿ ಬಂದು ಶಾಲಿನಿ ಏನನ್ನುತ್ತಾಳೋ ನೋಡೇ ಬಿಡೋಣ ಎಂದು ದೇವರ ಮನೆಗೆ ಕರ್ಫ್ಯೂ ಇದ್ದಾಗ ಜೀನ್ಸ್ ಪ್ಯಾಂಟಿನಲ್ಲಿಯೇ ಒಳಗೆ ಹೋಗಲು ಪ್ರಯತ್ನ ಮಾಡಿದ್ದ. ಆತನನ್ನು ಬಾಗಿಲಲ್ಲೇ ತಡೆದು 'ನೋಡು ಪೆಲ್ಲಿ. ನಿನಗೆ ಟವೆಲ್ ಉಡಿಸಿ ಕಂಪ್ಯೂಟರ್ ನೋಡಿಸೋದರಿಂದ ನನಗೆ ಯಾವ ಖುಷಿಯೂ ಸಿಕ್ಕೊಲ್ಲ. ದೇವರ ಮನೆ ಹೊರಗೆ ಬೇರೆ ಎಲ್ಲ ಕೆಲಸಾನೂ ಸುಸೂತ್ರವಾಗಿ ನಡೀಬೇಕು ಅಂದರೆ ಪ್ಲೀಸ್, ದೇವರ ಮನೆ ಒಳಗೆ ಹೋಗಬೇಡ. ಹೋಗಲೇ ಬೇಕು ಅನಿಸಿದರೆ ಕೊಂಚ ಒಳಗೆ, ಹೊರಗೆ ನೋಡಿಕೊಂಡು ಹೋಗು. ಏನೋ ಒಂದು ರೀತಿ ಸಂಸ್ಕಾರ, ಸಂಪ್ರದಾಯದಲ್ಲಿ ಬೆಳೆದು ಬಂದಿದೀವಿ. ಈ ಸುಡುಗಾಡು ಅಮೆರಿಕಾದಲ್ಲಿ ಎಲ್ಲ ಮಾಡಿಕೊಂಡು ಹೋಗೋಕಂತೂ ಆಗಲ್ಲ. ತಿಂಗಳಿಗೆ ಮೂರು ದಿನ, ಕೇವಲ ಮೂರೇಮೂರು ದಿನ ನನ್ನ ಮನಸ್ಸಿಗೆ ಸಮಾಧಾನ ಇರುತ್ತೆ ಅಂತ ಸ್ವಲ್ಪ ಅನುಸರಿಸಿಕೊ. ನಿಮ್ಮಮ್ಮ ಈ ಮನೆಯಲ್ಲಿದ್ದರೆ ಮಾಡ್ತಾ ಇದ್ರೋ ಇಲ್ಲವೋ. ಇಷ್ಟರ ಮೇಲೆ ನಿನ್ನ ಮನಸ್ಸಿಗೇ ಎಲ್ಲ ಏಕ ಆದ್ರೂ ಪರವಾಗಿಲ್ಲ, ದೇವರ ಮನೆ ಒಳಗೆ ಹೋಗೋದು ಸರಿ ಅಂತ ಅನಿಸಿದರೆ ಏನು ಬೇಕಾದರೂ ಮಾಡು' ಎಂದಿದ್ದಳು. ಆಕೆಯ ಮೇಲೆ ಪ್ರಹ್ಲಾದನಿಗಿರುವ ಪ್ರೀತಿ, ಅಮ್ಮನ ಬಗ್ಗೆ ಇರುವ ಗೌರವ ಮತ್ತು ಆತನ ಸ್ವಂತ ನಂಬಿಕೆಗಳು ಎಲ್ಲವನ್ನೂ ಒಂದೇ ಮಾತಿನಲ್ಲಿ ಪರೀಕ್ಷೆಗೆ ಒಡ್ಡಿದ್ದಳು, ಶಾಲಿನಿ. ಬ್ಲಾಕ್‌ಮೇಲಿನ ಅಂಚಿನಲ್ಲಿ ನಿಂತಿದೆ, ಈ ಮಾತುಗಳು ಎನ್ನಿಸಿದರೂ ದೇವರ ಮನೆಗೆ ಟವೆಲ್ ಉಟ್ಟುಕೊಂಡಾಗಲೀ, ಜೀನ್ಸ್ ಪ್ಯಾಂಟ್ ಹಾಕಿಕೊಂಡಾಗಲೀ ಹೋಗಿ ಕೂತು ಕಂಪ್ಯೂಟರ್ ನೋಡಿ ಸಾಧಿಸುವುದು ಏನೂ ಇಲ್ಲ ಎಂದನಿಸಿ ಸುಮ್ಮನಾಗಿದ್ದ. ದೇವರ ಮನೆಯಲ್ಲಿದ್ದ ಕಂಪ್ಯೂಟರ್ ಬೇರೆ ಬೇರೆ ದೇವರುಗಳ ಸ್ಕ್ರೀನ್‌ಸೇವರನ್ನು ಹಾಕಿಕೊಂಡು ಮೌಸನ್ನು ಅಲುಗಿಸಿದರೆ ಮಾಯವಾಗಿ ಸ್ವಲ್ಪ ಹೊತ್ತಿನ ನಂತರ ಮತ್ತೆ ಪ್ರತ್ಯಕ್ಷವಾಗುವ ದೇವರುಗಳನ್ನು ತೋರಿಸುವ ಮಾಯಾದರ್ಪಣವಾಗಿ ನಿಂತಿತು.

ಪ್ರಹ್ಲಾದ ಗಮನಿಸಿದ ಎರಡನೇ ಬದಲಾವಣೆ ಎಂದರೆ ಮನೆಯಲ್ಲಿನ ಅಡುಗೆಗಳ ವ್ಯತ್ಯಾಸ. ಪ್ರಹ್ಲಾದ, ಶಾಲಿನಿಯರ ಮನೆಯಲ್ಲಿಯೂ ಗಂಡ, ಹೆಂಡತಿ ಇಬ್ಬರೂ ಹೊರಗೆ ಕೆಲಸ ಮಾಡುವ ಯಾವ ದೇಸೀ ಮನೆಯ ಹಾಗೆ ಇವತ್ತು ಮಾಡಿದ ಅಡುಗೆಗಳು ಯಾವತ್ತಿಗೂ ಸಲ್ಲುತ್ತಿದ್ದವು. ಯಾವ ಅಡುಗೆಗಳೂ ಯಾವತ್ತೂ ದಂಡವಾಗುತ್ತಿರಲಿಲ್ಲ. ಮಾಮೂಲು ದಿನಗಳಲ್ಲಿ ಹಿಂದಿನ ದಿನ ಮಿಕ್ಕಿದ್ದ ಅಡುಗೆಗಳನ್ನು ನಂತರದ ದಿನಗಳಿಗೂ ಉಳಿಸಿ ಫ್ರಿಜ್ಜಿನಲ್ಲಿಟ್ಟು ಬಿಸಿಮಾಡಿಕೊಂಡು ತಿನ್ನುವುದಕ್ಕೆ ಪ್ರಹ್ಲಾದನೂ ಕುಸುಬಷ್ಟಿ ಮಾಡುತ್ತಿರಲಿಲ್ಲ. ಆದರೆ, 'ಆ' ದಿನಗಳಲ್ಲಿ ತಾಜಾ ಅಡುಗೆ ಮಾಡಿದರೂ ಅದು ಮೈಲಿಗೆಯಂತಲೇ ಲೆಕ್ಕ. ಪ್ರಪಂಚ ತಲೆಕೆಳಗಾದರೂ ಈ ಮೈಲಿಗೆ ಅಡುಗೆ ಮಿಕ್ಕಿದಲ್ಲಿ ಅದನ್ನು ನೀರಾದನಂತರದ ದಿನಗಳಿಗೆ ಉಳಿಸಿ ಮತ್ತೆ ಬಿಸಿಮಾಡಿಕೊಂಡು ತಿನ್ನುವುದು ಶಾಲಿನಿಗೆ ಸಾಧ್ಯವೇ ಇಲ್ಲದ ಮಾತು. ಗೆರೆ ಕೊಯ್ದು ಹಾಗೆ ನಾಲ್ಕು ವಾರಗಳ ಚಕ್ರ ಶಾಲಿನಿಯದು. ಕ್ಯಾಲೆಂಡರಿನಲ್ಲಿ ಗುರುತುಹಾಕಿಕೊಂಡು ಮುಂಜಾಗರೂಕತೆಯಿಂದ ಹಿಂದಿನ ದಿನದ ಅಡುಗೆ ಏನೂ ಉಳಿಯದ ಹಾಗೆ ನೋಡಿಕೊಳ್ಳುತ್ತಿದ್ದಳು. ಇಲ್ಲವೇ ಮಜ್ಜಿಗೆ ಹುಳಿ, ಪಲ್ಯ, ಸಾರು, ಇಂಥ ಮುಸುರೆ ಅಡುಗೆಗಳನ್ನೆಲ್ಲಾ ಮಾಡಲೇ ಹೋಗುತ್ತಿರಲಿಲ್ಲ. ಮಾಡಿದರೂ ಸಣ್ಣ ಸಣ್ಣ ಪ್ರಮಾಣದಲ್ಲಿ ಮಾತ್ರ. ಫ್ರಿಜ್ಜಿನಲ್ಲಿ ಅವಕ್ಕೇ ಬೇರೆ ಜಾಗ.

ಸರ್ವಕಾಲಕ್ಕೂ ಮೈಲಿಗೆಯೇ ಆಗದ ಪದಾರ್ಥಗಳು ಕೆಲವಿದ್ದವು. ಫ್ರಿಜ್ಜಿನ ಒಳಗಿಟ್ಟರೆ ದೀರ್ಘಕಾಲ ಹಾಳಾಗುವುದಿಲ್ಲ ಎಂಬ ಶಾಲಿನಿಯ ನಂಬಿಕೆಯಿಂದ ಫ್ರಿಜ್ ಸೇರಿರುವ ಭಾರತದಿಂದ ತಂದ ಉಪ್ಪಿನಕಾಯಿಗಳು, ಹುಣಿಸೇ ತೊಕ್ಕು, ಕೆಂಪು ಚಟ್ನಿ– ಇಂಥವು. ಅಮೆರಿಕಾದಲ್ಲಿ ಬೇಕಾದಾಗ ಸಿಗದೇ ಇರುವ ಕಾರಣದಿಂದ ಸಾರು, ಗೊಜ್ಜು, ಹುಳಿಗಳಂತೆ ಇವು ಮಡಿ, ಮೈಲಿಗೆ ಸೈಕಲ್‌ಗೆ ಬರುತ್ತಿರಲಿಲ್ಲ. ಹಾಗೇ ಡೀಪ್ ಫ್ರೀಜರ್‌ನಲ್ಲಿರುವ ಶೈತ್ಯೀಕರಿಸಿದ ಸಾಮಗ್ರಿಗಳೆಲ್ಲವೂ ಮಡಿ ಮೈಲಿಗೆಗೆ ಅತೀತವಾಗಿದ್ದವು. ಹಾಗಾಗಿ ಫ್ರೋಜನ್ ಪೀಟ್ಸಾ, ಪಾಸ್ತಾ, ಶೈತ್ಯೀಕರಿಸಿದ ತರಕಾರಿಗಳಿಗೆ ಒಗ್ಗರಣೆ ಹಾಕಿದ ಸ್ಟರ್ ಫ್ರೈ, ದೇಸೀ ಅಂಗಡಿಗಳ ಫ್ರೋಜನ್ ಬಿಂಡಿ, ಆಲೂ ಮಟರ್, ಚಪಾತಿ, ನಾನ್‌ಗಳು ಇಂಥವುಗಳಿಂದಲೇ ಆ ಮೂರುದಿನಗಳು ದಾಟಿಹೋಗುತ್ತಿದ್ದವು.

ಜಿಜ್ಞಾಸೆ ಬರುತ್ತಿದ್ದುದು ಹೆಪ್ಪು ಹಾಕಿದ ಮೊಸರು, ದೈತ್ರಗಾತ್ರದ ಬಾಟಲ್ಲುಗಳಲ್ಲಿ ಸಿಗುತ್ತಿದ್ದ ಟೊಮೆಟೋ ಕೆಚಪ್, ಪೀಟ್ಸಾ ಸಾಸ್ ಮತ್ತು ಓಪನ್ ಆದ ಪ್ರಹ್ಲಾದನ ವೈನು ಬಾಟಲುಗಳಿಗೆ. ಏನಾದರೂ ಲೆಕ್ಕಾಚಾರ ತಪ್ಪುಹಾಕಿ ಆ ದಿನಗಳಲ್ಲಿ ಮೊಸರಿಗೆ ಹೆಪ್ಪು ಹಾಕಿಟ್ಟುಬಿಟ್ಟರೆ ಅದನ್ನು ಮೂರುದಿನಗಳಲ್ಲಿ ಖಾಲಿಮಾಡುವಷ್ಟರಲ್ಲಿ ಹೈರಾಣಾಗಿ ಹೋಗುತ್ತಿದ್ದಳು. ಮಜ್ಜಿಗೆ ಹುಳಿ, ಮೊಸರು ಸಾಸುಮೆ, ಮೊಸರು ಬಜ್ಜಿಗಳ ಸಮಾರಾಧನೆಯೇ ನಡೆದುಹೋಗುತ್ತಿತ್ತು. ಹಾಗೆಯೇ ವೈನಿಗೂ. ಪ್ರಹ್ಲಾದ ಬಹಳ ಸಂಶೋಧನೆ ಮಾಡಿ ಸೊಗದೇಬೇರಿನಲ್ಲಿದ್ದಷ್ಟೇ ಆಂಟಿ ಆಕ್ಸಿಡೆಂಟುಗಳು ನ್ಯಾಪಾ ವ್ಯಾಲಿಯ ವೈನಿನಲ್ಲಿಯೂ ಇದೆ ಎಂದು ಶಾಲಿನಿಗೆ ಪುರಾವೆ ಸಮೇತ ತೋರಿಸಿದಾಗ ಮನೆಯ ಫ್ರಿಜ್ಜಿನಲ್ಲಿ ವೈನಿಡಲು ಅನುಮತಿ ಸಿಕ್ಕಿತ್ತು. ಆ ದಿನಗಳಲ್ಲಿ ಹೊಸಾ ವೈನಿನ ಬಾಟಲನ್ನು ಓಪನ್ ಮಾಡಬಾರದು ಎಂಬ ಕಾನೂನು ಮನೆಯಲ್ಲಿ ಮೊದಲಿಗೇನೋ ಇತ್ತು. ಬೇರೆ ಮಹತ್ತರ ಕಾರಣಕ್ಕೇನೂ ಅಲ್ಲ. ಪ್ರಹ್ಲಾದನ ಅಲೋವೆನ್ಸು

ಒಂದು ರಾತ್ರಿಗೆ ಒಂದು ಗ್ಲಾಸು ಮಾತ್ರ. ಮೈಲಿಗೆಯಲ್ಲಿ ಓಪನ್ ಆದ ಬಾಟಲಲ್ಲಿ ವೈನು ಏನಾದರೂ ಮಿಕ್ಕಿದರೆ ಅದನ್ನು ಕೂಡ ಬೇರೆ ಅಡುಗೆಗಳಂತೆ ನೀರಾದ ನಂತರದ ದಿನಗಳಿಗೆ ಸಾಗಿಸಲು ಸಾಧ್ಯವಿಲ್ಲ. ಮೊದಮೊದಲು ಆ ದಿನಗಳಲ್ಲಿ ವೈನಿನ ಬಾಟಲನ್ನೇನಾದರೂ ಪ್ರಹ್ಲಾದ ಓಪನ್ ಮಾಡಿದಲ್ಲಿ ಆ ಮೂರು ದಿನಗಳಲ್ಲೇ ಕುಡಿದು ಮುಗಿಸಬೇಕು.

ಮೊದಮೊದಲು ಶಾಲಿನಿಯ ಪಿರಿಪಿರಿ ತಡಕೊಳ್ಳಲಾಗದೇ ಆ ದಿನಗಳಲ್ಲಿ ವೈನು ಬಾಟಲನ್ನು ಓಪನ್ ಮಾಡಲು, ಕುಡಿಯಲು ಪ್ರಯತ್ನಿಸುತ್ತಲೇ ಇರುತ್ತಿರಲಿಲ್ಲ. ಆದರೆ, ಈ ನಡುವೆ ಶಾಲಿನಿಯನ್ನು ವಿರೋಧಿಸಲೆಂದೇ ಆ ದಿನಗಳಿಗಾಗಿಯೇ ಕಾದು, ಪ್ರತಿ ರಾತ್ರಿಯೂ ಹೊಸಾ ಹೊಸಾ ವೈನು ಬಾಟಲ್‌ಗಳನ್ನು ಓಪನ್ ಮಾಡಿ ಯಾವುದೋ ವೈನ್ ಟೇಸ್ಟಿಂಗ್ ಶೋನಲ್ಲಿ ಮಾಡಿದಂತೆ ಬಾಟಲನ್ನು ಒಂಚೂರೇ ತೆಗೆದು ಪೀಠದ ಗ್ಲಾಸಿನಲ್ಲಿ ಒಂದು ತೊಟ್ಟು ಹಾಕಿ, ಗಂಟಲನ್ನು ಗಲಗಲಿಸಿ 'ಆಹಾ ಚೆನ್ನಾಗಿದೆ' ಎಂದೋ 'ಥು ಇದರ ಮನೆ ಹಾಳಾಗ, ಕೆಟ್ಟದಾಗಿದೆ' ಎಂದೋ ಬಾಟಲಿಗೆ ಕಾರ್ಕ್ ಹಾಕಿ ವಾಪಸ್ ಫ್ರಿಜ್ಜಿನಲ್ಲಿಡುತ್ತಿದ್ದ. ಆದರೆ, ಶಾಲಿನಿ ಈ ವಿಷಯದಲ್ಲಿ ಮಾತ್ರ ಬಹಳ ಕಟ್ಟುನಿಟ್ಟು. ನೀರಿನ ಮುನ್ನಾದಿನ ಫ್ರಿಜ್ಜು ಖಾಲಿ ಮಾಡಬೇಕಾದರೆ ವೈನಿನ ಬಾಟಲಲ್ಲಿ ವೈನೇನಾದರೂ ಮಿಕ್ಕಿದ್ದರೆ ಅದನ್ನು ಅಂದೇ ಪ್ರಹ್ಲಾದ ಕುಡಿದು ಮುಗಿಸಲು ಕೇಳುತ್ತಿದ್ದಳು. ಇಲ್ಲದೇ ಇದ್ದಲ್ಲಿ ಮುಲಾಜಿಲ್ಲದೇ ವೈನನ್ನು ಬಚ್ಚಲಿಗೆ ಚೆಲ್ಲಿ ಬಾಟಲನ್ನು ಹೊರಗೆ ಎಸೆಯುತ್ತಿದ್ದಳು. ವೈನು ದಂಡ ಮಾಡಬಾರದೆಂದು ಕೆಲವೊಮ್ಮೆ ಪ್ರಹ್ಲಾದ ಪೂರಾ ಬಾಟಲಿ ವೈನು ಕುಡಿದು ಪೂರಾ ಚಿತ್ತಾಗುತ್ತಿದ್ದುದೂ ಅದೇ ದಿನಗಳಲ್ಲಿಯೇ. ದೇವರ ಮನೆಗೆ ಇದ್ದ ಕರ್ಫ್ಯೂ ಒಂತರಾ ಇದಕ್ಕೆ ಪರೋಕ್ಷವಾಗಿ ಅನುಕೂಲ ಮಾಡಿಕೊಟ್ಟಿತ್ತು. ಆದರೆ 'ಆ' ದಿನಗಳಲ್ಲಿನ ಪ್ರಹ್ಲಾದನ ಈ ಮತ್ತು, ಚಿತ್ತೆಲ್ಲಾ ರೊಮ್ಯಾನ್ಸಿನ ಅಂಚಿಗೆ ಹೋಗುತ್ತಿದ್ದಂತೆ ಒಂದು ಸದ್ದುಗದ್ದಲ ತುಂಬಿದ ಕೆಟ್ಟ ದೊಡ್ಡ ಬಜೆಟ್ ಹಾಲಿವುಡ್ ಸಿನೆಮಾದ ಟ್ರೈಲರ್ ಇದ್ದ ಹಾಗೆ ಸ್ವಲ್ಪ ಹೊತ್ತಾದ ಮೇಲೆ ಠುಸ್ಸಾಗಿ ಎಲ್ಲಿಗೂ ಹೋಗದೇ ಸುಮ್ಮನೇ ನಿಂತಲ್ಲೇ ನಿಂತುಬಿಡುತ್ತಿತ್ತು.

■

ಪ್ರಹ್ಲಾದ, ಶಾಲಿನಿಗೆ ಮೂರು ಜನ ಹೆಣ್ಣುಮಕ್ಕಳು. ಸುಪ್ರಿಯ, ಸುವಿಧ ಮತ್ತು ಸುಲತಾ ಕ್ರಮವಾಗಿ ಹದಿನೇಳು ಹದಿನೈದು ಮತ್ತು ಹದಿಮೂರು ವರ್ಷ. ಈ ದಿನ, ಚಕ್ರ, ಋತುಗಳ ವಿಚಾರ ಪ್ರಹ್ಲಾದನಿಗೆ ನುಂಗಲಾರದ ತುತ್ತಾದದ್ದು ಮೂರೂ ಮಕ್ಕಳೂ ಅಮ್ಮನ ಜತೆ ಒಟ್ಟೊಟ್ಟಿಗೇ ಶಾಪಿಂಗ್ ಮಾಡುವಷ್ಟು ಮತ್ತು ಲೇಡಿ ಡಾಕ್ಟರುಗಳ ಹತ್ತಿರ ಹೋಗುವಷ್ಟು ಬೆಳೆದಾಗ. ಮೂರೂ ಹೆಣ್ಣುಗಳೂ ಎಲ್ಲ ದೇಸೀ ಮನೆಗಳಲ್ಲಿ ನಡೆಯುವಂತೆ ವಿವಿಧ ಘಟ್ಟಗಳಲ್ಲಿ ಭಗವದ್ಗೀತೆ, ವಿಷ್ಣುಸಹಸ್ರನಾಮ, ಕರ್ನಾಟಕ ಸಂಗೀತ, ಭರತನಾಟ್ಯ ಎಲ್ಲದರಲ್ಲೂ ತರಬೇತು ಪಡೆದುಕೊಂಡೇ ಬೆಳೆದದ್ದು. ಈಗ ಮೂರೂ ಮಕ್ಕಳೂ ಊರಿನ ಯುಗಾದಿ, ದೀಪಾವಳಿ ಕಾರ್ಯಕ್ರಮಗಳಲ್ಲಿ ಲಂಗದಾವಣಿ ಹಾಕಿಕೊಂಡು ಚಕ್ಕಳಮಕ್ಕಳ ಹಾಕಿ ಕೂತು ರಾಗಮಾಲಿಕೆ ಹಾಡಿ ಎಲ್ಲರೂ ಚಪ್ಪಾಳೆ ಹೊಡೆದಾಗ 'ಥ್ಯಾಂಕ್ ಯೂ' ಎಂದು ರಾಕ್‌ಸ್ಟಾರುಗಳ ಥರ ಕೈ ಕೈ ಹಿಡಕೊಂಡು ಬೋ ಮಾಡುವಷ್ಟು ದೊಡ್ಡವಾಗಿದ್ದವು. ಪ್ರಹ್ಲಾದನಿಗೆ

ತಲೆಕೆಡಿಸಿದ್ದು ಈ ದೇಸೀ ಸಾಧನೆಗಳಿಗಿಂತ ದೇಸೀ ಸ್ಪೈಡ್ ಎಫ್ಲೆಕ್ಟುಗಳು. ಮೂರೂ ಮಕ್ಕಳೂ ಬುದ್ಧಿ ಬಂದಾಗಿನಿಂದ ಪ್ರತಿದಿನಾ ಸ್ನಾನ ಆದಮೇಲೆ ಅಮ್ಮನನ್ನು 'ಅಮ್ಮ ಇವತ್ತು ದೇವರ ಮನೆಗೆ ಹೋಗಬಹುದಾ?' ಎಂದು ಅಪ್ಪಣೆ ತೆಗೆದುಕೊಂಡೇ ದೇವರ ಮನೆ ಬಾಗಿಲು ತೆಗೆಯುತ್ತಿದ್ದವು. ಚಿಕ್ಕಂದಿನಿಂದಲೂ ಮೂರೂ ಜನ ಮಕ್ಕಳಿಗೆ ಗೊತ್ತಿದ್ದ ವಿಷಯವೆಂದರೆ ತಿಂಗಳಿಗೆ ಮೂರು ದಿನ ದೇವರ ಮನೆಯ ಪ್ರವೇಶ ಇಡೀ ಮನೆಯವರಿಗೆಲ್ಲ ನಿಷಿದ್ಧ. ಮೊದಲ ಹುಡುಗಿ ಸುಪ್ರಿಯಾ ತೀರಾ ಚಿಕ್ಕವಳಿದ್ದಾಗ ಒಮ್ಮೆ 'ಅಮ್ಮ ಯಾಕೆ ದೇವರ ಮನೆಗೆ ಹೋಗಬಾರದು?' ಎಂದು ಕೇಳಿದಾಗ ಆಕೆ ಎಲ್ಲ ಅರ್ಥ ಮಾಡಿಕೊಳ್ಳಲು ತೀರಾ ಸಣ್ಣವಳು ಎಂದು ಶಾಲಿನಿ 'ನಮಗೆಲ್ಲ ವೀಕೆಂಡು ರಜಾ ಇರುತ್ತಲ್ಲ. ಹಾಗೇ ದೇವರಿಗೂ ತಿಂಗಳಿಗೆ ಮೂರು ದಿನ ರಜಾ ಇರುತ್ತೆ' ಎಂದು ಹೇಳಿದ್ದಳು.

ಸುಪ್ರಿಯಾಗೆ ಡ್ರೈವಿಂಗ್ ಲೈಸೆನ್ಸ್ ಬಂದಮೇಲೆ ಅಮ್ಮ, ಅಪ್ಪನಿಗೆ ಕಾಯದೇ ಮೂರೂ ಜನ ಹುಡುಗಿಯರೂ ತಮ್ಮ ಶಾಪಿಂಗನ್ನು ತಾವೇ ಮಾಡಿಕೊಳ್ಳಲು ಶುರು ಮಾಡಿದ ಮೇಲೆ ಅವರಿಗೆ ಈ ದೇವರ ರಜಾದ ನಿಜವಾದ ಅರ್ಥ ಗೊತ್ತಾಗಿತ್ತು. ಅವಕ್ಕೆ ಅರ್ಥ ಆಗಿದೆ ಎಂದು ಪ್ರಹ್ಲಾದನಿಗೆ ಅರ್ಥ ಆಗುವ ಹೊತ್ತಿಗೆ ಅವನ ಮಟ್ಟಿಗೆ ದೇವರ ಮನೆಯ ಬಾಗಿಲು ಶಾಶ್ವತವಾಗಿ ಮುಚ್ಚಿಬಿಟ್ಟಿತ್ತು. ಮನೆಯಲ್ಲಿ ನಾಲ್ಕು ಜನ ಫಲವತ್ತಾದ ಹೆಣ್ಣುಗಳು. ತಿಂಗಳಲ್ಲಿ ಇರುವುದು ನಾಲ್ಕೇ ವಾರಗಳು. ನಾಲ್ಕೂ ಜನರ ಚಕ್ರಗಳು ಒಂದಕ್ಕೊಂದರೊಳಗೆ ಹೊಸೆದುಕೊಂಡರೆ ಮಾತ್ರ ದೇವರುಗಳಿಗೆ ಬಿಡುಗಡೆ ಸಿಗುತ್ತಿತ್ತು. ನಾಲ್ಕು ಜನ ಹೆಣ್ಣು ಮಕ್ಕಳಿರುವ ಯಾವ ಮನೆಯಲ್ಲಿಯೂ ಇದು ಸಾಧ್ಯವಾಗದ ಮಾತು. ಒಂದು ಹುಡುಗಿ ಒದ್ದೆತಲೆಯಲ್ಲಿ ದೇವರ ಮನೆಯ ಬಾಗಿಲು ತೆಗೆಯಲು ಬಂದರೆ ಇನ್ನೊಂದು ಹುಡುಗಿ ಹಿಂದೆಯೇ ಬಂದು 'ವಾಟ್ ಆರ್ ಯು ಡೂಯಿಂಗ್?' ಎಂದು ಧಡಾರನೇ ಬಾಗಿಲು ಎಳಕೊಳ್ಳುತ್ತಿತ್ತು. ಶಾಲಿನಿ ಹೆಮ್ಮೆಯಿಂದ 'ಮಕ್ಕಳನ್ನು ಹೇಗೆ ತಯ್ಯಾರು ಮಾಡಿದ್ದೀನಿ, ನೋಡು' ಎನ್ನುವಂತೆ ಪ್ರಹ್ಲಾದನನ್ನು ನೋಡಿ ನಗುತ್ತಿದ್ದಳು. ಇದ್ದಕ್ಕಿದ್ದಂತೆ ಶಾಲಿನಿ ನಾಲ್ಕು ಪಟ್ಟು ಬೆಳೆದು ತನ್ನನ್ನು ದೂರ ಮಾಡುತ್ತಿದ್ದಾಳೆ ಎನಿಸಿತು ಆತನಿಗೆ.

ದಿನಾ ಸ್ನಾನ ಮಾಡಿಕೊಂಡು ಟವೆಲ್ ಉಟ್ಟುಕೊಂಡು ದೇವರ ಮನೆಗೆ ಬರುವುದು, ಯಾವುದಾದರೂ ಒಂದು ಹೆಣ್ಣು ಮುಚ್ಚಿದ ಬಾಗಿಲ ಹೊರಗೆ ಕೂತು 'ಸರ್ವಮಂಗಳ ಮಾಂಗಲ್ಯೇ' ಹೇಳಿಕೊಳ್ಳುತ್ತಾ ಕೂತಿರುವುದು, ಪ್ರಹ್ಲಾದ ಬಾಗಿಲು ತೆಗೆಯಲು ಹೋದರೆ ಶ್ಲೋಕ ಹೇಳಿಕೊಳ್ಳುತ್ತಲೇ ಬಾಗಿಲನ್ನು ಎಳೆದುಕೊಳ್ಳುತ್ತಾ 'ಫ್ರಮ್ ಔಟ್‌ಸೈಡ್' ಎನ್ನುವುದು- ಥತ್ತೇರಿಕೆ! ಈ ದೇವರುಗಳ, ದೇವರ ಮನೆಯ ಸಹವಾಸವೇ ಬೇಡ ಅನ್ನಿಸಿಬಿಟ್ಟಿತು.

ಸಂಪ್ರದಾಯಗಳನ್ನು ಅಷ್ಟು ನಂಬುವ ಶಾಲಿನಿಯೇ ದೇವರ ಮನೆಯ ಹೊರಗಿನಿಂದ ನಮಸ್ಕಾರ ಮಾಡಬೇಕಾದರೆ ಬರೇ ಬೆಳಿಗ್ಗೆ ಸಂಜೆ ಗಾಯತ್ರಿ ಮಾತ್ರ ಹೇಳುವ ತನಗೆ ಯಾಕೆ ಈ ಹಿಂಸೆಯಾಗಬೇಕು, ಈ ದೇವರ ಮನೆಯ ತಂಟೆಗೇ ಹೋಗದಿದ್ದರೆ ಹೇಗೆ ಎಂಬ ಯೋಚನೆ ಈ ನಡುವೆ ಬಲವಾಗಿ ಬರುತ್ತಿತ್ತು. ಹೌದು, ಹೋಗಬಾರದು, ಈ ದೇವರ ಮನೆಯ ಸಹವಾಸವೇ ಬೇಡ, ಅಮ್ಮ, ಮಕ್ಕಳೇ ಇಟ್ಟುಕೊಳ್ಳಲಿ ಈ ದೇವರುಗಳನ್ನು, ನೋಡೇ

ಬಿಡೋಣ ಏನಾಗುತ್ತೆ ಎಂದು ಮನಸ್ಸು ಮಾಡಿದ. ಗಾಯತ್ರೀ ಮಂತ್ರ ಹೇಳಿಕೊಳ್ಳದಿದ್ದರೆ ಏನಾಗಬಹುದು, ಏನೂ ಆಗುವುದಿಲ್ಲ ಹಾಗೆ ತೀರಾ ಮನಸಿಗೆ ಹಿಂಸೆ ಆಗುತ್ತದೆ ಎಂದರೆ ಎಲ್ಲಿ ಬೇಕಾದರೂ ಗಾಯತ್ರೀ ಮಂತ್ರ ಹೇಳಿಕೊಳ್ಳಬಹುದು ಎಂಬ ಸಮಜಾಯಿಷಿ ಆ ನಿರ್ಧಾರದ ಬೆನ್ನ ಹಿಂದೆಯೇ ಬರುತ್ತಿತ್ತು.

ಒಟ್ಟು ಮನೆಯವರ ಕಣ್ಣಿಗೆ ಕಾಣಿಸುವ ಹಾಗೆ ತನ್ನ ಮತ್ತು ದೇವರ ಒಡನಾಟ ಬದಲಾಗಬೇಕು ಎಂದು ಆತ ಬಲವಾಗಿ ನಿರ್ಧರಿಸಿ ಈ ನಡುವೆ ಸ್ನಾನ ಮಾಡಿದ ತಕ್ಷಣ ದೇವರ ಮನೆಗೆ ಹೋಗುವ ಕ್ರಮವನ್ನು ಬದಲಿಸಿ ಸೀದಾ ಬಟ್ಟೆ ಹಾಕಿಕೊಂಡು ತಿಂಡಿ ತಿನ್ನಲು ಡೈನಿಂಗ್ ರೂಮಿಗೆ ಹೋಗುವುದಕ್ಕೆ ಶುರುಮಾಡಿದ್ದ.

ಆದರೆ ಪ್ರಹ್ಲಾದ ಮತ್ತು ಆತನ ದೇವರುಗಳ ನಡುವೆ ಮುಂಚೆ ಇದ್ದ ಮತ್ತು ಈಗ ಕಡಿದುಕೊಂಡ ಸಂಬಂಧ ಮನೆಯ ಹೆಣ್ಣುಮಕ್ಕಳ ಮತ್ತು ದೇವರ ನಡುವಿನ ಸಂಬಂಧದಷ್ಟು ಢಾಳಾಗಿ ಎದ್ದು ಕಾಣಿಸುತ್ತಿರಲಿಲ್ಲ. ಆತ ದೇವರಿಗೆ ನಮಸ್ಕಾರ ಮಾಡಿದನಾ, ಇಲ್ಲವಾ ಎನ್ನುವುದು ಮುಖ್ಯವಾಗುತ್ತಿದ್ದುದು ಆತನಿಗೆ ಮಾತ್ರ. ತನ್ನ ಬದಲಾದ ಚಟುವಟಿಕೆಗಳ ಬಗ್ಗೆ ಯಾರೂ ಮಾತಾಡದೇ ಇದ್ದಾಗ ತಾನು ದೇವರ ಮನೆಗೆ ಹೋಗದೇ, ನಮಸ್ಕಾರ ಮಾಡದೇ ಸೀದಾ ಡೈನಿಂಗ್ ರೂಮಿಗೆ ಹೋಗುವ ಈ ಮಹತ್ತರ ಬದಲಾವಣೆಯನ್ನು ಮನೆಯಲ್ಲಿ ಯಾರೂ ಗಮನಿಸಿಯೇ ಇಲ್ಲದಿರುವುದು ಅವನಿಗೆ ಬಹಳ ಅಸಮಾಧಾನವಾಗಿತ್ತು.

ಒಮ್ಮೆ ಸ್ನೇಹಿತರ ಮನೆಗೆ ಪಿತೃಪಕ್ಷಕ್ಕೆಂದು ಹೋದಾಗ ಅಲ್ಲಿ ಊಟ ಮಾಡಿ ಮಾತನಾಡುತ್ತಾ ಲೋಕಾಭಿರಾಮ ಎನ್ನುವಂತೆ 'ಇವೆಲ್ಲ ಮಾಡುತ್ತೀರಲ್ಲ, ಇವರೇ. ಸಪ್ತಸಮುದ್ರದಾಚೆ ಮಾಡಿದ ಈ ಯಾವ ಕರ್ಮಗಳೂ ಉಪಯೋಗಕ್ಕೆ ಬರೋದಿಲ್ಲ, ಅಂತಾರಲ್ಲ, ಅದಕ್ಕೇನಂತೀರಿ' ಎಂದು ಕೇಳಿದ್ದ. ಅವರು ಪ್ರಹ್ಲಾದನನ್ನು ನೋಡಿ ಒಂದು ರೀತಿ ನಕ್ಕು, 'ಪ್ರಹ್ಲಾದ್. ಡೋಂಟ್ ಟೆಲ್ ಮಿ ದಟ್ ಯು ಡೋಂಟ್ ಬಿಲೀವ್ ಇನ್ ದೀಸ್ ಥಿಂಗ್ಸ್' ಎಂದಿದ್ದರು. ತಕ್ಷಣ ಪ್ರಹ್ಲಾದ, 'ಮೈ ಬಿಲೀಫ್ಸ್ ಆರ್ ಅಗ್ನಾಸ್ಟಿಕ್ ಅಟ್ ಬೆಸ್ಟ್ ಅಟ್ ದಿಸ್ ಪಾಯಿಂಟ್. ಯಾವುದನ್ನು ನಂಬಬೇಕು, ಯಾವುದನ್ನು ಬಿಡಬೇಕು ಅನ್ನೋ ಗೊಂದಲ' ಎಂದು ಜಿಡ್ಡು ಕೃಷ್ಣಮೂರ್ತಿಯವರಂತೆ ಹೇಳಿದ್ದ. ಇದು ಅಲ್ಲೇ ಕೂತಿದ್ದ ಶಾಲಿನಿಯ ಕಿವಿಗೂ ಬಿದ್ದಿದೆ ಎಂದು ಆತ ಅಂದುಕೊಂಡಿದ್ದ.

ಈ ಅನುಮಾನವಾದಿ ನಿಲುವಿನ ಮಾತು ಬಂದದ್ದು ತೀರಾ ಕ್ಯಾಶುಯಲ್ ಆಗಿ. ಪ್ರಹ್ಲಾದನೂ ಉದ್ದೇಶಪೂರ್ವಕವಾಗಿ ಆ ರೀತಿ ಮಾತಾಡಿರಲಿಲ್ಲ. ವಾಸ್ತವವಾಗಿ ತಾನು ಆ ಥರ ಮಾತಾಡಬಹುದು ಎಂದು ಅವನಿಗೇ ಗೊತ್ತಿರಲಿಲ್ಲ. ಕೆಲವೊಮ್ಮೆ ಯೋಚನೆ ಮಾಡದೇ ಮಾತಾಡಿದ ಮಾತುಗಳೇ ನಮ್ಮನ್ನು ಮತ್ತೆ ಮತ್ತೆ ಯೋಚಿಸುವಂತೆ ಮಾಡುತ್ತವೆ. ಪ್ರಹ್ಲಾದನಿಗೂ ಹಾಗೆಯೇ ಆದದ್ದು. ತಾನು ದೇವರ ಮನೆಗೆ ಹೋಗದೇ ಹೋಗದೇ ಇರುವುದಾದರೆ ಆ ಕ್ರಿಯೆಗೊಂದು ಘನತೆಯಿರಬೇಕು ಅಥವಾ ಕೂಲಾದ ಕಾರಣವಿರಬೇಕು. ಅಸಹಾಯಕತೆಯನ್ನು ಶಕ್ತಿಯನ್ನಾಗಿ ಮಾಡಿಕೊಳ್ಳಲು ಕೊಂಚ ದಿನ 'ಅಗ್ನಾಸ್ಟಿಕ್' ಆಗುವುದು ಒಳ್ಳೆಯದು ಎನಿಸಿತ್ತು.

ಹೀಗೆ ಬಾಯಿಬಿಟ್ಟು ತನಗೆ ಈ ಎಲ್ಲ ಸಂಪ್ರದಾಯಗಳ ಬಗ್ಗೆ, ಆಚರಣೆಗಳ ಬಗ್ಗೆ ಅನುಮಾನವಿದೆ ಎಂದು ಹೇಳಿದ್ದರೂ ಮನೆಯಲ್ಲಿ ಯಾವುದೇ ವಿರೋಧ ಬರದೇ ಇರುವುದನ್ನು ನೋಡಿ, ಒಂದು ದಿನ ಶಾಲಿನಿ ಗಮನಿಸುತ್ತಿದ್ದಾಳೆ ಎಂಬುದನ್ನು ಖಾತ್ರಿ ಮಾಡಿಕೊಂಡು ಒಂದು ದಿನ ದೇವರ ಮನೆ ಬಾಗಿಲು ತೆರೆದಿದ್ದರೂ ಸ್ನಾನ ಮಾಡಿದವನು ಸೀದಾ ಪ್ಯಾಂಟು ಶರ್ಟು ಹಾಕಿಕೊಂಡು ಬಂದು ಟೀವಿ ನೋಡುತ್ತಾ ಕೂತ. ಶಾಲಿನಿ ಸ್ನಾನ ಮಾಡಿ ದೇವರ ಮುಂದೆ ನಂದಾದೀಪ ಹಚ್ಚಿಟ್ಟಿದ್ದಳು. ಅದನ್ನು ನೋಡಿದಾಗ ದೇವರ ಮನೆಯೊಳಗೆ ಹೋಗಲು ಯಾವುದೇ ನಿಷೇಧವಿಲ್ಲ ಎಂದು ಆತನಿಗೆ ಗೊತ್ತಾದರೂ ಶಾಲಿನಿಗೆ ಕೇಳುವ ಹಾಗೆ 'ಫ಼್ಲರ್ ಅ ಚೇಂಜ್, ದೇವರ ಮನೆ ಬಾಗಿಲು ತೆಗೆದಿದೆ?' ಎಂದು ನಗುತ್ತಾ ತಿಂಡಿ ತಿನ್ನಲು ಕೂತ. 'ಯಾಕೆ, ಇವತ್ತು ದೇವರಿಗೆ ನಮಸ್ಕಾರ ಮಾಡುವುದಿಲ್ಲವೋ, ಸಾಹೇಬರು. ಹೌದು, ಇವತ್ತು ಪ್ರವೇಶ ಉಚಿತ' ಎಂದಳು, ಶಾಲಿನಿ ಮೂಡನ್ನು ಲೈಟ್ ಮಾಡಲು. ಪ್ರಹ್ಲಾದ ಏನೂ ಮಾತಾಡಲಿಲ್ಲ. ಶಾಲಿನಿಯ ಮುಖದಲ್ಲಿಯ ಕಸಿವಿಸಿಯನ್ನು ಆತ ಗಮನಿಸಿದ್ದ. ಮನಸ್ಸಿನಲ್ಲಿ ಹುಳ್ಳಹುಳ್ಳಗೆ ಖುಶಿಯಾಯಿತು.

'ಯಾಕೆ, ಒಂದು ನಮಸ್ಕಾರ ಹಾಕಿ ಬಂದು ತಿಂಡಿ ತಿನ್ನಲಿಕ್ಕೆ ಆಗುವುದಿಲ್ಲವಾ? ಬೆಳೆಯುವ ಮಕ್ಕಳು ಮನೇಲಿದ್ದಾರೆ.' ಎಂದಳು, ಇನ್ನೊಮ್ಮೆ.

'ಏನ್ಮಾಡಬೇಕು, ಮಾಡಬಾರದು ಅಂತ ನನಗ್ಗೊತ್ತಿದೆ. ದೇವರಿಗೆ ನಮಸ್ಕಾರ ಮಾಡೋಕು ನಿನ್ನ ಅಪ್ಪಣೆ ಕೇಳೋ ಸ್ಥಿತಿ ಬಂದಿದೆ, ನಮ್ಮನೇಲಿ.' ಎಂದ, ಕೊಂಚ ದೊಡ್ಡ ಕಂಠದಲ್ಲಿ.

'ಪೆಲ್ಲಿ, ಯಾಕೆ ಏನಾಯ್ತು' ಎಂದಳು, ನಿಧಾನವಾಗಿ.

'ಹೌದು, ಶಾಲಿನಿ. ಮನೆ ಪರಿಸ್ಥಿತಿ ನೋಡಿದ್ಯಾ. ದೇವರ ಮನೆ ಬಾಗಿಲು ತಿಂಗಳಲ್ಲಿ ಇಪ್ಪತ್ತು ದಿನ ಮುಚ್ಚಿರುತ್ತೆ. ಬಾಗಿಲು ನೋಡ್ಕೊಂಡು ಮಾಡೋ ಪೂಜೇ ಪೂಜೇನ. ಇನ್ನು ಫ್ರಿಜ್ಜು ಬಾಗಿಲು ತೆಗೆದರೆ ನೀನು ಹಿಂದೆ ಪೋಲೀಸಿನ ತರ ಕಾಯ್ತಾ ನಿಂತಿರ್ತೀಯಾ. ಎಲ್ಲಿ ಏನು ಮುಟ್ಟಿಬಿಡ್ತೀನೋ ಅಂತ. ನೀನಿರಲಿ, ಆ ಸುಪ್ರಿಯಾ ಇನ್ನೂ ಹುಟ್ಟಿಲ್ಲ, ಬೆಳೀಲಿಲ್ಲ. ಮೊನ್ನೆ ಊಟ ಮಾಡಬೇಕಾದರೆ ಯಾವುದೋ ಸಾರು ಮುಟ್ಟಿದೆ ಅಂತ ನನ್ನ ಊಟ ಆದಮೇಲೆ ಆ ಸಾರನ್ನು ಬಚ್ಚಲಿಗೆ ಹಾಕಿದ್ಲು. ಇದೆಂಥ ಹುಚ್ಚು ಹೇಳ್ಕೊಡ್ತಾ ಇದ್ಯಾ ಮಕ್ಕಳಿಗೆ. ಮಾತು ಮಾತಿಗೆ ಅದನ್ನು ಮುಟ್ಟಬೇಡ, ಇದನ್ನು ಮುಟ್ಟಬೇಡ, ಅಂತಾವೆ, ಒಂದಕ್ಕಿಂತ ಇನ್ನೊಂದು. ಹೋದವಾರ ಆ ಸುಪ್ರಿಯಾ ಕೆಲಸದಿಂದ ಬಂದ ತಕ್ಷಣ 'ಡ್ಯಾಡಿ, ನಿಮ್ಮ ಬಟ್ಟೆಯನ್ನೆಲ್ಲಾ ಅಲ್ಲೇ ಬಿಚ್ಚಿಟ್ಟು ಸೀದಾ ಸ್ನಾನ ಮಾಡಿ ಒಳಗೆ ಬರ್ಬೇಕಂತೆ. ಮಾಮಿ ಹೇಳಿದ್ಲು' ಅಂತ ಬಾಗಿಲಲ್ಲೇ ಬಟ್ಟೆ ಬಿಚ್ಚಿಸಿ ಒಳಗೆ ಕರದ್ಲು. ನಿಮ್ಮಗಳಿಗೆ ಹೋಮ್ ಫ಼್ಲೀಲ್ಡ್ ಅಡ್ವಾಂಟೇಜ್ ಇದೆ. ಯಾವ್ಯಾವಾಗ ಯಾರ್ಯಾರಿಗೆ ಏನೇನಾಗುತ್ತೆ ಅಂತ ಗೊತ್ತಾಗುತ್ತೆ. ಹೆಂಗೋ ಅನುಸರಿಸಿಕೊಂಡು ಹೋಗಿಬಿಡ್ತೀರ. ನಾನ್ಯಾಕೆ ಅನುಭವಿಸಬೇಕು? ನಂಗೆ ಈ ನಿಮ್ಮ ದೇವರುಗಳ ಸಹವಾಸವೇ ಬೇಡ' ಎಂದ.

ಓ ಓ ಓ, ಏನು ಮಾತಾಡ್ತಾ ಇದ್ಯಾ. ನಾವೇನು ಹದಿನೆಂಟನೇ ಶತಮಾನದಲ್ಲಿ ಇಲ್ಲ. ಮುಂದಿನ ತಿಂಗಳಿಂದ ಒಂದು ಕೆಲಸ ಮಾಡೋಣ. ನಮ್ಮಗಳ ಕೆಲಸ ನೀನು ಮಾಡು.

ನಾನೇ ಇಪ್ಪತ್ತು ವರ್ಷ ಹಿಂದೆ ಹೋಗಿ ನಮ್ಮಮ್ಮ ಮಾಡ್ತಿದ್ದ ಹಂಗೆ ಮನೇಲಿ ಏನನ್ನೂ ಮುಟ್ಟದೇ ಕೂರ್ತೀನಿ. ಎಲ್ಲರಿಗೂ ಅಡುಗೆ ಮಾಡಿಹಾಕು. ಮಕ್ಕಳಿಗೂ ಕೂರುವಂತೆ ಕನ್ವಿನ್ಸ್ ಮಾಡು.' ಎಂದಳು.

'ಹಂಗಲ್ಲ, ನಾನು ಹೇಳಿದ್ದು. ನನಗೇನು ಪ್ರಪಂಚ ಅರ್ಥ ಆಗಿಲ್ಲ ಅಂತಾನಾ? ಅಥ್ವಾ ನಾನು ಇನ್ನೂ ಮಧ್ಯಯುಗದಲ್ಲಿದೀನಂತಾನಾ?' ಎಂದು ಉಗುಳು ನುಂಗಿದ.

'ಅರ್ಥ ಆಗಿದ್ರೆ ಹಿಂಗೆ ಯಾಕೆ ಮಾತಾಡ್ತಾ ಇದ್ದೀ?'

'ನೀವೆಲ್ಲ ಹದಿನೆಂಟನೇ ಶತಮಾನಕ್ಕೆ ಹೋಗಿ ಅಂಥ ಹೇಳ್ತಾ ಇಲ್ಲ. ಆದರೆ, ಈಗ ಇರೋ ಹಾಗೆ ಮುಂದುವರಿಸೋದು ನನಗೆ ಸರಿಹೋಗ್ತಾ ಇಲ್ಲ.'

'ಓಕೆ, ಬದಲಾಯಿಸೋಣವಂತೆ. ನಾವೇನು ಹುಚ್ಚು ಹುಚ್ಚು ಮಾಡ್ತಾ ಇಲ್ಲ. ಏನ್ ಮಾಡ್ತೀವಿ ಅಂತ ಇಷ್ಟು ಎಗರಾಡ್ತಾ ಇದ್ಯಾ ನೀನು. ಎಲ್ಲ ಏಕ ಮಾಡ್ಕೊಂಡು ದೇವರ ಮನೇ ಒಳಗೂ ಹೊರಗೂ ಓಡಾಡಿದರೆ ನಿನಗೆ ಸರಿ ಹೋಗುತ್ತಾ. ಇನ್ನು ಆ ಟೈಮಲ್ಲಿ ಮಾಡಿದ ಅಡುಗೇನ ಆ ಟೈಮಲ್ಲೇ ಖರ್ಚು ಮಾಡ್ತೀವಿ ಮತ್ತು ಬಟ್ಟೆ ಬರೆ ಒಕ್ಕೋತೀವಿ.'

'ನಿಮ್ಮ ಬಟ್ಟೆಗಳನ್ನು ಕ್ಲೀನ್ ಮಾಡ್ಕೊಳ್ಳಿ, ನಂದ್ಯಾಕೆ. ಇಡೀ ಮನೆ ಯಾಕೆ ಕ್ಲೀನ್ ಆಗಬೇಕು?'

'ಇಷ್ಟು ವರ್ಷ ಆದ ಮೇಲೆ ಗಮನಿಸುತ್ತಾ ಇದ್ಯಲ್ಲ. ಥಾಂಕ್ಸ್. ತಿಂಗಳ ಮೂವತ್ತು ದಿನವೂ ನಾವಿಬ್ಬರೂ ಒಂದೇ ಮನೆಯಲ್ಲಿ ಇರ್ತೀವಿ, ಆ ಮೂವತ್ತು ದಿನವೂ ನಾನು ಮಾಡಿದ ಅಡುಗೆಯನ್ನೇ ತಿಂತೀಯ, ಮತ್ತು ಅಷ್ಟೂ ದಿನವೂ ಒಂದೇ ಹಾಸಿಗೆಯಲ್ಲಿ ಮಲಗ್ತೀವಿ ಅನ್ನೋದು ನಿನ್ನ ಗಮನಕ್ಕೆ ಬಂದಿದ್ಯೋ ಇಲ್ಲವೋ. ಓಕೆ, ಬದಲಾಯಿಸಬೇಕು ಅಂದ್ಯಲ್ಲ. ಡೀಟೈಲ್ಸ್ ಮಾತಾಡೋಣ. ಏನು ಬದಲಾಯಿಸಬೇಕು, ಹೇಗೆ ಬದಲಾಯಿಸಬೇಕು'

ಈ ಪ್ರಶ್ನೆಗೆ ಉತ್ತರಿಸುವುದು ಅಷ್ಟು ಸುಲಭವಾಗಿರಲಿಲ್ಲ. ಏಕೆಂದರೆ ಶಾಲಿನಿಯ ಆ ದಿನಗಳು ಹತ್ತಿರವಾಗುತ್ತಿವೆ ಎನ್ನುವ ವಿಷಯ ಆಕೆಯ ಪೀಎಮ್ಮೆಸ್ ಮತ್ತು ಹಾಸಿಗೆ ಚಟುವಟಿಕೆಗಳ ವ್ಯತ್ಯಾಸದ ಹೊರತಾಗಿಯೂ ಪ್ರಹ್ಲಾದನಿಗೆ ಪ್ರಿಮಾನಿಶನ್ ಥರ ಅರಿವಾಗುತ್ತಿತ್ತು.

'ಶಾಲಿನಿ, ಅತಿ ಬುದ್ಧಿವಂತಿಕೆಯಿಂದ ಮಾತಾಡಬೇಡ. ಪ್ರತಿಯೊಂದಕ್ಕೂ ಒಂದು ಪರಿಹಾರಾನಾ ನೀನೇ ಯೋಚಿಸ್ತೀಯಲ್ಲ. ಹಾಗೇ ಇದಕ್ಕೂ ಒಂದು ಹುಡುಕು. ಇದು ನಿನ್ನ ಸಮಸ್ಯೆ.'

'ನನ್ನ ಸಮಸ್ಯೆ. ಹೌ ಡೇರ್ ಯು. ಪೆಲ್ಲಿ. ಬದುಕಲ್ಲಿ ಪ್ರತಿಯೊಂದೂ ಪ್ಯಾಕೇಜು, ತಿಳಕೋ. ಬೆಡ್‌ರೂಮೂ, ದೇವರಮನೇನೂ ಒಂದೇ ಕಾಲಕ್ಕೆ ಸಿಕ್ಕೊಲ್ಲ, ಸರೀನಾ. ನನಗೆ ದೇವರ ಮನೇಗೆ ಹೋಗಕ್ಕಾಗದೇ ಇದ್ರೆ ನೀನೂ ಹೋಗೋ ಹಾಗಿಲ್ಲ. ಇದಕ್ಕೇ ಧರ್ಮೇಚ, ಅರ್ಥೇಚ, ಕಾಮೇಚ ಅಂತ ಹೇಳಿರೋದು. ಇದು ಆಲ್ ಆರ್ ನನ್. ನಿನಗೆ ತಿಂಗಳ ಮೂವತ್ತು ದಿನಾನೂ ದೇವರ ಫೋಟೋ ನೋಡ್ಕೊಂಡೇ ಗಾಯತ್ರೀ ಮಂತ್ರ ಹೇಳಬೇಕು

ಎನಿಸಿದರೆ ಬೇರೆ ರೂಮಲ್ಲಿ ಮಲಗಿದ್ದೆದ್ದು ಬೆಳಿಗ್ಗೆ ಸ್ನಾನ ಮಾಡಿ ಮಡಿ ಉಟ್ಕೊಂಡು ಪೂಜೆ ಮಾಡು. ಇಲ್ಲ ಅಂದರೆ ನಿನ್ನ ದೇವರುಗಳನ್ನು ಬೇರೆ ಇಟ್ಕೋ. ಅದಾಗೊಲ್ಲ ಅಂದರೆ ಎಲ್ಲರ ಮನಸ್ಸಿಗೂ ಒಪ್ಪೋ ಒಂದು ಸಲಹೆ ಕೊಡು. ಇಲ್ಲದಿದ್ದರೆ ದೊಡ್ಡ ಪೋಸು ಕೊಟ್ಕೊಂಡು ಅಗ್ನಾಸ್ಟಿಕ್ ಅಂತ ಹೇಳಿಕೊಂಡು ಓಡಾಡಿದ ಹಾಗಲ್ಲ ನಮ್ಮ ಥರ ಜೀವನ ಮಾಡೋದು.' ಎಂದಳು.

ಪರಿಸ್ಥಿತಿ ಇಲ್ಲಿಗೆ ಬರುತ್ತದೆ ಎಂದು ಆತ ಅಂದುಕೊಂಡಿರಲಿಲ್ಲ. ಆದರೆ, ಶಾಲಿನಿಯ ಈ ಮಾತಿಗೆ ಪ್ರತಿಕ್ರಿಯಿಸುವಂತೆ ಸೀದಾ ಬೇಸ್‌ಮೆಂಟಿಗೆ ಹೋಗಿ ಅಲ್ಲಿದ್ದ ತನ್ನ ಸ್ಟಡಿಯಲ್ಲಿ ಒಂದು ಲಕ್ಷ್ಮೀವೆಂಕಟೇಶ್ವರ ಸ್ವಾಮಿ ಮತ್ತು ಮಂತ್ರಾಲಯದ ರಾಯರ ಫೋಟೋಗಳನ್ನು ಶಾಲಿನಿಗೆ ಕಾಣಿಸುವ ಹಾಗೆಯೇ ಹೋಗಿ ಅಂಟಿಸಿ ಬಂದು, 'ನೋಡು, ನಾನು ಬೇಕಾದರೆ ನನ್ನ ಸ್ಟಡೀಗೆ ಶಿಫ್ಟ್ ಆಗ್ತೀನಿ, ಬೇಕಾದರೆ. ನೀವ್ಯಾರೂ ನನ್ನ ತಂಟೆಗೆ ಬರಬೇಡಿ' ಎಂದ.

ಶಾಲಿನಿ ಆತನ ಮುಖ ನೋಡಿ ಒಂದು ರೀತಿ ನಕ್ಕಳು. 'ಪೆಲ್ಲಿ, ನೀನು ನನ್ನ ಮೇಲಿನ ಸಿಟ್ಟಿಗೋಸ್ಕರ ದೇವರುಗಳನ್ನು ಬೇರೆ ಕಡೆ ಶಿಫ್ಟ್ ಮಾಡಿ ಆ ತಪ್ಪನ್ನು ನನ್ನ ಮೇಲೆ ಹೊರೆಸಬೇಡ. ಬರೇ ಪೋಸು ಕೊಟ್ಟುಕೊಂಡು ಅಥ್ವಾ ಫೇಸ್‌ಬುಕ್‌ನಲ್ಲಿ ಅಗ್ನಾಸ್ಟಿಕ್ ಅಂತಲೋ, ನಿರೀಶ್ವರವಾದಿ ಅಂತಲೋ ಮೆಸೇಜ್ ಹಾಕಿದಷ್ಟು ಸುಲಭ ಅಲ್ಲ ನಿಜವಾದ ಜೀವನ. ನಿನಗೂ ಈ ದೇವರ ನಮಸ್ಕಾರ ಮಾಡದೇ, ಗಾಯತ್ರೀ ಮಂತ್ರ ಹೇಳದೇ ಒಂಥರಾ ವಿಥ್‌ಡ್ರಾವಲ್ ಶುರುವಾಗಿದೆ. ರಾತ್ರಿ ನಿದ್ರೆ ಬರದೆ ಹೊರಳಾಡಿ ಮೈಯೆಲ್ಲ ಬೆವೆತು ಎದ್ದು ಬೆಡ್‌ರೂಮಿನಲ್ಲಿದ್ದ ರಾಯರ ಪಟಕ್ಕೆ ಮೂರು ನಮಸ್ಕಾರ ಹಾಕಿ ಮಲಗೋದನ್ನು ನಾನೇನು ಗಮನಿಸಿಲ್ಲ ಅಂತ ಅಂದುಕೊಂಡಿದ್ದೀಯ. ಈಗ ನನ್ನ ಕಾರಣ ಮಾಡಿಕೊಂಡು ದೇವರ ಮನೆ ಬೇರೆ ಮಾಡ್ತಾ ಇದ್ದೀಯ. ನಿಜವಾದ ವಿಷಯ ತಿಳಕೋ. ನಮ್ಮೆಲ್ಲರಿಗಿಂತ ನಿನಗೆ ದೇವರು ಹೆಚ್ಚು ಬೇಕಾಗಿದ್ದಾನೆ. ನಾನು, ಮಕ್ಕಳು ದೇವರಿಗೆ ರಜಾ ಕೊಟ್ಟು, ಅವರುಗಳ ಮುಖ ನೋಡದೇ ಇರೋದನ್ನು ಕಲಿತಿದ್ದೇವೆ. ನಿನ್ನ ಕೈಯಲ್ಲಿ ಅದು ಸಾಧ್ಯ ಆಗೊಲ್ಲ. ಅದನ್ನು ಒಪ್ಪಿಕೊ' ಎಂದು ಹೇಳಿ ಮೇಲೆ ಹೋದಳು.

'ವಾಟೆವರ್' ಎಂದು ತಾನು ಬೇಸ್‌ಮೆಂಟಿಗೆ ಹೋದ ತನ್ನ ಫೋಟೋಗಳೊಂದಿಗೆ.

ಅಂದಿನಿಂದ ಶುರುವಾಗಿತ್ತು ಆ ಕುಟುಂಬದಲ್ಲಿ ಎರಡೆರಡು ದೇವರಮನೆಗಳ ನಡುವಿನ ಮಕ್ಕಳ ಜಗ್ಗಾಟ. ಡ್ಯಾಡೀಸ್ ಗಾಡ್ಸ್ ಅಂಡ್ ಮಾಮೀಸ್ ಗಾಡ್ಸ್. ಮಕ್ಕಳಿಗೆ ಅಪ್ಪನ ಬೇಸ್‌ಮೆಂಟಿನ ದೇವರ ಮನೆಯ ಬಗ್ಗೆ ಯಾವ ಕಲ್ಪನೆ ಬಂದಿತ್ತೋ ಗೊತ್ತಿಲ್ಲ. ಅವಕ್ಕೆ ಅರ್ಥ ಆದದ್ದು ಇಷ್ಟು, ಬೇಸ್‌ಮೆಂಟಿನ ಅಪ್ಪನ ದೇವರುಗಳು ದಿನಾ ನೋಡಬಹುದಾದ ದೇವರುಗಳು. ಯಾಕೆಂದರೆ ಡ್ಯಾಡಿ ಆ ದೇವರ ಮನೆಗೆ ದಿನಾ ಹೋಗುತ್ತಾರೆ ಮತ್ತು ಆ ದೇವರ ಮನೆಯ ಬಾಗಿಲು ಮುಚ್ಚುವುದಿಲ್ಲ. ಡ್ಯಾಡಿ ಯಾಕೆ ದಿನಾ ಹೋಗಬಹುದು ಎಂದರೆ ಬಿಕಾಸ್ ಹೀ ಈಸ್ ಅ ಮ್ಯಾನ್. ಹಿ ಡಸ್ ನಾಟ್ ಹ್ಯಾವ್ ದಿಸ್ ಸ್ಟುಪಿಡ್ ಪಿರಿಯಡ್ಸ್ ಲೈಕ್ ಅಸ್. ಮೇಲಿನ ಮನೆಯ ಮುಖ್ಯ ದೇವರಮನೆಯ ದೇವರುಗಳು 'ಓನ್ಲಿ ಆನ್ ಸ್ಪೆಷಲ್ ಅಕೇಷನ್ಸ್ ಲೈಕ್ ಅಂಡ್ ವೆನ್ ವಿ ಆರ್ ಆಲ್ ಕ್ಲೀನ್', ಅದೂ ಅಮ್ಮ ಬಾಗಿಲು ತೆಗೆದು

ನಂದಾದೀಪ ಹಚ್ಚಿದಾಗ. ಯಾಕೆಂದರೆ ಡ್ಯಾಡೀಸ್ ಗಾಡ್ಸ್ ಆರ್ ಜಸ್ಟ್ ಪಿಕ್ಚರ್ಸ್ ನಾಟ್ ಲೈಕ್ ಮಾಮೀಸ್ ವಿಥ್ ಆಲ್ ದ ಡೈಟೀಸ್, ಬೆಲ್ಸ್, ಫ್ರೆಶ್ ಫ್ಲವರ್ಸ್, ಹೋಲಿ ಬೇಸಿಲ್, ಹೋಲೀ ಫೈರ್ ಅಂಡ್ ಆಲ್.

ಪ್ರಹ್ಲಾದನಿಗೆ ತಲೆಕೆಡುವುದೊಂದು ಬಾಕಿ. ಆತನಿಗೆ ಇದ್ದಿದ್ದು ಎರಡೇ ಉಪಾಯ. ಒಂದು ಬೇಸ್‌ಮೆಂಟಿನ ಎರಡೇ ಪಟಗಳಿದ್ದ ತನ್ನ ಪ್ರೈವೇಟ್ ದೇವರಮನೆಯನ್ನೂ ದೇವರ ಸಂಪುಷ್ಟಗಳು, ಗಂಟೆ, ಜಾಗಟೆ, ಕೃಷ್ಣಾಜಿನಗಳಿಂದ ಅಪ್‌ಗ್ರೇಡ್ ಮಾಡುವುದು ಮತ್ತು ಪಟಗಳನ್ನು ಮೂರ್ತಿಗಳಿಗೆ ಬದಲಾಗಿಸಿ ದೇವರುಗಳನ್ನು ಥ್ರೀ ಡೀ ಮಾಡುವುದು ಇಲ್ಲವೇ ಇದೇ ಸ್ಥಿತಿಯಲ್ಲಿಯೇ ಬಿಟ್ಟು ಮಕ್ಕಳಿಗೆ ದೇವರ ಅಸ್ತಿತ್ವ, ನಂಬಿಕೆ, ಎರಡು ಮತ್ತು ಮೂರು ಆಯಾಮಗಳ ವ್ಯತ್ಯಾಸ ಇವೆಲ್ಲ ಹೇಗೆ ಮನಸ್ಸಿನ ನಂಬಿಕೆಗೆ ಬಿಟ್ಟಿದ್ದು, ಹೇಗೆ ಎಲ್ಲರೂ ಯಾವಾಗ ಬೇಕಾದರೆ ಆಗ ದೇವರ ಮನೆಗೆ ಹೋಗಬಹುದು ಎಂದು ಅರ್ಥವಾಗುವ ಹಾಗೆ ಹೇಳುವುದು. ಆದರೆ ಆ ಎಲ್ಲ ಕಾರಣಗಳ ಮತ್ತು ನಂಬಿಕೆಗಳ ಭಿನ್ನಾಭಿಪ್ರಾಯದಿಂದಲೇ ತಾನು ಬೇಸ್‌ಮೆಂಟಿಗೆ ಶಿಫ್ಟ್ ಆಗಿರುವುದರಿಂದ ಆ ವಾದದಲ್ಲಿ ಕಾನ್‌ಫ್ಲಿಕ್ಟ್ ಆಫ್ ಇಂಟರೆಸ್ಟ್ ಕಾಣಿಸಿ ಏನು ಮಾಡುವುದು ಎಂದು ಗೊತ್ತಾಗದೇ ಬಸವಳಿದು ಹೋದ. ಮಕ್ಕಳನ್ನು ಬರಬೇಡಿ ಎಂದು ಹೇಳಲು ಅವನಿಗೆ ಧೈರ್ಯ ಸಾಲದೇ ಅವುಗಳು ಬೇಸ್‌ಮೆಂಟಿನ ಇವನ ರೂಮಿಗೆ ಬಂದು ನಮಸ್ಕಾರ ಹಾಕಿದ ದಿನಗಳಲ್ಲಿ ತಾನು ಸುಮ್ಮನೆ ಹೊರಗಿನಿಂದ ನಮಸ್ಕಾರ ಹಾಕಿ ಹೋಗಲು ಶುರುಮಾಡಿದ. ಈ ರೀತಿ ಮುಚ್ಚಿದ ಬಾಗಿಲ ಹೊರಗಿನಿಂದ ದೇವರಿಗೆ ನಮಸ್ಕಾರವನ್ನು ಮೊದಲೂ ಮಾಡುತ್ತಿದ್ದೆನಲ್ಲ ಈ ಅದೃಷ್ಟಕ್ಕೆ ತನಗೆ ಪ್ರೈವೇಟ್ ದೇವರಮನೆ ಯಾಕೆ ಬೇಕು ಎಂದು ಯೋಚಿಸಿ ಅರ್ಥವಾಗದೇ ಈ ದೇವರ ನಮಸ್ಕಾರ ಹಾಕುವುದು ಎಂಬ ಕ್ರಿಯೆ ತನ್ನ ನಂಬಿಕೆಯೋ, ವ್ಯಸನವೋ ಅಥವಾ ಜನ್ಮಕ್ಕೆ ಹತ್ತಿದ ಪೀಡೆಯೋ ಗೊತ್ತಾಗದೇ ಏನು ಮಾಡಲೂ ಗೊತ್ತಾಗದೇ ಇನ್ನೂ ಕಂಗಾಲಾಗಿ ಹೋದ.

■

ಪ್ರಹ್ಲಾದನನ್ನು ಮತ್ತು ಆತನ ದೇವರುಗಳನ್ನು ಈ ಸಮಸ್ಯೆಯಿಂದ ಪಾರುಮಾಡಲು ದೇವರಂತೆ ಪ್ರಹ್ಲಾದನ ಮನೆಗೆ ಬಂದದ್ದು ಅಮ್ಮ ಪರಿಮಳಾಬಾಯಿ. ಪ್ರಹ್ಲಾದ ಅಮೆರಿಕಾಕ್ಕೆ ಹೋದಮೇಲೆ ಪರಿಮಳಾಬಾಯಿಯವರು ಪದ್ದಕ್ಕನನ್ನು ಮನೆಯಲ್ಲಿಯೇ ಕರೆಸಿ ಇಟ್ಟುಕೊಂಡಿದ್ದರು. 'ನಡಗೋವರಿಗೆ ಮಡಿಕೋಲ ಆಸರೆ' ಸಿಕ್ಕಹಾಗೆ ಇಬ್ಬರೂ ದಿನಾ ಸಂಜೆ ರಾಯರಮಠದ ಪ್ರವಚನ ಕೇಳಿಕೊಳ್ಳುತ್ತಾ, ಹಪ್ಪಳ ಸಂಡಿಗೆ, ಮೆಣಸಿನಪುಡಿ, ಹುಳಿಪುಡಿ ಮಾಡಕೋತ, ನೆಂಟರಿಷ್ಟರ ಮನೆಯಲ್ಲಿ ಮದುವೆ, ಮುಂಜಿ ಆದರ ತಾವೇ ಮುಂದ ನಿಂತು ಪದರಫೇಣಿ ತೀಡುತ್ತ, ಬೇಸನ್ ಲಾಡು ಕಟ್ಟಿಕೊಡತಾ ಜೀವನಾ ಸಾಗಿಸುತಾ ಇದ್ದರು. ಬಳ್ಳಾರಿಯ ಸತ್ಯನಾರಾಯಣಪೇಟೆಯಲ್ಲಿ ಬಿಂದುಮಾಧವಾಚಾರ್ಯರು ಪ್ರಹ್ಲಾದ, ಶಾಲಿನಿಗೆ ಹೆಚ್ಚು ಕಮ್ಮಿ ಬಹಿಷ್ಕಾರವನ್ನೇ ಹಾಕಿದ್ದರು. ಭಾರತಕ್ಕೆ ಬಂದಾಗ ಬಳ್ಳಾರಿಗೆ ಅತ್ತೆ ಮಾವನ ಮನೆಗೆ ಹೋದಾಗ ಆಚಾರ್ಯರು ಪ್ರಹ್ಲಾದನ ಜತೆ ಒಂದೇ ಪಂಕ್ತಿಯಲ್ಲಿ ಊಟಕ್ಕೆ ಕೂರುತ್ತಿರಲಿಲ್ಲ. ಪೂಜೆ ಮಾಡಿ, ತೀರ್ಥ, ಮಂತ್ರಾಕ್ಷತೆ ಕೊಡಬೇಕಾದರೆ ಪಕ್ಕದಲ್ಲಿಯೇ

ಪ್ರಹ್ಲಾದನೂ ಗೋಪೀಚಂದನ ಹಚ್ಚಿಕೊಂಡೇ ನಿಂತಿದ್ದರೂ ಉದ್ಧರಣೆಯಿಂದ ಬೀಳುವ ತೀರ್ಥ ಪ್ರಹ್ಲಾದನಿಗಾಗಲೀ, ಶಾಲಿನಿಗಾಗಲೀ ಒಂದೇ ಧಾರೆಯಲ್ಲಿ ಬಿದ್ದು ಸೋಕದಂತೆ ಜೋಕೆಯಾಗಿರುತ್ತಿದ್ದರು. ಪ್ರಹ್ಲಾದನಿಗಿರಲಿ, ಶಾಲಿನಿಗೇ ಇದು ಅತಿ ಕಿರಿಕಿರಿಯನ್ನುಂಟುಮಾಡಿ ಬಳ್ಳಾರಿಗೆ ಬಾ ಎಂದು ಪ್ರಹ್ಲಾದನನ್ನು ಕರೆಯುವುದನ್ನೇ ಬಿಟ್ಟುಬಿಟ್ಟಿದ್ದಳು. ತಾನೊಬ್ಬಳೇ ಮಕ್ಕಳನ್ನು ಕರೆದುಕೊಂಡು ಒಂದುವಾರ ಬಳ್ಳಾರಿಯಲ್ಲಿ ಹೋಗಿದ್ದುಬರುತ್ತಿದ್ದಳು. ಪರಿಸ್ಥಿತಿ ಹೀಗಿದ್ದಾಗ ಅಮೆರಿಕಾಕ್ಕೆ ಬನ್ನಿ ಎಂದು ಆಚಾರ್ಯರನ್ನು ಕೇಳುವುದೂ ದೂರದ ಮಾತು.

ಮೊದಲಿನಿಂದ ಇಂಥ ಸಾಹಸಗಳಲ್ಲೆಲ್ಲಾ ಬಹಳ ಆಸಕ್ತಿಯಿದ್ದ ಪರಿಮಳಾಬಾಯಿಯವರು ಈ ಬಾರಿ ಸುಮ್ಮನೆ ಪ್ರಹ್ಲಾದ ಕರೆದಾಗ 'ಪರ್ಯಾಯ ಮಾಡೋ ಸ್ವಾಮಿಗಳೇ ಸಾಗರೋಲ್ಲಂಘನ ಮಾಡಿ ಗಿಟ್ಟಿಸಿಕೊಂಡಿರಬೇಕಾದ್ರೆ ನನ್ನಂಥ ಹುಲುಮಾನವಳದೆಂಥ ಲೆಕ್ಕ' ಎಂದು ಹೇಳಿ ಒಂದೇ ಏಟಿಗೆ ಅಮೆರಿಕಾಕ್ಕೆ ಬರಲು ಒಪ್ಪಿಕೊಂಡು ಬಂದಿದ್ದರು. ವಿಮಾನದಲ್ಲಿ ಕಟ್ಟಿಕೊಂಡು ಬಂದಿದ್ದ ಕುಟ್ಟವಲಕ್ಕಿ ತಿಂದು, ಗಗನಸಖಿಯ ಹತ್ತಿರ ಕೇಳಿ ಇಸಕೊಂಡು ಬಾಳೆಹಣ್ಣು ತಿಂದು ವಿಮಾನ ನಿಲ್ದಾಣದಿಂದ ಪ್ರಹ್ಲಾದನ ಮನೆಗೆ ಬಂದವರೇ ಬೃಹದಾಕಾರದ ಮನೆಯನ್ನು ನೋಡಿ ದಂಗಾಗಿಹೋದರು. ಪದ್ದಕ್ಕನಿಗೆ ಫೋನ್ ಮಾಡಿ 'ಹಂಗಿಂಗಿಲ್ಲೇ ಮಾರಾಯ್ತಿ ಪೆಲ್ಲಿ ಮನಿ. ಮೇಲ್ ಪಡಸಾಲದಾಗ ಐವತ್ತೆಲೆ ಹಾಕಬಹುದು. ಇನ್ನು ನೆಲಮಾಳಿಗೆಗೆ ಹೋದರಂತೂ ಮುಗೀದೇ ಹೋತು. ಪವಮಾನ ಹೋಮಾನೇ ಮಾಡಬಹುದು, ಬೇಕಿದ್ರೆ. ಆರು ರೂಮು, ನಾಲ್ಕು ಬಚ್ಚಲಮನಿ, ದೆವ್ವನಂಥಾ ಅಡಿಗಿ ಮನಿ, ಎರಡೆರಡು ದೇವರಮನೆ. ಒಟ್ಟ ಅರಮನಿ ನೋಡು' ಎಂದು ಎಲ್ಲ ವಿಷಯವನ್ನೂ ಸಾರಾಸಗಟಾಗಿ ವರದಿ ಒಪ್ಪಿಸಿದ್ದರು. ಆಕಡೆಯಿಂದ ಪದ್ದಕ್ಕ 'ಎಲ್ಲ ಸರೀನೇ ತಂಗಿ. ಆದರೆ ಒಂದು ಮನ್ಯಾಗ ಎರಡೆರಡು ದೇವರ ಮನಿ ಅಂದ್ರ ಏನೇ?' ಎಂಬ ಪ್ರಶ್ನೆಗೆ ಪರಿಮಳಾಬಾಯಿಯವರಿಗೆ ತಕ್ಷಣ ಉತ್ತರ ದೊರಕದೆ 'ಏನೋ, ಇಲ್ಲಿನ ಪದ್ಧತಿ ಇರಬಹುದು, ಯಾರಿಗ್ಗೊತ್ತು?' ಎಂದು ಮಾತು ಮುಗಿಸಿದ್ದರು.

ಪರಿಮಳಾಬಾಯಿಯವರು ಬಂದು ಅಮೆರಿಕಾದಲ್ಲಿ ಸೆಟಲ್ ಆದ ತಕ್ಷಣ ಪ್ರಹ್ಲಾದ ಮಾಡಿದ್ದೆಂದರೆ ಅಮ್ಮನ ನೆವದಲ್ಲಿ ದೊಡ್ಡ ದೇವರಮನೆಯಲ್ಲಿ ತನ್ನ ನೆಲೆಯನ್ನು ಸಂಸ್ಥಾಪಿಸಿದ್ದು. ಅಮ್ಮನ ಹತ್ತಿರ ರಾಯರ ಮಠದಿಂದ ಎರಡು ಕೆಂಪು ರೇಷ್ಮೆ ಮಡಿ, ಗೋಪಿಚಂದನದ ತುಂಡುಗಳು, ಸಾಣೆಕಲ್ಲು, ಬೆಳ್ಳಿಯ ಸಂಪುಷ್ಟಗಳು, ಬೆಳ್ಳಿಯ ಬಾಲಕೃಷ್ಣ, ರಾಮದೇವರ ವಿಗ್ರಹ, ತುಳಸೀಕಟ್ಟೆ, ಜಾಗಟೆ, ಮಂಡಿನಾರಿನ ಕೋಲು, ಪ್ರಾಣದೇವರ ಹಿಡಿಕೆಯಿರುವ ಗಂಟೆ, ಕೂರಲು ಮಣೆ, ಋಗ್ವೇದಾಹ್ನೀಕಮಂಜರಿಯ ಹೊಸಾ ಎಡಿಷನ್, ಸ್ಟಿಕರ್ ರಂಗೋಲಿ– ಎಲ್ಲವನ್ನೂ ತರಿಸಿದ್ದ. ಅಜ್ಜಿ ಬರುವ ಮುನ್ನವೇ ಮಕ್ಕಳನ್ನು ಎಚ್ಚರಿಸಿದ್ದ, ಶಾಲಿನಿಯ ಗಮನಕ್ಕೆ ಬರುವಂತೆ, 'ಅಜ್ಜಿ ತುಂಬಾ ಓಲ್ಡ್ ಫ್ಯಾಶನ್ಡ್, ಎಡಗೈಲಿ ಬಲಗೈಲಿ ಅದೂ ಇದೂ ಮುಟ್ಟೋ ಹಾಗಿಲ್ಲ. ಮಡೀ, ಮೈಲಿಗೆ, ಎಂಜಲು ಮುಸುರೆ ನೋಡಿಕೊಂಡು ಓಡಾಡಿ. ಅಜ್ಜೀಗೆ ಮೇಲೆ ಕೆಳಗೆ ಓಡಾಡೋಕಾಗೊಲ್ಲ. ಇಲ್ಲಿಗೆ ಬಂದಾಗ ಮೇನ್ ಫ್ಲೋರಲ್ಲಿರೋ ದೇವರಮನೇನ ಉಪಯೋಗಿಸ್ತಾರೆ. ನೀವೆಲ್ಲ ಕೆಳಗೆ ಬೇಸ್‌ಮೆಂಟಲ್ಲಿರೋ ದೇವರಮನೇನ ಉಪಯೋಗಿಸಿ. ನವರಾತ್ರಿ ಬೇರೆ ಶುರುವಾಗ್ತಿದೆ. ನಮ್ಮನೇಲಿ ನವರಾತ್ರಿ ಬಹಳ ದೊಡ್ಡ ಹಬ್ಬ. ಅಮ್ಮನಿಗೆ ಪಟ್ಟದ ಬೊಂಬೆಗಳನ್ನು ತೆಗೆದುಕೊಂಡು ಬಾ ಎಂದು

ಹೇಳಿದೀನಿ' ಎಂದು ಎಲ್ಲವನ್ನೂ ಶುಚಿಗೊಳಿಸಿ, ಅಣಿಗೊಳಿಸಿದ್ದ. ಪರಿಮಳಾಬಾಯಿಯವರು ಕೇಳಿದರು ಎಂದು ಅವರ ಮಡಿ ಬಟ್ಟೆಗಳನ್ನು ನೇತುಹಾಕಲು ದೇವರಮನೆಯಲ್ಲಿ ಒಂದು ತಂತಿಯನ್ನೂ ನೇತು ಹಾಕಿದ್ದ. ಅವಶ್ಯಕತೆಗಿಂತ ಹೆಚ್ಚು ಎದ್ದು ಕಾಣುತ್ತಿರುವ ಈ ಉತ್ಸಾಹ ಯಾವುದೋ ಸ್ಕೀಮಿಗೆ ಪ್ಲಾನು ಎಂದು ಶಾಲಿನಿಗೆ ಅನಿಸಿದರೂ ಏನೂ ಮಾತಾಡದೇ ಸುಮ್ಮನಿದ್ದಳು.

ಪಾಡ್ಯದ ದಿನ ಬೆಳಿಗ್ಗೆ ನಾಲ್ಕು ಗಂಟೆಗೇ ಎದ್ದು ದೇವರಮನೆಯಲ್ಲಿದ್ದ ಶಾಲಿನಿಯ ದೇವರುಗಳು ಮತ್ತು ಬೆಂಗಳೂರಿನಿಂದ ತರಿಸಿದ್ದ ಹೊಸಾ ದೇವರುಗಳನ್ನೂ ಮಡಿಮಾಡಿದ ಅಡುಗೆಮನೆಯ ಸಿಂಕಿನಲ್ಲಿ ತೊಳೆದು, ಒರೆಸಿ ಜೋಡಿಸಿ, ತಾನೂ ಜರ್ಬಾಗಿ ಮುದ್ರೆ ಹಾಕಿ ಶಾಲಿನಿ ಏಳುವ ಹೊತ್ತಿಗೆ 'ವನಸ್ಪತ್ಯುದ್ಭವೋಂ ದಿವ್ಯೋ ಗಂಧಾಢ್ಯೋಗಂಧ ಉತ್ತಮ' ಎಂದು ಜೋರಾಗಿ ಮಂತ್ರ ಹೇಳಿಕೊಳ್ಳುತ್ತಾ ಧೂಪಾರತಿ ಮಾಡುತ್ತಿದ್ದ. ಅಷ್ಟು ಹೊತ್ತಿಗೆ ಪರಿಮಳಾಬಾಯಿಯವರೂ ಎದ್ದು ತಾವೂ ಶವರ್ನಲ್ಲಿ ಮಡಿಯಾಗಿ ಬಂದು ಮಗನ ಜತೆ ಪೂಜೆಗೆ ಸೇರಿಕೊಂಡಿದ್ದರು.

ಶಾಲಿನಿ ಕೆಳಗೆ ಎದ್ದು ಬಂದು ನೋಡಿದಳು. ಆಕೆ ಇನ್ನೂ ಸ್ವೆಟ್ ಪ್ಯಾಂಟ್, ನೈಟ್ ಗೌನಿನಲ್ಲಿದ್ದಳು. ಮುಖಕ್ಕೊಂದಿಷ್ಟು ನೀರು ಹಾಕಿ ಬೆಡ್‌ರೂಮಿನಿಂದ ಹೊರಗೆ ಬಂದು ದೇವರಕೋಣೆಯ ಹತ್ತಿರ ಬಂದಾಗ ಸ್ವಚ್ಛವಾಗಿ, ಶುಚಿಯಾಗಿ ಅಲಂಕೃತಗೊಂಡಿದ್ದ ಎಲ್ಲ ದೇವರುಗಳು ಮತ್ತು ಬೆಳಗುತ್ತಿದ್ದ ದೇವರಮನೆಯನ್ನು ನೋಡಿದಳು. 'ಪ್ರಾಂತಃ ಸ್ನಾನ್ ಪುರಭೂತ ವೈರಿಬಲವನ್' ಹೇಳುತ್ತಿದ್ದ ಪ್ರಹ್ಲಾದನ ಕಂಠ ಶಾಲಿನಿಯನ್ನು ಕಂಡ ತಕ್ಷಣ ಇನ್ನೂ ಜೋರಾಯಿತು. 'ಎಲ್ಲ ಬೇಗ ಬೇಗ ಏಳಿ. ಸ್ನಾನ ಮಾಡಿ ರೆಡಿಯಾಗಿ. ಇನ್ನು ಹತ್ತು ದಿನ ಮನೆಯಲ್ಲಿ ಪೂಜೆ. ಅಮ್ಮ ಸಂಜೆ ವೆಂಕಟೇಶ ಕಲ್ಯಾಣ ಓದುತ್ತಾಳೆ. ನಾನು ದಿನಾ ಬೆಳಿಗ್ಗೆ ಎದ್ದು ಪೂಜೆ ಮಾಡ್ತೀನಿ. ದೇವರ ಪೂಜೆಯ ಪುಸ್ತಕ ತರಿಸಿದ್ದೀನಿ. ಅಮ್ಮ, ದಿನಾ ಒಂದು ಏನಾದರೂ ಸ್ವೀಟ್ ಮಾಡಿಬಿಡು. ಕೋಸಂಬರಿಗೆ ನೆನೆಸಿಟ್ಟಿದ್ದೀನಿ. ಮಧ್ಯಾಹ್ನ ಊಟಕ್ಕೆ ನಾ ಬರ್ತೀನಿ. ಶಾಲಿನಿ, ನೀನೂ ಬಂದುಬಿಡು. ಅಮ್ಮ ಎಲ್ಲ ಅಡುಗೆ ಮಾಡಿಟ್ಟಿರ್ತಾಳೆ.' ಎಂದು ಶಾಲಿನಿಯ ಕಡೆ ನೋಡಿ ನಕ್ಕ.

ಶಾಲಿನಿ ಏನೂ ಮಾತಾಡಲಿಲ್ಲ. ಸೀದಾ ಕೆಳಗೆ ಬೇಸ್‌ಮೆಂಟಿಗೆ ಹೋದಳು. ಅಲ್ಲಿದ್ದ ರಾಯರ ಪಠಕ್ಕೆ ಒಮ್ಮೆ ಕೈಮುಗಿದು ಹೊರಗೆ ಬಂದಳು. ಅಷ್ಟು ಹೊತ್ತಿಗೆ ಮಕ್ಕಳೂ ಎದ್ದಾಗಿತ್ತು. ಮೂರೂ ಮಕ್ಕಳೂ ಅಮ್ಮನನ್ನು ಅನುಸರಿಸಿದರು.

ಪರಿಮಳಾಬಾಯಿಯವರಿಗೆ ಇಲ್ಲಿ ಏನೋ ಸರಿಯಿಲ್ಲ ಎನಿಸಿತು. ಆದರೆ, ಅವರು ಏನೂ ಮಾತಾಡಲಿಕ್ಕೆ ಹೋಗಲಿಲ್ಲ. ಮಕ್ಕಳೆಲ್ಲ ಸ್ನಾನಕ್ಕೆ ಹೋದವರು ಕೆಳಗೆ ಮಂಗಳಾರತಿ ತೆಗೆದುಕೊಳ್ಳಲೂ ಯಾರೂ ಬರಲಿಲ್ಲ. ಶಾಲಿನಿ ಮಕ್ಕಳಿಗೆ ಹೋಗಬೇಡಿ ಎಂದೇನೂ ಹೇಳಿರಲಿಲ್ಲ. ಮೂರೂ ಮಕ್ಕಳು ಅಮ್ಮನಿಗೆ ಎಷ್ಟು ಕಂಡೀಶನ್ ಆಗಿದ್ದವು ಎಂದರೆ ಅವುಗಳಿಗೆ ಪಾಂಗ್ತವಾಗಿ ನಡೆಯುತ್ತಿದ್ದ ಅಜ್ಜಿ, ಡ್ಯಾಡಿಯ ಈ ಪೂಜಾವಿಧಿಗಳ ಪರಿಧಿಯೊಳಗೆ ತಮ್ಮನ್ನು ಬಿಟ್ಟುಕೊಳ್ಳಲಾಗಲಿಲ್ಲ.

ಕಾರಿನಲ್ಲಿ ಸುಪ್ರಿಯಾ ತಂಗಿಯರನ್ನು ಸ್ಕೂಲಿಗೆ ಡ್ರಾಪ್ ಬಿಡುತ್ತಿದ್ದಾಗ ಸುವಿಧಾ ತಡೆಯಲಾರದೇ ಕೇಳಿದ್ದಳು. 'ಡೋಂಟ್ ಯು ಥಿಂಕ್ ದಟ್ ಡ್ಯಾಡಿ ಈಸ್ ಗೆಟಿಂಗ್ ಅ ಲಿಟಲ್ ವಿಯರ್ಡ್?'

ದೊಡ್ಡ ಹುಡುಗಿ ಸುಪ್ರಿಯಾ ಎಲ್ಲ ಅರ್ಥ ಮಾಡಿಕೊಂಡವಳಂತೆ 'ಐ ನೋ ಎಕ್ಸಾಕ್ಟ್ಲೀ ವಾಟ್ ಹೀ ಈಸ್ ಡೂಯಿಂಗ್.' ಎಂದಳು.

ಸುವಿಧಾ 'ವಾಟ್?' ಎಂದು ಕೇಳಿದಾಗ

'ಐ ಥಿಂಕ್ ಹೀ ಈಸ್ ಟ್ರೈಯಿಂಗ್ ಟು ರಿಕ್ಲೈಮ್, ವಾಂಟ್ಸ್ ಟು ರಿ ಎಸ್ಟಾಬ್ಲಿಶ್ ಹಿಮ್‌ಸೆಲ್ಫ್'

'ಹೌ? ಬೈ ಗೆಟ್ಟಿಂಗ್ ಇಂಟು ದ ವರ್ಶಿಪ್ ರೂಮ್?'

'ನೋ, ಬೈ ಕೀಪಿಂಗ್ ಮಾಮಿ ಔಟ್ ಆಫ್ ಇಟ್.'

'ವೈ ಈಸ್ ದಿಸ್ ಸ್ಪೆಶಲ್ ಓನ್ಲೀ ಇನ್ ಅವರ್ ಹೌಸ್?

'ಬಿಕಾಸ್ ವಿ ಆರ್ ಬ್ರಾಮಿನ್ಸ್'

'ವಾಟ್ ಡಸ್ ದಟ್ ಮೀನ್.'

'ಐ ಹ್ಯಾವ್ ನೋ ಐಡಿಯಾ.'

'ಮೈ ಗಾಡ್. ಇಟ್ ಈಸ್ ವಿಯರ್ಡ್. ವಾಟ್ ಡು ಯು ಥಿಂಕ್ ವಿಲ್ ಹ್ಯಾಪನ್?'

'ನಥಿಂಗ್. ಒನ್ಸ್ ಅಜ್ಜಿ ಗೋಸ್ ಬ್ಯಾಕ್. ಎವೆರಿಥಿಂಗ್ ವಿಲ್ ಬಿ ಬ್ಯಾಕ್ ಟು ನಾರ್ಮಲ್.'

'ಐ ಹೋಪ್ ಸೋ' ಎಂದಳು, ಸುವಿಧಾ. ಸ್ಕೂಲಿಗೆ ಅರ್ಜೆಂಟಾಗಿತ್ತು.

ಅವತ್ತು ಶಾಲಿನಿ ಮಧ್ಯಾಹ್ನ ಊಟಕ್ಕೆ ಬರಲಿಲ್ಲ. ಆಫೀಸಿನಿಂದ ಪ್ರಹ್ಲಾದನಿಗೆ ಒಂದು ಮೆಸೇಜ್ ಕಳಿಸಿದ್ದಳು. 'ಕೆಲಸದಲ್ಲಿ ಬಹಳ ಬಿಜಿ ಇದ್ದೀನಿ. ಇವತ್ತು ಮಧ್ಯಾಹ್ನ ಬರಲಾಗುವುದಿಲ್ಲ.'

ಅಂದಿನಿಂದ ಮುಂದಿನ ಹತ್ತು ದಿನಗಳೂ ದಿನಾ ಬೆಳಿಗ್ಗೆ ದೇವರ ಪೂಜೆ, ಮಧ್ಯಾಹ್ನ ಹಬ್ಬದಡಿಗೆ, ಸಂಜೆ ಪರಿಮಳಾಬಾಯಿಯವರು ವೆಂಕಟೇಶ ಕಲ್ಯಾಣದ ಹಾಡುಗಳನ್ನು ರಾಗವಾಗಿ ಹಾಡುತ್ತಿದ್ದರು. ಅದನ್ನು ಪ್ರಹ್ಲಾದ ಹ್ಯಾಂಡಿಕ್ಯಾಮ್‌ನಲ್ಲಿ ರೆಕಾರ್ಡ್ ಮಾಡುತ್ತಿದ್ದ. ಹಿಂದೆ ಬ್ಯಾಕ್‌ಗ್ರೌಂಡಿನಲ್ಲಿ ಇಂಟರ್ನೆಟ್ಟಿನಲ್ಲಿ ಡೌನ್‌ಲೋಡ್ ಮಾಡಿದ ವೆಂಕಟೇಶ ಪಾರಿಜಾತ. ಮಕ್ಕಳೂ ದಿನಾ ಸಂಜೆ ಚೂಡಿದಾರ ಹಾಕಿಕೊಂಡು ಬಂದು ಕೂತು, ಅಜ್ಜಿಯ ಹಾಡುಕೇಳಿ ಪ್ರಹ್ಲಾದ ಮಂಗಳಾರತಿ ಮಾಡುವ ತನಕ ಇದ್ದು ತಮ್ಮ ತಮ್ಮ ರೂಮಿಗೆ ಹೋಗುತ್ತಿದ್ದವು. ಶಾಲಿನಿಯೂ ಸೀರೆ ಉಟ್ಟು ಬಂದು ಪ್ರಸಾದ ಸ್ವೀಕರಿಸಿ ಹೋಗುತ್ತಿದ್ದಳು.

ಅವಳ ಅನ್ಯಮನಸ್ಕತೆಯನ್ನು ಗಮನಿಸಿದ ಪರಿಮಳಾಬಾಯಿಯವರೇ 'ಶಾಲಿನಿ, ಪಟ್ಟದ ಗೊಂಬೆಗಳು ಮಾತ್ರ ದೇವರ ಮನಿಯೊಳಗೆ ಇದ್ದರೆ ಆತು ತಗೋ. ಉಳಿದಂತೆ

ನೀನೂ, ಮಕ್ಕಳು ಬೊಂಬೆ ಇಡೋ ಸಂಪ್ರದಾಯ ಇದ್ದಲ್ಲಿ ಬೇಕಾದ್ದು ಸಿಂಗರಿಸಿ ಇಟ್ಕಳಿ. ಈಗಂತೂ ಬೆಂಗಳೂರಲ್ಲಿ ಇದೊಂತರಾ ಫ್ಲಾಷನ್ ಆಗೋಗದೆ. ಎಂಥದೋ ಚೋಟಾ ಭೀಮಂತೆ; ಇನ್ನೂ ನಿಮ್ಮವೇ ಆಟಿಗೆಗಳಿದ್ದಾವಲ್ಲ ಹ್ಯಾರಿ ಪಾಟರ್ರೋ ಎಂಥದೋ ಎಲ್ಲ ಥರದ ಬೊಂಬೆಗಳನ್ನೂ ಇಡ್ತಾರೆ. ಸಂಪ್ರದಾಯಕ್ಕಿಂತ ಸಂಭ್ರಮವೇ ಮುಖ್ಯ. ಅದರಲ್ಲೂ ತಪ್ಪೇನಿಲ್ಲ ತಗೋ. ಒಟ್ಟು ಯಾವುದೋ ಒಂದು ರೀತೀಲಿ ನಮ್ಮಕ್ಳಿಗೆ ನಮ್ಮ ಸಂಪ್ರದಾಯ ಅರ್ಥ ಆದರೆ ಆಯಿತಷ್ಟೇ. ನಾವು ಬೆಳೆದ ಕಾಲಕ್ಕೂ, ನಿಮ್ಮ ಕಾಲಕ್ಕೂ ಎಷ್ಟು...'

'ಇಲ್ಲ ಅತ್ತೆ. ಮಕ್ಕಳೆಲ್ಲ ದೊಡ್ಡವರಾಗಿದ್ದಾರೆ. ನಮ್ಮನೇಲಿ ಬೊಂಬೆ ಇಟ್ಟು ಬಹಳ ದಿನಗಳಾದವು. ಕೆಲಸದ ಗಲಾಟೆಯಲ್ಲಿ ಪುರುಸೊತ್ತೇ ಆಗೊಲ್ಲ. ನೀವು ಪಟ್ಟದ ಗೊಂಬೆ ಕೂಡಿಸ್ತೀರಲ್ಲ, ಸಾಕು.' ಎಂದಳು, ಶಾಲಿನಿ.

'ಏ, ಹಂಗಂದ್ರೆ ಹೆಂಗೆ. ಅಮ್ಮ ಬಂದಿರೋದೇ ಅಪರೂಪ. ಮನೇಲಿ ಬೊಂಬೆಗಳಿಗೇನು ಬರವೇ? ಧಂಡಿಯಾಗಿವೆ. ಅಮ್ಮ, ನಾನು ಹೆಲ್ಪ್ ಮಾಡ್ತೀನಿ. ಮಕ್ಕಳಿಗೂ ಇಂಥದರಲ್ಲೆಲ್ಲ ತುಂಬಾ ಆಸಕ್ತಿ ಇತ್ತು. ಈ ನಡುವೆ ಎಲ್ಲ ಕಮ್ಮಿ ಆಗಿದೆ. ಏ ಸುಪ್ರಿಯಾ, ಸುವಿಧಾ ಎಲ್ಲ ಕೆಳಗೆ ಬನ್ನಿ. ಅಜ್ಜೀಗೆ ಹೆಲ್ಪ್ ಮಾಡಿ.' ಎಂದು ಮಕ್ಕಳನ್ನೆಲ್ಲಾ ಕೆಳಗೆ ಕರೆದು ದೇವರ ಮನೆಯಲ್ಲಿಯೇ ಪಟ್ಟದ ಬೊಂಬೆಗಳನ್ನು ಇಟ್ಟು ಇನ್ನೊಂದು ಭಾಗದಲ್ಲಿ ಮಕ್ಕಳ ಬಾರ್ಬಿ ಡಾಲಿನಿಂದ, ಸ್ಪೈಡರ್ ಮ್ಯಾನ್ ತನಕ ಎಲ್ಲ ಬೊಂಬೆಗಳನ್ನೂ ಮೆಟ್ಟಿಲು ಮೆಟ್ಟಿಲಾಗಿ ಜೋಡಿಸಿಟ್ಟ.

ಶಾಲಿನಿ ಎಲ್ಲವನ್ನೂ ತನಗೆ ಸಂಬಂಧಪಡದಂತೆ ಸುಮ್ಮನೇ ನೋಡುತ್ತಾ ಇದ್ದಳು.

■

'ಅಮ್ಮ ಬೊಂಬೆ ಬಾಗಿನ ಕೊಡಬೇಕಂತೆ. ಒಂದಿಷ್ಟು ಜನಕ್ಕೆ ಬಂದು ಬೊಂಬೆ ನೋಡಿಕೊಂಡು ಹೋಗೋಕೆ ಹೇಳೋಕಾಗುತ್ತಾ, ಶಾಲಿನಿ. ಇಮೇಯ್ಲ್ ಕಳಿಸು. ಒಂದಿಷ್ಟು ಜನಕ್ಕೆ ಫೋನ್ ಮಾಡಿ ಹೇಳಿದರೂ ಆಯಿತು' ಎಂದ, ಪ್ರಹ್ಲಾದ ನವರಾತ್ರಿಯ ಒಂದು ರಾತ್ರಿಯಲ್ಲಿ.

'ನಾನು ಯಾರಿಗೂ ಫೋನ್ ಮಾಡೋಕೆ ಹೋಗೊಲ್ಲ. ನಿನಗೆ ಬೇಕಾದರೆ ನೀನೇ ಕರಕೋ' ಎಂದು ಆ ಕಡೆ ಮುಖ ತಿರುಗಿಸಿ ಮಲಗಿದಳು, ಶಾಲಿನಿ.

'ಶಾಲಿನಿ, ನಾನೂ ನೋಡ್ತಾ ಇದೀನಿ. ಅಮ್ಮ ಬಂದಾಗಿನಿಂದ ಸರಿಯಾಗಿ ಮುಖಕ್ಕೆ ಮುಖ ಕೊಟ್ಟು ಮಾತಾಡೊಲ್ಲ. ಇಷ್ಟು ಪಾಂಗ್ತವಾಗಿ ಪೂಜೆ ನಡೀತೀದೆ, ಮನೇಲಿ. ದೇವರಮನೆ ಕಡೇನೂ ಬರೊಲ್ಲ. ಏನು ಮಾಡಿದೀನಿ ಅಂತ ನಿನಗೆ ಅಷ್ಟು ಸಿಟ್ಟು.'

'ಏನೂ ಆಗಿಲ್ಲ, ಪೆಲ್ಲಿ. ನಿನಗೆ ಬೇಕಾದರೆ ನನ್ನ ಇಮೇಯ್ಲ್ ಐಡಿ, ಪಾಸ್‌ವರ್ಡ್ ಎರಡೂ ನಿನಗೆ ಗೊತ್ತಿದೆ. ನನ್ನ ಇಮೇಯ್ಲಿನಿಂದ ನಿನಗೆ ಯಾರ್ಯಾರಿಗೆ ಬೇಕೋ ಎಲ್ಲರಿಗೂ ಇಮೇಯ್ಲ್ ಕಳಿಸಿ ಆಹ್ವಾನಿಸು. ದಯವಿಟ್ಟು ನನ್ನನ್ನು ಇದರಲ್ಲಿ ಎಳೆಯಬೇಡ.'

'ಶಾಲಿನಿ. ಏನಾಗಿದೆ, ಅಂತ?'

'ಏನಾಗಿದೆ ಅಂತ ನಾ ಬಾಯ್ಬಿಟ್ಟು ಹೇಳಬೇಕಾ. ನಾನೂ ಕಳೆದ ಹದಿನೆಂಟು ವರ್ಷಗಳಿಂದ ನಿನ್ನನ್ನು ನೋಡ್ತಾನೇ ಇದೀನಿ. ದಿನಕ್ಕೆರಡು ಸರಿ ಗಾಯತ್ರೀ ಮಂತ್ರ ಹೇಳಿದ ಶಾಸ್ತ್ರ ಮಾಡಿ, ನಾಲ್ಕು ನಮಸ್ಕಾರ ಹೊಡೀತಿದ್ದೆ. ಈಗ ಏನು ಮಾಡ್ತಾ ಇದೀ. ಆ ಮುದ್ರೆ ಏನು, ಆ ದೇವರಪೂಜೆ ಮಂತ್ರಗಳೇನು. ಬೊಂಬೆ ಬಾಗಿನದ ವಿಷಯ ಬೇರೆ ಮಾತಾಡ್ತಾ ಇದೀಯ. ಯಾವತ್ತು ಬೊಂಬೆ ಬಾಗಿನಕ್ಕೆ ಜನರನ್ನು ಮನೇಗೆ ಕರೆದಿದ್ದೆ, ನಾನು?'

'ಏನಿಲ್ಲ, ಅಮ್ಮ ಬಂದಿದಾಳಲ್ಲ ಅಂತ'

'ಅಮ್ಮ ಬಂದಿರೋದು ಒಂದು ನೆಪ ಅಷ್ಟೇ, ನಿಂಗೆ. ನಾ ಹೇಳ್ತೀನಿ ಕೇಳು. ನನ್ನ ಮೇಲೆ ಸೇಡು ತೀರಿಸ್ಕೊಳ್ಳಕ್ಕೆ ನೀನು ಇವೆಲ್ಲ ಮಾಡ್ತಾ ಇದ್ದೀಯ. ದೇವರ ಮನೆಯೊಳಗೆ ಎಂಟ್ರಿ ತಗೊಳೊಕ್ಕೆ ನಿನ್ನದೇ ಆದ ವಕ್ರವಾದ ತರ್ಕ. ನಾನು ಮೈಲಿಗೆ ಅಂತ ನಿನ್ನನ್ನು ದೂರ ಇಟ್ಟೆ ಅಂತ ನಿನ್ನ ಭಾವನೆ. ಅದಕ್ಕೆ ನೀನು ಮಡೀ ಮಾಡಿ ನನ್ನ ದೂರ ಇಡ್ತಾ ಇದೀಯ.'

'ಶಾಲಿನಿ, ನೀನು ಏನು ಬೇಕಾದರೂ ಹೇಳು. ಒಟ್ಟು ಅಮ್ಮನಿಗೆ ಖುಷಿಯಾಗ್ತಿದೆ. ಹೌದೋ ಅಲ್ಲವೋ.'

'ಒಂದು ಮಾತು ಕೇಳಲಾ, ನಿನಗೆ. ಈಗ ನಾನು ಅಥವಾ ಮಕ್ಕಳಲ್ಲಿ ಯಾರಾದ್ರೂ ಪೀರಿಯಡ್ಸ್ ಅಂತ ಅಮ್ಮನಿಗೆ ಹೋಗಿ ಹೇಳಿದರೆ ಈ ನಿನ್ನ ಬೊಂಬೆ ಬಾಗಿನ ಎಲ್ಲ ಏನಾಗುತ್ತೆ ಅಂತ ಯೋಚನೆ ಮಾಡಿದ್ಯಾ?'

ಪ್ರಹ್ಲಾದ ಮಾತಾಡದಾದ. 'ಹೌ ಡೇರ್ ಯು. ಇಷ್ಟು ಚೀಪಾಗಿ ಯೋಚನೆ ಮಾಡ್ತೀಯ ಅಂತ ನನಗೆ ಗೊತ್ತೂ ಇರ್ಲಿಲ್ಲ.'

'ಪೆಲ್ಲಿ. ನಾನು ಖಂಡಿತಾ ಹಂಗೆ ಮಾಡೊಲ್ಲ. ನಾನೂ ಮಕ್ಕಳೂ ಅತ್ತೆ ಬರ್ತಾರೆ ಅಂತಲೇ ಪ್ರಿಮೋಲ್ಯೂಟ್- ಎನ್ ತಗೊಂಡಿದೀವಿ. ಅತ್ತೆ ಮನೇಲಿರೋತನಕ ತಗೋತೀವಿ. ಮಕ್ಕಳಿಗೆ ಇವೆಲ್ಲ ಬಿಡಿಸಿ ಹೇಳಿದರೆ ಅರ್ಥವೂ ಆಗೊಲ್ಲ. ಅವಕ್ಕೆ ಅರ್ಥ ಮಾಡಿಸೋಕೆ ನನ್ನ ಜೀವ ಬಿದ್ದುಹೋಯ್ತು. ದೇವರಮನೆ ಒಳಗೆ ಹೋಗುವಾಗ, ದೇವರುಗಳನ್ನು ಮುಟ್ಟುವಾಗ ಶುಚಿಯಾಗಿರಬೇಕು ಅನ್ನೋದೊಂದೇ ಉದ್ದೇಶ. ಅದಕ್ಕೋಸ್ಕರ ಏನೆಲ್ಲ ಆಗ್ತಾ ಇದೆ, ಮನೇಲಿ. ಯು ನೋ ವಾಟ್. ನನಗೇನನ್ನಿಸುತ್ತೆ ಗೊತ್ತಾ. ಇದು, ದೇವರಮನೆಯೊಳಗೆ ಬರೋದು, ಬಿಡೋದರ ವಿಷಯ ಅಲ್ಲವೇ ಅಲ್ಲ. ಪಿರಿಯಡ್ಸೂ ಅಲ್ಲ. ಇಟ್ ಈಸ್ ಆಲ್ ಅಬೌಟ್ ಕಂಟ್ರೋಲ್. ಮನೇಲಿ ಯಾರ ಮಾತು ನಡೆಯುತ್ತೆ ಅನ್ನೋದನ್ನು ಪರೀಕ್ಷೆ ಮಾಡೋಕೆ ನೀನೇ ಮಾಡ್ತಾ ಇರೋ ಅಗ್ಗದ ಪರೀಕ್ಷೆ. ನೀನು ನನ್ನ ಕಂಟ್ರೋಲ್‌ಫ್ರೀಕಂತ ಕರೆದರೂ ಪರವಾಗಿಲ್ಲ. ಒಂತಿಳ್ಕೊ. ಮನೇಲಿ ನಾನು ಹಾಗೆ ಮಾಡ್ತಾ ಇದ್ದೆ ಅಂತ ಒಂದು ಬ್ಯಾಲೆನ್ಸಂತ ಇತ್ತು, ನಿನ್ನ ಹಿಡಿತದಲ್ಲಿ ಬಿಟ್ರೆ ಏನಾಗುತ್ತೆ ಅಂತ ಯೋಚಿಸಿದ್ದೀಯ. ಅಮ್ಮ ಊರಿಗೆ ಹೋದಮೇಲೂ ನೀನು ಹೀಗೇ ಮಾಡಿದ್ರೆ, ಕೆಂಪು ಮಡಿ ಉಟ್ಕೊಂಡು ಮುದ್ರೆ ಹಾಕ್ಕೊಂಡು ದೇವರ ಮನೇಲಿ ನೀನು ಕೂತಿರೋದಷ್ಟೇ ಅಲ್ಲ, ಒಂದು ಅಗ್ಗಿಷ್ಟಿಕೆ ಶಿಪ್

ಮಾಡಿಸ್ಕೊಂಡು ನಿನ್ನ ಅಡುಗೆ ನೀನೇ ಮಾಡಿಕೊಳ್ಳಬೇಕಾಗುತ್ತೆ, ತಿಳಕೋ.'

ಪ್ರಹ್ಲಾದನಿಗೆ ಇನ್ನು ಮಾತು ಬೆಳೆಸುವ ಉದ್ದೇಶವಿರಲಿಲ್ಲ. 'ನೋಡು, ಶಾಲಿನಿ. ನೀನು ಏನು ಬೇಕಾದರೂ ಹೇಳಿಕೊ. ನನಗೂ ಮೊದಲಿಂದಲೂ ಇಂಥವೆಲ್ಲ ಇಷ್ಟ ಇತ್ತೋ ಏನೋ? ಇಷ್ಟು ದಿನ ಬದುಕಿದ ನನ್ನ ಬದುಕು ಬರೇ ಬೊಕಾಳಿ ಇರಬಹುದು. ಅವೆಲ್ಲಾ ಆಮೇಲೆ ಮಾತಾಡೋಣ. ಈಗ ಅಮ್ಮ ಇದಾಳೆ. ಅವಳಿಗೆ ಬೇಜಾರು ಮಾಡೋದು ಬೇಡ. ಇಮೇಯ್ಲ್ ಮಾಡ್ತೀಯೋ, ಅಥವಾ ನಾನೇ ಮಾಡಲೋ.'

'ನಾನು ಮಾಡೊಲ್ಲ. ನೀನೇ ಮಾಡು.'

'ಓಕೆ. ಆದರೆ, ನಿನ್ನ ಐಡಿ ಉಪಯೋಗಿಸಿ ನಿನ್ನ ಹೆಸರಲ್ಲಿ ಇನ್‌ವೈಟ್ ಮಾಡ್ತೀನಿ. ಕರೀತಿರೋದು ಬೊಂಬೆಬಾಗಿನಕ್ಕೆ. ಬೇಕಂತಾ ನನ್ನ ಮರ್ಯಾದೆ ತೆಗೀಬೇಡ.'

ಶಾಲಿನಿ ಏನೂ ಮಾತಾಡಲಿಲ್ಲ. ಆಕಡೆ ತಿರುಗಿ ಮಲಗಿಬಿಟ್ಟಳು.

■

ಪ್ರಹ್ಲಾದ ಶಾಲಿನಿಯ ಇಮೇಯ್ಲ್‌ನ ಇನ್ ಬಾಕ್ಸ್ ತೆಗೆದಾಗ ಶಾಲಿನಿಯ ಸ್ನೇಹಿತೆ ಸುಮತಿ ಕಳಿಸಿದ್ದ ಒಂದು ಇಮೇಯ್ಲ್ ಪ್ರಹ್ಲಾದನ ಗಮನ ಸೆಳೆಯಿತು. ಸುಮತಿ ವೈಭವಲಕ್ಷ್ಮಿ ವ್ರತ ಮಾಡುತ್ತಿದ್ದುದು ಪ್ರಹ್ಲಾದನಿಗೂ ಗೊತ್ತಿತ್ತು. ಕಳೆದ ಶುಕ್ರವಾರ ಆ ವ್ರತದ ಕೊನೆಯ ದಿನ. ಅದಕ್ಕೆ ಆಹ್ವಾನಿಸಿ ಎಲ್ಲ ಗೆಳತಿಯರಿಗೆ ಕಳಿಸಿದ ಇಮೇಯ್ಲ್ ಅದು– 'ಗೆಳತಿಯರೆ, ನಮ್ಮ ಮನೆಯಲ್ಲಿ ವೈಭವಲಕ್ಷ್ಮೀವ್ರತದ ಕಡೆಯ ವಾರದ ಪೂಜೆಯನ್ನು ಇಟ್ಟುಕೊಂಡಿದ್ದೇವೆ. ದೇವಿ ದರ್ಶನ, ಅರಿಶಿನ ಕುಂಕುಮಕ್ಕೆ ಮನೆಯವರೆಲ್ಲ ದಯವಿಟ್ಟು ಬರುವುದು. ನಿಮಗೆಲ್ಲ ತಿಳಿದಂತೆ ವೈಭವಲಕ್ಷ್ಮೀವ್ರತವು ಕಠಿಣವಾದದ್ದು ಮತ್ತು ಶುಚಿಯಾದ, ಸ್ವಚ್ಛವಾದ ಮೈಮನಸ್ಸಿನಿಂದ ಮಾಡತಕ್ಕಂತಾದುದು. ನಾನು ಈ ಬಗ್ಗೆ ಹಲವಾರು ಕಡೆ ಓದಿದ್ದೇನೆ ಮತ್ತು ನಮ್ಮ ಮನೆಯಲ್ಲಿ ಪೂಜೆ ಮಾಡಿಸುತ್ತಿರುವ ದೇವಸ್ಥಾನದ ಅರ್ಚಕರಲ್ಲಿ ಕೂಡ ಕೇಳಿದ್ದೇನೆ. ನಾನೂ ಅದೇ ರೀತಿ ಆಚರಿಸಿಯೂ ಇದ್ದೇನೆ. ಆದ್ದರಿಂದ ಶುಕ್ರವಾರ ಅರಿಶಿನ ಕುಂಕುಮಕ್ಕೆ ಬರುವವರು ಸ್ನಾನಮಾಡಿ ಶುಚಿಯಾದ ಬಟ್ಟೆಯನ್ನು ಧರಿಸಿ ಬರಬೇಕಾಗಿ ಕೋರಿಕೊಳ್ಳುತ್ತೇನೆ. ಹಾಗೆಯೇ, ನೀವಾಗಲೀ, ನಿಮ್ಮ ಮಕ್ಕಳಾಗಲೀ ಅಥವಾ ನಿಮ್ಮ ಮನೆಯಲ್ಲಿ ನಿಮ್ಮ ಜತೆ ವಾಸಿಸುತ್ತಿರುವ ಯಾವ ಸಂಬಂಧಿಗಳಾಗಲೀ ಹೊರಗಾಗಿದ್ದಲ್ಲಿ ಅಂದು ಆ ವ್ರತಕ್ಕೆ ಬರುವುದು ಸಮಂಜಸವಲ್ಲವೆಂದು ದೇವಸ್ಥಾನದ ಅರ್ಚಕರು ಹೇಳಿದ್ದಾರೆ. ದಯವಿಟ್ಟು ಎಲ್ಲರೂ ಈ ನಿಯಮವನ್ನು ಪಾಲಿಸಿ, ದೇವಿಯ ಆಶೀರ್ವಾದಕ್ಕೆ ಪಾತ್ರರಾಗಬೇಕೆಂದು ಕೇಳಿಕೊಳ್ಳುತ್ತೇನೆ'

ಓದಿದ ಕ್ಷಣವೇ ಇಮೇಯ್ಲ್‌ನಲ್ಲಿ ಬರೆದಿದ್ದನ್ನೆಲ್ಲಾ ಕತ್ತರಿಸಿ ತಾನು ಶಾಲಿನಿಯ ಸ್ನೇಹಿತೆಯರಿಗೆಲ್ಲ ಕಳಿಸಬೇಕು ಎಂದಂದುಕೊಂಡಿದ್ದ ಇಮೈಲಿಗೆ ಪೇಸ್ಟ್ ಮಾಡಿದ. ವೈಭವಲಕ್ಷ್ಮಿ ಅಂತಿದ್ದ ಕಡೆಯಲ್ಲೆಲ್ಲಾ ಶರನ್ನವರಾತ್ರಿಯ ಪೂಜೆ ಎಂದು ಬದಲಾಯಿಸಿ, ಭಾರತದಿಂದ ಅತ್ತೆ ಬಂದಿರುವುದಾಗಿಯೂ, ಆ ಕಾರಣ ಮನೆಯಲ್ಲಿ ಪ್ರತಿದಿನ ಶರನ್ನವರಾತ್ರಿ

ಪೂಜೆ, ವೆಂಕಟೇಶ ಪಾರಿಜಾತ ಪತಣ ನಡೆಯುತ್ತಿದೆ. ವಿಜಯದಶಮಿಯ ದಿನದಂದು ಶ್ರೀನಿವಾಸ ಪದ್ಮಾವತಿಯರ ಕಲ್ಯಾಣ, ಅಂದು ರಾತ್ರಿ ಎಲ್ಲರೂ ಬಂದು ಬೊಂಬೆ ಬಾಗಿನ ಸ್ವೀಕರಿಸಿ ಹೋಗುವುದೆಂದೂ, ಅತ್ತೆ ಬಹಳ ಸಂಪ್ರದಾಯಸ್ಥೆಯಾಗಿರುವುದರಿಂದ ನೀವಾಗಲೀ, ನಿಮ್ಮ ಮಕ್ಕಳಾಗಲೀ ಅಥವಾ ನಿಮ್ಮ ಮನೆಯಲ್ಲಿ ನಿಮ್ಮ ಜತೆ ವಾಸಿಸುತ್ತಿರುವ ಯಾವ ಸಂಬಂಧಿಗಳಾಗಲೀ... ... ಸುಮತಿಯ ಇಮೇಯ್ಲಿನಲ್ಲಿದ್ದ ವಿವರಗಳನ್ನು ಯಥಾವತ್ ಹಾಗೆಯೇ ಉಳಿಸಿಕೊಂಡು ಶಾಲಿನಿಯ ಕಾಂಟ್ಯಾಕ್ಟ್ ಲಿಸ್ಟಿನಲ್ಲಿದ್ದ ಫ್ಲೇವರೇಟುಗಳಿಗೆಲ್ಲ ಇಮೇಯ್ಲ್ ಮಾಡಿ ಮಲಗಿಕೊಂಡ.

ಮಾರನೆಯ ದಿನ ಮನೆಯಲ್ಲಿ ದೊಡ್ಡ ರಾದ್ಧಾಂತವೇ ನಡೆದುಹೋಯಿತು. ಬೆಳಗಾಗೆದ್ದು ತಕ್ಷಣ ತನ್ನ ಐ ಫೋನು ಕೈಯಲ್ಲಿ ಹಿಡಕೊಂಡು ಬಂದವಳೇ ಶಾಲಿನಿ ಪರಿಮಳಾಬಾಯಿಯವರ ಮುಂದೆ ಜೋರಾಗಿ ಅಳುತ್ತಾ 'ಅತ್ತೆ, ನೋಡಿ ನಿಮ್ಮ ಮಗ ಮಾಡಿರುವ ಘನಕಾರ್ಯವನ್ನು. ನನ್ನ ಸ್ನೇಹಿತೆಯರಿಗೆಲ್ಲಾ ನೀವು ಮುಟ್ಟಾಗಿದ್ದರೆ ನಮ್ಮ ಮನೆಗೆ ಬೊಂಬೆ ಬಾಗಿನಕ್ಕೆ ಬರಬೇಡಿ ಎಂದು ಇಮೇಯ್ಲ್ ಕಳಿಸಿದ್ದಾರೆ. ಏನು, ಹೆಂಗಸರಿಗೆ ಅಷ್ಟು ಗೊತ್ತಾಗೊಲ್ವಾ? ಯಾರು ಬರ್ತಾರೆ, ಅಂಥಾ ದಿನಗಳಲ್ಲಿ. ಆಯ್ತು, ಕೆಲವರಿಗೆ ಗೊತ್ತಾಗದೇ ಬರ್ತಾರೆ ಅಂದ್ಕೊಳೋಣ. ಅವರಿಗೆ ಇಮೇಯ್ಲ್ ಮಾಡಿ ಬರಬೇಡಿ ಅಂತ ಹೇಳೋಕಾಗುತ್ತಾ? ಇವೆಲ್ಲ ರಾಮಾಯಣ ಬೇಡ ಅಂತಲೇ ನಾನು ಪಟ್ಟದ ಬೊಂಬೆ ಮಾತ್ರ ದೇವರ ಮನೆಯೊಳಗೆ ಇಟ್ಟು ಕೈ ತೊಳಕೊಳ್ಳೋದು. ಈಗ ಕೆಲವು ವರ್ಷಗಳಿಂದ ಅದೂ ಸರಿ ಹೋಗೊಲ್ಲ ಅಂತ ಅದನ್ನೂ ಕೈ ಬಿಟ್ಟೆ. ಇಮೇಯ್ಲಿನಲ್ಲಿ ಬರೆಯೋ ವಿಷಯಾನಾ, ಇದು.'

'ಶಾಲಿನಿ, ನಾನೇನು ನಾನಾಗೇ ಬರೆದಿದ್ದಲ್ಲ. ಆ ಸುಮತಿ ಬರೆದಿದ್ದಿತ್ತಲ್ಲ. ಅದನ್ನೇ ಕಟ್ ಅಂಡ್ ಪೇಸ್ಟ್ ಮಾಡಿದ್ದು.'

'ಅದನ್ಯಾಕೆ ಕಟ್ ಅಂಡ್ ಪೇಸ್ಟ್ ಮಾಡಿದ್ದು? ಇದೇನು ವೈಭವಲಕ್ಷ್ಮೀ ಪೂಜೇನಾ?'

'ಏನು ಹಂಗಂದ್ರೆ, ನಮ್ಮನೇ ನವರಾತ್ರಿ ಪೂಜೇ ಅವರ ಮನೇ ವೈಭವಲಕ್ಷ್ಮೀ ಪೂಜೇಗಿಂತ ಕಮ್ಮೀನಾ. ನಾವೇನು ಕಮ್ಮಿ ಇದ್ದೀವಿ, ನೇಮ ನಿಷ್ಠೇಲಿ. ಮಾಡೋದೇ ಉಂಟಂತೆ, ಅದನ್ನು ಹೇಳಿಕೊಳ್ಳೋದು ಏನು ತಪ್ಪು.'

'ಪೆಲ್ಲಿ, ಇದು ಹುಚ್ಚು. ನಿನಗೆ ತಲೆ ಕೆಟ್ಟಿದೆ. ಯು ಹ್ಯಾವ್ ಕ್ರಾಸ್ಡ್ ದ ಲಿಮಿಟ್ಸ್. ನಾಳೆ ಬಾಗಿಲ ಹತ್ರ ನಿಂತ್ಕೊ. ಬಂದಿರೋರನ್ನು ಮಡೀನಾ, ಮೈಲಿಗೇನಾ ಕೇಳಿ ಒಳಗೆ ಬಿಡು. ಅತ್ತೆ, ನೀವುಂಟು, ನಿಮ್ಮ ಮಗ ಉಂಟು. ನನ್ನನ್ನು ಇದರಿಂದ ದಯವಿಟ್ಟು ದೂರ ಇಟ್ಟುಬಿಡಿ, ಪ್ಲೀಸ್' ಎಂದಂದವಳೇ ಅಳುತ್ತಾ ತನ್ನ ರೂಮಿನ ಒಳಗೆ ಹೋಗಿ ಬಾಗಿಲು ಹಾಕಿಕೊಂಡಳು.

ಊರಿಗೆ ಬಂದಾಗಿನಿಂದ ಏನೋ ಸರಿಯಿಲ್ಲ ಎಂದಂದುಕೊಂಡಿದ್ದ ಪರಿಮಳಾಬಾಯಿಯವರಿಗೆ ಈಗ ವಿಷಯ ಪೂರಾ ಅರ್ಥವಾಗಿತ್ತು. ಬೆಂಗಳೂರಿನಲ್ಲಿದ್ದಾಗಿನ ಮುಚ್ಚಿದ ಬಾಗಿಲಿನ ಹೊರಗಿನ ನಮಸ್ಕಾರಗಳು ಅಮೆರಿಕಾಕ್ಕೆ ಬಂದಮೇಲೆ ಎರಡೆರಡು ದೇವರ ಮನೆಯಾಗುವ ತನಕ ಬದಲಾಗಿದ್ದವು. ಸೀದಾ ಹೋಗಿ ಸೊಸೆಯ ರೂಮಿನ

ಬಾಗಿಲು ತೆಗೆದು 'ಹಿಂಗ್ಯಾಕಾಡ್ತೀರೇ ನೀವಿಬ್ಬರೂ. ಏನಾಗಿದೆ ಅಂತ ಈಗ. ಹಬ್ಬದ್ದಿನ ಕಣ್ಣೀರು ಹಾಕಿಸ್ತೀಯಲ್ಲೋ, ಹುಚ್ಚುಮುಂಡೇಗಂಡ. ನಿಂದೂ ಅತೀ ಆತು. ನಿಂಗ್ಯಾವೋಳೋ ಹೇಳಿದ್ದು ಸ್ವಾಮಿಗಳ್ ತರ ನೇಮ, ನಿಷ್ಠೆ ಮಾಡಕ್ಕೆ. ಅವೆಲ್ಲ ಮನೇಲಿ ಮಾಡಕ್ಕಾಗಲ್ಲ ಅಂತಲೇ ಅವರೆಲ್ಲ ಮನೆ ಬಿಟ್ಟು ಮಠ ಸೇರಿರೋದು. ನಮ್ಮಮ್ಮ ಹೇಳ್ತಿದ್ಲೋ, ಬದ್ಕಕ್ಕೆ ನೇಮ ಮಾಡ್ಬೇಕು, ನೇಮಕ್ಕೆ ಬದ್ಕೋದಲ್ಲ. ನಿನ್ನ ಬಾಗಲ್ಕೋಟಿ ಆಚಾರ್ರುಗಳಿಂದ ಕಾಪಾಡೋಕೆ ನಾನು ಮೂವತ್ತೈದು ವರ್ಷಕ್ಕೇ ನಂಗೆ ಮುಟ್ಟು ನಿಂತೂ ಅಂತ ಹೇಳಿಕೊಂಡು ಬಂದಿದ್ದೆ. ತಲಿ ಬೋಳಿಸಿ, ಋಷಿಪಂಚಮಿ ಮಾಡು ಅಂತ ಗಂಟು ಬಿದ್ದಿದ್ರು. ಆ ಊರೇ ಬಿಟ್ಟು ಬಂದೆ. ನಿನ್ ಮದ್ವೆ ಆದ್ ಹೊಸದ್ರಲ್ಲಿ ಶಾಲಿನಿ ಹೊರಗೆ ಕೂರಲ್ಲ ಅಂತ ನೀ ಹೇಳ್ದಾಗ ನೀನಾರ ಹೆಂಗಸರ ಕಷ್ಟ ಒಂಚೂರ್ ಅರ್ಥ ಮಾಡ್ಕೋತೀಯ ಅಂತ ಅನ್ಕಂಡಿದ್ದೆ. ನಾ ಕದ್ ಮಾಡಿದ್ದನ್ನು ಈಕಿ ಖುಲ್ಲ ಮಾಡತಾಳೆ ಅಂತ ಖುಷಿ ಪಟ್ಟಿದ್ದೆ. ಈಗ್ ಇಲ್ಲಿ ನೋಡಿದ್ರೆ ಎಲ್ಲ ಪೂರ ತಿರ್ಗಮುರ್ಗ ಆಗಿದೆ. ಶಾಲಿನಿ, ಮನಿ ಹೆಂಗ್ ನಡಿಸ್ತಿದೀ ಅಂತ ನಾ ನಿಂಗೆ ಹೇಳಿಕೊಡಬೇಕಾಗಿಲ್ಲ. ಮೂರು ಮಕ್ಳನ್ನ ಬೆಳೆಸಿದ್ದೀ, ನೀ ಕೂಡ. ಆದ್ರೆ ಮನೇಲಿ ಎರಡು ದೇವರ ಮನೀ ಇದ್ದು ಈ ಬೆಪ್ಪ ಮುಟ್ಟಾಗಿರೋವ್ರು ಬೊಂಬೀಬಾಗಿನಕ್ಕೆ ಬರಬೇಡ್ರಿ ಅಂತ ಕಂಪ್ಯೂಟರಲ್ಲಿ ಲಗ್ನಪತ್ರಿಕೆ ಕಳಿಸ್ತಾನೆ ಅಂದ್ರೆ ಮನೇಲಿ ಎಂಥೆಂಥದೂ ಸರಿಯಿಲ್ಲ ಅಂತನ್ನಿಸುತ್ತೆ. ಇವನ್ನೆಲ್ಲ ನನ್ನ ಸಲುವಾಗಿ ಮಾಡ್ತಾ ಇದ್ರೆ, ನಾ ಬೇಕಾರೆ ನಾಳೇನೇ ಊರಿಗೆ ಹೋಗ್ತೀನಮ್ಮ. ನೀವ್ ಹೆಂಗ್ಬೇಕೋ ಹಂಗೆ ಸಂಸಾರ ಮಾಡ್ಕೊಂಡು ಹೋಗಿ' ಎಂದು ಹೇಳಿದವರೇ ತಮ್ಮ ಸೂಟ್‌ಕೇಸಿಗೆ ಬಟ್ಟೆಗಳನ್ನು ತುಂಬತೊಡಗಿದರು.

■

ಪ್ರಹ್ಲಾದ ಅಮ್ಮನನ್ನು ಏರ್ಪೋರ್ಟಿಗೆ ಬಿಟ್ಟು ಮನೆಗೆ ಬಂದ. ಶಾಲಿನಿ ಕೆಲಸಕ್ಕೆ ರಜಾ ಹಾಕಿದ್ದರೂ ಏರ್ಪೋರ್ಟಿಗೆ ಅತ್ತೆಯನ್ನು ಬೀಳ್ಕೊಡಲು ಹೋಗಿರಲಿಲ್ಲ.

ಶಾಲಿನಿ ಫೋನಿನಲ್ಲಿ ಮಾತಾಡುತ್ತಿದ್ದಳು. ಮಾತಿನ ವರಸೆಯಿಂದ ಆ ಕಡೆ ಇದ್ದದ್ದು ಆಕೆಯ ಗೈನಕಾಲಜಿಸ್ಟ್ ಎಂದು ಪ್ರಹ್ಲಾದನಿಗೆ ಗೊತ್ತಾಯಿತು. ನವರಾತ್ರಿಯ ಗಲಾಟೆ ಆದ ಮೇಲೆ ಶಾಲಿನಿ ಗೈನಕಾಲಜಿಸ್ಟ್ ಅಪಾಯಿಂಟ್‌ಮೆಂಟ್ ತೆಗೆದುಕೊಳ್ಳಬೇಕು ಎಂದು ಓಡಾಡುತ್ತಿದ್ದುದು ಪ್ರಹ್ಲಾದನ ಗಮನಕ್ಕೆ ಬಂದಿತ್ತು. ಆತ ಏನೂ ಮಾತಾಡಿರಲಿಲ್ಲ.

'ಯಾ, ಯಾ... ಐ ವಾಂಟ್ ಟು ಗೆಟ್ ಎಂಡೋಮೆಟ್ರಿಯಲ್ ಅಬ್ಲೇಶನ್. ನಾನು ಯುಟೆರಸ್‌ಅನ್ನೇ ತೆಗೆಸ್ಬಿಡ್ಬೇಕೂ ಅಂತ... ಓ ಅದರ ಅವಶ್ಯಕತೆ ಇಲ್ಲವಾ? ಓಕೆ... ನನಗೆ ತಿಂಗಳು ತಿಂಗಳು ರಕ್ತಸ್ರಾವ ಬಹಳ ಆಗುತ್ತೆ... ಈ ಪ್ರೊಸೀಜರ್ ಮಾಡಿಸಿದರೆ ಪೀರಿಯಡ್ಸ್ ಪೂರಾ ನಿಂತು ಹೋಗತ್ತಂತೆ ಅಲ್ವಾ? ಓಕೆ... ಗುಡ್, ಗುಡ್... ಐ ಜಸ್ಟ್ ವಾಂಟ್ ಟು ಗೆಟ್ ರಿಡ್ ಆಫ್ ಇಟ್... ಸುಮ್ಮನೆ ಮೂರುಕಾಸಿನ ಉಪಯೋಗ ಇಲ್ಲ, ಬರೇ ಪಿರಿಪಿರಿ...

'ಹಾಗೇ ಮಕ್ಕಳ ವಿಷಯಾನೂ ಮಾತಾಡ್ಬೇಕಿತ್ತು. ಅದೇನೋ ಡೆಪೋ ಶಾಟ್ಸ್ ಅಂತ ಮೂರು ತಿಂಗಳಿಗೆ ಒಂದು ಇಂಜಕ್ಷನ್ ಕೊಡಿಸ್ತಾರಂತಲ್ಲ... ಹೌದು... ಹೌದು... ಬರ್ತ್

ಕಂಟ್ರೋಲಂತಲೇ. ಆದರೆ ಅದಕ್ಕಿಂತಾ ಮುಖ್ಯ, ಅದು ತಗಂಡ್ರೆ ಪೀರಿಯಡ್ಸ್ ಆಗೊಲ್ವಂತಲ್ಲ... ನೋ ನೋ... ನಂಗೆ ಮಕ್ಕಳ ಬಗ್ಗೆ ಯೋಚನೆ ಇಲ್ಲ. ಆದರೂ ಮೂರು ಜನಾನೂ ಟೀನೇಜರ್ಸ್. ಕಾಲ ಒಂದೇ ಸಮ ಇರಲ್ಲ. ಯಾವ್ದೋ ದೇಶಕ್ಕೆ ಬಂದು ಸೇರ್ಕೊಂಡಿದೀವಿ. ನಾವುಗಳು ಆದಷ್ಟು ಎಚ್ಚರ ಆಗಿರೋದು ಒಳ್ಳೇದಲ್ವಾ, ನಾನು ಇಂಟರ್ನೆಟ್ ಓದ್ತಾ ಇದ್ದೆ. ಮೂರು ತಿಂಗಳಿಗೆ ಒಂದು ಇಂಜಕ್ಷನ್ ತಗಂಡ್ರೆ ಆ ಟೈಮಲ್ಲಿ ಅವಕ್ಕೆ ಪೀರಿಯಡ್ಸ್ ಆಗೋದೆ ಇಲ್ಲ ಅಂತಿತ್ತು. ಯಸ್... ನಂಗೂ ಅದೇ ಬೇಕಾಗಿದ್ದು... ಥ್ಯಾಂಕ್ ಯೂ... ಮುಂದಿನ ಗುರುವಾರ ಎಲ್ಲರೂ ಬರ್ತೀವಿ.'

ಸುಪ್ರಿಯಾಳ ಫೋನಿಗೆ 'ನಾನು ಮುಂದಿನ ಗುರುವಾರಕ್ಕೆ ಅಪಾಯಿಂಟ್‌ಮೆಂಟ್ ತಗಂಡಿದೀನಿ. ನೀನೂ ನಿನ್ನ ತಂಗಿಯರ ಜತೆ ಮಾತಾಡು. ದೇವರುಗಳ ಜತೆ ಕಣ್ಣಾಮುಚ್ಚಾಲೆ ಆಡೋದು ಮುಂದಿನ ಗುರುವಾರದಿಂದ ಎಲ್ಲ ಬಂದ್' ಎಂದು ಮೆಸೇಜ್ ಕಳಿಸಿದಳು. ಪ್ರಹ್ಲಾದ ಬಂದಿದ್ದು ಆಕೆ ಗಮನಿಸಿರಲಿಲ್ಲ.

ಪ್ರಹ್ಲಾದ ಏನು ಮಾಡಬೇಕೆಂದು ಗೊತ್ತಾಗದೇ ಸೀದಾ ದೇವರಮನೆಯ ಕಡೆ ಹೋದ.

'ಏ... ಏ... ಒಳಗೆ ಹೋಗ್ಬೇಡ. ಇವತ್ತಿಂದ ಸುಪ್ರಿಯಾಗೆ ಪೀರಿಯಡ್ಸ್ ಶುರುವಾಗಿದೆ' ಎಂದಳು, ಶಾಲಿನಿ.

ನವೆಂಬರ್ ೨೧, ೨೦೧೩

ಧರ್ಮಾರ್ಥ

ಆಸ್ಪತ್ರೆಯಲ್ಲಿ ಇನ್ನೂ ಆಗತಾನೇ ಬೆಳಗಾಗುತ್ತಿತ್ತು. ನಾನು ಕಾಫಿ ಮಾಡಿಕೊಂಡು ಕುಡಿಯಲು ರೆಡಿಯಾಗುತ್ತಿದ್ದೆ. ಈ ನಡುವೆ ಈ ಕರಿಯಕಾಫಿ ಕುಡಿಯುವುದು ಉಸಿರಾಡಿದಷ್ಟೇ ಸುಲಭವಾಗಿಬಿಟ್ಟಿದೆ. ಈ ಬೆಳಗಿನ ಏಳರ ಅವಧಿ ನಮ್ಮಗಳಿಗೆ ಒಂತರಾ ಗ್ರಹಣದ ಹಾಗೆ. ಬೆಳಿಗ್ಗೆ ಕೆಲಸಕ್ಕೆ ಬರುವವರೂ ರಾತ್ರಿ ಪಾಳಿ ಮುಗಿಸಿ ಹೋಗುವವರೂ ಇಬ್ಬರೂ ಮಬ್ಬುಮಬ್ಬಿನಲ್ಲಿಯೇ ಇರುತ್ತಾರೆ. ಇಬ್ಬರಿಗೂ ನಿದ್ದೆ, ಅಷ್ಟೇ ಅಲ್ಲ ನಿದ್ದೆಯನ್ನು ಓಡಿಸುವ ಆತುರ. ಬೆಳಿಗ್ಗೆ ಎದ್ದು ಕೆಲಸಕ್ಕೆ ಬಂದವರು ಎದ್ದ ಮೈಮುರಿತವನ್ನು, ಆಕಳಿಕೆಯನ್ನು ಓಡಿಸಲು ಕಾಫಿ ಕುಡಿಯುತ್ತಿದ್ದರೆ ರಾತ್ರಿ ಕೆಲಸ ಮುಗಿಸಿದವರು ಡ್ರೈವ್ ಮಾಡುವಾಗ ತೂಕಡಿಸಿ ಲೇನು ದಾಟಿ, ಪೊದೆಗಳ ಮರೆಯಲ್ಲಿ ಅಡಗಿ ಕೂತ ಪೋಲೀಸರಿಗೆ ದಂಡ ತೆತ್ತುವುದನ್ನು ತಪ್ಪಿಸಲು ಎಚ್ಚರವಾಗಿರಲೆಂದು ಕಾಫಿ ಕುಡಿಯುತ್ತಿರುತ್ತಾರೆ. ನಾನೂ ನನ್ನ ಅಳಿದುಳಿದ ಕೆಲಸವನ್ನು ಆದಷ್ಟು ಬೇಗ ಮುಗಿಸಿ ಮನೆಗೆ ಹೋಗುವ ತವಕದಲ್ಲಿದ್ದೆ. ನನ್ನ ಮೊಬೈಲು ರಿಂಗಣಿಸಿತು.

ದೇವಸ್ಥಾನದ ಕಾರ್ಯದರ್ಶಿ ಪೈ ಫೋನು ಮಾಡಿದ್ದ. 'ಮನೇಗೆ ಫೋನು ಮಾಡಿದ್ದೆ. ಮೊಬೈಲಿಗೆ ಮಾಡಿದರೆ ಸಿಗ್ತೀಯ ಅಂತ ಗಿರಿಜಾ ಹೇಳಿದರು. ದೇವಸ್ಥಾನದ ಅರ್ಚಕ ಶ್ರೀನಿವಾಸ ಎಂತದೋ ಮಾತ್ರೆ ತಗೊಂಡುಬಿಟ್ಟಿದ್ದಾನಯ್ಯ. ಎಂತ ಆಯ್ತು ಅಂತ ಗೊತ್ತಿಲ್ಲ. ಇಲ್ಲಿರೋಕಾಗೊಲ್ಲ, ಬೆಂಗಳೂರಿಗೆ ವಾಪಸ್ಸು ಹೋಗಿಬಿಡ್ತೀನಿ ಅಂತ ಹದಿನೈದು ದಿನದಿಂದ ಹೇಳ್ತಾ ಇದ್ದ. ಇವತ್ತು ಬೆಳಿಗ್ಗೆ ನೋಡಿದರೆ ಆತನೇ ನನಗೆ ಫೋನು ಮಾಡಿ ಮಾತ್ರೆ ತಗೊಂಡಿದೀನಿ ಅಂತ ಹೇಳಿದ. ಅವನಿಗೆ ಹೆಲ್ತ್ ಇನ್ಶೂರೆನ್ಸ್ ಅಂತ ಏನಿಲ್ಲ. ಅವನನ್ನು ಕರಕೊಂಡುಬರ್ತೀನಿ. ಸ್ವಲ್ಪ ನೋಡೋಕಾಗುತ್ತಾ?' ಎಂದ. ನನ್ನ ಪಾಳಿ ಮುಗಿದಿತ್ತು. ಮನೆಗೆ ಹೋಗುವ ಅವಸರದಲ್ಲಿದ್ದೆ. ಪೈ ಮಾತಾಡುವುದು ನೋಡಿದರೆ ಆತ ಹೆದರಿದ್ದ ಎಂದು ಗೊತ್ತಾಗುತ್ತಿತ್ತು. 'ಸರಿ ಕರಕೊಂಡು ಬಾ' ಎಂದು ಹೇಳಿದೆ.

'ದೇವಸ್ಥಾನದಲ್ಲಿ ಪೂಜೆ ಮಾಡುವುದಕ್ಕೆ ಯಾರೂ ಇಲ್ಲ. ಇವತ್ತು ಸಂಜೆ ದೇವಸ್ಥಾನದ ಬಾಗಿಲನ್ನು ತೆಗೀಲೇಬೇಕಯ್ಯ. ಇವತ್ತು ರಾಮನವಮಿ. ಕೆಲವರಾದರೂ ದೇವಸ್ಥಾನಕ್ಕೆ ಬರ್ತಾರೆ. ಬಾಗಿಲು ತೆಗೆಯದೇ ಹೋದರೆ ಮರ್ಯಾದೆ ಹೋಗುತ್ತೆ. ಅದಕ್ಕೆ ಬೇರೆ ಯಾರನ್ನಾದರೂ ಹೊಂಚಬೇಕು' ಎಂದು ಹೇಳಿ ಎಲ್ಲ ಕಷ್ಟಗಳನ್ನೂ ತಲೆ ಮೇಲೆ ಹಾಕಿಕೊಂಡಂತೆ ಬೇಜಾರು ಮಾಡಿಕೊಂಡು, 'ಹೆದರೋದೇನಿಲ್ಲ ಅಲ್ಲವಾ? ಶ್ರೀನಿವಾಸ ಈಗ ಮಾತಾಡ್ತಾ ಇದಾನೆ. ಏನು ಮಾತ್ರೆ ತಗೊಂಡಿದಾನೋ ಗೊತ್ತಿಲ್ಲ. ಸಾಯೋಕೆ ಅಂತ ತಗೊಂಡಿದೀಯ ಅಂತ ಕೇಳಿದೆ. ಸುಮ್ಮನೆ ಮುಖ ನೋಡ್ತಾನೆ. ನಂಗೆ ತಲೆ ಕೆಟ್ಟು ಹೋದ ಹಾಗಾಗಿದೆ' ಎಂದ. ನಾನು 'ಕರಕೊಂಡು ಬಾ, ನೋಡೋಣ' ಎಂದು ಫೋನಿಟ್ಟೆ. ನಿದ್ರೆ ತಾಳಲಾರದೇ ಅಲ್ಲಿಯೇ ಕಾಲ್‌ರೂಮಿನಲ್ಲಿದ್ದ ಸೋಫಾದಲ್ಲಿ ಕೊಂಚ ಹಾಗೇ ಒರಗಿದೆ.

■

ಈಗ ಐದುವರ್ಷದ ಹಿಂದೆ ಈ ಊರಿನಲ್ಲಿ ದೇವಸ್ಥಾನ ಮಾಡಬೇಕೆಂದು ಹಿಂದೂ ಸಮಾಜದವರು ಬಹಳ ಒದ್ದಾಡಿದ್ದರು. ಶುರುವಿನಲ್ಲಿ ನನಗೆ ನನ್ನದೇ ಆದ ಅನುಮಾನಗಳಿದ್ದವು. ಒಟ್ಟು ಎರಡು ಲಕ್ಷ ಜನಸಂಖ್ಯೆಯಿರೋ ಈ ಊರಿನಲ್ಲಿ ಇದ್ದಿದ್ದು ಸುಮಾರು ಐನೂರರಿಂದ ಏಳುನೂರು ಹಿಂದೂ ಕುಟುಂಬಗಳು. 'ಇಷ್ಟು ಜನಾನ ನಂಬಿಕೊಂಡು ಇಲ್ಲಿ ದೇವಸ್ಥಾನ ಮಾಡೋದಾದರೂ ಹೇಗೆ. ಮಾಡಿದರೂ ಅದನ್ನು ನಡೆಸೋದು ಹೇಗೆ? ಕಟ್ಟಡ, ಅದರ ಉಸ್ತುವಾರಿ, ಮೂರ್ತಿಗಳು, ಪ್ರತಿಷ್ಠಾಪನೆ, ಅರ್ಚಕರು, ಅವರ ಸಂಬಳ– ಎಲ್ಲವನ್ನೂ ಹೇಗೆ ಹೊಂದಿಸೋದು' ಎಂದು ನಾನು ಕೇಳಿದ್ದೆ. ಎಲ್ಲ ಪೈದೇ ಮುಂದಾಳತ್ವ, ಒಂದೇ ಹಟ. 'ಇಲ್ಲಿ ಒಂದು ದೇವಸ್ಥಾನ ಅಂತ ಮಾಡಿಬಿಟ್ಟರೆ ಸಾಕು, ನೋಡ್ತಾ ಇರಿ ಹೇಗೆ ಬೆಳೆಯುತ್ತೆ. ನಾವು ಬರೇ ಕನ್ನಡದವರೇ ಸೇರಿ ಮಾಡಬೇಕಂತಿಲ್ಲ. ತಮಿಳರು, ತೆಲುಗರು, ಮರಾಠಿಗಳು, ಬೆಂಗಾಲಿ ಎಲ್ಲರನ್ನೂ ಸೇರಿಸಿಕೊಳ್ಳೋಣ. ಊರಲ್ಲಿ ಸರೀ ಕುಳಾ ಆಗಿರೋ ನಾಲ್ಕು ಗುಜರಾತಿ ಕುಟುಂಬಗಳನ್ನು ಸರಿಮಾಡಿಕೊಂಡರೆ ಸಾಕು, ದುಡ್ಡು ಕಾಸು ಅದಾಗದೇ ಸರಿಹೋಗುತ್ತೆ. ಮತ್ತೆ ಈಗ ಹಿಂದೂ ದೇವಸ್ಥಾನವೆಂದರೆ ಬರೇ ಭಾರತೀಯರು ಮಾತ್ರ ಬರೋದಿಲ್ಲ. ಯೋಗ, ಕಲ್ಚರ್ ಕ್ಲಾಸು, ಸಂಗೀತ, ಬಾಲಗೋಕುಲ ಅಂತ ಹೇಳಿಕೊಡೋಕೆ ಶುರು ಮಾಡಿದರೆ ಬೇಕಾದಷ್ಟು ಜನ ಅಮೆರಿಕನ್ನರೂ ಬರ್ತಾರೆ. ಆ ಭರತನಾಟ್ಯದ ಟೀಚರ್‍ರು ಆಕೆಯ ಮನೆಯ ಬೇಸ್‌ಮೆಂಟಲ್ಲಿ ಭರತನಾಟ್ಯ ಹೇಳಿಕೊಂಡ್ತಾಳಂತೆ. ಆಕೇನ ಇಲ್ಲಿಯೇ ದೇವಸ್ಥಾನದಲ್ಲಿ ಹೇಳಿಕೊಡಮ್ಮ ಅಂತ ಕೇಳ್ಕೋತೀನಿ. ಶುರುವಿನಲ್ಲಿ ಎಲ್ಲ ದೇವರ ಮೂರ್ತಿಗಳೂ ಇರಬೇಕೆಂದಿಲ್ಲ. ಶಿಕಾಗೋದ ದೇವಸ್ಥಾನದವರು ಶಿವಲಿಂಗ ಮತ್ತು ನರಸಿಂಹದೇವರ ಮೂರ್ತಿಯನ್ನು ಹೊಂದಿಸಿ ಕೊಡ್ತೀವಿ ಅಂತ ಹೇಳಿದ್ದಾರೆ. ಅಲ್ಲಿನ ದೇವಸ್ಥಾನಕ್ಕೆ ಅಂತ ಇಂಡಿಯಾದಿಂದ ಮಾಡಿಸಿ ತರಿಸಿದ್ದು, ಅಲ್ಲಿ ಜಾಗ ಕಮ್ಮಿ ಇದ್ದು ಈ ವಿಗ್ರಹಗಳ ಪ್ರತಿಷ್ಠಾಪನೆ ಇರಲಿ, ಇನ್ನೂ ಪ್ಯಾಕಿಂಗ್ ಕೂಡ ಬಿಚ್ಚಿಲ್ಲವಂತೆ. ಬಂಗಾಲಿಗಳು ದುರ್ಗಾದೇವಿಯ ಮೂರ್ತಿಯನ್ನು ಯಾರದೋ ಮನೆಯಲ್ಲಿಟ್ಟು ಪೂಜೆ ಮಾಡ್ತಾ ಇದಾರಂತೆ. ನಾನು ಅವರ ಜತೆ ಮಾತಾಡಿ ಇಲ್ಲಿ ನಮ್ಮ ದೇವಸ್ಥಾನದಲ್ಲಿಟ್ಟು ಪೂಜೆ ಮಾಡಿ

ಅಂತ ಕೇಳ್ತೀನಿ. ಮತ್ತೆ ಶಿಕಾಗೋದಿಂದಲೇ ಅರ್ಚಕರು ಎರಡು ವಾರಕ್ಕೊಮ್ಮೆ ಬಂದು ಪೂಜೆ ಮಾಡಿಹೋಗ್ತಾರೆ. ಉಳಿದ ಹಾಗೆ ಭಜನೆಗಳು, ಅದೂ ಇದೂ ನಡೆಸಿದರೆ ಆಯಿತು' ಎಂದು ಪೈ ಎಲ್ಲರನ್ನೂ ಒಪ್ಪಿಸಿದ್ದ.

'ಪ್ರತಿಷ್ಠಾಪನೆ ಅಂತ ಆದಮೇಲೆ ನಿತ್ಯ ಕಡೆಯಪಕ್ಷ ಮಂಗಳಾರತಿನಾದರೂ ಆಗಬೇಕು. ಅರ್ಚಕರಿಲ್ಲದೆ ಇರುವ ದಿನಾ ಹೇಗೆ ಮಾಡ್ತೀರಾ' ಎಂದು ಯಾರೋ ಮೀಟಿಂಗಿನಲ್ಲಿ ಕೇಳಿದಾಗ, ಪೈ ಆ ಸಮಸ್ಯೆಯನ್ನೂ ಬಗೆಹರಿಸಿದ್ದ. ಮೊದಲಿಗೆ ದೇವಸ್ಥಾನದ ಬೋರ್ಡಿನ ಎಲ್ಲ ಸದಸ್ಯರು ಸರತಿಯ ಮೇಲೆ ಒಂದೊಂದು ದಿನ ಬಂದು ಮಂಗಳಾರತಿ ಮಾಡುವುದು. ಎಲ್ಲರೂ ಹೊಟ್ಟೆಪಾಡಿಗೆ ಬೇರೆ ಕೆಲಸದಲ್ಲಿರುವುದರಿಂದ ಪೂರಾ ಸಾಂಗವಾಗಿ ಪೂಜೆ ಆಗಬೇಕೆಂದಿಲ್ಲ. ಸಂಜೆ ಆರುಗಂಟೆಯ ವೇಳೆಗೆ ಕೆಲಸ ಮುಗಿಸಿಕೊಂಡು ಸ್ನಾನ ಮಾಡಿ ಒಂದು ಪಂಚೆ ಉಟ್ಟುಕೊಂಡು ಮಂಗಳಾರತಿ ಮಾಡಿ ಹೋದರೆ ಸಾಕು ಎಂದು ಪೈ ಶಿಕಾಗೋದ ಅರ್ಚಕರ ಮೂಲಕ ಹೇಳಿಸಿದ್ದ. ಶಿಕಾಗೋ ದೇವಸ್ಥಾನದ ಅರ್ಚಕರೂ ಮೀಟಿಂಗಿನಲ್ಲಿ ತೆಲುಗು ಮಿಶ್ರಿತ ಇಂಗ್ಲೀಷಲ್ಲಿ ಪೂರಾ ಒಂದು ಘಂಟೆ ಮಾತಾಡಿ 'ಗಾಡ್ಸ್ ವಿಲ್ ಅಂಡರ್‌ಸ್ಟ್ಯಾಂಡ್' ಎಂದು ಧೈರ್ಯ ಹೇಳಿ ಹೋಗಿದ್ದರು. ನಂತರ ದೇವಸ್ಥಾನ ಸ್ವಲ್ಪ ಸೆಟಲ್ ಆದಮೇಲೆ ಬೇಕಾದರೆ ನಿಷ್ಠೆಯಿಂದ ಪೂಜೆ ಮಾಡೋದಕ್ಕೆ ಒಬ್ಬರು ಅರ್ಚಕರನ್ನು ಇಂಡಿಯಾದಿಂದ ಕರೆಸೋಣವಂತೆ ಎಂದು ಪೈ ಮತ್ತೆ ಎಲ್ಲವನ್ನೂ ಮ್ಯಾನೇಜ್ ಮಾಡಿದ್ದ.

ಎಲ್ಲವನ್ನೂ ಹೇಗೋ ವ್ಯವಸ್ಥೆ ಮಾಡಬಹುದು, ಆದರೆ ದೇವಸ್ಥಾನಕ್ಕೆ ಕಟ್ಟಡ ಬೇಕಿತ್ತು. ಅದೇ ಸಮಯದಲ್ಲಿ ನಮ್ಮಗಳಿಗೆ ಹೇಳಿಮಾಡಿಸಿದ ಹಾಗೆ ಊರಿನ ಮಧ್ಯದಲ್ಲಿದ್ದ 'ಸೈಂಟ್ ಜಾನ್ಸ್ ಎಪಿಸ್ಕೋಪಲ್ ಚರ್ಚ್' ಹೊಸ ಕಟ್ಟಡಕ್ಕೆ ಸ್ಥಳಾಂತರ ಹೊಂದಿದ್ದರಿಂದ ಆ ಹಳೆಯ ಚರ್ಚಿನ ಕಟ್ಟಡ ಮಾರಾಟಕ್ಕಿತ್ತು. ಪೈ ಇನ್ನು ತಡ ಮಾಡಿದರೆ ಕೆಲಸ ಕೆಡುತ್ತದೆ ಎಂದು ಊರಿನ ನಾಲ್ಕು ಜನ ಕುಳಗಳನ್ನು ಹೇಗೋ ಹಿಡಿದು ಆ ಚರ್ಚನ್ನು ಮೂವತ್ತು ವರ್ಷಕ್ಕೆ ಮಾರ್ಟ್‌ಗೇಜ್ ಮಾಡಿಸಿಕೊಂಡೇಬಿಟ್ಟ. 'ಸಿಟಿ ಸೆಂಟರಿನಲ್ಲಿ ಆ ಜಾಗಕ್ಕೆ ಸುಮಾರು ಬೆಲೆಯಿದೆಯಯ್ಯ. ಅಮೆರಿಕಾದಲ್ಲಿ ಎಲ್ಲ ದೇವಸ್ಥಾನಗಳೂ ಶುರುವಾಗೋದು ಹೀಗೆ ಚರ್ಚುಗಳಲ್ಲೇ, ಆಮೇಲೆ ಬೆಳೀತಾ ಬೆಳೀತಾ ಆ ಮಾತೇ ಬೇರೆ ಬಿಡು. ಜನ ಬರೋಕೆ ಶುರುಮಾಡಿ ಸ್ವಲ್ಪ ನಮ್ಮದೇ ದುಡ್ಡು ಅಂತ ಆದರೆ ಮುಂದೆ ಬೇರೆ ಕಟ್ಟಡ ಕಟ್ಟಿಸೋಣವಂತೆ ಆಗಲ್ಲಾಂದರೆ ಮಾರಿ ಕೈ ತೊಳಕೊಳ್ಳೋದು, ಕಟ್ಟಡಕ್ಕಲ್ಲದಿದ್ದರೂ ಜಾಗಕ್ಕಾದರೂ ಬೆಲೆ ಇದ್ದೇ ಇರುತ್ತೆ' ಎಂದು ವ್ಯವಹಾರ ಮಾತಾಡಿದ್ದ.

ನನ್ನನ್ನು ದೇವಸ್ಥಾನದ ಬೋರ್ಡಿಗೆ ಸದಸ್ಯನಾಗಲು ಭಾರಿ ಬಲವಂತ ಮಾಡಿದ್ದ. ನಾನು 'ನನಗೆ ಸಮಯವಿರೊಲ್ಲ. ನನ್ನ ಕೆಲಸ ಅಂದರೆ ವಾರಾಂತ್ಯ, ರಾತ್ರಿ ಎಲ್ಲ ಇರುತ್ತೆ' ಎಂದು ತಪ್ಪಿಸಿಕೊಳ್ಳಲು ಪ್ರಯತ್ನ ಮಾಡಿದ್ದೆ. ಆದರೆ, ಆತ ಬಿಟ್ಟಿರಲಿಲ್ಲ. 'ಏನಪ್ಪ, ನೀನೇ ಹೀಗಂದ್ರೆ ಹೇಗೆ? ನಾವೆಲ್ಲರೂ ಏನು ಕೆಲಸ ಮಾಡದೇ ಮನೇಲಿ ಪುಗಸಟ್ಟೆ ಕೂತಿದ್ದೇವೇನಯ್ಯ? ಏನೋ ನಮ್ಮ ಮಕ್ಕಳಿಗೆ ಒಂಚೂರು ನಮ್ಮ ಸಂಸ್ಕೃತಿ ಗೊತ್ತಾಗೋದು ಬೇಡವಾ? ಅದಕ್ಕಾಗಿ ಮಾಡ್ತಾ ಇರೋದಷ್ಟೇ. ನೀನೇನು ನಿನ್ನ ಬಿಡುವಿನ ಸಮಯವನ್ನೆಲ್ಲ ಇಲ್ಲಿ ಬಂದು

ಇರಬೇಕಂತ ನಾ ಹೇಳ್ತಾ ಇಲ್ಲ. ತಿಂಗಳಿಗೊಂದು ಸಲ ನೀನು ಮೀಟಿಂಗಿಗೆ ಬಂದರೆ ಸಾಕು. ನಿನ್ನ ಅನುಕೂಲಕ್ಕೆ ತಕ್ಕಂತೆ ಮಾಡೋಣ. ಎಲ್ಲರಿಗೂ ಅರ್ಥ ಆಗುತ್ತೆ. ನೀವೊಂದ್ಸಲ್ಪ ಹೇಳಿ' ಎಂದು ಗಿರಿಜಳ ಹತ್ತಿರ ಹೇಳಿಸಿ ಒಪ್ಪಿಸಿದ್ದ.

'ಸೈಂಟ್ ಜಾನ್ಸ್ ಎಪಿಸ್ಕೋಪಲ್ ಚರ್ಚ್' 'ಹಿಂದೂ ಟೆಂಪಲ್' ಆಗಿ ರೂಪಾಂತರಗೊಂಡಿತು. ಒಂದು ಪಾರ್ಶ್ವದಲ್ಲಿದ್ದ ಕ್ರಾಸನ್ನು ಕೆಳಗಿಳಿಸಲಾಯಿತು. ಚರ್ಚಿನ ಬಣ್ಣಬಣ್ಣದ ಕಿಟಕಿಗಳ ಮೂಲಕ ಬರುತ್ತಿದ್ದ ಚಿತ್ರವಿಚಿತ್ರವಾದ ಬೆಳಕಿನಡಿಯಲ್ಲಿ ಕೇವಲ ಆರುತಿಂಗಳಲ್ಲಿ ದುರ್ಗಾ, ಕೃಷ್ಣಾ, ಆಂಜನೇಯ, ನರಸಿಂಹ, ಸುಬ್ರಹ್ಮಣ್ಯಾದಿ ದೇವರುಗಳು ಪ್ರತಿಷ್ಠಾಪನಗೊಂಡಿದ್ದರು. ಹೋಂ ಡಿಪೋನಿಂದ ತರಿಸಿದ ಮೇಪಲ್‌ನ ಬುಕ್‌ಶೆಲ್ಫಿನ ಮಾಡಗಳಿಗೆ ಕಲ್ಚರ್ಡ್ ಮಾರ್ಬಲ್ಲನ್ನು ಹೊದ್ದಿಸಿ ಎಲ್ಲ ದೇವರುಗಳಿಗೂ ಪೀಠ, ಗೂಡುಗಳನ್ನು ಮಾಡಲಾಗಿತ್ತು. ಒಂದು ಲಾಕರನ್ನು ತಂದು ದೇವಸ್ಥಾನದ ನೆಲಕ್ಕೆ ಮೊಳೆಹೊಡೆದು ಭದ್ರವಾಗಿ ಬಿಗಿದು ಅದನ್ನು ಹುಂಡಿಯಾಗಿ ಮಾಡಲಾಯಿತು. ಚರ್ಚಿನಲ್ಲಿ ಪಾದ್ರಿ ನಿಲ್ಲುತ್ತಿದ್ದ ಎತ್ತರದ ವೇದಿಕೆಯನ್ನು ಪ್ರತಿವಾರ ನಡೆಯುವ ಭಜನೆಗೆ ಉಪಯೋಗಿಸಿಕೊಳ್ಳಬಹುದು ಎಂದು ಹಾಗೇ ಉಳಿಸಿಕೊಂಡರು. ಪಕ್ಕದಲ್ಲಿದ್ದ ಕನ್‌ಫೆಷನ್ ಸ್ಟ್ಯಾಂಡ್ ಯಾವ ರೀತಿಯಲ್ಲಿಯೂ ಉಪಯೋಗಕ್ಕೆ ಬರುವುದಿಲ್ಲವೆಂದು ತೆಗೆಸಿದ, ಪೈ. ಜನಗಳು ಕೂರಲಿಕ್ಕೆಂದು ಸ್ಕೂಲಿನ ಡೆಸ್ಕುಗಳ ಮಾದರಿಯಲ್ಲಿದ್ದ ಬೆಂಚುಗಳು ನಮಗೆ ಉಪಯೋಗ ಬರುವುದಿಲ್ಲವೆಂದು ತೆಗೆಸಿ ಯಾವುದೋ ಸ್ಕೂಲಿಗೆ ದತ್ತಿ ಕೊಡಲಾಗಿತ್ತು. ಚರ್ಚಿನ ಅಡುಗೆಮನೆಯಲ್ಲಿದ್ದ ಎಲೆಕ್ಟ್ರಿಕ್ ಓವನ್ನನ್ನು ತೆಗೆಸಿ ಹೊಸದಾದ ನಾಲ್ಕು ಗ್ಯಾಸ್‌ಲೈನನ್ನು ಎಳೆಸಿ ಎಂಟೊಲೆಗಳ ಗ್ಯಾಸ್ ಸ್ಟವ್ವನ್ನು ಹಾಕಿಸಲಾಯಿತು. 'ನಮ್ಮ ಇಂಡಿಯನ್ ಅಡುಗೆಗೆ ಈ ಗ್ಯಾಸ್ ಸ್ಟವ್ವೇ ಬೆಸ್ಟು' ಎಂಬುದು ಪೈಯ ಸಮಜಾಯಿಷಿ.

ನಿಧಾನವಾಗಿ ಜನಗಳೂ ಬರಲಾರಂಭಿಸಿದ್ದರು. ಅಲ್ಲಿಯತನಕ ಊರಿನಲ್ಲಿ ವಾರವಾರ ಯಾರದೋ ಮನೆಯ ಬೇಸ್‌ಮೆಂಟಿನಲ್ಲಿ ನಡೆಯುವ 'ತುಮೀಹೋ ಮಾತಾ ಪಿತಾ ತುಮೀಹೋ.' 'ಜಯ್ ಜಗದೀಶ ಹರೇ'ಗಳು ಮತ್ತಿನ್ನಿತರ ವಾರಾಂತ್ಯದ ಭಜನೆಗಳು ನಿಧಾನವಾಗಿ ಈ ದೇವಸ್ಥಾನಕ್ಕೆ ಶಿಫ್ಟ್ ಆದವು. ಯಾರೋ ಪುಣ್ಯಾತ್ಮ ಮೆಹತಾ ಎಂಬ ಮೊಟೆಲ್ಲಿನ ಮಾಲಿಕ ನಲವತ್ತು ಸಾವಿರ ಡಾಲರನ್ನು ದೇಣಿಗೆಯಾಗಿ ಕೊಟ್ಟಿದ್ದನಂತೆ. ಪೈ ಇದನ್ನು ಹೇಗೆ ಸಾಧಿಸಿದನೋ ಗೊತ್ತಿಲ್ಲ. ಒಟ್ಟು ಬ್ಯಾಂಕಿನ ಸಾಲಕ್ಕೆ ಇದನ್ನು ಜಮಾ ಮಾಡಿ, ಕೆಲ ಮಂದಿ ಕಟ್ಟಾ ಭಕ್ತಾದಿಗಳ ತೆರಿಗೆ ವಿನಾಯಿತಿ ದಾನ, ದೇಣಿಗೆಗಳ ಕಂತಿನಿಂದ ದೇವಸ್ಥಾನದ ಕಟ್ಟಡದ ಸಾಲವನ್ನೂ ಮೂರುವರ್ಷದಲ್ಲಿ ತೀರಿಸಿದ್ದ.

ದೇವಸ್ಥಾನ ಶುರುವಾದ ಮೇಲೆ ನಾನು ಮೊದಲ ಆರು ತಿಂಗಳು ನಿಯಮಿತವಾಗಿ ಹೋಗುತ್ತಿದ್ದೆ. ವಾರಾಂತ್ಯದಲ್ಲಿ ಬಿಡುವಿದ್ದಾಗ ಬೆಳಿಗ್ಗೆ ಎದ್ದು ಭಗವದ್ಗೀತೆಯ ಕ್ಲಾಸಿಗೆ ಹೋಗುತ್ತಿದ್ದೆ. ಪರಾಗ, ಪುಷ್ಪಾರನ್ನು ಒಂದಿಷ್ಟು ದಿನ ಅಲ್ಲಿ ನಡೆಯುತ್ತಿದ್ದ ಹಿಂದೂ ಕಲ್ಚರ್ ಕ್ಲಾಸಿಗೆ ಕರಕೊಂಡು ಹೋಗುತ್ತಿದ್ದೆ. ಮಕ್ಕಳು ಮನೆಗೆ ಬಂದು ಮಾತೆತ್ತಿದರೆ, 'ಉತ್ತಿಷ್ಠ' 'ಸಂಘ...ದಕ್ಷ, ಸಾವಧಾನ್... ವಿರಾಮ' ಎನ್ನುತ್ತಿದ್ದವು. ಒಬ್ಬರನ್ನೊಬ್ಬರು 'ಸೇವಕ, ಸೇವಿಕ'

ಎಂದು ಕರಕೊಳ್ಳುತ್ತಿದ್ದರು. ಸಂಜೆ ದೇವರಿಗೆ ನಮಸ್ಕಾರ ಮಾಡಿರೋ ಎಂದು ಗಿರಿಜಾ ಹೇಳಿದರೆ ಎರಡೂ ಮಕ್ಕಳೂ ದೇವರ ಮುಂದೆ ನಿಂತು ಎದೆಯುಬ್ಬಿಸಿ 'ನಮಸ್ತೇ ಸದಾ ವತ್ಸಲೇ ಮಾತೃಭೂಮಿ' ಎಂದು ಜೋರಾಗಿ ಶುರುಮಾಡಿ 'ವಿಶ್ವಧರ್ಮ ಕೀ ಜೈ' ಎಂದು ನಿಲ್ಲಿಸುತ್ತಿದ್ದವು. ಅಷ್ಟೇ ಆದರೆ ಪರವಾಗಿರಲಿಲ್ಲವೇನೋ, ಪರಾಗ ಅವರ ಸ್ಕೂಲಿನ ಬ್ಯಾಂಡಿನಲ್ಲಿ ಅಮೆರಿಕಾದ ಬಾವುಟ ಹಿಡಿದು ನಡೆಯುವಾಗ 'ಧ್ವಜ ಪ್ರಣಾಮ್ ಏಕ್, ದೋ, ತೀನ್' ಎಂದು ಹೇಳಿ ಧ್ವಜವಂದನೆ ಮಾಡುತ್ತಿದ್ದನಂತೆ. ಅವರ ಬ್ಯಾಂಡ್ ಟೀಚರ್‌ರು 'ನಿಮ್ಮ ಮಗ ಯಾವುದೋ ಭಾಷೆಯಲ್ಲಿ ಏನೇನೋ ಹೇಳ್ತಾನೆ' ಎಂದು ಮುಂದಿನ ಪೇರೆಂಟ್ ಟೀಚರ್ ಕಾನ್ಫರೆನ್ಸಿನಲ್ಲಿ ಹೇಳಿದಾಗ ಗಿರಿಜಾ 'ಅಯ್ಯೋ, ಇವರುಗಳು ಮತ್ತೆ ನಾವು ಇನ್ನೇನೋ ಮಾಡ್ತಾ ಇದೀವಿ ಅಂತ ಅಂದುಕೊಂಡು ಏನಾರ ಹೆಚ್ಚು ಕಮ್ಮಿ ಮಾಡಿಬಿಟ್ಟಾರು ಕಣ್ರೀ. ಸುಮ್ಮನೆ ಮನೇಲಿ ಒಂದಿಷ್ಟು ಶ್ಲೋಕಗಳನ್ನು ಹೇಳಿಕೊಳ್ಳಲಿ ಸಾಕು. ನಾನೇ ಕಲಿಸ್ತೀನಿ. ಈ ಕಲ್ಚರ್, ಪಲ್ಚರೆಲ್ಲ ಸಾಕು' ಎಂದು ಹೇಳಿದ ಮೇಲೆ ಅವುಗಳೂ ದೇವಸ್ಥಾನಕ್ಕೆ ಹೋಗುವುದನ್ನು ಕಮ್ಮಿ ಮಾಡಿದ್ದವು.

ಗಿರಿಜಾ ಮತ್ತೆ ಆಕೆಯ ಒಂದಿಷ್ಟು ಜನ ಗೆಳತಿಯರೆಲ್ಲ ಲಲಿತಾ ಸಹಸ್ರನಾಮದ ಒಂದು ಯಾಹೂ ಗ್ರೂಪ್ ಮಾಡಿಕೊಂಡಿದ್ದರು. ಈ ಯಾಹೂ ಗ್ರೂಪಿಗೆ ಜೀವ ಬರುತ್ತಿದ್ದುದು ತಿಂಗಳಿಗೊಮ್ಮೆ- ಒಬ್ಬೊಬ್ಬರ ಮನೆಯಲ್ಲಿ, ತಿಂಗಳಿಗೊಮ್ಮೆ ಎಲ್ಲರೂ ಸೇರಿ ಲಲಿತಾ ಸಹಸ್ರನಾಮ ಹೇಳಿ 'ಐಗಿರಿ ನಂದಿನಿ' ಹಾಡಿ ಪ್ರಸಾದ ಹಂಚಿ ಊಟ ಮಾಡುತ್ತಿದ್ದರು. ಈ ಯಾಹೂ ಗ್ರೂಪನ್ನು ಈಗ ದೇವಸ್ಥಾನದಲ್ಲಿಯೇ ಸೇರುವಂತೆ ಮನವೊಲಿಸಿದ್ದ, ಪೈ. ಗಿರಿಜಾಳೇ ಈ ಗ್ರೂಪಿನ ಮಾಡರೇಟರ್ ಆಗಿದ್ದರಿಂದ ಪೈಗೆ ಈ ಕೆಲಸ ಅಷ್ಟು ಕಷ್ಟವೇನೂ ಆಗಲಿಲ್ಲ. ಪೈ ಪ್ರತಿ ತಿಂಗಳ ಮೀಟಿಂಗಿನ 'ಹ್ಯಾಪನಿಂಗ್ಸ್' ಎಜೆಂಡಾದಲ್ಲಿ ಈ ಗುಂಪಿನ ಬಗ್ಗೆ ಬಹಳ ವಿಶ್ವಾಸದಿಂದ ಹೇಳುತ್ತಿದ್ದ.

ಇಷ್ಟು ಬಿಟ್ಟರೆ ನಾನು ಪೈನ ಗೆಳೆತನಕ್ಕೆ ಕಟ್ಟುಬಿದ್ದು ಆಗಾಗ್ಗೆ ಜನರಲ್ ಬಾಡಿ ಮೀಟಿಂಗಿಗೆ ಹೋಗುತ್ತಿದ್ದೆ. ಅಲ್ಲಿ ಪೈ ಪ್ರತಿಬಾರಿ ದೇವಸ್ಥಾನದ ಲೆಕ್ಕ, ಖರ್ಚು ಒಪ್ಪಿಸುತ್ತಿದ್ದ. ಅದು ಬಿಟ್ಟರೆ ಹಿಂದೂ ಸಮಾಜದ ವತಿಯಿಂದ ಮುಂದಿನ ದೇವಸ್ಥಾನದ ಫಂಡ್ ರೈಸರ್ಗೆ ಶಾರೂಕ್ ಖಾನಿನ ಸಿನೆಮಾದಿಂದ ಝಾಕಿರ್ ಹುಸೇನರ ತಬಲಾದವರೆವಿಗೂ ಎಲ್ಲ ಕಾರ್ಯಕ್ರಮಗಳನ್ನು ನಡೆಸಬೇಕು ಎಂದು ಚರ್ಚೆಯಾಗುತ್ತಿದ್ದವು. ಇದುವರೆವಿಗೂ ಶಿಕಾಗೋದಿಂದ ಬಂದ ಅಲ್ಲಿಯ ಸ್ಥಳೀಯ ಹಾಡುಗಾರರು ಹಾಡುವ ಬಾಲಿವುಡ್ ಹಾಡುಗಳ ಫಂಡ್‌ರೈಸರ್ ಕಾರ್ಯಕ್ರಮವೊಂದು ಬಿಟ್ಟರೆ ಬೇರೆಲ್ಲವೂ ಚರ್ಚೆಯ ಮಟ್ಟದಲ್ಲೇ ನಿಂತಿದ್ದವು.

ಎಲ್ಲ ಒಂದು ಮಟ್ಟದಲ್ಲಿ ನಡಕೊಂಡು ಹೋಗುತ್ತಿದ್ದರೂ ಕೆಲವೊಂದು ವಿಷಯಗಳು ಪೈಗೆ ಸಣ್ಣ ಕಿರಿಕಿರಿಯಾಗಿ ಹಾಗೇ ಉಳಕೊಂಡುಬಿಟ್ಟಿದ್ದವು. ದೇವಸ್ಥಾನ ಊರ ಮಧ್ಯದಲ್ಲಿದ್ದುದರಿಂದ ನಗರದ ಮುನಿಸಿಪಾಲಿಟಿ ನಿಯಮಗಳಿಗನುಗುಣವಾಗಿ ದೇವಸ್ಥಾನದ ಆವರಣದಲ್ಲಿರುವ ಹುಲ್ಲನ್ನು ನಿಯಮಿತವಾಗಿ ಕತ್ತರಿಸಿ ಚೊಕ್ಕವಾಗಿಡಬೇಕಿತ್ತು. ಗಿಡಗಂಟಿಗಳನ್ನು ಯದ್ವಾತದ್ವಾ ಬೆಳೆಯುವುದಕ್ಕೆ ಬಿಡುವುದಂತೂ ಸಾಧ್ಯವಿರಲಿಲ್ಲ.

ಚಳಿಗಾಲದಲ್ಲಿ ದೇವಸ್ಥಾನದ ಪಾರ್ಕಿಂಗ್‌ಲಾಟಿನಲ್ಲಿ ಬೀಳುವ ಹಿಮವನ್ನು ಸಾರಿಸಿ ಗುಡಿಸಿಡುವ ಕೆಲಸಕ್ಕೆ ಜನ ಬೇಕಿತ್ತು. ಏನಾದರೂ ಸಮಾರಂಭವಾದರೆ ಜನ ಊಟಮಾಡಿ ಕೈ ಒರೆಸಿಕೊಂಡು ಹೊರಟುಬಿಡುತ್ತಿದ್ದರು. ಪೈ ಕೈಯಲ್ಲಿ ಮೈಕ್ ಹಿಡಕೊಂಡು 'ದಯವಿಟ್ಟು, ಯಾರೂ ಹೊರಟುಬಿಡಬೇಡಿ. ನಮಗೆ ದೇವಸ್ಥಾನವನ್ನು ಶುಚಿಗೊಳಿಸಲು ವಾಲಂಟಿಯರ್ಸ್ ಬೇಕು' ಎಂದು ಗೋಗರೆದುಕೊಳ್ಳುತ್ತಿದ್ದ. ಎಲ್ಲದಕ್ಕೂ ಊರ ಹಿಂದೂ ಯುವಕರನ್ನು ಕೇಳಿ ಕೇಳಿ ಪೈಗೆ ಸಾಕಾಗಿ ಹೋಗಿತ್ತು. ಅವರುಗಳೂ ಮಾಡುವಷ್ಟು ಮಾಡಿ ಕೊನೆಗೆ ಏನೋ ಕಾರಣಗಳನ್ನು ಹೇಳಿ ತಪ್ಪಿಸಿಕೊಳ್ಳುತ್ತಿದ್ದರು. ಪೈ ಎಷ್ಟೋ ಬಾರಿ ಹೋಗಿ ಕಷ್ಟಪಟ್ಟು ಒಬ್ಬನೇ ಈ ಹಿಮ ಎತ್ತಿಹಾಕುವ ಕಷ್ಟವನ್ನು ನೋಡಲಾಗದೇ ನಾನೂ ಹೋಗಿ ಎತ್ತಿ ಹಾಕಿ ಬರುತ್ತಿದ್ದೆ. ನನ್ನ ನೋಡಿ 'ನೀನೊಬ್ಬನೇ ನೋಡು ನನ್ನ ಸರಿಯಾಗಿ ಅರ್ಥ ಮಾಡಿಕೊಂಡಿರೋದು. ಈ ಊರ ಜನಕ್ಕೆ ಬರೇ ದೀಪಾವಳೀಗೆ, ಯುಗಾದೀಗೆ ಫಂಕ್ಷನ್ ಯಾಕೆ ಮಾಡ್ಲಿಲ್ಲ ಅಂತ ತರಲೆ ತೆಗೆಯೋಕೆ ಗೊತ್ತಾಗುತ್ತೆ. ಮತ್ತೆ ಕೊಡೋ ಹತ್ತು ಡಾಲರ್ಗೆ ಸ್ವೀಟ್ ಯಾಕ್ರೀ ಒಂದೇ ಇದೆ ಪೈ ಅವರೇ, ಅಂತ ಮುಖಕ್ಕೆ ಕುಕ್ಕಿ ಆಕ್ಷೇಪಣೆ ಬೇರೆ ಮಾಡ್ತಾರೆ' ಎಂದು ಅಲವತ್ತುಕೊಳ್ಳುತ್ತಿದ್ದ. ಯಾರಾದರೂ ಕೆಲಸದವರನ್ನು ಇಟ್ಟುಕೊಳ್ಳೋಕೆ ದೇವಸ್ಥಾನದ ಬಜೆಟ್ಟಿನಲ್ಲಿ ದುಡ್ಡಿರಲಿಲ್ಲ.

ಇವೆಲ್ಲ ಸಮಸ್ಯೆಗಳಿಗೆ ಒಂದೇ ಒಂದು ಪರಿಹಾರ ಕಾಣಿಸಿತ್ತು, ಪೈಗೆ. ಯಾರಾದರೂ ಹುಡುಗ ಅರ್ಚಕನನ್ನು ಇಂಡಿಯಾದಿಂದ ಕರೆಸುವುದು. ದೇವಸ್ಥಾನದ ಪೂಜೆಗೆ ಪೂಜೆಯೂ ಆಗುತ್ತದೆ, ಮತ್ತೆ ಇತರೇ ಕೆಲಸಗಳಾದ ಈ ಲಾನ್ ಸಪಾಟು ಮಾಡುವುದು, ಹಿಮ ಸವರುವುದು ಇಂಥವಕ್ಕೂ ಉಪಯೋಗಕ್ಕೆ ಬರುತ್ತಾನೆ. ರಿಲಿಜಿಯಸ್ ವೀಸಾದಲ್ಲಿ ಇಂಡಿಯಾದ ಅರ್ಚಕರಿಗೆ ಇಲ್ಲಿಗೆ ಬರುವುದಕ್ಕೆ ಅವಕಾಶ ಉಂಟು. ವೀಸಾ ಸಿಕ್ಕಿ ಇಲ್ಲಿಗೆ ಕರೆಸಿಕೊಂಡುಬಿಟ್ಟರೆ ಸಾಕು, ನಂತರ ಇಲ್ಲಿ ಆತನನ್ನು ಹೇಗೋ ಮ್ಯಾನೇಜ್ ಮಾಡಬಹುದು, ಎಂದಿದ್ದ. 'ಮದುವೆ ಮಾಡಿಕೊಂಡು ಸಂಸಾರ ಇರೋರನ್ನ ಕರಕಂಬರಬಾರದು ಕಣಯ್ಯ. ಬೇಗ ಚಿಗಿತುಕೊಂಡುಬಿಡ್ತಾರೆ. ಅಲ್ಲಿ ಇಲ್ಲಿ ಪೂಜೆ ಅಂತ ಅವರದ್ದೇ ದಂಧೆ ಶುರುಮಾಡಿಕೊಂಡು ಬಿಡ್ತಾರೆ, ಇಪ್ಪತ್ಮೂರು, ಇಪ್ಪತ್ನಾಲ್ಕು ವರ್ಷದ ಹುಡುಗರನ್ನು ಕರೆಸಿದರೆ ಬೆಸ್ಟು, ಇಲ್ಲಿ ಒಂದು ವರ್ಷ ಇದ್ದುಕೊಂಡು ಹೋಗಲಿ. ನಂತರ ಬೇರೊಬ್ಬರನ್ನು ಕರೆಸಿದರಾಯಿತು. ಒಬ್ಬೊಬ್ಬರು ಒಂದೊಂದು ವರ್ಷ ಇದ್ದರೆ ಸಾಕು' ಎಂದಿದ್ದ. ನಾನು 'ವರ್ಷಕ್ಕೆ ಒಬ್ಬೊಬ್ಬ ಇಪ್ಪತ್ತನಾಲ್ಕು ವರ್ಷದ ಅರ್ಚಕರನ್ನು ಎಲ್ಲಿ ಹುಡುಕುತ್ತೀಯ' ಎಂದು ಮೀಟಿಂಗಿನಲ್ಲಿ ಕೇಳಿದ್ದೆ. ವೆಂಕಟಾಚಾರಿ ಅನ್ನೋ ತೆಲುಗು ಡಾಕ್ಟರೊಬ್ಬ ತಿರುಮಲ ತಿರುಪತಿ ಟ್ರಸ್ಟಿನವರದ್ದು ಇಂಥವಕ್ಕೆ ಅಂತ ಒಂದು ದೊಡ್ಡ ಪ್ರೋಗ್ರಾಮೇ ಇದೆ. ಅಲ್ಲಿಂದ ಕರೆಸಬಹುದು ಎಂದು ಸಲಹೆ ಕೊಟ್ಟಿದ್ದ.

ಆದರೆ, ಪೈಗೆ ಸ್ಯಾನ್ ಹೋಸೆಯ ಲಿವರ್ಮೋರ್ ದೇವಸ್ಥಾನದ ಅರ್ಚಕ ಗೋಪಾಲಕೃಷ್ಣ ಪಂಡಿತ ಖಾಸಾ ದೋಸ್ತಿಯಂತೆ. ಪೈ ಪ್ರಕಾರ ಆತ ಭಾರಿ ದೊಡ್ಡ ವ್ಯಾಪಾರಿ. ಸ್ಯಾನ್ ಹೋಸೆಯಲ್ಲಿ ಹದಿನೈದು ವರ್ಷದ ಹಿಂದೆ ಡಾಟ್‌ಕಾಮ್ ಕಂಪೆನಿಗಳು ಚೆನ್ನಾಗಿ ಕಾಸುಮಾಡಿಕೊಳ್ಳುತ್ತಿದ್ದಾಗ ಆತ ಆ ಕಂಪೆನಿಗಳ ಶೇರುಗಳನ್ನೇ ದಕ್ಷಿಣೆಯನ್ನಾಗಿ ಇಸಕೊಳ್ಳುತ್ತಿದ್ದನಂತೆ. ಸ್ಯಾನ್ ಹೋಸೆ ಮರ್ಕ್ಯುರಿ ನ್ಯೂಸ್‌ನವರು ಇವನ ಮೇಲೆ ಒಂದು ವಿಶೇಷವಾದ ಫೀಚರ್ ಮಾಡಿದ್ದರಂತೆ.

ಪೈ ನಾನು ಒಬ್ಬನೇ ಸಿಕ್ಕಾಗ ಹೇಳಿದ್ದ 'ಆ ಕಾಲದಲ್ಲಿ ಏನು ಹೇಳ್ತೀಯಾ. ಅಲ್ಲಿ ಇದ್ದಬದ್ದ ಭಾರತೀಯರೆಲ್ಲ ಕಂಪೆನೀನ ಫ್ಲೋಟ್ ಮಾಡಿ ದುಡ್ಡುಮಾಡಿಕೊಂಡಂತೆ ಈತನೂ ಅರ್ಚನೆ ಮಾಡಿಸೋದು, ಬಿಲ್ಡಿಂಗುಗಳ ವಾಸ್ತು ಹೇಳೋದು, ಐಪಿಓಗಳು ಪಬ್ಲಿಕ್ ಹೋಗಬೇಕಾದ ಘಳಿಗೆಯನ್ನು ಗುಣಾಕಾರ ಮಾಡಿ ಹೇಳೋದು– ಇಂಥವೇ ಮಾಡಿ ಸರಿಯಾಗಿ ದುಡ್ಡುಮಾಡಿದ. ಇಲ್ಲಿಗೆ ಬರೋ ಮೊದಲು ಬೆಂಗಳೂರಿನ ಗಾಳಿ ಹನುಮಂತರಾಯನ ದೇವಸ್ಥಾನದಲ್ಲಿ ಪೂಜೆ ಮಾಡಿಕೊಂಡು ಇದ್ದನಂತೆ. ಈಗ ಪೂರಕ್ಕೆ ಪೂರ ಕ್ಯಾಶ್ ಕೊಟ್ಟು ಇಂದಿರಾನಗರದಲ್ಲಿ ಎರಡು ಸೈಟು ಕೊಂಡಿದಾನೆ. ಮತ್ತೆ ವಿಜಯ ಮಲ್ಯನಿಗೆ ಆತ ಖಾಸಾ ಅರ್ಚಕ. ಕಿಂಗ್ ಫ್ಲಿಷರ್ ಲಾಂಚ್ ಮಾಡಿದಾಗ, ರಾಯಲ್ ಚಾಲೆಂಜರ್ಸ್ ಮ್ಯಾಚ್ ಆಡುವಾಗ ಈತ ಖುದ್ದಾಗಿ ಪೂಜೆ ಮಾಡಿದ ಮೇಲೆಯೇ ಮಲ್ಯ ಮುಂದುವರೆಯೋದು. ಹೋದ ವರ್ಷ ಪಂಡಿತ ಬೆಂಗಳೂರಿನಲ್ಲಿ ಟ್ರಾಫಿಕ್ಕಲ್ಲಿ ಸಿಕ್ಕಿಹಾಕಿಕೊಂಡಿದ್ದ ಅಂತ ಐಪಿಎಲ್‌ನ ಮ್ಯಾಚ್ ಟಾಸ್ ಹಾಕೋದು ತಡ ಮಾಡಿದ್ರಂತೆ. ಅಂಥ ದೊಡ್ಡ ಕುಳ ಈತ. ಈಗ ಆರುತಿಂಗಳು ಬೆಂಗಳೂರಿನಲ್ಲಿ ಇರ್ತಾನೆ. ಇನ್ನಾರು ತಿಂಗಳು ಸ್ಯಾನ್ ಹೋಸೆಯಲ್ಲಿರ್ತಾನೆ. ಆತ ಒಂದು ಔಟ್‌ಸೋರ್ಸಿಂಗ್ ಏಜೆನ್ಸಿ ಇಟ್ಟುಕೊಂಡಿದಾನೆ. ಎರಡೂ ಕಡೆ ಆಫೀಸಿದೆ. ಆತನ ಹೆಂಡತಿಯೇ ಎಲ್ಲ ಮ್ಯಾನೇಜ್ ಮಾಡೋದು. ನಮಗೆ ಬೇಕಾದ ಹುಡುಗರನ್ನು ಸಪ್ಲೈ ಮಾಡ್ತಾನೆ. ತಿಂಗಳಿಗೆ ನಾವು ಇಷ್ಟು ಅಂತ ದುಡ್ಡುಕೊಟ್ಟುಬಿಟ್ಟರೆ ಆಯ್ತು, ಈ ಹುಡುಗರಿಗೆ ಏನು ಬೇರೆ ಮನೆಗಿನೆ ಬೇಕಾಗೋದಿಲ್ಲ. ದೇವಸ್ಥಾನದಲ್ಲಿಯೇ ಬೇಕಾದಷ್ಟು ಜಾಗ ಖಾಲಿ ಇದೆ. ಮತ್ತೆ ಒಬ್ಬನೇ ಹುಡುಗ ಇರ್ತಾನೆ. ಊಟ ಗೀಟ ಕೊಡೋಕಾಗೊಲ್ಲ ಅಂತ ನಾನು ಹೇಳಿದೀನಿ. ಅವನೇ ಅಡುಗೆ ಮಾಡ್ಕೋತಾನೆ ತಗೋ. ಅಂಥಾ ಒಳ್ಳೆ ಕಿಚನ್ನಿದೆ, ದೇವಸ್ಥಾನದಲ್ಲಿ. ವಾರಾಂತ್ಯದಲ್ಲಿ ಎರಡೂದಿನ ಒಂದಲ್ಲ ಒಂದು ಪೂಜೆ ಆಗೇ ಆಗುತ್ತೆ. ಆಗ ಊಟಕ್ಕೇನು ತೊಂದರೆಯಾಗೊಲ್ಲ. ಇನ್ನು ರಾಮನವಮಿ, ಕನ್ನಡದವರದ್ದು ಯುಗಾದಿ, ದುರ್ಗಾ ಪೂಜೆ, ತಮಿಳರದ್ದು ಯುಗಾದಿ, ಗೌರಿ, ಗಣೇಶ, ಹೋಳಿ ಹೀಗೆ ಬೇಕಾದಷ್ಟು ಇದ್ದೇ ಇರುತ್ತೆ. ಆತನೂ ಒಂದು ವರ್ಷ ಇದ್ದು ದುಡ್ಡು ಮಾಡಿಕೊಂಡು ಹೋಗಬಹುದು, ನೋಡು' ಎಂದು ಹೇಳಿದ್ದ. ಒಂದು ಎಕ್ಸೆಲ್ ಶೀಟಿನಲ್ಲಿ ತಿರುಮಲ ತಿರುಪತಿ ಟ್ರಸ್ಟ್ ಬದಲಿಗೆ ಗೋಪಾಲಕೃಷ್ಣ ಪಂಡಿತನ ಬಳಿಯಿಂದ ಅರ್ಚಕರನ್ನು ಕರೆಸುವುದರಿಂದ ಎಷ್ಟು ದುಡ್ಡು ಉಳಿಸಬಹುದು ಎಂದು ಎಲ್ಲರಿಗೂ ಲೆಕ್ಕ ತೋರಿಸಿದ್ದ. ಮೇಲಾಗಿ ಈ ಹುಡುಗರು ದೇವರ ಪೂಜೆಯ ಜತೆಗೆ ಇತರೇ ಕೆಲಸಗಳನ್ನೂ ಮಾಡಿಕೊಂಡು ಹೋಗುತ್ತಾರೆ. ತಿರುಪತಿಯ ಹುಡುಗರು ದೇವರ ಪೂಜೆ ಬಿಟ್ಟರೆ ಜಪ್ಪಯ್ಯ ಅಂದರೂ ಇನ್ನೊಂದು ಕೆಲಸ ಮಾಡೊಲ್ಲ' ಎಂದೂ ಕಾರಣ ಕೊಟ್ಟಿದ್ದ. ಎಲ್ಲರೂ ಒಪ್ಪಿದ್ದರು.

ಹಾಗೆ ಬಂದ ಈ ನಮ್ಮ ದೇವಸ್ಥಾನದ ಮೊದಲನೇ ಅರ್ಚಕ– ಶ್ರೀನಿವಾಸ. ಆತನೂ ಗಾಳಿ ಆಂಜನೇಯನ ದೇವಸ್ಥಾನದಲ್ಲಿ ಪೂಜೆ ಮಾಡಿಕೊಂಡು ಇದ್ದನಂತೆ. ಈಗ ಇಲ್ಲಿಗೆ ಬಂದು ಮೂರುತಿಂಗಳಾಗಿತ್ತಷ್ಟೇ. ಈಗ ಹದಿನೈದು ದಿನದ ಹಿಂದೆ 'ಶ್ರೀನಿವಾಸ ವಾಪಸ್ಸು ಹೋಗಿಬಿಡ್ತೀನಿ ಅಂತ ಹಠ ತೆಗೀತಾ ಇದಾನೆ' ಎಂದು ಪೈ ಫೋನು ಮಾಡಿದ್ದ. ಈಗ ನೋಡಿದರೆ, ಹಿಂದೆ ಮುಂದೆ ಗೊತ್ತಿಲ್ಲ. ಏನೋ ಪ್ರಾಣ ತೆಗೆದುಕೊಳ್ಳೋಕೆ ಮಾತ್ರೆಗಳನ್ನು

ತೆಗೆದುಕೊಂಡಿದ್ದಾನೆ ಎಂದರೆ? ನನಗೆ ಪೈ ಮೇಲೆ, ಮತ್ತು ಈ ಶ್ರೀನಿವಾಸನ ಮೇಲೆ ಅಸಾಧ್ಯವಾದ ಕೋಪ ಬಂದಿತ್ತು.

ಮತ್ತೊಮ್ಮೆ ಫೋನು ಮಾಡಿ 'ಇನ್ನೂ ಎಷ್ಟು ಹೊತ್ತಾಗುತ್ತೆ, ಬರೋದಕ್ಕೆ?' ಎಂದು ಕೇಳಿದೆ. 'ಈಗ ಹೊರಟು ಹತ್ತು ನಿಮಿಷ ಆಯ್ತು ಕಣಯ್ಯ. ಆಸ್ಪತ್ರೆಗೆ ಬರೊಲ್ಲ ಅಂತ ಹಠ ಹಿಡಿದಿದ್ದ. ನಾನು ಹೇಗೋ ಒಪ್ಪಿಸಿ ಕರಕೊಂಡು ಬರ್ತಾ ಇದೀನಿ. ನೀನು ರಾತ್ರಿ ಇಡೀ ನಿದ್ರೆ ಮಾಡಿಲ್ಲ ಅಂತ ಗೊತ್ತು. ಕೊಂಚ ಅಡ್ಜಸ್ಟ್ ಮಾಡ್ಕೊ' ಎಂದ.

'ವಿಷಯ ಏನು ಅಂತ ಹೇಳಿದ್ನಾ. ಈ ಹುಡುಗ್ರ ಸಹವಾಸ. ಏನಾರ ಲವ್ವು ಪವ್ವಂತ?'

'ಏಂತದೂ ಮಾತಾಡ್ತಿಲ್ಲ. ಬಂದು ಮೂರು ತಿಂಗಳಾಗಿದೆ. ಅದಕ್ಕೆಲ್ಲ ಎಲ್ಲಿರುತ್ತೆ ಅವಕಾಶ. ಆತ ಮೊಬೈಲಿನಲ್ಲಿ ಮಾತಾಡ್ತಾ ಇದ್ದ. ಯಾರಿಗೆ ಅಂತ ಕೇಳಿದ್ರೆ ಶಿಕಾಗೋಗೆ ಅಂತ ಮಾತ್ರ ಹೇಳಿದ. ನನ್ನ ಹತ್ತಿರ ಜಾಸ್ತಿ ಮಾತಾಡ್ತಾ ಇಲ್ಲ. ಈಗ ನಿದ್ರೆ ಮಾಡ್ತಾ ಇದಾನೆ. ಕರಕೊಂಡು ಬರ್ತೀನಲ್ಲ, ನೀನೇ ನೋಡು' ಎಂದ.

ನಾನು 'ಪೈ, ನೀನು ಆತನನ್ನು ಕರಕೊಂಡುಬಂದು ಕೆಲಸ ಕೊಟ್ಟಿದ್ದಕ್ಕೆ ಒಳ್ಳೆ ಸರಿಯಾಗಿ ಕೈಕೊಟ್ಟ ಆತ. ಆ ನಿಮ್ಮ ಗೋಪಾಲಕೃಷ್ಣ ಪಂಡಿತನಿಗೆ ಒಂದು ಫೋನು ಮಾಡು. ಬೇರೆ ಹುಡುಗನ್ನ ಕಳಿಸು ಅಂತ ಹೇಳು' ಎಂದೆ.

'ಈ ಟೈಮಲ್ಲಿ ಗೋಪಾಲಕೃಷ್ಣ ಪಂಡಿತನ್ನ ಹಿಡಿಯೋಕಾಗುತ್ತೇನಯ್ಯ. ಇದೊಳ್ಳೆ ಐಪಿಎಲ್ ಸೀಸನ್ನು. ಟೀವೀಲಿ ನೋಡಿಲ್ವ, ಪಂಡಿತ ಮಲ್ಯನ ಜತೆಗೇ ವಿಐಪಿ ಗ್ಯಾಲರೀಲಿ ಕೂತಿರ್ತಾನೆ. ಏನಾರ ವ್ಯವಸ್ಥೆ ಮಾಡೋಣ. ನೀನು ಇವನನ್ನ ಸರಿ ಮಾಡು. ಇವತ್ತು ಸಂಜೆ ದೇವಸ್ಥಾನದ ಬಾಗಿಲು ತೆಗಿಯಲೇ ಬೇಕು. ನಾನು ಅಲ್ಲಿಗೆ ಯಾರನ್ನಾದರೂ ಹೊಂದಿಸುತ್ತೀನಿ' ಎಂದು ಮತ್ತೆ ಫೋನಿಟ್ಟಿದ್ದ.

ಪೈ ಬರೋದು ಇನ್ನರ್ಧ ಗಂಟೆಯಾದರೂ ಆಗುತ್ತದೆ ಎಂದನಿಸಿತ್ತು. ಕಣ್ಣುಗಳನ್ನು ಕೊಂಚ ತಣ್ಣಗೆ ಮಾಡೋಣ ಎಂದನ್ನಿಸಿ ಮತ್ತೆ ವಾಪಸ್ಸು ಕಾಲ್‌ರೂಮಿಗೆ ಹೊರಟೆ.

■

'ಹಲೋ, ನಮಷ್ಕಾರ್, ಹೌ ಆರ್ ಯು' ಎಂದು ಒತ್ತಕ್ಷರಗಳನ್ನು ಒತ್ತಿ, ಆರ್‌ನ ವ್ಯಂಜನವನ್ನು ನುಂಗದೇ ನನ್ನ ಉಚ್ಚಾರದಂತೆಯೇ ಇರುವ ಇಂಗ್ಲೀಷನ್ನು ಕೇಳಿದಾಗ ಕೊಂಚ ಆಶ್ಚರ್ಯವಾಗಿತ್ತು. ತಲೆಯೆತ್ತಿ ನೋಡಿದಾಗ ಸುಮಾರು ಐವತ್ತು ಕಿಲೋ ತೂಕದ ಸ್ವಲ್ಪ ಕಪ್ಪು ಎನ್ನಬಹುದಾದ ಬಣ್ಣವಿದ್ದ ಮನುಷ್ಯನ ರೂಪ ಕಾಣಿಸಿತು. ಒಂದು ಬಿಳೀ ಆರೋ ಶರ್ಟು ಮತ್ತು ಕಪ್ಪು ಪ್ಯಾಂಟನ್ನು ಹಾಕಿಕೊಂಡು ಸೊಂಟಕ್ಕೆ ಕರೀ ಬೆಲ್ಟನ್ನು ತೊಟ್ಟಿದ್ದ. ಬೆಲ್ಟಿನ ಹುಕ್ ದಪ್ಪ ಹಿತ್ತಾಳೆಯದು, ಬೆಲ್ಟಿಗಿಂತ ನಾಲ್ಕು ಪಟ್ಟು ದೊಡ್ಡದಾಗಿತ್ತು. ಕಾಲಿಗೆ ಒಂದು ದಪ್ಪನಾದ ಕರಿಯ 'ಹಶ್ ಪಪ್ಪೀಸ್' ಬೂಟುಗಳು. ಕುತ್ತಿಗೆಗೊಂದು ಸಣ್ಣ ಕಪ್ಪು ಚಿಟ್ಟೆ. ಮತ್ತೆ ನನ್ನ ನೋಡಿ ನಕ್ಕು 'ನಮಸ್ಕಾರ್... ಗಾಡ್ ಬ್ಲೆಸ್ ಯು... ಸಲಾಂ ವಾಲೇಖುಂ?' ಎಂದ, ಪ್ರಶ್ನಾರ್ಥಕವಾಗಿ.

ನಾನು 'ಹಲೋ, ನಾನು ಭಾರತದವನು. ಇಂಡಿಯಾ. ಶಿವಮೊಗ್ಗಾ... ವೆಲ್ ಬ್ಯಾಂಗಲೂರ್' ಎಂದೆ. ಆತ 'ಗುಡ್... ಗುಡ್. ನಾನು ಗೋವಾದವನು. ಫಾದರ್ ಜೋಸೆಫ್. ಇಲ್ಲಿನ ಡಿವೈನ್ ಮರ್ಸಿ ಚರ್ಚಿಗೆ ಪ್ಯಾಸ್ಟರ್ ಆಗಿ ಬಂದಿದೀನಿ' ಎಂದು ಪರಿಚಯ ಮಾಡಿಕೊಂಡ. ಆತನ ಹಿಂದೆ ನನ್ನ ನರ್ಸು ಸಿಂಡಿ ನಿಂತಿದ್ದು 'ಡಾಕ್, ನಾನು ಹೇಳಿರಲಿಲ್ಲವಾ, ನಮ್ಮ ಆಸ್ಪತ್ರೆಯ ಪ್ಯಾಸ್ಟರ್' ಎಂದು ನಕ್ಕಳು.

ಕೆಲವು ದಿನದ ಹಿಂದೆ ಸಿಂಡಿ 'ನಮ್ಮ ಹೊಸಾ ಪ್ಯಾಸ್ಟರನ್ನು ನೋಡಿದ್ದೀಯಾ?' ಎಂದು ಕೇಳಿದ್ದು ನೆನಪಿಗೆ ಬಂತು. ನಾನು 'ಇಲ್ಲ' ಎಂದು ಹೇಳಿದ್ದೆ. 'ಹೌದಾ, ನೀನು ಆತನನ್ನು ನೋಡಲೇಬೇಕು. ಡಿವೈನ್ ಮರ್ಸಿ ಚರ್ಚಿಗೆ ಕೆಲಸ ಮಾಡಲು ಬಂದಿದ್ದಾನೆ. ಆತ ನಿನ್ನಂತೆಯೇ ಮಾತಾಡುತ್ತಾನೆ. ಆತನೂ ಇಂಡಿಯಾದಿಂದಲೇ ಬಂದಿರೋದು. ಬಹಳ ತಮಾಷೆಯಾಗಿದೆ ಆತನ ಉಚ್ಚಾರ. ನಮ್ಮ ಆಸ್ಪತ್ರೆಯ ಆನ್ ಕಾಲ್ ಪ್ಯಾಸ್ಟರ್ ಆತನೇ. ಇಲ್ಲಿಗೆ ಬರ್ತಾನೇ ಇರ್ತಾನೆ. ನೀನು ಸದ್ಯದಲ್ಲಿಯೇ ನೋಡುತ್ತೀಯಂತೆ, ಬಿಡು' ಎಂದು ಹೇಳಿದ್ದಳು. ನನಗೆ ಈ ವಿಷಯ ಪೂರಾ ಮರೆತೇಹೋಗಿತ್ತು.

ಈ ಆಸ್ಪತ್ರೆಗಳಲ್ಲಿ ಫಾದರ್‌ಗಳು ನನ್ನ ಹಾಗೇ ಕಾಲ್‌ನಲ್ಲಿರೋದು ನನಗೆ ಮುಂಚೆ ಕೊಂಚ ತಮಾಷಿ, ಕೊಂಚ ವಿಚಿತ್ರವಾಗಿ ಕಾಣಿಸುತ್ತಿತ್ತು. ಯಾವುದಾದರೂ ರೋಗಿಯ ಪರಿಸ್ಥಿತಿ ಉಲ್ಬಣಿಸಿದಾಗ ನನಗೂ ಫಾದರ್ಗೂ ಒಟ್ಟಿಗೇ ಕಾಲ್ ಬರುತ್ತಿತ್ತು. ಎಷ್ಟೋ ದಿನ ನನಗಿಂತ ಮುಂಚೆ ಚರ್ಚಿನ ಈ ಪಾದ್ರಿ ಬಂದು ರೋಗಿಯ ಪಕ್ಕ ನಿಂತು ಹಸಿರು ಪಚ್ಚೆಯಂತಹ ಜಪಮಣಿಯಂತಿರುವ, ತುದಿಗೆ ಕ್ರಾಸ್ ಕಟ್ಟಿರುವ ಆ ಸರವನ್ನು ಹಿಡಿದು ಇನ್ನೊಂದು ಕೈಯಲ್ಲಿ ರೋಗಿಯ ಕೈಹಿಡಿದುಕೊಂಡು ರೋಗಿಯ ಸಂಸಾರ ಸಮೇತ ಪ್ರಾರ್ಥನೆ ಮಾಡುತ್ತಾ ನಿಂತಿರುತ್ತಿದ್ದರು. ನಾನು ಎಷ್ಟೋ ಸರ್ತಿ ಎಲ್ಲರೂ 'ಏಮನ್' ಎನ್ನುವತನಕ ನನ್ನ ಹತಾರಗಳನ್ನು ಇಟ್ಟುಕೊಂಡು ಕಾದಿದ್ದಿದೆ. ಇನ್ನೂ ಕೆಲವು ಬಾರಿ 'ಒಂದು ನಿಮಿಷ, ನನ್ನ ಕೆಲಸವಾದ ಮೇಲೆ ನಿಮ್ಮ ಕೆಲಸ ಇಲ್ಲಿ ಏನಿದ್ದರೂ' ಎಂದು ರೋಗಿಯ ಮನೆಯವರನ್ನೂ, ಮತ್ತು ಪಾದ್ರಿಯನ್ನೂ ಹೊರಗೆ ಕಳಿಸಿದ್ದಿದೆ. ಕೆಲವು ಬಾರಿ ರೋಗಿಯ ಮನೆಯವರೂ, ರೋಗಿಯೂ ಅವರಾಗವರೇ ಹೇಳಿಬಿಡುತ್ತಾರೆ. 'ಡಾಕ್ಟರ್, ಫಾದರ್‌ಗೆ ಮೊದಲು ಪ್ರಾರ್ಥನೆ ಮಾಡೋಕೆ ಬಿಡು. ನಂತರ ನಿನ್ನ ಕೈಲಾದ್ದು ನೀನು ಮಾಡು' ಎಂದು. ಆಗ ನಾನು ಹೊರಗೆ ಬಂದು 'ಬರೇ ಜೀವ ಉಳೀಲಿ ಅಂತ ಪ್ರಾರ್ಥನೆ ಮಾಡೋ ಹಾಗಿದ್ರೆ ನನ್ನ ಯಾಕೆ ಕರೆಸಬೇಕಿತ್ತು' ಎಂದು ಹೊರಗೆ ವೈಟಿಂಗ್ ರೂಮಿನಲ್ಲಿ ಕೂತಿದ್ದು ನಂತರ ಒಳಗೆ ಹೋಗುತ್ತಿದ್ದೆ.

ಇವತ್ತು ಶ್ರೀನಿವಾಸನ ಘಟನೆಯ ಹಿನ್ನೆಲೆಯಲ್ಲಿ ಈ ಆಸ್ಪತ್ರೆಯ ಆನ್ ಕಾಲ್ ಪಾದ್ರಿ ನನ್ನನ್ನು ಭೇಟಿ ಮಾಡುತ್ತಿರುವುದು ಕೊಂಚ ವಿಶೇಷವಾಗಿ ಕಾಣಿಸಿತ್ತು.

ನಾನು 'ಹಲೋ, ಹೈ, ಹೌ ಆರ್ ಯು' ಎಂದು ನಕ್ಕೆ. ಆತ 'ಈ ಊರಲ್ಲಿ ನೀನು ಬಹಳ ದಿನದಿಂದ ಇದ್ದೀಯ? ಎಂದು ಕೇಳಿದಾಗ 'ಸುಮಾರು ಹತ್ತು ವರ್ಷದಿಂದ' ಎಂದೆ. 'ಗುಡ್... ಗುಡ್. ಗಾಡ್ ಬ್ಲೆಸ್ ಯು' ಎಂದು ಹೇಳಿ ಯಾವುದೋ ಕೇಸ್ ಪೇಪರನ್ನು ನೋಡುತ್ತಾ ನಿಂತಿದ್ದ.

ನಾನು 'ಮೇ ಐ ಹೆಲ್ಪ್ ಯು?' ಎಂದು ನನ್ನ ಡಾಕ್ಟರಿಕೆಯ ವೃತ್ತಿಪರತೆಯನ್ನು ತೋರಿಸಲು ಪ್ರಯತ್ನಮಾಡಿದೆ. ಆತನಿಗೆ ಅರ್ಥವಾಗಲಿಲ್ಲ. ನಾನು ಆತ ನೋಡುತ್ತಿದ್ದ ಕೇಸ್‌ಶೀಟತ್ತ ಕಣ್ಣುಗುಡ್ಡೆಗಳನ್ನು ಹೊರಳಿಸಿ, ಕುತ್ತಿಗೆಯನ್ನು ತಿರುಗಿಸಿ ತಿವಿದು ತೋರಿಸುತ್ತಾ 'ಮೇ ಐ ಹೆಲ್ಪ್ ಯು?' ಎಂದು ಇನ್ನೊಮ್ಮೆ ಕೇಳಿದೆ. ಆತ 'ಇಲ್ಲಿ ಈ ನೂರಾಮೂರರನೇ ರೂಮಿನಲ್ಲಿರೋ ರೋಗಿ ಪ್ರಾರ್ಥನೆ ಮಾಡಬೇಕಂತೆ. ನನಗೆ ಕಾಲ್ ಬಂತು. ಹೆಸರು, ವಯಸ್ಸು ಇತರೇ ವಿವರಗಳನ್ನು ನೋಡುತ್ತಾ ಇದ್ದೇನೆ' ಎಂದ ಸೊಂಟದಲ್ಲಿದ್ದ ತನ್ನ ಬೀಪರನ್ನು ನೋಡಿಕೊಂಡು. ನಾನು 'ಫ಼ಾದರ್, ಈ ವಿವರಗಳನ್ನು ನೀವು ಹೊರಗೆ ಸೆಕ್ರೆಟರಿಯಿಂದಲೂ ಪಡಕೊಳ್ಳಬಹುದು. ಈ ಕೇಸ್‌ಪೇಪರಲ್ಲಿ ರೋಗಿಗಳ ಅತಿ ಮುಖ್ಯವಾದ ಕೆಲವು ಖಾಸಗಿ ವೈದ್ಯಕೀಯ ವಿವರಗಳಿರ್ತಾವೆ. ಅದಕ್ಕೆ ಸಂಬಂಧಪಡದವರು ಅದನ್ನು ನೋಡೋದು ಕಾನೂನುಬಾಹಿರ' ಎಂದು ಹೇಳಿ ಆತನನ್ನು ಹೊರಗೆ ಕರಕೊಂಡು ಹೋಗಿ ಹೊರಗೆ ರಿಸೆಪ್ಷನ್‌ನಲ್ಲಿ ಕೂತಿದ್ದ ಸೆಕ್ರೆಟರಿಯನ್ನು ಆತನಿಗೆ ಪರಿಚಯ ಮಾಡಿಸಿ 'ಫ಼ಾದರ್ಗೆ ನೂರಾಮೂರರ ವಿವರಗಳನ್ನು ಕೊಂಚ ಕೊಡು' ಎಂದು ಹೇಳಿ ಒಳಗೆ ಬಂದೆ.

ಫ಼ಾದರ್ ಜೋಸೆಫ಼ನ್ನು ನೋಡಿದರೆ ಅಮೆರಿಕಕ್ಕೆ ತೀರ ಹೊಸದಾಗಿ ಬಂದಿದ್ದಾನೆ ಈತ ಅನ್ನಿಸಿತು. ಇಪ್ಪತ್ತಾರು, ಇಪ್ಪತ್ತೇಳು ವರ್ಷವಿರಬೇಕು. ಯಾರೋ ಕರಕೊಂಡು ಹೋಗಿ ಸುಪರ್ಮಾರ್ಕೆಟ್ಟಿನಲ್ಲಿ ಕೊಡಿಸಿದ ತನ್ನ ವೃತ್ತಿಗೆ ಅವಶ್ಯಕವಾದ ಕುತ್ತಿಗೆಯ ಬೋಟ್ಯೆ ಮತ್ತು ಕಾಲಿಗೆ ಹಾಕಿದ ಫಳಫಳ ಅನ್ನುವ 'ಹಶ್ ಪಪ್ಪೀಸ್' ಬಿಟ್ಟರೆ ಉಳಿದೆಲ್ಲವೂ ಭಾರತೀಯವೇ. ತಲೆಯ ಕೂದಲನ್ನು ಕೂಡ ಒಪ್ಪವಾಗಿ ಎಣ್ಣೆ ಹಚ್ಚಿ ಬಾಚಿದ್ದ. ಹತ್ತಿರ ಬಂದು ಮಾತಾಡುವಾಗ ಆತನ ಬಾಯಿಂದ ಬರುವ 'ಮಾಣಿಕ್ ಚಂದ್'ನ ವಾಸನೆ ಆತನ ಬಿಳಿಯ ಶರ್ಟಿನ ಜೇಬಿನೊಳಗೆ ಕಾಣುವ ಫಳಫಳ, ಚರಚರ ಎನ್ನುವ ಪಾಕೀಟು ಒಂದಕ್ಕೊಂದು ಪುರಾವೆಯಾಗಿದ್ದವು. ಆತನ ಕರಿಯ ತುಟಿಗಳೂ ಕೊಂಚ ರಂಗಾಗಿದ್ದವು.

'ಥ್ಯಾಂಕ್ ಯು ಡಾಕ್ಟರ್. ನನಗೆ ಬೇಕಾದ ಎಲ್ಲ ಮಾಹಿತಿಗಳನ್ನೂ ನಿಮ್ಮ ಸೆಕ್ರೆಟರಿ ಕೊಟ್ಟಿದ್ದಾಳೆ. ನಾನು ನೂರಾಮೂರರ ಪೇಷೆಂಟನ್ನು ನೋಡಬಹುದೇ' ಎಂದು ಕೇಳಿ ಒಳಗೆ ಹೋದ. ನಾನು ನೂರಾಮೂರರ ಕೇಸ್‌ಪೇಪರನ್ನು ಇಸಕೊಂಡು ನೋಡುತ್ತಾ ಸಿಂಡಿಗೆ 'ಈಕೆಗೆ ಮುರಿದಿರೋದು ಹಿಮ್ಮಡಿಯ ಮೂಳೆ. ಒಂದು ಕ್ಯಾಸ್ಟ್ ಹಾಕಿ ಕ್ರಚಸ್ ಕೊಟ್ಟು ಕಳಿಸಿದರೆ ಎಲ್ಲ ಸರಿಗೋಗುತ್ತೆ. ಇದರಿಂದ ಏನು ಸತ್ತು ಹೋಗುತ್ತಾರೆಯೇ? ಅದಕ್ಕೆ ಯಾಕೆ ಚರ್ಚಿನಿಂದ ಪ್ರ್ಯಾಸ್ಟರನ್ನು ಕರೆಸ್ತಾ ಇದೀರ?' ಎಂದೆ, ನಾನು. 'ಡಾಕ್, ಆಕೆಗೆ ತೊಂಬತ್ತು ವರ್ಷ. ಉಗುರುಸುತ್ತು ಬಂದರೂ ಸತ್ತುಹೋಗುತ್ತೀನಿ ಎಂದೇ ಆಕೆ ತಿಳಕೊಳ್ಳೋದು. ಆಕೆ ಇಷ್ಟು ವಯಸ್ಸಾದರೂ ಒಬ್ಬಳೇ ಇರೋದು, ಅದೂ ಊರ ಹೊರಗೆ. ಮೇಲಾಗಿ ಆಸ್ಪತ್ರೆಯ ಪೇರೋಲಲ್ಲಿ ಚರ್ಚಿನ ಪಾದ್ರಿಗಳೂ ಇದಾರೆ. ಅವರಿಗೆ ಇದೊಂತರಾ ಮೇಲಿನ ಆದಾಯ. ಫ಼ಾದರ್ ಜೋಸೆಫ಼್ ಎಷ್ಟು ಚೆನ್ನಾಗಿ ಪ್ರಾರ್ಥನೆ ಮಾಡಿಸುತ್ತಾರೆ, ಗೊತ್ತಾ?' ಎಂದಳು, ಸಿಂಡಿ.

ನಾನು 'ಅದಲ್ಲ ವಿಷಯ. ಎಲ್ಲ ಕಡೆ ರಿಸೆಶನ್. ಈ ಚರ್ಚಿನ ಪಾದ್ರಿಗಳು ಬಂದು ನಮ್ಮ ಪೇಷೆಂಟುಗಳಿಗೆ ಮಾಡಿಸೋ ಈ ಪ್ರಾರ್ಥನೆಯ ಖರ್ಚನ್ನು ಯಾರು ಕೊಡುತ್ತಾರೆ. ಇದನ್ನು

ಎಸೆಂಶಿಯಲ್ ಸರ್ವಿಸಸ್ ಅಂತ ಯಾರು ಇನ್ನೂ ತಿಳಕೊಂಡಿರೋದು. ಯಾವ ಇನ್ಶುರೆನ್ಸ್ ಕಂಪೆನಿಯೂ ಇದಕ್ಕೆ ದುಡ್ಡು ಕೊಡೊಲ್ಲ. ನೂರಾಮೂರು ಕೊಡ್ತಾಳಾ, ಇಲ್ಲ. ಆಸ್ಪತ್ರೆ ಆ ಖರ್ಚನ್ನು ನುಂಗಿಕೊಳ್ಳುತ್ತೆ. ನಾನು, ನೀನು ಕೊಡಬೇಕು. ಇಷ್ಟೆಲ್ಲಾ ಮಾತಾಡ್ತಾನಲ್ಲ ಒಬಾಮಾ, ಇಂತಾ ಮೇಲು ಖರ್ಚುಗಳನ್ನು ಕಮ್ಮಿ ಮಾಡಿದ್ರೆ ಈ ದೇಶದ ಹೆಲ್ತ್ ಕೇರು ತಾನಾಗೇ ಸರಿಹೋಗುತ್ತೆ.' ಎಂದೆ, ನಾನು. ಸಿಂಡಿ ವಿಚಿತ್ರವಾಗಿ ನನ್ನ ನೋಡಿದಳು. ಅನವಶ್ಯಕವಾಗಿ ರಿಕ್ತನಾಗುತ್ತಿದ್ದೇನೆ ಅನ್ನಿಸಿತು. ಸುಮ್ಮನೆ ಅಲ್ಲಿಂದ ಎದ್ದು ಹೋಗುವುದೇ ವಾಸಿ ಎನ್ನಿಸಿತು.

ಅಷ್ಟು ಹೊತ್ತಿಗೆ ಫಾದರ್ ಜೋಸೆಫ್ ನೂರಾಮೂರರಿಂದ ಹೊರಗೆ ಬಂದ. 'ನಾನು ನನ್ನ ಕೆಲಸ ಮುಗಿಸಿದ್ದೇನೆ. ಸಿಸ್ಟರ್, ನಿಮ್ಮ ಟೈಮ್ ಶೀಟ್ ಕೊಡ್ತೀರಾ. ನಾನು ಸೈನ್ ಹಾಕಿ ಹೋಗಬೇಕಂತೆ. ನಾನು ಇಲ್ಲಿ ಎಷ್ಟು ಹೊತ್ತು ಇದ್ದೆನೋ ಅಷ್ಟಕ್ಕೆ ಮಾತ್ರ ನಾನು ಚಾರ್ಜ್ ಮಾಡಬಹುದಂತೆ. ಹೋದಬಾರಿ ಬಂದಾಗ ಇಲ್ಲಿ ನಾನು ಸಹಿಹಾಕಿ ಹೋಗೋದನ್ನು ಮರೆತಿದ್ದೆ. ಮತ್ತೆ ದೊಡ್ಡ ತರಲೆ ಆಗಬಾರದಲ್ಲ' ಎಂದು ಹೇಳಿ ಆಸ್ಪತ್ರೆಯ ಕಾಲ್ ಇನ್ ಶೀಟಿನಲ್ಲಿ ಸಹಿ ಹಾಕಿದ. ಸಿಂಡಿಯನ್ನು 'ಸಿಸ್ಟರ್' ಎಂದದ್ದು ನೋಡಿ ನನಗೆ ನಗುಬಂತು. ಆತ ನನ್ನ ನೋಡಿ 'ಏನಂತೀರ ಡಾಕ್ಟರ್?' ಎಂದು ನನ್ನ ಹೆಸರನ್ನು ನೋಡಲು ಕುತ್ತಿಗೆಗೆ ಹಾಕಿಕೊಂಡಿದ್ದ ನನ್ನ ನೇಮ್‌ಟ್ಯಾಗನ್ನು ಕೈಯಲ್ಲಿ ಹಿಡಿದು ನೋಡಿದಾಗ ಉಗುಳುನುಂಗಿ ನಗುವನ್ನು ತಡಕೊಂಡೆ.

'ನಿಮ್ಮ ಮನೆ ಎಲ್ಲಿದೆ? ಆಸ್ಪತ್ರೆಗೆ ಹತ್ತಿರವೇ ಇದೆಯಾ?' ಎಂದು ಕೇಳಿದಾಗ ನಾನು 'ಇಲ್ಲ, ಇಲ್ಲಿಂದ ಅರ್ಧ ಗಂಟೆ ಡ್ರೈವ್ ಮಾಡಿಕೊಂಡು ಹೋಗಬೇಕು. ನಾನು ಇನ್ನೇನು ಮನೆಗೆ ಹೋಗಲು ಸಿದ್ಧನಾಗುತ್ತಿದ್ದೇನೆ' ಎಂದು ಹೇಳಿದೆ.

ಒಂದೈದು ನಿಮಿಷ ಅಲ್ಲಿಯೇ ನಿಂತು ಜೋಸೆಫ್‌ನನ್ನೇ ನೋಡುತ್ತಿದ್ದೆ. ಆತ, ಸಿಂಡಿಯ ಬಳಿ ಏನೋ ನಗುತ್ತಾ ಮಾತಾಡುತ್ತಿದ್ದ. ಈತನಿಗೆ ಸರಿಯಾಗಿ ಇಂಗ್ಲೀಷೇ ಮಾತಾಡಲು ಬರುವುದಿಲ್ಲ. ಈತ ಚರ್ಚಿನಲ್ಲಿ ಮಾಸ್‌ಅನ್ನು ಹೇಗೆ ಮಾಡಿಸುತ್ತಾನೆ? ಇವೆಲ್ಲವುಗಳನ್ನು ಮಾಡಿಸೋಕೆ ಇಂಗ್ಲಿಷ್ ಬರಬೇಕಾ? ನಾನು ಅದುವರೆವಿಗೂ ಚರ್ಚಿಗೆ ಹೋಗಿರುವುದು ಒಂದೋ, ಎರಡೋ ಬಾರಿ.

ಹೋದವರ್ಷ ಮೆಕ್ಸಿಕೋದ ಪಾದ್ರಿ ಒಬ್ಬನನ್ನು ಆಸ್ಪತ್ರೆಯಲ್ಲಿ ನೋಡಿದ್ದಾಗ ಸಿಂಡಿಯನ್ನು 'ನೀವು ಬೇರೆ ಬೇರೆ ದೇಶದಿಂದ ಪಾದ್ರಿಗಳನ್ನು ಯಾಕೆ ಕರೆಸ್ತಾ ಇದೀರ. ಇಲ್ಲಿ ಏನು ಪಾದ್ರಿಗಳಿಗೆ ಬರವೇ?' ಎಂದು ಕೇಳಿದಾಗ 'ಡಿವೈನ್ ಮರ್ಸಿ'ಯ ಚರ್ಚು ಬಹಳ ಕಷ್ಟದಲ್ಲಿದೆ. ಆ ಚರ್ಚಿಗೆ ಈಗ ಜನವೇ ಬರೋದಿಲ್ಲ. ಅಮೆರಿಕಾದ ಪಾದ್ರಿಗಳಿಗೆ ದುಡ್ಡು ಕೊಟ್ಟು ಪೂರೈಸಲಾಗುವುದಿಲ್ಲ. ಹಾಗಾಗಿ ಹೊರಗಿನಿಂದ ಜನರನ್ನು ಕರೆಸುತ್ತೇವೆ' ಎಂದು ಹೇಳಿದ್ದಳು. ಆ ಪ್ರೋಗ್ರಾಮಿನಡಿಯಲ್ಲಿ ಫಾದರ್ ಜೋಸೆಫ್ ಕೂಡ ಇಲ್ಲಿಗೆ ಬಂದಿರುವಂತೆ ಕಾಣುತ್ತದೆ.

ಮತ್ತೊಮ್ಮೆ ಫಾದರ್ ಜೋಸೆಫ್‌ನನ್ನು ನೋಡಿದೆ. ಸುಮಾರು ನಮ್ಮ ಅರ್ಚಕ ಶ್ರೀನಿವಾಸನದ್ದೇ ವಯಸ್ಸು. ನೀಟಾಗಿ ಪ್ಯಾಂಟು, ಶರಟು ಹಾಕಿಕೊಂಡು ನಿಂತಿದ್ದಾನೆ.

ಕೈಯಲ್ಲಿ ಕಾರಿನ ಬೀಗದಕೈ ಗೊಂಚಲನ್ನು ಹಿಡಿದು ತಿರುಗಿಸುತ್ತಿದ್ದ. ಚರ್ಚಿನವರೇ ಕಾರು ಕೊಟ್ಟಿರಬಹುದು. ಅಮೆರಿಕಾಕ್ಕೆ ಬಂದು ಅಬ್ಬಬ್ಬ ಅಂದರೆ ಒಂದು ವರ್ಷವಾಗಿರಬಹುದು. ಒಳ್ಳೇ ಜುಮ್ಮಂತ ಇದಾನೆ ಅನ್ನಿಸಿತ್ತು. ಚರ್ಚಿನ ಕೆಲಸ, ಆಸ್ಪತ್ರೆಯ ಕೆಲಸ, ಮೇಲೆ ಓಡಾಡೋಕೆ ಕಾರು. ಮತ್ತೆ ಸಿಂಡಿಯಂಥ ಭಕ್ತರುಗಳು.

ನಮ್ಮ ಶ್ರೀನಿವಾಸನನ್ನು ನೆನೆಸಿಕೊಂಡು ಪಾಪ, ಅನ್ನಿಸಿತು. ಇರೋಕೆ ಮನೆ ಅಂತಲೂ ಇಲ್ಲ. ನಮ್ಮ ದೇವಸ್ಥಾನದಲ್ಲಿಯೇ ಮಲಗುತ್ತಾನೆ. ಎಷ್ಟು ಜನ ಬರುತ್ತಾರೋ ದಿನಕ್ಕೆ. ಪಾಪ, ಓಡಿಹೋಗದೇ ಇನ್ನೇನು ಮಾಡುತ್ತಾನೆ ಅನ್ನಿಸಿತು. ಅಷ್ಟರಲ್ಲಿ ಪೈ ನನ್ನ ಮೊಬೈಲಿಗೆ ಫೋನು ಮಾಡಿ 'ಕರ್ಕೊಂಬಂದಿದೀನಿ, ಎಲ್ಲಿಗೆ ಬರಲಿ?' ಎಂದ. ನಾನು 'ನೇರವಾಗಿ ಎಮರ್ಜೆನ್ಸಿ ಡಿಪಾರ್ಟ್‌ಮೆಂಟಿಗೇ ಬಾ. ನಾನು ಅಲ್ಲಿಯೇ ಇದ್ದೀನಿ' ಎಂದೆ. ಜೋಸೆಫ್ ಇನ್ನೂ ಏನೋ ಒಂದು ಆಸ್ಪತ್ರೆಯ ಪೇಪರ್ನಲ್ಲಿ ಬರೆಯುತ್ತಲೇ ಇದ್ದ. ನಾನು ಹೋಗಿ 'ಏನಾದರೂ ಸಹಾಯ ಬೇಕಾ?' ಎಂದು ಕೇಳಿದೆ. 'ಇಲ್ಲ, ಇಲ್ಲ. ಥ್ಯಾಂಕ್ ಯು' ಎಂದ.

ಪೈ ಡಿಪಾರ್ಟ್‌ಮೆಂಟಿಗೆ ಶ್ರೀನಿವಾಸನನ್ನು ಕರಕೊಂಡು ಬಂದ. ಶ್ರೀನಿವಾಸ ಲೀವೈಸ್‌ನ ಜೀನ್ಸ್ ಮತ್ತೆ ಒಂದು ಟೀ ಶರ್ಟು ಹಾಕಿಕೊಂಡಿದ್ದ. ಕಣ್ಣಿಗೆ ಒಂದು ದುಂಡಾಗಿದ್ದ ಕನ್ನಡಕ. ಕಾಲಿಗೆ ಒಂದು ರೀಬಕ್ ಶೂ. ಈ ಕಾಲಿನ ಬೂಟುಗಳಿಗೇ ಎಪ್ಪತ್ತು ಡಾಲರ್ ಕೊಟ್ಟಿದ್ದಾನೆ ಎನಿಸಿತ್ತು, ನನಗೆ. ನಾನು ಶ್ರೀನಿವಾಸನನ್ನು ಪಂಚೆ ಮತ್ತು ಅಡ್ಡಕ್ಕೆ ಹೊದ್ದುಕೊಳ್ಳುವ ವಲ್ಲಿಯನ್ನು ಬಿಟ್ಟು ಬೇರೆ ಯಾವ ಬಟ್ಟೆಯಲ್ಲಿಯೂ ನೋಡಿಲ್ಲವಾದ್ದರಿಂದ ನನಗೆ ಅವನನ್ನು ಈ ಜೀನ್ಸ್ ಪ್ಯಾಂಟಿನಲ್ಲಿ ನೋಡಿ ಕೊಂಚ ವಿಚಿತ್ರ ಅನಿಸಿತು. ಆತ ಸ್ವಲ್ಪ ಹೆದರಿದಂತೆ ಕಾಣಿಸಿತ್ತು.

ಪೈ ಅಲ್ಲಿಯೇ ನಿಂತಿದ್ದ ಫಾದರ್ ಜೋಸೆಫ್‌ನನ್ನು ನೋಡಿ ನನ್ನತ್ತ ಪ್ರಶ್ನಾರ್ಥಕವಾಗಿ ನೋಡಿದ. ನಾನು 'ಫಾದರ್ ಜೋಸೆಫ್. ನಮ್ಮಾಸ್ಪತ್ರೆಯ ಪಾದ್ರಿ. ಇಲ್ಲಿನ ಡಿವೈನ್ ಮರ್ಸಿ ಚರ್ಚಿನಲ್ಲಿಯೂ ಕೆಲಸ ಮಾಡುತ್ತಾರೆ' ಎಂದು ಪರಿಚಯಿಸಿದೆ. ಪರಸ್ಪರರು ಹಲೋ ಹೇಳಿಕೊಂಡರು. ಶ್ರೀನಿವಾಸ ಸುಮ್ಮನೇ ತಲೆಯಾಡಿಸಿದ. ಆತನಿಗೆ ಇಲ್ಲಿ ಇನ್ನೊಂದು ಭಾರತೀಯ ಮುಖವನ್ನು ನೋಡಿ ಆಶ್ಚರ್ಯವಾಗಿತ್ತು.

■

ಶ್ರೀನಿವಾಸನನ್ನು ಒಂದು ಪರೀಕ್ಷಾಕೊಠಡಿಗೆ ಕರಕೊಂಡು ಹೋಗಿ ಪರೀಕ್ಷೆ ಮಾಡಿದೆ. ಆತನ, ಬೀಪಿ, ಹೃದಯದ ಬಡಿತ ಎಲ್ಲವೂ ಸರಿಯಾಗೇ ಇತ್ತು. ನಾನು ಶ್ರೀನಿವಾಸನ ಹೊಟ್ಟೆಯನ್ನು ನಿಧಾನವಾಗಿ ಅಮುಕುತ್ತಾ 'ಏನು ತಗೊಂಡಿದೀ' ಎಂದು ಕೇಳಿದೆ, ನಿಧಾನವಾಗಿ.

ತನ್ನ ಪ್ಯಾಂಟಿನ ಜೇಬಿನಿಂದ ಒಂದಿಷ್ಟು ಮಾತ್ರೆಗಳನ್ನು ತೆಗೆದ. ಇಂಡಿಯಾದಿಂದ ತಂದಿದ್ದ ಬಬಲ್‌ರ್ಯಾಪ್. ನೋಡಿದಾಗ ಸಣ್ಣ ಡೋಸಿನ ಕಾಂಪೋಸ್ ಮಾತ್ರೆಗಳು. 'ಎಲ್ಲಿ ಸಿಕ್ಕಿತಯ್ಯ, ನಿನಗೆ? ಎಷ್ಟು ತಗೊಂಡಿದ್ದೀಯ?' ಎಂದು ಕೇಳಿದೆ. 'ನಾಲ್ಕು ಮಾತ್ರೆ ಸಾರ್'

ಎಂದ, ನಿಧಾನವಾಗಿ. ನಾಲ್ಕು ಮಾತ್ರೆ ಕಾಂಪೋಸ್ ಖಂಡಿತಾ ಪ್ರಾಣ ತೆಗೆಯುವ ಡೋಸಲ್ಲ. ನಾನು ಮತ್ತೆ ಆತನನ್ನು ನೋಡಿದಾಗ 'ಇಲ್ಲ ಸರ್, ನಮ್ಮಪ್ಪ ನಿನಗೆ ಅಲ್ಲಿ ನಿದ್ರೆ ಬರದಿದ್ದರೆ ತಗೋ ಅಂತ ಕಳಿಸಿದ್ದರು. ಅದಕ್ಕೆ ತಗಂಡೆ ಸಾರ್.'

'ಸಾಯಬೇಕು ಅಂತ ತಗೊಂಡಿಯೇನಯ್ಯ?' ಎಂದು ಕೇಳಿದೆ, ನಾನು.

ಆತ ಮಾತಾಡಲಿಲ್ಲ. ಸುಮ್ಮನೇ ಇದ್ದ. ಪೈ 'ನೀನು ಸರಿಯಾಗಿ ಉತ್ತರ ಹೇಳದಿದ್ದರೆ ಮತ್ತೆ ನಾವು ಬ್ಲಡ್ ಟೆಸ್ಟು ಅದೂ, ಇದು ಅಂತ ಎಲ್ಲ ಮಾಡಬೇಕಾಗುತ್ತೆ. ಸರಿಯಾಗಿ ಹೇಳಬೇಕು.' ಎಂದ.

'ನಾನು ಯಾರಿಗೂ ಏನೂ ತೊಂದರೆ ಮಾಡೊಲ್ಲ, ನಾನು ಹೊರಟುಬಿಡ್ತೀನಿ, ಸಾರ್. ನನ್ನ ಬಿಟ್ಬಿಡಿ' ಎಂದ.

ನಾನು 'ಹೊರಡುವುದೆಲ್ಲ ಆಮೇಲೆ. ನಮ್ಮ ಲ್ಯಾಬಿಗೆ ಹೇಳಿ ಬೇಕಾದರೆ ನಿನ್ನ ಬ್ಲಡ್ ಟೆಸ್ಟು ಮಾಡಿಸಿಬಿಡೋಣ. ಮತ್ತೆ ನಮಗೆ ಹೇಳದೇ ಏನಾದರೂ ನೀನು ತಗೊಂಡಿದ್ದರೆ ಆಮೇಲೆ ನಿನಗೆ ಹೆಚ್ಚುಕಮ್ಮಿಯಾಗುತ್ತೆ ನೋಡು' ಎಂದೆ.

ಶ್ರೀನಿವಾಸ 'ಹಂಗೆಲ್ಲ ಏನೂ ಆಗೊಲ್ಲ ಸಾರ್. ನಾನು ಸಾಯಬೇಕಂತ ತಗೊಂಡಿದ್ದಲ್ಲ' ಎಂದ. ನಾನು ಪೈ ಮುಖ ನೋಡಿದೆ. ಪೈನ ಮುಖ ಸಿಟ್ಟಿನಿಂದ ಕೆಂಡವಾಗಿತ್ತು.

'ಅಲ್ಲವೋ, ಶ್ರೀನಿವಾಸ. ನಿನಗೆ ಏನು ಕಮ್ಮಿಯಾಗಿದೆಯೋ. ಸುಮ್ಮನೆ ಪ್ರಾಣ ಕಳ್ಕೋತೀನಿ ಅಂತ ನಮಗೆ ಹೆದರಿಸಿ ನಮ್ಮ ಸಮಯಾನೂ ಹಾಳು ಮಾಡಿದ್ಯಲ್ಲ. ನಮಗೆ ಕೆಲಸ ಇಲ್ಲ ಅಂತ ತಿಳ್ಕೊಂಡಿದೀಯ. ಡಾಕ್ಟರು ರಾತ್ರಿ ಎಲ್ಲ ನಿದ್ರೆ ಮಾಡಿಲ್ಲ, ಗೊತ್ತಾ. ನನ್ನ ಹತ್ತಿರಾನೇ ಹೇಳಿದ್ರೆ ಇಲ್ಲಿಯವರೆಗೂ ಕರ್ಕೊಂಬರೋದು ತಪ್ತಿತ್ತಲ್ಲ,' ಎಂದ. ನಾನು, ಪೈಗೆ 'ಹೋಗಲಿ, ಸುಮ್ಮನಿರು' ಎನ್ನುವಂತೆ ಸಂಜ್ಞೆ ಮಾಡಿದೆ.

ಶ್ರೀನಿವಾಸ 'ಇಲ್ಲ ಸರ್, ನನ್ನಿಂದ ನಿಮಗೆ ತೊಂದರೆಯಾಗೊಲ್ಲ. ನನ್ನನ್ನು ಬಿಟ್ಟುಬಿಡಿ. ನಾನು ಹೊರಟುಬಿಡ್ತೀನಿ' ಎಂದು ಮತ್ತೆ ಹೇಳಿದ್ದಕ್ಕೆ ನಾನು 'ಎಲ್ಲಿಗೆ ಹೋಗ್ತೀಯಪ್ಪ' ಎಂದೆ.

ಪೈ 'ಶಿಕಾಗೋಕೆ ಹೋಗ್ತಾನಂತೆ. ಅಲ್ಲಿ ಏನೋ ಕಡಿದು ಹಾಕ್ತಾನಂತೆ. ಅಲ್ಲಿಯ ದೇವಸ್ಥಾನದ ಅರ್ಚಕರು ಬಾ ಅಂತ ಹೇಳಿದಾರಂತೆ. ಅಲ್ಲಿಯೇ ಕೆಲಸ ಮಾಡ್ತಾನಂತೆ.' ಎಂದು ಫಿರ್ಯಾದು ಮಾಡಿದಂತೆ ಹೇಳಿದ.

ನಾನು ಶ್ರೀನಿವಾಸನನ್ನು 'ಹೌದಾ?' ಎನ್ನುವಂತೆ ನೋಡಿದೆ. ಆತ ಏನೂ ಮಾತಾಡಲಿಲ್ಲ. ಪೈ 'ನಾನು ಶಿಕಾಗೋ ದೇವಸ್ಥಾನಕ್ಕೆ ಫೋನು ಮಾಡಿದ್ದೆ. ನನಗೆ ಅರ್ಚಕರು ಮಾತಿಗೆ ಸಿಗಲಿಲ್ಲ. ಅಲ್ಲಯ್ಯಾ, ಶ್ರೀನಿವಾಸ. ನೀನಿಲ್ಲಿ ವೀಸಾದಲ್ಲಿ ಬಂದಿರೋದು, ನಿನಗೆ ಇಂಥದ್ದೇ ಕಡೆ ಕೆಲಸ ಮಾಡಬೇಕು ಅಂತ ನಿನ್ನ ವೀಸಾದಲ್ಲಿ ಬರೆದಿರುತ್ತೆ. ಅದು ಬಿಟ್ಟು ಅಲ್ಲೆಲ್ಲೋ ಹೋಗಿ ಕೆಲಸ ಮಾಡ್ತೀನೆಂದರೆ ಹೇಗಯ್ಯ?' ಎಂದು ಕೇಳಿದ, ಪೈ. ಈಗ ಶ್ರೀನಿವಾಸನ ಪ್ರಾಣಕ್ಕೆ ಅಪಾಯವಿಲ್ಲ ಎಂದು ಗೊತ್ತಾದ ಮೇಲೆ ಮಾತು ಬೇರೊಂದು ವರಸೆ ಹಿಡಿದಿತ್ತು.

ಶ್ರೀನಿವಾಸ 'ಇಲ್ಲ ಸಾರ್, ಹಂಗೆಲ್ಲ ಏನಿಲ್ಲ. ಅರ್ಚಕರ ಬಾಮೈದ ನನ್ನ ಫ್ರೆಂಡು. ಆತ ನನಗೆ ಅಲ್ಲಿಗೆ ಬಾ, ಹೆಂಗೋ ನೋಡ್ಕೋತೀನಿ ಅಂತ ಹೇಳಿದಾನೆ. ನಾನು ಹೋಗ್ತೀನಿ. ಅಲ್ಲಿ ಸರಿ ಹೋಗ್ಲಿಲ್ಲ ಅಂದರೆ ನಾ ಬೆಂಗಳೂರಿಗೆ ಹೋಗಿಬಿಡ್ತೀನಿ ಸಾರ್.' ಎಂದ.

ನನಗೆ ಈ ಹುಡುಗನ ಸಮಸ್ಯೆ ಏನು ಅಂತ ಅರ್ಥ ಆಗಿರಲಿಲ್ಲ. ಪೈ ಮತ್ತೆ 'ಇಲ್ಲಿ ನಿನಗೆ ಏನು ಕಮ್ಮಿಯಾಗಿದೆಯಯ್ಯ. ಇರೋಕೆ ಜಾಗ ಇದೆ. ಅಡುಗೆ ಮಾಡ್ಕೋತೀಯ. ವಾರವಾರ ಬೇಕಾದಷ್ಟು ದಕ್ಷಿಣೆ ಸಿಗುತ್ತೆ. ನಿನ್ನ ಆಗಾಗ್ಗೆ ಅಂಗಡಿಗೆ ಕರಕೊಂಡು ಹೋಗ್ತೀವಿ. ಜೀನ್ಸ್ ಪ್ಯಾಂಟು ಹಾಕ್ಕೋತೀಯ. ಬೇಕಾದ ಸಾಮಾನುಗಳನ್ನು ತಂದುಕೊಡ್ತೀವಿ. ತಿಂಗಳಿಗಿಷ್ಟು ಅಂತ ದುಡ್ಡು ನಿನ್ನ ಐಸಿಐಸಿಐ ಅಕೌಂಟಿಗೆ ಜಮಾ ಆಗುತ್ತೆ. ಇನ್ನೊಂದು ಸ್ವಲ್ಪ ದಿನ ಅಡ್ಜಸ್ಟ್ ಮಾಡ್ಕೊ. ಆಮೇಲೆ ವಾಪಸ್ಸು ಬೆಂಗಳೂರಿಗೆ ಹೋಗಬಹುದಲ್ಲ' ಎಂದ.

'ನಿಮ್ ತಪ್ಪಲ್ಲ, ಸಾರ್. ತಪ್ಪೆಲ್ಲಾ ನಂದೇ. ನಂಗೆ ಈ ಊರಲ್ಲಿ ಇರೋಕಾಗಲ್ಲ, ಸಾರ್' ಎಂದ.

'ಯಾಕಯ್ಯ, ಏನಾರ ಲವ್ ಗಿವ್ವೇನಪ್ಪ' ಎಂದ, ಪೈ.

'ಹಾಗೇನೂ ಇಲ್ಲ, ಸಾರ್' ಎಂದ.

ನಾನು 'ಶ್ರೀನಿವಾಸ, ಸ್ವಲ್ಪ ದಿನ ಅಡ್ಜಸ್ಟ್ ಮಾಡ್ಕೊ. ನನಗೆ ಅರ್ಥ ಆಗುತ್ತೆ, ನಿನ್ನ ಸಮಸ್ಯೆ. ನಿನಗೆ ಮನೆಗೆ ಹೋಗಬೇಕು ಅನ್ನಿಸಿದೆ ಅಲ್ವಾ. ನಾವೂ ನಿಮ್ಮವರೇ ಕಣಯ್ಯ. ನಿನಗೆ ಬೇಜಾರಾದರೆ ಒಂದು ಫೋನು ಮಾಡು. ನಾನು ಬಂದು ನಮ್ಮ ಮನೆಗೆ ಕರಕೊಂಡು ಹೋಗ್ತೀನಿ. ಆಯ್ತಾ'

'ಇಲ್ಲ ಸರ್, ಅದಕ್ಕಲ್ಲ.' ಎಂದ.

'ಮತ್ತಿನ್ನೇನಯ್ಯ, ಅದು ಬೇಡ. ಇದು ಬೇಡ ಅಂದರೆ ಏನರ್ಥ. ನಾನು ಗೋಪಾಲಕೃಷ್ಣ ಪಂಡಿತನಿಗೆ ಫೋನು ಮಾಡಿ ಹೇಳ್ತೀನಿ. ಎಂಥಾ ಸರ್ವೀಸಯ್ಯ ಇದು' ಎಂದು ಪೈ ಸ್ವಲ್ಪ ರಾಂಗಾದ.

'ಸರ್, ನಾನು ಬೇಕಾದರೆ ಇದೇ ಊರಲ್ಲಿ ಇರ್ತೀನಿ. ಆದರೆ ಇಲ್ಲಿ ದೇವಸ್ಥಾನಕ್ಕೆ ಜನವೇ ಬರೊಲ್ವಲ್ಲ, ಸಾರ್.'ಎಂದು ಗೊಳೋ ಎಂದು ಅಳಲು ಶುರುಮಾಡಿಬಿಟ್ಟ. ಪೈ 'ಥತ್ತೇರಿಕಿ, ಅಳಬೇಡ ಕಣಯ್ಯ. ಒಳ್ಳೆ ಹೆಂಗಸರ ತರ. ನನ್ನ ಕೈಗೆ ಸಿಕ್ಕಾಗಿನಿಂದ ಇದು ನಾಲ್ಕನೇ ಸಲ ಹಿಂಗೆ ಅಳುಮುಂಜಿ ತರಾ ಅಳ್ತಾ ಇರೋದು, ಈತ' ಎಂದ.

ನಾನು 'ಪೈ, ಒಂದ್ನಿಮಿಷ ಸುಮ್ಮನಿರು.' ಎಂದು ಪೈಗೆ ಹೇಳಿ 'ಶ್ರೀನಿವಾಸ, ಒಂದು ಸ್ವಲ್ಪ ದಿನ ತಡಕೋ. ಈಗತಾನೇ ಚಳಿಗಾಲ ಮುಗೀತಾ ಇದೆ. ಈ ಕಡೆ ನಮ್ಮ ಜನ ಚಳಿ ಬಿದ್ದುಬಿಟ್ಟರೆ ಮನೆ ಬಿಟ್ಟು ಹೊರಗೇ ಬರೊಲ್ಲ. ಸ್ವಲ್ಪ ಬಿಸಿಲು ಬರಲಿ. ಆಗ ನೋಡು, ಜನ ಬರೋಕೆ ಶುರುಮಾಡ್ತಾರೆ. ನಿನಗೆ ಬೇಕು ಅಂದರೂ ಪುರುಸೊತ್ತಿರಲ್ಲ, ಆಯ್ತಾ.' ಎಂದೆ.

ಶ್ರೀನಿವಾಸ 'ಹಾಗಲ್ಲ, ಸಾರ್. ಇಲ್ಲಿ ಇಷ್ಟು ದೊಡ್ಡ ಚರ್ಚಲ್ಲಿ ನಾನೊಬ್ಬನೇ

ಮಲಗಿಕೋಬೇಕು, ನನಗೆ ಭಯ ಆಗುತ್ತೆ. ನಾನು ಬೆಂಗಳೂರಲ್ಲಿ ಪಂಡಿತರು ಅಮೆರಿಕಾಕ್ಕೆ ಹೋಗ್ತೀಯ ಅಂತ ಕೇಳಿದ್ದಕ್ಕೆ ಸಂತೋಷದಿಂದ ಒಪ್ಕೊಂಡಿದ್ದೆ. ಗಿರಿನಗರದ ಗಣಪತಿ ದೇವಸ್ಥಾನದ ಅರ್ಚಕರ ಅಳಿಯ ಇಲ್ಲೇ ಎಲ್ಲೋ ಟೆನಿಸ್ಸೀ ಹತ್ರ ಇದಾನಂತೆ. ಆತ ಅವರ ದೇವಸ್ಥಾನದ ಫೋಟೋ ಕಳಿಸಿದ್ದ. ಆತ ವಾರಕ್ಕೊಂದು ಮದುವೆ ಮಾಡಿಸ್ತಾನಂತೆ, ದೇವಸ್ಥಾನದಲ್ಲಿ. ಇಲ್ಲಿ ನೋಡಿದ್ರೆ ದೇವಸ್ಥಾನಕ್ಕೆ ಬಿಲ್ಡಿಂಗೇ ಇಲ್ಲವಲ್ಲ ಸಾರ್. ಈ ಚರ್ಚಲ್ಲಿ ದೇವರುಗಳ ಮೂರ್ತಿ ಇಟ್ಟು ಅದಕ್ಕೆ ಪೂಜೆ ಮಾಡು ಅಂದ್ರೆ ನಾ ಹೇಗೆ ಮಾಡಲಿ ಸಾರ್. ಮತ್ತೆ ನಿಮ್ಮ ಪದ್ಧತಿ ನಮಗೆ ಆಗಿಬರೊಲ್ಲ ಸಾರ್. ಪ್ರತಿಷ್ಠಾಪನೆ ಮಾಡಿದ ಮೂರ್ತಿಗಳನ್ನು ಕದಲಿಸೋಕ್ಕಾಗುತ್ತಾ ಸಾರ್. ಮೊನ್ನೆ ಯಾರೋ ಬಂದಿದ್ದವರು ಈ ಸುಬ್ರಹ್ಮಣ್ಯಸ್ವಾಮಿ ಮೂರ್ತೀನ ಈ ಕಡೆ ಇಟ್ಟರೆ ಬರೋರಿಗೆಲ್ಲ ಚೆನ್ನಾಗಿ ಕಾಣುತ್ತೆ ಅಂತ ಸೀದಾ ಆ ಟೇಬಲ್ಲಿನ ಸಮೇತ ತೆಗೆದಿಟ್ಟುಬಿಟ್ಟರು ಸಾರ್. ನನಗೆ ಹೊಟ್ಟೇಲೆಲ್ಲ ಸಂಕಟ ಆಗಿಹೋಯಿತು. ಹೋಗಲಿ ಬಿಡಿ. ಅವೆಲ್ಲ ನಿಮ್ಮ ಅನುಕೂಲಕ್ಕೆ ತಕ್ಕಂತೆ ಮಾಡಿಕೊಳ್ಳಿ. ಮತ್ತೆ ಬೆಳಗಿನಿಂದ ರಾತ್ರಿಯವರೆಗೆ ಈ ಚರ್ಚಲ್ಲಿ ಇರು ಅಂತ ಅಂದರೆ ನಾನೇನು ಮಾಡಲಿ ಸಾರ್. ರಾತ್ರಿ ಎಲ್ಲಾ ಇಡೀ ದೆವ್ವನಂತಾ ಬಿಲ್ಡಿಂಗಲ್ಲಿ ಒಬ್ಬನೇ ಮಲಗಿಕೋ ಅಂದರೆ ಹೇಗೆ. ನನಗೆ ಮೂರುದಿನದಿಂದ ನಿದ್ರೆ ಬಂದಿರಲಿಲ್ಲ. ಮೊನ್ನೆ ತಡೆಯಲಿಕ್ಕಾಗದೇ ಆ ಹನುಮಂತನ ಮೂರ್ತಿಕೆಳಗೆ ಕಂಫರ್ಟರ್ ಹಾಸಿಕೊಂಡು ಮಲಗಿಬಿಟ್ಟೆ. ಅದೂ ಕಷ್ಟ ಸಾರ್. ಎಲ್ಲ ದಿಕ್ಕಿನಲ್ಲೂ ದೇವರ ಮೂರ್ತಿಗಳನ್ನು ಇಟ್ಟುಬಿಟ್ಟಿದ್ದೀರ. ಯಾವ ಕಡೆ ಮಲಗಿದರೂ ಕಾಲಿಗೆ ಒಂದು ದೇವರಾದರೂ ಅಡ್ಡ ಬರುತ್ತೆ. ನನಗೆ ಇಲ್ಲಿರೋಕಾಗಲ್ಲ, ಸಾರ್.'

ನನಗೆ ಈ ಸಮಸ್ಯೆಗಳನ್ನು ಊಹಿಸಿಕೊಳ್ಳುವುದಕ್ಕೂ ಸಾಧ್ಯವಿರಲಿಲ್ಲ. ನಾನು ಪೈ ಮುಖ ನೋಡಿದೆ. ಆತ 'ಈಗ ಶಿಕಾಗೋಗೆ ಹೋಗಿ ಏನು ಮಾಡ್ತೀಯಾ. ಅಲ್ಲೂ ದೇವಸ್ಥಾನದಲ್ಲಿ ಈಗ ಆದಾಯ ಅಷ್ಟು ಇಲ್ಲವಂತೆ. ಅಲ್ಲಿಯ ಅರ್ಚಕರು ಅಲ್ಲಿ ಇಲ್ಲಿ ಸತ್ಯನಾರಾಯಣ ಪೂಜೆ ಅದೂ ಇದೂ ಮಾಡಿಕೊಂಡು ಜೀವನ ಸಾಗಿಸಬೇಕಾಗಿದೆಯಂತೆ.' ಪೈ ಈ ಮಾತನ್ನು ನಿಜವಾಗಿ ಹೇಳುತ್ತಿದ್ದಾನೋ, ಇಲ್ಲವೋ ನನಗೆ ಅನುಮಾನವಾಯಿತು.

ಆದರೂ ನಾನು ಪೈನ ಮಾತನ್ನು ಪುಷ್ಟೀಕರಿಸುವಂತೆ 'ಎಲ್ಲ ಕಡೆ ರಿಸೆಷನ್ ಕಣಪ್ಪ ಶ್ರೀನಿವಾಸ. ಜನ ಕೆಲಸ ಕಳ್ಕೋತಾ ಇದಾರೆ. ಸಿಕ್ಕ ಸಿಕ್ಕ ಕೆಲಸ ಮಾಡ್ತಾ ಇದಾರೆ. ಮನೇಲಿ ಗಂಡ ಹೆಂಡತಿ ಇಬ್ಬರೂ ದುಡೀಬೇಕು. ಹಾಗಾಗಿ ದಿನಾ ದೇವಸ್ಥಾನಕ್ಕೆ ಜನ ಬರೋಕೆ ಕಷ್ಟ. ಇದು ಬರೇ ನಮ್ಮ ಸಮಸ್ಯೆ ಅಷ್ಟೇ ಅಲ್ಲ. ಈಗ ನೋಡಿದ್ಯಲ್ಲ, ಹೊರಗೆ ಫಾದರ್ ಜೋಸೆಫ್ಗನ. ಆತನಿಗೂ ಹೆಚ್ಚುಕಮ್ಮಿ ನಿನ್ನಷ್ಟೇ ವಯಸ್ಸು. ಗೋವಾದಿಂದ ಬಂದಿದಾನೆ, ಆತ. ನಿನ್ನ ಹಾಗೇ. ಆತನ ಚರ್ಚಲ್ಲೂ ಜನ ಬರ್ತಾ ಇಲ್ಲವಂತೆ. ಆಸ್ಪತ್ರೆಯ ಪೇಷೆಂಟುಗಳಿಗೆ ಬಂದು ಪ್ರಾರ್ಥನೆ ಮಾಡಿ ಹೇಗೋ ಜೀವನ ನಡಿಸ್ತಾ ಇದಾನೆ.' ಎಂದೆ.

ಪೈ 'ಹಾಗೆ ಹೇಳು. ಒಂದು ಕೆಲಸ ಮಾಡು. ಆ ಫಾದರ್ ಜೋಸೆಫ್ಗನ ಒಂದು ನಿಮಿಷ ಇಲ್ಲಿಗೆ ಬಾ ಅಂತ ಹೇಳು. ಇವನ ಜತೆಗೆ ಮಾತಾಡಲಿ. ಆತ ಎಷ್ಟು ಕಷ್ಟ ಪಡ್ತಾ ಇದಾನೆ ಅಂತ ಗೊತ್ತಾಗಲಿ, ಈತನಿಗೆ.' ಎಂದ. ಪೈಗೆ ಫಾದರ್ ಜೋಸೆಫ್ ಭೇಟಿಯಾಗಿದ್ದು ಕೇವಲ

ಅರ್ಧಗಂಟೆ ಹಿಂದೆ. ಆತನ ಯಾವ ವಿಷಯ ಕೂಡ ಈತನಿಗೆ ಗೊತ್ತಿರಲಿಲ್ಲ. ಅಂತದರಲ್ಲಿ ಶ್ರೀನಿವಾಸನಿಗೆ ಸಾಮ, ದಾನ, ದಂಡ, ಭೇದ ಯಾವುದನ್ನು ಪ್ರಯೋಗಿಸುವುದಕ್ಕೂ ಈತ ಹಿಂಜರಿಯುವುದಿಲ್ಲ ಅನ್ನಿಸಿತು.

ಶ್ರೀನಿವಾಸ 'ಇಲ್ಲ ಸಾರ್, ನಾನು ಹೊರಟುಬಿಡ್ತೀನಿ' ಎಂದು ಮತ್ತೆ ನನ್ನ ಮುಖ ನೋಡಿಕೊಂಡು ಹೇಳಿದ. ನನಗೆ ಫಾದರ್ ಜೋಸೆಫ಼ನ್ನು ಶ್ರೀನಿವಾಸನಿಗೆ ಭೇಟಿ ಮಾಡಿಸೋ ವಿಚಾರ ತಲೆಯಲ್ಲಿ ಬಂದಿದ್ದರೂ ಆತ ಶ್ರೀನಿವಾಸನಿಗೆ ಹೋಲಿಸಿದರೆ ಚೆನ್ನಾಗಿಯೇ ಇದ್ದಾನೆ ಅನ್ನಿಸಿತು. ಅಷ್ಟೇ ಅಲ್ಲ, ಆತನ ವೀಸಾ ಯಾವುದು, ಆತ ಚರ್ಚಿನ ಯಾವ ಕರಾರುಗಳಿಗೆ ಸಹಿ ಹಾಕಿದ್ದಾನೋ ಏನೂ ಗೊತ್ತಿಲ್ಲದೇ ಆತನನ್ನು ಶ್ರೀನಿವಾಸನಿಗೆ ಭೇಟಿ ಮಾಡಿಸುವುದು ಕೊಂಚ ಅಡ್ಡಾದಿಡ್ಡಿ ಕೆಲಸವೆನ್ನಿಸಿತು. ನಾನು ಸುಮ್ಮನಿದ್ದೆ.

ಪೈ ಶ್ರೀನಿವಾಸನ ಮುಖ ನೋಡಿದ. ಆತ ಮತ್ತೆ ಏನೂ ಮಾತಾಡದೇ ಇರುವುದು ನೋಡಿ 'ಸರಿ, ನೀನು ಎಲ್ಲಿಗೆ ಬೇಕಾದರೂ ಹೋಗು. ನಾವು ಇಲ್ಲಿ ಎಂಬಸಿಗೆ ಒಂದು ಕಾಗದ ಬರೆದು ನೀನು ಎಲ್ಲೋ ಓಡಿಹೋಗಿದ್ದೀ ಅಂತ ಒಂದು ಕಂಪ್ಲೇಂಟು ಬರೆದರೆ ಮತ್ತೆ ನಿನಗೆ ತುಂಬಾ ಕಷ್ಟ ಆಗುತ್ತೆ ನೋಡು. ನಿನ್ನ ವೀಸಾಪೇಪರಲ್ಲಿ ನೀನು ಒಂದು ವರ್ಷ ಇಲ್ಲಿ ಕೆಲಸ ಮಾಡಬೇಕು ಎನ್ನೋ ಕರಾರಿನ ಮೇಲೆಯೇ ನಿನಗೆ ವೀಸಾ ಕೊಟ್ಟಿರೋದು. ನೀನು ಕೆಲಸ ಬಿಟ್ಟರೆ ನಾವು ಸರ್ಕಾರಕ್ಕೆ ಒಂದು ಕಾಗದ ಬರೆದು ಹೇಳಬೇಕಾಗುತ್ತೆ. ಹಾಗಾದಾಗ ನಿನ್ನ ಅವರು ಜೈಲಿಗೂ ಹಾಕಬಹುದು. ಮತ್ತೆ ಈಗ ಆತ್ಮಹತ್ಯಾ ಪ್ರಯತ್ನ ಅಂತ ಕೇಸ್ ರಿಜಿಸ್ಟರ್ ಮಾಡಿದರೆ ಒಂದು ಹೋಗಿ ಇನ್ನೊಂದು ಆಗುತ್ತೆ' ಎಂದ.

ಈ ಬೆದರಿಕೆಯಲ್ಲಿ ಯಾವ ಹುರುಳೂ ಇಲ್ಲವೆಂದು ಪೈಗೂ ಗೊತ್ತಿತ್ತು. ಹೋಮ್‌ಲ್ಯಾಂಡ್ ಸೆಕ್ಯುರಿಟಿಯವರು ಎಲ್ಲ ಬಿಟ್ಟು ಶ್ರೀನಿವಾಸನಂತಹ ಅರ್ಚಕನ ಹಿಂದೆ ಹೋಗೋದು ಸಾಧ್ಯವಿರಲಿಲ್ಲ. ಮತ್ತೆ ಆತ್ಮಹತ್ಯಾ ಪ್ರಯತ್ನ ಎಂದು ಕೇಸ್ ರಿಜಿಸ್ಟರ್ ಮಾಡುವುದಕ್ಕೆ ಮುಂಚೆ ಶ್ರೀನಿವಾಸನನ್ನು ಆಸ್ಪತ್ರೆಯಲ್ಲಿ ನೋಂದಾಯಿಸಬೇಕು. ಅದಕ್ಕೆ ಯಾರು ದುಡ್ಡು ಕೊಡುತ್ತಾರೆ? ಹಾಗಾಗಿಯೇ ಪೈ ಶ್ರೀನಿವಾಸನನ್ನು ಇಲ್ಲಿಗೆ ನನ್ನ ಹತ್ತಿರ ಕರಕೊಂಡುಬಂದಿರೋದು. ಆದರೂ ಪೈನ ಈ ಮಾತು ಕೆಲಸ ಮಾಡಿತ್ತು.

ಶ್ರೀನಿವಾಸ 'ಅಯ್ಯೋ ಹಾಗೆಲ್ಲ ಮಾಡಬೇಡಿ ಸಾರ್' ಎಂದು ಮತ್ತೆ ಅಳತೊಡಗಿದ. ಇವನ ಅಳು ನೋಡಲಾಗದೇ ನಾನು 'ಒಂದು ಕೆಲಸ ಮಾಡು, ಶ್ರೀನಿವಾಸ. ನಿನಗೆ ರಾತ್ರಿ ದೇವಸ್ಥಾನದಲ್ಲಿ ಮಲಗೋದಕ್ಕೆ ತೊಂದರೆಯಾಗ್ತಾ ಇದೇ ತಾನೆ. ಅದಕ್ಕೊಂದು ವ್ಯವಸ್ಥೆ ಮಾಡೋಣವಂತೆ. ನಿನಗೆ ಒಂದು ಯಾವುದಾದರೂ ಸಣ್ಣ ಅಪಾರ್ಟ್‌ಮೆಂಟು ನೋಡೋಣವಂತೆ. ಸದ್ಯಕ್ಕೆ ಅನುಸರಿಸಿಕೋ. ದಿನಾ ಸಂಜೆ ಬಂದು ಬಾಗಿಲು ತೆಗಿ. ಮಂಗಳಾರತಿ ಮಾಡು. ಬೇಸಗೆಯಲ್ಲಿ ಎಲ್ಲ ಚಟುವಟಿಕೆಗಳೂ ಜಾಸ್ತಿ ಆಗ್ತಾವೆ. ಆಗ ನಿನಗೂ ತೊಂದರೆಯಿರೊಲ್ಲ. ಸ್ವಲ್ಪ ದಿನ ಆದಮೇಲೆ ನೋಡೋಣ' ಎಂದು ಸಮಾಧಾನಪಡಿಸಿದ್ದೆ.

ಪೈ 'ಥ್ಯಾಂಕ್ಸ್ ಕಣಯ್ಯ' ಎಂದಿದ್ದ. ಶ್ರೀನಿವಾಸನೂ ಸ್ವಲ್ಪ ಮೆತ್ತಗಾಗಿದ್ದ. ಆತ ಬಂದು ಮೂರು ತಿಂಗಳಾಗಿತ್ತಷ್ಟೇ. ಈತ ಒಬ್ಬನೇ ಯಾರದೋ ಮಾತು ಕೇಳಿ ಶಿಕಾಗೋಕ್ಕೆ ಹೋಗಿ

ಕೆಲಸವಿಲ್ಲದೆ ಅಲ್ಲಿ ಏಗುವುದರ ಬಗ್ಗೆ ನನಗೂ ಅನುಮಾನವಿತ್ತು. ಆಸ್ಪತ್ರೆಗೆ ಬರುವ ಮುಂಚೆ ಪೈಗೆ ಏನು ಹೇಳಿದ್ದನೋ, ಆತ ಮತ್ತೆ ಪ್ರಾಣ ಕಳಕೊಳ್ಳುವ ಯಾವ ಪ್ರಯತ್ನವನ್ನೂ ಮಾಡುತ್ತಾನೆ ಎಂದು ನನಗೆ ಅನಿಸಲಿಲ್ಲ. ಈ ಮಾತುಕತೆಯಾದ ಮೇಲೆ ಶ್ರೀನಿವಾಸ ಸ್ವಲ್ಪ ತಣ್ಣಗಾಗಿದ್ದ. ಆದರೂ ಏನು ಮಾಡಿದರೂ ದೇವಸ್ಥಾನದಲ್ಲಿ ಮಲಗುವುದಿಲ್ಲವೆಂದು ಹೇಳಿ ಹಠ ಮಾಡಿದ್ದಕ್ಕೆ ನಾನು ಪೈ ಮುಖ ನೋಡಿದೆ.

ಆತ ನನ್ನ ಮುಖ ನೋಡಿದ. ನಾನು 'ನಮ್ಮನೆಯಲ್ಲಿ ಮಲಕ್ಕೋಬಹುದು. ಆದರೆ, ಶ್ರೀನಿವಾಸ ಡ್ರೈವ್ ಮಾಡೊಲ್ಲ. ಆತನನ್ನು ದಿನಾ ಇಲ್ಲಿಗೆ ಕರಕಂಡುಬರೋರು, ಹೋಗೋರು ಒಬ್ಬರು ಬೇಕಲ್ಲ. ನನ್ನ ಕೆಲಸದ ಸಮಯ ಹೀಗೆ ಅಂತ ನೆಚ್ಚಿಕೊಳ್ಳೋಕಾಗೊಲ್ಲ' ಎಂದು ಹೇಳಿದೆ.

ಪೈ ಕೊನೆಗೆ ಅಲ್ಲಿಯೇ ದೇವಸ್ಥಾನದ ಹತ್ತಿರವೇ ಇದ್ದ ಮೆಹತಾನ ಮೊಟೆಲ್‌ನಲ್ಲಿ ಒಂದು ರೂಮನ್ನು ತಿಂಗಳಿಗೆ ಇನ್ನೂರು ಡಾಲರ್ ಕೊಡುತ್ತೇವೆ ಹೇಗೋ ಅನುಸರಿಸಿಕೊಳ್ಳಿ ಎಂದು ಆಸ್ಪತ್ರೆಯಿಂದಲೇ ಫೋನು ಮಾಡಿ ಒಪ್ಪಿಸಿ ಅಲ್ಲಿ ಶ್ರೀನಿವಾಸನನ್ನು ಇರಿಸಲು ವ್ಯವಸ್ಥೆ ಮಾಡಿಸಿಬಿಟ್ಟ. ಮೆಹತಾನ ಮೊಟೆಲು ದೇವಸ್ಥಾನಕ್ಕೆ ತುಂಬಾ ಹತ್ತಿರ ಇದ್ದುದರಿಂದ ಶ್ರೀನಿವಾಸ ನಡೆದೇ ಹೋಗಬಹುದಾಗಿತ್ತು. ಸದ್ಯಕ್ಕೆ ಎಲ್ಲ ಕೊಂಚ ತಣ್ಣಗಾಗುವ ಹಾಗಿತ್ತು. ಆದರೂ ಶ್ರೀನಿವಾಸ ಇಲ್ಲಿ ಜಾಸ್ತಿ ದಿನ ಇರುವ ಬಗ್ಗೆ ನನಗೆ ನಂಬಿಕೆಯಿರಲಿಲ್ಲ.

■

ಪೈಗೆ ನಾನು ಮಾತಿನ ವರಸೆಯಲ್ಲಿ ಹೇಳಿದ ಈ ನಮ್ಮ ಫಾದರ್ ಜೋಸೆಫ಼ನನ್ನು ನಮ್ಮ ಶ್ರೀನಿವಾಸನಿಗೆ ಭೇಟಿ ಮಾಡಿಸುವ ವಿಷಯ ಬಹಳ ಹಿಡಿಸಿಬಿಟ್ಟಿತ್ತು. ಒಂದು ವಾರದ ನಂತರ ಮತ್ತೆ ಫೋನು ಮಾಡಿ 'ಅಲ್ಲಯ್ಯ. ನಮ್ಮ ದೇಶದವರು ಇಲ್ಲಿ ಬಂದು ಚರ್ಚುಗಳಲ್ಲಿ ಹೇಗೆ ನಿಷ್ಠೆಯಿಂದ ಇರ್ತಾರೆ ಅಂತ ನಮ್ಮ ಹುಡುಗರಿಗೆ ಗೊತ್ತಾಗಲಿ. ಈ ದೇಶದಲ್ಲಿ ನೋಡು, ಎಂಥಾ ಸಣ್ಣ ಊರಲ್ಲಾದರೂ ಒಂದು ಚರ್ಚಿದ್ದೇ ಇರುತ್ತೆ. ನಾವು ಒಂದು ದೇವಸ್ಥಾನ ಮಾಡಬೇಕೆಂದರೆ ಎಷ್ಟು ಪರದಾಡಬೇಕು. ಸುಮ್ಮನೆ ಇಬ್ಬರೂ ಮಾತಾಡ್ಲಿ. ನಿನಗೆ ಆ ಫಾದರ್‌ದು ವೀಸಾ ಎಂತದ್ದು ಅಂತ ಗೊತ್ತಿದೆಯಾ?' ಎಂದು ಕೇಳಿದ್ದಕ್ಕೆ ನಾನು 'ಸದ್ಯ, ಇಲ್ಲ ಮಾರಾಯ. ನನಗೆ ಅವೆಲ್ಲ ಗೊತ್ತಿಲ್ಲ. ಆತನೂ ಶ್ರೀನಿವಾಸನ ತರ ಒಂದೋ ಎರಡೋ ವರ್ಷಕ್ಕಂತಲೇ ಬಂದಿರೋದು, ಅಷ್ಟು ಮಾತ್ರ ಗೊತ್ತು. ಯಾಕೆಂದರೆ ನಮ್ಮ ಆಸ್ಪತ್ರೆ ಕಾಂಟ್ರಾಕ್ಟ್ ತಗೊಂಡಿರೋದು ಈ ಡಿವೈನ್ ಮರ್ಸಿ ಚರ್ಚಿಂದಲೇ. ಬೇರೆ ಬೇರೆ ದೇಶಗಳಿಂದ ಡಿವೈನ್ ಮರ್ಸಿಗೆ ಪಾದ್ರಿಗಳು ಬಂದಿರೋದು ನೋಡಿದ್ದೆ. ಈಗ ಆರುತಿಂಗಳ ಹಿಂದೆ ಈತ ಬಂದಿದ್ದಾನಂತೆ. ನಾನೂ ಈ ನಡುವೆಯೇ ಆತನನ್ನು ನೋಡಿದ್ದು. ಮಾತಾಡಿದ್ದಂತೂ ಅವತ್ತೇ.' ಎಂದು ಹೇಳಿದ್ದೆ.

'ಒಮ್ಮೆ ಆ ಚರ್ಚಿನವರು ಆ ಚರ್ಚು ಉಳಿಸಿಕೊಳ್ಳಲು ಎಷ್ಟು ಕಷ್ಟ ಪಡ್ತಾ ಇದಾರೆ ಅಂತ ಶ್ರೀನಿವಾಸನಿಗೆ ಗೊತ್ತಾಗಲಿ ಕಣಯ್ಯ. ಆ ಚರ್ಚಿನ ಮ್ಯಾನೇಜ್‌ಮೆಂಟಿನವರ ಹತ್ತಿರ

ಮಾತಾಡಲಾ. ನಾನು ಬೇಕಾದರೆ ಮಾತಾಡಿ ಇಬ್ಬರನ್ನು ಭೇಟಿ ಮಾಡಿಸ್ತೀನಿ. ಬೇಕಾದರೆ ಶ್ರೀನಿವಾಸನ್ನೇ ಡಿವೈನ್ ಮರ್ಸಿಗೆ ಕರಕೊಂಡು ಹೋಗೋಣವಂತೆ' ಎಂದು ಮತ್ತೆ ಬಲವಂತ ಮಾಡಿದ್ದ.

ಪೈ ಯಾವುದಾದರೂ ವಿಷಯವನ್ನು ಹಿಡಿದರೆ ಹೀಗೇ ಒಳ್ಳೆ ಜಿಗಣೆ ಹಿಡಿದಹಾಗೆ ಹಿಡಿದುಬಿಡ್ತಾನೆ. ಅವನ ಪ್ರಕಾರ, ಇಬ್ಬರೂ ಒಂದೇ ವಯಸ್ಸಿನ ಹುಡುಗರು. ಇಬ್ಬರೂ ಇಲ್ಲಿಗೆ ಸ್ವಲ್ಪ ದಿನದ ಮಟ್ಟಿಗೆ ಬಂದಿದ್ದಾರೆ. ಇಬ್ಬರೂ ಮಾಡೋದು ಒಂತರಾ ಒಂದೇ ಕೆಲಸ. ಏನಿಲ್ಲವೆಂದರೂ ಇಬ್ಬರಿಗೂ ದೋಸ್ತೀ ಆದರೂ ಆಗುತ್ತೆ. ಸುಮ್ಮನೆ ಒಟ್ಟಿಗೇ ಮಾತಾಡಿಕೊಂಡಾದರೂ ಇರಬಹುದು. ಫಾದರ್ ಜೋಸೆಫ್ ಆರಾಮಾಗಿರೋದು ನೋಡಿ ಶ್ರೀನಿವಾಸನಿಗೆ ಇನ್ನೊಂದು ಆರು ತಿಂಗಳು ಇಲ್ಲಿ ಇದ್ದರೆ ತಾನೂ ಹಾಗೇ ಇರಬಹುದು ಅಂತ ಅನ್ನಿಸಬಹುದು. ಶ್ರೀನಿವಾಸ ಮನಸ್ಸು ಬದಲಿಸಿದರೆ ಪೈ ಆ ಗೋಪಾಲಕೃಷ್ಣ ಪಂಡಿತನ ಹತ್ತಿರ ಮಾತಾಡಿ ಬೇಕೆಂದರೆ ಆತನ ವೀಸಾವನ್ನು ಇನ್ನೊಂದು ವರ್ಷಕ್ಕೆ ವಿಸ್ತರಿಸಬಹುದು. ಒಂದು ಸ್ವಲ್ಪ ಅನುಕೂಲ ಆದರೆ ಶ್ರೀನಿವಾಸನಿಗೆ ಒಂದು ಹಳೇ ಕಾರನ್ನು ಕೊಡಿಸೋಣವಂತೆ. ಹೇಗಾದರೂ ಮಾಡಿ ಶ್ರೀನಿವಾಸನನ್ನು ಇಲ್ಲಿ ಉಳಿಸಿಕೊಳ್ಳುವುದು ನಮಗೆ ಮುಖ್ಯ ಅಂದು ನನಗೆ ಮತ್ತೆ ಮತ್ತೆ ಒತ್ತಿ ಹೇಳಿದ್ದ.

ನನಗೆ ಇದ್ದ ಅನುಮಾನವೆಂದರೆ ಜೋಸೆಫ್ ಮತ್ತು ಶ್ರೀನಿವಾಸ ಇಬ್ಬರೂ ಒಂದೇ ವಯಸ್ಸಿನವರಾಗಿದ್ದರೂ ಇಬ್ಬರೂ ಕೂತುಕೊಂಡು ಮಾತಾಡುವ ಸಾಮಾನ್ಯ ವಿಷಯವಾದರೂ ಏನು? ಮಾತೆತ್ತಿದರೆ ಪೋಪಿನಂತೆ 'ಏಮನ್' ಅನ್ನುವ ಜೋಸೆಫ್‌ಗೆ ಸರಿಯಾಗಿ ಇಂಗ್ಲೀಷೂ ಬರುವುದಿಲ್ಲ, ಕೊಂಚ ಹಿಂದಿ ಮಾತಾಡುತ್ತಾನೆ. ದೇವಸ್ಥಾನದಲ್ಲಿ ಮಲಗಿದರೆ ಕಾಲು ದೇವರಿಗೆ ಎದುರಾಗುತ್ತೆ ಅಂತ ಯೋಚಿಸುವ ಮತ್ತು ಬರೇ ಕನ್ನಡ ಮಾತ್ರ ಮಾತಾಡುವ ಶ್ರೀನಿವಾಸ ಕೊಂಚ ಕಷ್ಟಪಟ್ಟು ಇಂಗ್ಲೀಶಿನಲ್ಲಿ ಮಾತಾಡುತ್ತಾನೆ. ಇವರಿಬ್ಬರೂ ಹೇಗೆ ದೋಸ್ತಿಗಳಾಗಬಲ್ಲರು. ಇಬ್ಬರೂ ಭಾರತೀಯರೆಂದೇ. ಒಂದು ಪಕ್ಷ ಆದರೂ, ಸೂಟು, ಬೂಟು ಹಾಕಿಕೊಂಡು ಕಾರು ಡ್ರೈವ್ ಮಾಡಿಕೊಂಡು ಬರುವ ಜೋಸೆಫ್ಞನನ್ನು ನೋಡಿ ಶ್ರೀನಿವಾಸ ತನಗೂ ಅವೆಲ್ಲ ಬೇಕು ಎಂದು ಹಟ ಮಾಡಿದರೆ.

ಆದರೆ, ಪೈನ ಆಲೋಚನೆ ಕೊಂಚ ಬೇರೆಯೇ ಇತ್ತು. ಜೋಸೆಫ್ ಅಮೆರಿಕಾಕ್ಕೆ ಬಂದು ಆರು ತಿಂಗಳಿಗೇ ಡ್ರೈವ್ ಮಾಡಿಕೊಂಡು ಓಡಾಡಿಕೊಂಡಿರೋದು ಶ್ರೀನಿವಾಸನಿಗೆ ತನ್ನ ಭವಿಷ್ಯವಾಗಿ ಕಾಣುತ್ತದೆಯಂತೆ. ತಾನೂ ತನ್ನ ಕೆಲಸವನ್ನು ಸರಿಯಾಗಿ ಮಾಡಿಕೊಂಡು ಹೋದರೆ ಜೋಸೆಫ್ಞನ ತರ ಇರಬಹುದು ಎಂದು ಅನಿಸಬಹುದಂತೆ. 'ಇಲ್ಲಿ ಶ್ರೀನಿವಾಸನಿಗೆ ಇನ್ಯಾರನ್ನು ರೋಲ್ ಮಾಡೆಲ್ ಅಂಥ ಹೇಳೋಕಾಗುತ್ತೆ, ಇನ್ಯಾರನ್ನ ತೋರಿಸಿ ಶ್ರೀನಿವಾಸ, ನೋಡು ನೀನು ನಿನ್ನ ಕೆಲಸಾನ ಸರಿಯಾಗಿ ಮಾಡಿಕೊಂಡು ಹೋದರೆ ಇವನ ತರ ಆಗ್ತೀಯ ಅಂತ ಹೇಳೋಕಾಗುತ್ತೆ ಹೇಳು. ಶಿಕಾಗೋದ ಅರ್ಚಕನನ್ನು ತೋರಿಸಿದರೆ ಆತ ಇವನನ್ನೇ ಅಲ್ಲಿಗೆ ಬರೋಕೆ ಹೇಳ್ತಾ ಇದಾನೆ. ಇನ್ನು ಗೋಪಾಲಕೃಷ್ಣ ಪಂಡಿತನಂಥವರು ಇವನಿಗೆ ಮಾದರಿಯಾಗೋ ಹೊತ್ತಿಗೆ ಈತ ಊರನ್ನು ಬಿಟ್ಟುಹೋಗಿರ್ತಾನೆ. ಜೋಸೆಫ್ಞನ

ಭೇಟಿ ಮಾಡಿಸೋದರಿಂದ ನಾವು ಕಳಕೊಳ್ಳೋದು ಏನೂ ಇಲ್ಲವಲ್ಲ' ಎಂದು ನನ್ನನ್ನು ಹಾಗೂ ಹೀಗೂ ಮಾಡಿ ಒಪ್ಪಿಸಿದ್ದ.

■

ನನಗೆ ಈ ಭೇಟಿಯ ಬಗ್ಗೆ ನನ್ನದೇ ಆದ ಅನುಮಾನಗಳಿದ್ದರೂ ಸಿಂಡಿಯನ್ನು ಒಮ್ಮೆ ಕೇಳುತ್ತೇನೆ ಎಂದು ಹೇಳಿದ್ದೆ. ಸಿಂಡಿ 'ಫಾದರ್ ಜೋಸೆಫ್ ತುಂಬಾ ಒಳ್ಳೆಯವನು, ಆತನನ್ನು ಮಾತಾಡಿಸೋದು ಏನೂ ಕಷ್ಟವಾಗೊಲ್ಲ. ನೀನೇ ಮಾತಾಡು' ಎಂದು ಹೇಳಿ ಆತನ ನಂಬರ್ ಕೊಟ್ಟಳು.

ನಾನು ಆತನಿಗೆ ಫೋನು ಮಾಡುವುದಕ್ಕಿಂತ ಆತ ಆಸ್ಪತ್ರೆಗೆ ಬಂದಾಗ ಮುಖತಃ ಮಾತಾಡಿಸೋದು ಒಳ್ಳೆಯದು ಎಂದು ಕಾಯುತ್ತಿದ್ದೆ.

ನಾನು ಮತ್ತೊಂದು ರಾತ್ರಿಪಾಳಿ ಮುಗಿಸಿಕೊಂಡು ಮನೆಗೆ ಹೋಗಬೇಕೆಂದು ಪಾರ್ಕಿಂಗ್ ಲಾಟಿನಲ್ಲಿ ನನ್ನ ಕಾರಿಗೆ ಹತ್ತುತ್ತಿದ್ದಾಗ ನನ್ನ ಕಾರಿನ ಪಕ್ಕದಲ್ಲಿಯೇ ಜೋಸೆಫ್ ಕಾರನ್ನು ನಿಲ್ಲಿಸಿದ. ಮತ್ತೆ ಅದೇ ಪ್ಯಾಂಟು, ಕುತ್ತಿಗೆಗೆ ಬೋಟೈ ಮತ್ತು ಕಾಲಿಗೆ ಹಶ್ ಪಪ್ಪೀಸ್. ಆತ ನನ್ನ ಕಾರನ್ನು ಗಮನಿಸಿರಲಿಲ್ಲ. ಕಾರಿನಲ್ಲಿ ಕೂತುಕೊಂಡೇ ತನ್ನ ಸರಂಜಾಮುಗಳನ್ನು ಜೋಡಿಸಿಕೊಳ್ಳುತ್ತಿದ್ದ. ಮೊಬೈಲು, ಕರಿಯ ಫೋಲ್ಡರು, ಕೈಯಲ್ಲೊಂದು ಹಳೆಯ ಲೆದರ್ ಬ್ಯಾಗಿತ್ತು. ಆ ಬ್ಯಾಗಿನಲ್ಲಿ ಏನನ್ನೋ ಹುಡುಕುತ್ತಿದ್ದ. ಮುಂದುಗಡೆಯ ಜಿಪ್ ತೆಗೆದು ಅಲ್ಲಿಟ್ಟಿದ್ದ ಚರಚರ ಅನ್ನುವ ಪಾಕೀಟಿನಲ್ಲಿಟ್ಟಿದ್ದ ಮಾಣಿಕ್ ಚಂದನ್ನು ಕತ್ತರಿಸಿ ಬಾಯಿಗೆ ಹಾಕಿಕೊಂಡ. ಹಿಂದಿನ ಸೀಟಿನ ಮೇಲೆ ಇಟ್ಟಿದ್ದ ಬೈಬಲ್ಲಿನ ಪ್ರತಿಯೊಂದನ್ನು ತನ್ನ ಬ್ಯಾಗಿನೊಳಗೆ ಇಡಲು ಸೀಟಿನಿಂದ ಹಿಂದಕ್ಕೆ ಬಗ್ಗಿದಾಗ ನಾನು ಕಾಣಿಸಿದೆ ಎನ್ನಿಸುತ್ತೆ. ತಕ್ಷಣ ಕಾರಿನ ಬಾಗಿಲು ತೆಗೆದು 'ಹಲೋ' ಎಂದ. ಬಾಯಲ್ಲಿದ್ದ ಮಾಣಿಕ್‌ಚಂದ್‌ನಿಂದ ಮಾತು ಕೊಂಚ ಅಸ್ಪಷ್ಟವಾಗಿತ್ತು.

ನಾನು 'ಹಲೋ' ಎಂದೆ. ಆತ ಪಕ್ಕಕ್ಕೆ ಹೋಗಿ ತುಪ್ಪಿ ಬಂದ. ನನ್ನ ನೋಡಿ 'ಹಲೋ ಸಾರ್, ಕೆಲಸಕ್ಕೆ ಬರ್ತಾ ಇರೋದಾ?' ಎಂದು ಕೇಳಿದ.

'ಇಲ್ಲ, ಮುಗಿಸಿ ಮನೆಗೆ ಹೋಗ್ತಾ ಇದೀನಿ. ಏನು, ಕಾಲ್ ಬಂದಿತ್ತಾ?' ಎಂದು ನಾನು ಕೇಳಿದೆ.

'ಇಲ್ಲ, ಮೂರನೇ ಫ್ಲೋರಿನ ವಾರ್ಡಿನಲ್ಲಿ ನಾನು ಮೊನ್ನೆ ನೋಡಿದ ಪೇಷಂಟೊಬ್ಬಳು ಸುಧಾರಿಸುತ್ತಾ ಇದಾಳಂತೆ. ಆಕೆಯ ಕುಟುಂಬದವರು ನನ್ನ ಇನ್ನೊಮ್ಮೆ ಬಾ ಅಂತ ಹೇಳಿದ್ದರು. ಅದಕ್ಕೆ ನೋಡಿಬರೋಣ ಅಂತ' ಎಂದ ಜೋಸೆಫ್.

ನಾನು ಮಾತಾಡಲಿಲ್ಲ. ಆತನೇ 'ನಿಮ್ಮದು ಸ್ವಂತ ಮನೆ ಇದೆಯಾ?' ಎಂದು ಕೇಳಿದ. ನಾನು ಆತನ ಈ ಅನಿರೀಕ್ಷಿತವಾದ ಪ್ರಶ್ನೆಗೆ ಏನು ಉತ್ತರ ಕೊಡಬೇಕೆಂದು ಗೊತ್ತಾಗದೇ 'ಹೌದು.' ಎಂದೆ. 'ಇಲ್ಲಿನ ಮನೆಗಳೆಲ್ಲ ಬಹಳ ದೊಡ್ಡದಿರಬೇಕಲ್ವ?' ಎಂದ. ನಾನು 'ಸುಮಾರಾಗಿದೆ. ಈಗೇನು, ಇಂಡಿಯಾದಲ್ಲೂ ಬೇಕಾದಹಾಗೆ ದೊಡ್ಡದೊಡ್ಡ ಮನೆಗಳನ್ನು ಕಟ್ತಾ ಇದಾರಲ್ವ?'

ಅಂದೆ. ಫ಼ಾದರ್ 'ಸಾರ್, ನೀವು ಕ್ರಿಕೆಟ್ ಫ಼ಾಲೋ ಮಾಡ್ತೀರಾ?' ಎಂದ. 'ವರ್ಲ್ಡ್ ಕಪ್ ನೋಡಿದೆ. ಈಗ ಯಾವ್ದು ಬರ್ತಾ ಇದೆ. ಟ್ವೆಂಟಿ ಟ್ವೆಂಟಿಯಾ?' ಎಂದೆ. 'ಹೌದು, ಐಪಿಎಲ್. ಬಹಳ ಚೆನ್ನಾಗಿದ್ಯಂತೆ.' ಎಂದ. ನಾನು ಈ ಬಗ್ಗೆ ಏನೂ ಮಾತಾಡದಿದ್ದಾಗ ಆತ ಸುಮ್ಮನೆ ನಕ್ಕು, ಆಸ್ಪತ್ರೆಯೊಳಗೆ ಹೊರಟ.

ನಾನು 'ಫ಼ಾದರ್, ಒಂದು ಪ್ರಶ್ನೆ ಕೇಳಬೇಕಿತ್ತು' ಎಂದೆ.

ಆತ ನನ್ನ ಮುಖ ನೋಡಿದ. ನಾನು 'ಫ಼ಾದರ್, ನೀ ಇಲ್ಲಿಗೆ ಬಂದಿರೋದು ಯಾವ ವೀಸಾದಲ್ಲಿ?'

ಆತ ನನ್ನ ಒಮ್ಮೆ ವಿಚಿತ್ರವಾಗಿ ನೋಡಿ 'ಆರ್–1 ವೀಸಾ ಅಂತಾರೆ. ಅದು ರಿಲಿಜಿಯಸ್ ವೀಸಾ.' ಎಂದ. ನಾನು 'ಇಲ್ಲಿ ಎಷ್ಟು ವರ್ಷ ಇರಬಹುದು, ಈ ವೀಸಾದಲ್ಲಿ?' ಎಂದು ಕೇಳಿದೆ. ಆತನ ಈ ವಿವರಗಳು ನನಗ್ಯಾಕೆ ಬೇಕು ಎಂದು ಆತನಿಗೆ ಆಶ್ಚರ್ಯ ಆಗುತ್ತಿದೆ ಎಂದು ನನಗೆ ಅನಿಸಿತ್ತು. ಆದರೂ ಆತ 'ಒಂದೊಂದು ವರ್ಷಕ್ಕೂ ಇದನ್ನು ರಿನ್ಯೂ ಮಾಡಿಸ್ಬೇಕು. ಡಿವೈನ್ ಮರ್ಸಿಯವರು ಅದನ್ನು ಈಗತಾನೆ ಇನ್ನೊಂದು ವರ್ಷಕ್ಕೆ ವಿಸ್ತರಿಸಿದ್ದಾರೆ. ಇನ್ನೊಂದು ವರ್ಷ ಈ ಊರಲ್ಲಿರುತ್ತೇನೆ. ನಂತರ ಬೇರೆಕಡೆ ನೋಡ್ಬೋದು' ಎಂದ.

ನಾನು 'ಯಾಕೆ, ಈ ಊರು ಬೇಜಾರಾಗಿ ಹೋಯ್ತಾ?' ಎಂದೆ.

'ಹಾಗಂತ ಅಲ್ಲ. ಈ ಊರಿನಲ್ಲಿ ಅಂತಾ ಅವಕಾಶಗಳಿಲ್ಲ. ಇದೇ ಸಣ್ಣ ಚರ್ಚಿನಲ್ಲಿ ಅವರು ಕೊಡೋ ಸಂಬಳ ನಂಬಿಕೊಂಡು ನಾನು ಜೀವನ ಮಾಡೋದು ಕಷ್ಟ. ಊರಲ್ಲಿ ನನಗೆ ಇಬ್ಬರು ತಂಗಿಯರಿದ್ದಾರೆ' ಎಂದ.

'ಎಲ್ಲಿಗೆ ಹೋಗಬೇಕಂತ?'

'ಇಂತಾ ಕಡೆ ಅಂತ ಇಲ್ಲ. ಸ್ವಲ್ಪ ದೊಡ್ಡ ಊರಿಗೆ. ಅವಕಾಶಗಳು ಜಾಸ್ತಿ ಇರುತ್ತಂತೆ. ಇಂಡಿಯನ್ಸು ಜಾಸ್ತಿ ಇರ್ತಾರೆ.'

'ಇಲ್ಲೂ ಏನೂ ಕಮ್ಮಿ ಇಲ್ಲ. ಸುಮಾರು ಎರಡು ಸಾವಿರ ಜನಗಳಿದ್ದೇವೆ. ಹೋಲಿ, ದೀಪಾವಳಿ ಸಮಾರಂಭಕ್ಕೆ ಏನಿಲ್ಲ ಅಂದರೂ ಸುಮಾರು ನಾಲ್ಕುನೂರು ಜನ ಸೇರ್ತಾರೆ. ಎಲ್ಲ ಕಡೆಯಿಂದಲೂ ಇರ್ತಾರೆ. ಗೋವಾದಿಂದ ಇದಾರೋ ಇಲ್ಲವೋ ಗೊತ್ತಿಲ್ಲ' ಎಂದೆ, ನಾನು.

ಜೋಸೆಫ್ಹ್ ಸುಮ್ಮನೇ ನಕ್ಕ.

ನಾನು ಅವನ ನಗೆಗೆ ಕಾರಣಗಳನ್ನು ಹುಡುಕಲಿಕ್ಕೆ ಹೋಗಲಿಲ್ಲ. ಮತ್ತೆ 'ಫ಼ಾದರ್, ನಮ್ಮ ಮನೆಗೆ ಒಮ್ಮೆ ಬರೋಕಾಗುತ್ತಾ? ಸುಮ್ಮನೆ, ಹೀಗೇ. ಏನೂ ವಿಶೇಷ ಅಂತ ಇಲ್ಲ' ಎಂದೆ, ತೀರಾ ಕ್ಯಾಶುವಲ್ ಆಗಿ.

ಆತ 'ಖಂಡಿತಾ, ನನಗೂ ಇಲ್ಲಿ ಒಬ್ಬನೇ ಇದ್ದು ಇದ್ದು ಬೇಜಾರಾಗಿ ಹೋಗಿದೆ' ಎಂದು ಒಂದೇ ಏಟಿಗೆ ಒಪ್ಪಿಕೊಂಡು ಬಿಟ್ಟ. ನಾನು ಶ್ರೀನಿವಾಸನ ವಿಷಯ ಏನೂ ಹೇಳಲಿಲ್ಲ.

'ಒಬ್ಬನೇ ಹೇಗೆ ಸಮಯ ಕಳೀತೀಯಾ?' ಎಂದು ನಾ ಕೇಳಿದೆ.

'ನಾನಿರೋ ಮನೇಲಿ ಟೀವಿ ಇದೆ. ಎಲ್ಲ ಶೋಗಳನ್ನು ನೋಡ್ತೀನಿ. ಮತ್ತೆ ಚರ್ಚಿನ ಕೆಲ್ಸ, ಆಸ್ಪತ್ರೆ ಕೆಲಸ. ಹೀಗೇ ನಡೆದುಹೋಗುತ್ತೆ. ಒಂದು ಕಂಪ್ಯೂಟರ್ ತಗೋಬೇಕಂತ ನೋಡ್ತಾ ಇದೀನಿ. ಬೆಲೆ ಸ್ವಲ್ಪ ಜಾಸ್ತಿ ಇದೆ. ಇಂಟರ್ನೆಟ್ ಕನೆಕ್ಷನ್‌ಗೆ ಬೇರೆ ದುಡ್ಡು ಕೊಡಬೇಕು. ಈ ತಿಂಗಳು ಇದ್ದಿದ್ರೆ ಇಂಟರ್ನೆಟ್ಟಲ್ಲಿ ಐಪಿಎಲ್‌ನ ಅಷ್ಟೂ ಮ್ಯಾಚುಗಳನ್ನು ನೋಡಬಹುದಿತ್ತು, ಸಾರ್. ವರ್ಲ್ಡ್ ಕಪ್ ಮ್ಯಾಚುಗಳನ್ನು ನೋಡಲಿಕ್ಕಾಗಲೇ ಇಲ್ಲ. ಮತ್ತೆ, ದಿನಾ ಕಾಲ್‌ಅಲ್ಲಿ ಇರ್ತೀನಲ್ವ. ಹಾಗಾಗಿ ಆಸ್ಪತ್ರೆಗೆ ಬರ್ತಾನೇ ಇರ್ತೀನಿ. ಹೇಗೋ ಟೈಮು ಕಳೆದು ಹೋಗತ್ತೆ.'

'ದಿನಾ ಕಾಲ್ ಅಂದ್ರೆ ಕಷ್ಟ ಆಗೊಲ್ವ'

'ಇಲ್ಲ. ನನಗಿಷ್ಟ. ಮತ್ತೆ ಮನೇಲಿ ಒಬ್ಬನೇ ಇರೋಕಿಂತಾ ಇದು ಪರವಾಗಿಲ್ಲ'

'ನಿನಗೆ ಈ ಊರಿನಲ್ಲಿ ಸ್ನೇಹಿತರ್‍ಯಾರೂ ಇಲ್ಲವಾ?'

'ಇದಾರೆ. ಚರ್ಚಿನ ಹೌಸ್‌ಕೀಪರ್, ಲಾಂಡ್ರಿಮನ್, ಮತ್ತೆ ಮಿಸೆಸ್ ಶ್ಯಾನನ್'

'ಅಲ್ಲ, ಭಾರತೀಯರು ಯಾರೂ ಸ್ನೇಹಿತರಿಲ್ವಾ?' ಎಂದು ನಾ ಕೇಳಿದಾಗ ಆತ ಸುಮ್ಮನೆ ನಕ್ಕು 'ಡಾಕ್ಟರ್, ಈ ಚರ್ಚಿಗೆ ಭಾರತೀಯರು ಯಾರೂ ಬರೋದಿಲ್ಲ. ಕಾರಣ ಗೊತ್ತಿಲ್ಲ. ಈ ಊರಿನಲ್ಲಿ ಚರ್ಚಿಗೆ ಬರೋ ಭಾರತೀಯರು ಯಾರೂ ಇಲ್ಲವಾ?' ಎಂದು ನನ್ನನ್ನೇ ಕೇಳಿದ. ನಾನು ಗೊತ್ತಿಲ್ಲವೆಂದು ತಲೆಯಾಡಿಸಿದೆ. ನಂತರ ನಾನು ಇಷ್ಟು ವರ್ಷ ಈ ಊರಿನಲ್ಲಿ ನಮ್ಮಾಸ್ಪತ್ರೆಯಲ್ಲಿ ನೋಡಿದ ಭಾರತೀಯರನ್ನು ನೆನೆಸಿಕೊಳ್ಳಲು ಪ್ರಯತ್ನ ಮಾಡಿದೆ. ಕೆಲವಾದರೂ ಚರ್ಚಿಗೆ ಹೋಗಬಹುದಾದ ಹೆಸರುಗಳು ನೆನಪಿಗೆ ಬಂದವು.

ಇರಲಿ, ಎಂದುಕೊಂಡು 'ಫಾದರ್, ಈ ಶನಿವಾರ ಬೆಳಿಗ್ಗೆ ನಮ್ಮನೇಗೆ ಬ್ರೇಕ್‌ಫಾಸ್ಟ್‌ಗೆ ಬಂದರೆ ಹೇಗೆ?'

'ಖಂಡಿತಾ, ಭಾನುವಾರ ಬೆಳಿಗ್ಗೆ ಮಾತ್ರ ಆಗೊಲ್ಲ, ಚರ್ಚಿಗೆ ಹೋಗ್ಬೇಕು ಅಷ್ಟೇ. ಶನಿವಾರ ನಾ ಬರ್ತೀನಿ. ಆಸ್ಪತ್ರೆಯಿಂದ ಕಾಲ್ ಬರ್ದೇ ಇದ್ರೆ ಸಾಕು' ಎಂದ.

ನಾನು ಬಂದು ಕಾರಿನಲ್ಲಿ ಕರಕೊಂಡು ಹೋಗುತ್ತೇನೆ ಎಂದಿದ್ದಕ್ಕೆ ಆತ ಬೇಡವೆಂದು ನಿರಾಕರಿಸಿದ್ದ. ಮನೆಯ ಅಡ್ರೆಸ್ ಕೊಟ್ಟರೆ ಆತನ ಕಾರಿನಲ್ಲಿಯೇ ಬರುತ್ತೇನೆಂದ. ನಾನು 'ಇಡ್ಲಿ, ದೋಸೆ, ಉಪ್ಪಿಟ್ಟು, ಸೌತ್ ಇಂಡಿಯನ್ ತಿನ್ನುತ್ತೀಯಾ?' ಎಂದು ಕೇಳಿದ್ದಕ್ಕೆ 'ಖಂಡಿತಾ, ನನಗೆ ಬಹಳ ಇಷ್ಟ, ಅದು' ಎಂದು ಹೇಳಿದ. ನಾನು ಆತನನ್ನು ಆಸ್ಪತ್ರೆಯ ಒಳಗೆ ಕಳಿಸಿ ಪೈಗೆ ಫೋನು ಮಾಡಲೆಂದು ಹೋದೆ.

■

ಶನಿವಾರ ಶ್ರೀನಿವಾಸನನ್ನು ಮನೆಗೆ ಕರಕೊಂಡು ಬಂದಿದ್ದೆ. ಗಿರಿಜಾ ಉಪ್ಪಿಟ್ಟು ಮಾಡಿದ್ದಳು. ಪರಾಗ, ಪುಷ್ಪಾ ಇಬ್ಬರೂ ಉಪ್ಪಿಟ್ಟು ಬೇಡವೆಂದು ಮುಖ ಹುಳ್ಳಗೆ ಮಾಡಿ ಸೀರಿಯಲ್ ತಿಂದು ಬೇಸ್‌ಮೆಂಟಿನಲ್ಲಿ ಆಟವಾಡುತ್ತಿದ್ದರು. ಪೈ ಊರಲ್ಲಿರಲಿಲ್ಲ. ಆತನ ಮಗಳನ್ನು ಕಾಲೇಜಿನಿಂದ ಕರಕೊಂಡು ಬರಲು ಮಿಲ್‌ವಾಕಿಗೆ ಹೋಗಿದ್ದ. ನಾನು ಫಾದರ್ ಜೋಸೆಫ್ಹನನ್ನು ನಿರೀಕ್ಷಿಸುತ್ತಾ ಕೂತಿದ್ದೆ. ಶ್ರೀನಿವಾಸನಿಗೆ ಸೂಕ್ಷ್ಮವಾಗಿ ಆತ ತಿಂಡಿಗೆ ನಮ್ಮ ಮನೆಗೆ ಬರುತ್ತಾನೆಂದು ಹೇಳಿದ್ದೆ. ಆತ ಏನೂ ಮಾತಾಡಿರಲಿಲ್ಲ. ನಾನು ಜೋಸೆಫ್ಹನ ಆಗಮನವನ್ನು ನಿರೀಕ್ಷಿಸುತ್ತಾ ಹಾಗೇ ಟೀವಿಯ ಚಾನೆಲ್‌ಗಳನ್ನು ಬದಲಿಸುತ್ತಾ ಕೂತಿದ್ದೆ. ಇವರಿಬ್ಬರನ್ನೂ ಕೂರಿಸಿ ತಿಂಡಿಕೊಟ್ಟು ನಾನು ಯಾರಿಗೆ ಏನು ರಾಯಭಾರ ಮಾಡುತ್ತಿದ್ದೇನೆ ಎಂದು ನನಗೆ ಗೊತ್ತಿರಲಿಲ್ಲ. ಸುಮ್ಮನೆ ಉಪ್ಪಿಟ್ಟು ತಿನ್ನಿಸಿ ಕೈ ತೊಳಕೊಂಡರಾಯಿತು, ನಂತರ ಅವರವರ ಹಣೆಬರಹ ಎಂದಂದುಕೊಂಡೆ.

ಪೈ ಫೋನು ಮಾಡಿ 'ಶ್ರೀನಿವಾಸ ಬಂದನಾ?' ಎಂದು ವಿಚಾರಿಸಿದ್ದ. ನಾನು ಪೈಗೆ 'ಪೈ ಈಗ ಆ ಫಾದರ್ ಜೋಸೆಫ್ ಬರ್ತಾನೆ. ಎಂತ ಮಾತಾಡೋದು? ಆತ ನೋಡಿದರೆ ನಮ್ಮ ಶ್ರೀನಿವಾಸನಿಗಿಂತ ಅತ್ತತ್ತ. ನಮ್ಮನೇಲಿ ಉಪ್ಪಿಟ್ಟು ತಿನ್ನೋಕೆ ಬರ್ತಾನಂತೆ. ಆತ ಶ್ರೀನಿವಾಸನಿಗೆ ಏನು ಬುದ್ಧಿ ಹೇಳುತ್ತಾನೆ? ನಾನು ಏನು ಮಾಡಬೇಕು? ಶ್ರೀನಿವಾಸ ಊರು ಬಿಟ್ಟು ಹೋಗಬೇಕು ಅಂತ ಪ್ಲಾನು ಮಾಡ್ತಾ ಇದಾನೆ ಅಂತ ಹೇಳಲಾ? ನಿಜ ಹೇಳಬೇಕೆಂದರೆ ಜೋಸೆಫ್ಹನಿಗೂ ಈ ವರ್ಷದ ನಂತರ ಊರು ಬಿಟ್ಟು ಹೋಗೋ ಯೋಚನೆಯಿದೆಯಂತೆ. ನನ್ನ ಇಲ್ಲಿ ಬಿಟ್ಟು ನೀನು ಎಲ್ಲೋ ಹೋಗಿ ಕೂತಿದ್ದೀಯಲ್ಲ' ಎಂದು ರೇಗಿದೆ.

ಆತ 'ನೀ ಏನೂ ಮಾಡಬೇಕಿಲ್ಲವಯ್ಯ. ಎಲ್ಲರೂ ಸುಮ್ಮನೆ ಕೂತು ಮಾತಾಡಿ. ಶ್ರೀನಿವಾಸನಿಗೆ ಆ ಫಾದರ್ ಜೋಸೆಫ್ ಬರೋದು, ಹೋಗೋದು, ಅವನ ಬಾಡಿ ಲಾಂಗ್ವೇಜು ಎಲ್ಲ ಗೊತ್ತಾಗಲಿ. ಅವನಿಗೆ ನಿನ್ನಂತ ಡಾಕ್ಟರು ಮನೇಗೆ ಯಾಕೆ ಕರೆದು ಊಟ, ತಿಂಡಿ ಕೊಡ್ತೀಯ ಅಂತ ಗೊತ್ತಾಗಲಿ. ಶ್ರೀನಿವಾಸನಿಗೆ ಇದೊಂತರಾ ಪಾಸಿಟಿವ್ ಫೀಡ್‌ಬ್ಯಾಕ್ ಕಣಪ್ಪ.' ಎಂದ.

ಈ ಪೈಗೆ ನಮ್ಮ ಫಾದರ್‌ನ ಇನ್ನೊಂದೆರಡು ಬಾರಿ ನಾನು ಭೇಟಿ ಮಾಡಿಸಬೇಕಿತ್ತು, ಅನಿಸಿತು. ಫಾದರ್ ಚರ್ಚಿನಲ್ಲಿ ಕೆಲಸವಿಲ್ಲದೇ ಆಸ್ಪತ್ರೆಯಲ್ಲಿ ಮೂನ್‌ಲೈಟ್ ಮಾಡುತ್ತಾ ಬೈಬಲ್ಲನ್ನೂ ಮಾಣಿಕ್‌ಚಂದನ್ನೂ ಒಂದೇ ಫೋಲ್ಡರಿನಲ್ಲಿಟ್ಟು ಓಡಾಡುತ್ತಾನೆ. ಅಕ್ಷರಗಳನ್ನು ಮನಸ್ಸಲ್ಲಿ ಓದಬೇಕಾದರೂ ತುಟಿಕೂಡಿಸಿಕೊಂಡು ಓದುತ್ತಾನೆ. ಇವ ಶ್ರೀನಿವಾಸನಿಗೆ ಪಾಸಿಟಿವ್ ಫೀಡ್‌ಬ್ಯಾಕ್ ಹೇಗೆ ಆಗಲು ಸಾಧ್ಯ? ಚರ್ಚು ಕೊಡಿಸಿರುವ ಸೆಕೆಂಡ್ ಹ್ಯಾಂಡ್ ಶೆವರ್ಲೇಯಿಂದಲೇ? ಇಲ್ಲವೇ ಹಶ್ ಪಪೀಸ್‌ನಿಂದಲೇ?

ನಾನು ತಲೆ ಕೆಡಿಸಿಕೊಂಡರೆ ಉಪಯೋಗವಿಲ್ಲ. ಇನ್ನೇನು ಫಾದರ್ ಜೋಸೆಫ್ ಬರುತ್ತಾನೆ, ಎಂದು ಮತ್ತೆ ರಿಮೋಟಿನ ಗುಂಡಿಗಳನ್ನು ಒತ್ತುತ್ತಾ ಹೋದೆ.

ಕ್ರಿಕೆಟ್ ಪ್ಲಸ್ ಚ್ಯಾನೆಲ್‌ನವರು ಐಪಿಎಲ್‌ನ ಆಟಗಳನ್ನು ಪ್ರಮೋಶನ್‌ಗೆಂದು ಮುಕ್ಕಟೆ ತೋರಿಸುತ್ತಿದ್ದರು. ನಾನು ಸಾಮಾನ್ಯವಾಗಿ ವಿಶ್ವಕಪ್ ಸೀಸನ್‌ನಲ್ಲಿ ಮಾತ್ರ ಕ್ರಿಕೆಟನ್ನು ಸ್ಯಾಟಲೈಟಿನವರಿಗೆ ಹೆಚ್ಚುವರಿ ದುಡ್ಡು ಕೊಟ್ಟು ನೋಡುತ್ತಿದ್ದೆ. ಈ ಐಪಿಎಲ್ ಕ್ರಿಕೆಟ್ಟನ್ನು ನೋಡುವ ಹುಚ್ಚೇನೂ ಇರಲಿಲ್ಲ. ನಮ್ಮನೆ ಟೀವಿಯಲ್ಲಿ ಈ ಐಪಿಎಲ್ ಆಟ ಮುಕ್ಕಟೆ ಬರುತ್ತಿದೆ ಎನ್ನುವುದು ನನಗೆ ಗೊತ್ತೇ ಇರಲಿಲ್ಲ.

ವಿಶ್ವಕಪ್ ಕ್ರಿಕೆಟ್ಟನ್ನು ದೇವಸ್ಥಾನದಲ್ಲಿ ಪ್ರೊಜೆಕ್ಟರ್ ಹಾಕಿಸಿ ತೋರಿಸುವ ವ್ಯವಸ್ಥೆಯನ್ನು ಮಾಡಿಸಿದ್ದ, ಪೈ. ಒಂದೊಂದು ಇಂಡಿಯಾ ಮ್ಯಾಚಿಗೆ ಐದೈದು ಡಾಲರ್ ಚಾರ್ಜು ಮಾಡಿದರೂ ಡಿಶ್ ಬಾಡಿಗೆ, ಪ್ರೊಜೆಕ್ಟರ್ ಬಾಡಿಗೆಗೇ ಎಲ್ಲ ಖರ್ಚು ಸರಿಹೋಗಿತ್ತು. ಶ್ರೀನಿವಾಸ ಅಷ್ಟೂ ಮ್ಯಾಚನ್ನೂ ನೋಡಿದ್ದ. ಮತ್ತೆ ಈ ಐಪಿಎಲ್ ಹಾಕಿಸು ಎಂದು ಯಾರೋ ಕೇಳಿದ್ದರಂತೆ. ಆದರೆ ಪೈ ಐಪಿಎಲ್‌ಅನ್ನು ದ್ವೇಷಿಸುತ್ತಿದ್ದ. 'ಈ ಐಪಿಎಲ್ ಬಂದಮೇಲೆ ಕ್ರಿಕೆಟೆಲ್ಲ ಹಾಳಾಗಿ ಹೋಯಿತು. ಹರ್ಭಜನ್ ಬೌಲಿಂಗಿಗೆ ಧೋನಿ ಸಿಕ್ಸರ್ ಹೊಡೆದರೆ ಅದಕ್ಕೆ ಒಬ್ಬ ತಮಿಳ ಚಪ್ಪಾಳೆ ಹೊಡೆಯುತ್ತಾನೆ. ಕ್ರಿಸ್ ಗೇಯ್ಲ್ ಸಿಕ್ಸರ್ ಹೊಡೆದರೆ ನಮಗೆ ಸಿಟ್ಟು ಬರಬೇಕಯ್ಯ, ನಮ್ಮ ಹುಡುಗರು ಚಪ್ಪಾಳೆ ಹೊಡೀತಾರೆ. ಇದು ದೇಶ ಕಟ್ಟೋ ಕೆಲಸಾನ? ನಾನು ಆ ಕ್ರಿಕೆಟ್ ನೋಡೋದಿಲ್ಲ.' ಎಂದು ಶಪಥ ಮಾಡಿದವನಂತೆ ಹೇಳಿದ್ದ.

'ಸಾರ್, ಈ ರಾಯಲ್ ಚಾಲೆಂಜರ್ಸ್ ಹೊಸಾ ಹುಡುಗ ವಿನಯ್‌ಕುಮಾರ್ ಅಂತ, ಸಾರ್. ಎಂತಾ ಚೆನ್ನಾಗಿ ಬೌಲಿಂಗ್ ಮಾಡ್ತಾನೆ ಗೊತ್ತಾ. ಅವನನ್ನು ಮಲ್ಯ ಇಟ್ಟುಕೋಬೇಕಾಗಿತ್ತು ಸರ್. ಬೆಂಗಳೂರಿನ ಟೀಮಲ್ಲಿ ಇತ್ಲಾಗೆ ರಾಬಿನ್ ಉತ್ತಪ್ಪಾನೂ ಇಲ್ಲ, ಭರತ್ ಚಿಪ್ಲಿನೂ ಇಲ್ಲ– ಸಾಗರದ ಕಡೆಯ ಹುಡುಗ ಸಾರ್ ಆತ. ಮಲ್ಯ ಕ್ರಿಸ್ ಗೇಯ್ಲ್‌ಅನ್ನು ಕರೆಸಿಕೊಂಡ ಮೇಲೆ ನಮ್ಮವರ ಆಟ ನೋಡಿದ್ದೀರ ಸಾರ್. ಚ್ಯಾನೆಲ್ ಬದಲಾಯಿಸಬೇಡಿ. ಇದೇ ಇರ್ಲಿ. ವಾವ್... ಕೊಹ್ಲೀ... ಇನ್ನೊಂದು ಫ಼ೋರು. ಹೊಡೀ ಮಗ... ನೀನು. ಎಷ್ಟು ಸ್ಕೋರು. ನಾಲ್ಕು ಓವರಲ್ಲಿ ನಲವತ್ತು ರನ್ ಹೊಡೀಬೇಕಲ್ವ, ನೀರು ಕುಡಿದಹಂಗೆ ಗೆಲ್ತಾರೆ, ಸಾರ್. ಇನ್ನೂ ಎಷ್ಟು ವಿಕೇಟಿದೆ. ಹಾಂ, ನಾಲ್ಕು ಅಲ್ವಾ. ಇನ್ನೇನು ಯೋಚ್ನೇನೇ ಇಲ್ಲ.'

ಸಿಕ್ಕಾಪಟ್ಟೆ ಉತ್ಸಾಹದಿಂದ ಮಾತಾಡುತ್ತಿದ್ದ, ಶ್ರೀನಿವಾಸ. ನಾನು 'ನಾಲ್ಕು ಓವರಲ್ಲಿ ನಲವತ್ತು ಅಂದರೆ ಸರಾಸರಿ ಓವರ್‌ಗೆ ಹತ್ತು ರನ್ ಅಂದರೆ ಕಷ್ಟ ಅಲ್ಲವಾ, ಶ್ರೀನಿವಾಸ?' ಎಂದೆ.

'ಸರ್, ಕೊಹ್ಲಿ ಇದಾನಲ್ಲ, ಸಾರ್. ಆತ ಆಡೋದನ್ನು ನೋಡಿದೀರ. ಓವರ್ಗೆ ಎರಡೂ ಮೂರು ಫ಼ೋರ್ ಎಲ್ಲ ಯಾವ ಲೆಕ್ಕ ಸಾರ್, ಈ ಐಪಿಎಲ್‌ನಲ್ಲಿ'

ಅಷ್ಟು ಹೊತ್ತಿಗೆ ನಮ್ಮ ಮನೆಯ ಡ್ರೈವ್ ವೇಯಲ್ಲಿ ಕಾರು ನಿಂತ ಶಬ್ದವಾಯಿತು. ನಾನು ಏಳುವಷ್ಟರಲ್ಲಿ ಜೋಸೆಫ಼್ ಮನೆಯ ಬಾಗಿಲ ಬಳಿ ನಿಂತಿದ್ದ. ನಾನು ಬಾಗಿಲು ತೆಗೆದು 'ಹಲೋ' ಎನ್ನುತ್ತಿದ್ದೆ. 'ಹಲೋ' ಎಂದು ಹಶ್ ಪಪೀಸ್ ಅನ್ನು ಬಿಚ್ಚಿಟ್ಟು ಸೀದಾ ಒಳಗೆ ಹೋಗಿ 'ಓಹೋ... ಐಪಿಎಲ್' ಎಂದು ಸೋಫ಼ಾದ ಮೇಲೆ ಕೂತೇಬಿಟ್ಟ.

ನಾನು ಶ್ರೀನಿವಾಸನನ್ನು ನೋಡಿ 'ಈತ ಫ಼ಾದರ್ ಜೋಸೆಫ಼್. ನಮ್ಮಾಸ್ಪತ್ರೇಲಿ' ಎಂದು ಪರಿಚಯ ಮಾಡಿಸಿಕೊಡುವುದಕ್ಕೆ ಹೋದೆ. 'ಗೊತ್ತು ಸಾರ್. ಅವತ್ತು ನೀವು ಹೇಳಿದ್ರಲ್ಲ' ಎಂದು ಶ್ರೀನಿವಾಸ ಮತ್ತೆ ಆಟ ನೋಡಲಿಕ್ಕೆ ಶುರುಮಾಡಿದ.

ಜೋಸೆಫ಼್ ಕೂತಾಕ್ಷಣ 'ಸ್ಕೋರೆಷ್ಟು?' ಎಂದು ಕೇಳಿದ. ಶ್ರೀನಿವಾಸ ಉತ್ಸಾಹದಿಂದ 3.4 ಓವರ್ಸ್, 36 ರನ್ಸ್' ಎಂದ. 'ದೆ ವಿಲ್ ವಿನ್. ಕೊಹ್ಲೀ ಬ್ಯಾಟಿಂಗ್ ನೋ' ಎಂದ, ಜೋಸೆಫ಼್. ಶ್ರೀನಿವಾಸ 'ಯಸ್. ಯಸ್.' ಎಂದು ನೋಡುತ್ತಿದ್ದಂತೆ ಕೊಹ್ಲಿ ಇನ್ನೊಂದು ಸಿಕ್ಸರ್ ಹೊಡೆದಿದ್ದ. 'ವಾವ್... ನೀನು ಹೊಡಿ ಮಗ.. ನೀನು ಹೊಡಿ' ಎಂದು ಕೂಗಿ ಎರಡೂ ಕೈಗಳನ್ನು ಎತ್ತಿ ಚಪ್ಪಾಳೆ ಹೊಡೆದ.

ಜೋಸೆಫ಼ನೂ ಬಹಳ ಉತ್ಸಾಹಗೊಂಡಿದ್ದ. 'ರಾಯಲ್ ಚಾಲೆಂಜರ್ಸ್ ಶುಡ್ ವಿನ್.' ಎಂದು ನೋಡುತ್ತಾ ಕೂತ.

ಅಷ್ಟರಲ್ಲಿ ಎಕ್ಸಿಕ್ಯುಟಿವ್ ಸ್ಟ್ಯಾಂಡನ್ನು ಕ್ಯಾಮೆರಾದಲ್ಲಿ ತೋರಿಸಿದರು. ಅಲ್ಲಿ ವಿಜಯ್ ಮಲ್ಯ, ಸಿದ್ಧಾರ್ಥ ಮಲ್ಯ, ದೀಪಿಕಾ ಪಡುಕೋಣೆ, ಮತ್ತೆ ಇನ್ನೊಬ್ಬ ಮಧ್ಯವಯಸ್ಕ ರಾಯಲ್ ಚಾಲೆಂಜರ್ಸಿನ ಜರ್ಸಿ ಮತ್ತು ಟೋಪಿಯನ್ನು ಹಾಕಿಕೊಂಡು ಕೂತಿದ್ದರು. 'ಸಾರ್, ಸಾರ್. ಅಲ್ಲಿ ನೋಡಿ. ನಮ್ಮ ಪಂಡಿತರು' ಎಂದು ಕೂಗಿದ, ಶ್ರೀನಿವಾಸ. ನಾನು ಸರಿಯಾಗಿ ನೋಡುವುದಕ್ಕೆ ಮುಂಚೆ ಕ್ಯಾಮೆರಾ ಬೇರೆಕಡೆ ಹೋಗಿತ್ತು. ಮಲ್ಯ ಕೊಂಚ ಸಣ್ಣಗಾಗಿದ್ದಾನೆ ಅನ್ನಿಸಿತು.

ಶ್ರೀನಿವಾಸ ಜೋಸೆಫ಼ನನ್ನು ನೋಡಿ, 'ಯು ನೋ. ದಟ್ ಮ್ಯಾನ್, ಹೀ ಈಸ್ ಅವರ್ ಬಾಸ್' ಎಂದ. ಜೋಸೆಫ಼್‌ಗೆ ತಲೆಬುಡ ಅರ್ಥವಾಗದೇ 'ಹೂ.. ವಿಜಯ್ ಮಲ್ಯ?' ಎಂದ. 'ಇಲ್ಲ. ಇಲ್ಲ. ಪಕ್ಕ ಕೂತಿದ್ರಲ್ಲ, ಸರ್. ನೀವು ಹೇಳಿ. ಸಾರ್... ಮತ್ತೆ ಇನ್ನೊಂದು ಸಿಕ್ಸಾ... ಸಿಕ್ಸಾ... ಛೆ... ಕೊಂಚದ್ರಲ್ಲಿ ಮಿಸ್ಸಾಯ್ತು. ಏನಾಗೊಲ್ಲ. ಇನ್ನೂ ಬೇಕಾದಷ್ಟು ಟೈಮಿದೆ. ಬಾಲಿದೆ. ನೀ ನಿಧಾನಕ್ಕೆ ಆಡು ಗುರು' ವಿರಾಟ್ ಕೊಹ್ಲಿಯನ್ನು ನೋಡುತ್ತಾ ಕೂಗಿದ.

ಶ್ರೀನಿವಾಸ 'ಮುಂದಿನ ವರ್ಷ ಗೋವಾ ಟೀಮ್ ಬರುತ್ತೆ ಅಂತ ಕೇಳಿದೆ' ಎಂದ, ಜೋಸೆಫ಼್‌ನನ್ನು ನೋಡಿ. ಜೋಸೆಫ಼್ 'ಹೌದಾ, ನನಗ್ಗೊತ್ತಿರಲಿಲ್ಲ.' ಎಂದ.

ನಾನು ಇಬ್ಬರಿಗೂ ಉಪ್ಪಿಟ್ಟು ತಿನ್ನುತ್ತೀರಾ ಎಂದು ಕೇಳಿದೆ. ಇಬ್ಬರೂ 'ಸರ್, ಇನ್ನೊಂದು ಹತ್ತು ನಿಮಿಷ, ಸಾರ್. ಇನ್ನೇನು ಆಟ ಮುಗಿಯುತ್ತೆ. ನಮ್ಮ ಕೊಹ್ಲಿ ಮುಗಿಸ್ತಾನೆ' ಎಂದರು. ನಾನೂ ಆಟ ನೋಡುತ್ತಾ ಕೂತೆ.

ಶ್ರೀನಿವಾಸ ಹೇಳಿದಂತೆ ವಿರಾಟ್ ಕೊಹ್ಲಿ ಇನ್ನೂ ನಾಲ್ಕು ಬಾಲ್‌ಗಳು ಇರಬೇಕಾದರೇ ಆಟ ಮುಗಿಸಿದ್ದ. ಜೋಸೆಫ಼್ ಮತ್ತು ಶ್ರೀನಿವಾಸ ಇಬ್ಬರೂ ಹೈಫೈ ಮಾಡಿಕೊಂಡಿದ್ದರು. ಜೋಸೆಫ಼್ ರಾಯಲ್ ಚಾಲೆಂಜರ್ಸ್‌ನ ಅಭಿಮಾನಿ ಹೇಗೆ ಆದ ಎಂದು ನನಗೆ ಇನ್ನೂ ಗೊತ್ತಿರಲಿಲ್ಲ. ವಿಜಯ್ ಮಲ್ಯನ ಮಗ ಮತ್ತು ದೀಪಿಕಾ ಪಡುಕೋಣೆ ಇಬ್ಬರೂ ಟೀವಿಯ ರಿಪೋರ್ಟರ್ ಒಬ್ಬನಿಗೆ ಈ ಐಪಿಎಲ್ ಯಾಕೆ ಮುಖ್ಯ ಎಂದು ವಿವರಿಸಿ ಹೇಳುತ್ತಾ ಇದ್ದರು.

ಜೋಸೆಫ್ ಉಪ್ಪಿಟ್ಟು ತಿನ್ನುತ್ತಾ ಶ್ರೀನಿವಾಸನ ಹತ್ತಿರ ಮಾತಾಡುತ್ತಾ ಇದ್ದ. ಇಬ್ಬರೂ ಈ ವರ್ಷದ ಐಪಿಎಲ್‌ನ ಮುಂದಿನ ಮ್ಯಾಚುಗಳು, ಯಾರು ಯಾರನ್ನು ಎಷ್ಟು ಅಂತರದಲ್ಲಿ ಸೋಲಿಸಿದರೆ ಫೈನಲ್‌ಗೆ ಹೋಗಬಹುದು ಎಂಬುದು ಎಲ್ಲವೂ ಅಂಕಿಅಂಶಗಳಿಂದ ಗೊತ್ತಿದ್ದಂತೆ ಮಾತಾಡುತ್ತಿದ್ದರು. ಶ್ರೀನಿವಾಸ 'ಸಾರ್, ಹೋದ ವರ್ಷ ನಾನು ಬೆಂಗಳೂರಲ್ಲಿದ್ದೆ, ಬೆಂಗಳೂರಲ್ಲಾಗೋ ಒಂದೇ ಒಂದು ಮ್ಯಾಚನ್ನೂ ಮಿಸ್ ಮಾಡಿರಲಿಲ್ಲ. ನಮ್ ಗುರುಗಳು ಪುಕ್ಕಟೇ ಟಿಕೆಟ್ ಕೊಡಿಸಿದ್ರು. ಈಗ ನಾನು ಬೆಂಗಳೂರಲ್ಲಿದ್ದಿದ್ರೆ ಆ ಕಥೇನೇ ಬೇರೆ.' ಎಂದ.

ಜೋಸೆಫ್ 'ನಮ್ ಚರ್ಚಲ್ಲಿ ನಿನ್ನೆಯಿಂದ ಇಂಟರ್ನೆಟ್ ಹಾಕಿಸಿದಾರೆ, ನಾನು ಅಲ್ಲಿಯೇ ನೋಡಬಹುದು. ನಾನು ನಿನ್ನೆ ಒಂದು ಕಂಪ್ಯೂಟರ್ ತಗೊಂಡೆ. ನಿನಗೆ ಈ ಮ್ಯಾಚುಗಳನ್ನು ನೋಡುವ ವೆಬ್‌ಸೈಟುಗಳ ವಿವರಗಳು ಗೊತ್ತಾ?' ಎಂದು ಶ್ರೀನಿವಾಸನನ್ನು ಕೇಳಿದ.

ಕ್ರಿಕ್4.ಕಾಮ್, ಇಂಡಿಯಾಕ್ರಿಕೆಟ್.ಕಾಮ್, ಕ್ರಿಕ್4ಫ್ರೀ.ಕಾಮ್. ಐಪಿಎಲ್2011. ಕಾಮ್– ಹೀಗೆ ಹತ್ತು ಹದಿನೈದು ಸೈಟುಗಳ ಹೆಸರನ್ನೇ ಹೇಳಿದ. ನಾನು ಶ್ರೀನಿವಾಸನನ್ನು ಆಶ್ಚರ್ಯದಿಂದ ನೋಡಿ 'ಶ್ರೀನಿವಾಸ, ನಿನಗೆ ಎಲ್ಲಿಂದ ಗೊತ್ತಯ್ಯ, ಇವೆಲ್ಲ.' ಎಂದೆ.

'ಸರ್, ಮೆಹತಾನ ಮೋಟೆಲಲ್ಲಿ ಒಂದು ಹಳೇ ಕಂಪ್ಯೂಟರ್ ಇದೆ. ಬ್ರಾಡ್‌ಬ್ಯಾಂಡ್ ಇಲ್ಲ ಸರ್. ಏನೋ ಹಾಗೇ ಕುಟುಕುಟು ಮಾಡ್ಕೊಂಡು ನೋಡ್ತೀವಿ' ಎಂದ.

'ನಮ್ ಚರ್ಚಿಗೆ ಬರಬಹುದು. ಇವತ್ತು ಹೋಗಿ ನಾನು ಚೆಕ್ ಮಾಡ್ತೀನಿ. ಚೆನ್ನಾಗಿ ಬಂದರೆ ನೀನೂ ಬರಬಹುದು. ನಿನ್ನ ಮೊಬೈಲ್ ನಂಬರ್ ಕೊಡು, ನಾನು ಕರೀತೀನಿ' ಎಂದ, ಜೋಸೆಫ್.

ಇಬ್ಬರೂ ಕೂತು ಮುಂದಿನ ಮ್ಯಾಚುಗಳ ಪಟ್ಟಿಯನ್ನು ನೋಡಿ ಬರಕೊಂಡರು. ಉಪ್ಪಿಟ್ಟು ತಿಂದು ಬಹಳ ಚೆನ್ನಾಗಿದೆಯೆಂದು ಹೇಳಿ ಹೊರಟರು. ನಾನು, ಶ್ರೀನಿವಾಸನಿಗೆ ವಾಪಸ್ಸು ಮನೆಗೆ ಬಿಟ್ಟು ಬರುತ್ತೇನೆಂದು ಹೇಳಿದೆ. ಜೋಸೆಫ್ 'ನಾನು ಮನೆಗೆ ವಾಪಸ್ ಹೋಗೋದು ಅದೇ ದಾರಿಯಲ್ಲೇ. ನಾನು ಬೇಕಾದರೆ ಡ್ರಾಪ್ ಕೊಡ್ತೇನೆ. ಹಾಗೇ ನಮ್ಮ ಚರ್ಚ್ ಹತ್ರ ಒಂದು ಐದು ನಿಮಿಷ ನಿಂತು ಇಂಟರ್ನೆಟ್ ಕನೆಕ್ಷನ್ ನೋಡಿ ಹೋಗಬಹುದು' ಎಂದ. ನಾನು ಸುಮ್ಮನಿದ್ದೆ.

■

ಪೈ ಫೋನು ಮಾಡಿ 'ಎಲ್ಲ ಹೇಗಾಯ್ತು?' ಎಂದು ವಿಚಾರಿಸಿದ. ನಾನು 'ಫಸ್ಟ್ ಕ್ಲಾಸ್' ಎಂದೆ. 'ಏನು ಗಿರಿಜಾ ಮಾಡಿದ ಉಪ್ಪಿಟ್ಟು ಇಬ್ಬರಿಗೂ ಇಷ್ಟ ಆಯ್ತೇನೋ. ಏನು ಏನಾರ ಬೆಳವಣಿಗೆ ನಮ್ ಹುಡುಗನಲ್ಲಿ. ಮತ್ತೆ ಊರು ಬಿಡೋ ಮಾತೇನಾದರೂ ಆಡಿದ್ನಾ?' ಎಂದ.

ನಾನು 'ಪೈ, ಶ್ರೀನಿವಾಸನ ವೀಸಾ ಯಾವಾಗ ಮುಗಿಯತ್ತೆ' ಎಂದೆ.

'ಇನ್ನೂ ಬಂದು ಮೂರು ತಿಂಗಳಾಗಿದೆ, ಏನಿಲ್ಲ ಅಂದರೂ ಇನ್ನೂ ಒಂಬತ್ತು ತಿಂಗಳಿರಬೇಕು.'

ನಾನು ಮನಸ್ಸಿನಲ್ಲಿಯೇ ಲೆಕ್ಕ ಹಾಕುತ್ತಿದ್ದೆ. ಈಗ ಸ್ವಲ್ಪ ದಿನ ಐಪಿಎಲ್. ನಂತರ ವೆಸ್ಟ್ ಇಂಡೀಸ್ ಪ್ರವಾಸ. ಆಮೇಲೆ ಇಂಗ್ಲೆಂಡ್, ಆಮೇಲೆ ಇನ್ನೇನೋ. 'ಎಲ್ಲ ಸದ್ಯಕ್ಕೆ ಸರಿಹೋಗಬಹುದು ಅನಿಸುತ್ತೆ' ಎಂದೆ.

ಪೈ 'ನಾನು ಹೇಳಲಿಲ್ಲವಾ, ಆ ಫ಼ಾದರ್ ಅನ್ನು ಮೀಟ್ ಮಾಡಿಸು ಅಂತಾ?' ಅಂದ.

'ಮನೇಗೆ ಬಾ, ಎಲ್ಲ ವಿವರವಾಗಿ ಹೇಳ್ತೀನಿ' ಎಂದು ಫೋನಿಟ್ಟೆ.

ಮೇ ೧೫, ೨೦೧೧

ಧೂಳಿನ ಗೆರೆ

ಡೆಟ್ರಾಯ್ಟ್‌ನ ಡೌನ್‌ಟೌನಿನ ವುಡ್‌ವರ್ಡ್ ಅವೆನ್ಯುದಲ್ಲಿರುವ 'ಹಾರ್ಪರ್ ಅಪಾರ್ಟ್ಮೆಂಟ್ಸ್'ನ ಎಂಟನೇ ಮಹಡಿಯಲ್ಲಿ ಜಗದೀಶನ ಮನೆ. ಅಡುಗೆಮನೆಯ ಸಿಂಕಿನಲ್ಲಿ ಕೈತೊಳಕೊಳ್ಳುತ್ತಾ ಗಾಜಿನ ಕಿಟಕಿಗಳ ಮೂಲಕ ಹೊರಗೆ ಕಾಣುವ ರಸ್ತೆಯನ್ನೇ ನೋಡುತ್ತಾಳೆ, ಮಧುರಾ. ಎದುರು ಕಾಣುವ ಬ್ಯಾಂಕ್ ಆಫ್ ಅಮೆರಿಕಾದ ಎಟಿಎಮ್ ಮುಂದೆ ಸೊಂಟದಿಂದ ಜಾರಿಹೋಗುತ್ತಿರುವ ದೊಗಲೆ ಪ್ಯಾಂಟು ತೊಟ್ಟು, ಕೈಯಲ್ಲೊಂದು ದೊಡ್ಡ ಬೂಮ್ ಬಾಕ್ಸ್ ಹಿಡಿದು ನಿಂತಿದ್ದಾತ ಸಿಗ್ನಲ್ ಬದಲಾಗುತ್ತಲೇ ರಸ್ತೆ ದಾಟಲು ತೊಡಗುತ್ತಾನೆ. ಇಡೀ ಬೀದಿಗೇ ಕೇಳಿಸುವಷ್ಟು ಜೋರಾಗಿ ಅವನ ಬೂಮ್‌ಬಾಕ್ಸಿನೊಳಗಿಂದ ಸ್ನೂಪ್ ಡಾಗ್ ಹಾಡುತ್ತಿದ್ದ 'ಯೋ.. ಯೋ.. ಮಾ' ಆ ಎಂಟನೇ ಮಹಡಿಯ ಸೌಂಡ್ ಪ್ರೂಫ್ ಕಿಟಕಿಯೊಳಗೂ ಕೇಳುತ್ತಿದೆ.

ಕನ್ನಡಿಯಲ್ಲಿ ಕುಬುಸವನ್ನು ಸ್ವಲ್ಪ ಸಡಿಲಿಸಿಕೊಂಡು ಎದೆಯ ಎಡಗಡೆ ಮೇಲ್ಭಾಗದಲ್ಲಿ ಚರ್ಮದ ಕೆಳಗೆ ಸ್ವಸ್ಥವಾಗಿ ಕೂತಿರುವ ಸಾಲಿಗ್ರಾಮದಷ್ಟು ಮುಟ್ಟಕ್ಕಿರುವ ಆ ಗುಂಡನ್ನು ಒಮ್ಮೆ ಮುಟ್ಟಿ ನೋಡಿಕೊಂಡಳು. ಈ ಪುಟ್ಟ ಕಲ್ಲಿನ ಚೆಂಡಿಗೆ 'ಎಐಸಿಡಿ–ಪೇಸ್‌ಮೇಕರ್' ಅನ್ನುತ್ತಾರಂತೆ. ಮುಟ್ಟಿದರೆ ಸಣ್ಣ ಪೇಪರ್ವೈಟಿನಂತೆ ಭಾಸವಾಗುವ ಈ ಸಣ್ಣ ಉಪಕರಣ ತನ್ನ ಹೃದಯವನ್ನು ಹತೋಟಿಯಲ್ಲಿಡುತ್ತದಂತೆ. ಹೃದಯ ಮಿಡಿಯುವ ಬದಲು ಅದುರಿದಾಗ ತನಗೆ 'ಚಕ್' ಎಂದು ಶಾಕ್ ಕೊಟ್ಟು ಪ್ರಾಣ ಉಳಿಸುತ್ತದಂತೆ. ಬಡಿತದ ವೇಗ ಕಮ್ಮಿಯಾದಾಗ ಹೆಚ್ಚು ಮಾಡುತ್ತದಂತೆ. ಏಕೋ ಎದೆ ಒಮ್ಮೆ ಚುಳಕ್ ಎಂದಿತು.

■

ಎಷ್ಟು ಬೇಗ ಆಗಿಬಿಟ್ಟಿತು ಎಲ್ಲ, ಅನಿಸಿತು ಆಕೆಗೆ. ಬೇಡಬೇಡವೆಂದರೂ ತನ್ನನ್ನು ಬಲವಂತಮಾಡಿ ನಯಾಗರಕ್ಕೆ ಕರಕೊಂಡು ಹೋಗಿದ್ದಳು, ನಮಿತಾ. ಡೆಟ್ರಾಯ್ಟಿನಿಂದ

ಆರುಗಂಟೆ ಕಾಲ ಡ್ರೈವ್ ಮಾಡಿಕೊಂಡು ಹೋಗಿ ಹೋಟೆಲ್ಲಿನಲ್ಲಿ ಇಳಕೊಂಡು ಕೈಕಾಲುಮುಖ ತೊಳಕೊಂಡು ಮನೆಯಿಂದ ಕಟ್ಟಿಕೊಂಡು ಬಂದಿದ್ದ ಚಿತ್ರಾನ್ನವನ್ನು ತಿಂದು ಹೋಗಿ ಆ ಜಲಧಾರೆಯನ್ನು ನೋಡುತ್ತಾ ನಿಂತಾಗ ಇದ್ದಕ್ಕಿದ್ದಂತೆ ಏನೋ ಎದೆಯಲ್ಲಿ ಚಳುಕು , ಹೊಟ್ಟೆಯಲ್ಲಿ ಸಂಕಟ ಶುರುವಾಗಿತ್ತು, ಸಣ್ಣದಾಗಿ. ಏನೋ ಪ್ರಯಾಣ ಸುಸ್ತಾಗಿದೆಯೆಂದು ಅಂದುಕೊಂಡು ಎತ್ತಿಕೊಂಡ ಮಗುವನ್ನು ಗಟ್ಟಿಯಾಗಿ ಹಿಡಕೊಂಡು ಸಾವರಿಸಿಕೊಳ್ಳುತ್ತಿದ್ದಾಗ ಇದ್ದಕ್ಕಿದ್ದಂತೆ ಕಣ್ಣು ಕತ್ತಲು ಬಂದು, 'ನಮಿತಾ' ಎಂದು ಕೂಗಿದ್ದಷ್ಟೇ ನೆನಪು.

ಎಚ್ಚರವಾದದ್ದು ಅಲ್ಲಿಯೇ ಹತ್ತಿರವಿದ್ದ ಬಫೆಲೋ ಅನ್ನುವ ಗುರುತಿಲ್ಲದ ಊರಿನ ಯುನಿವರ್ಸಿಟಿಯ ಆಸ್ಪತ್ರೆಯಲ್ಲಿ. ನಮಿತಾ ಪಕ್ಕದಲ್ಲಿ ಕೂತಿದ್ದಳು. ಮಗು ಪ್ರಶಂಸಾ ಅಲ್ಲಿಯೇ ತನ್ನ ಪಕ್ಕ ಇದ್ದ ಸಣ್ಣ ಕ್ರಿಬ್ಬಿನಲ್ಲಿ. ಹೆಲಿಕಾಪ್ಟರಿನಲ್ಲಿ ತನ್ನನ್ನು ಈ ಆಸ್ಪತ್ರೆಗೆ ಕರಕೊಂಡು ಬಂದಿದ್ದರಂತೆ.

ತನಗೆ ಮ್ಯಾಸಿವ್ ಹೃದಯಾಘಾತವಾಗಿತ್ತಂತೆ. ಹೃದಯದ ಬಡಿತದಲ್ಲಿ ಸತತವಾಗಿ ಏರುಪೇರಾಗಿ ಒಂದೇ ಸಮ ಹದಿನಾರು ಬಾರಿ ಶಾಕ್ ಕೊಟ್ಟು ಹತೋಟಿಗೆ ತಂದಿದ್ದರಂತೆ. ಈಗ ಮತ್ತೆ ಮತ್ತೆ ತಾಳ ತಪ್ಪಬಾರದೆಂದು ಎದೆಗೂಡಿನೊಳಗೇ ಈ ಸಣ್ಣ ಉಪಕರಣವನ್ನು ಇರಿಸಿದ್ದಾರಂತೆ. ತನ್ನ ಹೃದಯ ತಾಳ ತಪ್ಪುತ್ತಿದ್ದಂತೆ ಇದು ಮತ್ತೆ ಮತ್ತೆ ಶಾಕ್ ಕೊಟ್ಟು ವಾಪಸ್ಸು ಹತೋಟಿಗೆ ತಂದಿಡುತ್ತದಂತೆ.

ನಮಿತಾ ಹೇಳಿದ್ದಳು 'ಅಮ್ಮ, ಡಾಕ್ಟರು ತುಂಬಾ ಒಳ್ಳೆಯವರು. ಪ್ರೊಸೀಜರೆಲ್ಲ ಸರಿಯಾಗಿ ಆಗಿದೆ. ಇನ್ನೇನೂ ಭಯವಿಲ್ಲ. ನಾವು ನಾಳೆ ಡೆಟ್ರಾಯ್ಟಿಗೆ ಹೋಗಿಬಿಡೋಣ. ಇಲ್ಲಿಂದ ಮತ್ತೆ ಕಾರಿನ ಪ್ರಯಾಣ ಸುಸ್ತಾಗುತ್ತೆ, ನೀನು, ಮಗೂನ ಕರಕೊಂಡು ಫ್ಲೈಟಿನಲ್ಲಿ ಹೋಗು. ಅಲ್ಲಿ ಜಗದೀಶ ಬಂದು ನಿನ್ನ ಮನೆಗೆ ಕರಕೊಂಡು ಹೋಗುತ್ತಾನೆ. ನಾನು ಕಾರನ್ನು ಡ್ರೈವ್ ಮಾಡಿಕೊಂಡು ಬರ್ತೇನೆ.' ಎಂದು ಹೇಳಿ ಅಮ್ಮನ ಉತ್ತರಕ್ಕೆ ಕಾಯದೇ ತಾನು ಬೇರೆಲ್ಲವನ್ನೂ ಸಿದ್ಧಮಾಡತೊಡಗಿದ್ದಳು.

ಮಧುರಾಳಿಗೆ ಏನು ನಂಬಬೇಕು, ಏನು ಬಿಡಬೇಕು ಎಂಬುವುದು ಅರ್ಥವಾಗಿರಲಿಲ್ಲ. ಕಲ್ಲುಗುಂಡಿನ ತರ ಇದ್ದ ತನಗೆ ಈ ಹಾರ್ಟ್ ಅಟ್ಯಾಕ್ ಆಯ್ತು ಎಂದರೆ ನಂಬುವುದಾದರೂ ಹೇಗೆ? ನಾಗಮಂಗಲದಲ್ಲಿಯೂ ನಂಜುಂಡಯ್ಯನವರಿಗೆ, ರಾಮಪ್ಪನವರಿಗೆ ಹೃದಯಾಘಾತವಾದದ್ದು ನೋಡಿದ್ದಳು. ಅವರೆಲ್ಲಾ ಬೆಂಗಳೂರಿಗೆ ಹೋಗಿ ಏನೋ ಸ್ಟೆಂಟು ಹಾಕಿಸಿಕೊಂಡು ಬಂದು ಆರಾಮಾಗಿರುತ್ತಿದ್ದರು. ಅಂತದರಲ್ಲಿ, ತನಗೆ ಈ ಹೃದಯದ ಬಡಿತವನ್ನು ಹತೋಟಿಯಲ್ಲಿಡುವುದಕ್ಕೆ ಎದೆಗೂಡಿನಲ್ಲಿಯೇ ಒಂದು ಮಶೀನ್ ಅಂದರೆ? ಇಲ್ಲಿ ಅಮೆರಿಕಾದಲ್ಲಿ ಒಂದಕ್ಕೆ ಹತ್ತು ಮಾಡುತ್ತಾರೆ ಅನಿಸಿತು. ಬೆಂಗಳೂರಿನ ಯಾವುದಾದರೂ ಆಸ್ಪತ್ರೆಗೆ ಹೋಗಿದ್ದರೆ ಸುಮ್ಮನೆ ಸ್ಟೆಂಟು ಹಾಕಿ ಸುಮ್ಮನಾಗುತ್ತಿದ್ದರೇನೋ. ತಾನು ಜೀವನಪರ್ಯಂತ ಇದನ್ನು ನಂಬಿಕೊಂಡೇ ಬದುಕಬೇಕೇ?

ಎದೆಯಲ್ಲಿ ಯಾಕೋ ಒಂದುಕ್ಷಣ ಚುಳ್ಳೆನಿಸಿತು. ಈ ಪುಟ್ಟ ಸಾಲಿಗ್ರಾಮ ತನಗೇನಾದರೂ ಶಾಕ್ ಕೊಡುತ್ತಿದೆಯೇ? ಗೊತ್ತಾಗಲಿಲ್ಲ. ಮತ್ತೆ ನಮಿತಾಳನ್ನು ಕೇಳಬೇಕೆನ್ನಿಸಿತು.

■

ನಯಾಗರಾದಿಂದ ಮಧುರಾ ಮಗುವಿನ ಜತೆ ಏರೋಪ್ಲೇನಿನಿಂದ ಇಳಿದಾಗ ಡೆಟ್ರಾಯ್ಟಿನ ಏರ್ಪೋರ್ಟಿನಲ್ಲಿ ಜಗದೀಶ ಕಾಯುತ್ತಾ ನಿಂತಿದ್ದ. ಅವನನ್ನು ನೋಡಿದಾಗ ತಾನು ನಾಗಮಂಗಲದಲ್ಲಿ ನೋಡಿದ್ದ ಜಗದೀಶನ ತರ ಈತ ಕೊಂಚವೂ ಇಲ್ಲ ಅನಿಸಿತ್ತು.

ಒಂದುವಾರದ ಹಿಂದೆ ಬಫೆಲೋದಲ್ಲಿ ಆಸ್ಪತ್ರೆಯಲ್ಲಿ ಮಲಗಿದ್ದಾಗಲೇ ಮೊಟ್ಟಮೊದಲಿಗೆ ನಮಿತಾಳ ಫೇಸ್ ಬುಕ್ಕಿನ ಪುಟಗಳಲ್ಲಿ ಜಗದೀಶನ ಕೆಲವು ಫೋಟೋಗಳನ್ನು ಮಧುರಾ ನೋಡಿದ್ದು. ಫೋಟೋಗಳಲ್ಲಿ ನೋಡಲು ಕಟ್ಟುಮಸ್ತಾಗಿದ್ದ ಜಗದೀಶ. ಉರುಟಾದ ಮುಖ, ಗುಂಗುರು ಕೂದಲು, ಕೆನ್ನೆಯ ತನಕ ಸಣ್ಣದಾಗಿ ಇಳಿದಿತ್ತು. ನಾಗಮಂಗಲದಲ್ಲಿ ಖಾಕಿ ಚಡ್ಡಿ ಹಾಕಿಕೊಂಡು ಮೂಗಿನಲ್ಲಿ ಸಿಂಬಳ ಸುರಿಸಿಕೊಂಡು ಓಡಾಡುತ್ತಿದ್ದ ಆ ಜಗದೀಶನೆಲ್ಲಿ, ಗಲ್ಲದ ಮೇಲೆ ಕೆಳತುಟಿಯ ಕೆಳಗೆ ಮಾತ್ರ ಕಪ್ಪುಹಚ್ಚಿದಂತೆ ಕಾಣುವ ಗಡ್ಡ ಇಟ್ಟುಕೊಂಡು ಒಳ್ಳೆ ಸಿನೆಮಾ ಹೀರೋ ತರ ಕಾಣುವ ಈ ಜಗದೀಶನೆಲ್ಲಿ, ಎನ್ನಿಸಿತು.

'ಬನ್ನಿ ಟೀಚರ್, ಬನ್ನಿ. ನಮ್ಮಿ ಫೋನು ಮಾಡಿ ಎಲ್ಲಾ ಹೇಳಿದಾಳೆ. ಯಾವುದಕ್ಕೂ ಹೆದರಬೇಡಿ, ಎಲ್ಲ ಸರಿಹೋಗುತ್ತೆ. ನಮ್ಮಿ ನಾಳೆ ಡ್ರೈವ್ ಮಾಡಿಕೊಂಡು ಬರ್ತಾಳಂತೆ. ಈಗ ಮೆಸೇಜ್ ಕಳಿಸಿದ್ದಳು. ನೀವು ಸುಮ್ಮನೇ ಮನೆಯಲ್ಲಿ ಒಬ್ಬರೇ ಇರೋದು ಬೇಡ. ನಮ್ಮನೇಗೆ ಕರ್ಕೊಂಡು ಹೋಗ್ತೀನಿ. ನಮ್ಮನೇಲೇ ಇವತ್ತು ಇರಿ.' ಎಂದು ಹೇಳಿದ. 'ಇಲ್ಲ, ಬಿಡಪ್ಪ.' ಎಂದು ಮಾತಿಗೆ ಹೇಳಿದರೂ ಮೊಮ್ಮಗು ಪ್ರಶಂಸಾಳನ್ನು ಮನೆಯಲ್ಲಿ ಒಬ್ಬಳೇ ಇಟ್ಟುಕೊಂಡು ಇರುವುದಕ್ಕೆ ಹೆದರಿಕೆಯಾಯಿತು. ಜಗದೀಶನ ಮನೆಯಲ್ಲಿ ಇರುವುದು ಹೇಗೆ ಅನ್ನಿಸಿದರೂ ತನ್ನ ಯೋಚನೆ, ನಿರ್ಧಾರಗಳಿಗಿಂತ ಬಹಳ ವೇಗವಾಗಿ ಇಲ್ಲಿ ಕೆಲಸಗಳು ಆಗುತ್ತಿದ್ದವು. ಅಷ್ಟರಲ್ಲಾಗಲೇ ಜಗದೀಶ ಕಾರ್‌ಸೀಟಲ್ಲಿ ಮಗುವನ್ನು ಕೂರಿಸಿ ಹಿಂದುಗಡೆ ಡಿಕ್ಕಿಯಲ್ಲಿ ಸೂಟ್‌ಕೇಸನ್ನು ತುಂಬಿಸಿದ್ದ. 'ನಾನಿನ್ನೂ ಬ್ರಹ್ಮಚಾರಿ, ಟೀಚರ್. ಮಗೂಗೆ ಬೆಲ್ಟನ್ನು ಸರಿಯಾಗಿ ಹಾಕಿದ್ದೇನೋ ಇಲ್ಲವೋ ಗೊತ್ತಿಲ್ಲ. ನೀವೊಂದು ಸರ್ತಿ ನೋಡಿಬಿಡಿ' ಎಂದು ಕಾರಲ್ಲಿ ತಾನು ಕೂತ. ಮುಂದುಗಡೆಯೇ ಕೂಡಿ ಎಂದು ಆತ ಬಲವಂತ ಮಾಡಿದರೂ ಬೇಡ, ಎಂದು ಮಧುರಾ ಹಿಂದೆ ಕೂತಳು.

ಆಸ್ಪತ್ರೆಯಲ್ಲಿ ತಾನು ಮಲಗಿದ್ದಾಗ 'ಅಮ್ಮ, ನಾಗಮಂಗಲದಲ್ಲಿ ನಮ್ಮನೆ ಪಕ್ಕದಲ್ಲಿ ಜಗದೀಶ ಎಂಬ ಹುಡುಗ ಒಬ್ಬ ಇದ್ದ ಗೊತ್ತಾ?' ಎಂದು ನಮಿತಾ ಬಂದು ನಿಧಾನವಾಗಿ ಕೇಳಿದಾಗ, ತಕ್ಷಣ ಜಗದೀಶ ಯಾರೆಂದು ನೆನಪಿಗೆ ಬರದಿದ್ದರೂ ಮಧುರಾಳಿಗೆ ಮಗಳು ಬೇರೆ ಯಾವುದೋ ವಿಷಯಕ್ಕೆ ಪೀಠಿಕೆ ಹಾಕುತ್ತಿದ್ದಾಳೆ ಎಂದೇನೂ ಅನಿಸಿರಲಿಲ್ಲ. 'ಯಾವ ಜಗದೀಶಾನೇ?' ಎಂದು ಕೇಳಿದ್ದಳು. 'ಅದೇ ಅಮ್ಮ , ನಾಗಮಂಗಲದಲ್ಲಿ ನಮ್ಮನೆ ಪಕ್ಕದಲ್ಲಿ ಇದ್ದನಲ್ಲ.' ಎಂದು ಮತ್ತೆ ನಮಿತಾ ಹೇಳಿದ್ದನ್ನೇ ಮತ್ತೆ ಹೇಳಿದಾಗ ಮಧುರಾಗೆ ಜಗದೀಶ ಯಾರೆಂದು ಗೊತ್ತಾಗಿ ಕೊಂಚ ಅಳುಕಾಯಿತು. 'ಅವನೇನೇ, ಅವನೇನು ಮಾಡುತ್ತಿದ್ದಾನೆ, ಇಲ್ಲಿ?' ಎಂದು ಕೇಳಿದ್ದಳು. 'ಆತ ನ್ಯೂಯಾರ್ಕಿನಲ್ಲಿ ಯಾವುದೋ ಒಂದು ಬ್ಯಾಂಕಿನಲ್ಲಿ ಕೆಲಸ ಮಾಡುತ್ತಿದ್ದಾನೆ. ಈಗ ಟ್ರೈನಿಂಗಂತ ಡೆಟ್ರಾಯ್ಟಿನಲ್ಲಿ ಒಂದುವರ್ಷದಿಂದ ಇದಾನೆ.

ನಾಗಮಂಗಲ ಬಿಟ್ಟಮೇಲೆ ಅವರ ಮನೆಯವರೆಲ್ಲ ಬೆಂಗಳೂರಿಗೆ ಹೋದರಂತೆ. ಬೀಎಸ್‌ಸಿ ಎಲೆಕ್ಟ್ರಾನಿಕ್ಸ್ ಮಾಡಿದನಂತೆ, ನನಗೆ ಕೆಲಸಮಯದ ಹಿಂದೆ ಫ್ಲೇಸ್‌ಬುಕ್ಕಿನಲ್ಲಿ ಸ್ನೇಹಿತನಾಗಿದ್ದ.' ಇನ್ನೂ ಮಾತಾಡುತ್ತಲೇ ಇದ್ದಾಗ ಮಧ್ಯೆ ಮೂಗು ತೂರಿಸಿ 'ಅವನಿಗೆ ಹೇಗೆ ಎಲೆಕ್ಟ್ರಾನಿಕ್ಸ್ ಸಿಕ್ತೇ?' ಎಂದು ಕೇಳಿದವಳು ನಮಿತಾಳ ಮುಖ ನೋಡಿ ಸುಮ್ಮನಾದಳು. 'ಅಮ್ಮ, ಆತ ಏರ್ಪೋರ್ಟಿಗೆ ಬಂದು ನಿನ್ನ ಮನೆಗೆ ಕರಕೊಂಡು ಹೋಗ್ತಾನೆ. ನಾನು ಆದಷ್ಟು ಇವತ್ತೇ ಬರೋಕೆ ಪ್ರಯತ್ನ ಮಾಡ್ತೀನಿ. ಆಗದಿದ್ದರೆ ಒಂದಿನ ಅವನ ಮನೇಲಿ ಇರು. ಮಗೂನ ಇಟ್ಟುಕೊಂಡು ನೀನು ಒಬ್ಬಳೇ ಇರಬೇಡ' ಎಂದು ಹೇಳಿ ಕಳಿಸಿದ್ದಳು. ವಿಮಾನ ಹತ್ತುವ ಮುನ್ನ 'ಅಮ್ಮ, ನೀನು ಸುಮ್ಮನೆ ಕುಸುಬಷ್ಟಿ ಮಾಡಿಕೊಂಡು ಊಟ ಮಾಡದೇ ಇರಬೇಡ. ಒಂದಿನ ಅನುಸರಿಸಿಕೊ' ಎಂದಿದ್ದಳು. ಅಂದು ಮಧುರಾಗೆ ರಾತ್ರಿಯಿಡೀ ನಿದ್ರೆ ಬಂದಿರಲಿಲ್ಲ.

ತನಗೆ ಹೃದಯಾಘಾತವಾಗುವುದಕ್ಕೂ ಈಗ ಜಗದೀಶ ನಮಿತಾಳ ಫ್ಲೇಸ್‌ಬುಕ್ಕಿನಲ್ಲಿ ಹೀಗೆ ಧಿಡೀರ್ ಪ್ರತ್ಯಕ್ಷವಾಗುವುದಕ್ಕೂ ಏನೋ ಸಂಬಂಧ ಇದೆ ಅನಿಸಿತ್ತು.

ಜಗದೀಶ ಕಾರನ್ನು ನಿಧಾನವಾಗಿ ಡ್ರೈವ್ ಮಾಡುತ್ತಾ ಇದ್ದ. ಮಲಗಿ ನಿಧಾನವಾಗಿ ಕಣ್ಣು ಮುಚ್ಚಿದಳು. ಪ್ರಶಂಸಾ ಮಲಗಿ ನಿದ್ರಿಸುತ್ತಿದ್ದಳು.

■

ನರಸಪ್ಪಯ್ಯ, ಮೂರ್ತಿ, ಸುಬ್ಬಣ್ಣ, ಅನಂತಕೃಷ್ಣ, ರಾಮಚಂದ್ರ, ರಾಮಮೂರ್ತಿ, ಪ್ರಹ್ಲಾದಾಚಾರ್, ರಾಮಣ್ಣ, ಗರುಡಯ್ಯಂಗಾರಿ, ನಾರಾಯಣರಾವ್, ಸುಬ್ಬಕೃಷ್ಣ, ಸರ್ಕಾರಿ ಪ್ರಾಥಮಿಕ ಶಾಲೆಯ ಟೀಚರ್ ಮಧುರಾಬಾಯಿ ಇವರುಗಳೇ ಇರುವ ನಾಗಮಂಗಲದ ಕೆರೆಬೀದಿಯಲ್ಲಿ ಶಿವಲಿಂಗಪ್ಪ, ಕೆನರಾ ಬ್ಯಾಂಕ್ ಎಂಬ ಹೆಸರಿನ ಬೋರ್ಡು ಮಧುರಾಳಿಗೆ ದೃಷ್ಟಿಬೊಟ್ಟಿನಂತೆ ಕಾಣುತ್ತಿತ್ತು. ಕೆನರಾಬ್ಯಾಂಕಿನಲ್ಲಿ ಕ್ಯಾಶಿಯರ್ ಆಗಿದ್ದ ಶಿವಲಿಂಗಪ್ಪನಿಗೆ ಸುಬ್ಬಣ್ಣ ಆ ಮನೆಯನ್ನು ಬಾಡಿಗೆ ಕೊಟ್ಟಾಗ ಆಕೆಗೆ ಸಿಕ್ಕಾಪಟ್ಟೆ ಸಿಟ್ಟು ಬಂದಿತ್ತು.

ಶಿವಲಿಂಗಪ್ಪನಿಗೆ ಎಂಟು ಜನ ಮಕ್ಕಳು. ಈತನಿಗೆ ಬರೋ ಸಂಬಳದಲ್ಲಿ ಆತ ಈ ಎಂಟು ಮಕ್ಕಳನ್ನು ಹೇಗೆ ಸಾಕುತ್ತಾನೆ ಎಂದು ಸುತ್ತಮುತ್ತಲಿನವರಿಗೆಲ್ಲಾ ಆಶ್ಚರ್ಯವಾಗಿತ್ತು. ಮತ್ತೆ ಒಂಭತ್ತನೆಯದಕ್ಕೆ ಬಸುರಾಗಿದ್ದ ಶಿವಲಿಂಗಪ್ಪನ ಹೆಂಡತಿ ರುದ್ರಮ್ಮನನ್ನು ನೋಡಿ ಮಧುರಾಳಂತೂ 'ದುರ್ಭಿಕ್ಷದಲ್ಲಿ ಅಧಿಕಮಾಸ ಇದ್ದಹಾಗೆ ಇದು ಬೇರೆ. ನಾಚಿಕೆಗೇಡು' ಎಂದು ನರಸಪ್ಪಯ್ಯನವರ ಸೊಸೆಯ ಜತೆ ಗೊಣಗಾಡಿ ಬರುತ್ತಿದ್ದಳು.

ಬೀದಿಯಮೇಲೇ ಶಾಮಿಯಾನ ಹಾಕಿ ಸೌಂದರ್ಯಲಹರಿ ಓದುವ ಹೆಂಗಸರಿರುವ, ಧಾತ್ರೀಹವನದ ವನಭೋಜನಕ್ಕೆ ಸಾಮವೇದ ಓದಿಕೊಂಡೇ ಬರಿಗಾಲಲ್ಲಿ ನಡಕೊಂಡು ಹೋಗುವ ಬ್ರಾಹ್ಮಣ ವಟುಗಳಿರುವ ಈ ಕೆರೆಬೀದಿಯಲ್ಲಿ ಶಿವಲಿಂಗಪ್ಪನ ಕುಟುಂಬ ಬಂದು ನೆಲೆಸಿದಾಗ ಎಲ್ಲರಿಗೂ ಬಹಳ ಕಿರಿಕಿರಿಯಾಗಿತ್ತು. ರಸ್ತೆಯಲ್ಲಿ ನಿಂತು ಪ್ರತಿಮನೆಯ ಕಿಟಕಿ, ಬಾಗಿಲುಗಳನ್ನೇ ನೋಡಿಕೊಂಡು ಯಾರಾದರೂ ನೋಡುತ್ತಿದ್ದರೆ ಜೋರು ಧ್ವನಿಯಲ್ಲಿ

'ಆಯತನವಾ' ಹೇಳುವ ವಟುಗಳ ಬಗ್ಗೆ ಮಧುರಾಳಿಗೆ ಯಾವತ್ತೂ ಅಷ್ಟಕಷ್ಟೇ. ಆದರೆ ಆಕೆಯ ದೈವಭಕ್ತಿಯ ಪರಿಕಲ್ಪನೆಯೂ ಭಾರಿ ವಿಶಿಷ್ಟವಾಗಿತ್ತು. ದೇವರ ಮನೆಯಲ್ಲಿ ಜಾಸ್ತಿ ದೇವರ ಪಟಗಳಿದ್ದಷ್ಟೂ ದೈವಭಕ್ತಿ ಹೆಚ್ಚು, ಹನ್ನೆರಡು ನಮಸ್ಕಾರ ಹಾಕಿದರೆ ಪ್ರಾಯಶ್ಚಿತ್ತ, ಪಾರಿಜಾತ, ದಾಸವಾಳಗಳಿಗೆ ಒಲಿಯದ ದೇವರೇ ಇಲ್ಲ, ಸ್ಕೂಲಿಗೆ ಹೋಗುವ ಅರ್ಜೆಂಟಿದ್ದರೆ ತುಳಸೀಕಟ್ಟೆಗೆ ನಾಲ್ಕು ನಮಸ್ಕಾರ ಹಾಕಿದರೆ ದೇವರುಗಳು ಅನುಸರಿಸಿಕೊಳ್ಳುತ್ತಾರೆ– ಎಂಬಿತ್ಯಾದಿಗಳನ್ನು ಆಕೆ ದೃಢವಾಗಿ ನಂಬಿದ್ದಳು. ನಮಿತಾ ಚಿಕ್ಕವಳಿದ್ದಾಗ ಮುಂಜಾನೆ 'ಕರಾಗ್ರೇ ವಸತೇ' ಯಿಂದ ರಾತ್ರಿ 'ಕಾರ್ಕೋಟಕಸ್ಯ ನಾಗಸ್ಯ' ತನಕ ಅಮ್ಮ, ಮಗಳು ಒಟ್ಟೊಟ್ಟಿಗೆ ಶ್ಲೋಕ ಹೇಳಿಕೊಳ್ಳುತ್ತಿದ್ದರು. ಸೋಮವಾರದಂದು ಒಪ್ಪೊತ್ತು ಮಾಡುತ್ತಿದ್ದಳು. ಒಪ್ಪೊತ್ತೆಂದರೆ ನಿರಾಹಾರ ಅಲ್ಲ, ಅನ್ನ ಮಾತ್ರ ಇಲ್ಲ. ಮಧುರಾಳ ಪ್ರಕಾರ ಅವಲಕ್ಕಿ ಒಗ್ಗರಣೆ ಫಳಾರ, ಉಪ್ಪಿಟ್ಟು ಆಗಿಬರೊಲ್ಲ. ಒಂದು ಮೈಲಿಗೆ, ಇನ್ನೊಂದು ಮುಸುರೆ. ಇಡ್ಲಿ ದೋಸೆ ಮುಸುರೆ, ಆದರೂ ಫಳಾರಕ್ಕೆ ನಡೆಯುತ್ತದೆ. ಕಾಕನಂಗಡಿ ಬ್ರೆಡ್ಡು ಮಡೀಗೆ ಬರೊಲ್ಲ. ಅದೇ 'ಲಕ್ಷ್ಮೀಜನಾರ್ದನ ಬೇಕರಿ'ಯ ಬ್ರೆಡ್ಡು ಗೌರಿ ಪೂಜೆಯ ದಿನವೂ ಬೆಳಿಗ್ಗೆ ಪೂಜೆಮಾಡಿ ಅಡುಗೆ ಆಗುವತನಕ ಸಲ್ಲುತ್ತದೆ.

ಗಂಡ ಇಲ್ಲ ಎಂದು ತಾಳಿ, ಬಳೆಗಳನ್ನು ತೆಗೆದೇನೂ ಇರಲಿಲ್ಲ. ಹಣೆಗೆ ಒಂದು ಸಣ್ಣ ಸ್ಟಿಕ್ಕರನ್ನು ಇಟ್ಟುಕೊಳ್ಳುತ್ತಿದ್ದಳು. ಊರಿನಲ್ಲಿಯಾಗುವ ಸಾಮೂಹಿಕ ಪೂಜೆಗಳಿಗ್ಯಾವುದಕ್ಕೂ ಈಕೆಗೆ ಆಹ್ವಾನವಿರುತ್ತಿರಲಿಲ್ಲ. ಆದರೆ, ಅದರ ಬಗ್ಗೆ ಯೋಚಿಸುವುದನ್ನು ಯಾವಾಗಲೋ ಬಿಟ್ಟುಬಿಟ್ಟಿದ್ದಳು. 'ಅಯ್ಯೋ, ನನಗೇ ಎಲ್ಲ ಸರೀ ಇದ್ದು ಎಲ್ಲರಂತಿದ್ರೆ ನಾನೇ ನನ್ನಂಥವಳಿಗೆ ರಾಮನವಮಿಗೆ ಕರೆದು ಪಾನಕ, ಕೋಸಂಬರಿ ಕೊಡೋದುಂಟಿತ್ತೇ?' ಎಂದು ತಾನೇ ಸಮಾಧಾನಪಟ್ಟುಕೊಳ್ಳುತ್ತಿದ್ದಳು.

ಮಧುರಾಳಿಗೆ ಊಟ, ತಿಂಡಿ ಮಾತ್ರ ಆದಷ್ಟು ಮನೆಯಲ್ಲಿಯೇ ಆಗಬೇಕು. ಎಷ್ಟೇ ಕಷ್ಟವಾದರೂ ಮನೆಯಲ್ಲಿಯೇ ಅಡುಗೆ ಮಾಡಿಕೊಳ್ಳುತ್ತಿದ್ದಳು. ತೀರ ಊರಿಂದೂರಿಗೆ ಹೋಗಬೇಕೆಂದಾಗ ಮಾತ್ರ ನಿರ್ವಾಹವಿಲ್ಲದೇ ಹೋಟೆಲಿನಲ್ಲಿ ತಿನ್ನುತ್ತಿದ್ದಳು. 'ಗಣೇಶ ದರ್ಶಿನಿ' 'ರಾಘವೇಂದ್ರ ಭವನ' ಇಂಥಾ ಹೆಸರಲ್ಲೇ ಬ್ರಾಹ್ಮಣಿಕೆ ತೋರುವ ಹೋಟೆಲ್ಲಿಗೆ ಮಾತ್ರ ಹೋಗುತ್ತಿದ್ದಳು. ಖಾನಾವಳಿ, ಕೆಫೆ, ಹಳ್ಳಿ, ಡಾಬಾ ಅಥವಾ ಇಂಗ್ಲಿಷ್ ಹೆಸರಿರುವ ಯಾವುದೇ ಹೋಟೆಲಿಗೂ ಆಕೆ ಹೋಗುತ್ತಿರಲಿಲ್ಲ. ಸ್ಕೂಲಿನಲ್ಲಿಯೂ ಅಷ್ಟೇ ಮನೆಯಿಂದಲೇ ಕ್ಯಾರಿಯರ್ ತೆಗೆದುಕೊಂಡು ಹೋದರೂ ಸಹೋದ್ಯೋಗಿಗಳ ಜತೆ ಕೂತು ಆಕೆ ಊಟ ಮಾಡುತ್ತಿರಲಿಲ್ಲ. ಸ್ಟಾಫ್‌ರೂಮಿನಲ್ಲಿ ತನ್ನ ಟೇಬಲ್‌ನಲ್ಲಿ ಒಬ್ಬಳೇ ಕೂತು ಊಟ ಮಾಡುತ್ತಿದ್ದಳು. ಪಕ್ಕದ ಟೇಬಲ್ಲಿನಲ್ಲಿ ಚಿಕನ್ನಿರಲಿ, ಒಂಚೂರು ಬೆಳ್ಳುಳ್ಳಿ ವಾಸನೆ ಬಂದರೂ ಮಧುರಾಳಿಗೆ ತಡಕೊಳ್ಳಲಿಕ್ಕೇ ಆಗುತ್ತಿರಲಿಲ್ಲ. ಬಾತ್‌ರೂಮಿಗೆ ಹೋಗಿ ವಾಂತಿಯೇ ಮಾಡಿಬಿಡುತ್ತಿದ್ದಳು. ಗಣಿತ ಕಲಿಸುತ್ತಿದ್ದ ಸಿದ್ದಪ್ಪಾಜಿ ಒಮ್ಮೆ ಬುತ್ತಿ ತೆಗೆದಾಗ ವಾಸನೆ ಬಂತೆಂದು ಮಧುರಾ ಬಾತ್‌ರೂಮಿಗೆ ಎದ್ದು ಓಡಿದಾಗ 'ಇದ್ಯಾಕ್ರೀ ಮೇಡಂ. ಹಿಂಗಾಡ್ತೀರ. ನಾವೇನು ಹೊಟ್ಟೆಗೆ ಅನ್ನ ಅಲ್ದೇ ಮಣ್ ತಿಂತೀವ?' ಎಂದು ಜಗಳವಾಡಲೇ ಬಂದಿದ್ದ. ನಮಿತಾಳೂ ಅಮ್ಮನ ಈ ವಿಪರೀತವನ್ನು ನೋಡಿ 'ಅಮ್ಮ, ಇದೆಂಥದಿದು. ನಾಳೆ ನೀನು ಒಬ್ಬಳೇ ಕೈಲಾಗದೇ ಇದ್ದಾಗ ನಿನಗೆ ಯಾರು ಮಾಡಿಹಾಕ್ತಾರೆ? ಕೊಂಚ ಅನುಸರಿಸಿಕೊಂಡು ಹೋಗಬೇಕು.

ಅಕ್ಕ ಪಕ್ಕ ಕೂತವರಿಗೆ ನೀನು ಮಾಡೋ ಊಟಾನೂ ಅಷ್ಟೇ ಮುಜುಗರ ತರಿಸಿ ಅವರು ವಾಂತಿ ಮಾಡಿಕೊಂಡರೆ?' ಎಂದು ಪ್ರಶ್ನಿಸುತ್ತಿದ್ದಳು. 'ನಾನೂ ಅನುಸರಿಸಿಕೊಳ್ಳಲು ಪ್ರಯತ್ನ ಮಾಡ್ತೀನೇ. ಆದರೆ ನನಗೆ ಗೊತ್ತಾಗೋ ಮೊದಲು ಹಂಗಾಗುತ್ತೆ. ನಾನೇನು ಬೇಕೆಂತಲೇ ಮಾಡ್ತೀನೇನೇ?' ಎಂದುಬಿಡುತ್ತಿದ್ದಳು. 'ನೀನು ಹೋಗಿರೋ ಹೋಟೆಲಲ್ಲೆಲ್ಲಾ ಏನು ಬರೀ ಬ್ರಾಹ್ಮಣರು ಮಾತ್ರ ಅಡುಗೆ ಮಾಡ್ತಿರ್ತಾರೆ ಎಂತ ತಿಳ್ಕೊಂಡಿದೀಯ?'ಎಂದು ಕೇಳಿದಾಗ 'ನಾವೇನೋ ನಂಬಿ ಹೋಗ್ತೀವಪ್ಪ. ಆದರೆ, ಅವರು ಮೋಸ ಮಾಡಿದ್ರೆ ಅವರನ್ನು ನೋಡಿಕೊಳ್ಳೋದಕ್ಕೆ ಆ ದೇವರಿದ್ದಾನೆ, ತಗೋ.'ಎಂದು ಹೋಟೆಲಿನವರನ್ನೆಲ್ಲಾ ಶಾಶ್ವತವಾಗಿ ನರಕಕ್ಕೆ ಕಳಿಸಿಬಿಡುತ್ತಿದ್ದಳು.

ಹೀಗೆ ಎಲ್ಲವೂ ಅವಳ ಅನುಕೂಲಕ್ಕೆ ತಕ್ಕಹಾಗೆ ನಡಕೊಂಡು ಹೋಗುತ್ತಿದ್ದಾಗ ಪಕ್ಕಕ್ಕೇ ಈ ಶಿವಲಿಂಗಪ್ಪನ ಸಂಸಾರ ಬಂದದ್ದು ಸಸಾರವಾಗಿ ಸೆಟಲ್ ಆಗಿದ್ದು ಆಕೆಗೆ ತಡಕೊಳ್ಳಲಾಗದೇ ಹೋಗಿತ್ತು. ಶಿವಲಿಂಗಪ್ಪ ಮನೆಯ ಕಾಂಪೌಂಡಿನಲ್ಲಿ ನಿಂತು ಸಂಜೆಯ ಹೊತ್ತು ಕೆಲಸದಿಂದ ಬಂದಮೇಲೆ ದಿನಾ ಎರಡು ಗೋಲ್ಡ್ ಫ್ಲೇಕ್ ಸ್ಮಾಲನ್ನು ಸೇದುತ್ತಾ ಕಾಫಿ ಕುಡಿಯುತ್ತಿದ್ದ. ಲೆಕ್ಕಹಾಕಿದ ಹಾಗೆ ದಿನಕ್ಕೆ ಎರಡು ಸಿಗರೇಟು ಮಾತ್ರ. ಆತನ ಹೆಂಡತಿ ಮಾಡೋ ದಾಲಚಿನ್ನಿ, ಮರಾಠಮೊಗ್ಗು, ಬೆಳ್ಳುಳ್ಳಿ, ಜೀರಿಗೆ, ಹಸೀ ಮಸಾಲೆಯ ಒಗ್ಗರಣೆ ಮಧ್ಯಾಹ್ನ ಹನ್ನೆರಡರ ಸಮಯಕ್ಕೆ ಇಡೀ ಬೀದಿಯಲ್ಲಿ ಪಸರಿಸುತ್ತಿತ್ತು. ಮನೆಯ ಅಂಗಳದಲ್ಲಿ ಕೊಕೊಕೊ ಎಂದು ಓಡಾಡುವ ಕೋಳಿಗಳು ಮನೆ ಕಾಂಪೌಂಡು ಬಿಟ್ಟು ಹೊರಬಂದಾಗ ಅವನ ಮಕ್ಕಳಲ್ಲಿ ಯಾರಾದರೂ ಅದನ್ನು ವಾಪಸ್ ಹಿಡಕೊಂಡುಬಂದು ಪಕ್ಕನೆ ಒಂದು ಬುಟ್ಟಿಯನ್ನು ಮುಚ್ಚಿಬಿಡುತ್ತಿದ್ದರು. ಬ್ರಾಹ್ಮಣರ ಕೇರಿಯಲ್ಲಿ ಕೋಳಿಮರಿಗಳು ಓಡಾಡುವುದು, ಶಿವಲಿಂಗಪ್ಪನ ಸಿಗರೇಟು ಮತ್ತು ಈ ರುದ್ರಮ್ಮನ ಅಡಿಗೆಯ ಪರಿಮಳ ಎಲ್ಲ ನೋಡಿ ಆಕೆ 'ದುಡ್ಡಿನಾಸೆಗೆ ಯಾರ್ಯಾರಿಗೋ ಬಾಡಿಗೆ ಕೊಟ್ಟ ನಿಂ ಸುಬ್ಬಣ್ಣ. ಈಗ ಪಕ್ಕದಲ್ಲಿರೋ ನಾವು ಅನುಭವಿಸಬೇಕು.' ಎಂದು ಸುಬ್ಬಣ್ಣನ ಅಮ್ಮನಿಗೆ ಹೋಗಿ ಹೇಳಿಬಂದಿದ್ದಳು. ಮನೆಯ ಮುಂದೆ ಇರುವ ನಲ್ಲಿಯಿಂದ ನೀರು ಹಿಡಿಯಬೇಕಾದರೆ, ಬಾಗಿಲಿಗೆ ಸಗಣಿ ನೀರುಹಾಕಬೇಕಾದರೆ ಕೂಡ ಪಕ್ಕದ ಮನೆಯ ಜಗಲಿಯ ಪರಿಧಿಯೊಳಗೆ ಇರುಚಲಾಗದಂತೆ ಹಾಕುತ್ತಿದ್ದಳು, ಮಧುರಾ. ರುದ್ರಮ್ಮ ಮನೆಯಿಂದ ಹೊರಗೇ ಬರುತ್ತಿರಲಿಲ್ಲ. ಮೊದಲನೆಯ ಮಗಳಾದ ಜಲಜಾಕ್ಷಿಯೇ ಮನೆಯ ಹೊರಗಿನ ಕೆಲಸಗಳಾದ ನೀರು ಹಾಕುವುದು, ಮನೆಯ ಕಾಂಪೌಂಡಿನಲ್ಲಿ ಬಿಟ್ಟ ದಾಸವಾಳದ ಗಿಡಗಳಿಂದ ಹೂ ಕುಯ್ಯುವುದು ಎಲ್ಲ ಮಾಡುತ್ತಿದ್ದುದು. ಮನೆಯ ಜಗುಲಿಯ ಮೇಲೆ ಹಾಕಿದ್ದ ಸಗಣಿ ನೀರಿನ ನಡುವಿನ ಧೂಳಿನ ಗೆರೆ ಎದ್ದುಕಾಣುತ್ತಿತ್ತು. ಒಂದು ದಿನ ಆ ಗೆರೆ ಕಾಣದಿದ್ದರೂ ಎರಡು ದಿನ ಮನೆಯ ಮುಂದೆ ನೀರು ಹಾಕದೇ ಮಧುರಾ ಧೂಳೇಳುವತನಕ ಕಾದು ನಂತರ ನೀರು ಹಾಕುತ್ತಿದ್ದಳು. ಎರಡೂ ಮನೆಯ ನೀರು ಏಕ ಆಗದಂತೆ ಈ ಧೂಳು ಗೆರೆಹಚ್ಚಿ ತಡೆಯುತ್ತದೆ ಎಂದು ಆಕೆಯ ನಂಬಿಕೆಯಾಗಿತ್ತು.

ಶಿವಲಿಂಗಪ್ಪನ ಮಗ ಜಗದೀಶನೂ ನಮಿತಾಳೂ ಒಂದೇ ಕ್ಲಾಸಿನಲ್ಲಿದ್ದರು. ಮಧುರಾಳೇ ಅವರಿಗೆ ಇಂಗ್ಲೀಷ್ ಕಲಿಸುತ್ತಿದ್ದುದು. ಮಧುರಾಳಿಗೆ ಇನ್ನೂ ನೆನಪಿದೆ. ಜಗದೀಶನ ಇಂಗ್ಲೀಷ್

ಅಷ್ಟಕಷ್ಟೇ. ಅವನಿಗೆ ಒಂದೇ ಒಂದು ವಾಕ್ಯವನ್ನೂ ವ್ಯಾಕರಣಬದ್ಧವಾಗಿ ಹೇಳಲು ಬರುತ್ತಿರಲಿಲ್ಲ. ಸೊ ಎಲ್ಲಿ ಹಾಕಬೇಕು, ಬಿಕಾಸ್ ಎಲ್ಲಿ ಹಾಕಬೇಕು ಗೊತ್ತಾಗದೇ ಕಣ್ಣುಕಣ್ಣುಬಿಡುತ್ತಿದ್ದ. 'ಇಫ್ ಐ ವರ್ ಲಾರ್ಡ್ ಆಫ್ ಟಾರ್ಟರಿ, ಮೈಸೆಲ್ಫ್, ಅಂಡ್ ಮಿ ಅಲೋನ್' ಎಂದು ಮಧುರಾ ರಾಗ, ಭಾವದಿಂದ ಪದ್ಯ ಓದುತ್ತಿದ್ದರೆ ಜಗದೀಶನಿಗೆ ಅರ್ಥವಾಗದೇ ತಡಬಡಾಯಿಸಿ, ಟಾರ್ಟರಿ ಎಂದರೇನು ಎಂದು ಮಧುರಾ ಕೊಟ್ಟ ಹೋಮ್‌ವರ್ಕಿಗೆ ಅಪ್ಪನ ಸಹಾಯ ಪಡಕೊಂಡು 'ಪ್ರಾಂತ್ಯ' ಎಂದು ಬಂದು ಉತ್ತರ ಹೇಳಿದ್ದನ್ನು ಕೇಳಿ ಮಧುರಾ ಇಡೀ ಕ್ಲಾಸಿಗೆ ಹೇಳಿಕೊಂಡು ನಕ್ಕಿದ್ದಳು.

ವರ್ಷತಡಕಿನ ದಿನ ನಾಗಮಂಗಲದಲ್ಲಿ ಬಾಡು ತಿನ್ನುವವರಿಗೆ ಸುಗ್ಗಿ. ಬಡಗೋಡಮ್ಮನ ದೇವಸ್ಥಾನದ ಆಚೆಬೀದಿಯಲ್ಲೆಲ್ಲಾ ಅಂದು ಮನೆಗೊಂದು ಮರಿ ಸಿಗಿಯಲೇಬೇಕು ಎಂಬ ನಿಯಮ. ಶಿವಲಿಂಗಪ್ಪನ ಮನೆಯಲ್ಲೂ ಅಂದು ಹಬ್ಬ. ಭದ್ರಾವತಿಯಿಂದ ಮನೆತುಂಬಾ ಬಂದ ಸಂಬಂಧಿಕರು. ಮನೆಯಿಡೀ ಕವಕವ. ಅಂದು ಸ್ಕೂಲಿಗೆ ರಜೆಯಿಲ್ಲವಾದ್ದರಿಂದ ಮಧ್ಯಾಹ್ನ ಊಟಕ್ಕೆಂದು ಮಧುರಾ ಸ್ಕೂಲಿನಿಂದ ಮನೆಗೆ ಬಂದಿದ್ದಳು. ಪಕ್ಕದ ಮನೆಯಲ್ಲಿ ಊಟ ಮಾಡಿ ಗಂಡಸರೆಲ್ಲರೂ ಹೊರಗೆ ಜಗುಲಿಯ ಮೇಲೆ ಬಣ್ಣದ ಲುಂಗಿ ಉಟ್ಟುಕೊಂಡು, ಎಲೆ ಅಡಿಕೆ ಹಾಕಿಕೊಂಡು ಸಿಗರೇಟು ಸೇದುತ್ತಾ ಕೂತಿದ್ದರು. ಮಧ್ಯೆ ಒಂದು ಚಾಪೆ ಹಾಸಿಕೊಂಡು ಇಸ್ಪೀಟಾಡುತ್ತಾ ಜೋರಾಗಿ ನಗುತ್ತಾ ಇರುವ ಸದ್ದು ಮಧುರಾಳ ಮನೆಯವರೆಗೂ ಕೇಳಿತ್ತು.

ಮಧುರಾಳಿಗೆ ಮನೆಗೆ ಬಂದಾಗಲೇ ಇರುಸುಮುರುಸು. 'ನನ್ನ ಮನೆಯ ಅಡಿಗೆಯ ಮನೆಯ ಕಿಟಕಿಗೂ ರುದ್ರಮ್ಮನ ಅಡಿಗೆ ಮನೆಯ ಕಿಟಕಿಗೂ ನಡುವೆ ಇರುವ ಅಂತರ ಕೇವಲ ಎರಡು ಅಡಿ ಮಾತ್ರ, ಇಲ್ಲಿ ಈಗ ನಾನು ಊಟ ಮಾಡುತ್ತಾ ಇರಬೇಕಾದರೆ ಅಲ್ಲಿ ರುದ್ರಮ್ಮ, ಜಲಜಾಕ್ಷಿ ಎಲ್ಲ ಏನೇನು ತಿನ್ನುತ್ತಾ ಇರಬಹುದೋ? ವರ್ಷಾವಧಿ ಹಬ್ಬ. ಲಕ್ಷಣವಾಗಿ ಬೇವು, ಬೆಲ್ಲ ಹಂಚಿಕೊಂಡು, ಪಾಯಸ, ಹೋಳಿಗೆ ತಿಂದಾಗಿದೆ. ಈಗ ಇದೆಂಥಾ ಹೊಲಸು ಈ ಜನದ್ದು? ತಿನ್ಕೊಳ್ಳಲಿ ಎಂತದಾದರೂ, ಅಕ್ಕ ಪಕ್ಕ ಶ್ರೋತ್ರೀಯ ಬ್ರಾಹ್ಮಣರಿದಾರೆ ಎನ್ನೋ ಧ್ಯಾಸ ಇಲ್ಲವಲ್ಲ. ಅಲ್ಲಿ ನರಸಪ್ಪಯ್ಯನವರನ್ನು ನೋಡಿದ್ರೆ ಪಾಪ ಹೊರಗೇ ಬರೊಲ್ಲ. ಪಾಪ, ಯಾವ್ಯಾವ ಜನ್ಮದ ಕಾಟವೋ, ಸಾಯೋ ಸಮಯಕ್ಕೆ ಧರ್ಮರಾಯಂಗೂ ಬಿಡಲಿಲ್ಲವಂತೆ. ಆ ಸುಬ್ಬಣ್ಣಂಗೆ ಹೇಳಿ ಏನಾರ ಮಾಡಬೇಕು' ಎಂದುಕೊಂಡು ವಾಪಸ್ಸು ಸ್ಕೂಲಿಗೆ ಬಂದಿದ್ದಳು. ಮನೆಯಲ್ಲಿ ಊಟವೂ ಸೇರಿರಲಿಲ್ಲ.

ಸ್ಕೂಲಿನಲ್ಲಿ ಅಂದು 'ಪೈರಮಸ್ ಅಂಡ್ ಥಿಸ್ಬಿ' ನಾಟಕದ ಭಾಗವನ್ನು ಮಧುರಾ ಪಾಠ ಮಾಡಬೇಕಿತ್ತು. ಹುಡುಗರ ಗುಂಪಿನಲ್ಲಿ ಜಗದೀಶ ಕೂತಿದ್ದ. ಬೆಳಿಗ್ಗೆ ಸ್ಕೂಲಿಗೆ ಬಂದಿರಲಿಲ್ಲವೇನೋ, ಹಬ್ಬದ ಊಟ ಮಾಡಿ ಸ್ಕೂಲಿಗೆ ಬಂದಿದ್ದ ಎಂದು ಕಾಣುತ್ತೆ. ಎಲೆ, ಅಡಿಕೆ ಹಾಕಿಕೊಂಡು ಬಂದಿದ್ದ. ಮಧುರಾಳಿಗೆ ಏನನ್ನಿಸಿತೋ 'ಏ ಜಗದೀಶಾ, ಬಾರೋ ಇಲ್ಲಿ' ಎಂದು ಹತ್ತಿರ ಕರೆದಳು. ಆತ ಬಂದು ಮುಂದೆ ನಿಂತುಕೊಂಡ. ಸಣ್ಣಗೆ ಬಂದಿದ್ದ ಮೀಸೆ, ಕೆನ್ನೆಯ ಮೇಲೆ ಇನ್ನೂ ಸಣ್ಣಗೆ ಮೂಡುತ್ತಿದ್ದ ಗಡ್ಡ, ಕೊಂಚ ಚೂಪಾದ ಗಲ್ಲ, ಸದೃಢವಾದ ಅಂಗಾಂಗಗಳು, ಜಗದೀಶ ಮುಂದೆ ಬಂದು ನಿಂತ. 'ಇವನ ಸೊಕ್ಕು ನೋಡು, ಹೆಂಗೆ

ದುರುಗುಟ್ಟಿಕೊಂಡು ನೋಡ್ತಾನೆ.' ಎನಿಸಿತ್ತು, ಮಧುರಾಳಿಗೆ. ಮಧುರಾ 'ಪೈರಮಸ್ ಅಂಡ್ ಥಿಸ್ಬಿ' ಬರೆದಿದ್ದು ಯಾರೋ?' ಎಂದು ಒರಟಾಗಿ ಕೇಳಿದ್ದಳು. ಜಗದೀಶ ಏನೂ ಹೇಳಲಿಲ್ಲ. ಒಂದು ರೂಲರ್ ತೆಗೆದುಕೊಂಡು 'ಏನೋ, ನಾ ಕೇಳಿದ್ದು ಅರ್ಥವಾಗುತ್ತೋ ಇಲ್ಲವೋ?' ಯಾರೋ ಬರೆದದ್ದು 'ಪೈರಮಸ್ ಅಂಡ್ ಥಿಸ್ಬೀನ' ಎಂದು ಕೈಯೆತ್ತಿದಳು. 'ನನಗ್ಗೊತ್ತಿಲ್ಲ, ಟೀಚರ್.' ಎಂದು ಬಾಯಿಬಿಟ್ಟಾಗ ಒಂದು ಸಣ್ಣಗೆ ತೇಗು ಬಂದುಬಿಟ್ಟಿತ್ತು, ಜಗದೀಶನ ಬಾಯಿಂದ. ತಕ್ಷಣ ಅದನ್ನು ಸರಿಪಡಿಸುವ ಹಾಗೆ ನಾಲಿಗೆಯಿಂದ ತುಟಿ ಸವರಿಕೊಂಡ, ಜಗದೀಶ. ಆಗತಾನೇ ತಾಂಬೂಲ ತಿಂದುಕೊಂಡುಬಂದ ಕೆಂಪುನಾಲಿಗೆ, ತೇಗಿದಾಗ ಬಂದ ವಾಸನೆ, ಮಧುರಾಳ ತಲೆಕೆಡಿಸಿತ್ತು. 'ಏನೋ, ಇನ್ನೂ ಹದಿಮೂರು ವರ್ಷ. ಸ್ಕೂಲಿಗೆ ಎಲೆ, ಅಡಿಕೆ ಹಾಕ್ಕೊಂಬರ್ತಾರೇನೋ. ತಲೆ ಸೀಳಿದರೆ ನಾಲ್ಕಕ್ಷರ ಇಲ್ಲ. ಎಲ್ಲಿಹೋಗುತ್ತೆ ಜಾತಿಬುದ್ಧಿ' ಎಂದು ಬಿಟ್ಟಳು. ತಕ್ಷಣ ತನ್ನ ತಪ್ಪಿನ ಅರಿವಾಗಿ ನಾಲಿಗೆ ಕಚ್ಚಿಕೊಂಡಳು. ಇಡೀ ಕ್ಲಾಸಿನ ಮುಂದೆ ಮಧುರಾ 'ಜಾತಿಬುದ್ಧಿ' ಎಂದಿದ್ದು ಜಗದೀಶನಿಗೆ ಅವಮಾನವಾಗಿತ್ತು. ಅಲ್ಲಿಯೇ ಕೂತಿದ್ದ ನಮಿತಾಳಿಗೂ ಅಮ್ಮನ ಈ ಮಾತು ಕೇಳಿ ಆಶ್ಚರ್ಯವಾಗಿತ್ತು. ಮಧುರಾ ತಕ್ಷಣ ಸಾವರಿಸಿಕೊಂಡು 'ಹೋಗು ಕೂತುಕೋ, ಹೋಗು. ಸ್ವಲ್ಪ ಓದೋದು, ಬರೆಯೋದು ಮಾಡು' ಎಂದು ಪಾಠವನ್ನು ಅರೆಮನಸ್ಸಿನಿಂದ ಮುಂದುವರೆಸಿದ್ದಳು.

ಇದಾಗಿ ಸುಮಾರು ಒಂದು ತಿಂಗಳ ಮೇಲೆ ಒಂದು ದಿನ ಹೆಡ್‌ಮಾಸ್ಟರ್ ತಮ್ಮ ಛೇಂಬರಿಗೆ ಮಧುರಾಳನ್ನು ಹೇಳಿಕಳಿಸಿದ್ದರು. ಅಲ್ಲಿ ಪಕ್ಕದ ಮನೆಯ ಶಿವಲಿಂಗಪ್ಪ ಮತ್ತು ಜಗದೀಶ ಇಬ್ಬರೂ ಇದ್ದರು. ಕೃಷ್ಣಮೂರ್ತಿಗಳು 'ಬನ್ನಿ, ಮೇಡಂ, ಬನ್ನಿ ಹೀಗೆ ಕೂತ್ಕೊಳ್ಳಿ' ಎಂದು ಮಧುರಾಳನ್ನೂ ಕೂರಿಸಿದರು. ಮಧುರಾಳಿಗೆ ಸನ್ನಿವೇಶದ ಅರಿವಾಗಿತ್ತು. ಆದರೂ ಇಷ್ಟು ದಿನವಾದ ನಂತರ ಈ ವಿಷಯದ ಬಗ್ಗೆ ಪ್ರಸ್ತಾಪಿಸುತ್ತಿರುವುದು ನೋಡಿ ಆಶ್ಚರ್ಯವಾಯಿತು. ಆದರೂ ಧೈರ್ಯ ತೆಗೆದುಕೊಂಡು ತಾನೇ ಹೋಗಿ ಶಿವಲಿಂಗಪ್ಪನ ಪಕ್ಕದಲ್ಲಿ ಕೂತುಕೊಂಡಳು. 'ಹೆ..ಹೆ. ಮ್ಯಾಡಂ. ನಿಮಗೆ ಇವರ ಪರಿಚಯ ಇರಬಹುದಲ್ಲವೇ?' ಎಂದಿದ್ದರು, ಕೃಷ್ಣಮೂರ್ತಿಗಳು. ಮಧುರಾ ಸುಮ್ಮನೇ ತಲೆಯಾಡಿಸಿದಳು. ಕೃಷ್ಣಮೂರ್ತಿಗಳು ವಿಷಯವನ್ನು ಹೇಗೆ ಪ್ರಾರಂಭಿಸಬೇಕು ಎಂದು ಗೊತ್ತಾಗದೇ ಶಿವಲಿಂಗಪ್ಪನ ಕಡೆ ನೋಡಿದರು. ಶಿವಲಿಂಗಪ್ಪ ಮಧುರಾಳನ್ನು ನೋಡುತ್ತಾ 'ಅಲ್ರೀ ಮ್ಯಾಡಮ್, ಮಗೂಗೆ ಬುದ್ಧೀ ಹೇಳ್ರೀ, ಬೇಡ ಅನ್ನೋಲ್ಲ. ನಮ್ಮಗೂ ಬೇರೆ ಎಲ್ಲರಂತೆ ಬುದ್ವಂತ ಅಲ್ಲದೇ ಇರ್ಬೋದು. ಆದರೆ, ಅದ್ಕೆ ನೀವು ಹಬ್ಬದ್ದಿನ ಹಂಗೆ ಅನ್ಬೌದಾ ಮ್ಯಾಡಮ್?' ಎಂದು ನೇರವಾಗಿ ವಿಷಯಕ್ಕೆ ಬಂದಿದ್ದ. ಮಧುರಾ 'ಅಲ್ಲಾ ಸಾರ್, ನೀವೇ ಹೇಳಿ. ದಿನಾ ಬೆಳಗ್ಗಿಂದ ಸಂಜೇ ತನಕ ಗಂಟಲು ಹರಕೊಂಡು ನಾವು ಪಾಠ ಮಾಡೋದೇನಕ್ಕೆ. ಒಂಚೂರು ಹುಡುಗ್ರು ಮನೇಲಿ ಓದ್ಬೇಕು, ಬರೀಬೇಕು ಅಂತಲ್ಲವೇ?. ಅದು ಬಿಟ್ಟು ಸುಮ್ಮನೇ ಸ್ಕೂಲಿಗೆ ಬಂದು ಹೋದ್ರೆ ಎಂಥ ಬರುತ್ತೆ? ಮತ್ತೆ ಇದೆಂಥ ಈ ವಯಸ್ಸಿಗೇ ಎಲೆ, ಅಡಿಕೆ ಹಾಕ್ಕೊಂಡು ಸ್ಕೂಲಿಗೆ ಬಂದರೆ? ನಮ್ಮನೇಲೂ ಹಬ್ಬ ಅಲ್ವಾ ಸಾರ್. ನಾವು ಏನು ಗಡದ್ದಾಗಿ ಊಟ ಮಾಡಿ ಮಲಗೋಕೆ ಸ್ಕೂಲಿಗೆ ಬರ್ತೀವಾ?' ಎಂದು ಮಧುರಾ ರೇಗಿದಳು. ಎದುರಿಗೆ ಅಂಗಾರ ಹಾಕಿಕೊಂಡು ಕೂತಿದ್ದ ಕೃಷ್ಣಮೂರ್ತಿಗಳು

ತನ್ನ ಕಡೆ ಇದ್ದಾರೆ ಎಂದು ಆಕೆಗೆ ಯಾಕೋ ಅನಿಸಿತ್ತು.

'ಅಲ್ರೀ ಮೇಡಂ. ಹೋಗ್ಲೀ ಬಿಡ್ರಿ. ಒಂದು ಅಪಾಲಜಿ ಕೇಳ್ಬಿಡ್ರೀ. ಇಲ್ಲೇ. ಅವರೇನು ಇಡೀ ಸ್ಕೂಲಿನ ಅಸೆಂಬ್ಲೀಲಿ ಎಲ್ಲ ಸ್ಟುಡೆಂಟ್ಸ್ ಮುಂದೆ ಕೇಳಿ ಅಂತ ಹೇಳ್ತಿಲ್ಲ. ಒಂದು ಲೆಟರ್ ಬರ್ಕೊಡಿ. ನಾನು ಸುಮ್ಮನೆ ಅದನ್ನು ನಿಮ್ಮ ಫೈಲಲ್ಲಿಡ್ತೀನಿ. ಅದು ನಿಮ್ಮ ಎಸ್ಸಾರ್‌ಗೆಲ್ಲ ಏನು ಹೋಗೊಲ್ಲ' ಎಂದರು, ಕೃಷ್ಣಮೂರ್ತಿಗಳು.

'ನಾ ಯಾಕೆ ಅಪಾಲಜಿ ಕೊಡಬೇಕು ಸಾರ್, ತಪ್ಪು ಮಾಡಿದ ಹುಡುಗರಿಗೆ ಬುದ್ಧಿ ಹೇಳಿದ್ದಕ್ಕೆ ನಾ ಅಪಾಲಜಿ ಕೊಡಬೇಕಾ?' ಎಂದಳು, ಮಧುರಾ.

'ಹಂಗಲ್ರೀ ನೀವು ಆ ಹುಡುಗನ ಕ್ಯಾಸ್ಟ್ ಬಗ್ಗೆ ಏನೋ ಹೇಳಿದ್ರಂತೆ. ಆತ ತುಂಬಾ ನೊಂದುಕೊಂಡಿದಾನೆ'

'ನಾ ಯಾರ ಕ್ಯಾಸ್ಟ್ ಬಗ್ಗೇನೂ ಮಾತಾಡಿಲ್ಲ ಸಾರ್. ನನಗೆ ಆತ ಯಾವ ಕ್ಯಾಸ್ಟ್ ಅಂತಾನೂ ಗೊತ್ತಿಲ್ಲ.'

'ನೀವು ನಂಗೆ 'ಎಲ್ಲೋಗುತ್ತೆ ಜಾತಿ ಬುದ್ಧಿ ಅಂತ ಅಂದ್ರಿ, ಟೀಚರ್.' ಅಷ್ಟು ಹೊತ್ತೂ ಸುಮ್ಮನೇ ಕೂತಿದ್ದ ಜಗದೀಶ ನಿಧಾನವಾಗಿ ಬಾಯಿಬಿಟ್ಟಿದ್ದ. 'ಎಂತದೂ ಇಲ್ಲ. ನಾ ಯಾರ ಜಾತೀ ಗೀತಿ ಹಿಡಿದು ಮಾತಾಡೋಕೆ ಹೋಗೊಲ್ಲ. ಮೊದಲೇ ನಂಪಾಡಿಗೆ ನಾವಿದ್ರೇ ಜೀವನ ಮಾಡೋದು ಕಷ್ಟ. ಇನ್ನು ಇವೆಲ್ಲ ಮಾತಾಡ್ಕೊಂಡು ಒಂಟಿ ಹೆಂಗಸು ಜೀವನ ಮಾಡೋಕಾಗುತ್ತಾ ಸಾರ್. ನೀವೇ ಹೇಳಿ. ನಾ ಯಾವತ್ತಾರಾ ಹಂಗೆ ಮಾತಾಡಿದ್ದೀನಾ?' ಎಂದು ಕೃಷ್ಣಮೂರ್ತಿಯವರ ಮುಖ ನೋಡುತ್ತಾ ಎದ್ದು ನಿಂತಿದ್ದಳು, ಮಧುರಾ.

'ಆ ದೇವರ ಸತ್ಯವಾಗಿ ಪ್ರಮಾಣ ಮಾಡಿ ಹೇಳ್ತೀರಾ ಟೀಚರ್ ನೀವು ಹಂಗೆ ಹೇಳಲಿಲ್ಲ ಅಂತ. ನಾನು ಇಡೀ ನಂಸ್ಕೂಲಿನ ಹುಡುಗರನ್ನು ಬೇಕಾರೆ ಸಾಕ್ಷಿ ಹೇಳಿಸ್ತೀನಿ. ನಿಂ ನಮಿತಾನೂ ನಂಕಡೇನೇ ಇರೋದು.' ಎಂದು ಹೇಳಿದ್ದ, ಜಗದೀಶ. ಮಧುರಾ ಶಿವಲಿಂಗಪ್ಪನ ಕಡೆ ನೋಡುತ್ತಾ 'ಆ ನಿಂ ದೇವರ ಸತ್ಯವಾಗಿಯೂ ನಾನು ನಿಂ ಜಾತಿ ಹೆಸರು ತೆಗೆದಿಲ್ಲ, ಸರೀನಾ?' ಎಂದು ಕೃಷ್ಣಮೂರ್ತಿಗಳ ಕಡೆ ತಿರುಗಿ 'ನೋಡಿ ಸಾರ್, ಸಿಟ್ಟಿನಲ್ಲಿ ಏನೋ ಒಂದು ಮಾತು ಹೇಳಿರಬಹುದು. ಮತ್ತೆ ಏನು ಅಂದಿದ್ದೀನಿ ಅಂತ ಕೂಡ ನನಗೆ ನೆನಪಿನಲ್ಲಿಲ್ಲ. ನೀವು ಹುಡುಗ್ರ ಮಾತು ಕೇಳ್ತೀರಾ. ಅಥವಾ ನಿಮ್ಮ ಸ್ಟಾಫ್ ಮಾತು ಕೇಳ್ತೀರಾ?' ಎಂದು ಎದ್ದು ಹೋಗಿದ್ದಳು.

ಹೇಳಿ ಬಂದಿದ್ದೇನೋ ಆಗಿತ್ತು. ಆದರೆ, ಮಧುರಾಳಿಗೆ ಅಂದು ರಾತ್ರಿಯಿಡೀ ನಿದ್ರೆ ಬಂದಿರಲಿಲ್ಲ. ರಾತ್ರಿ ಕನಸಿನಲ್ಲೆಲ್ಲಾ ಆ ಶಿವಲಿಂಗಪ್ಪನ ಕಡೆಯವರು ಇವಳ ವಿರುದ್ಧ ಧರಣಿ ಮಾಡಿಸಿದ ಹಾಗೆ, ಮಗಳು ನಮಿತಾಳೂ ಜಗದೀಶನ ಪಕ್ಕ ಕೂತು 'ಮಧುರಾ ಮೇಡಂ ಮುರ್ದಾಬಾದ್.' ಎಂದು ಕೂಗಿದಹಾಗೆ ಕನಸು ಬಿದ್ದಿತ್ತು. ಪಕ್ಕದಲ್ಲಿಯೇ ಮಲಗಿದ್ದ ನಮಿತಾಳನ್ನು ತಬ್ಬಿ ಮಲಗಿದ್ದಳು. ನಮಿತಾ ಸುಮಾರು ಮೂರು ವಾರಗಳ ಕಾಲ ಮಧುರಾಳ ಜತೆ ಸರಿಯಾಗಿ ಮಾತಾಡಿರಲಿಲ್ಲ.

ಆದರೆ, ಮಧುರಾ ಊಹಿಸಿದ ಹಾಗೆ ಏನೂ ಆಗಿರಲಿಲ್ಲ. ಜಗದೀಶ ಮಾರನೆಯ ದಿನವೂ ಸ್ಕೂಲಿಗೆ ಬಂದಿದ್ದ, ಇಡೀ ವರ್ಷಪೂರ್ತಿ ಬಂದಿದ್ದ. ತನ್ನ ಪಾಡಿಗೆ ತಾನು ಇರುತ್ತಿದ್ದ. ಮನೆಗೆ ಹೋಗುತ್ತಿದ್ದ. ಆ ವರ್ಷ ಮಧುರಾ ಮನಸ್ಸು ಮಾಡಿದ್ದರೆ ಆತನನ್ನು ಫೇಲು ಮಾಡಬಹುದಿತ್ತು. ಆದರೆ ಪಾಸಾಗಿದ್ದ. ಆತನ ರಿಸಲ್ಟ್ ನೋಡಿ ಕೃಷ್ಣಮೂರ್ತಿಗಳು 'ಆತನನ್ನು ಪಾಸು ಮಾಡಿ ಒಳ್ಳೇ ಕೆಲಸ ಮಾಡಿದ್ರೀ ಮೇಡಮ್, ನೀವು. ನಾನೇ ಹೇಳಿದ್ದೆ, ಶಿವಲಿಂಗಪ್ಪನಿಗೆ. ನಿಮ್ ಹುಡ್ಗ ಇಂಗ್ಲೀಷಲ್ಲಿ ವೀಕು. ಆತ ಮುಂದಿನ ಕ್ಲಾಸಿಗೆ ಹೋಗಬೇಕಾದರೆ ನೀನು ಗಲಾಟೆ ಗಿಲಾಟೆ ಮಾಡ್ದೇ ಸ್ವಲ್ಪ ಸುಮ್ಮನೆ ಇರು. ಅಂತ. ಇಲ್ದೇ ಇದ್ರೆ ಭಾರಿ ತರ್ಲೆ ಮನ್ಷ ಮೇಡಂ. ನೀವು ಸ್ವಲ್ಪ ಮಾತಾಡ್ಬೇಕಾದ್ರೆ ಹುಷಾರಾಗಿರ್ಬೇಕು' ಎಂದು ಎಚ್ಚರಿಸಿದ್ದರು.

ಮುಂದಿನ ವರ್ಷ ಶಿವಲಿಂಗಪ್ಪನಿಗೆ ಆ ಊರಿಂದ ವರ್ಗವಾಗಿ ಎಲ್ಲರೂ ಊರುಬಿಟ್ಟು ಹೋಗಿದ್ದರು. ಊರಿಗೆ ಹೋಗಬೇಕಾದರೆ ಜಲಜಾಕ್ಷಿ ಮಧುರಾಳಿಗೆ 'ಟೀಚರ್, ನಾವು ಈ ಊರು ಬಿಟ್ಟು ಹೋಗ್ತಿದೀವಿ. ದೊಡ್ಡಪ್ಪನ ತೋಟದಲ್ಲಿ ಬಿಟ್ಟಿದ್ದು' ಎಂದು ಹದಿನೈದು ಮೊಟ್ಟೆಕಾಯನ್ನು ಜಗದೀಶನ ಕೈಲಿ ಒಳಗಿಳಿಸಿ ಹೋಗಿದ್ದಳು. ಜಗದೀಶ ಏನೂ ಮಾತಾಡದೇ ಕಾಯಿಗಳನ್ನು ಒಳಗೆ ಇಟ್ಟು 'ಬರ್ತೀನಿ ಟೀಚರ್' ಎಂದು ಹೊರಟು ಹೋಗಿದ್ದ.

■

ನಂತರದ ದಿನಗಳಲ್ಲಿ ನಮಿತಾ ಬೆಂಗಳೂರಿನಲ್ಲಿ ಎಂಬಿಬಿಎಸ್ ಮುಗಿಸಿ ಪೀಜಿ ಓದುವುದಕ್ಕೆ ಚಂಡೀಗಢಕ್ಕೆ ಹೋಗುತ್ತೇನೆ ಎಂದು ಹಠ ಹಿಡಿದು ಹೋದಾಗ ನಾಗಮಂಗಲದ ಕೊಳದ ಬೀದಿ, ಕೆರೆಯ ಬೀದಿಯವರಾದಿಯಾಗಿ ಬಡಗೋಡಮ್ಮನ ದೇವಸ್ಥಾನದ ಅರ್ಚಕರ ತನಕ 'ಅಬ್ಬ ಈ ಒಂಟಿ ಹೆಂಗಸಿನ ಧೈರ್ಯವೇ, ಮಗಳು ಕುಣಿಯುತ್ತಾಳೆ ಅಂತ ಇವಳೂ ಕುಣಿಸುತ್ತಾಳಲ್ಲ. ಅದಕ್ಕೇ ಹೇಳೋದು ಮನೇಲಿ ಗಂಡಸರಿರಬೇಕು ಅಂತ' ಎಂದು ಮುಂದೆಯೇ ಆಡಿದ್ದರು. ನಮಿತಾ ಯಾರಿಗೂ ಸೆಡ್ಡುಹೊಡೆದಿರಲಿಲ್ಲ. ಮಧುರಾಳಿಗೂ ನಮಿತಾ ಚಂಡೀಗಢದಂತ ಊರಿನಲ್ಲಿ ಒಬ್ಬಳೇ ಹೇಗೆ ಏಗುತ್ತಾಳೆ ಎಂದು ಬಹಳವೇ ದಿಗಿಲಿತ್ತು. ಹುಟ್ಟಿದಾಗಿನಿಂದ ನಾಗಮಂಗಲ, ಬೆಂಗಳೂರು ಬಿಟ್ಟು ಬೇರೆ ಊರು ನೋಡದ, ಬೆಂಗಳೂರಿನ ಹಾಸ್ಟೆಲ್ ಅಡುಗೆ ಊಟ ಮಾಡಲಿಕ್ಕಾಗದೇ ಹಾಸ್ಟೆಲ್ಲಿನ ರೂಮಿನಲ್ಲಿಯೇ ಅನ್ನ ಬೇಯಿಸಿಕೊಂಡು, ಚಟ್ನಿಪುಡಿ, ಉಪ್ಪಿನಕಾಯಿ ನೆಂಚಿಕೊಂಡು ತಿಂದು ಪ್ರತಿ ಶನಿವಾರ, ಭಾನುವಾರ ನಾಗಮಂಗಲಕ್ಕೆ ಅಮ್ಮನ ಕೈಯೂಟ ಮಾಡಲು ಬರುವ ಹುಡುಗಿ ಈಗ ದೂರದೂರಿನಲ್ಲಿ ಏನು ಮಾಡಿಕೊಳ್ಳುತ್ತಾಳೆ ಅನ್ನುವುದು ಮಧುರಾಳ ಯೋಚನೆಯಾಗಿತ್ತು. 'ಎಲ್ಲ ಸರಿಹೋಗುತ್ತೆ ಬಿಡಮ್ಮ. ನನ್ನ ಪಾಡಿಗೆ ನಾನಿರೋಕೆ ಎಂಥ ತೊಂದರೆಯೂ ಇಲ್ಲ. ಹಾಸ್ಟೆಲ್ಲಿದೆ, ಜತೆಗೆ ಬೆಂಗಳೂರಿನ ನನ್ನ ಸ್ನೇಹಿತೆಯರೂ ಇರ್ತಾರೆ' ಎಂದು ಉತ್ತರ ಹೇಳಿ ಎಲ್ಲ ಸರಿಮಾಡಿಕೊಂಡಿದ್ದಳು, ನಮಿತಾ. ಮಗಳು ಕೈಗೆ ಬಂದಳೋ ಕೈಬಿಟ್ಟಳೋ ಅರಿಯದೆ ಗೊಂದಲಗೊಂಡಿದ್ದಳು.

ಮಗಳನ್ನು ಚಂಡೀಗಢಕ್ಕೆ ಕಳಿಸಿದಮೇಲೆ ತಾನಾಯಿತು, ತನ್ನ ಸ್ಕೂಲಾಯಿತು, ತನ್ನ ಮನೆಪಾಠವಾಯಿತು ಮತ್ತು ನಾಗಮಂಗಲದ ದೇವಸ್ಥಾನಗಳಾದವು ಎಂದು

ತಂಪಾಡಿಗೆ ತಾನಿದ್ದಳು. ನಮಿತಾ ಮೆಡಿಕಲ್ ಕಾಲೇಜಿಗೆ ಸೇರಿದಾಗ ಬರುವ ಸಂಬಳದಲ್ಲಿ ಅವಳ ಕಾಲೇಜು, ಹಾಸ್ಟೆಲ್ಲಿನ ಖರ್ಚು ತೂಗಲಾರದೇನೋ ಎಂದು ಮನೆಯಲ್ಲಿ ಪಾಠ ಹೇಳಲು ಶುರುಮಾಡಿದ್ದು ನಂತರ ಬೇಜಾರು ಕಳೆಯಲೆಂದು ಹಾಗೇ ಮುಂದುವರೆದಿತ್ತು. ಈಗ ನಮಿತಾ ಚಂಡೀಗಢಕ್ಕೆ ಹೋದಮೇಲೆ ಈ ಟ್ಯೂಷನ್‌ನಲ್ಲಿ ತನ್ನನ್ನು ಹೆಚ್ಚು ಹೆಚ್ಚು ತೊಡಗಿಸಿಕೊಳ್ಳಲಿಕ್ಕೆ ಪ್ರಯತ್ನಿಸಿದಳು. ಮಧುರಾ ಹೇಳುತ್ತಿದ್ದ ಇಂಗ್ಲೀಷ್ ಟ್ಯೂಷನ್‌ಗೆ ನಾಗಮಂಗಲದಲ್ಲಿ ಬರುತ್ತಿದ್ದುದು ದೇವಲಾಪುರ, ಬಸರಾಳು, ಚೀಣ್ಯಾ, ಮಲ್ಲೇನಹಳ್ಳಿ ಕಡೆಯ ರೈತರ ಮಕ್ಕಳು ಮಾತ್ರ. ಬ್ರಾಹ್ಮಣರ ಬೀದಿಯಲ್ಲಿದ್ದ ಹುಡುಗರೆಲ್ಲಾ ಹೋಗುತ್ತಿದ್ದುದು ವಿಜ್ಞಾನ ಮತ್ತು ಗಣಿತಕ್ಕೆ ಮಾತ್ರ. ಮನೆಯಲ್ಲಿ ಪಾಠ ಹೇಳಿಸಿಕೊಳ್ಳಲು ಬರುವ ಹುಡುಗರ ಸಂಖ್ಯೆ ಕಡಿಮೆಯಾದಾಗ 'ಇಲ್ಲಿ ಎಸ್ಸೆಸ್ಸೆಲ್ಸಿಯನ್ನು ಮೊದಲ ಬಾರಿಗೇ ಪಾಸು ಮಾಡುವ ಹಾಗೆ ಪಾಠ ಹೇಳಿಕೊಡಲಾಗುತ್ತದೆ' ಎಂಬ ಜಾಹೀರಾತಿದ್ದ ಬೆಸ್ಟ್ ಟ್ಯುಟೋರಿಯಲ್‌ಗೆ ಕೂಡ ಟ್ಯೂಟರ್ ಆಗಿ ಹೋಗಿ ಬಂದಿದ್ದಳು. ಆದರೆ ಎಲ್ಲಿ ಹೋದರೂ ಸಾಫ್ಟ್‌ವೇರ್ ಇಂಜಿನಿಯರ್ ಆಗೋರಿಗೆ ಇಂಗ್ಲಿಷಿನಲ್ಲಿ ಪಾಸಾಗುವಷ್ಟು ನಂಬರ್ ಬಂದರೆ ಸಾಕು ಎನ್ನುವ ನಂಬಿಕೆ ಹುಡುಗರಿಗೂ ಅವರ ಅಪ್ಪ, ಅಮ್ಮಂದಿರುಗಳಿಗೂ ಇದ್ದಾಗ ಮಧುರಾಳ 'ಥರ್ಡ್ ಪರ್ಸನ್ ಸಿಂಗ್ಯುಲರ್ ಕೋ ಎಸ್ ಲಗಾನ, ಪಾಸ್ಟ್ ಪಾರ್ಟಿಸಿಪಲ್' ಗಳು ಯಾರಿಗೂ ಬೇಡದೇ ಹೋಗಿದ್ದವು.

ಬೆಂಗಳೂರಿನಲ್ಲಿರುವ ತನಕ ವಾರಕ್ಕೊಮ್ಮೆ, ಹದಿನೈದು ದಿನಕ್ಕೊಮ್ಮೆ ನಮಿತಾ ಬರುತ್ತಾಳೆಂಬ ಎಣಿಕೆಯಲ್ಲಿ ಹೇಗೋ ದಿನಗಳು ಕಳೆದುಹೋಗುತ್ತಿದ್ದವು. ಚಂಡೀಗಢಕ್ಕೆ ಹೋದಮೇಲೆ ಆಕೆ ಬರುವುದು ಆರು ತಿಂಗಳಿಗೊಮ್ಮೆ. ಹೀಗಾಗಿ ಮಧುರಾಳ ಒಂಟಿತನವನ್ನು ನಿಜವಾಗಿ ನೀಗಿದ್ದು ನಾಗಮಂಗಲದ ದೇವಸ್ಥಾನಗಳು.

ನಮಿತಾ ಚಂಡೀಗಢಕ್ಕೆ ಹೋದಮೇಲೆ ಮಧುರಾಳ ಪೂಜೆ, ಪುನಸ್ಕಾರಗಳು ಇನ್ನೂ ಹೆಚ್ಚಿದ್ದವು. ಹೆಚ್ಚಿದವು ಎಂದರೆ ತೀವ್ರತೆ ಅಥವಾ ಮಡಿಯ ಪ್ರಖರತೆಯಲ್ಲಲ್ಲದಿದ್ದರೂ ದೇವರ ಕಾರ್ಯಕ್ಕೆಂದು ಮೀಸಲಾಗಿಡುವ ದಿನದ ಅವಧಿ ಇನ್ನೂ ಹೆಚ್ಚಿತ್ತು. ನಾಗಮಂಗಲದ ಅಷ್ಟೂ ದೇವಸ್ಥಾನಗಳಿಗೆ ಬೆಳಿಗ್ಗೆ ಎದ್ದು ಸ್ನಾನ ಮಾಡಿ ಒಂದು ಸುತ್ತು ಹೋಗಿಬರುತ್ತಿದ್ದಳು. ಬೆಳಿಗ್ಗೆ ಸೌಮ್ಯಕೇಶವ ದೇವಸ್ಥಾನದ ಪ್ರಾಕಾರಕ್ಕೆ ಒಂದು ಹದಿನೈದು ಸುತ್ತು ಕೈಬೀಸಿ ಪ್ರದಕ್ಷಿಣೆ ಹಾಕುತ್ತಿದ್ದಳು. ದೇವರಿಗೆ ಪ್ರದಕ್ಷಿಣೆ ಹಾಕಿದ ಹಾಗೂ ಆಗುತ್ತದೆ, ವ್ಯಾಯಾಮಕ್ಕೆ ವ್ಯಾಯಾಮವೂ ಆಗುತ್ತದೆ ಅನ್ನುವ ಲೆಕ್ಕಾಚಾರ ಮಧುರಾಳದ್ದು. ಕಾರ್ತೀಕದಲ್ಲಿ ಭುವನೇಶ್ವರನ ದೇವಸ್ಥಾನ. ಪ್ರತಿಸಂಜೆ ಟೀವಿಯಲ್ಲಿ ಧಾರಾವಾಹಿಗಳನ್ನು ನೋಡುತ್ತಾ ಇದ್ದರೂ ಮಧ್ಯೆ ವಾರ್ತೆಗಳು ಬಂದಾಗ ರಾಯರಮಠಕ್ಕೆ ಹೋಗಿ ಪ್ರದಕ್ಷಿಣೆ ಹಾಕಿಬಂದು ನಂತರ ಇನ್ನೊಂದೆರಡು ಟೀವಿ ಸೀರಿಯಲ್ ನೋಡಿ, ಭಾಗವತ ಓದುತ್ತಾ ಮಲಗಿದರೆ ಬೆಳಿಗ್ಗೆ ಆರಕ್ಕೇ ಎಚ್ಚರ. ಒಂಟಿತನ ಆಕೆಗೆ ಅಭ್ಯಾಸವಾಗಿಬಿಟ್ಟಿತ್ತು.

ಜೀವನ ಹೀಗೇ ತಣ್ಣಗೆ ಝರಿಯಂತೆ ಹರಿದಿತ್ತು. ಒಂದು ದಿನ ಮಧುರಾ ಸಂಜೆ ಮನೆಯಲ್ಲಿ ಒಬ್ಬಳೇ ವಿಷ್ಣುಸಹಸ್ರನಾಮ ಓದುತ್ತಾ ಕೂತಿದ್ದಾಗ ನಮಿತಾಳ ಫೋನ್

ಬಂತು. 'ಒಂದ್ನಿಮಿಷ ಟೈಮಿದೆಯಾ ಅಮ್ಮ' ಎಂದು ನೇರವಾಗಿ ವಿಷಯಕ್ಕೇ ಬಂದಳು, ನಮಿತಾ. ನಮಿತಾ ಬೆಂಗಳೂರಿನವನೇ ಆದ ಬಡಗನಾಡು ಹುಡುಗ ವೆಂಕಟೇಶ ಎಂಬ ಹುಡುಗನನ್ನು ಇಷ್ಟಪಟ್ಟಿದ್ದಾಳೆ. ಆತನೂ ಇವಳ ಜತೆ ಚಂಡೀಗಢದಲ್ಲಿಯೇ ಇದ್ದಾನೆ. ಆದರೆ, ಒಂದೇ ಎಡವಟ್ಟೆಂದರೆ ಹುಡುಗನ ಅಪ್ಪ, ಅಮ್ಮ ಎಲ್ಲರೂ ವೆಂಕಟೇಶ ಎರಡು ವರ್ಷದವನಾಗಿದ್ದಾಗಲೇ ಅಮೆರಿಕಾದ ವರ್ಜೀನಿಯಕ್ಕೆ ಹೋಗಿದ್ದಾರಂತೆ. ಆತ ಮೆಡಿಕಲ್ ಮಾಡಲು ಭಾರತಕ್ಕೆ ಬಂದು ಈಗ ಚಂಡೀಗಢದಲ್ಲಿ ಇಂಟರ್ನ್‌ಶಿಪ್ ಮಾಡುತ್ತಾ ಇದ್ದಾನಂತೆ. ನಮಿತಾಳ ವಯಸ್ಸೇ. ಆತ ಅಮೆರಿಕಾದ ಪೌರನಾಗಿರುವುದರಿಂದ ವಾಪಸ್ಸು ಅಮೆರಿಕಾಕ್ಕೆ ಹೋಗುತ್ತಾನೆ. ತಾನೂ ಹೋಗಬೇಕಾಗುತ್ತದೆ. ಮುಂದಿನ ವಾರ ಅವನಪ್ಪ, ಅಮ್ಮ ಎಲ್ಲರೂ ಇಂಡಿಯಾಕೆ ಬರುತ್ತಾ ಇರುವುದರಿಂದ ತಾನೂ ಅವರ ಜತೆ ನಾಗಮಂಗಲಕ್ಕೆ ಬರ್ತಾ ಇದೀನಿ– ಎಂದು ಹೇಳಿದ್ದಳು.

ಮಧುರಾ ಕೊಂಚ ಪ್ರಶಾಂತವಾಗಿ ಕೂತು ಯೋಚಿಸಿದಳು. 'ಹೌದು, ನಮಿತಾಳಿಗೇನು ಕಡಿಮೆ ವಯಸ್ಸಾಗಿಲ್ಲ. ಈಗ ಇಪ್ಪತ್ತಾರು ವರ್ಷ. ತಾನು ಆಕೆಯ ಮೆಡಿಕಲ್ ಕಾಲೇಜು, ಚಂಡೀಗಢ ಈ ಗಲಾಟೆಯಲ್ಲಿ ಮದುವೆಯ ವಿಷಯವನ್ನು ಯೋಚಿಸಲೇ ಇಲ್ಲವಲ್ಲ' ಅನಿಸಿತು. ಹಾಗೆಂದು ತಾನು ಮರೆತೂ ಇಲ್ಲ. ಅಲ್ಲಿ ಇಲ್ಲಿ ಗುರುತಿದ್ದವರಲ್ಲಿ ನಮಿತಾಳ ಜಾತಕ ಕೊಟ್ಟಿದ್ದಳು. ಆದರೆ, ಇಷ್ಟು ಬೇಗ ನಮಿತಾ ತನ್ನ ಮದುವೆಯ ವ್ಯವಸ್ಥೆಯನ್ನು ತಾನೇ ಮಾಡಿಕೊಳ್ಳುತ್ತಾಳೆ ಎಂದು ಅಂದುಕೊಂಡಿರಲಿಲ್ಲ.

ಬೇರೆ ದಾರಿಯಿಲ್ಲದೇ ಈ ವರನನ್ನು ನೋಡುವುದಕ್ಕೆ ಒಪ್ಪಿಕೊಳ್ಳಬೇಕಾಯಿತು. ಮಾತುಮಾತಿಗೆ 'ಆಂಟೀ' ಎನ್ನುವ, ಕಷ್ಟಪಟ್ಟು ಕಾಲುಮುದುರಿ ಕೆಳಗೆ ಕೂತು ಊಟಮಾಡಿ ತನ್ನ ಎಂಜಲು ತಟ್ಟೆಯನ್ನು ತಾನೇ ಬಚ್ಚಲಿನಲ್ಲಿ ತೊಳೆದಿಟ್ಟು, ಮಧುರಾಳ ಕಾಲಿಗೆ ನಮಸ್ಕರಿಸಿದ ಈ ವೆಂಕಟೇಶ ರೂಪಿನಲ್ಲಿ ತೆಗೆದುಹಾಕುವ ಹಾಗೇನೂ ಇರಲಿಲ್ಲ. ಅರ್ಧಂಬರ್ಧ ಕನ್ನಡದಲ್ಲಿ ಮಾತಾಡಿಯೂ ಆಡುತ್ತಿದ್ದ. 'ನಾವು ಜಾತಕ, ಪಾತಕ ನೋಡೊಲ್ಲ. ನಿಮಗೆ ಒಪ್ಪಿಗೆಯಾದಲ್ಲಿ ಆದಷ್ಟು ಬೇಗ ಮದುವೆ ಮಾಡಿ ಮುಗಿಸಿ ಬಿಡುವ' ಎಂದಿದ್ದರು, ಬೀಗರು. ತನಗೆ ಒಪ್ಪಿಗೆಯಾಗುವುದಕ್ಕೂ ಒಪ್ಪಿಗೆಯಾಗದಿರುವುದಕ್ಕೂ ಕಾರಣಗಳು ಏನೂ ಇಲ್ಲ ಎಂದು ಮಧುರಾಳಿಗೆ ಅನಿಸಿತ್ತು. ವೆಂಕಟೇಶ ಮತ್ತು ನಮಿತಾ ಇಬ್ಬರೂ ಜೀನ್ಸ್ ಪ್ಯಾಂಟು ತೊಟ್ಟು ಅಕ್ಕಪಕ್ಕ ಕಾರಿನಲ್ಲಿ ಕೈಕೈ ಹಿಡಿದು ಕೂತಿರುವುದನ್ನು ನೋಡಿದಾಗಲೇ ಇಲ್ಲಿ ತನ್ನ ಅಭಿಪ್ರಾಯ ಅಮುಖ್ಯ ಎಂದು ಆಕೆಗನಿಸಿತ್ತು. ಅವಳ ಅದೃಷ್ಟಕ್ಕೆ ಜಾತಕ ಚೆನ್ನಾಗಿಯೇ ಕೂಡಿಬಂದಿತ್ತು. ನೋಡನೋಡುತ್ತಿದ್ದಂತೆ ಮದುವೆಯ ಶಾಸ್ತ್ರವೂ ಆಗಿಹೋಯಿತು. ಮದುವೆಯಾದ ಹದಿನೈದು ದಿನದಲ್ಲಿಯೇ ನಮಿತಾ ವರ್ಜೀನಿಯಾಕ್ಕೆ ಹೋಗಿಯೂ ಬಿಟ್ಟಳು. ಇನ್ನಾರು ತಿಂಗಳಲ್ಲಿ ನಮಿತಾಳಿಗೆ ಗ್ರೀನ್ ಕಾರ್ಡ್ ಕೂಡ ಬಂತೆಂದೂ, ಇಬ್ಬರಿಗೂ ಡೆಟ್ರಾಯ್ಟ್‌ನಲ್ಲಿ ರೆಸಿಡೆನ್ಸಿ ಕೂಡ ಸಿಕ್ಕಿದೆಯೆಂದೂ ಫೋನು ಮಾಡಿ ತಿಳಿಸಿದ್ದಳು. 'ನೀನು ಒಬ್ಬಳೇ ಅಲ್ಲಿದ್ದುಕೊಂಡು ಏನ್ಮಾಡ್ತೀಯಾ. ಇನ್ನು ಕೆಲವೇ ವರ್ಷ. ನಾನು ಸಿಟಿಜ಼ನ್ ಆದತಕ್ಷಣ ನಿನಗೂ ಸ್ಪಾನ್ಸರ್ ಮಾಡ್ತೇನೆ. ಇಲ್ಲಿಗೇ ಬಂದುಬಿಡು' ಎಂದು ಮಗಳು ಕರೆದಾಗ ಮಧುರಾಳಿಗೂ 'ಈಗಿನ ಕಾಲದಲ್ಲಿ ಯಾರು ಅಪ್ಪ ಅಮ್ಮನ್ನ ಮನೇಗೆ ಕರೀತಾರೆ. ಅಂತಾದರಲ್ಲಿ ಕರೀತಾ ಇದಾಳೆ.

ತನಗಿಷ್ಟ ಬಂದ ಹುಡುಗನ್ನ ಮದುವೆ ಮಾಡಿಕೊಂಡರೆ ತಪ್ಪೇನೀಗ. ಆಕೆ ಆರಾಮಾಗಿದಾಳಲ್ಲ. ಅಷ್ಟೇ ಸಾಕು' ಎಂದಂದುಕೊಂಡಿದ್ದಳು.

■

'ನೀನು ಆದಷ್ಟು ಬೇಗ ಡೆಟ್ರಾಯ್ಟಿಗೆ ಬಾ. ನನಗೆ ನಿನ್ನ ನೋಡಬೇಕು ಅಂತ ತುಂಬಾ ಅನಿಸ್ತಿದೆ' ಎಂದು ಒಂದು ದಿನ ಧಡಕ್ಕನೆ ನಮಿತಾಳ ಫೋನು ಬಂದಾಗ, ಆಕಡೆಯ ಧ್ವನಿ ಯಾಕೋ ಸ್ವಲ್ಪ ಭಾರವಾಗಿದೆ ಅನ್ನಿಸಿ, ಏನು ಮಾಡಲೂ ತೋಚದೇ ಹಿಂದೆಮುಂದೆ ನೋಡದೇ ಕೈಯಲ್ಲಿ ಎರಡು ಸೂಟ್‌ಕೇಸು ಹಿಡಿದು ಹೊರಟಿದ್ದಳು. ನಮಿತಾ ಇನ್ನೂ ಸಿಟಿಝನ್ ಆಗದೇ ಇರುವುದರಿಂದ ಮಧುರಾ ವೀಸಾ ಆಫೀಸಿಗೆ ಹೋಗಿ ಬರಬೇಕಾಯಿತು. ಯಾವ ತಕರಾರೂ ಇಲ್ಲದೇ ವೀಸಾ ಸಿಕ್ಕಾಗ ಮಧುರಾಳಿಗೆ ಖುಷಿಯಾಯಿತು. ಮಗಳು ಅತ್ತದ್ದು ತನ್ನನ್ನು ಬಿಟ್ಟಿರಲಾರದೇ ಇದ್ದುದಕ್ಕೋ ಅಥವಾ ಗಂಡನ ಜತೆ ಎಂಥದಾದರೂ ಜಗಳ ಮಾಡಿಕೊಂಡಿದ್ದಾಳೋ ಎನ್ನುವ ಅನುಮಾನವಾಯಿತು. ಪ್ರಯಾಣವಿಡೀ ಕಷ್ಟಪಟ್ಟು ಬರೇ ಕಿತ್ತಳೆ ರಸ ಕುಡಕೊಂಡು ತಾನೇ ಮಾಡಿಕೊಂಡು ಬಂದಿದ್ದ ಇಡ್ಲಿಯನ್ನು ಚಟ್ನಿಪುಡಿಯೊಂದಿಗೆ ನೆಂಚಿಕೊಂಡು ಲಂಡನ್ನಿನ ಟ್ರಾನ್ಸಿಟ್ ಲೌಂಜಿನಲ್ಲಿ ಒಬ್ಬಳೇ ಕೂತು ತಿಂದು ಶಿಕಾಗೋ ಮೂಲಕ ಡೆಟ್ರಾಯ್ಟಿಗೆ ಬಂದಾಗ ಮೈಕೈಯೆಲ್ಲಾ ಬಿದ್ದುಹೋಗಿತ್ತು.

ಡೆಟ್ರಾಯ್ಟಿನ ಏರ್ಪೋರ್ಟಿಗೆ ಬಂದರೆ ಅಲ್ಲಿ ನಮಿತಾ ಒಬ್ಬಳೇ ಮಧುರಾಳನ್ನು ಕಾಯುತ್ತಿದ್ದಳು. ಆ ಪ್ರಯಾಣದ ಸುಸ್ತಿನಲ್ಲಿಯೂ ಮಧುರಾಳ ಕಣ್ಣುಗಳಿಗೆ ಮಗಳ ಉಬ್ಬಿದ ಹೊಟ್ಟೆ ಕಣ್ಣಿಗೆ ಬಿದ್ದಿತ್ತು. ನಮಿತಾ ಓಡಿಬಂದು ಅಮ್ಮನನ್ನು ತಬ್ಬಿಕೊಂಡು ಅತ್ತಿದ್ದಳು. ಮಧುರಾ ಕೂಡ ಅಳುತ್ತಾ ಮಗಳ ಉಬ್ಬಿದ ಹೊಟ್ಟೆಯನ್ನು ತನ್ನ ಹೊಟ್ಟೆಗಾನಿಸಿಕೊಂಡು ತನ್ನ ಅನುಮಾನವನ್ನು ಬಗೆಹರಿಸಿಕೊಂಡಿದ್ದಳು. ಮಧುರಾ ಅಂದುಕೊಂಡಿದ್ದಕ್ಕಿಂತಲೂ ಮಗಳ ಹೊಟ್ಟೆಯೊಳಗಿಂದಲೇ ಅಜ್ಜಿಯ ಹೊಟ್ಟೆಗೆ ಒದೆಯುವಷ್ಟು ಬಸಿರು ಬಲಿತಿತ್ತು. ಹೊಟ್ಟೆಗೆ ಬಿದ್ದ ಈ ಪುಟ್ಟ ಒದೆತಕ್ಕೆ ಅಮ್ಮ, ಮಕ್ಕಳಿಬ್ಬರೂ ಪುಳಕಗೊಂಡಿದ್ದರು.

ವೆಂಕಟೇಶ ಊರಿನಲ್ಲಿಲ್ಲವೆಂದೂ, ಯಾವುದೋ ಕಾನ್ಫರೆನ್ಸಿಗೆ ಹೋಗಿದ್ದಾನೆಂದೂ ಹೇಳಿ ಮನೆಗೆ ಕರಕೊಂಡು ಹೋದಳು. ಮಗಳು ಡ್ರೈವ್ ಮಾಡುವುದನ್ನು ನೋಡಿ ಖುಷಿಪಟ್ಟಿದ್ದರೂ, ಮನೆಗೆ ಬಂದಾಗ ಮಧುರಾಳಿಗೆ ಕೊಂಚ ನಿರಾಶೆಯನ್ನಿಸಿತ್ತು. ಅಪಾರ್ಟ್‌ಮೆಂಟಿನ ಮುಂದೆ ಕೂತಿದ್ದ ಸ್ವಾಗತಕಾರಿಣಿ ಆಂಡ್ರಿಯಾಗೆ ಅಮ್ಮನನ್ನು ಪರಿಚಯಮಾಡಿಕೊಟ್ಟಾಗ 'ಯೋ' ಎಂದು ಮಧುರಾಳಿಗೆ ಕೈಕುಲುಕಿದಾಗ ಆಕೆಗೆ ಒಂದು ಕ್ಷಣ ಹೆದರಿಕೆಯೇ ಆಗಿತ್ತು. ಅಮೆರಿಕೆಯೆಂದರೆ ದೊಡ್ಡದೊಡ್ಡ ಕಟ್ಟಡಗಳು, ಕಾರು ಎಲ್ಲವನ್ನೂ ನಿರೀಕ್ಷಿಸಿದ್ದ ಮಧುರಾಳಿಗೆ ಪಾಳುಬಿದ್ದಿದ್ದ ಡೌನ್‌ಟೌನಿನ ಕಟ್ಟಡಗಳು, ಅಲ್ಲಲ್ಲಿಯೇ ಪೇರಿಸಿಟ್ಟಿದ್ದ ಕಸದ ರಾಶಿ, ಮೈತುಂಬಾ ವಿಚಿತ್ರವಾದ ಸರ, ನತ್ತು, ಓಲೆ ತೊಟ್ಟುಕೊಂಡು ಓಡಾಡುವ ಕರೀ ಧಾಂಡಿಗರು, ಎಲ್ಲರನ್ನೂ ನೋಡಿ ಹೆದರಿಕೆಯೇ ಆಯಿತು. 'ಇಂಥಾ ಸಮಯದಲ್ಲಿ ಇಂಥಾ ಕಡೆ ನಿನ್ನನ್ನು ಒಬ್ಬಳೇ ಬಿಟ್ಟು ಎಂಥಾ

ಕಾನ್ಫರೆನ್ಸೇ?' ಎಂದು ಗೊಣಗಿಕೊಂಡೇ ಮನೆಯೊಳಗೆ ಬಂದಿದ್ದಳು.

ಬಂದವಳೇ ನಾಗಮಂಗಲದ ಕೊಳದಮನೆ ಶಿವರಾಮಯ್ಯನವರ ಮನೆಯ ವಿಷಯದಿಂದ ಟೀಬಿ ಬಡಾವಣೆ ಹೇಗೆ ವಿಸ್ತಾರವಾಗುತ್ತಿದೆ, ಬೆಂಗಳೂರು ರಸ್ತೆಯನ್ನು ಅಗಲ ಮಾಡುವುದಕ್ಕೆಂದು ಯಾರ್‍ಯಾರ ಅಂಗಡಿ ಹೋಟೆಲ್ಲುಗಳು ನೆಲಸಮವಾದವೆಂದು, ಚಂದ್ರಮೌಳೇಶ್ವರ ಪ್ರೆಸ್ ಮುಚ್ಚಿದ್ದು, 'ದ ಹಿಂದೂ ಮಿಲಿಟರಿ ಹೋಟೆಲ್' ಪಾಪರಾಗಿ ಹೋದದ್ದು ಎಲ್ಲವನ್ನೂ ವಿವರವಾಗಿ ಹೇಳುತ್ತಾ, ಊರಿನಿಂದ ತಂದಿದ್ದ ಸಾಮಾನುಗಳನ್ನು ಕಪಾಟಿನಲ್ಲಿ ನೀಟಾಗಿ ಜೋಡಿಸಿದ್ದಳು. ಉಂಡೆ, ಕೋಡುಬಳೆ, ಚಕ್ಕುಲಿಗಳನ್ನು ನಮಿತಾಳಿಗೆ ಕೊಟ್ಟು' ಅಲ್ವೇ ನಮಿತಾ ವಿಷಯ ಹೀಗೆ ಎಂದು ಒಂದು ಬಾರಿ ಹೇಳಿದ್ದರೂ ನಾನು ನಾಗಮ್ಮನವರ ಹತ್ತಿರ ನಿನಗೆ ಬೇಕಾಗಿದ್ದೆಲ್ಲವನ್ನೂ ಮಾಡಿಸಿ ತರುತ್ತಿದ್ದೆನಲ್ಲೇ. ಇಲ್ಲಿ ಏನು ಸಿಗುತ್ತೋ, ಏನು ಸಿಗೊಲ್ವೋ? ನಿನಗೆ ಇಂಥಾದ್ದು ತಿನ್ನಬೇಕು ಎನ್ನಿಸಿದರೆ ನನಗೆ ತಪ್ಪದೇ ಹೇಳು. ನನ್ನ ಕೈಲಾದ್ದು ಮಾಡಿಹಾಕುತ್ತೇನೆ' ಎಂದು ಹೇಳಿದ್ದಳು. ಮಗಳ ಜತೆ ಕಾರಿನಲ್ಲಿ ಹೋಗಿ ಯಾವುದೋ ದೇಸಿ ಅಂಗಡಿಯಲ್ಲಿ, ನಿಪ್ಪಟ್ಟು, ರವೆಉಂಡೆ, ಚಿಗಳಿ ಉಂಡೆ ಮಾಡುತ್ತೇನೆ, ಎಂದು ತನಗೆ ಬೇಕಾದ ಸಾಮಾನುಗಳನ್ನು ತಂದುಕೊಂಡಿದ್ದಳು.

ಒಂದುವಾರವಾದರೂ ವೆಂಕಟೇಶ ಮನೆಗೆ ಬರದೇ ಇದ್ದಾಗ ನಮಿತಾ ಅಳುತ್ತಾ ಮನೆಗೆ ಬಾ ಎಂದು ಫೋನು ಮಾಡಿದ್ದಕ್ಕೆ ಏನೋ ಕಾರಣ ಸಿಗತೊಡಗಿತ್ತು. ನಮಿತಾಗೆ ಬರೇ ಅಮ್ಮ ನೆನಪಾಗುತ್ತಿದ್ದಾಳೆ ಎಂದು ತಟ್ಟನೇ ಹೊರಟಿದ್ದು ತನ್ನ ಒಂಟಿತನವನ್ನು ನೀಗಿಕೊಳ್ಳಲು ತಾನೇ ನೀಡಿಕೊಂಡ ಸಮಜಾಯಿಷಿ ಎಂದು ಅನಿಸತೊಡಗಿತು. ಚೊಕ್ಕವಾದ ಸಂಸಾರ ಇದ್ದರೆ ಮಕ್ಕಳಿಗೆ ಅಮ್ಮನ ನೆನಪಾಗುವುದು ಯಾವುದಾದರೂ ವಿಶೇಷ ಕಾರಣಗಳಿಗಾಗಿ ಮಾತ್ರ ಎಂದು ತನಗೇಕೆ ಹೊಳೆಯಲಿಲ್ಲ ಎನಿಸಿದರೂ ಮಗಳ ಬಸಿರೇ ಆ ವಿಶೇಷ ಕಾರಣ ಇರಬಹುದು ಎಂದು ಅನಿಸಿತ್ತು. ಆದರೆ, ಒಂದು ದಿನ ನಮಿತಾ ಆಸ್ಪತ್ರೆಗೆ ಹೋಗಿದ್ದಾಗ ಮನೆ ನೀಟು ಮಾಡುತ್ತಿದ್ದಾಗ ಸಿಕ್ಕ 'ರಿಸ್ಟ್ರೈನಿಂಗ್ ಆರ್ಡರ್' ಅವಳಿಗೆ ವೆಂಕಟೇಶನ ಈ ದೀರ್ಘ ಕಾನ್ಫರೆನ್ಸಿನ ವಿವರವನ್ನು ಹೇಳಹತ್ತಿತ್ತು.

ಡೆಟ್ರಾಯ್ಟ್‌ನ ವೇಯ್ನ್ ಕೌಂಟಿಯ ಜಡ್ಜ್ ವೆಂಕಟೇಶನಿಗೆ ನಮಿತಾಳ ನಾಲ್ಕು ಮೈಲಿಯ ಸುತ್ತ ಸುಳಿಯಬಾರದು ಎಂದು ಹಾಕಿದ ನಿಷೇಧಾಜ್ಞೆಯದು. ಜತೆಗೇ ಆತನಿಗೆ ತತ್‌ಕ್ಷಣ ಮನೆ ಖಾಲಿಮಾಡಬೇಕು ಎಂತಲೂ ಒಕ್ಕಣೆಯಿದ್ದ ಆ ಪತ್ರದ ತೇದಿಯಿದ್ದದ್ದು ಮೂರು ತಿಂಗಳ ಹಿಂದೆ. ಮಧುರಾ ಡೆಟ್ರಾಯ್ಟಿಗೆ ಬಂದು ತಿಂಗಳಾಗುತ್ತಾ ಬಂದಿತ್ತು. ಪುಟ್ಟ ಟೇಬಲ್ಲಿನ ಡ್ರಾಯರಲ್ಲಿ ನಗುತ್ತಿದ್ದ ವೆಂಕಟೇಶ, ನಮಿತಾರ ಫೋಟೋಗಳ ನಡುವೆ ಹೂತುಹೋಗಿದ್ದ ಈ 'ನಿಷೇಧಾಜ್ಞೆ' ಹಲವು ಹತ್ತು ಪ್ರಶ್ನೆಗಳನ್ನು ಹುಟ್ಟಿಸದೇ ಇರಲಿಲ್ಲ.

'ಅದೊಂದು ವಿಷಯ ಬಿಟ್ಟು ಬೇರೇನನ್ನಾದರೂ ಕೇಳಮ್ಮ. ಒಟ್ಟು ಆತನಿಗೂ ನನಗೂ ಸರಿಹೋಗಲಿಲ್ಲ, ಅಷ್ಟೇ. ನಾನು ಇನ್ನೆಂದೂ ಆತನ ಜತೆ ಇರೊಲ್ಲ' ಎಂದು ಅಮ್ಮನನ್ನು ತಬ್ಬಿಕೊಂಡು ಅತ್ತಿದ್ದಳು, ನಮಿತಾ. 'ಅಲ್ಲವೇ, ಈ ರಿಸ್ಟ್ರೈನಿಂಗ್ ಆರ್ಡರ್ ಎಂದರೇನು. ಸರಿಹೋಗಲಿಲ್ಲ ಎಂದರೆ ಏನರ್ಥ. ಮಗೂ ಬೇರೆ ಆಗ್ತಾ ಇದೆ. ಮಗೂನ ನೀನೊಬ್ಬಳೇ

ಸಾಕ್ತೀಯೇನು?' ಎಂದು ಕೇಳಿದಾಗ, 'ಯಾಕೇ, ನೀನೂ ನನ್ನ ಕೈ ಬಿಡ್ತೀಯೇನು?'ಎಂದು ಇನ್ನೂ ಗಟ್ಟಿಯಾಗಿ ತಬ್ಬಿಕೊಂಡಿದ್ದಳು.

ಮಗಳನ್ನು ಕೂರಿಸಿ 'ಏನಾಯ್ತು ಸರಿಯಾಗಿ ಹೇಳು. ನಾನು ಮಾತಾಡಿ ಸರಿಪಡಿಸ್ತೀನಿ. ಜಡ್ಜು, ಪಡ್ಜುಗಳೆಲ್ಲಾ ಕಾಗದ ಬರೀತಾರೆ ಎಂದರೆ ಏನೇ ಅರ್ಥ? ನಾನಾದರೂ ಎಷ್ಟು ದಿನಾ ಇರ್ತೀನೇ. ನಿಮ್ಮ ಅತ್ತೆ, ಮಾವ ವರ್ಜೀನಿಯಾನೋ, ಪರ್ಜೀನಿಯಾನೋ ಎಲ್ಲೋ ಇದ್ದಾರಲ್ಲ. ಅವರಿಗೆ ಒಂದು ಮಾತು ಹೇಳಲೇನೇ? ಸಂಸಾರ ಅಂದಮೇಲೆ ಎಲ್ಲಾ ಇದ್ದೇ ಇರುತ್ತೆ, ಕೊಂಚ ಸರಿಪಡಿಸ್ಕೋಬೇಕಮ್ಮ.' ಎಂದು ಹೇಳುತ್ತಿದ್ದಾಗ ಮಧುರಾಳಿಗೂ ಗಂಟಲ ಸೆರೆ ಉಬ್ಬಿಬಂತು. ಮಗಳನ್ನು ಸಮಾಧಾನಪಡಿಸಲು ಹೋಗಿ ತಾನೂ ಜೋರಾಗಿ ಅತ್ತುಬಿಟ್ಟಿದ್ದಳು. ಅಮ್ಮನ ಮುಖದಲ್ಲಿನ ಕಾತರ, ಹೆದರಿಕೆ ನೋಡಿ ತಡೆಯಲಾಗದೇ ನಮಿತಾ 'ಅಮ್ಮ ಹೀಗೇ ಅಂತ ಒಂದು ಕಾರಣ ಕೊಡೋಕಾಗಲ್ಲವೇ. ಪ್ರತಿಯೊಂದರಲ್ಲೂ ಸರಿಹೋಗಲಿಲ್ಲ ಅಂತಲೇ ತಿಳ್ಕೋ. ಮತ್ತೆ ಕೆಲವು ಸಾರಿ ಒಟ್ಟಿಗೇ ಸಂಸಾರ ಮಾಡಲಿಕ್ಕಾಗದ ಇಬ್ಬರು ವಯಸ್ಕರನ್ನು ಬೇರೆ ಮಾಡಿಸಲು ಹೀಗೆ ಕಾನೂನಿನ ಅವಶ್ಯಕತೆ ಬೇಕಾಗುತ್ತಮ್ಮ. ಇನ್ನು, ನನ್ನತ್ತೆ ಮಾವನ ವಿಷಯ ಮಾತ್ರ ತೆಗೆಯಬೇಡವೇ?' ಎಂದು ಹೇಳಿದ್ದಳು. 'ಆ ಹಾಳಾದವನು ಹೊಡೆದೂ ಬಡಿದೂ ಮಾಡ್ತಾ ಇದ್ನೇನೇ, ಕಂದಾ?' ಎಂದು ಮಧುರಾ ಮತ್ತೆ ಗೊಳೋ ಎಂದು ಅತ್ತಾಗ, ತಾನೂ ಅತ್ತು ಮಾತುಕತೆಯನ್ನು ಮೊಟಕುಮಾಡಿದ್ದಳು, ನಮಿತಾ.

ಪಕ್ಕದ ಯುನಿಟ್ಟಿನಲ್ಲಿದ್ದ ಸರಳಾ ಬೆಹೆನ್ ಒಂದು ದಿನ ಯಾವುದೋ ಮಾತಿನ ಭರದಲ್ಲಿ 'ಅಬ್ ಕೈಸೀ ಹೈ ನಮಿತಾ ಬೇಟಿ?' ಎಂದು ಕೇಳಿದಾಗ ಮಧುರಾಳ ಅನುಮಾನ ಇನ್ನೂ ಜಾಸ್ತಿಯಾಗಿತ್ತು. 'ಈಗ ಹೇಗಿದ್ದಾಳೆ?' ಎಂದರೆ 'ಹಿಂದೆ ಚೆನ್ನಾಗಿರಲಿಲ್ಲ.' ಎಂದರ್ಥವಲ್ಲವೇ? ತನಗೆ ಬರುತ್ತಿದ್ದ ಹರಕು ಮುರುಕು ಹಿಂದಿಯಲ್ಲಿ 'ಡೈಲಿ ಜಗಡಾ ಕಾಯ್ತಾ ಥಾ ಕ್ಯಾ?' ಎಂದು ಸರಳಾ ಬಹನ್‌ನ ಕೇಳಿದ್ದಳು. ಸರಳಾ ಬೆಹೆನ್ 'ಪತಾ ನಹೀ ಮಾ. ಸಬ್ ದರ್ವಾಝಾ ಕೇ ಪೀಚೇ ಹೋತಾ ಥಾ. ಬಾಹರ್ ತೋ ಸಬ್ ಅಚ್ಚಾ ಹೀ ದಿಖ್ತೀ ಥಿ. ಏಕ್ ದಿನ್ ಪೋಲಿಸ್ ಆಯೇ ಥೆ, ಬಸ್. ಬಾದ್ ಮೆ ಪತಾ ನೈ ಕ್ಯಾ ಹುವೀ' ಎಂದಿದ್ದಕ್ಕೆ ಎಲ್ಲಿ ಹಾಳಾಗಿಹೋದ ಆ ವೆಂಕಟೇಶ. ಬಂದಾಗ ಎಂಥಾ ಗಿಲೀಟು ಮಾಡಿ 'ಆಂಟಿ, ಪಾಂಟಿ' ಎಂತೆಲ್ಲಾ ಮಾತಾಡಿದ್ದ, ಈಗೇನಾಯ್ತು ಆತನಿಗೆ ಎಂಬ ಪ್ರಶ್ನೆಗಳು ಪ್ರಶ್ನೆಗಳಾಗಿಯೇ ಉಳಿದುಬಿಟ್ಟಿದ್ದವು.

■

ಮಧುರಾ ಒಬ್ಬಳೇ ನಿಂತು ಅಪಾರ್ಟ್‌ಮೆಂಟಿನ ಕಮ್ಯುನಿಟಿ ಹಾಲಿನಲ್ಲಿ ಮಗಳ ಸೀಮಂತವನ್ನೂ ಮಾಡಿದ್ದಳು. ನಡುವೆ ಒಂದು ದಿನ ವೆಂಕಟೇಶ ಫೋನೂ ಮಾಡಿದ್ದ. ಫೋನಿನಲ್ಲಿ ಮಾತಾಡಿದ ನಮಿತಾ 'ಹೌ ಡೇರ್ ಯು ಕಾಲ್ ಹಿಯರ್?' ಎಂದು ಗದರಿಸಿದ್ದಳು. ಮಧುರಾಳಿಗೆ ಬರೇ ನಮಿತಾಳ ಮಾತು ಮಾತ್ರ ಕೇಳುತ್ತಾ ಇದ್ದುದರಿಂದ ಇವರ ಫೋನಿನ ಜಗಳದ ವಿವರ ಸರಿಯಾಗಿ ಅರ್ಥವಾಗಿರಲಿಲ್ಲ. ಕೊನೆಗೆ ಮಗಳು 'ನೀನು ಡೈವೋರ್ಸ್ ಕೊಟ್ಟರೆ ನಾನು ಊರು ಬಿಟ್ಟು ಹೋಗ್ತೀನಿ ಅಂತ ಮಾಡಿದ್ದೀಯ. ನನಗೆ ನನ್ನನ್ನು ನಾನು ಹೇಗೆ ನೋಡ್ಕೋಳೋದು ಅಂತ ಗೊತ್ತಿದೆ' ಎಂದು ಫೋನನ್ನು

ಕುಕ್ಕಿದ್ದಳು. ಅಮ್ಮನನ್ನು ನೋಡಿ 'ಅಬ್ಬಾ ಈ ಗಂಡಸು ಜಾತಿಯೇ. ಅಮ್ಮ, ನನಗೆ ಡೈವೋರ್ಸ್ ಕೊಡ್ತಾನಂತೆ. ನನಗೆ ಮದುವೆಯಿಂದ ಗ್ರೀನ್ ಕಾರ್ಡ್ ಸಿಕ್ಕಿರೋದನ್ನು ರದ್ದು ಮಾಡಿಸ್ತಾನಂತೆ. ನಾನು ವಾಪಸ್ಸು ಇಂಡಿಯಾಕ್ಕೆ ಹೋಗುವ ಹಾಗೆ ಮಾಡ್ತಾನಂತೆ' ಎಂದು ಜೋರಾಗಿ ಅತ್ತಿದ್ದಳು. ಮಧುರಾಳಿಗೆ ಏನೂ ಅರ್ಥವಾಗದೇ ಸುಮ್ಮನೇ ನಿಂತಿದ್ದಳು. 'ಅಮ್ಮ, ನಾನು ಇಂಡಿಯಾಕ್ಕೆ ಬಂದರೆ ಈ ಮಗೂನು ಇಟ್ಕೊಂಡು ಅಲ್ಲಿ ಹೇಗೆ ಇರಲೇ?' ಎಂದು ಅತ್ತು ನಂತರ ಏನೋ ನಿಶ್ಚಯಿಸಿದಂತೆ ಒಂದೇ ಸಮನೆ ಕಂಪ್ಯೂಟರಿನಲ್ಲಿ ತೊಡಗಿಕೊಂಡಿದ್ದಳು. ಮೂರು ದಿನಗಳ ನಿರಂತರವಾದ ಫೋನು, ಫ್ಯಾಕ್ಸು, ಇಮೇಯ್ಲುಗಳ ನಂತರ, ಅಮ್ಮನಿಗೆ 'ಅಮ್ಮ ನನಗೆ ನ್ಯೂಯಾರ್ಕಿನಲ್ಲಿ ಕಾರ್ಡಿಯಾಲಜಿ ಫೆಲೋಶಿಪ್ ಸಿಗೋಹಾಗಿದೆ. ಸಿಕ್ಕರೆ ಮುಂದಿನ ಜುಲೈಗೆ ಹೋಗಬೇಕು. ಸರಿಯಾದ ಸಮಯಕ್ಕೆ ಡೆಲಿವರಿ ಆದರೆ ಮಗೂಗೆ ಅಷ್ಟು ಹೊತ್ತಿಗೆ ಒಂದು ವರ್ಷದ ಹತ್ತಿರಹತ್ತಿರ ಆಗಿರುತ್ತದೆ. ಹೇಗೋ ಮ್ಯಾನೇಜ್ ಮಾಡಬಹುದು. ಅವರು ನನಗೆ ವೀಸಾಗೆ ಸ್ಪಾನ್ಸರ್ ಮಾಡ್ತಾಇದಾರೆ. ಇವ ಡೈವೋರ್ಸ್ ಕೊಟ್ಟರೆ ಕೊಟ್ಕಳ್ಳಿ' ಎಂದು ಹೇಳಿದ್ದಳು. ಮಧುರಾಗೆ ಮಗಳ ಈ ಕೆಲಸ, ವೀಸಾದ ಬಗ್ಗೆ ಸರಿಯಾಗಿ ಅರ್ಥ ಆಗುತ್ತಿರಲಿಲ್ಲ. ಈಕೆ ಇಷ್ಟು ಜೋರಿದ್ದರೆ ಆತನಾದರೂ ಹೇಗೆ ಸಂಸಾರ ಮಾಡಿಯಾನು, ಎಲ್ಲ ಇವಳದ್ದೇ ತಪ್ಪು ಎಂತನಿಸುತ್ತಿತ್ತು. ಮಗಳು ಉಬ್ಬುಹೊಟ್ಟೆ ಮಾಡಿಕೊಂಡು ಏಳಲಾರದೇ ಎದ್ದು ಕೆಲಸಕ್ಕೆ ಒಬ್ಬಳೇ ಹೋಗುತ್ತಿದ್ದಾಗ ಅಥವಾ ಅತ್ತಾಗ 'ಹಿಂದೆ ಮುಂದೆ ಗೊತ್ತಿಲ್ಲದವರಿಗೆ ಮದುವೆ ಮಾಡಿಕೊಟ್ಟರೆ ಹೀಗೇ ಆಗೋದು, ನೋಡು' ಎಂದು ವೆಂಕಟೇಶನ ಜನ್ಮವನ್ನೇ ಶಪಿಸುತ್ತಿದ್ದಳು.

ಮಗಳ ಹೆರಿಗೆಯ ಸಮಯದಲ್ಲಿ ಹೆರಿಗೆ ಕೋಣೆಯಲ್ಲಿ ತಾನು ಇರುವುದಿಲ್ಲ ಎಂದು ಹೊರಗೆ ಕೂತಿದ್ದ ಮಧುರಾಳನ್ನು ಹೆರಿಗೆ ಮಾಡಿಸುವ ಡಾಕ್ಟರು 'ವೈ ಡೋಂಟ್ ಯು ಕಮಿನ್ ಅಂಡ್ ಹೋಲ್ಡ್ ಹರ್ ಹ್ಯಾಂಡ್ಸ್. ನಾಟ್ ಮೆನಿ ಮದರ್ಸ್ ಗೆಟ್ ಅ ಚಾನ್ಸ್ ಟು ಸೀ ದೆಯರ್ ಡಾಟರ್ಸ್ ಡೆಲಿವರ್ ಯು ನೋ.' ಎಂದಾಗ ಮಧುರಾ ಅವರ ಉಚ್ಚಾರವನ್ನು ಅರ್ಧಂಬರ್ಧ ಅರ್ಥಮಾಡಿಕೊಂಡು 'ನೋ, ನೋ, ಐ ಡೋಂಟ್ ವಾಂಟ್ ಟು ಸೀ ಹರ್ ಸಫರಿಂಗ್.' ಎಂದಿದ್ದಳು. ಆ ಡಾಕ್ಟರಿಗೆ ಸಿಟ್ಟೇ ಬಂದಿತ್ತು. 'ಮ್ಯಾಮ್, ಯು ಶುಡ್ ನೋ ಬೆಟರ್, ಡು ಯು ಥಿಂಕ್ ಶಿ ಈಸ್ ಸಫರಿಂಗ್?' ಎಂದು ಕೇಳಿದ್ದರು. ಕೂದಲನ್ನು ಹರಡಿಕೊಂಡು ಒಂದು ಆಸ್ಪತ್ರೆಯ ಗೌನನ್ನು ಹಾಕಿಕೊಂಡು ಕಣ್ಣು ಸುತ್ತ ನೀಲಿಗಟ್ಟಿಸಿಕೊಂಡು 'ಅಮ್ಮಾ' ಎಂದು ಕೂಗಾಡುತ್ತಿದ್ದ ನಮಿತಾಳನ್ನು ನೋಡಿದಾಗ ಡಾಕ್ಟರ ಈ ಪ್ರಶ್ನೆಗೆ ಏನು ಉತ್ತರ ಕೊಡಬೇಕೆಂದು ಮಧುರಾಳಿಗೆ ಗೊತ್ತಾಗಲಿಲ್ಲ. ಸುಮ್ಮನೆ ಹೋಗಿ ಪಕ್ಕ ಕೈಹಿಡಕೊಂಡು ನಿಂತಳು. ಆ ಡಾಕ್ಟರು 'ನಾಟ್ ದೇರ್, ಹಿಯರ್' ಎಂದು ತಮ್ಮ ಪಕ್ಕ ಕರೆಸಿ ನಿಲ್ಲಿಸಿಕೊಂಡು ಮಧುರಾಳ ಕೈಯಲ್ಲಿ ಒಂದು ಸಣ್ಣ ಕ್ಯಾಮ್ಕೊರ್ಡರ್ ಕೊಟ್ಟು, 'ಟೇಪ್ ಇಟ್. ಯು ವಿಲ್ ಚೆರಿಶ್ ಇಟ್ ಫಾರ್ ಅ ಲಾಂಗ್ ಟೈಮ್.' ಎಂದಿದ್ದರು. ಕ್ಯಾಮ್ಕೋರ್ಡರಿನ ಪುಟ್ಟ ಎಲ್ಸಿಡಿ ಮಾನೀಟರಿನಿಂದ ಮಗು ಕ್ರೌನ್ ಆಗುತ್ತಿದ್ದನ್ನು ನೋಡಿ, ಮಧುರಾ 'ಅಯ್ಯಯ್ಯೋ' ಎಂದು ಕೂಗುತ್ತಾ ಹೆರಿಗೆ ಕೋಣೆಯಿಂದ ಹೊರಗೆ ಓಡಿ ಹೋಗಿ ಒಬ್ಬಳೇ ಕೂತು ಗೊಳೋ ಎಂದು ಅತ್ತಿದ್ದಳು. ನಂತರ ಸಾವರಿಸಿಕೊಂಡು

ಏನೋ ನಿರ್ಧಾರ ಮಾಡಿದಂತೆ ಒಳಗೆ ಹೋದಾಗ ಡಾಕ್ಟರು 'ಯು ಮಿಸ್ಡ್ ಇಟ್' ಎಂದು ಅಳುತ್ತಿದ್ದ ಮಗುವನ್ನು ತೋರಿಸಿ 'ಇಟ್ಸ್ ಅ ಗರ್ಲ್.' ಎಂದು ಹೇಳಿದಾಗ 'ಟೈಮ್ ಆಫ್ ಬರ್ತ್ ಪ್ಲೀಸ್' ಎಂದು ಕೇಳಿದ್ದಳು. ಡಾಕ್ಟರು ನಗುತ್ತಾ ಆ ಎಲ್ಸೀಡಿ ಮಾನೀಟರ್‌ನಲ್ಲಿ ತೋರಿಸಿ, 'ಎಯ್ಟ್ ಥರ್ಟಿ ಫೈವ್' ಎಂದಿದ್ದರು. ನಮಿತಾಳ ಎದೆಯ ಮೇಲೆ ಮಲಗಿದ್ದ ಅಂಟಂಟಾದ ಮಗುವನ್ನು ನೋಡಿ ಮಧುರಾಳಿಗೆ ಸಂತಸ, ಭಯ, ಕಾತರ, ಎಲ್ಲವೂ ಒಟ್ಟಿಗೆ ಹುಟ್ಟಿಕೊಂಡಿದ್ದವು. ನಮಿತಾಳ ಕಿವಿಯಲ್ಲಿ ಹೋಗಿ 'ಜ್ಯೇಷ್ಠಾ ನಕ್ಷತ್ರ ಕಣೇ.' ಎಂದು ಪಿಸುಗುಟ್ಟಿದ್ದಳು. ಸುಸ್ತಾಗಿ ನಿದ್ರೆಯೌಷಧಿಯ ಮಂಪರಿನಲ್ಲಿದ್ದರೂ ನಮಿತಾ ತನ್ನ ಮೊಬೈಲಿನ ಕಡೆ ಆಗಾಗ ನೋಡುತ್ತಿದ್ದುದು, ಮೆಸೇಜೇನಾದರೂ ಇದೆಯಾ ಎಂದು ಪರೀಕ್ಷಿಸುತ್ತಿದ್ದುದು ಆಕೆಯ ಗಮನಕ್ಕೆ ಬಂದಿತ್ತು. ಇನ್ನೂ ಎಲ್ಲೋ ಕೊಂಚ ಉಳಿದಿರಬಹುದಾದ ಉಮೇದು ಕೊಂಚವೂ ಮಿಸುಕಾಡದೇ ಕೂತಿದ್ದ ಆಕೆಯ ಮೊಬೈಲಿನಲ್ಲಿ ಶಾಶ್ವತವಾಗಿ ಮೌನವಾದಂತೆ ಮಧುರಾಳಿಗನಿಸಿತ್ತು.

■

ಮಗುವಿಗೆ ಪ್ರಶಂಸಾ ಎಂದು ಹೆಸರಿಟ್ಟಿದ್ದರು. ಮನೆಯಲ್ಲಿಯೇ ಮಗುವಿಗೆ ಅನ್ನಪ್ರಾಶನ ಶಾಸ್ತ್ರವನ್ನು ಮಾಡಿಯಾಗಿದೆ. ಈಗ ಅಂಬೆಗಾಲಿಡುವ ಮಗುವಿಗೆ ನಮಿತಾಳ ಹಾಲು ಸಾಕಾಗುವುದಿಲ್ಲ. ಅನ್ನವನ್ನು ಕುಕ್ಕರಿನಲ್ಲಿ ನಾಲ್ಕು ಸರ್ತಿ ಕೂಗಿಸಿ ತಿನ್ನಿಸುತ್ತಾಳೆ. ಕುಕ್ಕರ್ ಕೂಗುವಾಗ ಪ್ರಶಂಸಾ ಕೇಕೆ ಹಾಕಿ ನಗುತ್ತಾಳೆ.

ಮಧುರಾ ಡೆಟ್ರಾಯ್ಟ್‌ನಲ್ಲಿ ಕಳೆದ ವರ್ಷದಲ್ಲಿ ಒಂಭತ್ತು ತಿಂಗಳಾದರೂ ಇದ್ದಾಳೆ. ವೀಸಾಗೆ ಯಾವ ತೊಂದರೆ ಆಗಬಾರದೆಂದು ಬಂದ ಆರು ತಿಂಗಳಿಗೆ ವಾಪಸ್ಸು ನಾಗಮಂಗಲಕ್ಕೆ ಹೋಗಿದ್ದರೂ ಅಲ್ಲಿದ್ದದ್ದು ಕೇವಲ ಒಂದು ತಿಂಗಳು ಮಾತ್ರ. ಮುಂದಿನ ತಿಂಗಳಿಗೆ ಮಧುರಾಳ ವೀಸಾ ಮುಗಿಯುತ್ತದೆ. ನಮಿತಾಳಿಗೆ ನ್ಯೂಯಾರ್ಕಿನಲ್ಲಿ ಕಾರ್ಡಿಯಾಲಜಿಯ ಫೆಲೋಶಿಪ್ ಪಕ್ಕಾ ಆಗಿದೆಯಂತೆ. ವೆಂಕಟೇಶ ಫೋನು ಮಾಡುವುದನ್ನು ಪೂರಾ ನಿಲ್ಲಿಸಿದ್ದಾನೆ. ಮಗುವಿಗೆ ಕೊಂಚವಾದರೂ ಅಭ್ಯಾಸವಾಗಲಿ ಎಂದು ದಿನಬಿಟ್ಟು ದಿನ ಕೇವಲ ಮೂರುಗಂಟೆ ಡೇಕೇರಲ್ಲಿ ಬಿಟ್ಟುಬರುತ್ತಾಳೆ. ಮಗುವನ್ನು ಡೇಕೇರಲ್ಲಿ ಬಿಟ್ಟು ಬರುವ ಮುನ್ನ ಮಧುರಾ'ಒನ್ಲೀ, ವೆಜಿಟೇರಿಯನ್ ಪ್ಲೀಸ್.' ಎಂದು ತಾನೇ ಖುದ್ದಾಗಿ ಹೇಳಿ ಬರುತ್ತಾಳೆ. ಮಗು ಗುಂಡಗೆ ಬೆಳೆಯುವುದನ್ನು ನೋಡಿ 'ಎಂಥ ಸುಡುಗಾಡು ತಿನ್ನಿಸ್ತಾರೋ, ಅಥವಾ ಇಲ್ಲಿನ ನೀರಿನ ಗುಣವೋ, ಮಗೂ ಅಂತೂ ಗುಂಡುಗುಂಡಗೆ ಇದೆ.' ಎಂದು ನೆಟಿಗೆ ತೆಗೆಯುತ್ತಾಳೆ. ತಾನು ಥರ್ಮಲ್ ತೊಟ್ಟು ಅದರ ಮೇಲೆ ಎರಡೆರಡು ಪೆಟ್ಟಿಕೋಟು ಮತ್ತು ದಪ್ಪನಾದ ಕಾಟನ್ ಸೀರೆಯನ್ನುಟ್ಟು ಒಂದು ಮಂಕಿಕ್ಯಾಪು, ನಮಿತಾಳ ಜಾಕೆಟ್ ಮತ್ತು ಒಂದು ರೀಬಾಕ್ ಶೂ ಧರಿಸಿ ಸರಳಾ ಬೆಹೆನ್ ಜತೆ ವಾಕಿಂಗ್ ಹೋಗುತ್ತಾಳೆ. ಅವರಿಗೆ ಕನ್ನಡ ಬರೋದಿಲ್ಲ. ಇವಳಿಗೆ ಹಿಂದೀ ಬರುವುದಿಲ್ಲ. ಕೊಂಚ ಹಿಂದಿ ಕೊಂಚ ಇಂಗ್ಲೀಷಿನಲ್ಲಿ ಇಬ್ಬರೂ ದಿನಾ ಗಂಟೆಗಟ್ಟಲೆ ಮಾತಾಡುತ್ತಾರೆ.

■

ಎದೆ ಒಮ್ಮೆ ಮತ್ತೆ ಚುಳಕ್ ಎಂದಿತು, ಮಧುರಾಳಿಗೆ. ಈ ಮಶೀನ್ ಶಾಕ್ ಕೊಟ್ಟರೆ ತಾನು ಹೋಗಿ ಮತ್ತೆ ಡಾಕ್ಟರಿಗೆ ತೋರಿಸಬೇಕು ಎಂದು ಹೇಳಿದ್ದಾಳೆ. 'ಅಮ್ಮ, ಇಲ್ಲಿ ಎಲ್ಲವಕ್ಕೂ ಎಕ್ಸ್‌ಪೈರಿ ಡೇಟಿರುತ್ತೆ. ಇದೂ ಇನ್ನು ಮೂರುವರ್ಷ ಬರಬಹುದು. ಅಷ್ಟರೊಳಗೆ ನನ್ನ ಫೆಲೊಶಿಪ್ ಮುಗಿದಿರುತ್ತೆ. ಇದನ್ನು ಬದಲಾಯಿಸಬೇಕಾಗಿ ಬಂದರೆ ನಾನೇ ಮಾಡ್ತೇನೆ, ಮುಕ್ಕಟೆ.' ಎಂದಿದ್ದಳು ನಮಿತಾ, ನಗುತ್ತಾ. ಬಫೆಲೋದಿಂದ ಏರೋಪ್ಲೇನು ಹತ್ತಬೇಕಾದರೆ 'ನಮ್ಮೀ, ಇದಕ್ಕೆಲ್ಲಾ ಬಹಳ ಖರ್ಚಾಗಿದೆಯಲ್ಲವೇನೇ? ಇದಕ್ಕೆ ದುಡ್ಡನ್ನು ಹೇಗೆ ಹೊಂದಿಸ್ತೀ?' ಎಂದು ಕೇಳಿದ್ದಳು. ನಮಿತಾ ಅಮ್ಮನ ಕೈಹಿಡಿದು 'ಅದಕ್ಕೆ ಯಾಕೆ ಹೆದರ್ತೀಯೇ, ಅಮ್ಮ. ಇಲ್ಲಿ ವೈಟ್‌ಹೌಸನ್ನಾದರೂ ಕೊಂಡುಕೊಬಹುದು. ತಿಂಗಳಿಗೆ ಎರಡು ಸಾವಿರ ಡಾಲರ್ ಕಟ್ಟುವ ತಾಖತ್ತಿದ್ದರೆ' ಎಂದು ನಕ್ಕಿದ್ದಳು.

ಈಗ ಈ ಎದೆ ಮತ್ತೆ ಹೀಗೆ ಚುಳಕ್ ಎಂದರೆ ತಾನು ನಮಿತಾಳಿಗೆ ಫೋನು ಮಾಡಬೇಕೋ ಬೇಡವೋ, ನಾಳೆ ಹೇಗೂ ಬರುತ್ತಿದ್ದಾಳಲ್ಲ ನೋಡಿಕೊಳ್ಳೋಣ ಅನಿಸಿತು. ಪಕ್ಕದಲ್ಲಿ ನೋಡಿದಳು, ಪ್ರಶಂಸಾ ಇನ್ನೂ ಮಲಗಿದ್ದಳು. ತಾನು ಕಣ್ಣುಬಿಟ್ಟು ಮುಂದುಗಡೆ ಕಾರಿನ ಹಿಂಗನ್ನಡಿಯ ಮೂಲಕ ಕಾಣುತ್ತಿದ್ದ ಜಗದೀಶನ ಮುಖವನ್ನು ನೋಡಿದಳು.

ಕೇವಲ ಒಂದುವಾರದಲ್ಲಿ ಎಷ್ಟು ಬದಲಾವಣೆ. ಸುಮ್ಮನೆ ಮನೆಯಲ್ಲಿರಲಾರದೇ ಈ ನಯಾಗರಾವನ್ನು ನೋಡಲಿಕ್ಕೆ ತಾವು ಹೋಗಿದ್ದೇ ಹೋಗಿದ್ದು. ಥೂ ತಾನು ಬರಬಾರದಾಗಿತ್ತು. ತನಗೇನು ಕಡಿಮೆ ವಯಸ್ಸೇ. ಅರವತ್ತೆರಡಾಯಿತು. ತಾನು ಬಂದು ಮಗಳಿಗೆ ಸಹಾಯ ಮಾಡೋದು ಬಿಟ್ಟು ಈಗ ಅವಳಿಗೆ ಹೊರೆಯಾಗುವ ಹಾಗೆ ಆಗಿಬಿಟ್ಟಿದ್ದರೆ? ಆ ದೇವರು ದೊಡ್ಡವನು, ಕೈಕಾಲು ಗಟ್ಟಿಗಿದೆ, ಇನ್ನೂ.

ಜಗದೀಶನ ಪರಿಚಯ ತನಗೆ ಈ ಸಂದರ್ಭದಲ್ಲಿ ಆಗುವುದು ಎಷ್ಟು ಅನಿವಾರ್ಯವಾಗಿತ್ತು? ತನಗೆ ಹೃದಯಾಘಾತವಾಗಿ ಮಲಗಿದ್ದಾಗಲೇ ನಮಿತಾಳ ಫೇಸ್‌ಬುಕ್ಕಿನಲ್ಲಿ ಈ ಜಗದೀಶ ಪ್ರತ್ಯಕ್ಷನಾಗುವುದೆಂದರೆ. ಪಾಪ, ಆ ಹುಡುಗಿಯಾದರೂ ಒಬ್ಬಳೇ ಹೇಗೆ ಎಲ್ಲವನ್ನೂ ಹೊಂದಿಸುತ್ತಾಳೆ. ಗುರುತು, ಪರಿಚಯವಿರದ ಜಾಗದಲ್ಲಿ ತಾನು ಆಸ್ಪತ್ರೆಯಲ್ಲಿ ಮಲಗಿರಬೇಕಾದರೆ ಒಂದೇ ಮಗುವನ್ನು ಇಟ್ಟುಕೊಂಡು ಹೇಗೆ ನಿಭಾಯಿಸಿದಳೋ? ಪಾಪ, ನಿರ್ವಾಹವಿಲ್ಲದೇ ಈಗ ತನ್ನನ್ನು ಜಗದೀಶನ ಮನೆಗೆ ಕಳಿಸಿದ್ದಾಳಾ?

ಆದರೂ, ಈ ನಮಿತಾಳ ಬಾಳಿನಲ್ಲಿ ವೆಂಕಟೇಶನ ನಿರ್ಗಮನಕ್ಕೂ, ಜಗದೀಶನ ಆಗಮನಕ್ಕೂ ಸಂಬಂಧವಿದೆಯೇ? ಛೆ, ಕೆಟ್ಟಕೆಟ್ಟದ್ದನ್ನು ಯೋಚಿಸಬಾರದು.

ಈ ಹಾರ್ಟ್ ಅಟ್ಯಾಕ್ ಅನೇಕ ಅವ್ಯಕ್ತ ಕೊಂಡಿಗಳನ್ನು ಜೋಡಿಸುತ್ತಾ ಇದೆ ಅನಿಸಿತು, ಆಕೆಗೆ.

ಜಗದೀಶನ ಅಪಾರ್ಟ್ಮೆಂಟು ತಕ್ಕಮಟ್ಟಿಗೆ ದೊಡ್ಡದಾಗಿಯೇ ಇದೆ. ಮೂರು ಬೆಡ್‌ರೂಮುಗಳು, ಎರಡು ಬಾತ್‌ರೂಮು. ಕಿಚನ್ನು, ಲಿವಿಂಗ್ ರೂಮು ಮತ್ತು ಒಂದು ಕಡೆ

ಸ್ಟಡಿ. ಸ್ಟಡಿಯಲ್ಲಿ ಒಂದು ಕಂಪ್ಯೂಟರಿನ ಡೆಸ್ಕ್. ಮೇಲೆ ಶಿವಲಿಂಗಪ್ಪನ ಫ಼ೋಟೋ ಇದ್ದು ಅದಕ್ಕೆ ಕುಂಕುಮ ಹಚ್ಚಿರುವುದನ್ನು ಮಧುರಾ ಗಮನಿಸುತ್ತಾಳೆ. ಡೆಟ್ರಾಯ್ಟಿನಲ್ಲಿ ಇವನಿಗೆ ಕುಂಕುಮ ಎಲ್ಲಿ ಸಿಕ್ಕಿತು ಎಂದು ಅವಳಿಗೆ ಅನುಮಾನ ಬರುತ್ತದೆ.

'ಬನ್ನಿ, ಬನ್ನಿ ಟೀಚರ್. ನೆನಪಿದೆಯಾ. ನೀವು ಹಾಗೇ ಇದ್ದೀರಿ. ಒಂದು ಚೂರೂ ಬದಲಾಗಿಲ್ಲ. ನಮ್ಮಿ ಹೇಳ್ತಿದ್ದಳು. ಅಮ್ಮ ಒಂಚೂರೂ ದಪ್ಪಗಾಗೋದೇ ಇಲ್ವೋ ಅಂತ. ನಾವು ನೋಡಿ ಗಾಳಿ ತಿಂದ್ರೂ ಪುರ್ ಅಂತ ಊದಿಬಿಡ್ತೀವಿ' ಎಂದು ನಗುನಗುತ್ತಾ ಸ್ವಾಗತಿಸಿದ್ದ.

ಜಗದೀಶ 'ಟೀಚರ್, ನೀವು ತಿನ್ನೋಲ್ಲ ಅಂತ ನಿಮಗೇಂತ ಬೇರೆ ಈರುಳ್ಳಿ, ಬೆಳ್ಳುಳ್ಳಿ ಹಾಕದೇ ಉಪ್ಪಿಟ್ಟು ಮಾಡಿದ್ದೆ. ಮತ್ತೆ ಬೇರೆ ಏನೂ ನನಗೆ ಮಾಡೋಕೆ ಬರೊಲ್ಲ. ನಿಮಗೆ ಅಷ್ಟು ಕಷ್ಟ ಆಗೋ ಹಾಗಿದ್ರೆ ನೀವೇ ಬೇಕಾದರೆ ಅನ್ನ ಮಾಡ್ಕೊಳ್ಳಿ, ಫ್ರಿಡ್ಜಿನಲ್ಲಿ ಬೇರೆ ಏನಾದರೂ ಇದ್ಯಾ ಅಂತ ನೋಡ್ತೀನಿ. ನಾನು ಹೋಗಿ ಮಗೂಗೆ ಹಾಲು ತಂದ್ಬಿಡ್ತೀನಿ. ನಮ್ಮಿ ಹೇಳಿದ್ಲು. ಈಗ ಮಗೂಗೆ ಬೇಕಾದ ಲಿಸ್ಟನ್ನೆಲ್ಲ ಎಸ್ಸೆಮ್ಮೆಸ್ ಮಾಡಿದಾಳೆ. ನೀವು ಸುಧಾರಿಸಿಕೊಳ್ಳಿ, ನಾನು ಬೇಕಾದರೆ ಮಗೂನ ಒಂದು ರೌಂಡ್ ಕರಕೊಂಡು ಹೋಗಿ ಬರ್ತೀನಿ' ಎಂದ.

'ಛೆ, ಹಾಗೇನಿಲ್ಲಪ್ಪ, ನೀನು ಇಷ್ಟು ಕಷ್ಟ ಪಟ್ಟು ಮಾಡಿದೀ, ನಾ ತಿನ್ನದೇ ಇರೋಕೆ ಸಾಧ್ಯವೇ?' ಎಂದು 'ಒಂದ್ನಿಮಿಷ, ಮಗೂಗೆ ಡಯಾಪರ್ ಬದಲಾಯಿಸಿ ಬಂದ್ಬಿಡ್ತೀನಿ' ಎಂದು ಬಾತ್‌ರೂಮಿನ ಕಡೆ ಹೋದಳು.

ಜೂನ್ ೨೩, ೨೦೧೧

ಉಸಿರು

ರಾಮರಾಯರು ಸ್ಯಾನ್ ಹೋಸೆಯಲ್ಲಿ ಮಗ ಆನಂದನ ಮನೆಯಲ್ಲಿರುವ ಅವರ ಕೋಣೆಯಲ್ಲಿ ಮಲಗಿದ್ದರು. ಪಕ್ಕದಲ್ಲಿಯೇ ಇರುವ ಹಸಿರು ಬಣ್ಣದ ಆಕ್ಸಿಜನ್ ಟ್ಯಾಂಕಿನಿಂದ ಮೂಗಿನೊಳಗೆ ಗಾಳಿ ಹೋಗುತ್ತಿತ್ತು. ಮಲಗಿದ್ದಲ್ಲಿಂದಲೇ ನಿಧಾನವಾಗಿ ಕೈ ಚಾಚಿ ಅದನ್ನೊಮ್ಮೆ ತಮ್ಮ ಸುಕ್ಕಾದ ಬೆರಳುಗಳಿಂದ ಸವರಿದರು. ಒಂದು ನಿಮಿಷ ಕಣ್ಣು ಮುಚ್ಚಿ ಮೂಗಿನೊಳಗೆ ಬರುತ್ತಿರುವ ಆಕ್ಸಿಜನ್‌ನ ಶಬ್ದ ಕಿವಿಗೆ ಕೇಳುತ್ತದೇನೋ ಎಂದು ಆಲಿಸಿದರು. ಆ ಮೌನದಲ್ಲಿ 'ಹಿಸ್‌ಸ್‌ಸ್...' ಎಂದು ಆ ಶಬ್ದ ಯಾವುದೋ ಒಂದು ಹಾವು ಸತತವಾಗಿ ಭುಸುಗುಟ್ಟುತ್ತಿರುವಂತೆ ಕಿವಿಗೆ ಕೇಳುತ್ತಾ ಇತ್ತು.

ಆ ಸಿಲಿಂಡರಿನ ಪಕ್ಕದಲ್ಲಿಯೇ ಇದ್ದ ನೈಟ್‌ಸ್ಟ್ಯಾಂಡಿನ ಮೇಲೆ ಒಂದು ಸಣ್ಣ ಸ್ಪಾನರಿನಂತಹುದೇನೋ ಇದೆ. ಅದರಿಂದ ಸಿಲಿಂಡರಿನ ಮೂತಿಯನ್ನು ಈ ಕಡೆ ತಿರುಗಿಸಿದರೆ ಮೂಗಿನಲ್ಲಿರುವ ನಳಿಕೆ ಮೋಡಗಟ್ಟಿ ಉಸಿರು ಹಗುರವಾಗುತ್ತದೆ. ಆ ಕಡೆ ನಿರುಕಿದಲ್ಲಿ?

ರಾಯರಿಗೆ ಒಂದು ಕ್ಷಣ ಆ ಯೋಚನೆ ಬಾರದೇ ಇರಲಿಲ್ಲ.

ಈ ಆಕ್ಸಿಜನ್ ಸಿಲಿಂಡರಿನ ಮೇಲೆ 'ಇನ್‌ಫ್ಲೇಮಬಲ್' ಎಂದು ಬರೆದಿದೆ.

■

ಜಯನಗರದ ತಮ್ಮ ಮನೆಯಲ್ಲಿದ್ದ ಆಕ್ಸಿಜನ್ ಸಿಲಿಂಡರಿನ ಮೇಲೆಯೂ ಹೀಗೇ ಬರೆದಿತ್ತು. ಆದರೆ, ಆ ಸಿಲಿಂಡರು ಇಷ್ಟು ದೊಡ್ಡದಾಗಿರಲಿಲ್ಲ. ಇಂದಿರಾನಗರದ 'ಬ್ರೀಥಿಂಗ್ ಇನ್ ಬ್ಯಾಂಗಲೂರ್'ನ ಸರದಾರಜಿ, ಇವರಿಗೆ ಯಾವಾಗಲೂ ಆಕ್ಸಿಜನ್ ಸಿಲಿಂಡರನ್ನು ಮನೆಗೆ ಕಳಿಸುತ್ತಿದ್ದ. ತುರ್ತಿಗಿರಲಿ ಎಂದು ಒಂದು ಸ್ಪೇರ್ ಟ್ಯಾಂಕನ್ನು ಮನೆಯಲ್ಲಿ

ಯಾವಾಗಲೂ ಇಟ್ಟಿರುತ್ತಿದ್ದ.

ಆನಂದ ಸ್ಯಾನ್ ಹೋಸೆಯಿಂದ ಬರೇ ನಾಲ್ಕು ಫೋನು ಮಾಡಿ ಡಾಕ್ಟರು, ಆಸ್ಪತ್ರೆ, ಆಕ್ಸಿಜನ್ನು, ಮಾತ್ರೆಗಳು, ಎಲ್ಲವನ್ನೂ ನಿಭಾಯಿಸಿದ್ದ.

ರಾಮರಾಯರಿಗೆ ಆಕ್ಸಿಜನ್ ಬೇಕು ಎಂದು ಡಾಕ್ಟರು ಮೊದಲ ಬಾರಿಗೆ ಹೇಳಿದಾಗ ಆಸ್ಪತ್ರೆಯಲ್ಲಿ ಅಡ್ಮಿಟ್ ಮಾಡಿಕೊಳ್ಳುತ್ತಾರೆ ಎಂದಂದುಕೊಂಡಿದ್ದರು. ಆದರೆ, ಇವರ್ಯಾರೋ ಅಮೆರಿಕಾದಲ್ಲಿ ಓದಿ ಬೆಂಗಳೂರಿನಲ್ಲಿ ಪ್ರಾಕ್ಟೀಸ್ ಮಾಡುತ್ತಾ ಇರೋ ಡಾಕ್ಟರಂತೆ. ಅವರ ಹತ್ತಿರವೇ ಹೋಗಬೇಕೆಂದು ಆನಂದ ಒತ್ತಾಯ ಮಾಡಿ ಹೇಳಿದ್ದ. ಅವರು ಹೇಳಿದ್ದರು. 'ನೀವು, ಆಕ್ಸಿಜನ್ ತೆಗೆದುಕೊಳ್ಳೋಕೆ ಆಸ್ಪತ್ರೆಯಲ್ಲಿ ಇರೋದು ಬೇಕಿಲ್ಲ. ಇದು ಒಂದೆರಡು ದಿನದ ಮಾತಲ್ಲ. ನಿಮಗೆ ದಿನಕ್ಕೆ ಇಪ್ಪತ್ನಾಲ್ಕು ಗಂಟೆಯೂ ಆಕ್ಸಿಜನ್ ಬೇಕು. ನಾನು ಪ್ರಿಸ್ಕ್ರಿಪ್ಷನ್ ಬರೆದುಕೊಡ್ತೀನಿ. ಮನೇಲಿರಬೇಕಾದರೆ ಈ ದೊಡ್ಡ ಸಿಲಿಂಡರ್ ಉಪಯೋಗಿಸಿ. ಹೊರಗೆ ಓಡಾಡಬೇಕಾದರೆ ಈ ಸಣ್ಣ ಸಿಲಿಂಡರ್ ಉಪಯೋಗಿಸಿ. ಒಂದು ಕ್ಷಣವೂ ಆಕ್ಸಿಜನ್ ಇಲ್ಲದೇ ಇರಬೇಡಿ. ಆಮೇಲೆ ತುಂಬಾ ತೊಂದರೆಯಾಗುತ್ತೆ ನೋಡಿ'

ಸೀತಾಗೆ ಚಿಕಿತ್ಸೆ ಮಾಡಿದ್ದೂ ಇವರೇ. ಪುಣ್ಯಾತಗಿತ್ತಿ ಇವೆಲ್ಲದರ ಕಾಟವಿಲ್ಲದೆ ಕಣ್ಣುಮುಚ್ಚಿಕೊಂಡಳು ಅನಿಸಿತ್ತು, ರಾಯರಿಗೆ.

ರಾಯರಿಗೇನು ಗೊತ್ತು, ಈ ಸಿಲಿಂಡರುಗಳು ಇಷ್ಟು ಸೂಕ್ಷ್ಮ ಅಂತ.

ಅಂದು ಆದದ್ದು ಇಷ್ಟೇ. ಬಹಳ ದಿನದ ಮೇಲೆ ರಾಮರಾಯರು ಎದುರುಮನೆ ಹುಡುಗನ ಹತ್ತಿರ ಒಂದು ಪ್ಯಾಕು ಐಟಿಸಿ ಕಿಂಗ್ ತರಿಸಿಕೊಂಡು ಎರಡು ಸಿಗರೇಟುಗಳನ್ನು ಸೇದಿ ಮುಗಿಸಿದ್ದರು. ಈ ಸಿಲಿಂಡರಿನ ಪ್ರಾಣವಾಯುವಿಗಿಂತ ಹೆಚ್ಚಿನ ಆನಂದವನ್ನು ಕೊಟ್ಟಿತ್ತು. ಐವತ್ತು ವರ್ಷಕ್ಕೂ ಹೆಚ್ಚು ಜತೆಗಿರುವ ಅಭ್ಯಾಸವದು. 'ಅದಕ್ಕಿಂತ ಈ ಬಿಳಿ ಸಿಲಿಂಡರಿನ ಗಾಳಿ ಏನಂಥ ಸುಖ ಕೊಡುತ್ತೆ! ಸುಮ್ಮನೆ ಬುದ್ಧಿ ಇಲ್ಲ, ಈ ಆನಂದನಿಗೆ. ವೃಥಾ ದುಡ್ಡು ಹಾಳು ಮಾಡ್ತಾನೆ', ಎನ್ನಿಸಿತ್ತು. ಮೂರನೇ ಸಿಗರೇಟಿಗೆ ಬೆಂಕಿ ಅಂಟಿಸಿದಾಗ ಸಿಗರೇಟಿನ ಶಾಖಕ್ಕಿಂತ ಹೆಚ್ಚಿನ ಬಿಸಿ ಅವರ ಉಸಿರಿಗೇ ತಟ್ಟಿತ್ತು ಅಂತನಿಸಿತ್ತು. ಬೆಂಕಿ ನಿಧಾನವಾಗಿ ಆ ಸಿಲಿಂಡರಿನ ನಳಿಕೆಗೂ ಹತ್ತಿತ್ತು. ನೋಡನೋಡುತ್ತಿದ್ದ ಹಾಗೆ ಸುರ್ರೆಂದು ಇಡೀ ಪ್ಲಾಸ್ಟಿಕ್ ನಳಿಕೆ ಹತ್ತಿ ಭಗಭಗ ಉರಿದು ಸಿಲಿಂಡರಿನ ತನಕ ಹೋಗಿತ್ತು. ರಾಮರಾಯರು ತಮ್ಮ ಸಿಗರೇಟನ್ನು ಆರಿಸಿ ಕಷ್ಟಪಟ್ಟು ಸಿಲಿಂಡರಿಂದ ಆ ಪ್ಲಾಸ್ಟಿಕ್ ನಳಿಕೆಯನ್ನು ತುಂಡರಿಸಿದ್ದರು. ಬೆಂಕಿ ನಂದಿತ್ತು.

ರಾಮರಾಯರು ಆಸ್ಪತ್ರೆಗೆ ಸೇರಿದ್ದರು.

ಮೂರನೆಯ ದಿನ ಬಂದಿದ್ದ, ಆನಂದ. 'ಅಪ್ಪ, ನಾನಿನ್ನೊಂದು ಹೆಚ್ಚಿನ ಮಾತು ಹೇಳೊಲ್ಲ. ನಡೀ, ನನ್ನ ಜತೆ ಸ್ಯಾನ್ ಹೋಸೆಗೆ. ಹೀಗಾಗುತ್ತೆ ಅಂತ ಗೊತ್ತಿದ್ದೇ ನಾನು ನಿನಗೆ ಗ್ರೀನ್ ಕಾರ್ಡ್ ಕೊಡಿಸಿದ್ದು. ಇಲ್ಲಿ ಮತ್ತಿನ್ನೇನಾರಾ ಹೆಚ್ಚುಕಮ್ಮಿ ಆದರೆ, ಅಕ್ಕ ಪಕ್ಕದಲ್ಲಿರುವವರು ಏನು ತಿಳಕೋತಾರೆ. ಇರೋ ಒಬ್ಬ ಮಗ ಅಪ್ಪನ್ನ ಒಂಟಿ ಬಿಟ್ಟು ಹೋದ, ಈಗ ಹೀಗಾಯ್ತು ಅಂತ ಒಂದು ಮಾತು ಬರೊಲ್ಲವಾ?' ಎಂದು ಎಲ್ಲವನ್ನೂ ಪ್ಯಾಕ್ ಮಾಡತೊಡಗಿದ್ದ.

ಮಲ್ಯ ಆಸ್ಪತ್ರೆಯ ಡಾಕ್ಟರು, 'ಅವರ ಕೈಗೆ ಸಿಗರೇಟು ಸಿಕ್ಕಿದ್ದಾದರೂ ಹೇಗೆ. ನಾನು ಹೀಗೆ ಅಂತ ಗೊತ್ತಿದ್ದರೆ ಅವರಿಗೆ ಮನೇಲಿ ಸಿಲಿಂಡರನ್ನು ಇಟ್ಕೊಳೊಕ್ಕೆ ಬಿಡುತ್ತಲೇ ಇರಲಿಲ್ಲ. ಮೂಗಲ್ಲಿ ಆಕ್ಸಿಜನ್ ಇಟ್ಕೊಂಡು ಬಾಯಲ್ಲಿ ಸಿಗರೇಟು ಇಡೋವ್ರಿಗೆ ಏನು ಹೇಳೋಣ. ಇವಕ್ಕೆಲ್ಲಾ ತುಂಬಾ ರೆಗ್ಯುಲೇಶನ್ಸ್ ಇರುತ್ತೆ. ಆ ಸಿಲಿಂಡರೇನಾದರೂ ಬರ್ಸ್ಟ್ ಆಗಿದ್ದರೆ, ಇಡೀ ಮನೆಗೇ ಬೆಂಕಿ ಹತ್ತಿಕೊಳ್ಳುತ್ತಿತ್ತು. ಐವತ್ತು ವರ್ಷ ಸಿಗರೇಟು ಸೇದಿದ್ದಾರೆ. ಇನ್ನೂ ಸರಿಯಾಗಿ ಗೊತ್ತಾಗೋದಿಲ್ಲ ಎಂದರೆ ಹೇಗೆ ಮಿ. ಆನಂದ. ಅವರನ್ನು ಮನೇಲಿ ಒಬ್ಬರನ್ನೇ ಬಿಟ್ಟಿರೋದು ತಪ್ಪು ಅಂತ ನನಗನಿಸುತ್ತೆ. ಡಯಾಬಿಟೀಸ್ ಬೇರೆ ಕಂಟ್ರೋಲಲ್ಲಿಲ್ಲ. ಕಾಲಿನಲ್ಲಿ ಸರ್ಕ್ಯುಲೇಶನ್ ಸರಿ ಇಲ್ಲ. ಬಲಗಾಲು ನೋಡಿದ್ದೀರಾ. ಆ ಕಂದು ಬಣ್ಣದ ಕರೆ ಗ್ಯಾಂಗ್ರೀನಾಗಬಹುದೇನೋ ಎಂಬ ಅನುಮಾನ' ಎನ್ನುತ್ತಿದ್ದರು.

ರಾಮರಾಯರು 'ನಾನೆಲ್ಲಿಗೂ ಬರೊಲ್ಲ. ಅಲ್ಲಿಗೆ ಬಂದು ನಾನೋಡಿದೀನಿ. ಅಲ್ಲಿ ಆ ನಿನ್ನ ಮನೆಯೊಳಗೆ ಕೂತುಕೊಂಡರೆ ನನಗೆ ಹುಚ್ಚು ಹಿಡಿದುಹೋಗುತ್ತೆ. ನಾ ಇಲ್ಲಿಯೇ ಇರ್ತೀನಿ. ನನ್ನ ಬಿಟ್ಟುಬಿಡು' ಎಂದು ಕೂಗಾಡಿದ್ದರು. 'ಇಲ್ಲಿ ಇದ್ದರೆ, ನೀನು ಮತ್ತೆ ಸಿಗರೇಟು ಸೇದ್ತೀಯಾ. ಊಟ, ತಿಂಡಿ ಒಂದೂ ನಿನಗೆ ಕೈಹಿಡಿತವಿಲ್ಲ. ಅಪ್ಪ ನಿಂಗೆ ಅರ್ಥ ಆಗುತ್ತೋ ಇಲ್ಲವೋ, ಸತ್ತು ಗಿತ್ತು ಹೋದರೆ?' ಎಂದು ಆನಂದನೂ ಕೂಗಾಡಿದ್ದ. 'ಸತ್ತರೆ ಸತ್ತೆ, ಅಲ್ಲಿ ಬಂದರೆ ಏನು ಹೆಚ್ಚುದಿನ ಬದುಕಿರುತ್ತೀನಾ?' ಎಂದು ಮಾತಾಡಲು ಇಷ್ಟವಿಲ್ಲದಂತೆ ಮುಖ ತಿರುಗಿಸಿ ಸುಮ್ಮನೆ ಮಲಗಿದ್ದರು, ಪಕ್ಕದಲ್ಲಿದ್ದ ಆ ಸಿಲಿಂಡರನ್ನು ನೋಡುತ್ತಾ. ಸೀತಾ ಹೋದಮೇಲೆ ಇದೇ ತನ್ನ ಸಂಗಾತಿ ಅನಿಸಿತ್ತು.

ಕಡೆಗೂ ಆನಂದನೇ ಗೆದ್ದಿದ್ದ. ಮನೆಯಲ್ಲಿ ರಾಯರಿಗೆ ಅಡುಗೆ ಮಾಡಲು ಬರುತ್ತಿದ್ದ ಗಾಯತ್ರಿ ಕೆಲಸ ಬಿಟ್ಟು ಹೋಗಿದ್ದಳು. 'ಬ್ರೀಥಿಂಗ್ ಇನ್ ಬ್ಯಾಂಗಲೂರ್'ನ ಸರದಾರಜಿ ರಾಮರಾಯರ ಮನೆಗೆ ಸಿಲಿಂಡರನ್ನು ಕಳಿಸಲಾಗದು ಎಂದು ಹೇಳಿದ್ದ. ಡ್ರೈವರ್ ನಾಗರಾಜನ ಮೊಬೈಲ್ ವ್ಯಾಪ್ತಿಪ್ರದೇಶದ ಹೊರಗಡೆಯಿತ್ತು. ಅನ್ನ, ಉಸಿರು, ಓಡಾಟಗಳಿಗೆ ಇದ್ದ ಅನುಕೂಲಗಳೆಲ್ಲವೂ ಏಕ್‌ದಂ ಹೀಗೆ ಕೈಕೊಟ್ಟಾಗ ನಿರ್ವಾಹವಿಲ್ಲದೇ ಮಗನ ಮನೆಗೆ ಬಂದಿದ್ದರು.

■

ಆನಂದನದು ನಾಲ್ಕು ಬೆಡ್‌ರೂಮಿನ ಮನೆ. ಎರಡು ಕಾರಿನ ಗರಾಜು. ಮಗಳು ಶ್ರೇಯಾಗೆ ಏಳು ವರ್ಷ. ಹೆಂಡತಿ ಛಾಯಾ ಕೂಡ ಅಲ್ಲಿಯೇ ಯಾವುದೋ ಫರ್ಮಿನಲ್ಲಿ ಕೆಲಸಕ್ಕೆ ಹೋಗುತ್ತಾಳೆ. ಸೀತಮ್ಮನವರು ಇದ್ದಾಗ ವರ್ಷಕ್ಕೆ ಒಮ್ಮೆಯಾದರೂ ಬಂದು ಹೋಗಿ ಮಾಡುತ್ತಿದ್ದರು. ಈಗ ಮಗ, ಸೊಸೆಗೆ ಕೆಲಸ. ರಾಮರಾಯರ ಪುಪ್ಪುಸಗಳಿಗೆ ಇಷ್ಟು ವರ್ಷ ಸುಟ್ಟ ಸಿಗರೇಟುಗಳಿಂದ ಎಂಫಸಿಮ ಎಂಬ ಚಂದದ ಹೆಸರು.

ಸ್ಯಾನ್ ಹೋಸೆಗೆ ಬಂದ ತಕ್ಷಣ ಹೇಳಿದ್ದ. 'ಅಪ್ಪ, ನಿಂಗೆ ಗೊತ್ತೇ ಇದೆ. ಇಲ್ಲಿ ಗ್ರೌಂಡ್ ಫ್ಲೋರಲ್ಲಿ ಯಾವ ರೂಮೂ ಇಲ್ಲ. ನಿನಗೆ ಛಾಯಾ ಮೇಲಿನ ರೂಮನ್ನು ಸೆಟ್ ಮಾಡಿದ್ದಾಳೆ.

ನಾಳೆ ಇಲ್ಲೇ ಡಾಕ್ಟ್ರ ಹತ್ತಿರ ಅಪಾಯಿಂಟ್‌ಮೆಂಟ್ ತಗೊಂಡಿದೀನಿ. ಇಂಡಿಯಾದಿಂದ ತಂದ ಆಕ್ಸಿಜನ್ ಟ್ಯಾಂಕು ಮುಗಿಯೋದರೊಳಗೆ ಇಲ್ಲಿ ನಿನಗೆ ಬೇರೆ ರೆಡಿ ಮಾಡಬೇಕು. ಇಲ್ಲಿ ಎಲ್ಲ ಮನೇಗೇ ಬಂದು ಸೆಟ್ ಮಾಡಿ ಹೋಗ್ತಾರೆ' ಎಂದು ಅಪ್ಪನ ಸೂಟ್‌ಕೇಸನ್ನು ಖಾಲಿ ಮಾಡುತ್ತಿದ್ದ. ಮಾಡುತ್ತಿದ್ದಾಗ ಆರು ಪ್ಯಾಕ್ ಐಟಿಸಿ ಕಿಂಗ್ ಸಿಕ್ಕಿತು. ಅಪ್ಪನ ಮುಖವನ್ನೇ ನೋಡುತ್ತಾ 'ಅಪ್ಪ, ಮನೇಲಿ ಮಗು ಇದೆ. ಮತ್ತೆ ಈ ಮನೇ ಸಾಲ ಇನ್ನೂ ಮುಗಿದಿಲ್ಲ. ಇಲ್ಲಿನ ಮನೆಗಳು ಬೆಂಗಳೂರಿನ ಮನೆಗಳಷ್ಟು ಭದ್ರ ಇಲ್ಲ. ಗೋಡೆಯೆಲ್ಲಾ ಬರೇ ಮರದ್ದು. ಮತ್ತೆ ಇಡೀ ಮನೇ ಹತ್ತಿಕೊಂಡು ಉರಿದುಹೋಗುತ್ತೆ. ದಯವಿಟ್ಟು ಇನ್ನೇನಾದರೂ ಮುಚ್ಚಿಟ್ಟಿದ್ದರೆ ಹೇಳು' ಎಂದಾಗ, 'ಎಂಥದೂ ಇಲ್ಲ. ಮನೇಮೇಲೆ ಅಷ್ಟೊಂದು ಇಷ್ಟಾ ಇರೋನು ನನ್ನನ್ನ ಯಾಕೆ ಕರಕೊಂಡು ಬಂದು ಇಲ್ಲಿ ಇಟ್ಟುಕೋಬೇಕಿತ್ತು. ನನ್ನನ್ನು ವಾಪಸ್ಸು ಇಂಡಿಯಾಕ್ಕೆ ಕಳಿಸಿಬಿಡು. ನಾನು ಹೋಗುತ್ತೇನೆ' ಎಂದರು. ಆನಂದನಿಗೆ ತನ್ನ ಮುಂದಿನ ದಿನಗಳು ಕಣ್ಣಮುಂದೆ ಕಾಣಿಸತೊಡಗಿದವು.

■

ಸ್ಯಾನ್ ಹೋಸೆಗೆ ಬಂದು ಆರು ತಿಂಗಳಾಗಿದೆ. ದಿನದ ಮುಕ್ಕಾಲು ಅವಧಿಯನ್ನು ಆ ಕೋಣೆಯೊಳಗೇ ಕಳೆಯುತ್ತಿದ್ದರು, ರಾಯರು. ಆ ಕೋಣೆಯ ಗೋಡೆಗೆ ಬಳಿದಿರುವ ನೀಲಿ ಬಣ್ಣಕ್ಕೆ 'ಮಿಸ್ಟಿಕ್ ಬ್ಲೂ' ಎಂದು ಕರೆಯುತ್ತಾರೆ ಎಂದು ಮೊಮ್ಮಗಳು ಶ್ರೇಯಾ ಹೇಳಿದ್ದಳು. ರಾಯರು ಮಲಗುವ ಮಂಚದ ಹಿಂಭಾಗಕ್ಕೆ ಅದರ ಕಾಂಟ್ರಾಸ್ಟಿಗೆ ತಕ್ಕಂತೆ ಆಕಾಶನೀಲಿಯ ಬಣ್ಣವಿತ್ತು. ಪಕ್ಕದ ನೈಟ್ ಸ್ಟ್ಯಾಂಡಿನಲ್ಲಿ ರಾಯರು ಮತ್ತು ಸೀತಮ್ಮನವರು ಲಾಸ್‌ವೆಗಾಸ್‌ನ ಸೀಸರ್ಸ್ ಪ್ಯಾಲೇಸ್ ಮುಂದೆ ನಿಂತುಕೊಂಡಿರುವ ಒಂದು ಫ಼ೋಟೋವನ್ನು ಆನಂದ ಇಟ್ಟಿದ್ದ. ಇರುವ ಒಂದೇ ಕಿಟಕಿಗೆ ಹಾಕಿರುವ ಬ್ಲೈಂಡ್ಸನ್ನು ತೆಗೆದರೆ ಪಕ್ಕದ ಮನೆಯ ಗೋಡೆ, ಸದಾ ಮುಚ್ಚಿರುವ ಕಿಟಕಿಗಳು ಕಾಣಿಸುತ್ತಿದ್ದವು. ಆ ಮನೆಗೂ ಈ ಮನೆಗೂ ಮಧ್ಯೆ ಹನ್ನೆರಡಡಿ ಜಾಗ ಇತ್ತು. ಮಧ್ಯೆ ಹಸಿರು ಲಾನು. ಎರಡೂ ಮನೆಯವರು ಮಾತಾಡಿಕೊಂಡು ಹಚ್ಚಿದಂತೆ ಗೋಡೆಯ ಅಂಚಿಗೆ ವೈಲ್ಡ್ ರೋಸಸ್, ದಾಸವಾಳ, ಹೈಡ್ರಾಂಜಿಯ, ರೋಡೋಡೆಂಡ್ರಾನ್, ಇತರೇ ಗಿಡಗಳಿಂದ ಲ್ಯಾಂಡ್‌ಸ್ಕೇಪ್ ಮಾಡಿದ್ದರು. ರಾಯರಿಗಿನ್ನೂ ನೆನಪಿದೆ. ಆನಂದ ಮನೆ ಕೊಂಡ ಹೊಸತರಲ್ಲಿ ಮನೆಯ ಗೃಹಪ್ರವೇಶಕ್ಕೆಂದು ಬಂದಾಗ ಅವರೂ ಆನಂದನೂ ಸೇರಿ ಆ ಗಿಡಗಳನ್ನು ಹಾಕಿದ್ದರು. ಈಗ ದಿನಾ ಸಂಜೆ ಆ ಕಿಟಕಿಯ ಬಾಗಿಲು ತೆಗೆದು ತಮ್ಮ ಕುರ್ಚಿಯ ಮೇಲೆ ಕೂತು ಓದುತ್ತಿದ್ದರು.

ರಾಯರಿಗೆ ಪುಸ್ತಕ ಓದುವುದು ಯಾವತ್ತೂ ಆಕರ್ಷಕ ಹವ್ಯಾಸವಾಗಿರಲಿಲ್ಲ. ಸೀತಮ್ಮನವರು ಸತ್ತುಹೋದ ಮೇಲೆ ಅವರ ವಿರಾಮದ ಗಳಿಗೆಯೆಲ್ಲವೂ ವ್ಯಯವಾಗುತ್ತಿದ್ದುದು ಕಾಸ್ಮೊಪಾಲಿಟನ್ ಕ್ಲಬ್ಬಿನಲ್ಲಿ. ಎಂದೂ ಲೈಬ್ರರಿಗೆ ಹೋಗದ, ಜೀವಮಾನದಲ್ಲಿ ಒಂದೇ ಒಂದು ಪುಸ್ತಕವನ್ನೂ ಕೊಂಡಿರದ ರಾಯರು ಈಗ, ಮೂಗಿನಲ್ಲಿ ಸದಾ ಇರುವ ಪ್ಲಾಸ್ಟಿಕ್ ನಳಿಕೆಯನ್ನು ಸರಿಪಡಿಸಿಕೊಂಡು ಅದೇ ಮೂಗಿನ ಮೇಲೆ ತಮ್ಮ ದಪ್ಪ ಫ಼್ರೇಮಿನ ಕನ್ನಡಕವನ್ನು ಏರಿಸಿಕೊಂಡು, ಆ ಪ್ಲಾಸ್ಟಿಕ್ ನಳಿಕೆ ಕಾಲಿಗೆ ತೊಡರದ ಹಾಗೆ ಮಂಚದಿಂದ ಇಳಿದು

ಕುರ್ಚಿಯ ಮೇಲೆ ಕೂರುವುದೇ ಒಂದು ಸರ್ಕಸ್ಸು. ಏನು ಓದಬೇಕೆಂದು ಗೊತ್ತಾಗದೇ ಮನೆಯಲ್ಲಿ ಕೈಗೆ ಸಿಗುವ ಪುಸ್ತಕಗಳು, ಮ್ಯಾಗಜೀನುಗಳನ್ನು ಓದುತ್ತಿದ್ದರು. ಕಳೆದ ತಿಂಗಳು ಛಾಯಾಳ ಜೋಡಿ ಪಿಕೋಲ್ಟಳನ್ನೂ, ಡ್ಯಾನ್ ಬ್ರೌನನ್ನ ಓದಲು ಪ್ರಯತ್ನಿಸಿದ್ದರು. ಎಲ್ಲಿಯೂ ಮುಂದುವರೆಯದೇ, 'ಇಷ್ಟು ಪುಸ್ತಕ ಇಟ್ಟುಕೊಂಡಿದ್ದೀರಿ. ಒಂದೇ ಒಂದು ಕನ್ನಡ ಪುಸ್ತಕ ಇಲ್ಲವಾ?' ಎಂದು ಗೊಣಗಿದಾಗ ಛಾಯಾ ತನ್ನ ಲ್ಯಾಪ್‌ಟಾಪನ್ನು ತೆಗೆದು ಕನ್ನಡ ದಿನಪತ್ರಿಕೆಗಳನ್ನು ಓದುವುದು ಹೇಗೆ ಎಂದು ತೋರಿಸಿಕೊಟ್ಟಿದ್ದಳು. ಆದರೆ ಅದೇಕೋ ರಾಯರಿಗೆ ಇಷ್ಟು ವರ್ಷ ಪ್ರಯತ್ನ ಮಾಡಿದ್ದರೂ ಈ ಕಂಪ್ಯೂಟರ್ ಸರಿಬರಲಿಲ್ಲ.

ಆ ರೂಮಿನಲ್ಲಿ ಒಂದು ಸಣ್ಣ ಟೀವಿಯೂ ಇದೆ. ರಾಯರಿಗೆ ಅಲ್ಲಿನವರ ಉಚ್ಚಾರ ಅರ್ಥ ಆಗುವುದಿಲ್ಲ ಎಂದು ಸಬ್‌ಟೈಟಲ್ ಹೇಗೆ ಹಾಕ್ಕೊಳ್ಳೋದು ಅನ್ನೋದನ್ನು ಆನಂದ ತೋರಿಸಿಕೊಟ್ಟಿದ್ದ. ರಾಯರು ಎಲ್ಲಾ ಚಾನೆಲ್‌ಗಳನ್ನೂ ನೋಡಿ ಕಡೆಗೆ ಗೇಮ್‌ಶೋಗಳನ್ನು ಮಾತ್ರ ನೋಡೋದು ಎಂದು ನಿರ್ಧರಿಸಿ ಮೂರುಹೊತ್ತೂ ಬಿಂಗೋ, ವರ್ಲ್ಡ್ ಪೋಕರ್ ಚಾಂಪಿಯನ್‌ಶಿಪ್ಪು ಮಾತ್ರ ನೋಡುವುದನ್ನು ನೋಡಿ 'ಉದಯ ಟೀವಿ'ಯನ್ನು ಹಾಕಿಸಿಕೊಟ್ಟಿದ್ದ. 'ಎಂಥ ಸುಡುಗಾಡೂ ಇರೊಲ್ಲ, ಈ ಟೀವೀಲಿ. ಕನ್ನಡ ಚ್ಯಾನೆಲ್ ನೋಡೋಣ ಅಂದರೆ ಅವು ಇನ್ನೂ ಕೆಟ್ಟು ಹಾಳಾಗಿ ಹೋಗಿದಾವೆ' ಎಂದು ಒಂದೆರಡು ತಿಂಗಳಾದ ನಂತರ ಟೀವಿ ನೋಡುವುದನ್ನು ಪೂರಾ ನಿಲ್ಲಿಸಿದ್ದರು.

ಆಗಾಗ್ಗೆ ಮೊಮ್ಮಗಳು ಶ್ರೇಯಾ ಬಂದು ಪಕ್ಕದಲ್ಲಿ ಕೂರುತ್ತಿದ್ದಳು. ತಾನು ಬರೆದಿದ್ದ ಕ್ರೇಯಾನಿನ ಚಿತ್ರಗಳನ್ನು ಅಜ್ಜನಿಗೆ ತೋರಿಸುತ್ತಿದ್ದಳು. ಸ್ಕೂಲಿನಿಂದ ಬಂದಮೇಲೆ ಅಜ್ಜ, ಮೊಮ್ಮಗಳು ಇಬ್ಬರೂ ಅಜ್ಜನ ರೂಮಿನಲ್ಲಿಯೇ ಕೂತು ಟೀವಿಯಲ್ಲಿ ಡಿಸ್ನಿ ಚಾನೆಲ್‌ಅನ್ನೋ, ಡೋರಾಳನ್ನೋ ನೋಡುತ್ತಿದ್ದರು. ಬಿಕನಿಯಲ್ಲಿರೋ ಬಾರ್ಬಿಯನ್ನು ಸಿಂಗರಿಸುತ್ತಿದ್ದರು. ನಂತರ ಅದನ್ನು ಅಜ್ಜನ ಮಂಚದ ಪಕ್ಕ ಇಟ್ಟು ತಾನು ಹೊರಗೆ ಆಟಕ್ಕೆ ಹೋಗುತ್ತಿದ್ದಳು. ರಾಮರಾಯರಿಗೆ ಮನಸ್ಸಿದ್ದರೆ ತಮ್ಮ ಸಿಲಿಂಡರನ್ನು ಒಂದು ಸಣ್ಣ ಕೈಗಾಡಿಯಂಥ ಚಕ್ರವಿರುವ ಗಾಡಿಯೊಳಗಿಟ್ಟುಕೊಂಡು ಅವಳನ್ನು ಪಕ್ಕದ ಪಾರ್ಕಿಗೆ ಕರಕೊಂಡು ಹೋಗುತ್ತಿದ್ದರು. ಛಾಯಾ ಮಾವನ ಜೇಬಿನಲ್ಲಿ ಒಂದು ಮೊಬೈಲು ಫೋನನ್ನಿಟ್ಟು ಇಪ್ಪತ್ತು ಬಾರಿ 'ಮಗು ಹುಷಾರು' ಎಂದು ಹೇಳಿರುತ್ತಿದ್ದಳು. ಪಾರ್ಕಿನಿಂದ ಬರುವ ಹೊತ್ತಿಗೆ ಗಂಟೆ ಏಳಾಗಿರುತ್ತಿತ್ತು. 'ಈ ಏರಿಯಾದಲ್ಲಿ ಎಷ್ಟು ಗಲಾಟೆ ಇರುತ್ತಿತ್ತು. ಈಗ ನೋಡು ಎಷ್ಟು ಪ್ರಶಾಂತವಾಗಿದೆ. ಪಕ್ಕದ ಬೀದಿಯಲ್ಲಿ ಎಲ್ಲ ಮನೆಗಳೂ ಮಾರಾಟಕ್ಕಿವೆ. ಹಿಂಗೇ ಇದ್ದರೆ ಏನಾಗುತ್ತೋ, ಈ ದೇಶ' ಎಂದು ಸೊಸೆಯ ಜತೆ ಮಾತಾಡಿದಾಗ ಛಾಯಾ, 'ಹೌದು, ಮಾವಾ. ನಮ್ಮ ಕೆಲಸಗಳೂ ಏನು ಗತಿಯೋ' ಎಂದು ಒಂದೈದು ನಿಮಿಷ ಮಾತಾಡಿ ಮಗುವಿಗೆ ಸುಸ್ತಾಗಿರುತ್ತದೆ ಎಂದು ಸ್ನಾನ ಮಾಡಿಸಿ ಊಟಕ್ಕೆ ಕರಕೊಂಡು ಹೋಗುತ್ತಿದ್ದಳು. ಆನಂದ ಬರುವವರೆಗೆ ಕೆಲವೊಮ್ಮೆ ರಾಯರೂ ಅಲ್ಲಿಯೇ ಕೆಳಗೇ ಕೂತು ಟೀವಿ ನೋಡುತ್ತಿದ್ದರು. ಈಗ ಕಳೆದ ಎರಡು ತಿಂಗಳಿಂದ ಏದುಸಿರು ಬರುತ್ತದೆ ಎಂದು ವಾಕಿಂಗ್ ಹೋಗುವುದನ್ನು ನಿಲ್ಲಿಸಿದ್ದರು.

ರಾಯರ ಕೋಣೆಯಲ್ಲಿಯೇ ಅಟ್ಯಾಚ್ಡ್ ಬಾತ್‌ರೂಮಿತ್ತು. ರಾಯರಿಗೆ ಹೋಗಿ ಬರಲು ಅನುಕೂಲವಾಗಲಿ ಎಂದು ಬಾತ್‌ಟಬ್ಬನ್ನು ತೆಗೆಸಿ ಹ್ಯಾಂಡಿಕ್ಯಾಪ್ಡ್ ಶವರನ್ನು ಹಾಕಿಸಿದ್ದ, ಆನಂದ. 'ಈ ಹಾಳಾದ್ದು ಶವರಿನಲ್ಲಿ ಕೂತುಕೊಂಡು ನನಗೆ ಸ್ನಾನಮಾಡಲಿಕ್ಕೆ ಆಗೋದಿಲ್ಲ. ಒಂದು ಬಕೀಟು ಇಟ್ಟುಬಿಡು' ಎಂದು ರಾಯರು ಅಸಮಾಧಾನದಿಂದ ಹೇಳಿದ್ದರು. ಒಂದು ಬಕೀಟು, ಮತ್ತು ಮಗ್ಗನ್ನು ಇಟ್ಟುಕೊಟ್ಟಿದ್ದ. ಏನೇ ಕಷ್ಟ ಪಟ್ಟರೂ ದಿನಾ ರಾಯರು ಸ್ನಾನ ಮಾಡಿ ಬಂದಮೇಲೆ ಇಡೀ ಸ್ನಾನದ ಮನೆ ನೀರುನೀರಾಗಿರುತ್ತಿತ್ತು. ಛಾಯಾ ಆ ರೂಮಿಗೆ ಹೆಚ್ಚು ಬರುತ್ತಿರಲಿಲ್ಲ. ವಾರಕ್ಕೆ ಒಮ್ಮೆ ಕೆಲಸಕ್ಕೆ ಬರುವ ಹುಡುಗಿ ಆ ಬಾತ್‌ರೂಮನ್ನು ಕ್ಲೀನ್ ಮಾಡುವುದಕ್ಕೆಂದೇ ಅರ್ಧ ಸಮಯ ಕಳೆಯುತ್ತಿದ್ದಳು. ಛಾಯಾ ಒಮ್ಮೆ 'ಆ ರೂಮಿನಲ್ಲಿ ಅಷ್ಟು ಸ್ವಚ್ಛ ಮಾಡೋದು ಏನಿದೆ?' ಎಂದು ಆ ಹುಡುಗಿಯನ್ನು ಕೇಳಿದ್ದು ರಾಯರಿಗೆ ಕೇಳಿಸಿತ್ತು. 'ಬಾತ್ ರೂಮಿನಲ್ಲಿ ನೀರು ಹಾಕದೇ ಇನ್ನೆಲ್ಲಿ ಹಾಕೋದು. ಎಲ್ಲದಕ್ಕೂ ಹೀಗೆ ಪ್ರಶ್ನೆ ಮಾಡೋದಿದ್ದರೆ ನನ್ನನ್ನು ಇಲ್ಲಿಗೆ ಯಾಕೆ ಕರೆಸಿಕೊಳ್ಳಬೇಕಾಗಿತ್ತು' ಎಂದು ರೂಮಿನಿಂದಲೇ ಕೂಗಿದ್ದು ಕೇಳಿ ಛಾಯಾ ಸುಮ್ಮನಾಗಿದ್ದಳು.

ಲಿನ್‌ಕೇರ್ ಅನ್ನುವ ಕಂಪೆನಿಯ ರೆಸ್ಪಿರೇಟರಿ ಥೆರಪಿಸ್ಟ್ ಮನೆಗೆ ಬಂದು ರಾಯರಿಗೆ ಆಕ್ಸಿಜನ್ ಬೇಕೋ ಬೇಡವೋ ಎಂದು ಒಂದು ಸಣ್ಣ ಪರೀಕ್ಷೆ ಮಾಡೋಣ ಎಂದು ರಾಯರ ಮೂಗಿನಿಂದ ಆಕ್ಸಿಜನ್ನನ್ನು ತೆಗೆದಿದ್ದಳು. ರಾಯರು ಕೇವಲ ಮೂರುನಿಮಿಷದಲ್ಲಿ ನೀಲಿಗಟ್ಟಿಹೋಗಿದ್ದರು. 'ಅಷ್ಟೂ ಅರ್ಥ ಆಗೊಲ್ಲವಾ. ಆಕ್ಸಿಜನ್ ಬೇಕೋ ಬೇಡವೋ ಅಂತ ಗೊತ್ತಾಗದೇ ನನಗೆ ಆಕ್ಸಿಜನ್ನನ್ನು ಕೊಡ್ತಾರಾ, ನಂ ಬೆಂಗಳೂರ್ ಡಾಕ್ಟರು. ಹೀ ಈಸ್ ಆಲ್ಸೊ ಫ್ರಮ್ ಹಿಯರ್' ಎಂದು ಆ ಹುಡುಗಿಯನ್ನು ತರಾಟೆಗೆ ತೆಗೆದುಕೊಂಡಿದ್ದರು. ಆ ಹುಡುಗಿ, ಇವರ ಮೂಗಿಗೆ ಆಕ್ಸಿಜನ್ನನ್ನು ಮತ್ತೆ ಏರಿಸಿ ಹೋದವಳು ಮತ್ತೆ ಬಂದೇ ಇರಲಿಲ್ಲ.

ಆನಂದನಿಗೆ ಅಪ್ಪನನ್ನು ಇಲ್ಲಿಗೆ ಕರಕೊಂಡು ಬಂದು ಒಳ್ಳೆಯದು ಮಾಡಿದೆನೋ, ಇಲ್ಲವೋ ಅರ್ಥವಾಗದೇ ಒದ್ದಾಡುತ್ತಿದ್ದ.

■

'ಅಪ್ಪಾ, ತಿಂಡಿ ತಿಂದಾಯ್ತಾ' ಎಂದು ಕೆಳಗಿನಿಂದಲೇ ಕೂಗಿದ, ಆನಂದ. ರಾಮರಾಯರು ಬ್ರೆಡ್ಡಿಗೆ ಜ್ಯಾಮನ್ನು ಹಚ್ಚಿಕೊಂಡು ತಿನ್ನುತ್ತಿದ್ದರು. ಹೆಚ್ಚುಕಡಿಮೆ ಅವರು ತಿಂಡಿ, ಊಟ ಎಲ್ಲವನ್ನೂ ಮಾಡುವುದು ಆ ರೂಮಿನಲ್ಲಿಯೇ. ಈ ನಡುವೆ ಕಾಲಿನ ವ್ರಣ ಜಾಸ್ತಿಯಾಗುತ್ತಿದೆ ಎಂದು ರಾಯರು ಶ್ರೇಯಾ ರೂಮಿಗೆ ಬರುವುದರೊಳಗೇ ತಾವೇ ಡ್ರೆಸ್ಸಿಂಗ್ ಮಾಡಿಕೊಳ್ಳುತ್ತಾರೆ.

ಅಂದು ಆನಂದ ಕೆಳಗಿಂದ ಕೂಗಿದಾಗಲೂ ಕಾಲಿಗೆ ಡ್ರೆಸಿಂಗ್ ಮಾಡಿಕೊಳ್ಳುತ್ತಿದ್ದರು. ಪೂರಾ ಡ್ರೆಸ್ಸಿಂಗ್ ಆಗುವುದರೊಳಗೆ ಮೇಲೆ ಬಂದಿದ್ದ, ಆನಂದ. ಛಾಯಾಳೂ ಬಂದಿದ್ದಳು. ಕೈಯಲ್ಲಿ ಒಂದಿಷ್ಟು ಏನೋ ಪತ್ರಗಳಿದ್ದವು.

'ಅಪ್ಪಾ ಇದಕ್ಕೆ ಒಂದಿಷ್ಟು ಸಹಿ ಹಾಕುತ್ತೀಯಾ' ಎಂದು ಕೇಳಿದ. ಛಾಯಾ, 'ಏನಿದು ಈ ರೂಮಲ್ಲಿ ಇಷ್ಟು ವಾಸನೆ?' ಎಂದು ಅತ್ತಿತ್ತ ನೋಡಿದಳು.

ರಾಮರಾಯರು 'ನನ್ನ ಕನ್ನಡಕ ಅಲ್ಲಿದೆ, ಕೊಡು' ಎಂದು ಕೇಳಿ ಕನ್ನಡಕ ಹಾಕಿಕೊಂಡು ನೋಡಿದರು. ಆ ಪತ್ರವನ್ನು ನಿಧಾನವಾಗಿ ಓದಿದಾಗ ಅರ್ಥವಾಯಿತು. ಅದರಲ್ಲಿ ತಮಗೆ ಯಾವ ವಿಧವಾದ ಆದಾಯವೂ ಇಲ್ಲವೆಂದೂ ಆದ್ದರಿಂದ ಸರಕಾರದಿಂದ ದೊರಕುವ ಉಚಿತ ಆರೋಗ್ಯ ವಿಮೆಗೆ ತಮ್ಮನ್ನು ಪರಿಗಣಿಸಬೇಕೆಂದೂ ಒಂದು ಪತ್ರ ಬರೆದು ಅದಕ್ಕೆ ಸಂಬಂಧಪಟ್ಟ ಕಾಗದಪತ್ರಗಳನ್ನು ಇಟ್ಟಿದ್ದ. ಎಲ್ಲ ಪತ್ರಗಳನ್ನೂ ತುಂಬಿಸಿ ಅದನ್ನು ಎಲ್ಲೆಲ್ಲಿ ಸಹಿಹಾಕಬೇಕೋ ಅಲ್ಲಲ್ಲಿ ಪೆನ್ಸಿಲ್ಲಿನಿಂದ ಎಕ್ಸ್ ಮಾರ್ಕ್ ಹಾಕಿದ್ದ.

'ನನ್ನನ್ನೇನು ಗತಿಗೆಟ್ಟಿರೋನು ಅಂತ ಮಾಡಿದ್ದೀಯಾ. ಬೆಂಗಳೂರಿನ ಮನೇನ ಮಾರಿದರೆ ಒಂದು ಕೋಟಿ ರೂಪಾಯಿ ಬರುತ್ತೆ, ಗೊತ್ತಾ?' ರಾಯರು ಏಕ್‌ದಂ ಸಿಟ್ಟಿಗೆದ್ದರು. ಆನಂದ ಇದನ್ನು ನಿರೀಕ್ಷಿಸಿರಲಿಲ್ಲ

ಕೊಂಚ ಸಾವರಿಸಿಕೊಂಡು, 'ಅಪ್ಪ, ನಿನ್ನ ಆ ಮನೆ ಮಾರಬೇಕು ಅಂತ ಯಾರೂ ಹೇಳ್ತಿಲ್ಲ. ಮಾರಿದರೂ ಒಂದು ಕೋಟಿ ರೂಪಾಯಿ ಇಲ್ಲಿ ನಿನ್ನ ಆಸ್ಪತ್ರೆ ಖರ್ಚಿಗೆ ಎಷ್ಟು ದಿನ ಬರುತ್ತೆ ಅಂತ ಮಾಡಿದೀಯ?'

'ಹಂಗಾದ್ರೆ, ನನ್ನನ್ನು ವಾಪಸ್ ಬೆಂಗಳೂರಿಗೆ ಕಳಿಸು. ನನ್ನ ಮನೆ ಮಾರಿ ಅಲ್ಲಿಯೇ ಯಾವುದಾದರೂ ಒಂದು ಸಣ್ಣ ರೂಮಿನಲ್ಲಿ ಇರ್ತೇನೆ.'

'ಮಾವಾ, ನಿಮ್ಮನ್ನು ನಿಮ್ಮ ಮನೆ ಮಾರಿ ಎಂದು ಈಗ ಯಾರೂ ಹೇಳಿಲ್ಲ. ಇಲ್ಲಿ ಸಿಗೋ ಅನುಕೂಲಾನ ಉಪಯೋಗಿಸಿಕೊಳ್ಳೋಣ ಅಂತ. ಇದೇನೂ ಕಾನೂನುಬಾಹಿರವಾದದ್ದಲ್ಲ. ನೋಡಿ, ನಿಮಗೆ ಗ್ರೀನ್‌ಕಾರ್ಡಿದೆ. ಇಲ್ಲಿಗೆ ಬರೋ ಗುಜರಾತಿಗಳನ್ನೆಲ್ಲಾ ನೋಡಬೇಕು. ಇಂಥ ಅನುಕೂಲಕ್ಕಂತಲೇ ಗ್ರೀನ್‌ಕಾರ್ಡ್ ಮಾಡಿಸ್ಕೋತಾರೆ. ನಿಮ್ಮ ಆಸ್ಪತ್ರೆ ಖರ್ಚು ಒಂದಿಷ್ಟಾದರೂ ಕಳೆಯುತ್ತೆ. ಸ್ವಲ್ಪ ಬುದ್ಧಿವಂತಿಕೆ ಉಪಯೋಗಿಸಿ ಮುಂಚೆಯೇ ಮಾಡಿದ್ದರೆ, ನಿಮಗೆ ಸೋಷಿಯಲ್ ಸೆಕ್ಯುರಿಟಿಯೂ ಬರುತ್ತಿತ್ತೇನೋ. ಎಂಥದು ವಾಸನೆ ಅದು ರೂಮಿನಲ್ಲಿ' ಎಂದಳು, ಛಾಯಾ ಅತ್ತಿತ್ತ ನೋಡುತ್ತಾ, ತನ್ನ ಮೂಗಿನ ಹೊಳ್ಳೆಯನ್ನು ಅಗಲಿಸಿದಳು.

'ನೋಡಮ್ಮ, ನಾನು ಒಳ್ಳೇ ಪೊಸಿಷನ್‌ಅಲ್ಲಿ ಇದ್ದು ರಿಟೈರಾದವನು. ನನಗೆ ಇನ್ನೂ ಪೆನ್‌ಶನ್ ಬರುತ್ತೆ. ನನ್ನ ಹತ್ತಿರಾನೂ ಎರಡು ಕ್ರೆಡಿಟ್ ಕಾರ್ಡಿದೆ. ಇಲ್ಲಿ ಬಂದು ನನ್ನ ಹತ್ತಿರ ಏನೂ ಇಲ್ಲ ಅಂತ ನಾ ಹೇಳಿಕೊಳ್ಳೋಕೆ ರೆಡಿಯಿಲ್ಲ, ಆಯ್ತಾ.'

'ಅಪ್ಪಾ, ನಿನ್ನ ಇಷ್ಟು ತಿಂಗಳ ಡಾಕ್ಟರ ಖರ್ಚು, ಆಕ್ಸಿಜನ್ನು ಎಲ್ಲ ನಾವು ಕೈಯಿಂದ ಕೊಡ್ತಾ ಇದೀವಪ್ಪ. ಶ್ರೇಯಾಳ ಕಾಲೇಜಿಗೆ ಅಂತ ತಿಂಗಳಾ ತಿಂಗಳಾ ಒಂದಿಷ್ಟು ದುಡ್ಡು ಉಳಿಸ್ತಾ ಇದ್ದೆವು. ಅದನ್ನು ನಿಲ್ಲಿಸಿದ್ದೇವೆ. ನಾವೇನೂ ಶ್ರೀಮಂತರಲ್ಲ. ಎಲ್ಲ ಅಲ್ಲಿಗಲ್ಲಿಗೆ ನಡೆಯುತ್ತೆ, ಅಷ್ಟೇ. ಎಂಥದಿದು, ಇಷ್ಟು ಕೆಟ್ಟ ವಾಸನೆ. ಛಾಯಾ, ಯಾರು ಅಪ್ಪನ ಬ್ರೆಡ್ಡಿಗೆ

ಇಷ್ಟು ಜ್ಯಾಮ್ ಹಾಕಿದ್ದು, ಡಯಾಬಿಟಿಕ್ ಅಂತ ಗೊತ್ತಿಲ್ಲವಾ?' ಎಂದವನೇ ರಾಮರಾಯರ ಹೊದಿಕೆಯನ್ನು ತೆಗೆದ.

ಅರ್ಧಂಬರ್ಧ ಡ್ರೆಸ್ಸಿಂಗ್ ಮಾಡಿದ್ದ ರಾಮರಾಯರ ಕಾಲು ನೀಲಿಗಟ್ಟಿದೆ. ಹೆಬ್ಬೆಟ್ಟಿನ ಕೆಳಗಿದ್ದ ಒಂದೇ ಒಂದು ಸಣ್ಣ ಗಾಯ ಕೊಂಚವೇ ಕೀವನ್ನು ಒಸರುತ್ತಿದೆ. 'ಮೈ ಗಾಡ್, ಅಪ್ಪಾ! ಕಾಲು ಇಷ್ಟು ರಣ ಆಗೋ ತನಕ ಬಿಟ್ಟುಕೊಂಡಿದ್ದೀಯ. ನಿನಗೆ ಏನು ಅರ್ಥ ಆಗುತ್ತೋ ಇಲ್ಲವೋ. ನಿನಗೆ ಡ್ರೆಸ್ಸಿಂಗ್ ಮಾಡ್ಕೊಳ್ಳೋಕೆ ಬಿಟ್ಟಿದ್ದೇ ತಪ್ಪಾಗಿ ಹೋಯ್ತು, ನೋಡು. ಇವತ್ತು ಸಂಜೆ ಅಪಾಯಿಂಟ್‌ಮೆಂಟ್ ತಗೋತೀನಿ. ಡಾಕ್ಟರ ಹತ್ತಿರ ಹೋಗೋಣ' ಎಂದು ತಾನೇ ಡ್ರೆಸ್ಸಿಂಗನ್ನು ಮಾಡತೊಡಗಿದ.

'ನಾನು ಯಾವ ಡಾಕ್ಟರ ಹತ್ತಿರವೂ ಬರೊಲ್ಲ' ಎನ್ನುತ್ತಿದ್ದವರು 'ಅಜ್ಜಾ' ಎಂದು ಕೆಳಗಿನಿಂದ ಓಡಿ ಮೇಲೆ ಬಂದ ಶ್ರೇಯಾಳನ್ನು ನೋಡಿ ಮಾತು ನಿಲ್ಲಿಸಿದರು. ಆಕೆಯನ್ನು ಬಾಗಿಲಿನಲ್ಲಿಯೇ ಛಾಯಾ ತಡೆದಳು. 'ನಡಿ ನಿನಗೆ ಸ್ಕೂಲಿಗೆ ಲೇಟಾಗುತ್ತೆ. ಯಾವ ಟೈಮಲ್ಲಾದರೂ ಬಸ್ಸು ಬರುತ್ತೆ' ಎಂದು ಛಾಯಾ ಆಕೆಯನ್ನು ಕೆಳಗೆ ಕರಕೊಂಡು ಹೋಗಲು ಪ್ರಯತ್ನಿಸಿದಳು. 'ಇವತ್ತು ಅಜ್ಜ ಹೊರಗಿನತನಕ ಬರ್ತಾರಾ?' ಎಂದು ನಿಂತಲ್ಲಿಂದಲೇ ಕುತ್ತಿಗೆಯನ್ನು ನಿರುಕಿಸಿ ಅಜ್ಜನ ಕಾಲನ್ನು ನೋಡಿದಳು, ಶ್ರೇಯಾ ಸ್ಕೂಲಿಗೆ ಹೋಗುವಾಗ ತಮ್ಮ ರೂಮಿನಿಂದ ಹೊರಗೆ ಬಂದು ಛಾಯಾ ಮಗಳನ್ನು ಉಪಾಯವಾಗಿ ಕೆಳಗೆ ಕರಕೊಂಡು ಹೋದಳು.

■

ಅಂದು ಸಂಜೆ ರಾಮರಾಯರನ್ನು ಹೇಗೋ ಕಷ್ಟಪಟ್ಟು ಒಪ್ಪಿಸಿ ಡಾಕ್ಟರ ಹತ್ತಿರ ಕರಕೊಂಡು ಹೋದ, ಆನಂದ. ರಾಮರಾಯರನ್ನು ಕೆಳಗೆ ಇಳಿಸುವ ಹೊತ್ತಿಗೆ ಪ್ರಯಾಸ. ಮನೆಯಲ್ಲಿದ್ದ ಪೋರ್ಟಬಲ್ ಆಕ್ಸಿಜನ್ ಸಿಲಿಂಡರನ್ನು ಮಹಡಿಯ ಮೆಟ್ಟಿಲ ಮೇಲೆ ತೆಗೆದುಕೊಂಡು ಹೋಗುವುದಕ್ಕೆ ಆಗದು ಎಂದು ಕೆಳಗೆ ಒಂದು ಮೂಲೆಯಲ್ಲಿ ಇಟ್ಟಿದ್ದರು. ಮೇಲಿನ ರಾಮರಾಯರ ರೂಮಿನಿಂದ ಅವರಿಗೆ ಆಕ್ಸಿಜನ್ ಇಲ್ಲದೆ ಆನಂದ, ಛಾಯಾ ಕೈಹಿಡಿದು ಕೆಳಗೆ ಕರಕೊಂಡು ಬರುವ ಹೊತ್ತಿಗೆ ಇಬ್ಬರಿಗೂ ಕೈಕಾಲು ಬಿದ್ದುಹೋಗಿತ್ತು. ಮೇಲಾಗಿ, ಮೇಲಿನಿಂದ ಕೆಳಗೆ ಬರುವ ಹೊತ್ತಿಗೆ ರಾಯರಿಗೆ ಉಸಿರು ಮೇಲೆ ಬಂದು ಮುಖ, ತುಟಿಯೆಲ್ಲ ನೀಲಿಗಟ್ಟಿತ್ತು. ಮೆಟ್ಟಿಲಿಳಿದ ತಕ್ಷಣ ರಾಯರನ್ನು ಒಂದು ಕುರ್ಚಿಯ ಮೇಲೆ ಕೂರಿಸಿ ತಾನು ಓಡಿ ಹೋಗಿ ಆ ಸಿಲಿಂಡರನ್ನು ತಂದು ಮೂಗಿನ ನಳಿಕೆಗೆ ಸೇರಿಸಿದ.

ರಾಯರನ್ನು ಕಾರಿನ ಹಿಂದಿನ ಸೀಟಿನಲ್ಲಿ ಕೂಡಿಸಿ ಗ್ಲವ್ ತರುತ್ತೇನೆಂದು ಮತ್ತೆ ಮನೆಯೊಳಗೆ ಹೋದ. ಛಾಯಾ ಅಡುಗೆ ಮನೆಯಿಂದ 'ಫ್ಲಾಸ್ಕಿನಲ್ಲಿ ಕಾಫಿ ಹಾಕಿಟ್ಟಿದೀನಿ. ಅವರಿಗೆ ಗಂಟೆಗೊಂದು ಸಲ ಕಾಫಿ ಬೇಕು. ಮತ್ತೆ ಅಲ್ಲಿ ನೀನು ಸ್ಟಾರ್ ಬಕ್ಸು, ಮೆಕ್‌ಡೊನಾಲ್ಡು ಅಂತ ಹೊರಗೆ ಕರಕೊಂಡು ಹೋದರೆ ಅವರಿಗೆ ರುಚಿಸೊಲ್ಲ. ಅವರಿಗೆ ಫಿಲ್ಟರ್ ಕಾಫಿಯೇ ಆಗಬೇಕು. ಮತ್ತೆ ನಿನಗೆ ಕಾರಿನಿಂದ ಇಳಿಸೋದು ಸುಮ್ಮನೆ ಪ್ರಯಾಸ.' ಎಂದು ಕಾಫಿಯನ್ನು ಒಂದು ಫ್ಲಾಸ್ಕಿನಲ್ಲಿ ಹಾಕಿಕೊಟ್ಟಳು.

ಭಾರತೀಯ ಆದರೆ ಒಳ್ಳೆಯದು ಎಂದು ಸುರೇಶ ಇನಂಪುಡಿ ಎಂಬ ಹೈದರಾಬಾದಿ ಡಾಕ್ಟರ ಹತ್ತಿರವೇ ಕರಕೊಂಡು ಬಂದಿದ್ದ. 'ಡಾಕ್ಟರು ನಮ್ಮವರೇ, ಆಂಧ್ರದವರು' ಎಂದು ಹೇಳಿದಾಗ ರಾಯರು ಸುಮ್ಮನೆ ನಕ್ಕರು. ಮಬ್ಬುಗತ್ತಲೆಯ ಆ ಪರೀಕ್ಷಾ ಕೊಠಡಿಯಲ್ಲಿ ಬೆನ್ನು ಬಿಚ್ಚಿದ ಗೌನು ಒಂದು ಬಿಟ್ಟರೆ ಬೇರೆ ಯಾವ ಬಟ್ಟೆಯೂ ಇಲ್ಲದೇ ರಾಯರು ಕೂತಿದ್ದರು. ಬೆನ್ನುಹುರಿಯಲ್ಲಿ ಚುಳ್ಳೆಂದು ಚಳಿಯಾಗುತ್ತಿತ್ತು. ಆನಂದ ಅಲ್ಲಿಯೇ ಕೂತು ಇನಂಪುಡಿ ಬರುವ ತನಕ ಅಲ್ಲಿಯೇ ಇದ್ದ ಮ್ಯಾಗಜ಼ೀನನ್ನು ಓದುತ್ತಿದ್ದ.

ಸುಮಾರು ಇಪ್ಪತ್ತೈದು ನಿಮಿಷ ಪರೀಕ್ಷಿಸಿದ, ಇನಂಪುಡಿ. ಮಂಡಿಗೆ, ಹಿಮ್ಮಡಿಗೆ ಒಂದು ಸಣ್ಣ ಸುತ್ತಿಗೆಯಿಂದ ಹೊಡೆದ. ಎದೆ, ಹೃದಯ, ಕೀಲುಗಳು, ಕಣ್ಣು, ಕಿವಿ ಎಲ್ಲವನ್ನೂ ಪರೀಕ್ಷಿಸಿದ. ಕೈಬೆರಳಿಗೆ ಎಂಥದೋ ಹಾಕಿ ಆಕ್ಸಿಜನ್ ಸಿಲಿಂಡರನ್ನು ಬಂದ್ ಮಾಡಿ, ರಾಯರಿಗೆ ಆಕ್ಸಿಜನ್ನಿನ ಅವಶ್ಯಕತೆ ಇದೆಯೋ ಇಲ್ಲವೋ ಎಂದು ಪರೀಕ್ಷಿಸಿದ. ಅದು ಪ್ರೋಟೋಕಾಲಂತೆ. ರಾಯರ ಉಸಿರಾಟ ತೀವ್ರವಾಗುತ್ತಿತ್ತು. ಪಕ್ಕದಲ್ಲಿದ್ದ ಪುಟ್ಟ ಮಾನೀಟರನ್ನು ನೋಡುತ್ತಾ 'ನಿಮಗೆ ಆಕ್ಸಿಜನ್ ಇಲ್ಲದೇ ನಡೆಯುವುದೇ ಇಲ್ಲ' ಎಂದ. ರಾಯರು ಆತನತ್ತ ಒಮ್ಮೆ ಸಿಟ್ಟಿನಿಂದ ನೋಡುತ್ತಾ ಮತ್ತೆ ಮೂಗಿನೊಳಗೆ ನಳಿಕೆಯನ್ನು ಸೇರಿಸಿದರು, ಏನೂ ಮಾತಾಡದೇ.

'ಬಾಯ್, ಈಸ್ ಹಿ ಗ್ರಂಪಿ' ಎಂದ, ಆನಂದನನ್ನು ನೋಡಿ. 'ಹೀ ಈಸ್ ಗೋಯಿಂಗ್ ಟು ಲೂಸ್ ಹಿಸ್ ಲೆಗ್' ಎಂದ. ರಾಯರು ನಯವಾಗಿ 'ಡಾಕ್ಟರ್. ನನಗೆ ಎಪ್ಪತ್ತಮೂರು ವರ್ಷ. ನಾನು ಗ್ರಿಂಡ್ಲೇಸ್‌ನಲ್ಲಿ ಮ್ಯಾನೇಜರ್ ಆಗಿ ರಿಟೈರಾದವನು. ನನಗೂ ಇಂಗ್ಲಿಷ್ ಅರ್ಥ ಆಗುತ್ತೆ. ಈ ದೇಶಕ್ಕೆ ಆರು ಬಾರಿ ಬಂದು ಹೋಗಿದ್ದೀನಿ. ಕಾಲು ನನ್ನದು, ನೀವು ದಯವಿಟ್ಟು ನನ್ನ ಜತೆಗೇ ಮಾತಾಡಿರಲ್ಲ.' ಎಂದರು.

ಓಕೆ, ಸಾರಿ, ನಿಮ್ಮ ಕಾಲನ್ನು ತೆಗೀಬೇಕು.'

'ತೆಗೀಬೇಕು ಅಂದರೆ...'

ಓಕೆ, ವಿ ನೀಡ್ ಟು ಆಂಪ್ಯುಟೇಟ್ ಯುವರ್ ಲೆಗ್.'

'ಹಾಗೆ ಹೇಳಿರಲ್ಲ.'

ಓಕೆ. ಎಲ್ಲ ಹೇಳ್ತೀನಿ. ನಿಮ್ಮ ಕಾಲಿಗೆ ಸರ್ಕ್ಯುಲೇಶನ್ ಏನೂ ಇಲ್ಲ. ಪೂರಾ ನಿಂತುಹೋಗಿದೆ. ಕಾಲು ಕೊಳೆತು ಗ್ಯಾಂಗ್ರೀನ್ ಆಗುತ್ತಾ ಇದೆ. ಅದನ್ನು ಆದಷ್ಟು ಬೇಗ ಆಂಪ್ಯುಟೇಟ್ ಮಾಡದೇ ಇದ್ದರೆ ಇನ್‌ಫೆಕ್ಷನ್ನು ಎಲ್ಲ ಕಡೆ ಹರಡಬಹುದು. ಮತ್ತೆ ನಿಮ್ಮ ಆಪರೇಷನ್ ತುಂಬಾ ಹೈ ರಿಸ್ಕು. ಸಿಗರೇಟು ಸೇದಿ ಸೇದಿ, ನಿಮ್ಮ ಶ್ವಾಸಕೋಶವೆಲ್ಲಾ ಹಾಳಾಗಿದೆ.'

'ಹಾಗಾದರೆ, ಈ ಆಪರೇಷನ್ ಯಾಕೆ ಮಾಡಬೇಕು, ಬೇಡ ಬಿಡಿ.'

'ಏನಂದ್ರಿ?'

'ಅದೇ ಹೈ ರಿಸ್ಕಂದ್ರಲ್ಲ. ಮತ್ತೆ ಯಾಕೆ ಮಾಡಬೇಕು. ನನಗೆ ಈ ಆಪರೇಷನ್ ಬೇಡ.'

'ನಿಮಗೆ ನಾ ಹೇಳೋದು ಅರ್ಥ ಆಗ್ತಾ ಇಲ್ಲ. ಈ ಆಪರೇಷನ್ ಮಾಡದೇ ಇದ್ದರೆ ನೀವು ಸಾಯಬಹುದು.'

'ಡಾಕ್ಟರ್, ಈ ಆಪರೇಷನ್ ಮಾಡಿದರೆ ನಾ ಬದುಕುತ್ತೀನಿ ಅಂತ ನೀವು ಗ್ಯಾರಂಟಿ ಕೊಡ್ತೀರ'

'ಹಾಗೆ ಯಾವ ಗ್ಯಾರಂಟಿಯನ್ನೂ ನಾವು ಕೊಡೋಕಾಗೊಲ್ಲ'

ಸುಮ್ಮನೇ ಆನಂದನ ಮುಖ ನೋಡಿದರು. ಇನಂಪುಡಿ ಆನಂದನತ್ತ ನೋಡುತ್ತಾ 'ಡಸ್ ಹಿ ಹ್ಯಾವ್ ಎನಿ ಅಡ್ವಾನ್ಸ್ಡ್ ಡೈರೆಕ್ಟಿವ್ಸ್' ಎಂದ. ನಂತರ ತಪ್ಪು ಮಾಡಿದವನಂತೆ ರಾಯರನ್ನು ನೋಡುತ್ತಾ 'ಒಂದು ವೇಳೆ ನಿಮ್ಮ ಹೃದಯದ ಬಡಿತ ನಿಂತರೆ, ಡಾಕ್ಟರುಗಳು, ನರ್ಸುಗಳು ನಿಮ್ಮನ್ನು ಉಳಿಸಲು ಪ್ರಯತ್ನ ಮಾಡಬೇಕಾ. ನಿಮ್ಮ ಎದೆಗೂಡನ್ನು ಒತ್ತಿ ನಿಮ್ಮ ಗಂಟಲೊಳಗೆ ಟ್ಯೂಬನ್ನು ಹಾಕಿ ನಿಮ್ಮ ಜೀವ ಉಳಿಸೋ ಪ್ರಯತ್ನಾ ಮಾಡಬೇಕಾ?' ಎಂದು ನೇರವಾಗಿ ಕೇಳಿದ.

'ಅದು ಡಾಕ್ಟರಾದ ನಿಮ್ಮ ಕೆಲಸವಲ್ಲವೇ?' ರಾಯರು ಇನಂಪುಡಿಯ ಕಣ್ಣನ್ನೇ ನೋಡುತ್ತಾ ಕೇಳಿದರು.

'ಹಾಗಲ್ಲಪ್ಪ. ಇದು ರುಟೀನ್ ಪ್ರಶ್ನೆ. ಅವರ ಕೆಲಸ ಅವರು ಮಾಡ್ತಾ ಇದಾರೆ. ಅಂಥಾ ಅಸಾಮಾನ್ಯ ಲೈಫ್ ಸಪೋರ್ಟಿನಿಂದ ಯಾವುದೇ ಉಪಯೋಗವಿಲ್ಲದೇ ಇರಬಹುದು. ಉದಾಹರಣೆಗೆ ಒಂದು ಬಾರಿ ಟ್ಯೂಬು ಹಾಕಿಸಿಕೊಂಡರೆ ನೀನು ಆ ಉಸಿರಾಟದ ಮಶೀನಿನಿಂದ ಹೊರಬರಲು ಸಾಧ್ಯವಾಗದೇ ಹೋಗಬಹುದು' ಎಂದ, ಆನಂದ,

'ನಿಮಗ್ಯಾಕೆ ತೊಂದರೆ, ಡಾಕ್ಟರೇ. ಎಂಥದೂ ಮಾಡಬೇಡಿ. ಜಸ್ಟ್ ಲೆಟ್ ಮಿ ಗೋ...'

'ಓಕೆ. ನಾನು ಹೇಳ್ತಾ ಇರೋದು ನಿಮಗೆ ಅರ್ಥ ಆಗುತ್ತೆ ಅಂತ ಕಾಣ್ತಾ ಇದೆ. ಈ ನಿರ್ಣಯ ನಿಮ್ಮ ಬೇರೆ ಯಾವ ಚಿಕಿತ್ಸೆಗಳಿಗೂ ಯಾವ ರೀತಿಯಲ್ಲಿಯೂ ಅಡ್ಡಿಮಾಡುವುದಿಲ್ಲ. ನಿಮ್ಮ ಪರಿಸ್ಥಿತಿ ತೀರ ಹದಗೆಟ್ಟಾಗ ಅಂದರೆ ನಿಮಗೆ ನೀವೇ ಉಸಿರಾಡಲಿಕ್ಕೆ ಆಗದೇ ಹೋದರೆ, ನಿಮ್ಮ ಹೃದಯದ ಬಡಿತ ನಿಂತರೆ, ನಾವು ಲೈಫ್ ಸಪೋರ್ಟನ್ನು ಉಪಯೋಗಿಸುವುದಿಲ್ಲ. ಮುಂದಿನದನ್ನು ಆ ದೇವರಿಗೇ ಬಿಡೋಣ' ಎಂದು ಮೇಲೆ ನೋಡಿದ.

ರಾಯರು ನಕ್ಕರು. 'ಹಾಗಾದರೆ ಈ ಕಾಗದಗಳಿಗೆ ನೀವು ರುಜುಮಾಡಿ. ನಿಮಗೆ ಇದರ ಒಂದು ಪ್ರತಿಯನ್ನು ಕೊಡುತ್ತೀನಿ. ಯಾವುದಾದರೂ ಆಸ್ಪತ್ರೆಗೆ ಹೋಗಬೇಕಾಗಿ ಬಂದರೆ ನೀವು ಈ ಪತ್ರಗಳನ್ನು ತೋರಿಸಬಹುದು.' ಎಂದು ಒಂದಿಷ್ಟು ಪತ್ರಗಳಿಗೆ ಸಹಿ ಹಾಕಿಸಿಕೊಂಡ, ಇನಂಪುಡಿ.

ಆನಂದನ ಹತ್ತಿರ ಬಂದು, 'ನನ್ನ ಸೆಕ್ರೆಟರಿ ಹೇಳುತ್ತಾ ಇದ್ದಳು. ನಿಮ್ಮ ತಂದೆಯವರದ್ದು ಮೆಡಿಕಲ್ ಇನ್ಸುರೆನ್ಸ್ ಇನ್ನೂ ಪಕ್ಕಾ ಆಗಿಲ್ಲ ಅಂತ. ಇವತ್ತಿನ ನನ್ನ ಕ್ಲಿನಿಕ್ ಚಾರ್ಜನ್ನು

ಬೇಕಾದರೆ ಬಿಡಬಹುದು. ಆದರೆ, ಆದಷ್ಟು ಬೇಗ ಇನ್ಶುರೆನ್ಸ್ ಪೇಪರ್ವರ್ಕನ್ನು ಮುಗಿಸಿಕೊಳ್ಳಿ. ಮತ್ತೆ ಏನಾದರೂ ಹೆಚ್ಚುಕಮ್ಮಿಯಾದರೆ, ನೀವು ಇಡೀ ಜೀವಮಾನ ಆಸ್ಪತ್ರೆ ಬಿಲ್ಲು ಕಟ್ಟಬೇಕಾಗುತ್ತೆ. ಇಟ್ಸ್ ಲೈಕ್ ಸೆಕಂಡ್ ಮಾರ್ಟ್‌ಗೇಜ್ ಯು ನೋ' ಎಂದ.

ಕಾರಿನಲ್ಲಿ ಕೂತ ತಕ್ಷಣ ರಾಯರು ಹಿಂದಿನ ಸೀಟನ್ನು ನೋಡಿದರು. ಬೆಳಿಗ್ಗೆ ಆನಂದ ತಮಗೆ ಕೊಟ್ಟಿದ್ದ ವಿಮಾಕಂಪೆನಿಯ ಪತ್ರಗಳು ಅಲ್ಲಿದ್ದವು. ಆನಂದ ಕಾರಿನ ರೇಡಿಯೋದಲ್ಲಿ ಹೈವೇಟ್ರಾಫ್ಹಿಕ್ ಹೇಗಿದೆ ಎಂದು ಹುಡುಕುತ್ತಿದ್ದ. ಮೊಬೈಲಿಗೆ ಛಾಯಾಳ ಫೋನು ಬಂತು. ಅದಕ್ಕೆ ಆತ ಉತ್ತರಿಸಲಿಲ್ಲ...

ಮನೆಗೆ ಬಂದ ಮೇಲೆ ಛಾಯಾ 'ಏನಾಯ್ತು?' ಎನ್ನುವ ಹಾಗೆ ಆನಂದನ ಮುಖ ನೋಡಿದಳು. ಶ್ರೇಯಾ 'ಅಪ್ಪ ನನ್ನ ಕ್ರೇಯಾನ್ಸ್ ಎಲ್ಲಿ?' ಎಂದು ಕೂಗುತ್ತಾ ಬಂದು, ಕೋಲು ಊರುತ್ತಾ ಬರುವ ಅಜ್ಜನನ್ನು ನೋಡಿ 'ಹೇ ಅಜ್ಜ, ನನ್ನ ಈ ಹೊಸ ಕಲರಿಂಗ್ ಪುಸ್ತಕದಲ್ಲಿ ನಾನು ಡೈನಸಾರನ್ನು ಕಲರ್ ಮಾಡಿದೇನೆ, ನಾ ನಿಂಗೆ ತೋರಿಸ್ಲಾ. ಟುಡೇ, ಯು ಹ್ಯಾವ್ ಟು ಟೆಲ್ ಮಿ ಅಬೌಟ್ ರಾಮಾಸ್ ವೆಡ್ಡಿಂಗ್' ಎಂದು ಅಜ್ಜನಿಗೆ ಎತ್ತಿಕೋ ಎಂದು ಜೋತುಬಿದ್ದಳು. ರಾಯರು ಎತ್ತಿಕೊಳ್ಳಲು ಹೋಗಿ ಆಗದೇ 'ಅಮ್ಮಾ...' ಎಂದು ಬೆನ್ನು ಹಿಡಕೊಂಡು ಕೂತರು. 'ಪುಟ್ಟಿ, ನೀ ಹೋಗು, ಅಮ್ಮನ ಜತೆಗೆ. ಇವತ್ತು ಅಮ್ಮ ನಿಂಗೆ ಕತೆ ಹೇಳ್ತಾಳೆ. ಅಜ್ಜನಿಗೆ ಇವತ್ತು ಸುಸ್ತಾಗಿದೆ' ಎಂದು ಮಗುವನ್ನು ಒಳಗೆ ಕಳಿಸಿ ಅಪ್ಪನನ್ನು ನಿಧಾನವಾಗಿ ರೂಮಿಗೆ ಕರಕೊಂಡು ಹೋಗಿ ಮಲಗಿಸಿ ಬಂದ ಆನಂದ.

■

ರಾತ್ರಿ ಆನಂದ ರೂಮಿಗೆ ಬಂದು ಮಲಗಿದಾಗ ಹನ್ನೆರಡರ ಮೇಲಾಗಿತ್ತು. ಛಾಯಾ ಯಾವುದೋ ಪುಸ್ತಕ ಓದುತ್ತಾ ಮಲಗಿದ್ದಳು. ಮಾಸ್ಟರ್ ಬೆಡ್‌ರೂಮಿನ ಟೀವಿಯಲ್ಲಿ ಅಮಿತಾಬ್ ಬಚ್ಚನ್‌ನ 'ಗಂಗಾ ಜಮುನಾ ಸರಸ್ವತಿ' ಚಿತ್ರ ಬರುತ್ತಿತ್ತು.

ಹೊದಿಕೆಯೊಳಕ್ಕೆ ಸೇರಿಕೊಳ್ಳುತ್ತಾ 'ಕೆಟ್ಟ ಪಿಕ್ಚರ್ ಅಲ್ವಾ?' ಎಂದ. ಛಾಯಾ ಮಾತಾಡಲಿಲ್ಲ.

ಪಕ್ಕದ ಬೆಡ್‌ರೂಮಿನಲ್ಲಿಯೇ ಮಲಗಿದ್ದ ರಾಯರ ಆಕ್ಸಿಜನ್ 'ಸ್‌ಸ್‌ಸ್‌ಸ್...' ಎಂದು ಸಪ್ಪಳ ಮಾಡುತ್ತಿತ್ತು. ಇನ್ನೊಂದು ರೂಮಿನಲ್ಲಿ ಮಲಗಿದ್ದ ಶ್ರೇಯಾ ಸಣ್ಣಗೆ ಗೊರಕೆ ಹೊಡೆಯುತ್ತಿದ್ದಳು.

'ಮುಂದಿನ ಸಲ ನೀನು ಮಾವನ್ನ ಡಾಕ್ಟರ ಹತ್ತಿರ ಕರಕೊಂಡು ಹೋದಾಗ ಅವಳಿಗೂ ಅಪಾಯಿಂಟ್‌ಮೆಂಟ್ ತೆಗೆದುಕೋ. ಈ ನಡುವೆ ಯಾಕೋ ಸಣ್ಣದಾಗಿ ಗೊರಕೆ ಹೊಡೀತಾಳೆ. ಮತ್ತೆ ಟಾನ್ಸಿಲ್ಲು ಏನಾರ ದೊಡ್ಡದಾಗಿದ್ರೆ ಹಿಂಗಾಗುತ್ತಂತೆ' ಎಂದಳು.

ಆನಂದ ನಿಧಾನವಾಗಿ ಛಾಯಾಳ ಬಳಿ ಹೋದ. ಛಾಯಾ ಮಗ್ಗುಲು ಬದಲಿಸಿದಳು. ಆನಂದನೂ ಆ ಕಡೆ ತಿರುಗಿ ಮಲಗಿ 'ಅಪ್ಪನ ಕಾಲನ್ನು ಆಂಪ್ಯುಟೇಟ್ ಮಾಡಬೇಕಂತೆ. ಅಪ್ಪ ಖಂಡಿತಾ ಬೇಡ ಎಂದು ಹೇಳಿದರು'

'ಮತ್ತೆ ಬೇರೆ ಏನೂ ಮಾರ್ಗವೇ ಇಲ್ಲವಂತಾ?'

'ಇಲ್ಲ. ಆದರೆ ಒಂದು ಒಳ್ಳೆ ಸುದ್ದಿ ಅಂದರೆ ಅಪ್ಪ ಆ ಇನ್ಸುರೆನ್ಸ್ ಪೇಪರ್ರಿಗೆ ಸಹಿ ಹಾಕಿದರು.'

'ಓಕೆ. ಆನಂದ. ತಪ್ಪು ತಿಳೀಬೇಡ. ಇನ್ನೂ ಎಷ್ಟು ದಿನ, ಹೀಗೆ?'

'ಏನು ಹಂಗಂದ್ರೆ?'

'ಅಲ್ಲ, ಅವರಿಗೆ ಗುಣ ಆಗೊಲ್ಲ ಅಂತ ಡಾಕ್ಟರು ಹೇಳಿದಾರೆ. ಹೇಳಿದ ಮಾತು ಒಂದೂ ಕೇಳೊಲ್ಲ. ನಾನು ಅವರಿಗೆ ಏನು ಕೇಳಿದರೂ ಮಾಡಿ ಕೊಡ್ತೀನಿ. ಆದರೆ, ನಾನು ಏನು ಮಾಡಿದರೂ ಸೇರೊಲ್ಲ. ಒಂದಕ್ಕೆ ಉಪ್ಪು ಕಮ್ಮಿ, ಒಂದಕ್ಕೆ ಖಾರ ಜಾಸ್ತಿ, ನೀನು ಇವತ್ತು ಬ್ರೆಡ್ಡಿಗೆ ಜ್ಯಾಮ್ ಹಾಕಿದ್ದಕ್ಕೆ ಗಲಾಟೆ ಮಾಡಿದೆ. ಹಾಕದೇ ಇದ್ದರೆ ಅವರು ಬಿಡೋದಿಲ್ಲ. ಅವರ ರೂಮು ನೋಡಿದ್ಯಾ? ನಾನು ಎಷ್ಟೂ ಅಂತ ಕ್ಲೀನು ಮಾಡಿಸಲಿ. ಹತ್ತಿರ ಹೋದರೆ ವಾಸನೆ ಬರುತ್ತೆ. ಅವರಿಗೆ ಯಾತರ ಮೇಲೂ ಕಂಟ್ರೋಲೇ ಇರೊಲ್ಲ. ನಾನು ಬಾತ್‌ರೂಮಿಗೆ ಕರಕೊಂಡು ಹೋಗ್ತೀನಿ ಅಂದರೆ ಬೇಡ ಅಂತಾರೆ. ಮೊನ್ನೆ ಶ್ರೇಯಾ ಅವರ ರೂಮಲ್ಲಿ ಕೂತಿದ್ದಾಗ ಅವರಿಗೆ ಹಾಕಿದ್ದ ಡಿಪೆಂಡ್ಸ್ ಲೀಕ್ ಆಗಿ ಹಾಸಿಗೆ ಎಲ್ಲ ಒದ್ದೆ ಆಗಿತ್ತು. ನಾನು ಕ್ಲೀನ್ ಮಾಡೋ ಹೊತ್ತಿಗೆ ಸಾಕಾಗಿ ಹೋಯ್ತು. ಅದು ನೋಡಿದ್ರೆ ಯಾವಾಗಲೂ ಅದೇ ರೂಮಲ್ಲಿ ಇರಬೇಕಂತ ಹಠ ಮಾಡುತ್ತೆ. ನಾನೂ ಹೊರಗೆ ಕೆಲಸಕ್ಕೆ ಹೋಗ್ತೀನಿ. ಎಲ್ಲ ಹೇಗೆ ಮಾಡಲಿ?'

'ಛಾಯಾ, ನನಗರ್ಥ ಆಗೊಲ್ಲ ಅಂತ ಮಾಡಿದೀಯಾ. ನಾನೇನು ಮಾಡಲಿ, ಹೇಳು. ಅಲ್ಲಿ ಬೆಂಗಳೂರಲ್ಲಿ ಯಾರಾದರೂ ನೋಡಿಕೊಳ್ಳೋರು ಇದ್ದಿದ್ದರೆ ನಾನು ಅವರನ್ನು ಇಲ್ಲಿಗೆ ಕರಕೊಂಡು ಬರ್ತಿದ್ದೆನಾ. ಆತ ಮೊದಲಿಂದ ಬದುಕಿದ್ದು ಹಾಗೆ. ಈಗ ಯಾರು ಏನು ಮಾಡಿದರೂ ಆತ ಬದಲಾಗೊಲ್ಲ. ಹಾಗಂತ ಮನೆಯಿಂದ ಹೊರಗೆ ಹಾಕೋಕೆ ಆಗುತ್ತಾ? ಇವೆಲ್ಲ ಬೇಗ ಮುಗಿದುಹೋಗುತ್ತೆ, ಡಾಕ್ಟರು ಅಪ್ಪ ಹೆಚ್ಚು ದಿನ ಉಳಿಯೊಲ್ಲ ಅಂತ ಹೇಳಿದಾರೆ.' ಆನಂದನ ಕಣ್ಣಲ್ಲಿ ನೀರು ತುಂಬಿತ್ತು.

'ಹಾಗೇನಿಲ್ಲ. ಆಕ್ಸಿಜನ್ ಮೇಲೆ ಇದ್ದರೆ ಎರಡು ಮೂರು ವರ್ಷ ಬದುಕಿರುತ್ತಾರಂತೆ. ನಾನು ಮನೆಯಿಂದ ಹೊರಗೆ ಹಾಕು ಅಂತ ಹೇಳ್ತಾ ಇಲ್ಲ. ಕೊಂಚ ಹೆಚ್ಚಿನ ಸಹಾಯ. ಮನೇಗೆ ವಾರಕ್ಕೆ ಎರಡು ಬಾರಿ ಯಾರಾದರೂ ನರ್ಸ್ ಬಂದು ನೋಡಿಕೊಂಡು ಹೋದರೂ ಪರವಾಗಿಲ್ಲ.'

'ಛಾಯಾ, ನಿಮ್ಮಪ್ಪನಿಗೆ ಹುಷಾರಿಲ್ಲದೇ ಇದ್ದಾಗ ಹೋಗಿ ಬೆಂಗಳೂರಲ್ಲಿ ಮೂರು ತಿಂಗಳು ಇದ್ದು ಬಂದೆಯಲ್ಲ, ನಾನು ಏನಾದರೂ ಮಾತಾಡಿದ್ದೆನಾ. ಹೋಗಲಿ, ಯೋಚನೆ ಮಾಡಬೇಡ. ನಾನು ಎಲ್ಲ ವ್ಯವಸ್ಥೆ ಮಾಡಿದೀನಿ' ಎಂದು ಎದ್ದು ಹೋಗಿ ಕಪಾಟಿನಲ್ಲಿದ್ದ 'ಲೇಕ್‌ಸೈಡ್ ಟೆರೇಸ್' ಎಂದು ಬರೆದಿದ್ದ ಒಂದು ಬ್ರೋಶರನ್ನು ತಂದು ಆಕೆಯ ಕೈಯಲ್ಲಿ ಕೊಟ್ಟ, 'ಇಲ್ಲೇ ಹತ್ತಿರಾನೇ ಇದೆ, ಈ ಓಲ್ಡ್ ಏಜ್ ರೆಸ್ಟ್ ಹೋಮು. ಯಾವುದೋ ಗುಜರಾತಿ

ಹೆಂಗಸು ನೋಡ್ಕೊತಾಳಂತೆ. ಬರೇ ಭಾರತೀಯರೇ ಇರ್ತಾರಂತೆ. ನಾನು ಅಪ್ಪನ ಜತೆ ಮಾತಾಡ್ತೀನಿ. ಅಲ್ಲಿಗೆ ಕಳಿಸೋ ವ್ಯವಸ್ಥೇನ ಆದಷ್ಟು ಬೇಗ ಮಾಡೋಣವಂತೆ' ಎಂದು ಎದ್ದು ಟೀವಿಯ ಚಾನೆಲ್ಲನ್ನು ಬದಲಿಸಿ ನೋಡಹತ್ತಿದ.

ಪಕ್ಕದ ರೂಮಿನಲ್ಲಿ ಅಪ್ಪನ ಗೊರಕೆ ಜೋರಾಗಿ ಕೇಳುತ್ತಿತ್ತು.

ಛಾಯಾ 'ಆನಂದ ನಿಧಾನವಾಗಿ ಯೋಚಿಸು. ಶ್ರೇಯಾಗೆ ಏಳು ವರ್ಷ. ಇದು ನಮ್ಮಪ್ಪ, ನಿಮ್ಮಪ್ಪನ ಪ್ರಶ್ನೆ ಅಲ್ಲ. ನಮ್ಮಪ್ಪ ಇಲ್ಲಿಗೆ ಹೀಗೆ ಬಂದಿದ್ದರೂ ನಾನು ಹೀಗೇ ಯೋಚನೆ ಮಾಡುತ್ತಾ ಇದ್ದೆ. ನಾನು ಯಾವುದಕ್ಕೆ ಕಮ್ಮಿ ಮಾಡಿದೀನಿ, ಈಗ. ನಿಮ್ಮಪ್ಪನಿಗೆ ಹೀಗಾಗದೇ ಇದ್ದರೆ ನಾವು ಎರಡನೇ ಮಗೂಗೆ ಪ್ಲಾನ್ ಮಾಡಿರುತ್ತಿದ್ದೆವು. ಈಗಾಗಲೇ ಲೇಟಾಗಿದೆ. ಈ ಪರಿಸ್ಥಿತೀಲಿ ನಾವು ನಮ್ಮ ಬಗ್ಗೆ ಯೋಚನೆ ಕೂಡ ಮಾಡೊಕಾಗುತ್ತಾ' ಎಂದಳು ಛಾಯಾ.

'ಸರಿ, ಹೇಳಿದೆನಲ್ಲ, ನಾನು ಅಪ್ಪನ ಜತೆ ಮಾತಾಡ್ತೀನಿ. ನಾಳೆ ನಾನು ಕೆಲಸಕ್ಕೆ ಬೇಗ ಹೋಗ್ಬೇಕು' ಎಂದು ಮಲಗಿದ. ಛಾಯಾ ಈ ಕಡೆ ಮಗ್ಗುಲು ಮಾಡಿ, 'ಸಾರಿ, ಇದು ಎಲ್ಲರ ಒಳ್ಳೆಯದಕ್ಕೇ. ಈಗ ನಾನು ನಿನಗೆ ಕೆಟ್ಟವಳಾಗಿ ಕಾಣ್ತೀನಿ, ಪ್ಲೀಸ್. ಯೋಚನೆ ಮಾಡಿ ನೋಡು. ವಿಥೌಟ್ ಎನಿ ಬಯಾಸ್' ಎಂದು ಹೇಳಿ ಮಲಗಿದಳು.

ಪಕ್ಕದ ರೂಮಿನಲ್ಲಿ ರಾಯರ ಗೊರಕೆ ಇನ್ನೂ ಜೋರಾಗಿತ್ತು.

■

ಆನಂದ ಮತ್ತು ಛಾಯಾ ಇಬ್ಬರೂ 'ಲೇಕ್‌ಸೈಡ್ ಟೆರೇಸ್'ಅನ್ನು ನೋಡಲು ಹೋಗಿ ಬಂದಿದ್ದರು. ಆನಂದನ ಮನೆಯಿಂದ ನಾಲ್ಕು ಮೈಲಿ ದೂರದಲ್ಲಿ ಸುಮಾರು ಇಪ್ಪತ್ತೆಕರೆ ವಿಶಾಲವಾದ ಬಯಲಿನಲ್ಲಿ ಸುಮಾರು ಅರವತ್ತು ಜನ ಆರಾಮಾಗಿ ಇರಬಹುದಾದ ವೃದ್ಧಾಶ್ರಮ. ಅದರ ಮೇಜವಾನಿ ಸೋನಲ್ ಗಾಂಧಿ ಎಂಬ ಗುಜರಾತಿ ಹೆಂಗಸಿನದು. ಆಕೆ ಅಲ್ಲಿಯೇ ಸಾಂಟಾ ಕ್ಲಾರಾದಲ್ಲಿ ನರ್ಸಾಗಿ ಈಗ ನಿವೃತ್ತಳಾಗಿದ್ದಾಳಂತೆ.

ಬೇ ಏರಿಯಾದಲ್ಲಿ ಜಾಸ್ತಿ ಜನ ಭಾರತೀಯರು ಇದ್ದಾರಂತಲೋ, ಅಥವಾ ಸೋನಲ್ ಗಾಂಧಿ ಈ ನರ್ಸಿಂಗ್ ಹೋಮಿನ ಮ್ಯಾನೇಜರ್ ಅಂತಲೋ ಇಲ್ಲಿ ಇದ್ದ ಜನರಲ್ಲಿ ಮುಕ್ಕಾಲುವಾಸಿ ಭಾರತೀಯರೇ ಇದ್ದರು.

ಸೋನಲ್ ಗಾಂಧಿ ನರ್ಸಿಂಗ್ ಹೋಮಿನ ಟೂರ್ ಕೊಡುತ್ತಾ ಇದ್ದಳು 'ನಮ್ಮಲ್ಲಿರೋ ನರ್ಸುಗಳೆಲ್ಲಾ ಸರ್ಟಿಫೈಡ್. ದಿನದ ಇಪ್ಪತ್ತನಾಲ್ಕು ಗಂಟೆಯೂ ಇಲ್ಲಿ ನರ್ಸುಗಳು ಇದ್ದೇ ಇರ್ತಾರೆ. ವಾರಕ್ಕೆ ಒಮ್ಮೆ ಡಾಕ್ಟರ ರೌಂಡ್ಸ್ ಇರುತ್ತೆ. ಇಲ್ಲಿಂದ ಮೂರು ಮೈಲಿ ದೂರ ಸೇಂಟ್ ಫ್ರಾನ್ಸಿಸ್ ಆಸ್ಪತ್ರೆಯಿದೆ. ಎಮರ್ಜೆನ್ಸಿ ಅಂದರೆ ಅಲ್ಲಿಗೆ ಕಳಿಸುತ್ತೇವೆ. ಎರಡೂ ಹೊತ್ತು ಇಂಡಿಯನ್ ಊಟ ಸಿಗುತ್ತೆ. ಸೌತ್ ಇಂಡಿಯನ್ ದಿನಾ ಸಿಗೋದು ಕಷ್ಟ, ನೋಡೋಣ, ಪ್ರಯತ್ನ ಮಾಡ್ತೀನಿ. ಮೆಡಿಕೇರ್, ಬ್ಲೂ ಕ್ರಾಸ್, ಬ್ಲೂ ಶೀಲ್ಡ್, ಎಲ್ಲ ಹೆಚ್ಚಿನ ಇನ್ಶುರೆನ್ಸ್ ಕಂಪನಿಗಳಿಂದ ನಮ್ಮ ಹೋಮ್ ಸರ್ಟಿಫೈ ಆಗಿದೆ. ನಿಮಗೆ ಇಷ್ಟ ಆಯಿತಾ' ಎಂದು ಕೇಳಿದಳು.

ಆಕೆ ಒಂದು ಪಿಂಕುಬಣ್ಣದ ಲಾಂಗ್ ಸ್ಕರ್ಟನ್ನು ಹಾಕಿಕೊಂಡು ದಟ್ಟವಾದ ಮೇಕಪ್ ಬಳಿದಿದ್ದಳು. ಕೈಯಲ್ಲಿ ನಾಲ್ಕು ಫ್ಲೋಲ್ಡರುಗಳನ್ನು ಇಟ್ಟುಕೊಂಡು ಆನಂದನ ಉತ್ತರಕ್ಕೆ ಕಾಯುತ್ತಿದ್ದಳು. 'ನಿಮ್ಮ ಇನ್ಸುರೆನ್ಸ್ ಮಾಹಿತಿಯನ್ನು ಮುಂದಿನ ಡೆಸ್ಕಿಗೆ ಕೊಟ್ಟುಬಿಡಿ. ಮತ್ತೆ ಇನ್ನೂ ಕೊಂಚ ಪೇಪರ್‌ವರ್ಕಿದೆ. ಯಾವಾಗ ಕರಕೊಂಡು ಬರ್ತೀರಾ ಕ್ಲೈಂಟನ್ನು.' ಎಂದು ಕೇಳಿದಳು.

ಆನಂದ ಉತ್ತರಿಸಲಿಲ್ಲ. ಆ ವೃದ್ಧಾಶ್ರಮದ ಭರ್ತಿಪತ್ರಗಳನ್ನು ತುಂಬಿಸಲು ತೊಡಗಿದ್ದ. ಸೋನಲ್‌ಳನ್ನು ಪಕ್ಕಕ್ಕೆ ಕರೆದು 'ನೋಡು, ಅಪ್ಪನದು ಇನ್ಸುರೆನ್ಸಿಗೆ ಅಂತ ಈಗ ಅರ್ಜಿ ಕಳಿಸಿದ್ದೇವೆ. ಸರಕಾರಿ ವಿಮೆ ಬರೋದು ಇನ್ನೂ ಸ್ವಲ್ಪ ತಡವಾಗುತ್ತೆ. ನಿನ್ನೆ ನಾನು ಮಾತಾಡಿದಾಗ ಇನ್ನೊಂದು ತಿಂಗಳಾಗಬಹುದು ಎಂದು ಹೇಳಿದ್ದಾರೆ. ಬೇರೆ ಪ್ರೈವೇಟ್ ಕಂಪೆನಿಯಲ್ಲೂ ಪ್ರಯತ್ನಿಸುತ್ತೇನೆ. ಅಕಸ್ಮಾತ್ ಇನ್ಸುರೆನ್ಸ್ ಸಮಯಕ್ಕೆ ಸರಿಯಾಗಿ ದೊರಕದೇ ಹೋದರೆ ತಿಂಗಳಿಗೆ ಎಷ್ಟು ಖರ್ಚು ಬರಬಹುದು?' ಎಂದು ಕೇಳಿದ.

'ಸುಮಾರು ಎರಡು ಸಾವಿರ ಡಾಲರ್?' ಎಂದಳು, ಈ ನಿಟ್ಟಿನಲ್ಲಿ ಬಹಳ ಪಳಗಿದಂತೆ.

ಆನಂದ, ಛಾಯಾ ಇಬ್ಬರೂ ಒಬ್ಬರ ಮುಖ ಒಬ್ಬರು ನೋಡಿಕೊಂಡರು. ಇಬ್ಬರ ಕಣ್ಣುಗಳಲ್ಲಿಯೂ ಒಂದು ವಿಧವಾದ ಒಪ್ಪಿಗೆ, ಸಮಾಧಾನವಿತ್ತು.

■

ಮನೆಗೆ ಬಂದು ಜ್ಯಾಕೆಟ್ಟನ್ನು ಹ್ಯಾಂಗರಿಗೆ ಹಾಕಿ ಮೇಲೆ ಅಪ್ಪನ ರೂಮಿನಲ್ಲಿದ್ದ ಶ್ರೇಯಾಳನ್ನು ಕರಕೊಂಡು ಬರಲು ಹೋದ. ಟೀವಿ ಆನ್ ಆಗಿತ್ತು. ಶ್ರೇಯಾ ಅಜ್ಜನ ಹೆಗಲಿನ ಮೇಲೆ ತಲೆಯಿಟ್ಟು ಮಲಗಿದ್ದಳು. ರಾಯರಿಗೂ ಕೊಂಚ ಜೋಂಪು ಬಂದಿತ್ತೇನೋ, ಹಾಗೇ ಕಣ್ಣು ಮುಚ್ಚಿ ಮಲಗಿದ್ದರು. ನಿಧಾನವಾಗಿ ಶ್ರೇಯಾಳನ್ನು ಎತ್ತಿಕೊಂಡು ಕೆಳಗೆ ಬಂದ. ಆನಂದ ಎತ್ತಿಕೊಂಡಿದ್ದಕ್ಕೇನೋ ಶ್ರೇಯಾಳಿಗೆ ಎಚ್ಚರವಾಯಿತು. ಸೀದಾ ಬಾತ್‌ರೂಮಿನಲ್ಲಿ ಕರಕೊಂಡು ಹೋಗಿ ಬಾತ್ ಟಬ್ಬಿನಲ್ಲಿ ನಿಲ್ಲಿಸಿ ಕೈಕಾಲು ತೊಳೆಸಲು ಶುರುಮಾಡಿದ. ಹಾಗೇ ನಿಧಾನವಾಗಿ ಬಟ್ಟೆಯೆಲ್ಲವನ್ನು ಸಡಿಲಿಸಿ ಅವಳ ಮೈಗೂ ಒಂದೆರಡು ಚೊಂಬು ನೀರು ಹಾಕಿ ಉಜ್ಜಲು ಶುರುಮಾಡಿದಾಗ ಶ್ರೇಯಾ, 'ಐ ಆಲ್ರೆಡಿ ಹ್ಯಾಡ್ ಮೈ ಶವರ್ ಟುಡೇ' ಎಂದು ಅಳಲು ಶುರುಮಾಡಿದ್ದಳು. ಛಾಯಾ, 'ಆನಂದ, ಅವಳ ಸ್ನಾನ ಆಗಿದೆ' ಎಂದು ಕೂಗಿದಳು.

ಶ್ರೇಯಾಳಿಗೆ ಊಟ ಮಾಡಿಸಿ ಆಕೆಯ ರೂಮಿನಲ್ಲಿ ಅವಳನ್ನು ಮಲಗಿಸಿ ಅಪ್ಪನ ರೂಮಿಗೆ ಬಂದ. ರಾಯರು ಟೀವಿಯಲ್ಲಿ ಏನೋ ನೋಡುತ್ತಾ ಇದ್ದರು. 'ಅಪ್ಪ, ನಮ್ಮನೇ ಬೇಸ್‌ಮೆಂಟನ್ನು ನೀನು ನೋಡೇ ಇಲ್ಲ. ಬಾ, ಕರಕೊಂಡು ಹೋಗ್ತೀನಿ' ಎಂದ. ರಾಯರಿಗೆ ಆಶ್ಚರ್ಯವೆನಿಸಿದರೂ ಬೇಡ ಎನ್ನದೇ ನಿಧಾನವಾಗಿ ಕೆಳಗೆ ಬಂದರು.

ರಾಯರು ಕೆಳಗೆ ಬರುವಷ್ಟರಲ್ಲಿ ಅವರಿಗೆ ಒಂದು ಕುರ್ಚಿ ಹಾಕಿ ಆಕ್ಸಿಜನ್ ಟ್ಯಾಂಕನ್ನು ಅಲ್ಲಿ ತೆಗೆದುಕೊಂಡು ಹೋಗಿ ಸಿದ್ಧಮಾಡಿದ್ದ. ಅವರು ಕೇಳದೇ ಇದ್ದರೂ ಅವರಿಗೆ ಒಂದು

ಗ್ಲಾಸಿನಲ್ಲಿ ವಿಸ್ಕಿ ಬಗ್ಗಿಸಿಕೊಟ್ಟು, 'ಅಪ್ಪ, ಸಿಂಗಲ್ ಮಾಲ್ಟ್, ನಿನಗೆ ಇಷ್ಟ' ಎಂದು ಸೋಡ ಬೆರೆಸಿಕೊಟ್ಟ.

ರಾಯರು ನಿಧಾನವಾಗಿ ವಿಸ್ಕಿಯನ್ನು ಹೀರಲು ಶುರುಮಾಡಿದರು. ಆನಂದ ತಾನೂ ಒಂದು ಗ್ಲಾಸಿನಲ್ಲಿ ಬಗ್ಗಿಸಿಕೊಂಡು ಕೂತ. ಕಿಟಕಿಯ ಬ್ಲೈಂಡ್ಸನ್ನು ಸರಿಸಿದಾಗ ಹೊರಗಡೆ ಚಂದ್ರ ನಿಧಾನವಾಗಿ ಹಿಂಬಯಲಿನಲ್ಲಿ ಮನೆಗಳ ನಡುವೆ ಇಳಿದು ಹೋಗುತ್ತಿದ್ದ.

'ಮುಂದಿನ ವಾರಕ್ಕೆ ಅಮ್ಮ ಹೋಗಿ ಸರಿಯಾಗಿ ಆರು ವರ್ಷ ಆಯಿತು, ಅಲ್ವಾ?' ಎಂದ, ಆನಂದ ನಿಧಾನವಾಗಿ. ರಾಯರು ಏನೂ ಮಾತಾಡಲಿಲ್ಲ. ಸುಮ್ಮನೇ ನಕ್ಕರು. ನಾಲ್ಕೈದು ನಿಮಿಷದಲ್ಲಿ ಗ್ಲಾಸನ್ನು ಪೂರಾ ಖಾಲಿ ಮಾಡಿದ್ದರು. ಆನಂದನ ಮುಖ ನೋಡಿದರು. ಆತ ಏನೂ ಹೇಳದೇ ಇದ್ದಾಗ 'ನನಗೆ ಇನ್ನೊಂದು ಲಾರ್ಜ್ ಕೊಡ್ತೀಯಾ?' ಎಂದು ಕೇಳಿದರು. 'ಸರಿ' ಎಂದು ಎದ್ದಾಗ 'ಸ್ವಲ್ಪ ಐಸ್ ಕಮ್ಮಿ ಹಾಕು. ನನಗೆ ಸರಿ ಬರೊಲ್ಲ' ಎಂದರು.

'ಅಪ್ಪ, ನಿನ್ನ ಆರೋಗ್ಯ ಸರಿಹೋಗಬೇಕಾದರೆ ನೀನು ಆ ಡಾಕ್ಟರು ಹೇಳಿದ ಹಾಗೆ ಕೇಳಬೇಕು.' ಎಂದ.

'ಓಹೋ, ನನಗೆ ನಶೆ ಹತ್ತಿಸಿ ಒಪ್ಪಿಸೋಕೆ ಪ್ರಯತ್ನ ಮಾಡ್ತಾ ಇದ್ದೀಯಾ?'ಎಂದರು ರಾಯರು.

'ಅಪ್ಪಾ, ನೀನು ಹೀಗೆ ಮಾತಾಡೋದರಿಂದ ಬೇರೆಯವರಿಗೆ ಬೇಜಾರಾಗುತ್ತೆ ಅಂತ ಒಮ್ಮೆಯೂ ಅನ್ನಿಸೊಲ್ವಾ? ಅಮ್ಮ ಇರೋತನಕ ಅವಳನ್ನು ಹಂಗೇ ಗೋಳು ಹುಯ್ಕೊಂಡಿ. ಅವಳ ಮಾತು ಕೇಳಿದ್ರೆ ನೀನು ಕೊಂಚವಾದರೂ ಆರೋಗ್ಯವಾಗಿರಬಹುದಾಗಿತ್ತು.'

'ಸೀತಾ ನನ್ನ ಜತೆ ಇರೋತನಕ ಆರಾಮಾಗೇ ಇದ್ದಳು. ಅವಳ ಮಾತು ಕೇಳದೇ ಏನು ಮಾಡಿದೀನಿ ನಾನು?'

'ಅಪ್ಪ, ಅಮ್ಮ ಬದುಕಿರೋತನಕ ನಿನಗೆ ಸಿಗರೇಟು ಸೇದಬೇಡ ಅಂತ ಇನ್ನಿಲ್ಲದ ಹಾಗೆ ಹೇಳಿದ್ದಳು. ನಿನ್ನದೇ ನಿನಗೆ. ಒಂದು ಹೇಳಿದ್ದ ಮಾತು ಕೇಳಿದ್ಯ. ಹೊತ್ತುಹೊತ್ತಿಗೆ ತಿಂಡಿ, ಊಟ, ಮಿತಿಯಲ್ಲಿ ಕುಡಿತ ಇದ್ದು ನಿನ್ನ ಬಗ್ಗೆ ಸ್ವಲ್ಪ ಕೇರ್ ತಗಂಡಿದ್ದರೆ, ಈಗ ಎಷ್ಟೋ ಆರಾಮಾಗಿರಬಹುದಿತ್ತು. ಈಗ ನೋಡು, ನಿನ್ನ ಆರೋಗ್ಯ?'

ಅಷ್ಟು ಹೊತ್ತಿಗೆ ಕೆಳಗೆ ಛಾಯಾಳೂ ಬಂದಳು. ಆಕೆ ಒಂದು ಸಡಿಲವಾದ ಗೌನನ್ನು ಹಾಕಿದ್ದಳು, ತಲೆಗೆ ಒಂದು ಪೋನಿಟೈಲನ್ನು ಕಟ್ಟಿಕೊಂಡಿದ್ದಳು. ಅಪ್ಪ, ಮಗ ಇಬ್ಬರೂ ಕೈಯಲ್ಲಿ ಗ್ಲಾಸು ಹಿಡಿದುಕೊಂಡು ಕೂತಿರುವುದು ನೋಡಿ ಆಕೆಗೆ ಕೊಂಚ ಸೋಜಿಗವೆನಿಸಿತು. ತಾನು ಅಲ್ಲಿರಬೇಕೋ ಇಲ್ಲವೋ ಯೋಚಿಸುತ್ತಾ ನಿಂತಳು.

ರಾಯರು ಆಕೆಯನ್ನು ಗಮನಿಸಿದ್ದರೋ ಇಲ್ಲವೋ. 'ಹಹ... ನನ್ನ ಆರೋಗ್ಯದ ಬಗ್ಗೆ ನನಗೆ ಬಿಟ್ಟು ಉಳಿದವರೆಲ್ಲರಿಗೂ ಹೆಚ್ಚಿನ ಕಾಳಜಿ ಇದ್ದಹಾಗೆ ಕಾಣುತ್ತೆ. ಅದೇ ಕಾಳಜಿ ತನ್ನ ಆರೋಗ್ಯದ ಮೇಲೆ ಇದ್ದಿದ್ದರೆ ಸೀತ ಇನ್ನೂ ಬದುಕಿರುತ್ತಿದ್ದಳೇನೋ' ಎಂದು ನಕ್ಕರು.

ಇನ್ನು ಮಾತಾಡುವುದು ಉಪಯೋಗವಿಲ್ಲ ಅನಿಸಿತು, ಆನಂದನಿಗೆ. 'ಅಪ್ಪ, ನಿನ್ನ ನಿರ್ಧಾರವೇನು?'

ರಾಯರು ಯಾವ ಅನುಮಾನವೂ ಇಲ್ಲದೇ, 'ನಾನು ಸಾಯುವವರೆಗೂ ಈ ನನ್ನ ಕಾಲು ನನ್ನ ಹತ್ತಿರವೇ ಇರುತ್ತೆ.' ಎಂದರು.

'ನಿನ್ನಿಷ್ಟ ಅಪ್ಪ. ಆದರೆ ಒಂದು ತಿಳಕೊ, ನಿನ್ನನ್ನು ಚೆನ್ನಾಗಿ ನೋಡಿಕೋಬೇಕಂತ ನಾವು ಇಂಡಿಯಾದಿಂದ ಕರಕೊಂಡು ಬಂದದ್ದು. ಆದರೆ, ಇಲ್ಲಿ ನೀನು ನನ್ನ ಮಾತು ಕೇಳೋದಿಲ್ಲ. ಇಲ್ಲಿ ನಾವಿಬ್ಬರೂ ಕೆಲಸಕ್ಕೆ ಹೋಗಬೇಕು. ನಿನಗೆ ಒಬ್ಬನಿಗೇ ಮನೇಲಿ ಇರೋಕೆ ಆಗೊಲ್ಲ. ನಾವು ಕೊಂಚ ಬೇರೆ ವ್ಯವಸ್ಥೆ ಮಾಡಬೇಕಾಗಿದೆ.' ಎಂದ.

ರಾಯರಿಗೆ ತಲೆ ನಿಧಾನವಾಗಿ ತಿರುಗುತ್ತಿತ್ತು. ಆನಂದ ಏನು ಹೇಳುತ್ತಿದ್ದಾನೆ ಎಂದು ಅರ್ಥವಾಗುತ್ತಿರಲಿಲ್ಲ. ಛಾಯಾ ಮೇಲೆ ಹೋಗಿ ಫಳ ಫಳ ಅನ್ನುತ್ತಿರುವ 'ಲೇಕ್‌ಸೈಡ್ ಟೆರೇಸ್'ನ ಬ್ರೋಶರನ್ನು ತಂದಳು. ಅದರ ಮುಖಪುಟದಲ್ಲಿ ಸೆಪಿಯ ಪ್ರಿಂಟಲ್ಲಿ ಅಚ್ಚಾಗಿರುವ ಒಂದು ಮುದ್ದಾದ ಫೋಟೊ ಇತ್ತು. ಆ ಫೋಟೊದಲ್ಲಿ ನಾಲ್ಕು ಜನ ಒಬ್ಬರನ್ನೊಬ್ಬರು ನೋಡಿ ನಗುತ್ತಾ ನಿಂತಿದ್ದರು. ಎಲ್ಲರ ಮುಖದಲ್ಲಿಯೂ ರಾಯರ ಮುಖದ ಮೇಲಿರುವಷ್ಟೇ ಸುಕ್ಕಿತ್ತು. 'ವಿ ಆರ್ ಆಲ್ವೇಸ್ ದೇರ್ ವೆನ್ ಯು ನೀಡ್ ಅಸ್' ಎಂಬ ಸಣ್ಣ ಅಡಿಬರಹವಿತ್ತು.

'ಅಪ್ಪ, ಈ ಬ್ರೋಶರನ್ನು ನಿಧಾನವಾಗಿ ನೋಡು. ಇದನ್ನು ಒಬ್ಬ ಗುಜರಾತಿ ಹೆಂಗಸೇ ನೋಡಿಕೊಳ್ಳೋದು. ದಿನಾ ಇಂಡಿಯನ್ ಅಡುಗೆ ಇರುತ್ತಂತೆ. ನಮ್ಮನೇಗೂ ದೂರ ಇಲ್ಲ. ನಾನು ದಿನಾ ಬಂದು ನೋಡಿಕೊಂಡು ಹೋಗ್ತೀನಿ. ಬಿಡುವಾದಾಗಲೆಲ್ಲಾ ಶ್ರೇಯಾ ಬರುತ್ತಾಳೆ.' ಎಂದು ನಿಧಾನವಾಗಿ ಹೇಳುತ್ತಾ ಆ ಓಲ್ಡ್ ಏಜ್ ಹೋಮಿನ ಬುಕ್‌ಲೆಟ್ಟನ್ನು ಅಲ್ಲಿಯೇ ಮುಂದಿಟ್ಟ. ಕನ್ನಡಕವನ್ನೂ ಕೈಗೆ ಕೊಟ್ಟ. ಛಾಯಾಳನ್ನು ಕರೆದು 'ಅಪ್ಪನಿಗೆ ಇನ್ಸುಲಿನ್ ಕೊಡಬೇಕು' ಎಂದು ಕೂಗಿ ಹೇಳಿದ.

ರಾಯರು ತಮ್ಮ ಎಡಗೈಯ ಮುಂಬೆರಳಿನ ತುದಿಯನ್ನು ಚುಚ್ಚಿ ಹೊರಹೊಮ್ಮಿದ ರಕ್ತದ ಹನಿಯನ್ನು ಆಕ್ಯುಚೆಕ್ ಮಶೀನಿನಲ್ಲಿಟ್ಟು ಗುಂಡಿ ಒತ್ತಿದರು. ಮಶೀನಿನಲ್ಲಿ ಕೌಂಟ್‌ಡೌನ್ ಶುರುವಾಗಿತ್ತು. ದಿನಾ ಇದೊಂದು ಥ್ರಿಲ್ ರಾಯರಿಗೆ, ನಾಲ್ಕು, ಮೂರು, ಎರಡು, ಒಂದು– ಬ್ಲಡ್ ಶುಗರ್ ನೂರಾ ಇಪ್ಪತ್ತೈದು. ಆ ನಂಬರನ್ನು ಪಕ್ಕದಲ್ಲಿಯೇ ಕೂತಿದ್ದ ಆನಂದನಿಗೆ ತೋರಿಸಿ ನಕ್ಕರು. ಇನ್ಸುಲಿನ್‌ಅನ್ನು ಸಿರಿಂಜಿಗೆ ಆನಂದ ತುಂಬಿಸಿಕೊಡುವುದನ್ನು ಬೇಡ ಎಂದು ಹೇಳಿ ತಾವೇ ಚುಚ್ಚಿಕೊಂಡರು.

ಒಂದೇ ಒಂದು ಮಾತಾಡಲಿಲ್ಲ, ರಾಯರು. ಆ ಬಣ್ಣದ ಬ್ರೋಶರನ್ನು ಕೈಯಲ್ಲಿಟ್ಟುಕೊಂಡು ನಿಧಾನವಾಗಿ ಮೆಟ್ಟಿಲುಗಳನ್ನು ಹತ್ತುತ್ತಾ ತಮ್ಮ ರೂಮಿಗೆ ಹೋದರು. ಆನಂದ ಕೈಹಿಡಕೊಳ್ಳಲು ಬಂದಾಗ, ನಿಧಾನವಾಗಿಯೇ ಅವನನ್ನು ಆ ಕಡೆ ಒತ್ತರಿಸಿದರು. 'ಇವತ್ತಿನ ಸಿಂಗಲ್ ಮಾಲ್ಟಿನ ಸುದ್ದಿ ಇದೇ ತಾನೇ' ಎಂದಂದು ಬಾಗಿಲನ್ನು ಮುಂದೆ ಮಾಡಿದರು.

ಎರಡು ಮಹಡಿ ಹತ್ತಬೇಕಾಗಿದ್ದುದರಿಂದಲೋ ಏನೋ, ರಾಯರ ದಮ್ಮು ಇಂದು

ಜಾಸ್ತಿಯಾಗಿತ್ತು. ಆನಂದ ಅಪ್ಪನನ್ನು ಮಂಚದ ಮೇಲೆ ಕುಳ್ಳಿರಿಸಿ, ನೆಬ್ಯುಲೈಜರ್ ಮಶೀನಿಗೆ ಔಷಧಿಯನ್ನು ಹಾಕಿ ತಾನೇ ಹಿಡಕೊಂಡು ಕೂತ.

ರಾಯರ ಕಣ್ಣು ಸೋಲುತ್ತಿತ್ತು. ನಿಧಾನವಾಗಿ ಆ ನೆಬ್ಯುಲೈಜರಿನ ಔಷಧಿಯ ಮೋಡದಲ್ಲಿ ಆನಂದ ಕರಗಿಹೋಗುತ್ತಿದ್ದ. 'ಅಪ್ಪ, ನಾನು ಹೀಗೆ ಹೇಳಿದೆ ಅಂತ ಬೇಜಾರು ಮಾಡಿಕೋಬೇಡ. ಮನೇಲಿ ನಾವಿಬ್ಬರೂ ಬೆಳಿಗ್ಗೆ ಬೇಗ ಕೆಲಸಕ್ಕೆ ಹೋಗಬೇಕು. ಈಗ ಗಂಟೆ ನೋಡು ರಾತ್ರಿ ಹನ್ನೆರಡಾಗಿದೆ. ಮನೇಲಿ ಚಿಕ್ಕ ಮಗೂ ಇದೆ. ನಾವಿಬ್ಬರೂ ಕೊಡಬಹುದಾದ್ದಕ್ಕಿಂತಲೂ ಹೆಚ್ಚಿನ ಶುಶ್ರೂಷೆ ನಿನಗೆ ಅಗತ್ಯವಾಗಿದೆ. ಅಲ್ಲಿ ನಿನ್ನ ಖಾಯಿಲೆ ಬಗ್ಗೆ ಎಲ್ಲ ಗೊತ್ತಿರೋ ನರ್ಸುಗಳಿರ್ತಾರೆ. ನಿನ್ನನ್ನು ಚೆನ್ನಾಗಿ ನೋಡ್ಕೋತಾರೆ.'

'ನನ್ನ ಇಲ್ಲಿ ಬೇರೆ ನರ್ಸಿಂಗ್ ಹೋಮಲ್ಲೋ ಓಲ್ಡ್ ಏಜ್ ಹೋಮಲ್ಲೋ ಇರಿಸೋಕೆ ಅಲ್ಲಿಂದ ಇಲ್ಯಾಕೆ ಕರೆಸಿದೆಯೋ' ಧ್ವನಿ ಕ್ಷೀಣವಾಗಿ ಅದುರುತ್ತಿತ್ತು.

'ಯಾಕೆಂದರೆ, ಯಾಕೆಂದರೆ... ಅಪ್ಪ, ನೀನಿಲ್ಲಿ ಆರೋಗ್ಯವಾಗಿರುತ್ತೀಯ' ಆನಂದ ಹೇಳಿದ. ಅಪ್ಪನ ಹೊದಿಕೆಯನ್ನು ಕತ್ತಿನವರೆಗೆ ಹೊದಿಸಿ, ನೈಟ್ ಸ್ಟಾಂಡಿನ ಮೇಲಿದ್ದ ಸಣ್ಣ ಲೈಟನ್ನು ಆನ್ ಮಾಡಿ, ಬಾತ್‌ರೂಮಿನ ಬಾಗಿಲನ್ನು ಅರ್ಧದಷ್ಟು ಮಾತ್ರ ತೆಗೆದ. ಬೆಳಿಗ್ಗೆ ಎದ್ದ ತಕ್ಷಣ ಕಾಣುವಂತೆ ಆ 'ಲೇಕ್‌ಸೈಡ್ ಟೆರೇಸ್'ನ ಬ್ರೋಶರನ್ನು ಹಾಸಿಗೆಯ ಪಕ್ಕದಲ್ಲಿಟ್ಟ. 'ನೆಬ್ಯುಲೈಜರಿಗೆ ಔಷಧಿ ತುಂಬಿಸಿಟ್ಟಿದ್ದೀನಿ. ರಾತ್ರಿ ಉಸಿರಾಟಕ್ಕೆ ತೊಂದರೆಯಾದರೆ ಬರೇ ಈ ಸ್ವಿಚ್ ಆನ್ ಮಾಡಿದರೆ ಸಾಕು' ಎಂದು ಅಪ್ಪನ ಕನ್ನಡಕವನ್ನೂ ತೆಗೆದು ಕಣ್ಣಿಗೆ ಕಾಣುವ ಹಾಗೆ, ಪಕ್ಕದಲ್ಲಿರಿಸಿದ.

'ನನಗಿನ್ನೂ ಎಚ್ಚರ ಇದೆಯೋ, ಒಳ್ಳೇ ಬಾಂಬಿಡೋರ ಥರ ನಿಧಾನವಾಗಿ ಯಾರಿಗೂ ಗೊತ್ತಾಗದ ಹಾಗೆ ಕೆಲಸ ಮಾಡ್ತೀಯಲ್ಲ' ಎಂದರು ರಾಯರು.

'ಅಪ್ಪ ನಿನ್ನ ಒಂದು ಮಾತು ಕೇಳ್ತೀನಿ. ಈ ಬೇರೆಯವರ ಮನಸ್ಸಿಗೆ ನೋವು ಮಾಡಿಸೋ ಕಲೆ ನಿನಗೆ ಸ್ವಾಭಾವಿಕವಾಗಿ ಬಂದಿದೆಯೋ ಅಥವಾ ಅದಕ್ಕೆ ನೀನು ಕಷ್ಟಪಡಬೇಕೋ' ಎಂದ. ರಾಯರು ಸುಮ್ಮನೆ ನಕ್ಕರು. ಕಣ್ಣುಗಳು ತೇಲಿಹೋಗುತ್ತಿದ್ದವು.

■

ಅಂದು ರಾತ್ರಿ ರಾಯರಿಗೆ ಕನಸಿನಲ್ಲಿ ಸೀತಮ್ಮನವರು ಬಂದಿದ್ದರು. ಹಳದಿ ಬಣ್ಣದ ದಟ್ಟವಾದ ಅಂಚಿನ ರೇಷ್ಮೆ ಸೀರೆ. ತಲೆ ತುಂಬಾ ಬೆಳ್ಳಿ ಕೂದಲು. ಹಣೆಗೆ ಕಾಸಗಲ ಕುಂಕುಮ. ಮೊಣಕೈ ತನಕ ಹಸಿರು ಬಳೆ. ಕೈಯಲ್ಲಿ ದೊಡ್ಡ ಹರಿವಾಣ. 'ನಾಗೂ ಜತೆ ಒಂದ್ನಿಮಿಷ ದೇವಸ್ಥಾನಕ್ಕೆ ಹೋಗಿ ಬಂದುಬಿಡ್ತೀನ್ರೀ. ಹುಷಾರು...'

ಒಂದು ಹೊತ್ತಲ್ಲಿ ಎಚ್ಚರವಾಯಿತು. ಮೈಯೆಲ್ಲ ಬೆವರುತ್ತಿತ್ತು. 'ಇಷ್ಟೇ ಅಲ್ಲವೇ ಆಕೆ ಹೇಳಿದ್ದು, ಹೋಗುವ ಮುನ್ನ... ಇದೇನು ದೊಡ್ಡ ಆಪರೇಷನ್ ಅಲ್ಲರೀ. ಹೀಗೆ ಹೋಗಿ ಹಾಗೆ ಬಂದು ಬಿಡ್ತೀನಿ.'

ಬರಲೇ ಇಲ್ಲ... ಮುತ್ತೈದೆಯಾಗಿ ಸಾಯಬೇಕು ಅಂತ ಕೇಳಿಕೊಳ್ತಿದ್ದಳು. ಹಾಗೇ ಆಯಿತು. ನಿನಗಿಂತ ಮುಂಚೆ ಹೋಗಬೇಕು ಅಂತ ಅಂದರೆ 'ಬಿಡ್ತು ಅನ್ರೀ' ಎನ್ನುತ್ತಿದ್ದಳು. 'ಈಗ ನೋಡು, ನನ್ನ' ಅಂದರು. ಕಣ್ಣರೆಪ್ಪೆಯ ಭಾರ ಅರಿವಾಗಿತ್ತು.

ಏನೋ ನಿರ್ಧರಿಸಿದಂತೆ ಮೂಗಿನಿಂದ ಆಕ್ಸಿಜನ್ ನಳಿಕೆಯನ್ನು ನಿಧಾನವಾಗಿ ತೆಗೆದರು. ಪಕ್ಕದ ನೈಟ್‌ಸ್ಟ್ಯಾಂಡಿನ ಮೇಲಿದ್ದ ಒಂದಿಷ್ಟು ಮಾತ್ರೆಗಳನ್ನು ತೆಗೆದು ಬಾಯಲ್ಲಿ ಹಾಕಿಕೊಂಡರು. ಅಟೊರ್ವಾ, ಅಟೆನಲಾಲ್, ಬೆನಡ್ರಿಲ್, ಗ್ಲೈಸಿಫ್ಲೇಜ್, ಟೈಲೆನಾಲ್, ನೈಟ್ರೊ,... ರಾಯರಿಗೆ ಅಮೆರಿಕಾದ ಮಾತ್ರೆಗಳೇ ವಾಸಿ ಅನ್ನಿಸಿತು. ಒಂದು ಬಾಟಲಲ್ಲಿರುತ್ತದೆ. ಒಂದು ಬಾರಿ ಬಾಟಲ್ ತೆಗೆದರೆ ಸಾಕು, ಮುಷ್ಟಿಗಟ್ಟಲೆ ಸಿಕ್ಕುತ್ತೆ. ಬೆಂಗಳೂರಿನಿಂದ ತಂದದ್ದೆಲ್ಲ ಬಬಲ್‌ರ್‍ಯಾಪಿನಲ್ಲಿದೆ. ಒಂದೊಂದನ್ನೇ ಬಿಚ್ಚಬೇಕು.

ಒಂದು ಬಾಟಲಿ ನೀರನ್ನು ಪೂರಾ ಕುಡಿದರು. ಹೊಟ್ಟೆಯಲ್ಲಿದ್ದ ಸಿಂಗಲ್ ಮಾಲ್ಟ್‌ನ ನಶೆ ನಿಧಾನವಾಗಿ ಇಳಿದಿತ್ತು.

ಸೂಟ್‌ಕೇಸನ್ನು ನಿಧಾನವಾಗಿ ತಲೆಕೆಳಗು ಮಾಡಿದರು. ಅಲ್ಲಿ ಮೂಲೆಯಲ್ಲಿ ಕಾಣಿಸಿತ್ತು. ನುಜ್ಜುಗುಜ್ಜಾದ ಒಂದೇ ಒಂದು ಸಿಗರೇಟು. ಕೈಯಲ್ಲಿ ಹಿಡಿದು ಅದನ್ನು ನಿಧಾನವಾಗಿ ಸುರುಳಿ ಸುತ್ತಿ ಕೆಳಗೆ ಬಂದರು. ಹಿಂಬಾಗಿಲನ್ನು ತೆಗೆದು, ಡೆಕ್ಕಿನಿಂದ ನಿಧಾನವಾಗಿ ಕೆಳಗೆ ಇಳಕೊಂಡು ಹಸುರು ಲಾನಿನ ಮೇಲೆ ಕೂತರು.

ಸುಳಿಗಾಳಿ ಸುಯ್ಯೆಂದು ಬೀಸಿ ಲೈಟರನ್ನು ನಾಲ್ಕು ಬಾರಿ ಆರಿಸಿತು. ನಡುಗುವ ಕೈಗಳಿಗೆ ಅಷ್ಟು ಸುಲಭವಾಗಿ ಹಿಡಿತ ಸಿಗಲಿಲ್ಲ. ಕೊನೆಗೊಮ್ಮೆ ಸಿಗರೇಟು ಹತ್ತಿಕೊಂಡಿತು. ಈ ಸಣ್ಣ ಸುಖ.

ಹಾಗೇ ಒಂದು ದೊಡ್ಡ ಶ್ವಾಸವನ್ನು ಎಳಕೊಂಡು ನಿಧಾನವಾಗಿ ಉಸಿರು ಬಿಟ್ಟರು. ಉಸಿರು ಭಾರ ಅನಿಸುತ್ತಿತ್ತು. ಆದರೆ ಇಂದು ಉಸಿರು ಬೇಕೇ ಬೇಕು ಅನಿಸಲಿಲ್ಲ. ಮುಖ, ತುಟಿಗಳು ಮರಗಟ್ಟುತ್ತಿದ್ದವು. ಕೆಲ ಕ್ಷಣದಲ್ಲಿ ಉಸಿರಾಟ ವೇಗವಾಯಿತು.

■

ರಾಯರಿಗೆ ಎಚ್ಚರವಾದಾಗ ಸುತ್ತಲೂ ಕತ್ತಲು. ಎಲ್ಲಿಂದಲೋ ಸಣ್ಣ ಬೆಳಕು ಬರುತ್ತಿದೆ ಎನಿಸಿತು, ಮೈಕೈಯೆಲ್ಲಾ ಭಾರವೆನಿಸಿತು. ಎಲ್ಲೋ ದೂರದಲ್ಲಿ ಏನೋ ಕಿಣಿಕಿಣಿ ಶಬ್ದ ಕೇಳಿಸುತ್ತಿತ್ತು. ರಾತ್ರಿಯೋ ಹಗಲೋ, ಸತ್ತಿದ್ದೇನೋ ಬದುಕಿದ್ದೇನೋ, ಏನೂ ಗೊತ್ತಾಗಲಿಲ್ಲ. ನಿಧಾನವಾಗಿ ಕಣ್ಣುಬಿಟ್ಟರು.

ಮತ್ತೆ ಕಣ್ಣಮುಂದೆ ನೆಬ್ಯುಲೈಜರಿನ ಹೊಗೆ. ಪಕ್ಕಕ್ಕೆ ತಿರುಗಲು ಪ್ರಯತ್ನಿಸಿದರು. ಆಗಲಿಲ್ಲ. ಓರೆಗಣ್ಣಿನಿಂದ ಪಕ್ಕ ನೋಡಿದರೆ ಅಲ್ಲಿ ಸೀತಾ.

ಸತ್ತಿರುವುದು ಗ್ಯಾರಂಟಿ ಅನ್ನಿಸಿತು. ಸೀತಾ ಎಂದು ಕೂಗಿದರು. ಗಂಟಲಿನಿಂದ ಧ್ವನಿ ಬರಲಿಲ್ಲ. ಗಂಟಲೊಳಗೆ ಟ್ಯೂಬಿದೆ. ಪಕ್ಕದಲ್ಲಿದ್ದ ವೆಂಟಿಲೇಟರ್ 'ಭುಸ್' ಎಂದು

ನಿಧಾನವಾಗಿ ಕುಲುಮೆಯಂತೆ ತನ್ನ ಎದೆಗೂಡಿನೊಳಗೆ ಗಾಳಿಯನ್ನು ಅದುಮುತ್ತಿದೆ. ಹಾಂ... ಪಕ್ಕದಲ್ಲಿರುವುದು ಸೀತಾ ಅಲ್ಲ, ಅವಳ ಫ್ಲೋಟೋ ಮಾತ್ರ.

ಗಂಟಲಿಗೆ ಏನೋ ಸಿಕ್ಕಿಹಾಕಿಕೊಂಡ ಹಾಗಾಯಿತು, ಕ್ಯಾಕರಿಸಬೇಕೆನ್ನಿಸಿತು. ಗೊರಗೊರ ಶಬ್ದ ತನಗೇ ಕೇಳಿಸಿತು. ಕೈಕಾಲನ್ನು ಜೋರಾಗಿ ಅದುರಿಸಿದರು. ಕೈಬೆರಳಿಗಂಟಿಸಿದ್ದೇನೋ ಬಿತ್ತು. ಡಣಡಣ ಮಾನಿಟರ್ ಹೊಡಕೊಳ್ಳುವುದಕ್ಕೆ ಶುರುವಾಯಿತು. ಮುಚ್ಚಿದ್ದ ಕರ್ಟನನ್ನು ತೆಗೆದು ಯಾರೋ ನರ್ಸು ಬಂದಳು. 'ಹೀ ಈಸ್ ವೇಕಿಂಗ್ ಅಪ್' ಎಂದು ಹೊರಗೆ ನೋಡುತ್ತಾ ಕೂಗಿದಳು. ಆನಂದ ಬಂದ.

ಆನಂದನನ್ನು ಕಣ್ಣು ಬಿಟ್ಟು ನೋಡಿದರು. ಆನಂದನ ಕಣ್ಣು ಕೆಂಪಾಗಿತ್ತು. ಮತ್ತೆ ಮಾತಾಡಲು ಪ್ರಯತ್ನ ಮಾಡಿದಾಗ 'ಗೊರಗೊರ' ಶಬ್ದ ಕೇಳಿಸಿತ್ತು. 'ಅಪ್ಪ ಮಾತಾಡಬೇಡ. ಗಂಟಲಲ್ಲಿ ಟ್ಯೂಬಿದೆ. ನಿನಗೆ ಹೇಳಬೇಕಾಗಿರೋದನ್ನು ಈ ಪೇಪರಲ್ಲಿ ಬರಿ' ಎಂದು ಒಂದು ಕಾಗದ ಮತ್ತು ಪೆನ್ನನ್ನು ಕೊಟ್ಟ.

'ಇವೆಲ್ಲ ಏನು?' ಎಂದು ಬರೆದರು. 'ನನಗೆ ನೀರು ಬೇಕು'.

'ಅಪ್ಪ, ನಿನಗೆ ನೀರು ಕುಡಿಯೋಕೆ ಆಗೊಲ್ಲ. ನಿನ್ನ ಗಂಟಲಲ್ಲಿ ಟ್ಯೂಬಿದೆ. ಹೊಟ್ಟೆಯಲ್ಲೂ ಟ್ಯೂಬಿದೆ.'

'ಇವೆಲ್ಲ ಬೇಡ ಅಂತ ಆಗಿತ್ತಲ್ಲ?' ಮತ್ತೆ ಬರೆದರು.

'ಅಪ್ಪ, ಈಗ ಆ ಮಾತೆಲ್ಲ ಬೇಡ. ಮನೇಗೆ ಹೋದ ಮೇಲೆ ಮಾತಾಡೋಣ.' ಎಂದ.

ರಾಯರು ಮತ್ತೆ ಕೈಕಾಲು ಬಡಿಯಲು ಶುರು ಮಾಡಿದರು. ಯಾರೋ ಡಾಕ್ಟರು ಒಳಗೆ ಬಂದರು.

'ಮಿ. ರಾವ್. ಹೇಗಿದ್ದೀರಾ? ಎಂದವರೇ ರಾಯರು ಬರೆದಿದ್ದನ್ನು ಓದಿ, 'ಐ ನೋ, ಐ ನೋ. ನಿಮಗೆ ಇವೆಲ್ಲ ಬೇಡವಾಗಿತ್ತು. ಟ್ಯೂಬು, ಮಶೀನು ಬೇಡ ಎಂದು ನೀವು ಪತ್ರಕ್ಕೆ ಸಹಿ ಹಾಕಿದ್ದಿರಿ. ಆದರೆ ಮಿ. ರಾವ್. ಆ ಅಡ್ವಾನ್ಸಡ್ ಡೈರೆಕ್ಟಿವ್, ವಿಲ್ಲುಗಳೆಲ್ಲ ನ್ಯಾಚುರಲ್ ಕಾರಣಗಳಿಗೆ ಮಾತ್ರ ಮೀಸಲು. ನೀವು ಆತ್ಮಹತ್ಯೆಗೆ ಪ್ರಯತ್ನ ಮಾಡಿದ್ದಿರಿ. ಆದ್ದರಿಂದ ನಮಗೆ ಬೇರೆ ದಾರಿಯಿರಲಿಲ್ಲ. ಆದರೂ ನೀವು ನಾವು ತಿಳಕೊಂಡಿದ್ದಕ್ಕಿಂತಾ ಬೇಗಲೇ ಸುಧಾರಿಸುತ್ತಿದ್ದೀರಿ. ಇನ್ನೂ ಕೆಲವು ದಿನಗಳ ಕಾಲ ಲೈಫ್ ಸಪೋರ್ಟ್ ಬೇಕು ಎಂದು ನಾವು ತಿಳಕೊಂಡಿದ್ದೆವು. ಆದರೆ, ನೀವೊಂದು ಪವಾಡದಂತೆ ನಮ್ಮ ಎಣಿಕೆಯನ್ನೆಲ್ಲಾ ಸುಳ್ಳುಮಾಡಿ ಕಣ್ಣು ಬಿಟ್ಟಿದ್ದೀರ. ನಿನ್ನೆಯ ಎಕ್ಸ್‌ರೇಯಲ್ಲಿ ಸ್ವಲ್ಪ ನ್ಯುಮೋನಿಯಾ ಕಾಣಿಸಿತ್ತು. ಇಂದಿನಿಂದ ಹೊಸಾ ಆಂಟಿಬಯಾಟಿಕ್ಕನ್ನು ಶುರು ಮಾಡಿದ್ದೀವಿ. ಅದು ಕೆಲಸ ಮಾಡಲು ಶುರುಮಾಡಿದರೆ ನಿಮಗೆ ಈ ಟ್ಯೂಬನ್ನು ತೆಗೆಯಬಹುದು. ಸ್ವಲ್ಪ ಸುಧಾರಿಸಿಕೊಂಡ ನಂತರ ನಿಮ್ಮ ಕಾಲಿನ ಬಗ್ಗೆ ಮಾತಾಡಬಹುದು. ನಂತರ ಆದಷ್ಟು ಬೇಗ ಮನೆಗೆ ಹೋಗಬಹುದು.'

ರಾಯರಿಗೆ ಮತ್ತೆ ಜೋಂಪು ಬರುತ್ತಿತ್ತು. ಅಷ್ಟರ ಮಧ್ಯೆಯೂ ಆ ಕಾಗದದ ಮೇಲೆ

ಬರೆದರು. 'ನನ್ನ ಕಾಲು ನನ್ನ ಜತೆಯಲ್ಲೇ ಇರುತ್ತೆ'.

'ಹೀ ಈಸ್ ಅಸ್ಲೀಪ್ ಅಗೈನ್. ನನಗನಿಸುತ್ತೆ, ನಿಮ್ಮಪ್ಪ ಹುಷಾರಾಗ್ತಾರೆ. ನೀವು ಅವರ ಕಾಲಿನ ಬಗ್ಗೆ ನಿಧಾನವಾಗಿ ಮಾತಾಡಿ. ಸ್ವಲ್ಪ ಅವರಿಗೆ ಸಮಯ ಕೊಡಿ'

■

ಹೀಗೆ ಡಾಕ್ಟರು ಹೇಳಿ ಮೂರು ದಿನಗಳಾಗಿವೆ. ರಾಯರಿಗೆ ಇನ್ನೂ ಪೂರ್ತ ಎಚ್ಚರ ಬಂದಿಲ್ಲ. ಎಚ್ಚರವಾದಾಗ ನರ್ಸೊಬ್ಬಳು ಬಂದು ಸ್ಪಾಂಜ್ ಬಾತ್ ಕೊಡುತ್ತಾಳೆ. ಶೇವ್ ಕೂಡ ಮಾಡುತ್ತಾಳೆ, ಕಣ್ಣು ಸರಿಯಾಗಿ ಕಾಣಿಸಲಿ ಎಂದು ರಾಯರ ಕನ್ನಡಕವನ್ನೂ ಹಾಕುತ್ತಾಳೆ.

ರಾಯರಿಗೆ ಐಸಿಯುನ ಈ ಶಬ್ದ ಕೆಲವೇ ವರ್ಷಗಳ ಹಿಂದೆ ಸೀತಾಳ ಜತೆ ಹೋಗಿದ್ದ ಲಾಸ್‌ವೆಗಾಸ್‌ನ ಕಸಿನೋದ ನೆನಪನ್ನು ತರುತ್ತದೆ. ಆ ಮಾನಿಟರಿನ ಡಣಡಣಾ ಶಬ್ದ, ಬಣ್ಣಬಣ್ಣದ ಮಬ್ಬುದೀಪಗಳು, ಹೊರಗಿನ ನರ್ಸಿಂಗ್ ಸ್ಟೇಷನ್ನಿನಲ್ಲಿ ನರ್ಸುಗಳ ಆ ಮಾತು, ನಗು, ಫ್ಲಾಟ್ ಸ್ಕ್ರೀನ್ ಟೀವಿ, ಗುಂಡಿಯನ್ನೊತ್ತಿದಾಗ ಪ್ರತ್ಯಕ್ಷವಾಗುವ ಆ ಯೂನಿಫ಼ಾರ್ಮಿನಲ್ಲಿರುವ ಹೆಂಗಸರು, ಹುಡುಗಿಯರು.

'ಅಪ್ಪ, ಪ್ಲೀಸ್ ಗೆಟ್ ಬೆಟರ್. ನಾನು ನಿನ್ನ ವಾಪಸ್ಸು ಬೆಂಗಳೂರಿಗೆ ಕಳಿಸುವ ವ್ಯವಸ್ಥೆ ಮಾಡುತ್ತೇನೆ. ಪ್ರಾಮಿಸ್.' ಆನಂದ ಪಕ್ಕ ಕೂತು ಹೇಳುತ್ತಾನೆ.

ರಾಯರು ಈಗ ದೇವರನ್ನು ಪ್ರಾರ್ಥಿಸುತ್ತಿದ್ದಾರೆ, ಆ ಹೊಸಾ ಆಂಟಿಬಯಾಟಿಕ್ ಕೆಲಸ ಮಾಡದೇ ಇರಲಿ, ದೇವರೇ...

ಜನವರಿ ೨೯, ೨೦೧೦

ಅಪಸ್ಮಾರ

ಡಾ. ವೆಂಕಟರಮಣನಿಗೆ ಅತಿಮಾನುಷ ಶಕ್ತಿಯಿದೆ ಎಂದು ನನಗೆ ಸುದ್ದಿ ಬಂದದ್ದು ನಾನು ಕಳೆದ ಬಾರಿ ಬೆಂಗಳೂರಿಗೆ ಬಂದಾಗ. ಜಯಲಕ್ಷ್ಮಿ ಆಂಟಿ ನಮ್ಮನ್ನು ಮಾತಾಡಿಸಲಿಕ್ಕೆಂದು ಬಂದವರು ಮನೆಯ ಅಂಗಳದಲ್ಲಿ ಕೂತು, ಮುಂದಿನ ರೂಮಿನಲ್ಲಿ ಜೆಟ್‌ಲ್ಯಾಗ್ ಓಡಿಸಲು ಮಲಗಿದ್ದ ನನಗೆ ಕೇಳುವ ಹಾಗೆ ಹೇಳಿದ್ದರು. ವಾವೆಯಲ್ಲಿ ಜಯಲಕ್ಷ್ಮಿ ವೀಣಾಳ ಅಜ್ಜಿಯ ತಮ್ಮನ ಮಗಳು, ಅಂದರೆ ನನ್ನ ಅತ್ತೆಯ ಕಸಿನ್. ನಮ್ಮ ಮದುವೆಯಾದ ಮೇಲೆ ನಾನು ಜಯಲಕ್ಷ್ಮಿಯವರ ಈ ಬಾದರಾಯಣ ಸಂಬಂಧವನ್ನು ಅರ್ಥಮಾಡಿಕೊಳ್ಳುವ ಗೋಜಿಗೆ ಹೋಗದೆ ಸುಮ್ಮನೆ 'ಆಂಟಿ' ಎಂದು ಕರೆಯುತ್ತಿದ್ದೆ. ಜಯಲಕ್ಷ್ಮಿ ಆಂಟಿಯ ತಮ್ಮನೇ ವೆಂಕಟರಮಣ. 'ನಿನಗೆ ಗೊತ್ತಿಲ್ಲ, ವೀಣಾ' ಶುರುಮಾಡಿದ್ದರು, ಜಯಲಕ್ಷ್ಮಿ ಆಂಟಿ. 'ನಿನಗೆ ಗೊತ್ತಿಲ್ಲ' ಎಂದು ಆಂಟಿ ಶುರುಮಾಡಿದರೆ ಕನಿಷ್ಠ ಹದಿನೈದು ನಿಮಿಷದ ಕಥೆಯಾದರೂ ಇರುತ್ತದೆ ಎಂದು ನನಗೆ ಗೊತ್ತು. ನಾನು ಸುಮ್ಮನೆ ನಿದ್ರೆ ಬರದೆ ಹೊರಳಾಡುತ್ತಿದ್ದರಿಂದ ಹಾಗೇ ಕೇಳಿಸಿಕೊಂಡೆ. 'ಈಗ ಒಂದು ವರ್ಷದ ಹಿಂದೆ ಶುರುವಾಗಿದೆ ಇದು. ನೀವು ಕಳೆದಸಲ ಬಂದು ಹೋದರಲ್ಲ, ನಂತರ. ವಾರಕ್ಕೋ, ಹದಿನೈದು ದಿನಕ್ಕೋ ಒಮ್ಮೆ ಒಂಥರಾ ಸ್ಪೆಲ್ ಬಂದಹಾಗಾಗುತ್ತಂತೆ. ಮೈಮೇಲೆ ದೇವರು ಬರುತ್ತೆ ಅಂತಾರಲ್ಲ, ಹಾಗೆ. ಆ ಹೊತ್ತಿನಲ್ಲಿ ಮೈಕೈಯೆಲ್ಲ ಅದುರಿದ ಹಾಗಾಗುತ್ತಂತೆ, ತುಟಿ ನಡುಗುತ್ತಂತೆ. ನಾಡಿ ಹಿಡಿದೇ ರೋಗಿಯ ಜಾತಕ ಎಲ್ಲ ಹೇಳಿಬಿಡುತ್ತಾನಂತೆ. ಆಲೋಪತಿ ಡಾಕ್ಟರೀತ. ಯಾರೋ ಕ್ಯಾನ್ಸರ್ ರೋಗಿಗೆ ಗಾಳಿಹನುಮಂತರಾಯನ ಗುಡಿಗೆ ಹೋಗಿ ತಾಯತ ಕಟ್ಟಿಸಿಕೊಂಡು ಬಾ ಎಂದು ಹೇಳಿದನಂತೆ. ಡಯಾಲಿಸಿಸ್ ಪೇಷೆಂಟಿಗೆ ಬರೇ ಮುಂಗೈಯನ್ನು ಹಿಂಡಿ, ಮುಚ್ಚಿಕೊಂಡಿದ್ದ ಶಂಟೋ, ಫಿಸ್ಟುಲಾನೋ ಏನೋ ಅಂತಾರಲ್ಲ ಅದನ್ನು ಹಿಗ್ಗಿಸಿದನಂತೆ. ಬೇರೆಯವರ ಮಾತ್ಯಾಕೆ? ನಮ್ಮನೇಲಿ ಇವರಿಗೇ ತಗೋ. ಮೂರು ಸರ್ತಿ ಹೃದಯಕ್ಕೆ ಸ್ಟೆಂಟು ಹಾಕಿಸ್ಕೊಂಡು ಬಂದಮೇಲೂ ಗಿರಿನಗರದ ಈ ಗುಡ್ಡ ಹತ್ತಿದರೆ ಎದೆನೋಯುತ್ತಿತ್ತು. ಡಾಕ್ಟರುಗಳೆಲ್ಲ ಸೇರಿ

ಬೈಪಾಸ್ ಮಾಡಿಸಲೇಬೇಕು ಎಂತ ಹೇಳಿದ್ದರು. ನಾವೂ ಏನಾದರೂ ಆಗಲಿ ಅಂತ ವೆಂಕಟರಮಣನಿಗೆ ಮೈಮೇಲೆ ದೇವರು ಬಂದಹಾಗಾಗುತ್ತಲ್ಲ ಆಗ ಹೋಗಿ ಕೇಳಿದೆವು. ನಿನಗೆ ಗೊತ್ತಿಲ್ಲ, ವೀಣಾ. ಭಾವ ಅಂತ ಏನೂ ಮುಲಾಜಿಲ್ಲದೆ ಇವರನ್ನ ಅರೆಬೆತ್ತಲೆ ಮಾಡಿ ಎದೆಮೇಲೆಲ್ಲ ಮುಟ್ಟಿ ಸವರಿ, ಶಿವಾಜಿನಗರದಲ್ಲಿ ಪೀರ್ ಬಾಷ ಅಂತ ಯಾರೋ ಇದಾನಂತೆ. ಅವನ ಹತ್ರ ಹೋಗಿ ಚಿವುಟಿಸಿಕೊಂಡು ಬನ್ನಿ ಎಂದು ಕಳಿಸಿದ. ಅವನ್ಯಾವನೋ ಸಾಹೇಬ. ಅವನು ಚಿವುಟಿ ಎಲ್ಲ ಸರಿ ಮಾಡ್ತಾನೆ ಅಂದರೆ. ನಾವು ಹೋಗಲೋ ಬೇಡವೋ ಅಂತ ಅನುಮಾನದಿಂದಲೇ ಹೋಗಿದ್ದು. ಆ ಪೀರ್ ಬಾಷನ್ನ ನೀನು ನೋಡಬೇಕು, ಕೊಳಕಂದ್ರೆ ಕೊಳಕ– ಅತ್ತರಿಲ್ಲ, ಪುನುಗಿಲ್ಲ ಹೆಸರು ನೋಡಿದರೆ ಬಾಷ. ಎರಡು ಕಡೆ ಚಿವುಟಿದ್ದೇ ಬಂತು, ನೋಡು. ಮಾರನೆಯ ದಿನದಿಂದಲೇ ಇವರಿಗೆ ನೋವೂ ಇಲ್ಲ, ಎಂಥದೂ ಇಲ್ಲ. ದಿನಾ ವಿವೇಕಾನಂದ ಪಾರ್ಕು ದಾಟಿ, ಸಚ್ಚಿದಾನಂದ ಆಶ್ರಮದ ತನಕ ನಾಲ್ಕು ಸುತ್ತು ಹೊಡೀತಾರೆ. ಮೊನ್ನೆ ಯಾರೋ ಹೇಳಿದರು. ಆಕ್ಯುಪ್ರೆಷರಲ್ಲಿ ಇಂತದೇ ಅಂತೆ ಮಾಡೋದು. ನೀವುಗಳು ಬಂದಾಗ ನಿಮ್ಮಗಳನ್ನು ಒಂದು ಮಾತು ಕೇಳಬೇಕಂತಿದ್ದೆ' ಮಾತು ನಡೆಯುತ್ತಲೇ ಇತ್ತು. 'ಮತ್ತಿನ್ನೊಂದು ವಿಷಯ, ಯಾರಿಗೂ ಹೇಳ್ಬೇಡ. ಆತನಿಗೆ ಸಾವಿನ ವಾಸನೆ ಬರುತ್ತಂತೆ. ಇಂಥಾ ಕಡೆ ಇಂಥಾವರು ಹೀಗೇ ಸಾಯುತ್ತಾರೇಂತ ರೋಗಿಯ ವಾಸನೇ ನೋಡಿಯೇ ನಿಖರವಾಗಿ ಹೇಳುತ್ತಾನಂತೆ'

ನನಗೆ ಜಯಲಕ್ಷ್ಮಿ ಆಂಟಿಯ ಈ ಕೊನೆಯ ಮಾತು ಕೇಳಿ ಏನೋ ವಿಚಿತ್ರವೆನಿಸಿತು. ಹಾಗೆಯೇ ಪೈಜಾಮ ಸಿಕ್ಕಿಸಿಕೊಂಡು ಹೊರಗೆ ಬಂದೆ. 'ಓ ಬನ್ನಿ, ಬನ್ನಿ. ನಿಮ್ಮ ಬಗ್ಗೆಯೇ ಮಾತಾಡುತ್ತಿದ್ದೆವು, ಜೆಟ್ ಲ್ಯಾಗ್ ಹೋಯ್ತಾ' ಇತರೇ ಉಭಯಕುಶಲೋಪರಿಯಾದ ಮೇಲೆ ಆಂಟಿ ಮತ್ತೆ 'ನಿಮಗೆ ಗೊತ್ತಿಲ್ಲ, ಇವರೆ' ಎಂದು ಶುರುಮಾಡಿ, ಐದು ನಿಮಿಷದ ಹಿಂದೆ ವೀಣಾಳಿಗೆ ಹೇಳಿದ್ದನ್ನೇ ಮತ್ತೆ ಮೊದಲಿಂದ ಕೊನೆಯವರೆಗೆ ಹೇಳಿದರು.

ವೆಂಕಟರಮಣ ಮತ್ತು ನಾನು ಎಂಬಿಬಿಎಸ್ ಮಾಡಿದ್ದು ಸುಮಾರು ಒಂದೇ ಸಮಯದಲ್ಲಿಯೇ. ಇಬ್ಬರೂ ಒಟ್ಟಿಗೆ ಸೇರಿದ್ದರೂ ಆತ ಕೊನೆಯ ವರ್ಷದಲ್ಲಿ ಸರ್ಜರಿ ವಿಷಯದಲ್ಲಿ ಫೇಲಾಗಿ ನನಗಿಂತ ಆರುತಿಂಗಳು ತಡವಾಗಿ ಮುಗಿಸಿದ್ದ. ಮೊದಲಿನಿಂದಲೂ ಆತ ತಾನಾಯಿತು, ತನ್ನ ಪಾಡಾಯಿತು ಎಂದಿದ್ದ ಕಾರಣ ನನ್ನ ಕ್ಲಾಸಿನಲ್ಲಿಯೇ ಇದ್ದರೂ ನನಗೆ ಆತನ ಸ್ನೇಹ ಅಷ್ಟಾಗಿ ಇರಲಿಲ್ಲ. ಎಂಬಿಬಿಎಸ್ ಮುಗಿಸುವ ಹೊತ್ತಿಗೆ ವೆಂಕಟನಿಗೆ ತಲೆಯ ಕೂದಲೆಲ್ಲ ಉದುರಿಹೋಗಿತ್ತು. ನೋಡಲು ಸ್ವಲ್ಪ ಪೀಚು ಎನ್ನಬಹುದಾದ ದೇಹ. ಮುಖಕ್ಕೆ ಎದ್ದುಕಾಣುವ ಗಡ್ಡ. ಹಣೆಗೊಂದು ವಿಭೂತಿಯ ಪಟ್ಟಿ. ಹಾಸ್ಟೆಲ್ಲಿನಲ್ಲಿ ನಮ್ಮ ಬ್ಲಾಕಿನಲ್ಲಿಯೇ ಇದ್ದರೂ ಅಷ್ಟೇನೂ ಹೆಚ್ಚಾಗಿ ನಾನು ಅವನನ್ನು ನೋಡಿದ್ದೇ ಇಲ್ಲ. ಯಾವಾಗಲೂ ರೂಮಿನಲ್ಲಿ ಒಂದು ಬಣ್ಣದ ಲುಂಗಿ ಉಟ್ಟುಕೊಂಡು ಹೆನ್ರಿ ಗ್ರೇನ ಅನಾಟಮಿಯ ಪುಸ್ತಕದೊಳಗೆ ಮುಖ ಹುದುಗಿಸಿರುತ್ತಿದ್ದ. ಇಲ್ಲವೇ ಕಿವಿಗೊಂದು ವಾಕ್‌ಮನ್ ಇಟ್ಟುಕೊಂಡು ಎಂಎಸ್ ಸುಬ್ಬುಲಕ್ಷ್ಮಿಯ ಸಂಗೀತ ಕೇಳುತ್ತಾ ಕೂತಿರುತ್ತಿದ್ದ. ನನಗೆ ಚೆನ್ನಾಗಿ ನೆನಪಿರುವುದೆಂದರೆ ಕಾಮನ್ ಬಾತ್‌ರೂಮಿಗೆ ಬಂದಾಗ, ಬಾಯಲ್ಲಿದ್ದ ಬುರುಗು ಗಡ್ಡದ ಮೇಲೆಲ್ಲ ಸೋರಿಹೋಗುವ ಹಾಗೆ ಸುಮಾರು ಹದಿನೈದು ನಿಮಿಷ ಹಲ್ಲುಜ್ಜುತ್ತಾ ನಿಂತಿರುತ್ತಿದ್ದ.

ವೀಣಾ ಕೂಡ ನಮ್ಮ ಕಾಲೇಜಿನಲ್ಲಿಯೇ ಓದುತ್ತಿದ್ದಳು. ವೀಣಾ ಜತೆ ನನ್ನ ಮದುವೆ ಗೊತ್ತಾದ ಮೇಲೆಯೇ ನನಗೆ ವೆಂಕಟರಮಣನ ಪರಿಚಯ ಹೆಚ್ಚಾದದ್ದು. ನಮ್ಮ ಮದುವೆಯ ನಿಶ್ಚಿತಾರ್ಥವಾದ ಮೇಲೆ, ನಾನೂ ವೀಣಾಳೂ ಕ್ಯಾಂಪಸ್ಸಲ್ಲಿ ಕೈಕೈ ಹಿಡಿದು ಓಡಾಡುತ್ತಿದ್ದುದನ್ನು ನೋಡಿದ ಆತ ಒಮ್ಮೆ ನನ್ನ ರೂಮಿಗೆ ಬಂದು ನನ್ನ ಕೈಕುಲುಕಿ, 'ನಾನು ವೆಂಕಟರಮಣ, ವೀಣಾಗೆ ಒಂತರಾ ಕಸಿನ್ ಇದ್ದಹಾಗೆ' ಎಂದು ಹೇಳಿ ಹೋಗಿದ್ದ. ಇದು ಪರಿಚಯವೋ, ಬೆದರಿಕೆಯೋ ಗೊತ್ತಾಗಿರಲಿಲ್ಲ. ಒಂದೇ ಕ್ಲಾಸಿನಲ್ಲಿ ಇರುವುದರಿಂದ ನನಗೆ ವೆಂಕಟರಮಣ ಅಷ್ಟು ಬಳಕೆಯಿಲ್ಲದಿದ್ದರೂ ಬಂದು ಪರಿಚಯ ಮಾಡಿಕೊಳ್ಳುವಷ್ಟು ಅಪರಿಚಿತನೇನೂ ಆಗಿರಲಿಲ್ಲ. ನಾನು ಒಂದೆರಡು ಬಾರಿ ಅವನನ್ನು ಮಾತಾಡಿಸಿಯೂ ಇದ್ದೆ. 'ಒಂತರಾ ಕಸಿನ್ ಇದ್ದಹಾಗೆ' ಎನ್ನುವ ಅವನ ಈ ಮಾತು ನನ್ನಲ್ಲಿ ವೀಣಾ ಮತ್ತು ವೆಂಕಟರಮಣನ ನಡುವೆ ಇರಬಹುದಾಗಿದ್ದ ಸಂಬಂಧದ ಪರಿಯನ್ನು ಯೋಚಿಸುವ ಹಾಗೆ ಮಾಡಿತ್ತು. ಅಜ್ಜಿಯ ತಮ್ಮನ ಮಗ ಎಂದರೆ ತಾಯಿಯ ಸೋದರಮಾವನ ಮಗನಲ್ಲವೇ? ವೀಣಾಳನ್ನು ವೆಂಕಟರಮಣನಿಗೆ ಏನಾದರೂ ತಂದುಕೊಳ್ಳಬೇಕೆಂದು ಮನೆಯಲ್ಲಿ ಯೋಚನೆ ಮಾಡಿದ್ದರೇ? ಸಂಶಯ ತಡೆಯಲಾಗದೇ ವೀಣಾಳನ್ನು ಒಮ್ಮೆ ಕೇಳಿದ್ದೆ, ವೀಣಾ 'ಹೌದು, ಅತ್ತೆ ಯಾವಾಗಲೋ ಅಮ್ಮನನ್ನು ಕೇಳಿದ್ದರಂತೆ. ಅಮ್ಮ ವರಸಾಮ್ಯ ಸರಿಹೋಗೊಲ್ಲ ಎಂದು ಬೇಡ ಎಂದುಬಿಟ್ಟಳಂತೆ.' ಎಂದು ನಕ್ಕುಬಿಟ್ಟಿದ್ದಳು.

ಎಂಬಿಬಿಎಸ್ ಮುಗಿದ ಮೇಲೆ ನಾನು, ವೀಣಾ ಇಬ್ಬರೂ ಪೀಜಿ, ಅಮೆರಿಕಾ ಎಂದೆಲ್ಲ ಏನು ಮಾಡಬೇಕೆಂದು ಗೊತ್ತಾಗದೇ ಅಲೆದಾಡುತ್ತಿದ್ದಾಗ ವೆಂಕಟ 'ಈ ಪೀಜಿ, ಗೀಜಿ ಎಲ್ಲ ವೇಸ್ಟು, ನನ್ನ ಪಾಡಿಗೆ ನಾನು ಪ್ರಾಕ್ಟೀಸು ಮಾಡಿಕೊಂಡಿರ್ತೀನಿ' ಎಂದು ತಾನಿದ್ದ ಗಿರಿನಗರದ ಬಡಾವಣೆಯಲ್ಲಿಯೇ ಒಂದು ಸಣ್ಣ ಕ್ಲಿನಿಕ್ಕು ತೆಗೆದಿದ್ದ. ಇಪ್ಪತ್ತುವರ್ಷದ ನಂತರವೂ ಆರಕ್ಕೇರದ ಮೂರಕ್ಕಿಳಿಯದ ಪ್ರಾಕ್ಟೀಸು. ಮೊನ್ನೆಮೊನ್ನೆ ಆರೋಗ್ಯ ಇಲಾಖೆಯವರು ಬಂದು ಎಚ್ಚರಿಸುವ ತನಕ ಗಾಜಿನ ಸಿರಿಂಜುಗಳನ್ನು ಬಿಸಿನೀರಿನಲ್ಲಿ ಕುದಿಸಿ, ಸೂಜಿಗಳನ್ನು ಬದಲಿಸಿ ಇಂಜಕ್ಷನ್ ಕೊಡುತ್ತಿದ್ದ. ಈಗಲೂ ತಾನೇ ಬಂದು ಕ್ಲಿನಿಕ್ಕಿನ ಬಾಗಿಲನ್ನು ತೆಗೆಯುತ್ತಾನೆ. ಆಕ್ಸಿಟೆಟ್ರಾಸೈಕ್ಲಿನ್, ಪೆನಿಸಿಲಿನ್ ಇಂಜಕ್ಷನ್‌ಗಳನ್ನು ತಾನೇ ಚುಚ್ಚುತ್ತಾನೆ.

ವೀಣಾಳ ನಂತರ ಯಾವ ಸಂಬಂಧವೂ ಸರಿಹೋಗಲಿಲ್ಲವೋ ಏನೋ ವೆಂಕಟ ಮದುವೆಯನ್ನೂ ಆಗಿರಲಿಲ್ಲ. ನಮ್ಮ ಮದುವೆಯಾದ ಹೊಸತರಲ್ಲಿ ವೀಣಾ ಮತ್ತು ಅವನ ನಡುವೆ ಇದ್ದಿರಬಹುದಾದ, ಮೊಗ್ಗಾಗಿಯೇ ಮುರುಟಿಹೋಗಿದ್ದ ಗುಪ್ತ ಪ್ರೇಮಪ್ರಕರಣದ ಬಗ್ಗೆ ಅನುಮಾನಿಸುತ್ತಿದ್ದ ನಾನು ನಂತರ ಸುಮ್ಮನಾಗಿದ್ದೆ. ವೆಂಕಟ ವೀಣಾಳಿಗೆ ಯಾವ ರೀತಿಯಲ್ಲಿಯೂ ಸರಿಯಾದ ಜೋಡಿಯಾಗಿರಲಿಲ್ಲ ಎಂದು ನನಗನಿಸಿತ್ತು. ಅಂಟಾರ್ಟಿಕಾಕ್ಕೆ ಕ್ರೂಸ್ ಹೋಗುವ, ಅವಕಾಶ ಸಿಕ್ಕರೆ ಹವಾಯಿಯಲ್ಲಿ ಸ್ಕೈ ಡೈವ್ ಮಾಡುವ ವೀಣಾ ಎಲ್ಲಿ, ಈ ಗಿರಿನಗರದ ಸರ್ಕಲ್ ಬಿಟ್ಟು ಹೆಚ್ಚೆಂದರೆ ಗಾಂಧಿಬಜ್ಜಾರಿಗೆ ತನ್ನ ಸ್ಕೂಟಿಯಲ್ಲಿ ಹೋಗುವ ವೆಂಕಟ ಎಲ್ಲಿ? ಎಂಥಾ ಪ್ರೇಮಪ್ರಕರಣ ಇದ್ದರೂ ಅದು ಅರಳಲಿಕ್ಕೆ ಅವಕಾಶವೇ ಇರಲಿಲ್ಲ. ನಮ್ಮತ್ತೆಯ ಮುಂದಾಲೋಚನೆಯನ್ನು ನಾ ಮನಸಾರೆ ಮೆಚ್ಚಿದ್ದೆ.

ನಾನು ಅಮೆರಿಕಾಕ್ಕೆ ಬಂದಮೇಲೆ ವೆಂಕಟ ನನಗೆ ಇನ್ನೂ ಹೆಚ್ಚು ಹತ್ತಿರವಾಗಿದ್ದ. ಪ್ರತಿಬಾರಿ ಬೆಂಗಳೂರಿಗೆ ಹೋದಾಗಲೂ ನಾನು ಸಂಜೆಯ ಹೊತ್ತು ಮಾಡಲು ಕೆಲಸವಿಲ್ಲದೇ ಇದ್ದಲ್ಲಿ ಹೋಗಿ ವೆಂಕಟನ ಕ್ಲಿನಿಕ್ಕಿನಲ್ಲಿ ಕೂತಿರುತ್ತಿದ್ದೆ. ಮಂದವಾದ ಬೆಳಕಿದ್ದ ಒಂದು ಸಣ್ಣ ಕೋಣೆ. ಒಮ್ಮೊಮ್ಮೆ ಪಕ್ಕದ ಹೋಟೆಲಿನಿಂದ ವಡಾ ಸೂಪು ತರಿಸುತ್ತಿದ್ದ. ಅಲ್ಲಿದ್ದ ಹಳೆಯ ಫಿಲಿಪ್ಸ್ ಟೂ ಇನ್ ವನ್‌ನಲ್ಲಿ ಯಾವಾಗಲೂ ಬಾಲಮುರಳಿಕೃಷ್ಣ ಅಥವಾ ಸುಬ್ಬುಲಕ್ಷ್ಮಿಯ ಸಂಗೀತ. ಈತನಿಗೆ ಈ ಕಾಲದಲ್ಲಿ ಕೆಸೆಟ್ ಎಲ್ಲಿ ಸಿಗುತ್ತದೆ ಎಂದು ನಾನು ಆಗಾಗ್ಗೆ ಯೋಚಿಸುತ್ತಿದ್ದೆ. ಹೋದ ವರ್ಷ ನಾನು ಹೋದಾಗ ಪೂರಾ ಬೆಳ್ಳಗಾಗಿದ್ದ ಗಡ್ಡವನ್ನೊಮ್ಮೆ ಸವರಿಕೊಳ್ಳುತ್ತಾ 'ಯಾವಾಗ ಬಂದೆ, ಹೇಗಿದೆ ಅಮೆರಿಕಾ, ಏನನ್ನುತ್ತಾನೆ ಒಬಾಮ, ಹೇಗಿದೆ ನಿಂ ಎಕಾನಮಿ' ಎಂದು ಕೇಳಿದಾಗ ತಲೆಗೊಂದು ಪಟ್ಟಿ ಕಟ್ಟಿದರೆ ಶಿರ್ಡಿ ಸಾಯಿಬಾಬನ ತರ ಕಾಣಿಸುತ್ತಾನೆ ಅಂತನಿಸಿತ್ತು, ನನಗೆ. ಪ್ರಪಂಚದಲ್ಲಿ ಎಂಥ ವಿಪ್ಲವ ನಡೆದರೂ ಈತ ಹಾಹೂ ಅನ್ನದೇ ಹಾಗೇ ಇದ್ದುಬಿಡುತಾನೇನೋ.

ತಾನಾಯಿತು, ತಂದಾಯಿತು ಎಂದಿರುವ ಈ ವೆಂಕಟನಿಗೆ ಮೈಮೇಲೆ ದೇವರು ಬರುತ್ತದೆ ಎಂದರೆ: ನನಗೆ ಆಶ್ಚರ್ಯವಾಯಿತು. ಹೋಗಿ ನೋಡಿಕೊಂಡು ಬರಬೇಕು ಎಂದು ನಾನು, ವೀಣಾ ನಿರ್ಧರಿಸಿದೆವು.

■

ಮಾರನೆಯ ದಿನ ವೆಂಕಟನ ಕ್ಲಿನಿಕ್ಕಿಗೆ ಹೋಗುವ ಮುಂಚೆ, 'ನೀನು ಅಲ್ಲಿ ಏನು ನೋಡಿದರೂ ಸುಮ್ಮನಿರು. ಸುಮ್ಮನೆ ಏನಾದರೂ ಅಡ್ಡಾದಿಡ್ಡಿ ಮಾತಾಡಬೇಡ. ಅವನಿಗೆ ಮೈಮೇಲೆ ದೇವರು ಬರುತ್ತೋ ಇಲ್ಲವೋ ಅದರ ಸತ್ಯಸತ್ಯತೆ ನಮಗೆ ಬೇಡ. ನಾವು ಸುಮ್ಮನೇ ನೋಡಲಿಕ್ಕೆ ಹೋಗ್ತಾ ಇರೋದು' ವೀಣಾ ನನ್ನನ್ನು ಎಚ್ಚರಿಸಿದ್ದಳು.

ನಾವಿಬ್ಬರೂ ವೆಂಕಟನ ಕ್ಲಿನಿಕ್ಕಿಗೆ ಹೋದಾಗ ಕ್ಲಿನಿಕ್ಕಿನ ಬಾಗಿಲು ಹಾಕಿತ್ತು. ಪಕ್ಕದ ಹೋಟೆಲಿನವನು 'ಅವರು ಇಲ್ಲಿಲ್ಲ. ಇವತ್ತು ಗುರುವಾರ ಅಲ್ಲವಾ. ಹೀಲಿಂಗ್ ಸೆಂಟರಿನಲ್ಲಿರುತ್ತಾರೆ' ಎಂದು ಹೇಳಿದ. ನಾವಿಬ್ಬರೂ 'ಅದೆಲ್ಲಿದೆ?' ಎಂದು ಕೇಳಿದಾಗ 'ಡಾಕ್ಟರ ಮನೆಯ ಪಕ್ಕವೇ ಇದೆ' ಎಂದು ಹೇಳಿದ. ವೆಂಕಟನ ಮನೆಯ ಬಳಿ ಹೋದಾಗ ಅಲ್ಲಿನ ವಾತಾವರಣ ನೋಡಿ ನನಗೆ ಕೊಂಚ ದಿಗಿಲಾಯಿತು. ಮನೆಯ ಪಕ್ಕದಲ್ಲಿಯೇ ಇದ್ದ ಇನ್ನೆರಡು ಮಳಿಗೆಗಳ ಮಧ್ಯದ ಗೋಡೆಯನ್ನು ಒಡೆಸಿ ಏಕ ಮೂವತ್ತಡಿ ಉದ್ದದ ಜಾಗವನ್ನು ಬಿಡಿಸಿಕೊಳ್ಳಲಾಗಿತ್ತು. ರಸ್ತೆಯಲ್ಲಿ ಯದ್ವಾತದ್ವಾ ನಿಲ್ಲಿಸಿದ್ದ ಕಾರು, ಸ್ಕೂಟರುಗಳು. 'ರಾಧಾಕೃಷ್ಣ ಹೀಲಿಂಗ್ ಸೆಂಟರ್' ಎಂಬ ದೊಡ್ಡ ಬೋರ್ಡು ಫಳ ಫಳ ಹೊಳೆಯುತ್ತಿತ್ತು. ಎರಡು ತ್ರಿಕೋಣಾಕೃತಿಗಳು ಒಂದನ್ನೊಂದು ಛೇದಿಸಿ ಮಾಡಿರುವ ನಕ್ಷತ್ರಾಕಾರ, ಉಲ್ಟಾ ಸ್ವಸ್ತಿಕ, ಗಂಡಭೇರುಂಡ, ನಡುವೆ ಶೂಲ ಮತ್ತು ರೆಕ್ಕೆ ಬಿಚ್ಚಿ ಬಳಸಿಕೊಂಡಿರುವ ಹಾವುಗಳ ಜೋಡಿಯ ಹಿಪೋಕ್ರಾಟ ನ ಲಾಂಛನ, ಉರಿಯುತ್ತಿರುವ ಪಂಜು ಇತ್ಯಾದಿ ಇತ್ಯಾದಿಗಳ ಅಂಚು. ಪಕ್ಕದಲ್ಲಿ ಬಿಳೀ ಪ್ಯಾಂಟು, ಶರಟು ತೊಟ್ಟಿರುವ ವೆಂಕಟರಮಣನದೊಂದು ಚಿತ್ರ. ನಾನು ವೀಣಾಳ ಮುಖ ನೋಡಿದೆ. ಆಕೆಗೆ ಕೂಡ ನನಗಾದಷ್ಟೇ ಆಶ್ಚರ್ಯವಾಗಿರಬೇಕು,

ಆದರೆ ಮುಖದಲ್ಲಿ ತೋರಿಸುತ್ತಿರಲಿಲ್ಲ. ಈತ ಏನಾದರೂ ತಲೆಕೆಟ್ಟು ತಾಂತ್ರಿಕನೋ, ಮಾಂತ್ರಿಕನೋ ಆಗಿದ್ದಲ್ಲಿ ನಾನು ಹೇಗೆ ಪ್ರತಿಕ್ರಿಯಿಸಬೇಕು ಎಂದು ಮನದಲ್ಲಿ ಲೆಕ್ಕ ಹಾಕುತ್ತಿದ್ದೆ.

ಒಳಗೆ ಹೋಗಿ ನೋಡಿದರೆ ಸಾಕಷ್ಟು ವಿಸ್ತಾರವಾದ ಕೊಠಡಿ. ಎಲ್ಲ ಕಡೆ ಚೊಕ್ಕವಾಗಿ ಪಾಲಿಫೈಬರ್ ಖುರ್ಚಿಗಳನ್ನು ಹಾಕಿದ್ದರು. ತುಂಬಿ ತುಳುಕುವಷ್ಟು ಜನವಿಲ್ಲದಿದ್ದರೂ ಸಾಕಷ್ಟು ಜನಸಂದಣಿಯಿತ್ತು. ವೀಣಾ ಮುಂದೆ ಹೋಗಿ ಕೌಂಟರಿನಲ್ಲಿ ಕೂತಿದ್ದಾಕೆಗೆ 'ನಾವು ಡಾಕ್ಟರನ್ನು ನೋಡಬೇಕು' ಎಂದಳು. 'ಇವತ್ತು ಡಾಕ್ಟರು ಇಲ್ಲಿ ಯಾರನ್ನೂ ನೋಡೋದಿಲ್ಲ. ನಿಮಗೆ ಪ್ರಶ್ನೆಯೇನಾದರೂ ಇದ್ದರೆ ಈ ಫಾರಂ ತುಂಬಿಸಿ, ನಿಮ್ಮ ಪ್ರಶ್ನೆಯನ್ನೂ ಇಲ್ಲಿ ಬರೆದು ಕೊಡಿ.' ಎಂದಳು. ಎತ್ತರ, ತೂಕ, ಕಣ್ಣಿನ ದೃಷ್ಟಿ, ಕಾಯಿಲೆಯ ವಿವರಗಳು, ತೆಗೆದುಕೊಳ್ಳುವ ಔಷಧಿಗಳು– ಇಡೀ ವೈದ್ಯಕೀಯ ಚರಿತ್ರೆಯನ್ನೇ ಬರೆಯಬೇಕಿತ್ತು, ಆ ಫಾರಂನಲ್ಲಿ. ಸುಮ್ಮನೆ ಕೈಯಲ್ಲಿ ಹಿಡಿದು ನಾನು ಅತ್ತಿತ್ತ ನೋಡಿದೆ. ತಲೆಗೆ ಶಾಲು ಹೊದ್ದುಕೊಂಡು ಕೆಮ್ಮುತ್ತಾ ಕೂತಿರುವ ಮುದುಕರು, ಸೋರುವ ವ್ರಣಗಳನ್ನು ತೋರಿಸುವ ದಪ್ಪ ದಪ್ಪ ಬ್ಯಾಂಡೇಜುಗಳು, ಏದುಸಿರು ಬಿಡುತ್ತಿರುವವರು, ಮೂಗಿನೊಳಗೆ ಆಕ್ಸಿಜನ್ ನಳಿಕೆಯನ್ನು ಸಿಕ್ಕಿಸಿಕೊಂಡಿರುವವರು, ಗಾಲಿ ಖುರ್ಚಿಯಲ್ಲಿರುವವರು, ಇತರೇ, ಇತರೇ. ಅಲ್ಲಿದ್ದವರ್ಯಾರಿಗೂ ಸಣ್ಣ ಪುಟ್ಟ ರೋಗಗಳಿಲ್ಲ ಎನಿಸಿತು. ಕಿವಿನೋವು, ಜ್ವರ, ಕೆಮ್ಮು ಇತ್ಯಾದಿ ರೋಗಗಳಿಗೆ ಆಂಟಿಬಯಾಟಿಕ್ ಬರೆದುಕೊಂಡು ತನ್ನ ಪಾಡಿಗೆ ತಾನಿದ್ದ ಡಾ. ವೆಂಕಟರಮಣನ ಈ ರೂಪಾಂತರ ಕ್ರಿಯೆ ವಿಸ್ಮಯವನ್ನುಂಟುಮಾಡಿತು.

ಆ ಕೊಠಡಿಯ ಗೋಡೆಯ ಮೇಲಿದ್ದ ಚಿತ್ರಗಳು ವಿಶೇಷವಾಗಿ ನನ್ನ ಗಮನವನ್ನು ಸೆಳೆದವು. ಒಂದು ಕಡೆ 'ಡಾಕ್ಟರು ಒಳಗಿದ್ದಾರೆ... ಶ್' ಎಂದು ಚುಪ್ ಮಾಡುತ್ತಿರುವ ಮಗುವಿನ ಚಿತ್ರದಿಂದ ಹೋಮಿಯೋಪತಿಯ ಹಾನೆಮಾನಿನ ತನಕ ವಿಧವಿಧದ ಚಿತ್ರಗಳು, ರೇಖಿಯ ಜಪಾನಿ ಅಕ್ಷರಗಳು, ಅರ್ಮಾನಿ ಸೂಟಿನಲ್ಲಿ ನಗುತ್ತಿರುವ ದೀಪಕ್ ಚೋಪ್ರ, ಹಿಪೋಕ್ರಾಟನ ಪ್ರಮಾಣ, ಪತಂಜಲಿಯಲ್ಲಿದ್ದ ಯೋಗಪೀಠದ ಸುಶ್ರುತನ ಪ್ರತಿಮೆ, ಚಾಮುಂಡೇಶ್ವರಿ, ಕೈಯಲ್ಲಿ ರುಂಡಹಿಡಿದು ರಕ್ತದ ಧಾರೆಯನ್ನು ಹರಿಸುತ್ತಿರುವ ಕಾಳಿ, ಎಲ್ಲದರ ಮಧ್ಯೆ ಅತ್ತಿಬೆಲೆಯ ಪಟಾಲಮ್ಮನ ಪಟ. ನನಗೆ ಆಶ್ಚರ್ಯವಾಯಿತು. ಒಮ್ಮೆ ಯಾವಾಗಲೋ ವೆಂಕಟರಮಣನೇ ನನ್ನನ್ನು ಅವನ ಸ್ಕೂಟರಿನಲ್ಲಿ ಅತ್ತಿಬೆಲೆಗೆ ಪಟಾಲಮ್ಮನ ದೇವಸ್ಥಾನಕ್ಕೆ ಕರಕೊಂಡು ಹೋಗಿದ್ದ. ಪಟಾಲಮ್ಮನ ಈ ಚಿತ್ರ ಇವನಿಗೆ ಹೇಗೆ ಸಿಕ್ಕಿತು? ಪಟಾಲಮ್ಮನ ಚಿತ್ರ ಎಲ್ಲಿ ಸಿಗುತ್ತದೆ?

ಸ್ಪೀಕರಿನಲ್ಲಿ 'ಐಗಿರಿ ನಂದಿನಿ' ಕೇಳಬರುತ್ತಿತ್ತು. ಒಟ್ಟೂ ವಾತಾವರಣ ಒಂದು ಕ್ಲಿನಿಕ್ಕಿನ ನಿರೀಕ್ಷಣಾ ಕೊಠಡಿಯಂತಿರದೆ ಯಾವುದೋ ಹೊಸಾ ಸ್ವಾಮಿಗಳ ಆಶ್ರಮದಂತಿತ್ತು. ಅಲ್ಲಿ ಕೂತಿದ್ದವರೆಲ್ಲ ಎಲ್ಲ ಕಡೆ ಉತ್ತರ ಹುಡುಕಿ ಸಿಗದೆ ತೈತ್ತರೀಯ ಪರಿಣಿತಶಾಸ್ತ್ರಗಳ ಪರೀಕ್ಷೆಗಳಲ್ಲಿ ನಪಾಸಾಗಿ ಕೊನೆಯ ನಿರೀಕ್ಷೆಯಲ್ಲಿದ್ದಂತೆ ಕಂಡಿತು. ನಾನು ಹಾಸ್ಪಿಸ್‌ನಲ್ಲಿ ನೋಡುತ್ತಿದ್ದ ಒಂದು ರೀತಿಯ ತೆಳುವಾದ ಖಿನ್ನತೆ ಆ ಕೋಣೆಯ ಅಣುಅಣುವಿನಲ್ಲಿಯೂ ಕಾಣುತ್ತಿತ್ತು. ನನಗೆ ಉಸಿರುಕಟ್ಟಿದಂತಾಗಿ ಹೊರಗೆ ಹೋಗಲು ಸಿದ್ಧನಾದೆ.

ವೀಣಾ ನನ್ನ ಕೈಹಿಡಿದು ಕೂರಿಸಿದಳು. ವೆಂಕಟರಮಣನ ಛೇಂಬರಿನ ಬಾಗಿಲು ತೆಗೆಯಿತು. 'ದಾರಿ ಬಿಡಿ, ದಾರಿಬಿಡಿ. ಅಮ್ಮನವರು ಬರುತ್ತಿದ್ದಾರೆ' ಎಂದು ಒಳಗಿನಿಂದ ವೆಂಕಟರಮಣನ ಕೈ ಹಿಡಿದು ಬಂದ ಯಾರೋ ಒಬ್ಬಾಕೆ ಅನೌನ್ಸ್ ಮಾಡಿದರು. ವೆಂಕಟರಮಣ ಕಣ್ಣು ಮುಚ್ಚಿದ್ದ. ಯಾವುದೋ ಮತ್ತಿನಲ್ಲಿದ್ದಂತಿದ್ದ. ನೋಡನೋಡುತ್ತಿದ್ದಂತೆ ಆತ ಅಲ್ಲಿಂದಲೇ ಕಣ್ಣುಬಿಟ್ಟು ಎಲ್ಲರನ್ನೂ ನೋಡಿದ. ಎಲ್ಲರನ್ನೂ ನೋಡಿದಂತಿದ್ದರೂ ದೃಷ್ಟಿ ಶೂನ್ಯದಲ್ಲಿದ್ದಂತಿತ್ತು. ನಂತರ ನಾನು ಎಣಿಸದೇ ಇದ್ದ ಒಂದು ವಿಚಿತ್ರ ನಡೆಯಿತು.

ಇದ್ದಕ್ಕಿದ್ದಂತೆ ವೆಂಕಟರಮಣನ ಕಣ್ಣುಗಳೆರಡೂ ಕೋರೈಸಹತ್ತಿದವು. ಎಷ್ಟರಮಟ್ಟಿಗೆ ಎಂದರೆ ಆತನ ಬೆಕ್ಕಿನಕಣ್ಣುಗಳ ಪಾಪೆಗಳು ಅರಳುವುದು ಹದಿನೈದಡಿ ದೂರ ಕೂತಿದ್ದ ನನಗೂ ಕಾಣುತ್ತಿತ್ತು. ಕಣ್ಣುಗುಡ್ಡೆಗಳೆರಡೂ ಲಾಟರಿ ಡ್ರಾ ಮಾಡುವ ಮಶೀನಿನೊಳಗೆ ತಿರುಗುವ ಗೋಲಿಗಳಂತೆ ಗರಗರ ತಿರುಗಹತ್ತಿದವು. ರೆಪ್ಪೆ ಪಡಪಡ ಹೊಡಕೊಂಡವು. ತುಟಿಗಳನ್ನು ಕೊಂಕುಮಾಡಿ ನಾಲಿಗೆಯಿಂದ ತುಟಿಗಳನ್ನು ಒಮ್ಮೆ ಸವರಿಕೊಂಡ. ಗುಂಪಿನಿಂದ ಒಬ್ಬಾತನನ್ನು ಕರೆದು 'ವಾಸನೆ, ವಾಸನೆ, ಎಲ್ಲ ವಾಸನೆ' ಎಂದ. ಆತ ಭಯಭೀತನಾಗಿ ವೆಂಕಟರಮಣನ ಕಡೆ ನಡೆದ. ಆತನನ್ನು ಪಕ್ಕದಲ್ಲಿ ಕೂರಿಸಿಕೊಂಡು ನಾಡಿ ಹಿಡಿದು ಆತನ ಕಿವಿಯಲ್ಲಿ ಏನೋ ಹೇಳಿದ. ಆ ವ್ಯಕ್ತಿಯ ಮುಖ ಪೇಲವವಾಯಿತು 'ಸ್ವಾಮಿ, ನಮ್ಮ ಡಾಕ್ಟರು ಕೀಮೋಥೆರಪಿ ಮಾಡಿಸಿಕೊಂಡರೆ ಒಳ್ಳೆಯದು ಎಂದಿದ್ದಾರಲ್ಲ, ಸ್ವಾಮಿ' ಎಂದ. ವೆಂಕಟರಮಣ ಕೈಯಲ್ಲಿ ಆತನ ಕೇಸ್ ಪೇಪರ್ ಹಿಡಿದಿದ್ದ. ಅದನ್ನೊಮ್ಮೆ ಅಲ್ಲಾಡಿಸಿ 'ನಾನು ನಿನ್ನ ಜಾತಕವನ್ನೇ ಓದಿದ್ದೇನೆ. ನನ್ನ ಮಾತು ಕೇಳು. ಸುಮ್ಮನೆ ಮನೆಯವರ ಜತೆಯಲ್ಲಿ ಕೂತು ಮೃತ್ಯುಂಜಯ ಹೋಮ ಮಾಡು' ಎಂದ. ಅಧಿಕಾರಯುತವಾದ ಆ ಧ್ವನಿ ವೆಂಕಟನದೇ ಎಂದು ಅನುಮಾನ ಬರುತ್ತಿತ್ತು. ನಂತರ ಇನ್ನೊಬ್ಬನನ್ನು ಕರೆದು 'ರಕ್ತದ ವಾಸನೆಯಿದೆ. ನಿನ್ನ ಮುಂಗೈಯಲ್ಲಿ.' ಎಂದು ಹೇಳಿ ತುಂಬುತೋಳಿನಿಂದ ಮುಚ್ಚಿಕೊಂಡಿದ್ದ ಆತನ ಅಂಗಿತೋಳನ್ನು ಮಡಿಸಿ ಮುಂಗೈನ ಉಬ್ಬಿದ ರಕ್ತನಾಳಗಳ ಒಂದು ತುದಿಗೆ ಅವರೇಕಾಳು, ಇನ್ನೊಂದು ತುದಿಗೆ ಕಡಲೇ ಕಾಳನ್ನಿಟ್ಟು ಒತ್ತಿದ. ಪಕ್ಕದಲ್ಲಿದ್ದಾಕೆ ಒಂದು ಸಣ್ಣ ಬ್ಯಾಂಡೇಜು ಕಟ್ಟಿದಳು. ಅವನ ಕೈಯಿನ ಉಬ್ಬಿದ ರಕ್ತನಾಳಗಳನ್ನು ನೋಡಿದ ತಕ್ಷಣ ನನಗೆ ಈತ ಡಯಾಲಿಸಿಸ್ ಮಾಡಿಸಿಕೊಳ್ಳುತ್ತಿದ್ದಾನೆ ಎಂದು ಗೊತ್ತಾಯಿತು. ಜಯಲಕ್ಷ್ಮಿ ಆಂಟಿ ಹೇಳುವ ಆಕ್ಯುಪ್ರೆಶರ್ ಅಂದರೆ ಇದೇನೇ ಎನ್ನಿಸಿತು. ನಾನು ಇನ್ನೇನೂ ಯೋಚಿಸುವ ಮೊದಲು ವೆಂಕಟರಮಣ ಇನ್ನೊಮ್ಮೆ ಕಣ್ಣರಳಿಸಿದ. ಬಾಯಿ ಮತ್ತೆ ಸೊಟ್ಟ ಆಯಿತು. ಕೈಯಲ್ಲಿ ಕೇಸ್‌ಶೀಟು ಹಿಡಿದು 'ನಾರಾಯಣ' ಎಂದು ಕೂಗಿದ. ಗಾಲಿಖುರ್ಚಿಯಲ್ಲಿ ಕೂತಿದ್ದ ಕೃಶದೇಹದ ವ್ಯಕ್ತಿಯೊಬ್ಬ ಎದ್ದು ನಿಲ್ಲುತ್ತಿದ್ದಂತೆ 'ನೀನು ನಡಿ ಇಲ್ಲಿಂದ ಆದಷ್ಟು ಬೇಗ ಮನೆಗೆ ಹೋಗು, ಆಟೋದಲ್ಲಿ ಬೇಡ. ಬಸ್ಸಿನಲ್ಲಿ ಹೋಗು' ಎಂದು ಹೇಳುವ ಹೊತ್ತಿಗೆ ವೆಂಕಟರಮಣನಿಗೆ ಜ್ಞಾನ ತಪ್ಪಿತ್ತು. ಕೈಕಾಲು ಅದುರಿಸಿ ಕೆಳಗೆ ಬಿದ್ದ. ವೆಂಕಟ ನನ್ನನ್ನೂ ವೀಣಾಳನ್ನೂ ಗುಂಪಿನಲ್ಲಿ ಗಮನಿಸಿರಲಿಲ್ಲ. ನಾನು ಸೀದಾ ಅವನ ಹತ್ತಿರ ಹೋಗಿ ಅವನ ಕೈ ಹಿಡಕೊಂಡಾಕೆಗೆ 'ಈತನಿಗೆ ಕನ್‌ವಲ್ಷನ್ ಬರ್ತಾ ಇದೆ. ಒಳಗಿನಿಂದ ಯಾರಾದರೂ ಐದು ಮಿಲಿಗ್ರಾಂ ಕಾಂಪೋಸ್ ತೆಗೆದುಕೊಂಡು ಬನ್ನಿ' ಎಂದು ಕೂಗಿದೆ. ಆಕೆ 'ಇಲ್ಲ, ಇಲ್ಲ, ಪ್ರತಿಬಾರಿ ಅಮ್ಮನವರು ಬಂದು ಹೋಗುವಾಗ

ಡಾಕ್ಟರಿಗೆ ಹೀಗೇ. ಇಂಥಾ ದೇವತೆಗಳನ್ನು ಮೈಮೇಲೆ ಆವಾಹಿಸಿಕೊಳ್ಳೋದು ಅಂದರೆ ಏನು ಸುಲಭವಾ? ದೇವೀ ಬರಬೇಕಾದರೂ, ಹೋಗಬೇಕಾದರೂ ಈತರ ಕೋಲಾಹಲ ಇದ್ದೇ ಇರುತ್ತದೆ. ಅದೇ ದೇವೀ ಮಹಾತ್ಮೆ. ಜೈ ಪೀಡಾನಿಕಾಲೀ, ಭೂತಭವನವ ಶೇಷಿನೀ, ಪಾಹಿಮಾ, ಪಾಹಿಮಾ' ಎಂದು ಕೆನ್ನೆ ಕೆನ್ನೆ ಬಡಕೊಂಡಳು. ನಾನು ಆಕೆಯನ್ನು ನೋಡಿ 'ನಾನು ನಿಮ್ಮನ್ನು ನರ್ಸ್ ಎಂದುಕೊಂಡಿದ್ದೆ' ಎಂದೆ. ಆಕೆ 'ಹೌದು, ಆಗಿದ್ದೆ' ಎಂದಳು. ಆಕೆಗೆ ನಾನು ಪ್ರಶ್ನೆ ಕೇಳುವುದು ಅಷ್ಟುಇಷ್ಟವಾಗಲಿಲ್ಲ ಎಂದನಿಸಿತು. ನಾಲ್ಕು ಜನ ಅನಾಮತ್ತಾಗಿ ವೆಂಕಟನನ್ನು ಎತ್ತಿ ಒಳಗೆ ಕರಕೊಂಡು ಹೋದರು. ಅವುಡುಗಚ್ಚಿದ್ದರಿಂದಲೋ ಏನೋ ತುಟಿಯ ಸಂದಿನಿಂದ ರಕ್ತ ಒಸರುತ್ತಿತ್ತು.

ವೀಣಾ ಓಡಿ ಬಂದು ನನ್ನ ಪಕ್ಕ ನಿಂತಳು. ನಾನು ಇಲ್ಲಿಗೆ ಬರುವುದಕ್ಕೆ ಮುಂಚೆ ಏನನ್ನು ನಿರೀಕ್ಷಿಸಿದ್ದೆ ಎಂದು ನನಗೆ ಮರೆತುಹೋಗಿದ್ದರೂ ಇದನ್ನಂತೂ ಅಲ್ಲ ಎನಿಸಿತ್ತು. ಯಾರೋ ಬಿಳಿಯ ವಸ್ತ್ರ ಧರಿಸಿದ್ದವರೊಬ್ಬರು 'ದಯವಿಟ್ಟು ಕ್ಷಮಿಸಿ, ಇವತ್ತು ಡಾಕ್ಟರಿಗೆ ಇನ್ನೇನೂ ಮಾಡಲಾಗದು. ಹೀಲಿಂಗ್ ಸೆಂಟರನ್ನು ಈಗಲೇ ಮುಚ್ಚಬೇಕು. ದೇವಿ ಇಂದು ಉಗ್ರವಾಗಿ ಬಂದಿದ್ದಾಳೆನ್ನಿಸುತ್ತೆ. ಮುಂದಿನವಾರ ಬನ್ನಿ. ಇನ್ಯಾವ ರೂಪದಲ್ಲಿ ಕಾಣಿಸಿಕೊಳ್ಳುತ್ತಾಳೋ ದೇವಿ, ನೋಡೋಣ. ಮಂದಸ್ಮಿತೇ ಮಹಾಗೌರಿ, ದೇವಿ ಸಾಮಾನ್ಯವಾಗಿ ಹಸನ್ಮುಖಿಯೇ. ಯಾವತ್ತೂ ಇಷ್ಟು ಉಗ್ರವಾಗಿ ಕಾಣಿಸಿಕೊಳ್ಳುವುದಿಲ್ಲ. ಆದರೆ ಒಂದು ಮಾತ್ರ ನೆನಪಿಡಿ. ದೇವಿ ಯಾವತ್ತೂ ಸುಳ್ಳು ಹೇಳೊಲ್ಲ.'ಎಂದು ದೊಡ್ಡ ಧ್ವನಿಯಲ್ಲಿ ಹೇಳುತ್ತಿದ್ದರು. ನಾನು ಏನೂ ಮಾತಾಡದೇ ಹೊರಗೆ ಬಂದೆ.

■

'ವೆಂಕಟರಮಣನಿಗೆ ಬರುತ್ತಾ ಇರೋದು ಕನ್ವಲ್ಶನ್ಸ್. ನಿನಗೂ ಗೊತ್ತಿದೆ. ವೆರಿ ಟಿಪಿಕಲ್ ಟೆಂಪೊರಲ್ ಲೋಬ್ ಸೀಶರ್ಸ್. ಆ ಕಣ್ಣುಗುಡ್ಡೆಗಳ ಚಲನೆ, ಲಿಪ್ ಸ್ಮ್ಯಾಕಿಂಗ್ ಎಲ್ಲ ಯಾವುದೋ ಮೆಡಿಕಲ್ ಪುಸ್ತಕದಲ್ಲಿ ಬರೆದ ಹಾಗಿದೆ.' ನಾನು ವಾಪಸ್ಸು ಮನೆಗೆ ಬರುತ್ತಾ ವೀಣಾಳನ್ನು ನೋಡಿ ಹೇಳಿದೆ.

ವೀಣಾ ವ್ಯಗ್ರಳಾಗಿದ್ದಳು. ಆಕೆ ಏನೂ ಮಾತಾಡಲಿಲ್ಲ. ನಾನು ಆಕೆಯನ್ನು ನೋಡಿ 'ನಿನಗೆ ಗೊತ್ತಿದ್ದ ಹಾಗೆ ವೆಂಕಟರಮಣನಿಗೆ ಕಾಯಿಲೆಯೇನಾದರೂ ಇತ್ತಾ?' ಎಂದೆ.

ವೀಣಾ ನನ್ನ ನೋಡಿ 'ಏನು, ನಿನ್ನ ಮಾತಿನರ್ಥ?' ಎಂದಳು. ತಕ್ಷಣ ನಾನು ಮಾತು ಬದಲಾಯಿಸಿ 'ನೋಡಿದ ತಕ್ಷಣ ಹೇಳಬಹುದು. ತನ್ನ ಕಾಯಿಲೆಯ ಅಡ್ವಾಂಟೇಜ್ ತೆಗೆದುಕೊಳ್ಳುತ್ತಾ ಇದ್ದಾನೆ. ಈ ದೇವಿ ಮಹಾತ್ಮೆ ಎಲ್ಲ ಮೋಸ. ನೀಚತನ. ನನಗನಿಸುತ್ತೆ, ನಾವಿದನ್ನು ರಿಪೋರ್ಟ್ ಮಾಡಬೇಕು'

'ಯಾರಿಗೆ ರಿಪೋರ್ಟ್ ಮಾಡ್ತೀಯಾ?' ವೀಣಾ ಕೇಳಿದಳು.

'ಮೊದಲು ಪೋಲಿಸರಿಗೆ. ಅದಕ್ಕೂ ಮೊದಲು ಆತನನ್ನು ನಾವು ಸರಿಯಾದ ಡಾಕ್ಟರ

ಹತ್ತಿರ ಕರಕೊಂಡು ಹೋಗಬೇಕಾಗಿದೆ. ಆತ ಸ್ವಂತ ಡಾಕ್ಟ್ರಾಗಿ, ಈತರದ್ದನ್ನು ಇಲ್ಲೀತನಕ ಬಿಟ್ಟುಕೊಂಡಿದ್ದಾನೆ ಅಂದರೆ?'

'ನೋಡು. ನನಗೆ ವೆಂಕಟರಮಣನ ಪರಿಚಯ ನಿನ್ನಷ್ಟೂ ಇಲ್ಲ. ಆತನ ಈ ವರ್ತನೆಗೆ ಕಾರಣ ಇದ್ದೇ ಇರುತ್ತೆ ಅಂತ ನನ್ನ ಭಾವನೆ. ಇಷ್ಟಕ್ಕೂ ಆತನ ಉಸಾಬರಿ ನಮಗೆ ಯಾಕೆ? ನಾವಿಲ್ಲಿ ನಾಲ್ಕುದಿನ ಬಂದು ಇದ್ದು ಹೋಗ್ತೇವೆ. ಆತ ಏನಾದರೂ ಮಾಡ್ಕೊಳ್ಳಲಿ. ಆತ ಏನು ತಪ್ಪು ಮಾಡ್ತಾ ಇದಾನೆ, ಈಗ?'

'ಏನು?' ಅಂದೆ, ನಾನು. ನನಗೆ ಆಶ್ಚರ್ಯವಾಗಿತ್ತು. 'ಮೈಮೇಲೆ ಕನ್‌ವಲ್ಷನ್ ಬಂದಾಗ ದೇವಿ ಬರ್ತಾ ಇದಾಳೆ ಎಂದು ಹೇಳಿಕೊಂಡು ಜನರ ಪ್ರಶ್ನೆಗೆ ಉತ್ತರ ಕೊಡೋದು ಸರಿಯಾ?'

'ಒಂದು ಕ್ಷಣ ಯೋಚಿಸು. ಆತ, ಯಾರಿಗೂ ಇಂಥಾ ಆಪರೇಷನ್ ಮಾಡಿಸಿಕೋ, ಅಂಥಾ ಪ್ರೊಸೀಜರ್ರು ಮಾಡಿಸಿಕೋ ಅಂತ ಹೇಳಿದ್ನಾ? ಐ ಥಿಂಕ್ ಹೀ ಈಸ್ ಆಕ್ಟಿಂಗ್ ಬೈ ಒಮಿಶನ್. ಏನು ಮಾಡಿಸ್ಕೊಬಾರದು ಎಂದು ಜನರಿಗೆ ಹೇಳ್ತಾ ಇದಾನೆ. ನಾನು, ನೀನು ನಮ್ಮ ಪೇಷೆಂಟುಗಳಿಗೆ ಹೇಳಲಾರದ ವಿಷಯಗಳನ್ನು ಆತ ಹೇಳುತ್ತಿದ್ದಾನೆ. ಅವನ ವೈಟಿಂಗ್ ರೂಮ್ ನೋಡಿದೆಯಾ? ಕೆಟ್ಟ ಖಾಯಿಲೆಯಿರೋರು ಮಾತ್ರ ಅಲ್ಲಿಗೆ ಬರ್ತಾ ಇದಾರೆ. ಅವರೆಲ್ಲ ಅತಿ ಶೀಘ್ರದಲ್ಲಿಯೇ ಸಾಯುತ್ತಾರೆ. ಅವರನ್ನು ನೋಡಿದರೆ ಯಾರು ಬೇಕಾದರೂ ಹೇಳಬಹುದು, ಅವರು ಸಾಯುತ್ತಾರೆಂತ. ಅದಕ್ಕೆ ವೆಂಕಟರಮಣನೇ ಬೇಕಾಗಿಲ್ಲ. ಮತ್ತೆ ಇನ್ನೊಂದು ವಿಷ್ಯ, ಇಲ್ಲಿರೋರ್‍ಯಾರಿಗೂ ಆತ ಈ ಸೆಷನ್‌ಗೆ ಚಾರ್ಜ್ ಮಾಡೋದಿಲ್ಲವಂತೆ, ಎಲ್ಲ ಪುಕ್ಕಟೆ.'

'ಮತ್ತೆ ಈ ಕಟ್ಟಡ, ಈ ಬಿಳೀಬಟ್ಟೆಯ ಜನ, ಈ ಸೆಟಪ್ಪು? ವಾರಕ್ಕೊಮ್ಮೆ ಈ ತರ 'ದೇವರು' ಬರುತ್ತಂತೆ. ಅದು ಹೇಗೆ ಸಾಧ್ಯ?'

'ದೇವರು ಬಂದಮೇಲೆ ದೇವಸ್ಥಾನ ಕಟ್ಟೋದು, ಭಕ್ತರು ಹುಟ್ಕೊಳೋದು ಎಲ್ಲ ಸಹಜವೇ? ಜನಕ್ಕೆ ಬೇಕಾದಾಗ ಇವನ ಮೈಮೇಲೆ ದೇವರು ಬರುತ್ತೋ, ಇವನಿಗೆ ದೇವರು ಬಂದಾಗ ಸುತ್ತ ಜನ ಇರ್ತಾರೋ, ಇಂತಾ ವಿಷಯದಲ್ಲಿ ತರ್ಕ ಕೆಲಸ ಮಾಡುತ್ತಾ? ಯದ್ಭಾವಂ ತದ್ಭವತಿ' ಇದು ಯಾವ ದೊಡ್ಡ ವಿಷಯವೇ ಅಲ್ಲವೆಂಬಂತೆ ವೀಣಾ ಹೇಳಿದಳು.

'ಪ್ಲೀಸ್, ದೇವರು ಬರುತ್ತೆ ಅನ್ನಬೇಡ. ಮೈ ಅದುರಿ ಕಣ್ಣುಗುಡ್ಡೆ ಮೇಲೆ ಹೋದರೆ ಅದು ದೇವರು ಬಂದ ಹಾಗಾ ? ಅದು ಹಾಳಾಗಿ ಹೋಗಲಿ ಇದು ಆತನ ಆ ಸಾವಿನ ವಾಸನೇನ ಜಸ್ಟಿಫೈ ಮಾಡುತ್ತಾ? ಅಷ್ಟಕ್ಕೂ ನೀನು ಅಲ್ಲಿದ್ದದ್ದು ಕೇವಲ ಅರ್ಧ ಘಂಟೆ. ಅಷ್ಟರಲ್ಲಿ ಇಷ್ಟೆಲ್ಲ ನಿನಗೆ ಗೊತ್ತಾಯಿತಾ?'

'ನೋಡು, ನಾ ಬಂದಾಗಲಿಂದ ಯೋಚಿಸ್ತಾ ಇದೀನಿ. ವೆಂಕಟನಿಗೆ ಏನಾಗಿದೆ ಅಂತ ನನಗೆ ಗೊತ್ತಿಲ್ಲ. ಹೌದು ಒಪ್ಕೋತೀನಿ. ಆತನಿಗೆ ಕನ್‌ವಲ್ಷನ್ ಬರ್ತಾ ಇದೆ. ಅದು ನನಗೆ ಗೊತ್ತು, ನಿನಗೆ ಗೊತ್ತು. ಅವನ ಹತ್ತಿರ ಬರೋ ಜನಕ್ಕೆ ಅದು ಅಪ್ರಸ್ತುತ. ದೇವಿ ಇಲ್ಲಿ ನಿಮಿತ್ತ

ಮಾತ್ರ. ನನಗನಿಸುತ್ತೆ, ಅವನಿಗೆ ಏನೋ ವಿಚಿತ್ರವಾದ ಹೆಲ್ಯುಸಿನೇಷನ್ ಬರಬಹುದು. ಕನ್ವಲ್ಷನ್ ಬಂದಾಗ ಕೆಲವೊಂದು ಬಾರಿ ಹೀಗಾಗುತ್ತಂತೆ. ನೀನು ಕೇಳಿಸಿಕೊಂಡ್ಯಾ ಕನ್‌ವಲ್ಷನ್‌ಗೆ ಅಲ್ಲಿ ಕೂತಿದ್ದ ಜನ 'ಅಪಸ್ಮಾರ' ಅಂತಿದ್ರು. ಎನಿವೇ, ಈ ಅಪಸ್ಮಾರ ಬಂದಾಗ ಜನಕ್ಕೆ ಬೇರೆ ಬೇರೆ ವಾಸನೆಗಳ ಭ್ರಮೆ ಬರುತ್ತಂತೆ.'

'ನಾವಿಲ್ಲಿ ಮಾತಾಡ್ತಾ ಇರೋದು ಸಾವಿನ ವಾಸನೆ?'

'ರಕ್ತಕ್ಕೆ ವಾಸನೆಯಿದೆ, ಪಿತ್ಥಕ್ಕೆ ವಾಸನೆಯಿದೆ, ಕಫಕ್ಕೆ ವಾಸನೆಯಿದೆ, ಕೀವಿಗೆ ವಾಸನೆಯಿದೆ, ಸಾವಿಗೆ ವಾಸನೆಯಿರೊಲ್ವಾ? ನೀನು ಡಾಕ್ಟ್ರು'

'ನನಗೆ ಪಾಠ ಹೇಳ್ಬೇಡ. ಈ ವಾಸನೆಗಳ ಹೆಲ್ಯುಸಿನೇಶನ್ ಆತನಿಗೆ ಸಾವನ್ನು ನನಗೆ, ನಿನಗಿಂತ ಹೆಚ್ಚು ಪರಿಚಯ ಮಾಡುತ್ತಾ? ಕೇಸ್ ಪೇಪರ್ ಕೊಟ್ಟರೆ ನಾನೂ ಹೇಳ್ತೀನಿ, ಯಾರು ಬದುಕ್ತಾರೆ, ಯಾರು ಸಾಯ್ತಾರೆ ಅಂತ, ಯಾವ ದೇವಿಯ ಅಥವಾ ಈ ಅಪಸ್ಮಾರದ ಸಹಾಯವಿಲ್ಲದೆ.'

'ಸರಿ, ಸರಿ. ನಿನ್ನ ಹತ್ತಿರ ಚರ್ಚೆ ಮಾಡಿ ಉಪಯೋಗವಿಲ್ಲ. ನೀನು ಪೋಲೀಸರಿಗೆ ಹೇಳುವುದರ ಮೊದಲು ಒಮ್ಮೆ ವೆಂಕಟರಮಣನ ಹತ್ತಿರ ಮಾತಾಡಬೇಕು ಅನ್ನಿಸೋದಿಲ್ಲವಾ. ಲೆಟ್ ಅಸ್ ಬಿ ಫ್ಲೇರ್. ಮಾತಾಡಲಿಕ್ಕೂ ಹಿಂದೇಟು ಹಾಕಿಕೊಳ್ಳುತ್ತಿದ್ದವನು ಈ ತರ ಆಗಿದ್ದಾನೆ ಅಂದರೆ? ನನಗನ್ನಿಸುತ್ತೆ, ನಮ್ಮಿಬ್ಬರನ್ನೂ ಆತ ಇವತ್ತು ಅಲ್ಲಿ ನೋಡಿದ್ದರೆ ಅವನ ಆ ಸನ್ನಿಯಲ್ಲಿಯೂ ಆತ ಬೇರೇನಾದರೂ ಮಾತಾಡುತ್ತಿದ್ದ ಅಂತ.'

ನನಗೂ ವೀಣಾಳ ಮಾತಿನಲ್ಲಿ ತಥ್ಯವಿದೆ ಅನಿಸಿತು. ಕೇವಲ ಅರ್ಧ ಗಂಟೆಯಲ್ಲಿ ಎಲ್ಲವನ್ನೂ ನಿರ್ಧರಿಸುವುದು ಬೇಡ. ಹೋಗಿ ವೆಂಕಟರಮಣನನ್ನು ಮಾತಾಡಿಸಿಕೊಂಡು ಬರುವುದರಲ್ಲಿ ಏನೂ ತಪ್ಪಿಲ್ಲ ಎನ್ನಿಸಿತು. ಯಾವ ವೈದ್ಯನೂ ರೋಗಿಗಳನ್ನು ಗುಣಪಡಿಸಲಿಕ್ಕೆಂದು ತಾನೇ ತಾನು ಖಾಯಿಲೆ ಬೀಳುವುದಿಲ್ಲ ಎನ್ನಿಸಿತು.

■

ಅಂದು ರಾತ್ರಿ ನಾನು ಮತ್ತು ವೀಣಾ ವೆಂಕಟನ ಮನೆಗೆ ಹೋದೆವು. ವೆಂಕಟ ಮನೆಯಲ್ಲಿ ಒಬ್ಬನೇ ಇದ್ದ. ಸಂಜೆ ಬರುತ್ತೇವೆಂದು ಫ್ಲೋನ್ ಮಾಡಿದಾಗ ಸ್ವಲ್ಪ ಅನುಮಾನಿಸಿ ಮನೆಗೇ ಬರುವಂತೆ ಹೇಳಿದ್ದ. ಪಕ್ಕದ 'ಹೀಲಿಂಗ್ ಸೆಂಟರ್' ಈಗ ಭಣಭಣಗುಡುತ್ತಿತ್ತು.

ಸ್ವಲ್ಪ ಹೊತ್ತು ಏನೂ ಮಾತಾಡದೇ ಹಾಗೇ ಕೂತಿದ್ದು ನಂತರ ಆತನೇ ಮಾತು ಶುರು ಮಾಡಿದ. 'ಬೆಳಿಗ್ಗೆ ಇಬ್ಬರೂ ಬಂದಿದ್ದಿರಂತೆ.'

ನಾನು, ವೀಣಾ ಇಬ್ಬರೂ ಸುಮ್ಮನೆ 'ಹೌದು' ಎಂದೆವು.

ಆತ ನನ್ನ ಮುಖ ನೋಡಿ 'ಏನನ್ನಿಸಿತು?' ಎಂದ.

ನನಗೆ ವಿಚಿತ್ರ ಕೋಪ ಬಂತು. 'ಏನು, ತಮಾಷೆ ಮಾಡುತ್ತಾ ಇದ್ದೀಯಾ?' ಎಂದೆ.

'ತಮಾಷೆ ಇಲ್ಲವಪ್ಪಾ. ಕೆಲವೊಂದು ವಿಚಿತ್ರಗಳಿಗೆ ಉತ್ತರ ಇರುವುದಿಲ್ಲ' ಎಂದ, ಅನ್ಯಮನಸ್ಕನಾಗಿ.

ನಾನು ತಡೆಯಲಾರದೆ 'ನೋಡು, ವೆಂಕಟ, ನಾನು ಮತ್ತು ವೀಣಾ ಇಬ್ಬರೂ ನಿನ್ನನ್ನು ಇವತ್ತು ನಿನ್ನ ಹೀಲಿಂಗ್ ಸೆಂಟರಿನಲ್ಲಿ ನೋಡಿದೆವು. ನಿನಗೆ ಮೈ ಮೇಲೆ ದೇವಿ ಬರುವುದೆಲ್ಲ ಶುದ್ಧ ಭೋಕಾಳಿ. ನೀನೊಬ್ಬ ದೊಡ್ಡ ಟೋಪಿ. ನಿನ್ನನ್ನು ನಾನು ರಿಪೋರ್ಟ್ ಮಾಡಬಲ್ಲೆ, ಪೋಲೀಸಿಗೆ' ಎಂದೆ.

ವೆಂಕಟ ನನ್ನ ಮುಖ ನೋಡಿದ. ಆತ ನನ್ನ ಈ ಕೊನೆಯ ಮಾತಿನಿಂದ ಕೊಂಚ ಅಲುಗಿದಂತೆ ಕಂಡಿತು. 'ಓಕೆ, ಹೇಳು. ನೀನು ನೋಡಿದ್ದು ಏನು?' ಎಂದ.

ನನಗಿಂತಾ ಮುಂಚೆ ವೀಣಾ 'ನೋಡು, ವೆಂಕಟ. ಇಲ್ಲಿ ನಾವು ಮೂರೂ ಜನ ಡಾಕ್ಟರುಗಳು. ನಿನಗೆ ಇಂದು ಕನ್‌ವಲ್ಷನ್ ಬಂದಿದ್ದು ನಿಜ. ನನಗೆ ಈ ದೇವಿ ಗೀವಿ ಬಗ್ಗೆ ಗೊತ್ತಿಲ್ಲ. ಆದರೆ, ನಿನ್ನ ಕನ್‌ವಲ್ಷನ್ ಎಷ್ಟು ಟಿಪಿಕಲ್ ಆಗಿತ್ತು ಅಂತಂದರೆ, ಅದನ್ನು ಕ್ಯಾಮೆರಾದಲ್ಲಿ ಶೂಟ್ ಮಾಡಿದ್ದರೆ ಯುಟ್ಯೂಬಿನಲ್ಲಿ ಹಾಕಬಹುದಾಗಿತ್ತು. ನೀನು ಯಾವ ಕಾರಣಕ್ಕೆ ಮೈಮೇಲೆ ಈ ಅದುರು ತರಿಸಿಕೊಂಡು ಈ ದೇವಿ ಬರುತ್ತಿದ್ದಾಳೆ ಅಂತ ಜನಕ್ಕೆ ಹೇಳಿಕೊಂಡು ಬರುತ್ತಿದ್ದೀಯ ಅಂತ ನನಗೆ ಗೊತ್ತಿಲ್ಲ. ಅದು ನಿನ್ನ ಸ್ವಭಾವಕ್ಕೆ ತೀರ ವಿರುದ್ಧವಾದದ್ದು. ನನಗೆ ಗುರುತಿದ್ದವಳೊಬ್ಬಳು ನ್ಯೂರಾಲಜಿಸ್ಟ್ ಇದಾಳೆ. ನಾನು ಫೋನ್ ಮಾಡ್ತೀನಿ. ಹೋಗಿ ತೋರಿಸಿಕೊಂಡು ಬಾ' ಎಂದಳು.

ವೀಣಾಳಿಗೆ ವೆಂಕಟ ಮುಖ ಕೊಡಲಿಲ್ಲ. ಸುಮ್ಮನೆ ನನ್ನ ನೋಡುತ್ತಾ 'ನನಗೆ ಯಾವ ಸ್ಪೆಷಾಲಿಟೀನೂ ಬೇಡ. ನಾನು ಆರಾಮಾಗಿದ್ದೇನೆ. ಹೇಳಬೇಕೂಂದರೆ ಈಗ ನಾನು ಯಾವಾಗಲಿಗಿಂತಲೂ ಆರಾಮಾಗಿದ್ದೇನೆ' ಎಂದ.

ವೀಣಾ ಬಿಡಲಿಲ್ಲ. 'ವೆಂಕಟ, ಜನ ಪೆದ್ದರಲ್ಲ. ಅವರಿಗೆ ಒಂದಲ್ಲ ಒಂದು ದಿನ ಗೊತ್ತಾಗುತ್ತದೆ. ನಿನಗ್ಯಾಕೆ ಇದೆಲ್ಲ. ನಿನ್ನ ವಯಸ್ಸಲ್ಲಿ ಈ ನಿನ್ನ 'ಅಪಸ್ಮಾರ' ಬಂದರೆ ಬ್ರೈನ್ ಟ್ಯೂಮರೋ ಟೀಬೀನೋ ಇಂಥಾ ಕಾಯಿಲೆಯಿಂದಲೇ ಬರೋದು. ಬೇಗ ತೋರಿಸಿಕೊಂಡಲ್ಲಿ ಪೂರಾ ಗುಣವಾಗೋ ಚಾನ್ಸೂ ಇದೆ' ಎಂದಳು.

'ಗುಣವಾಗೋ ಕಾಯಿಲೆಯಲ್ಲ' ಎಂದ, ವೆಂಕಟ. ನನಗೂ, ವೀಣಾಳಿಗೂ ಆಶ್ಚರ್ಯವಾಗಿತ್ತು. ವೆಂಕಟ ಮತ್ತೆ ಮುಖ ತಿರುಗಿಸತೊಡಗಿದ್ದ. ನನ್ನನ್ನು ದುರುಗುಟ್ಟಿ ನೋಡಿದ. ಕಣ್ಣು ಮತ್ತೆ ಅರಳಿತ್ತು. ನಾನು, ಈತನ ದೇಹದ ಅದುರುವಿಕೆಗೆ ಸಿದ್ಧನಾಗಿ ಆತ ನೆಲಕ್ಕೆ ಬೀಳುತ್ತಾನೆ, ಆತನನ್ನು ಹಿಡಿಯಬೇಕು ಎಂದು ಮುಂದೆಹೋದೆ.

ಆದರೆ ಈ ಬಾರಿ ಆತನ ಮೈ ಅದುರಲಿಲ್ಲ. ಶೂನ್ಯದಲ್ಲೊಮ್ಮೆ ನೋಡಿ ವೆಂಕಟ ಸುಮ್ಮನೆ ತನ್ನ ಪುಟ್ಟ ಸೋಫಾದ ಮೇಲೆ ಕೂತ. ತಲೆ ಕೆಳಗೆ ಮಾಡಿದ್ದ. ಯಾಕೋ ಮುಖದಲ್ಲಿ ಸೋತ ಕಳೆಯಿತ್ತು. ವೀಣಾ ನನ್ನ ನೋಡಿದಳು. ವೆಂಕಟ ಇನ್ನೂ ಕಣ್ಣು ಮುಚ್ಚಿ ಕೂತಿದ್ದ.

ನಾನು ಮತ್ತೊಮ್ಮೆ ಕೇಳಿದೆ 'ಇದಕ್ಕೆ ವಿವರಣೆ ಕೊಡ್ತೀಯ. ಈಗ ಇಲ್ಲಿಯೂ ನಿನಗೆ ದೇವಿ ಬಂದಿದ್ದಳಾ?' ಎಂದೆ.

ವೆಂಕಟ ಹೇಳತೊಡಗಿದ.

■

'ಈಗ ಒಂದು ವರ್ಷದ ಹಿಂದೆ ನನಗೆ ಈ ರೀತಿ ವಿಚಿತ್ರವಾಗಿ ವಾಸನೆಗಳು ಬರತೊಡಗಿದವು. ಚಿಕ್ಕಂದಿನಲ್ಲಿ ಯಾವಾಗಲೋ ನನ್ನ ಅನುಭವಕ್ಕೆ ಬಂದಿರಬಹುದಾದ ನನಗೇ ಗೊತ್ತಿರದ ವಾಸನೆಗಳು. ಕೇದಗೆ ಹೂವಿನ ವಾಸನೆ, ಮಂದಾರ ಪುಷ್ಪದ ವಾಸನೆ, ತುಳಸಿ ಪತ್ರೆಯ ವಾಸನೆ, ಬಂಗುಡೆ ಮೀನಿನ ವಾಸನೆ, ರಾಯರ ಮೃತ್ತಿಕೆಯ ವಾಸನೆ, ಸಾಸಿವೆ ಒಗ್ಗರಣೆಯ ವಾಸನೆ, ಪೆಟ್ರೋಲಿನ ವಾಸನೆ– ಇತರೆ, ಇತರೆ. ಕೆಲವೊಮ್ಮೆ ದಟ್ಟವಾಗಿ, ಮೂಗಿಗೆ ಅಡರಿದಂತೆ, ಕೆಲವೊಮ್ಮೆ ಮಲ್ಲಿಗೆಯ ಘಮಲಿನಂತೆ ತಂಪಾದ ಪರಿಮಳ. ನನಗೆ ಯಾಕೆ ಹೀಗೆ ಆಗುತ್ತಿದೆ ಎಂದು ಗೊತ್ತಾಗಲಿಲ್ಲ. ಇದು ನನ್ನ ಭ್ರಮೆಯೋ ನಿಜವಾಗಿ ನನಗೆ ಈ ವಾಸನೆಗಳು ಬರುತ್ತಿವೆಯೋ ನನಗೇ ಗೊತ್ತಾಗುತ್ತಿರಲಿಲ್ಲ. ಎಷ್ಟೋ ದಿನ ನನ್ನ ಕ್ಲಿನಿಕ್ಕಿನ ಸುತ್ತಮುತ್ತ ವಾಸನೆಯ ಜಾಡನ್ನು ಹುಡುಕಿ ಹೋದದ್ದೂ ಇದೆ. ಇದರಿಂದ ನನಗೂ ನನ್ನ ರೋಗಿಗಳಿಗೂ ಯಾವ ತೊಂದರೆಯೂ ಆಗದೇ ಇದ್ದುದರಿಂದ ನಾನು ಸುಮ್ಮನಿದ್ದೆ. ಹೀಗೇ ಕೆಲವು ದಿನಗಳ ನಂತರ ಯಾವುದಾದರೂ ರೋಗಿ ನನ್ನ ಹತ್ತಿರ ಬಂದರೆ ಅವನ ವಾಸನೆಯಿಂದಲೇ ಅವನ ಕಾಯಿಲೆಯನ್ನು ಪತ್ತೆ ಹಚ್ಚುತ್ತಿದ್ದೆ. ನೀವು ನಂಬುತ್ತೀರೋ ಇಲ್ಲವೋ, ನಾನಂದುಕೊಂಡೆ– ನನಗೇನೋ ವಿಚಿತ್ರವಾದ ಶಕ್ತಿ ಬಂದಿದೆ ಎಂದು. ಇದಕ್ಕೆ ಪೂರಕವಾಗಿ ನನ್ನ ಕ್ಲಿನಿಕ್ಕಿಗೆ ಬರುತ್ತಿದ್ದ ಅನೇಕ ರೋಗಿಗಳು ನನಗೆ ಹೇಳುತ್ತಿದ್ದರು– ನಾನು ಸುಮ್ಮನೇ ಧ್ಯಾನ ಮಾಡುತ್ತಾ ಕೂತಿರುತ್ತಿದ್ದೆನಂತೆ. ಕ್ಲಿನಿಕ್ಕಿಗೆ ಬರುವ ಕಸ ಗುಡಿಸುವವಳು ಕೇಳುತ್ತಿದ್ದಳು, 'ಯಾಕೆ ಡಾಕ್ಟ್ರೇ, ಮೈಮೇಲೆ ದೇವರು ಬಂದಂಗೆ ಕುಂತಿರ್ತೀರ.' ಅಂತ. ನಾನು ನಕ್ಕು ಸುಮ್ಮನಾಗುತ್ತಿದ್ದೆ. ಎಷ್ಟೋ ಸಲ ನಾನು ಯಾವ ಸ್ಥಿತಿಯಲ್ಲಿರುತ್ತಿದ್ದೆನೋ ಗೊತ್ತಿಲ್ಲ. ರೋಗಿಗಳಿಗೆ ನಾನು ಹೇಳಿದ ಕಾಯಿಲೆಗಳು ಸರಿಯಾಗಿರುತ್ತಿದ್ದವು. ಆರು ತಿಂಗಳಲ್ಲಿ ನನಗೆ ಒಂದು ವಿಶೇಷ ಶಕ್ತಿಯಿದೆ ಎನ್ನುವುದು ನನಗೆ ಗ್ಯಾರಂಟಿಯಾಗಿಹೋಯಿತು. ಲೈಬ್ರರಿಯಲ್ಲಿ, ಇಂಟರ್ನೆಟ್ಟಿನಲ್ಲಿ ನೋಡಿದೆ. ಒಂದು ಕಾಲದಲ್ಲಿ ವಾಸನೆಯಿಂದಲೇ ಕಾಯಿಲೆಯನ್ನು ಡಯಗ್ನೊಸ್ ಮಾಡುತ್ತಿದ್ದರಂತೆ. ಚರಕ ಸಂಹಿತೆಯಲ್ಲಿ ಈ ವಿಷಯದ ಬಗ್ಗೆಯೇ ಒಂದು ದೊಡ್ಡ ಅಧ್ಯಾಯವಿದೆ. ಅಘೋರಿಗಳು ಈ ತರ ಮಾಡ್ತಾರಂತೆ...'

'ಒಂದು ದಿನ ನಾನು ಕ್ಲಿನಿಕ್ಕಿನಲ್ಲಿ ಎಲ್ಲ ರೋಗಿಗಳ ಜತೆ ಇರಬೇಕಾದರೆ ಒಂದು ವಿಚಿತ್ರ ನಡೆಯಿತು. ಇವತ್ತು ನೀವು ನೋಡಿದರಲ್ಲ, ಅದೇ ವಿಚಿತ್ರ. ಯಾರೋ ಒಂದು ಹದಿನಾಲ್ಕು ವರ್ಷದ ಹುಡುಗಿ ಕೂತಿದ್ದಳು. ತೀರಾ ಕೃಶವಾಗಿದ್ದಳು. ಅಷ್ಟು ಖಾಯಿಲೆಯಿರುವ ಆ ಹುಡುಗಿಯನ್ನು ನನ್ನ ಹತ್ತಿರ ಯಾಕೆ ಕರಕೊಂಡು ಬಂದಿದ್ದರೋ ಗೊತ್ತಿಲ್ಲ. ನೋಡಿದ ತಕ್ಷಣ ನನಗೆ ಆ ಹುಡುಗಿಗೆ ತೀರಾ ಉಲ್ಬಣಿಸಿದ ಯಾವುದೋ ಕಾಯಿಲೆ ಇದೆ ಎಂದು ಗೊತ್ತಾಗಿಹೋಯಿತು. ನನಗೆ ಚೆನ್ನಾಗಿ ನೆನಪಿದೆ. ಆ ಹುಡುಗಿಯನ್ನು ನೋಡಿದ ತಕ್ಷಣ

'ಆಮೋದೋ ಮಧುಮೇಹಾಯ ಆಲಂ ಸ್ವಾದುಫಲಸ್ಯ ಹಿ' ಎಂದು ಕೂಗಿದೆ, ಒಂದು ಉನ್ಮಾದದಲ್ಲಿ. ಸಿಹಿಹಣ್ಣಿನ ವಾಸನೆಯೊಂದಷ್ಟೇ ಸಾಕು ಸಿಹಿಮೂತ್ರ ರೋಗಕ್ಕೆ ಎಂಬರ್ಥ ಬರುತ್ತದಂತೆ, ಆ ವಾಕ್ಯಕ್ಕೆ. ಆ ಹುಡುಗಿಗೆ ರಕ್ತದ ಸಕ್ಕರೆಯ ಅಂಶ ಐನೂರಕ್ಕೂ ಹೆಚ್ಚಿತ್ತು. ಅದಿರಲಿ, ಈ ಪದಗಳು ನನ್ನ ಬಾಯಿಂದ ಹೇಗೆ ಬಂದವು ಎನ್ನುವುದು ಇನ್ನೂ ನನಗೆ ಗೊತ್ತಿಲ್ಲ. ನಾನು ಸಂಸ್ಕೃತದಲ್ಲಿ ಮಾತಾಡಬಲ್ಲೆ ಎಂಬ ಅರಿವು ಕೂಡ ನನಗಿರಲಿಲ್ಲ. ಆ ಪದಗಳಿಗೆ ಅರ್ಥವೂ ನನಗೆ ಗೊತ್ತಿರಲಿಲ್ಲ. ಆಮೇಲೆ ನನಗೆ ಗೊತ್ತಾಗುವ ಹಾಗೆ ನನ್ನ ಬಾಯಿ ಸೊಟ್ಟವಾಯಿತು. ಕೈ ಅಲ್ಲಾಡಿತು. ನಂತರ ನನ್ನ ಸ್ಮೃತಿ ತಪ್ಪಿತಂತೆ. ಮೈಕೈಯೆಲ್ಲಾ ಅದುರಿದ್ದು, ನಾನು ಸಂಸ್ಕೃತದಲ್ಲಿ ಏನೋ ಹೇಳಿದ್ದು ಇವೆಲ್ಲವನ್ನೂ ನೋಡಿ ಕ್ಲಿನಿಕ್ಕಿನಲ್ಲಿ ಕೂತವರೆಲ್ಲರೂ ನನ್ನ ಮೈ ಮೇಲೆ ದೇವರು ಬಂದಿದೆ ಎಂದು ತಿಳಕೊಂಡಿರಬಹುದು. ಆದರೆ, ಸ್ಮೃತಿ ತಪ್ಪುವ ಮೊದಲೇ ನನಗೆ ಗೊತ್ತಾಗಿಹೋಗಿತ್ತು ನನ್ನ ಈ ವಿಶೇಷ ಶಕ್ತಿ ಒಂದು ಖಾಯಿಲೆ ಎಂದು.'

'ಹೋಗಿ ಎಂಆರ್ಐ ಮಾಡಿಸಿಕೊಂಡೆ. ನೀವಿಬ್ಬರೂ ಎಣಿಸಿದಂತೆ ನನ್ನ ಮಿದುಳಿನ ಎಡ ಟೆಂಪೊರಲ್ ಲೋಬಿನಲ್ಲಿ ಒಂದು ನೇರಳೆಹಣ್ಣಿನ ಗಾತ್ರದ ಟ್ಯೂಮರಿದೆ. ಬಯಾಪ್ಸಿಯೂ ಆಯಿತು. ಶ್ವಾನೋಮಾ ಅಂದರು ಅದಕ್ಕೆ. ಒಬ್ಬ ನ್ಯೂರೋಸರ್ಜನ್ ಆಪರೇಷನ್ ಮಾಡಿ ಎಲ್ಲ ಸರಿ ಮಾಡುತ್ತೀನಿ ಅಂದ. ಇನ್ನೊಬ್ಬ ರೇಡಿಯೋ ಥೆರಪಿಸ್ಟ್ ಆಪರೇಷನ್ ಮಾಡಲಿಕ್ಕಾಗದ ಜಾಗದಲ್ಲಿದೆ, ಈ ಗಡ್ಡೆ. ರೇಡಿಯೇಶನ್ ತಗೋ ಎಂದ. ಎಲ್ಲ ಅವರವರ ಫೀಲ್ಡಿನಲ್ಲಿ ಎಕ್ಸ್‌ಪರ್ಟ್‌ಗಳೇ. ನನ್ನ ಎಲ್ಲ ಟೆಸ್ಟುಗಳನ್ನೂ ನ್ಯೂಯಾರ್ಕಿನ ಸ್ಲೋನ್ ಕೆಟ್ಟರಿಂಗ್ ಕ್ಯಾನ್ಸರ್ ಆಸ್ಪತ್ರೆಗೆ ಕಳಿಸಿದ್ದೆ. ನ್ಯೂಯಾರ್ಕಿಗೇ ಬಂದರೆ ಏನಾದರೂ ಮಾಡಬಹುದು, ಯಾವುದಕ್ಕೂ ಇನ್ನೂ ಸ್ವಲ್ಪ ದಿನ ಕಾದು ನೋಡು ಎಂದರು, ನಿಮ್ಮ ಅಮೆರಿಕಾದ ಡಾಕ್ಟರುಗಳು. ಹೆಚ್ಚು ಹೆಚ್ಚು ಜನ ನೋಡಿದ ಮೇಲೆ ಇನ್ನೂ ಗೊಂದಲ ಜಾಸ್ತಿಯಾಯಿತು. ಎಷ್ಟು ದಿನ ಬದುಕಿರುತ್ತೀನಿ ಎಂಬ ಪ್ರಶ್ನೆಗೆ ಉತ್ತರ ಕೊಡುವುದಕ್ಕೂ ಡಾಕ್ಟರುಗಳು ಜಿಜ್ಞಾಸೆ ನಡೆಸಿದ್ದಾರೆ. ಇವತ್ತಿಗೂ ನನಗೆ ನಾಳೆ ಏನಾಗುತ್ತದೆ ಅನ್ನೋದು ಗೊತ್ತಿಲ್ಲ. ನನ್ನ ಈ ಹೆಲ್ಯುಸಿನೇಷನ್, ಅದುರು ಎಲ್ಲ ಜಾಸ್ತಿಯಾಗಿತ್ತು. ಒಟ್ಟಾರೆ ಎಲ್ಲ ಕಡೆ ತೋರಿಸಿದ ಮೇಲೆ ನನಗನಿಸಿದ್ದು ಇದಕ್ಕೆ ಯಾವ ರೀತಿಯ ಚಿಕಿತ್ಸೆಯೂ ಇಲ್ಲ ಎಂದು.'

'ನನಗೆ ಇದರಿಂದ ನಿರಾಸೆ ಆಗುವ ಬದಲು ಒಂದು ರೀತಿ ನಿರಾಳ ಆಯಿತು. ಸರ್ಜರಿ ಬೇಡ ಎಂದದ್ದು ಒಂದು ರೀತಿಯ ನಿರಾಳ ಆದರೆ, ನನ್ನ ಈ ಹೊಸಾ ಇಮೇಜನ್ನು ನನಗೆ ಗೊತ್ತಿಲ್ಲದೇ ನಾನು ಇಷ್ಟಪಟ್ಟಿದ್ದೆ. ನಂತರದ ದಿನಗಳಲ್ಲಿ ದಿನಾ ಬರುತ್ತಿತ್ತು, ಈ ವಾಸನೆಗಳು. ಈ ವಾಸನೆಗಳೊಂದಿಗೆ ನನ್ನ ಕ್ಲಿನಿಕ್ಕಿಗೆ ಬರುವ ಜನರೂ ಹೆಚ್ಚಿದ್ದರು. ನಾನು ದೇವರಾಗಿದ್ದೆ. ನನ್ನ ಕ್ಲಿನಿಕ್ಕು ಗುಡಿಯಾಗಿತ್ತು. ಈ ಅಪಸ್ಮಾರ, ಬಾಯಿ ತೊದಲುವುದು, ವಾಸನೆಗಳು ಒಂದು ರೀತಿ ವಿಚಿತ್ರವಾಗಿ ನನ್ನನ್ನು ಬದಲಾಯಿಸಿದ್ದವು. ಜೀವಮಾನವಿಡೀ ನಾನು ಆತ್ಮವಿಶ್ವಾಸವಿಲ್ಲದೇ ಕಳೆದಿದ್ದೀನಿ. ಈ ವಾಸನೆ ಬರೋದು ಶುರುವಾದ ಮೇಲೆ ನನ್ನಲ್ಲಿ ಆತ್ಮವಿಶ್ವಾಸ ಅತಿಯಾಗಿ ಹೆಚ್ಚಿತು. ಈ ಟ್ಯೂಮರ್ ನನ್ನ ಜೀವನದಲ್ಲಿ ಬಂದ ಪಾಸಿಟಿವ್ ಬದಲಾವಣೆ. ನನ್ನ ಆಪ್ತಮಿತ್ರನಾಗಿಬಿಟ್ಟಿದ್ದಾನೆ. ಬರೇ ಕೆಮ್ಮು, ನೆಗಡಿ, ಜ್ವರಕ್ಕೆ

ಯಾಂತ್ರಿಕವಾಗಿ ಔಷಧಿ ಕೊಡುತ್ತಿದ್ದ ನಾನು ಈಗ ಇದ್ದಕ್ಕಿದ್ದಂತೆ ದೊಡ್ಡ ಡಾಕ್ಟರಾಗಿದ್ದೇನೆ.'

'ನಂತರವೇ ಈ ಹೀಲಿಂಗ್ ಸೆಂಟರ್ ಶುರುವಾಗಿದ್ದು. ಯಾರೋ ಮಾಡ್ತೀನಿ ಎಂದರು. ನನ್ನ ಪ್ರಾಕ್ಟೀಸನ್ನು ಇದರಿಂದ ಬೇರೆಯಾಗಿಡಬೇಕೆಂದೆನಿಸಿ ನಾನೂ ಹೂ ಅಂದೆ. ಈಗ ನನ್ನ ಕೈಮೀರಿದೆ.'

ನನಗೆ ಇವನ ಕಥೆ ಕೇಳಿ ಒಂದು ರೀತಿ ವಿಚಿತ್ರವಾದ ಹೆದರಿಕೆಯಾಯಿತು. ನಾನು ಮಾತಾಡುವುದಕ್ಕೆ ಹೋಗುವ ಮೊದಲು ವೀಣಾ ನನ್ನ ಕೈಹಿಡಿದು ತಡೆದು 'ವೆಂಕಟ, ಈಗ ನಾನಾ ಥರದ ಚಿಕಿತ್ಸೆಗಳು ಲಭ್ಯವಿವೆ. ಇದಕ್ಕೆ ಏನಾದರೂ ಟ್ರೀಟ್‌ಮೆಂಟ್ ಇರಲೇಬೇಕು. ಕಡೆಯಪಕ್ಷ ನಿನ್ನ ಅದುರನ್ನು ನಿಲ್ಲಿಸಲಿಕ್ಕಾದರೂ ಮಾತ್ರೆಗಳನ್ನು ತೆಗೆದುಕೊಳ್ಳಬಹುದಲ್ಲ' ಎಂದಳು.

'ನಾನು ಪ್ರತಿನಿತ್ಯ ಬೆಳಿಗ್ಗೆ ಏಳುವುದಕ್ಕೆ ಒಂದು ಕಾರಣವನ್ನು ಕೊಟ್ಟಿರುವುದೇ ಈ ಕಾಯಿಲೆ. ಒಂದು ದಿನ ನನಗೆ ವಾಸನೆ ಬರದೇ ಇದ್ದರೆ ಹೆದರಿಕೆಯಾಗುತ್ತದೆ. ಅದನ್ನು ಹತೋಟಿಯಲ್ಲಿಟ್ಟುಕೊ ಎಂದರೆ?' ಎಂದ.

ನಾನು ತಡೆಯಲಾಗದೇ 'ಹಾಗಾದರೆ, ನೇರವಾಗಿ ಜನಗಳ ಹತ್ತಿರ ಹೇಳಬಹುದಲ್ಲ. ನನ್ನ ಈ ವರ್ತನೆಗೆಲ್ಲಾ ಕಾರಣ ನನ್ನ ಟ್ಯೂಮರ್, ಎಂದು. ಈ ದೇವೀ ಆವಾಹನೆ ಎಲ್ಲ ಯಾಕೆ?'

'ನೋಡು, ಈ ದೇವಿಯನ್ನು ನಾನು ನಾನೇ ಆವಾಹಿಸಿಕೊಂಡಿಲ್ಲ. ಜನ ಹಾಗೆ ತಿಳಕೊಂಡದ್ದು. ಮೊದಲು ನಾನೂ ನನಗೆ ಏನೋ ವಿಶೇಷ ಶಕ್ತಿಯಿದೆ ಅಂತಲೇ ತಿಳಕೊಂಡಿದ್ದೆ ಎಂದು ಹೇಳಿದೆನಲ್ಲ. ನಾವು ಚಿಕ್ಕೋರಿರಬೇಕಾದರೆ ನಮ್ಮೂರಿನ ಬಡಗೋಡಮ್ಮ ಜಾತ್ರೆಯಲ್ಲಿ ಜನಗಳ ಮೈಮೇಲೆ ದೇವಿ ಬಂದಾಗ ಸುಮಾರು ನೂರು ಕಿಲೋ ತೂಕವಿರೋ ಕುರಿಯನ್ನು ಹಲ್ಲಿನಿಂದ ಸಿಗಿಯುತ್ತಿದ್ದರು. ನಾವುಗಳು ಹೋಗಿ ಅವನನ್ನು ತಡೆದು ನಿಲ್ಲಿಸಿ 'ನಿನಗೆ ಮೈಮೇಲೆ ದೇವರು ಬರೋದು ನಿಜವೇ ಆದರೆ ಕುರಿಯ ಬದಲು ಹುಲಿಯನ್ನು ಸಿಗಿ, ನೋಡೋಣ.' ಎಂದು ತರಲೆ ಮಾಡುತ್ತಿದ್ದೆವು. ಆದರೆ ನೂರು ಕಿಲೋ ತೂಕದ ಆ ಕುರಿಯನ್ನು ಒಬ್ಬ ಸಾಮಾನ್ಯ ಮನುಷ್ಯ ಹಲ್ಲಿನಿಂದ ಕಚ್ಚಿ ಹೇಗೆ ಎತ್ತುತ್ತಿದ್ದಾನೆ ಎನ್ನುವ ಯೋಚನೆ ನಮಗೆ ಯಾರಿಗೂ ಬಂದಿರಲಿಲ್ಲ. ಮೇಲಾಗಿ ಈ ಕುರಿಯನ್ನು ಸಿಗಿಯುತ್ತಿರುವುದು ಬಡಗೋಡಮ್ಮನೇ ಎಂದು ಜನ ನಂಬುತ್ತಿದ್ದರು. ಯಾವುದೇ ವಿಷಯವನ್ನು ನಂಬುವುದು ಕಷ್ಟ. ನಂಬಾದ ಮೇಲೆ ಆ ನಂಬಿಕೆಯನ್ನು ಬಿಡುವುದು ಕಷ್ಟ. ನಾನೇ ನಾಳೆ ನನ್ನ ಮೈಮೇಲೆ ಯಾವ ದೇವೀನೂ ಬರ್ತಾ ಇಲ್ಲ ಅಂದು ಢಾಣಾ ಡಂಗುರ ಹೊಡೆದು ಸಾರಿದರೂ ಯಾರೂ ನಂಬೋದಿಲ್ಲ.'

ನನಗೆ ಇನ್ನು ಅಲ್ಲಿ ಕೂರಲಾಗಲಿಲ್ಲ. ನನಗನಿಸಿತ್ತು, ವೆಂಕಟನ ಮನಸ್ಸಿನಾಳದಲ್ಲಿ ಇನ್ನೂ ಆತನಿಗಿರುವ ಸೂಪರ್‌ಪವರ್ ಬಗ್ಗೆ ಬಹಳ ವಿಶ್ವಾಸವಿದೆ, ಅಪಸ್ಮಾರದಿಂದ ಹೀಗಾಗುತ್ತಿದೆ ಎಂದು ಆತನಿಗೆ ಇನ್ನೂ ಪೂರಾ ನಂಬಿಕೆ ಬಂದಿಲ್ಲ ಎನ್ನಿಸಿತು.

■

ಮನೆಗೆ ಹೋಗಿ ನಾನು, ವೀಣಾ ಇಬ್ಬರೂ ಕೂತು 'ಅಪಸ್ಮಾರ' ಎಂಬ ಶೀರ್ಷಿಕೆ ಕೊಟ್ಟು ಟೆಂಪೊರಲ್ ಲೋಬ್ ಸೀಶರ್ಸ್‌ನ ಬಗ್ಗೆ ಸಾಮಾನ್ಯ ಜನಕ್ಕೆ ಅರ್ಥವಾಗೋ ಹಾಗೆ ಕನ್ನಡದಲ್ಲಿ ಒಂದು ಲೇಖನ ಬರೆದು ಪತ್ರಿಕೆಗೆ ಕಳಿಸಿದೆವು. ಈ ಖಾಯಿಲೆಯ ರೋಗಲಕ್ಷಣಗಳು, ಕಾರಣಗಳು, ಚಿಕಿತ್ಸೆ ಇತ್ಯಾದಿ ಎಲ್ಲವನ್ನೂ ವಿಸ್ತಾರವಾಗಿ ಬರೆದಿದ್ದೆವು. ಇಂಟರ್ನೆಟ್ಟಿನಿಂದ ಕೆಲವು ಚಿತ್ರಗಳನ್ನು ಡೌನ್‌ಲೋಡ್ ಮಾಡಿ ಉಪಯೋಗಿಸಿಕೊಂಡಿದ್ದೆವು. ಕೊನೆಯ ಒಂದು ಪ್ಯಾರಾದಲ್ಲಿ ವೆಂಕಟನ ಹೆಸರು ಮತ್ತು ಆತನ ಎಲ್ಲ ರೋಗಲಕ್ಷಣಗಳನ್ನು ವಿವರಿಸಿ, ನಮಗಾದ ಪ್ರತ್ಯಕ್ಷಾನುಭವವನ್ನು ಬರೆದು ಹೇಗೆ ಜನ ತಪ್ಪು ತಿಳಿಯುತ್ತಿದ್ದಾರೆ ಎಂದು ವಿವರವಾಗಿ ತಿಳಿಸಿದ್ದೆವು. ಈ ಲೇಖನದ ಉದ್ದೇಶ ಏನು ಎಂಬುದು ನಮಗಿಬ್ಬರಿಗೂ ಸ್ಪಷ್ಟವಾಗಿರಲಿಲ್ಲ. ವೀಣಾ ಈ ಕಾಯಿಲೆಯ ಬಗ್ಗೆ ವಿವರಗಳನ್ನು ಹೆಚ್ಚಾಗಿ ಬರೆದು ವೆಂಕಟನ ವಿಷಯವನ್ನು ಆದಷ್ಟು ಹಿನ್ನೆಲೆಯಲ್ಲಿ ಇಡಬೇಕೆಂದು ಬಯಸಿದ್ದಳು. ಯಾವ ಸುದ್ದಿಯಿಂದ ಯಾವ ಸುದ್ದಿಗೆ ಹೆಚ್ಚು ಪ್ರಚಾರ ಸಿಗಬಹುದು ಎಂಬುದು ಇಬ್ಬರಿಗೂ ಅಷ್ಟು ಖಾತ್ರಿಯಾಗಿರಲಿಲ್ಲ.

ಮಾರನೆಯ ದಿನ ಆ ಪತ್ರಿಕೆಯ ಸಂಪಾದಕರಿಂದ ಒಂದು ಮೇಯ್ಲ್ ಬಂದಿತ್ತು. ವೆಂಕಟನ ಈ ಹೀಲಿಂಗ್ ಸೆಂಟರಿನ ಬಗ್ಗೆ ಅವರಿಗೂ ಮಾಹಿತಿ ಬಂದಿದೆಯೆಂದೂ, ಬರೇ ಗಿರಿನಗರ, ಹನುಮಂತನಗರದ ಪ್ರದೇಶದಲ್ಲಿ ಫೇಮಸ್ಸಾಗಿರಬಹುದಾದ ಈ ಡಾಕ್ಟರ ಬಗ್ಗೆ ಫುಲ್ ಕವರೇಜ್ ಕೊಡಲು ಅವರಿಗೆ ಇನ್ನೂ ಸಾಧ್ಯವಾಗಿಲ್ಲವೆಂದೂ ತಿಳಿಸಿ, ಪತ್ರಿಕೆಯಲ್ಲಿ ಇದರ ಬಗ್ಗೆ ಸುದ್ದಿ ಬಂದರೆ ನಾಲ್ಕನೇ ಪುಟದ ಮೂರನೇ ಕಾಲಂನ ಸಣ್ಣ ಸುದ್ದಿಯಾಗುತ್ತದೆ. ಪೂರಾ ಪ್ರಕಟಿಸಬೇಕು ಎಂದರೆ ಸಾಪ್ತಾಹಿಕದಲ್ಲಿ ಮುಖ್ಯಲೇಖನವಾಗುತ್ತದೆ. ಆತನ ಮಿತ್ರ ಒಂದು ಟ್ಯಾಬ್ಲಾಯ್ಡ್ ನಡೆಸುತ್ತಾನೆಂದೂ, ಅದರಲ್ಲಿ ಪ್ರಕಟ ಮಾಡಲಿಕ್ಕೆ ಒಪ್ಪಿಕೊಂಡಿದ್ದಾನೆಂದೂ ಅದರಲ್ಲಿ ಪ್ರಕಟವಾದರೆ 'ಎಫೆಕ್ಟೀವ್' ಆಗಿರುತ್ತದೆಂದೂ ಬರೆದಿದ್ದರು. ನನ್ನ ಲೇಖನವನ್ನು ಆ ಟ್ಯಾಬ್ಲಾಯ್ಡ್‌ನ ಸ್ವರೂಪಕ್ಕೆ ಹೊಂದಿಕೊಳ್ಳುವ ಹಾಗೆ ಕೊಂಚ ಬದಲಾವಣೆಗಳನ್ನು ಮಾಡಿಕೊಳ್ಳಲಾಗುತ್ತದೆ ಎಂದು ಸಣ್ಣ ಸೂಚನೆಯನ್ನು ಕೊಟ್ಟಿದ್ದರು.

ನಾನು ಸರಿ ಎಂದು ಒಪ್ಪಿಗೆ ಕೊಟ್ಟಿದ್ದೆ. ಟ್ಯಾಬ್ಲಾಯ್ಡ್‌ಗಳ ಈ ಸಣ್ಣ ಬದಲಾವಣೆ ಏನೆಂದು ಅರ್ಥಮಾಡಿಕೊಳ್ಳದ ಹೆಡ್ಡನಾಗಿರಲಿಲ್ಲ, ನಾನು. ಯಾವ ಟ್ಯಾಬ್ಲಾಯ್ಡೂ ಒಂದು ವೈದ್ಯಕೀಯ ಲೇಖನವನ್ನು 'ಜ್ಯೂಸ್' ಇಲ್ಲದಿದ್ದರೆ ಸುಮ್ಮಸುಮ್ಮನೆ ಪ್ರಕಟ ಮಾಡುವುದಿಲ್ಲ. ಲೇಖನ ಎಲ್ಲಾದರೂ ಪ್ರಕಟವಾಗಲಿ ಎಂಬ ನನ್ನ ಹುಂಬತನವನ್ನು ಈ ಸಣ್ಣ ಬದಲಾವಣೆ ಏನಿರಬಹುದೆಂದು ಊಹೆ ಮಾಡಿಕೊಳ್ಳದ 'ಎನ್ನಾರೈ ಭೋಳೇತನ' ಮರೆ ಮಾಡಿತ್ತು. ನಾನು ವೀಣಾಗೆ ಈ ವಿಷಯ ಹೇಳಿರಲಿಲ್ಲ. ಸುಮ್ಮನೆ ಇನ್ನೊಂದು ಪತ್ರಿಕೆಯಲ್ಲಿ ಬರುತ್ತದೆ ಎಂದು ಹೇಳಿದ್ದೆ.

'ಢೋಂಗೀ ವೈದ್ಯನ ಶ್ವಾನ ಪುರಾಣ' ಎಂಬ ಹೆಸರಿನಲ್ಲಿ ನನ್ನ ಲೇಖನ ಪ್ರಕಟವಾಗಿತ್ತು. ಗಿರಿನಗರದ ಸರ್ಕಲಿನಲ್ಲಿ ಪ್ರಾಕ್ಟೀಸು ಮಾಡುತ್ತಿರುವ ವೆಂಕಟರಮಣ ಎಂಬ ವೈದ್ಯ ಹೇಗೆ ಬರೇ ವಾಸನೆಯಿಂದ ರೋಗವನ್ನು ಕಂಡುಹಿಡಿಯುತ್ತಾನೆಂದೂ, ಹಿಂದೆ ಸುಶ್ರುತ ಹೀಗೆ

ಮಾಡುತ್ತಿದ್ದನೆಂದೂ, ಕೇವಲ ಎರಡು ವರ್ಷಗಳಲ್ಲಿ ವೆಂಕಟರಮಣನ ಈ ಹೀಲಿಂಗ್ ಸೆಂಟರು ಹೇಗೆ ಮೂರುಪಟ್ಟು ಬೆಳೆದಿರುವುದೆಂದೂ ಇದೆಲ್ಲ ಹೇಗೆ ಅಮೆರಿಕಾದ ನನ್ನ ಪ್ರಕಾರ ತಪ್ಪೆಂದೂ, ಈ ಅದುರು, ವಾಸನೆ ಇತ್ಯಾದಿಗಳನ್ನು ಮುಂದಿಟ್ಟುಕೊಂಡು ವೆಂಕಟ ಹೇಗೆ ಮೈಮೇಲೆ ದೇವಿ ಬರುತ್ತಿದ್ದಾಳೆಂದು ಡೋಂಗೀ ಬಿಡುತ್ತಾ ಇದ್ದಾನೆಂದೂ ವಿಸ್ತಾರವಾಗಿ ಬರೆಯಲಾಗಿತ್ತು. ನನ್ನ ಲೇಖನದ ಶೀರ್ಷಿಕೆಯನ್ನು ಬದಲಿಸಿ ವಿಷಯಗಳ ಅನುಕ್ರಮಣಿಕೆಯನ್ನು ಹಿಂದೆಮುಂದೆ ಮಾಡಿ ಹೀಲಿಂಗ್ ಸೆಂಟರಿನ ಚಿತ್ರಗಳನ್ನು ದೊಡ್ಡದಾಗಿ ಹಾಕಿ ಇನ್ನೊಂದಿಷ್ಟು ಜನ ಪತ್ರಿಕೆಯ ಲೇಖಕರ ಪಂಚ್‌ಲೈನು, ಪನ್ನುಗಳನ್ನು ಉಪಯೋಗಿಸಿ ಅಪಸ್ಮಾರದ ಬದಲು ದೇವೀ ಮಹಾತ್ಮೆಯ ಬಗ್ಗೆ ಲೇಖನ ಪ್ರಕಟವಾಗಿತ್ತು. ನಾನು ಬರೆದಿದ್ದ ವಿಷಯದಲ್ಲಿ ಮೂರನೇ ಒಂದರಷ್ಟು ಮಾತ್ರ ಬಳಕೆಯಾಗಿತ್ತು. ನನ್ನದಲ್ಲದ ಬರವಣಿಗೆಯ ಕೆಳಗೆ ಎಲ್ಲೂ ನನ್ನ ಹೆಸರಿರಲಿಲ್ಲ. ಒಂದು ಚಚ್ಚೌಕದಲ್ಲಿ 'ಕ್ಯಾಟ್ ಸ್ಕ್ಯಾನ್ ಮತ್ತು ಡಾಗ್ ಸ್ಕ್ಯಾನ್' ನಾಯಿ ಮೂಗಿನ ಈ ವೈದ್ಯನ ಈ ಕಾಯಿಲೆ ಪತ್ತೆಹಚ್ಚುವ ಕ್ರಿಯೆಗೆ ಡಾಗ್ ಸ್ಕ್ಯಾನ್ ಎಂದು ಕರೆಯಬಹುದಲ್ಲವೇ? ಎಂದು ಸ್ಮೈಲೀ ಫ್ಲೇಸಿನ ಒಂದು ಟೀಸರ್ ಇತ್ತು. ಒಟ್ಟಾರೆ ಲೇಖನ ಓದಿ ಮುಗಿಸುವ ಹೊತ್ತಿಗೆ ನನ್ನ ಮೂಲ ಲೇಖನದ ಉದ್ದೇಶ, ಸ್ವರೂಪ ನನಗೇ ಮರೆತುಹೋಗಿತ್ತು.

ವೀಣಾ ನನ್ನನ್ನು ಆ ದಿನ ರಾತ್ರಿ ಮಾತಾಡಿಸಲಿಲ್ಲ. ಶಾಪಿಂಗಿಗೆ ಎಂದು ಹೋದವಳು ಬಂದವಳೇ ತಲೆನೋವು ಎಂದು ಮಲಗಿಬಿಟ್ಟಳು

■

ಮಾರನೆಯ ದಿನ ನಾನು ಸೋಫಾದಲ್ಲಿ ಅಡ್ಡಾಗಿ ಟೀವಿಯ ಚಾನೆಲ್ಲುಗಳನ್ನು ಬದಲಿಸುತ್ತಿದ್ದಾಗ ಒಂದು ಚಾನೆಲ್ಲು ಹೀಲಿಂಗ್ ಸೆಂಟರನ್ನು 'ನೇರಪ್ರಸಾರ'ದಲ್ಲಿ ತೋರಿಸುತ್ತಿತ್ತು. 'ಈಗ ನೀವು ನೋಡ್ತಾ ಇರೋದು ಗಿರಿನಗರದ ಸಾಮಾನ್ಯ ವೈದ್ಯನೊಬ್ಬ ತನ್ನ ಮೇಲೆ ದೇವಿ ಬರ್ತಾಳೆ ಎಂದು ಹೇಳ್ಕೊಂಡು ಮಾಡ್ತಾ ಇರೋ ವಂಚನೆ' ಎಂದು ಹೇಳಿದ ತಕ್ಷಣ ಹಿನ್ನೆಲೆಯಲ್ಲಿ ಯಾವುದೋ ಸಿನೆಮಾದಲ್ಲಿ ಜೋಗಯ್ಯ, ಜೋಗತಿಯರು ಡಂಡಣಕ್ಕು ಡಂಡಣಕ್ಕ ಎಂದು ನರ್ತಿಸುತ್ತಿದ್ದ ಕ್ಲಿಪಿಂಗ್ ಬಂತು. ತಕ್ಷಣವೇ ಹಿನ್ನೆಲೆ ಬದಲಾಗಿ ಹೀಲಿಂಗ್ ಸೆಂಟರಿನ ಬೋರ್ಡ್ ಮೇಲೆ ಕ್ಯಾಮೆರಾ ಝೂಮ್ ಆಗಿ ನಿಂತಿತು. ವಾರ್ತೆಯ ಆಂಕರೊಬ್ಬ ಮಾತಾಡುತ್ತಿದ್ದ. 'ಅಮೆರಿಕಾದ ಪ್ರಖ್ಯಾತ ವೈದ್ಯರೊಬ್ಬರ ಪ್ರಕಾರ ಇದಕ್ಕೆ ಟೆಂಪೊರಲ್ ಲೋಬ್ ಸೀಶರ್ಸ್ ಅಂತಾರೆ. ಇದು ಒಂದು ರೀತಿಯ ಮೂರ್ಛೆ ರೋಗ, ಇದರಿಂದ ವಿಚಿತ್ರವಾದ ಭ್ರಮೆಗಳಾಗುತ್ತವೆ. ಆಗ ಮೈಮೇಲೆ ದೇವರು ಬಂದಹಾಗೆ ಭ್ರಮೆಯೂ ಆಗಿರಬಹುದು ಅಂತಾರೆ ನಮ್ಮ ಅಮೆರಿಕಾದ ಡಾಕ್ಟರು. ಆದರೆ, ನಮ್ಮ ಈ ವೈದ್ಯ ವೆಂಕಟ ಮೈಮೇಲೆ ಮೂರ್ಛೆ ಬರಲಿ ಅಂತ ಬೇಕಂತಲೇ ಮಾತ್ರೆ ತಗೊಳ್ತಿಲ್ಲವಂತೆ. ಮೂರ್ಛೆ ಬಂದು ಆತ ಅದುರೋದನ್ನು ನೋಡಿ ಜನ ಆತನಿಗೆ ದೇವರು ಬಂದಿದೆ ಅಂತ ತಿಳಕೊಳ್ತಾ ಇದಾರೆ. ಅದನ್ನೇ ಬಂಡವಾಳ ಮಾಡಿಕೊಂಡು ಹೀಲಿಂಗ್ ಸೆಂಟರ್ ಅಂತ ಒಂದು ಅಂಗಡಿ ತೆಗೆದು ಜನರ ಪ್ರಶ್ನೆಗಳಿಗೆ ಉತ್ತರಿಸ್ತೀನಿ ಎಂದು ಮೋಸ ಮಾಡುವ ಈ

ವೈದ್ಯನ ವರ್ತನೆಗೆ ಏನೆಂದು ಹೇಳುವುದು? ಈ ತರದ ಡಾಕ್ಟರನ್ನು ಪ್ರಾಕ್ಟೀಸ್ ಮಾಡಕ್ಕೆ ಬಿಡಬೇಕಾ ಬೇಡವಾ? ನಿಮಗನಿಸಿದ್ದನ್ನು ಈ ಕೆಳಕಂಡ ನಂಬರಿಗೆ ಎಸ್ಸೆಮ್ಮೆಸ್ ಮಾಡಿ'

ನಾನು ಇದ್ದಕ್ಕಿದ್ದಂತೆ ಅಮೆರಿಕಾದ ಪ್ರಖ್ಯಾತ ವೈದ್ಯನಾಗಿಬಿಟ್ಟಿದ್ದೆ.

ಮುಂದೆ ನಾನು ಮಾಡಿದ್ದು ನನಗೆ ಗೊತ್ತಿದ್ದೋ ಗೊತ್ತಿಲ್ಲದೆಯೋ ಎಂದು ನಾನು ಬಹಳ ಬಾರಿ ಯೋಚಿಸಿದ್ದೇನೆ. ನಾನು ನನ್ನ ಫೋನು ತೆಗೆದುಕೊಂಡು 'ಬೇಡ' ಎಂದು ಎಸ್ಸೆಮ್ಮೆಸ್ ಮಾಡಿದ್ದೆ.

ಮಾರನೆಯ ದಿನವೇ ನಾವು ಬೆಂಗಳೂರು ಬಿಟ್ಟಿದ್ದೆವು.

■

ಮುಂದೇನಾಯಿತೋ ನಮಗೆ ಬಹಳ ದಿನ ನೇರವಾಗಿ ಗೊತ್ತಾಗಲಿಲ್ಲ. ಜಯಲಕ್ಷ್ಮಿ ಆಂಟಿ ಹೇಳಿದ್ದು– ಮೆಡಿಕಲ್ ಕೌಂಸಿಲ್‌ನವರು ವೆಂಕಟನ ಲೈಸೆನ್ಸನ್ನು ರದ್ದು ಮಾಡಿದರಂತೆ. ಆದರೂ ಅವನ ರಾಧಾಕೃಷ್ಣ ಹೀಲಿಂಗ್ ಸೆಂಟರ್ ಭರವಾಗಿ ನಡೆಯುತ್ತಿದೆಯಂತೆ. ಡಾ. ವೆಂಕಟ ಈಗ ಶ್ರೀ ಶ್ರೀ ವೆಂಕಟರಮಣಾನಂದ ಗುರೂಜಿ ಆಗಿದ್ದಾನಂತೆ. ಮೆಡಿಕಲ್ ರಿಪೋರ್ಟು ನೋಡಿಯೇ ಈಗಲೂ 'ಉತ್ತರ' ಹೇಳುತ್ತಾನಂತೆ.

ಇನ್ನೊಂದು ವಿಷಯ ತಿಳಿಯಿತು. ವೆಂಕಟ ಮೂರುತಿಂಗಳ ಹಿಂದೆ ನ್ಯೂಯಾರ್ಕಿನ ಸ್ಲೋನ್ ಕೆಟ್ಟರಿಂಗಿಗೆ ಬಂದು ಗ್ಯಾಮಾ ನೈಫ್ ಎಂಬ ಹೊಸಾ ವಿಧಾನದಿಂದ ತನ್ನ ನೇರಳೇ ಗಾತ್ರದ ಟ್ಯೂಮರನ್ನು ಪೂರಾ ಗುಣಮಾಡಿಕೊಂಡಿದ್ದಾನಂತೆ.

ಆದರೂ ಹೇಳಿಮಾಡಿಸಿದಹಾಗೆ ಈಗಲೂ ದಿನಾ ಈ ಅದುರು, ವಾಸನೆ ಎಲ್ಲ ಬರುತ್ತದಂತೆ. ವೀಣಾಳ ಗೆಳತಿ ನ್ಯೂರಾಲಜಿಸ್ಟ್‌ಅನ್ನು ಕೇಳಿದಾಗ, 'ಗಾಯ ಮಾದರೆ ಕಲೆ ಉಳಿಯೊಲ್ವೇ? ಆಗಾಗ್ಗೆ ಬರುತ್ತಲೇ ಇರುತ್ತೆ' ಎಂದು ಹೇಳಿದ್ದಳು.

ಆರು ತಿಂಗಳ ನಂತರ ನನಗೆ ವೆಂಕಟನಿಂದ ಒಂದು ಇಮೈಲ್ ಬಂತು. 'ನಿನಗೆ ಗೊತ್ತಿರಬಹುದು. ನಾನೀಗ ಪೂರಾ ಪ್ರಾಕ್ಟೀಸನ್ನು ಬಿಟ್ಟಿದ್ದೇನೆ. ಈ ಅಪಸ್ಮಾರ ಮುಂಚೆ ನನಗೆ ಒಂದು ವಿಸಿಟಿಂಗ್ ಕಾರ್ಡ್ ರೀತಿ ಇತ್ತು. ಅದು ನನ್ನ ವ್ಯಕ್ತಿತ್ವದ, ವೃತ್ತಿಯ ಒಂದು ಭಾಗ ಮಾತ್ರ ಆಗಿತ್ತು. ನನ್ನ ಇಡೀ ಐಡೆಂಟಿಟಿಯೇ ಅದಾಗಿರಲಿಲ್ಲ. ಮುಖ್ಯವಾಗಿ ಅದು ಎಂದೂ ನನಗೆ ಜೀವನಾಧಾರವಾಗಿರಲಿಲ್ಲ. ಎಂದೂ ಇದರಿಂದ ನಾನು ಹಣ ಮಾಡಿಲ್ಲ, ನನ್ನ ಉದ್ದೇಶವೂ ಅದಾಗಿರಲಿಲ್ಲ. ಅಪಸ್ಮಾರವನ್ನೇ ನನ್ನ ಐಡೆಂಟಿಟಿ ಮಾಡಿಸಿದ ಕ್ರೆಡಿಟ್ ನಿನಗೆ ಸೇರಬೇಕು. ಈಗ ನಾನೇನೇ ಮಾಡಿದರೂ ಇದು ನನ್ನನ್ನು ಬಿಡದು. ಅದರ ಸೈಡ್ ಎಫೆಕ್ಟುಗಳಾದ ಹಣ, ಜನಪ್ರಿಯತೆ ಕೂಡ. ಥ್ಯಾಂಕ್ಸ್'

ಮಾರ್ಚ್ ೧೩, ೨೦೧೨

ಆಟ

ಏಳು ವರ್ಷದ ಕಿರಣನಿಗೆ ನಿದ್ರೆಯಲ್ಲಿದ್ದಾಗ ಧೋನಿಯನ್ನ ಕನವರಿಸುವಷ್ಟು, ಕೈಗವುಸು ತೊಟ್ಟು, ಕ್ರಿಕೆಟ್ ಬ್ಯಾಟನ್ನು ತಬ್ಬಿ ಮಲಗುವಷ್ಟು ಕ್ರಿಕೆಟ್ ಹುಚ್ಚು ಹಿಡಿದದ್ದು ಈ ವಿಶ್ವಕಪ್ ಸೀಸನ್‌ನಲ್ಲಿ. ಚಿಕ್ಕಮಗುವಿದ್ದಾಗಿನಿಂದಲೂ ಕಿರಣನಿಗೆ ಚೆಂಡಾಟವೆಂದರೆ ಪ್ರಾಣ. ರಾಘವನಿಗೆ ಬಿಡುವಾಗಿದ್ದಾಗೆಲ್ಲ ಅವನ ಜತೆ ಯಾವುದಾದರೂ ಚೆಂಡಾಟವನ್ನು ಆಡಲೇಬೇಕು. ಬ್ಯಾಸ್ಕೆಟ್‌ಬಾಲ್, ಬೇಸ್‌ಬಾಲ್, ಫುಟ್ಬಾಲ್, ಸಾಕರ್ ಅಂತ ಮನೆಯಲ್ಲಿ ಬರೇ ಚೆಂಡುಗಳು. ಮಗು ಅಮೆರಿಕನ್ ಫುಟ್‌ಬಾಲ್ ಆಡಿ ಗಳಿಸೋದಾದರೂ ಏನು? ಆ ಧಾನಾಧಡಿಯರ ಜತೆ ಈ ಅನ್ನ ಸಾರು ಹುರಳೀಕಾಯಿ ಪಲ್ಯ ತಿನ್ನೋ ಮಗು ಏಗೋಕಾಗುತ್ತದಾ ಎನ್ನುವ ಅನುಮಾನ ಮಮತಾಳಿಗೆ. 'ಅದರ ಬದಲು ಲಾರಾ ಇಂಗಲ್ಸ್ ವೈಲ್ಡರ್ ಪುಸ್ತಕಗಳನ್ನು ಓದಿಸೋಣ, ಲೆಕ್ಕ ಮಾಡು, ಪಂಚತಂತ್ರದ ಕಥೆ ಹೇಳ್ತೀನಿ, ಕೇಳು. ಚಿತ್ರ ಬರಿ. ಅಮೆರಿಕಾದಲ್ಲಿ ನಮ್ಮವರ್ಯಾರೂ ಆಟ ಆಡಿ ಉದ್ಧಾರ ಆಗಿಲ್ಲ. ರಾಘೂ, ನೀನೂ ಅದರ ಜತೆ ಸೇರಿಕೊಂಡು ಕುಮ್ಮಕ್ಕು ಕೊಡ್ತೀಯಾ' ಎಂದು ರಾಘವನ ಮೇಲೆ ಆಕ್ಷೇಪಣೆ ತೆಗೆಯುತ್ತಿದ್ದಳು. ಆದರೆ. ಏಳುವರ್ಷದ ಮಗ ಇಎಸ್‌ಪಿಎನ್ ಚ್ಯಾನೆಲ್‌ನಲ್ಲಿ ಬರುವ ಎಲ್ಲ ಆಟಗಳನ್ನು ನೋಡುವುದಿರಲಿ, ಆಟದ ಅಂಕಿ, ಅಂಶಗಳನ್ನೆಲ್ಲಾ ನೆನಪಿನಲ್ಲಿಟ್ಟುಕೊಂಡು ಹೇಳುವುದನ್ನು ನೋಡಿದರೆ ರಾಘವನಿಗೆ ಆಶ್ಚರ್ಯದ ಜತೆಗೆ ಸಂತೋಷದಿಂದ ಎದೆಉಬ್ಬುತ್ತಿತ್ತು. ಲಿಟಲ್ ಲೀಗ್ ಆಟಗಳಲ್ಲಿ ಕಿರಣ ಎಲ್ಲ ಮಕ್ಕಳಿಂದ ಚೆಂಡನ್ನು ಕಸಿದು ಗೋಲ್ ಹೊಡೆಯುತ್ತಿದ್ದಾಗ ಆತನ ಕೋಚ್ 'ಹೀ ಈಸ್ ನ್ಯಾಚುರಲ್' ಎಂದಾಗ ರಾಘವ ಬೀಗಿಹೋಗಿದ್ದ. ತನಗೆ ಬಿಡುವಾದಾಗಲೆಲ್ಲ ಮಗನ ಜತೆಗೂ ಕ್ರಿಕೆಟ್ ಆಡುತ್ತಿದ್ದ.

ಈ ಬಾರಿ ವಿಶ್ವಕಪ್ ಕ್ರಿಕೆಟ್ ಶುರುವಾಗಿ ಡಿಶ್‌ನೆಟ್ವರ್ಕಿನವರು ಹೈ ಡೆಫ಼ನಿಶನ್‌ನಲ್ಲಿ ಕ್ರಿಕೆಟ್ ಪಂದ್ಯಗಳನ್ನು ಪ್ರಸಾರ ಮಾಡಲು ತೊಡಗಿದಾಗ ರಾಘವ ಬಲು ಉತ್ಸಾಹದಿಂದಲೇ ಮನೆಗೆ ಸ್ಯಾಟಲೈಟ್ ಡಿಷ್ ಹಾಕಿಸಿದ್ದ. 'ಇಂಡಿಯಾದಲ್ಲಿದ್ದಾಗ ಒಂದೇ ಒಂದು ಕ್ರಿಕೆಟ್

ಮ್ಯಾಚ್ ನೋಡ್ತಿಲ್ಲ ನೀನು, ಅಮೆರಿಕಾಕ್ಕೆ ಬಂದಮೇಲೆ ಆ ಸುಟ್ಟುಸುಡುಗಾಡು ಟ್ವೆಂಟಿ ಟ್ವೆಂಟಿ, ಐಪಿಎಲ್ ಅಂತ ಎಲ್ಲ ನೋಡಕ್ಕೆ ಶುರುಮಾಡಿದ್ಯಾ. ಈಗ ಈ ವರ್ಲ್ಡ್ ಕಪ್. ಒಟ್ಟು ನಾವುಗಳು ಟೀವೀಲಿ ಬೇರೆ ಎಂಥದನ್ನೂ ನೋಡೋಹಾಗಿಲ್ಲ' ಎಂದು ಮೊದಮೊದಲು ಮೂದಲಿಸಿದ ಮಮತಾಳೂ ಇಂಡಿಯಾ ಎರಡು ಮ್ಯಾಚುಗಳನ್ನು ಗೆದ್ದಮೇಲೆ ತಾನೂ ಈ ನಡುವೆ ಸಮಯ ಸಿಕ್ಕಾಗಲೆಲ್ಲ 'ಎಂಥ ಹೊಡೀತಾರಪ್ಪ ಈ ಹುಡುಗರು, ನಾವೆಲ್ಲಾ ನೋಡಬೇಕಾದ್ರೆ ದಿನವಿಡೀ ಕುಟುಕುಟು ಮಾಡಿಕೊಂಡು ನಿಲ್ತಿದ್ದರು' ಎಂದು ಆಟ ನೋಡಲು ಶುರುಮಾಡಿದ್ದಳು. ಕಿರಣನ ಉತ್ಸಾಹಕ್ಕಂತೂ ಮೇರೆಯೇ ಇಲ್ಲ. ಕ್ರಿಕೆಟ್ ಅಂದರೆ ಏನು ಎಂದು ಗೊತ್ತಿದ್ದಿಲ್ಲದ ಹುಡುಗ ಕೇವಲ ನಾಲ್ಕು ಮ್ಯಾಚು ನೋಡುವಷ್ಟರಲ್ಲಿ ಆಟದ ನಿಯಮಗಳನ್ನು ತಿಳಿದುಕೊಂಡಿದ್ದಿರಲಿ– ಲೆಗ್‌ಕಟರ್, ಇನ್‌ಸೈಡ್ ಎಡ್ಜ್, ರಿವರ್ಸ್ ಸ್ವೀಪ್, ದೂಸರಾ– ಎಂತೆಲ್ಲಾ ಮಾತನಾಡತೊಡಗಿದ್ದ. ಅಷ್ಟೇ ಅಲ್ಲ, ಯೂಟ್ಯೂಬಿನಲ್ಲಿ ಧೋನಿಯ ಹೆಲಿಕಾಪ್ಟರ್ ಶಾಟ್, ಸೆಹ್ವಾಗಿನ ಉಪ್ಪರ್ ಕಟ್ ಮತ್ತು ಮಾಲಿಂಗನ ಸ್ಲಿಂಗರ್ಗಳನ್ನು ನೋಡಿಕೊಂಡು ತಾನೂ ಮನೆಯ ಬೇಸ್‌ಮೆಂಟಿನಲ್ಲಿ ಅಭ್ಯಾಸ ಮಾಡತೊಡಗಿದ್ದ. ಇವನ ಈ ಕ್ರಿಕೆಟ್ ಹುಚ್ಚನ್ನು ನೋಡಿ ಮಮತಾ 'ಇವನೇನು ಇನ್ನೊಬ್ಬ ತೆಂಡೂಲ್ಕರೋ, ಧೋನಿಯೋ ಆಗ್ತಾನೋ ಏನೋ ಗೊತ್ತಿಲ್ಲ. ನಾವು ಗ್ರೀನ್‌ಕಾರ್ಡಿಗೆ ಅರ್ಜಿ ಹಾಕಬೇಕೋ ಬೇಡವೋ, ಯೋಚನೆ ಮಾಡಬೇಕಾಗಿ ಬಂತಲ್ಲ, ಪುಟ್ಟಾ. ನಿನ್ನ ನೆವದಿಂದಲಾದರೂ ನಾವು ಆಗ ವಾಪಸ್ಸು ಹೋಗಬಹುದು. ಇಂಡಿಯಾ ಟೀಮಿಗೆ ಕ್ರಿಕೆಟ್ ಆಡಬೇಕಾದರೆ ಡಾಮಿಸಿಲರಿ ಸರ್ಟಿಫ್ಲಿಕೇಟ್ ಏನಾರ ತೋರಿಸಬೇಕಾ, ರಾಘು?' ಎಂದು ಲಟ್ಟಿಗೆ ತೆಗೆದಿದ್ದಳು. ಅಪ್ಪ, ಅಮ್ಮ ಇಬ್ಬರೂ ಮಗನನ್ನು ಈ ಬಾರಿ ಬೇಸಗೆಯಲ್ಲಿ ಕ್ರಿಕೆಟ್ ಕ್ಯಾಂಪಿಗೆ ಹಾಕಬೇಕೆಂದುಕೊಂಡರು.

■

ಕಿರಣನ ಈ ಕ್ರಿಕೆಟ್ ಹುಚ್ಚಿಗೆ ಇನ್ನೂ ನೀರೆರೆದಿದ್ದು ರಾಘವನ ಮನೆಯ ಮುಂದೆ ಟ್ರಕ್ಕಿನಲ್ಲಿ ಶೈತ್ಯೀಕರಿಸಿದ್ದ ಸಾಮಾನುಗಳನ್ನು ಮಾರಲು ತರುತ್ತಿದ್ದ ಓಮರ್. ವಾರಕ್ಕೆರಡು ಬಾರಿ 'ಸ್ವಾನ್' ಎಂದು ದಪ್ಪ ದಪ್ಪ ಅಕ್ಷರಗಳಲ್ಲಿ ಹೆಸರು ಬರೆದಿದ್ದ ದೊಡ್ಡ ಟ್ರಕ್ಕನ್ನು ರಾಘವನ ಮನೆಯ ಮುಂದೆ ನಿಲ್ಲಿಸಿ, ಮಿದುವಾದ ಧ್ವನಿಯಲ್ಲಿ ಹಾರ್ನ್ ಮಾಡಿ, ಮನೆಬಾಗಿಲು ತೆರೆಯದಿದ್ದರೆ ಮೆಲ್ಲಗೆ ತಟ್ಟಿ 'ಫ್ರೆಷ್ ಬೀನ್ಸ್, ಸ್ವೀಟ್ ಪೀಸ್, ಓಕ್ರಾ ಇದೆ, ಬೇಕಾ?' ಎಂದು ಕೇಳುತ್ತಿದ್ದ. ಆತನ ಹೆಸರನ್ನು ಓಮರ್ ಎಂದು ಉಚ್ಚರಿಸಬೇಕೋ, ಉಮರ್ ಎನ್ನಬೇಕೋ ಗೊತ್ತಾಗದೇ ಮಮತಾ ಒದ್ದಾಡುತ್ತಿದ್ದಳು. ಪಕ್ಕದ ಮನೆಯ ಪಾಲ್, ಓಮಾರ್ ಎನ್ನುತ್ತಿದ್ದ. ಉಮ್ಮರ್ ಖಯ್ಯಾಮ್, ಉಮ್ಮರ್ ಮುಖ್ತಾರ್ ಹೆಸರುಗಳ ಪರಿಚಯವಿದ್ದ ರಾಘವ ಆ ಹೆಸರು ಉಮ್ಮರ್ ಎಂದು ಮಮತಾಳ ಬಳಿ ವಾದಿಸಿದ್ದ. ಕಿರಣನೂ ಓಮಾರ್ ಎಂದೇ ಕರೆಯುತ್ತಿದ್ದ. ಇವರೆಲ್ಲರ ಕಷ್ಟವನ್ನು ಕಮ್ಮಿ ಮಾಡಲೆಂದೇ ಏನೋ ಓಮರ್ ತನ್ನ ಹೆಸರನ್ನು ಓಮರ್ ಎಂದೇ ಪರಿಚಯಿಸಿದ್ದರಿಂದ ಆತನ ಹೆಸರನ್ನು ರಾಘವ, ಮಮತಾ ಇಬ್ಬರೂ ಓಮರ್ ಎಂದೇ ಉಚ್ಚರಿಸುತ್ತಿದ್ದರು.

ಸದಾ ನಗುವ, ಯಾವತ್ತೂ ನೀಟಾಗಿ ಶೇವ್ ಮಾಡಿರುವ, ಸ್ಪಷ್ಟವಾಗಿ ಇಂಗ್ಲಿಷ್ ಮಾತಾಡುವ ಓಮರ್ ಮೂಲತಃ ಪಾಕಿಸ್ತಾನದವ. ಸುಮಾರು ಇಪ್ಪತ್ತೈದರ ವಯಸ್ಸು.

ಐದು ವರ್ಷದ ಹಿಂದೆ ಅಮೆರಿಕಾಕ್ಕೆ ಬಂದನಂತೆ. ಯುನಿವರ್ಸಿಟಿಯಲ್ಲಿ ಮೆಕ್ಯಾನಿಕಲ್ ಇಂಜಿನಿಯರಿಂಗಿನಲ್ಲಿ ಪಿಎಚ್‌ಡಿ ಮಾಡುತ್ತಿದ್ದಾನಂತೆ. ಯುನಿವರ್ಸಿಟಿಯಲ್ಲಿಯೇ ಪ್ರೊಫೆಸರರಾಗಿದ್ದ ಓಮರನ ಅಣ್ಣ ಆತನನ್ನು ಕರೆಸಿಕೊಂಡಿದ್ದಂತೆ. ಆದರೆ, ಎರಡು ವರ್ಷದ ಹಿಂದೆ ಓಮರನ ಅಣ್ಣ ಪಾಕಿಸ್ತಾನಕ್ಕೆ ವಾಪಸ್ಸು ಹೋಗಿದ್ದವನು ಅಲ್ಲಿಯೇ ಉಳಕೊಳ್ಳುವ ನಿರ್ಧಾರ ಮಾಡಿದ್ದನಂತೆ. ಇಷ್ಟೂ ಮಾಹಿತಿಯನ್ನು ಮಮತಾ ಆಗಾಗ್ಗೆ ಓಮರನ ಜತೆ ನಡೆಯುವ 'ಕ್ಯಾ ಭೈ. ಓಕ್ರಾ ಥಂಡೀ ನಹೀ ಹೈನಾ. ಫ್ರೀಜ಼ರ್ ಚೆಕ್ ಕಿಯಾ ಕ್ಯಾ?' 'ಇತನಾ ಮೆಹಂಗಾ ಕೈಕೂ. ಪತಾಹೈ ತೆರೆಕು ವಾಲ್‌ಮಾರ್ಟ್ ಮೆ ಕಿತನಾ ಸಸ್ತಾ ಮಿಲ್ತಾ' ಮುಂತಾದ ಸಣ್ಣ ಮಾತುಗಳ ನಡುವೆ ಶೇಖರಿಸಿದ್ದಳು.

ಓಮರ್ 'ತಾಜಾ ಪದಾರ್ಥ ಬೇಕಾ?' ಎಂದು ಕೇಳಿದಾಗ 'ಅಲ್ಲಾ, ತರೋದು ಫ್ರೋಜ಼ನ್ ತರಕಾರಿ. ಉಸಮೇ ತಾಜಾ ಕೈಸಾ?' ಎಂದು ಕೇಳಿದರೆ 'ನಿನ್ನೆ ತಾನೇ ಪ್ಯಾಕೇಜ್ ಬಂತು, ಮೇಡಂ. ಫ್ಲಾರಿಡಾದಿಂದ' ಎಂದು ನಕ್ಕು ಉತ್ತರಿಸಿ ಮಮತಾಳಿಗೆ ಬೇಕಾದ ತರಕಾರಿಯ ಪಾಕೀಟುಗಳನ್ನು ತರಾವರಿ ಮಾಂಸ, ಚೀಸುಗಳ ಪಾಕೀಟುಗಳ ನಡುವೆಯಿಂದ ತೆಗೆದು ಕೊಡುತ್ತಿದ್ದ. ಮಮತಾಳು ಓಮರನ ಜತೆ ಹಿಂದಿಯಲ್ಲಿಯೇ ಮಾತಾಡಬೇಕು ಎಂದು ನಿರ್ಧರಿಸಿದಂತಿತ್ತು. ಒಳಗೆ ಬಂದು 'ಇವನೇನು ದನ, ಹಂದಿ ಜತೆ ಬಾತುಕೋಳೀದು ಮಾಂಸ ಇಟ್ಟಿರ್ತಾನೋ ಏನೊ, ಲಾರಿ ಹೆಸರು ಬೇರೆ ಸ್ವಾನ್ ಅಂತಿದೆ' ಎಂದು ಮೊದಮೊದಲು ತುಂಬಾ ಅಸಹ್ಯಿಸಿಕೊಳ್ಳುತ್ತಿದ್ದಳು. ಅವನಿಂದ ಇಸಕೊಂಡು ಬಂದ ಪಾಕೀಟುಗಳಿಂದ ತರಕಾರಿಗಳನ್ನು ತೆಗೆದು, ಮತ್ತೆ ತೊಳೆದು ಒಣಗಿಸಿ ಮಡಿ ಮಾಡಿ ಪ್ಲಾಸ್ಟಿಕ್ ಕವರ್‌ಗಳಲ್ಲಿ ಎಲ್ಲ ತುಂಬಿಸಿ ಫ್ರೀಜ಼ರ್‌ನಲ್ಲಿ ಇಡುತ್ತಿದ್ದಳು. ಇವಳು ಪಿರಿಪಿರಿಪಟ್ಟುಕೊಳ್ಳುವುದನ್ನು ನೋಡಲಾರದೆ ರಾಘವ 'ಹೋಗಲಿ ಬಿಡು, ನಾನು ಅಂಗಡಿಯಿಂದ ತರುತ್ತೇನೆ' ಎಂದಾಗ 'ಅಯ್ಯೋ ಅಲ್ಲೇನು ಬೇರೆ ಇಟ್ಟಿರುತ್ತಾರಾ. ಅಲ್ಲೂ ಅದೇ. ಕಣ್ಣಮುಂದೆ ಎಲ್ಲ ಬೇರೆ ಬೇರೆ ಮಾಡದಲ್ಲಿರುತ್ತೆ. ಅಲ್ಲಿಗೆ ಬರೋಕೆ ಮುಂಚೆ ಎಲ್ಲ ಹೀಗೇ ಒಟ್ಟೊಟ್ಟಿಗೇ ಬರೋದಲ್ವಾ' ಎಂದು ತಾನೇ ಸಮಾಧಾನಪಟ್ಟುಕೊಳ್ಳುತ್ತಿದ್ದಳು. ವಾಸಿಸುತ್ತಿರುವುದು ಉತ್ತರ ಧ್ರುವದಿಂದ ಕೊಂಚ ಕೆಳಗೆ. ಮೂರುಮೂರು ಪದರ ಬಟ್ಟೆಗಳನ್ನು ಹಾಕಿಕೊಂಡು ಹೋಗಿ ಕೈಮೈ ನೀಲಿಗಟ್ಟಿಸಿಕೊಂಡು ಅಂಗಡಿಯಿಂದ ನಾಲ್ಕು ಸೆಟೆದ ಹುರುಳೀಕಾಯನ್ನು ಹಿಡಕೊಂಡು ಬರುವುದಕ್ಕಿಂತ ಓಮರನ ವ್ಯಾನು ಮೇಲು ಎಂದು ಇಬ್ಬರೂ ನಿರ್ಧರಿಸಿದ್ದರು. ವ್ಯಾನು ಮನೆಯ ಮುಂದೆ ವಾರಕ್ಕೊಂದುಬಾರಿಯಾದರೂ ನಿಲ್ಲುತ್ತಿತ್ತು.

ಒಂದು ದಿನ ಹೀಗೇ ಓಮರ್ ನಾಲ್ಕು ಪಾಕೀಟು ಗಟ್ಟಿ ಬಟಾಣಿಕಾಳು, ಕ್ಯಾರೆಟ್ಟು ಹಿಡಕೊಂಡು ಮನೆಯ ಬಾಗಿಲು ತಟ್ಟಿದ. ಮನೆಯ ಲಿವಿಂಗ್ ರೂಮಿನಲ್ಲಿ ಕಿರಣನ ಕ್ರಿಕೆಟ್ ತಾಲೀಮು ನಡೆದಿತ್ತು. ರಾಘವ ಬೌಲ್ ಮಾಡಿದ ಚೆಂಡನ್ನು ಮನೆಯ ಮೂಲೆಮೂಲೆಗೂ ಹೊಡೆದು ಕೆಡವುತ್ತಿದ್ದ, ಸೋಫಾ ದಾಟಿದರೆ ಸಿಕ್ಸರ್, ಸೋಫಾಕ್ಕೆ ತಗುಲಿದರೆ ನಾಲ್ಕು, ಈಕಡೆ ಲೆಗ್‌ಕಟರ್, ಆಕಡೆ ಔಟ್ ಸ್ವಿಂಗ್, ಹೌಜ಼ಾಟ್, ನಾಟ್ ಔಟ್- ಅಬ್ಬರ, ಭರಾಟೆಗಳ ನಡುವೆ ಆಟ ಭರದಿಂದ ನಡೆದಿತ್ತು. ಹೊರಗೆ ಸಣ್ಣಗೆ ಹಿಮ ಬೀಳುತ್ತಿದ್ದರಿಂದ ಮನೆಯ ಒಳಗೆ ಬಂದ ಓಮರ್ ಅಪ್ಪ ಮಗ ಆಡುತ್ತಿದ್ದ ಈ ಆಟವನ್ನು ನೋಡುತ್ತಾ ನಿಂತುಬಿಟ್ಟ. ಅಲ್ಲಿಯೇ ಚಾಲೂ

ಆಗಿದ್ದ ಅರವತ್ತಿಂಚಿನ ಟೀವಿಯಲ್ಲಿ ಬರುತ್ತಿದ್ದ ಅಂದಿನ ಆಟದ ಹೈಲೈಟನ್ನು ನೋಡಿದಾಗ ಓಮರನ ಕಣ್ಣುಗಳು ಅರಳಿದವು. ಮಮತಾ ಒಳಗಡೆ ಅಡುಗೆಮನೆಯಿಂದಲೇ 'ಓಮರನಿಗೆ ಹದಿನಾಲ್ಕು ಡಾಲರ್ ಕ್ಯಾಶ್ ಇದ್ದರೆ ಕೊಡ್ತೀಯಾ, ರಾಘು. ನನ್ನ ಹತ್ತಿರ ಚಿಲ್ಲರೆ ಇಲ್ಲ' ಎಂದು ಕೂಗಿ 'ಓಮರ್, ತೂ ಜಲ್ದೀ ಏಕ್ ಕ್ರೆಡಿಟ್ ಕಾರ್ಡ್ ರನ್ನರ್ ಲೇನಾ' ಎನ್ನುತ್ತಾ ತನ್ನ ಹಿಂದಿಗೆ ತಾನೇ ನಕ್ಕಳು. ರಾಘವ ಒಳಗಿನಿಂದ ಸರಿಯಾಗಿ ಚಿಲ್ಲರೆ ಎಣಿಸಿ ತೆಗೆದುಕೊಂಡು ಬರುವಷ್ಟರಲ್ಲಿ ಓಮರ್ ಕಿರಣನಿಗೆ ಬೌಲ್ ಮಾಡುತ್ತಿದ್ದ. ಕಿರಣ 'ಡ್ಯಾಡಿ, ಓಮರ್ ಮಾಮ ನಂಗೆ ಲೆಗ್‌ಸ್ಪಿನ್ ಹೇಳಿಕೊಟ್ಟ, ನಿಂಗೆ ತೋರಿಸಲಾ?' ಎಂದು ಅಲ್ಲಿಯೇ ಇದ್ದ ಚೆಂಡನ್ನು ಎತ್ತಿಕೊಂಡ. ರಾಘವ ಓಮರನನ್ನು ನೋಡುತ್ತಾ 'ಏನು, ನೀನೂ ಕ್ರಿಕೆಟ್ ಆಡ್ತೀಯಾ?' ಎಂದು ಕೇಳಿದ. 'ನಾನು ಬಹಳ ಚೆನ್ನಾಗಿ ಕ್ರಿಕೆಟ್ ಆಡ್ತಾ ಇದ್ದೆ, ಸರ್. ಲಾಹೋರಿನಲ್ಲಿದ್ದಾಗ ಅಲ್ಲಿನ ಲೀಗ್ ಮ್ಯಾಚುಗಳಲ್ಲಿ ಆಡ್ತಾ ಇದ್ದೆ. ಆದರೆ, ಇಲ್ಲಿಗೆ ಬಂದಮೇಲೆ ಎಲ್ಲ ಬಿಟ್ಟುಹೋಗಿದೆ. ಈಗೇನಿದ್ದರೂ ಬರೇ ನೋಡೋದಷ್ಟೇ.' ಎಂದ. ರಾಘವ 'ಈಗ ವರ್ಲ್ಡ್ ಕಪ್ ನೋಡ್ತಾ ಇದ್ಯಾ?' ಎಂದು ಕೇಳಿದ. 'ನೋಡ್ತಾ ಇದೀನಿ, ಇಂಟರ್ನೆಟ್ಟಲ್ಲಿ, ಕೆಲವೊಮ್ಮೆ.' ಎಂದು ಹೇಳಿ ರಾಘವನ ಮುಖ ನೋಡಿ ನಕ್ಕ 'ನಮಗಿರೋದು ಇದೊಂದೇ ಸರ್ ಈಗ. ಬೇರೆ ಯಾರೂ ಈಗ ಪಾಕಿಸ್ತಾನಕ್ಕೆ ಬಂದು ಆಟ ಆಡೋ ಹಾಗಿಲ್ಲವಲ್ಲ' ಎಂದು ನಿಟ್ಟುಸಿರುಬಿಟ್ಟ. ರಾಘವ ಇದನ್ನು ನಿರೀಕ್ಷಿಸಿರದೇ ಇದ್ದುದರಿಂದಲೋ ಏನೋ ಏನೂ ಮಾತಾಡಲಿಲ್ಲ.

ಓಮರನೇ ಮಾತನ್ನು ಮುಂದುವರಿಸಿ 'ನಾನು ಪಾಕಿಸ್ತಾನದಲ್ಲಿದ್ದೆ, ಸರ್, ಅಂದು. ಪಾಕಿಸ್ತಾನಕ್ಕೆ ಹೋಗದೇ ನಾಲ್ಕು ವರ್ಷ ಆಗಿತ್ತು. ಬಂದರೆ ಈ ಸಮಯಕ್ಕೆ ಬಾ. ಕ್ರಿಕೆಟ್ ಮ್ಯಾಚಿದೆ ಎಂದು ಅಣ್ಣ ಹೇಳಿದ್ದ. ನಾನೂ ಕ್ರಿಕೆಟ್ ಮ್ಯಾಚನ್ನು ಸ್ಟೇಡಿಯಮ್ಮಲ್ಲಿ ನೋಡಿ ಬಹಳ ದಿನವಾಗಿತ್ತು. ಆಗಲಿ ಎಂದು ಹೋಗಿದ್ದೆ' ಕಿರಣನಿಗೆ ಏನು ಅರ್ಥ ಆಗಿತ್ತೋ ಬಿಟ್ಟಿತೋ ಸುಮ್ಮನೆ ಆತನೂ ಕೇಳುತ್ತಾ ಕುಳಿತಿದ್ದ. 'ಲಾಹೋರಿನಲ್ಲೇ ಮ್ಯಾಚ್ ಇದ್ದದ್ದು. ಎರಡು ದಿನದ ಆಟ ಆಗಲೇ ಆಡಿಯಾಗಿತ್ತು. ಶ್ರೀಲಂಕಾದವರು ಚೆನ್ನಾಗಿ ಆಡುತ್ತಿದ್ದರು. ಸಮರವೀರ ಡಬಲ್ ಸೆಂಚುರಿ ಹೊಡೆದಿದ್ದ. ಇನ್ನೂ ಮೂರು ದಿನದ ಆಟ ಇದೆಯಲ್ಲ, ನಮಗೂ ಚಾನ್ಸ್ ಇದ್ದರೂ ಇರಬಹುದು ಅಂತ ನಾವೆಲ್ಲಾ ಅಂದು ಬೆಳಿಗ್ಗೆಯೇ ಬೇಗ ಹೋಗಿ ಸ್ಟೇಡಿಯಮ್‌ನಲ್ಲಿ ಕಾಯುತ್ತಾ ಕೂತಿದ್ದೆವು. ದೂರದಲ್ಲಿ ಡಮ್, ಡಂ ಅಂತ ದೊಡ್ಡದಾಗಿ ಶಬ್ದ ಕೇಳಿಸಿತು. ಏನಾಯ್ತು ಅಂತ ಗೊತ್ತಾಗೋ ಹೊತ್ತಿಗೆ ಸ್ಟೇಡಿಯಮ್ ಬಿಟ್ಟು ಎಲ್ಲಾ ಓಡತೊಡಗಿದ್ದರು. ಅಷ್ಟೇ ನನಗೆ ಗೊತ್ತಿರೋದು. ಆಮೇಲೆ ಗೊತ್ತಾಯಿತು, ಶ್ರೀಲಂಕಾ ಟೀಮಿನ ಮೇಲೆ ಅಟ್ಯಾಕ್ ಆಗಿದೆ ಅಂತ. ನಾನು ಮಾರನೇ ದಿನವೇ ವಾಪಸ್ ಇಲ್ಲಿಗೆ ಬಂದುಬಿಟ್ಟೆ. ಅಂತಾ ಸಮಯದಲ್ಲಿ ಪಾಕಿಸ್ತಾನದಲ್ಲಿ ಜಾಸ್ತಿ ದಿನ ಇರೋದು ಕಷ್ಟ ಸರ್. ಏರ್ಪೋರ್ಟ್‌ಗಳಲ್ಲಿ ಸುಮ್ಮನೆ ಎಲ್ಲರನ್ನೂ ಹಿಡಿದು ಸೆಕ್ಯುರಿಟಿ ಹೆಸರಲ್ಲಿ ಗೋಳುಹುಯ್ಕೋತಾರೆ' ಎಂದ.

ರಾಘವ 'ಅಲ್ಲಪ್ಪ, ಆಟಗಾರರ ಮೇಲೆ ಹೀಗೆ ದಾಳಿ ಮಾಡಿದರೆ ಯಾರು ವಾಪಸ್ಸು ಬಂದು ನಿಮ್ಮ ದೇಶದಲ್ಲಿ ಆಟ ಆಡ್ತಾರೆ ಹೇಳು. ನೀನೂ ಒಬ್ಬ ಆಟಗಾರ ಅಂತೀಯ. ಅಫ್ಘಾನಿಸ್ತಾನದಲ್ಲಿ ಹೋಗಿ ನೀ ಕ್ರಿಕೆಟ್ ಆಡ್ತೀಯಾ. ಹೋಗ್ಲಿ ಬಿಡು. ಅಂಥಾ ದೊಡ್ಡ ಅಟ್ಯಾಕ್ ಆಗಿದೆ, ಒಬ್ಬರೂ ಸಿಕ್ಕಿಹಾಕ್ಕೊಳ್ಳಲಿಲ್ಲವಲ್ಲಯ್ಯ. ಯಾರಿರಬಹುದು ಅನಿಸುತ್ತೆ, ನಿನಗೆ?' ಎಂದ

'ಅಯ್ಯೋ ಬಿಡಿ, ಸರ್. ಯಾರೋ ಯಾರಿಗೆ ಗೊತ್ತು. ನಮಗೆ ಬೇಡವಾಗಿತ್ತು ಸರ್ ಇವೆಲ್ಲ. ನಾವು ಶುರು ಮಾಡಿದ್ದಲ್ಲ ಇದು. ನಮ್ಮದಲ್ಲದ ಯುದ್ಧದಲ್ಲಿ ನಾವು ಸಿಕ್ಕಿಹಾಕಿಕೊಂಡಿದ್ದೇವೆ. ದಿನಬೆಳಗಾದರೆ ಬಾಂಬುಗಳು. ಜನ ಸುಟ್ಕೊಂಡು ಸಾಯ್ತಾರೆ. ಯಾರು ಯಾರನ್ನು ಯಾವಾಗ ಯಾಕೆ ಕೊಲ್ಲುತ್ತಾರೆ ಅನ್ನೋದೂ ಅರ್ಥವಾಗದ ಹಾಗಾಗಿದೆ. ಇದ್ದಿದ್ದ ಒಂದು ಆಟ ಕ್ರಿಕೆಟ್. ಅದೂ ಉಳಿಯುತ್ತೋ ಇಲ್ವೋ' ಎಂದು ನಿಟ್ಟುಸಿರು ಬಿಟ್ಟ ಓಮರ್. ಏಕಾಏಕಿ ರಾಜಕೀಯ ಮುತ್ಸದ್ದಿಯಂತೆ ಮಾತಾಡಲು ಶುರುಮಾಡಿದ ಓಮರನನ್ನು ನೋಡಿ ರಾಘವನಿಗೆ ಏನು ಮಾತಾಡಲೂ ಗೊತ್ತಾಗದೇ ಸುಮ್ಮನೇ ಕೈಯ್ಯಲ್ಲಿದ್ದ ಹದಿನಾಲ್ಕು ಡಾಲರುಗಳನ್ನು ಕೊಟ್ಟ. ಓಮರ್ ದುಡ್ಡು ಇಸಕೊಂಡು ಹೊರಡಲು ಅನುವಾದ. ಕಿರಣ ಆತನ ಕೈ ಹಿಡಕೊಂಡು 'ಇನ್ನೊಂದು ಸ್ವಲ್ಪ ಹೊತ್ತು ಆಟ ಆಡು' ಎಂದು ಹಟ ಹಿಡಿದ. ರಾಘವ ಕಿರಣನನ್ನು ಎತ್ತಿಕೊಂಡು 'ಪುಟ್ಟ, ಅವನಿಗೆ ಕೆಲಸ ಇರುತ್ತದೆ. ನಾನು ನಿನ್ನ ಜತೆ ಆಡ್ತೀನಿ.' ಎಂದ. ಆದರೆ, ಕಿರಣ 'ಇಲ್ಲ, ಇಲ್ಲ. ನಿಂಗೆ ಸರಿಯಾಗಿ ಬೌಲ್ ಮಾಡೋಕೆ ಬರಲ್ಲ' ಎಂದು ಜೋರಾಗಿ ಅಳಲು ಶುರುಮಾಡಿದ. ಓಮರ್ 'ನನಗೆ ಇವತ್ತಿನ ಕೆಲಸ ಮುಗಿದಿದೆ. ನಿಮಗೇನೂ ತೊಂದರೆಯಿಲ್ಲದಿದ್ದರೆ, ನಾನು ಮಗೂ ಜತೆ ಕೆಲಸಮಯ ಆಡಿ ಹೋಗ್ತೀನಿ.' ಎಂದ. ರಾಘವನಿಗೂ ಕಿರಣನ ಜತೆ ಆಡಿ ಸುಸ್ತಾಗಿತ್ತು. ಆಡಿಕೊಳ್ಳಲಿ ಎಂದು ಒಳಗೆ ಬಂದು ಟೀವಿ ನೋಡುತ್ತಾ ಕೂತ.

■

ಅಂದು ಹಾಗೆ ಶುರುವಾದದ್ದು ಮುಂದಿನ ಹದಿನೈದು ದಿನದಲ್ಲಿ ಓಮರ್ ಪ್ರತೀದಿನ ಸಂಜೆ ಆರರ ವೇಳೆಗೆ ರಾಘವನ ಮನೆಗೆ ಕಿರಣನ ಜತೆ ಆಡಲಿಕ್ಕೆ ಬರತೊಡಗಿದ. ಹವಾ ಚೆನ್ನಾಗಿದ್ದ ದಿನಗಳಲ್ಲಿ ಮನೆಯ ಹಿಂದಿನ ಲಾನಿನಲ್ಲಿ ಆಟವಾಡುತ್ತಿದ್ದರು. ಓಮರ್ ಆಡುತ್ತಿದ್ದ ಪರಿ ನೋಡಿದರೆ ಈತನಿಗೆ ನಿಜವಾಗಿಯೂ ಕ್ರಿಕೆಟ್ ಆಡಿ ಗೊತ್ತಿದೆ ಅನಿಸಿತ್ತು, ರಾಘವನಿಗೆ. ಆತ ಹೊಡೆಯುತ್ತಿದ್ದ ರಭಸವನ್ನು ಅವಾಕ್ಕಾಗಿ ನಿಂತು ನೋಡುತ್ತಿದ್ದ ಕಿರಣ. ತಕ್ಷಣವೇ ಕಿರಣನ ಮನ ನೋಯದಿರಲಿ ಎಂಬಂತೆ ನೇರವಾಗಿ ಬ್ಯಾಟ್ ಹಿಡಿದು ಚೆಂಡನ್ನು ಆತನಿಗೆ ಬೇಕಂತಲೇ ಕ್ಯಾಚ್ ಕೊಟ್ಟು ಔಟಾಗುವುದು, ಕಿರಣ ಹೊಡೆದ ಚೆಂಡನ್ನು ತಡೆಯುವಾಗ ಓಡುತ್ತಾ ಓಡುತ್ತಲೇ ಮಂಡಿಯ ಮೇಲೆ ಕೂತು ಜಾರುವುದು, ನಾನ್‌ಸ್ಟ್ರೈಕರ್ ತುದಿಯಲ್ಲಿ ಇಟ್ಟ ಹೂಕುಂಡದ ವಿಕೆಟಿಗೆ 'ಜಾಂಟಿ' ಹೊಡೆದು ಔಟ್ ಮಾಡುವುದು ಎಲ್ಲವೂ ಕಿರಣನಿಗೆ ಬಹುಪ್ರಿಯವಾಗಿದ್ದವು. ಆತ, ಒಂದು ಹತ್ತು ನಿಮಿಷ ಬರುವುದು ತಡವಾದರೂ ಕಿರಣನಿಗೆ ತಡೆಯಲಾಗುತ್ತಿರಲಿಲ್ಲ. 'ಯಾವಾಗ್ ಬರ್ತಾರೆ, ಓಮರ್ ಮಾಮ?' ಎಂದು ಬಾಗಿಲಿನಲ್ಲೇ ನಿಂತಿರುತ್ತಿದ್ದ. ಆಟವಾಡಿದ ಮೇಲೆ ಮನೆಯ ಒಳಗೆ ಬಂದು ಬ್ಯಾಟು, ಬಾಲುಗಳನ್ನು ಸ್ವಸ್ಥಾನಕ್ಕೆ ಸೇರಿಸಿ, ಬಾತ್‌ರೂಮಿನಲ್ಲಿ ಕೈ ತೊಳೆದು ಟೀವಿಯಲ್ಲಿ ಬರುತ್ತಿದ್ದ ಆ ದಿನದ ಪಂದ್ಯದ ಹೈಲೈಟನ್ನು ಪೂರಾ ನೋಡಿ ಓಮರ್ ಮನೆಗೆ ಹೋಗುತ್ತಿದ್ದ.

ಓಮರ್ ದಿನಂಪ್ರತೀ ಬರಲು ಶುರುಮಾಡಿದಮೇಲೆ ಮಮತಾ ಸುಮ್ಮನೇ ಒಂದು ಬಾರಿ ತೇಲಿಸುವಂತೆ 'ಇದೊಂತರಾ ವಿಚಿತ್ರ ಅಲ್ವಾ? ಆತನಿಗೆ ಮನೇಲಿ ಯಾರೂ ಇಲ್ವಾ

ಜತೇಲಿ. ಹೀಗೆ ಯಾಕೆ ಬಂದು ಅಮೆರಿಕಾದಲ್ಲಿ ಈತ ತರಕಾರಿ ಮಾರ್ತಾ ಇದಾನೆ. ಅವರಣ್ಣ ಪಾಕಿಸ್ತಾನಕ್ಕೆ ಹೋದವನು ಹಾಗೇ ಹೋಗೇಬಿಟ್ಟ, ವಾಪಸ್ ಬರಲೇ ಇಲ್ಲ ಅಂತ ಆತ ಹೇಳಿದರೆ ಏನರ್ಥ? ಹೀಗೆ ಯಾರೋ ಗೊತ್ತಿಲ್ಲದವನ ಜತೆ ಏಳು ವರ್ಷದ ಮಗೂ ಆಡೋದು ಎಷ್ಟು ಸರಿ? ನೀನೂ ಹೋಗಿ ಅಲ್ಲೇ ಮಗೂ ಜತೆ ಆಡೋದು ಒಳ್ಳೆಯದಲ್ವಾ' ಎಂದು ರಾಘವನಿಗೆ ಹೇಳಿದ್ದಳು. ಆಗ 'ಓಮರ್ ಯಾರು ಅಂತ ನಮಗೆ ಗೊತ್ತಿಲ್ಲವೇನೇ? ಆತನ ಹತ್ತಿರ ತರಕಾರಿ ತಗೋತಾ ಎರಡು ವರ್ಷ ಆಯಿತು. ಇಲ್ಲಿಯವರೆಗೆ ಆತ ತರಕಾರಿ ಯಾಕೆ ಮಾರ್ತಾನೆ ಅಂತ ನಿನಗೆ ಅನುಮಾನ ಬಂದಿರ್ಲಿಲ್ಲ. ಈಗ ಆತ ನಮ್ಮನೆಯಲ್ಲಿ ಬಂದು ಕ್ರಿಕೆಟ್ ಮ್ಯಾಚ್ ನೋಡೋಕೆ ಶುರುಮಾಡಿದಮೇಲೆ ಬಂತಾ? ಆತ ಮಗೂನ ಹಾರಿಸ್ಕೊಂಡು ಹೋಗ್ತಾನೇನು? ಹ.ಹ.ಹ' ಎಂದು ಕಿಟಕಿಯಿಂದ ಹಿತ್ತಲ ಕಡೆ ನೋಡುತ್ತಲೇ ರಾಘವ ಜೋರಾಗಿ ನಗೆಯಾಡಿದ್ದ. ಮಾರನೆಯ ದಿನವೇ ಯುನಿವರ್ಸಿಟಿಗೆ ಫೋನ್ ಮಾಡಿ ಓಮರ್ ಪಿ.ಎಚ್.ಡಿ. ಮಾಡುವುದನ್ನು ಖಾತರಿ ಪಡಿಸಿಕೊಂಡಿದ್ದ.

ರಾಘವನಿಗೂ ಈ ಹದಿನೈದು ದಿನದಲ್ಲಿ ಓಮರ್ ತಮಗೆ ಒಬ್ಬ ಆಗಂತುಕ ಅನಿಸಬೇಕಾ ಇಲ್ಲವಾ ಎನ್ನುವ ಯೋಚನೆ ಬರದೇ ಇರಲಿಲ್ಲ. ಅಕ್ಕ ಪಕ್ಕ ಯಾರೂ ಭಾರತೀಯರಿಲ್ಲದ ನೆರೆಹೊರೆಯಲ್ಲಿರುವ ಕಾರಣ, ರಾಘವ ಮಮತಾರು ಸೃಷ್ಟಿಸಿಕೊಂಡ ನಮ್ಮವರು ಎಂಬ ಆವರಣದೊಳಗೆ ಓಮರ್, ಸೆಟೆದ ತರಕಾರಿ, ಮತ್ತು ಚರ್ಮದ ಬಣ್ಣದ ಸಾಮ್ಯತೆಯಿಂದಾಗಿ ಮೆಲ್ಲಗೆ ತಡವರಿಸಿಕೊಂಡೇ ಒಳಬಂದವನು ಈ ಕ್ರಿಕೆಟ್ಟಿನಿಂದ ಹೀಗೆ ಏಕಾಏಕಿ ಮನೆಯೊಳಗೆ ಹಾದು ಹಿತ್ತಿಲಲ್ಲಿದ್ದ ಲಾನಿನ ಮೇಲೆ ಕಿರಣನೊಂದಿಗೆ ಆಡುವಷ್ಟು ಹತ್ತಿರವಾದದ್ದು ಕೊಂಚ ವಿಚಿತ್ರ ಎನಿಸಿತ್ತು. ಆದರೂ, ಓಮರ್ ಮನೆಯೊಳಗೆ ಬಾಲು, ಬ್ಯಾಟುಗಳನ್ನು ತಂದಿಡಲು ಅಲ್ಲೇ ಬದಿಯಲ್ಲಿದ್ದ ದೇವರಕೋಣೆಯನ್ನು ಹಾದುಹೋಗುವಾಗ ಒಳಗೆ ಲಕ್ಷ್ಮೀ ಅಷ್ಟೋತ್ತರ ಹೇಳಿಕೊಂಡು ದೇವರ ದೀಪ ಹಚ್ಚುತ್ತಿದ್ದ ಮಮತಾ ಗೊತ್ತಿದ್ದೋ, ಗೊತ್ತಿಲ್ಲದೆಯೋ ನಿಧಾನವಾಗಿ ದೇವರಮನೆಯ ಬಾಗಿಲನ್ನು ಮುಚ್ಚುತ್ತಿದ್ದಳು. ಓಮರ್ ಕಿರಣನಿಗೆಂದು ತಂದುಕೊಟ್ಟ ದೇಸೀ ಅಂಗಡಿಯ ಹದಿನೈದು ಡಾಲರಿನ ಬ್ಯಾಟಿನ ಮೇಲೆ 'ಮೇಡ್ ಇನ್ ಪಾಕಿಸ್ತಾನ್' ಎಂಬ ಲೇಬಲನ್ನು ಕಿರಣನಿಗೆ ಗೊತ್ತಾಗದ ಹಾಗೆ ಮೆಲ್ಲಗೆ ಹರಿದಿದ್ದ, ರಾಘವ.

■

ರಾಘವ ಉಭಯಸಂಕಟಕ್ಕೆ ಬಿದ್ದದ್ದು ಭಾರತ, ಪಾಕಿಸ್ತಾನ ಎರಡೂ ತಂಡಗಳು ಸೆಮಿಫೈನಲ್ ಹಂತವನ್ನು ತಲುಪಿದಾಗ. ಇಂಡಿಯಾ ಆಸ್ಟ್ರೇಲಿಯಾವನ್ನು ಸೋಲಿಸಿದ ದಿನ ಓಮರ್ ಏಕ್‌ದಮ್ ಯಾವ ಮುನ್ಸೂಚನೆಯೂ ಕೊಡದೇ 'ನೀವು ಸೆಮಿಫೈನಲ್ ಮ್ಯಾಚು ನೋಡ್ತೀರಾ ಸರ್?' ಎಂದು ಕೇಳಿದ್ದ. ಆ ಪ್ರಶ್ನೆಗೆ ರಾಘವ ನಿರುಮ್ಮಳವಾಗಿ 'ಹೌದು' ಅಥವಾ 'ಇಲ್ಲ' ಎಂದು ಉತ್ತರಿಸಲಾಗದೇ ಒದ್ದಾಡಿ ಹೋಗಿದ್ದ. ಒಂದು ಕ್ಷಣ ಉಗುಳು ನುಂಗಿ 'ಹೌದು, ನೋಡುವ ಯೋಚನೆಯಂತೂ ಇದೆ, ಈಗ ಸದ್ಯಕ್ಕೆ' ಎಂದ. ಓಮರ್ ತಕ್ಷಣ 'ನಾನು ನಿಮ್ಮನೇಗೆ ಬಂದು ಆ ಮ್ಯಾಚು ನೋಡಿದರೆ ಪರವಾಗಿಲ್ಲವಾ?' ಎಂದು ಕೇಳಿದ. ರಾಘವನಿಗೆ ಇದೆಂಥಾ ಪ್ರಶ್ನೆ ಅನಿಸಿತು. ಈತ ನಮ್ಮನೆಯಲ್ಲಿ ಮ್ಯಾಚು ನೋಡಲು ಕೂತರೆ ಆಗುವ ಇರುಸುಮುರುಸನ್ನು

ನಿರೀಕ್ಷಿಸದಷ್ಟು ಅಮಾಯಕನೇ ಅನಿಸಿತು. ಕಿರಣ ಪ್ರತಿಬಾರಿ ಇಂಡಿಯಾದ ಮ್ಯಾಚಿದ್ದಾಗ ಹಾಕಿಕೊಳ್ಳುತ್ತಿದ್ದ ಧೋನಿಯ ಹೆಸರಿದ್ದ ಜರ್ಸಿ, ಈ ಕ್ರಿಕೆಟ್ ಸೀಸನ್ ಶುರುವಾದಾಗಿನಿಂದ ಮನೆಯ ಮುಂದೆ ಹಾರಾಡುತ್ತಿದ್ದ ಭಾರತದ ಧ್ವಜ ಇವೆಲ್ಲ ಇದ್ದಾಗ್ಯೂ ಆತ ಇಲ್ಲಿ ಇಂಡಿಯಾ-ಪಾಕಿಸ್ತಾನ ಮ್ಯಾಚು ನೋಡಲು ಬರಲಾ ಅನ್ನುತ್ತಾನಲ್ಲ, ಏನು ಹೇಳುವುದು ಅನಿಸಿತು.

ಕಿರಣ ರಾಘವನಿಗೆ ಮಾತಾಡಲು ಅವಕಾಶವನ್ನೇ ಕೊಡದೇ 'ಯಾ, ಡ್ಯಾಡಿ. ಸಖತ್ ಮಜಾ ಇರುತ್ತೆ. ಓಮರ್ ಮಾಮ ಬರ್ಲಿ. ಓಮರ್ ಮಾಮ, ನೀನು ಯಾವ ಟೀಮ್ ಗೆಲ್ಲಲಿ ಅಂತ ಚೀರ್ ಮಾಡ್ತೀಯಾ?' ಎಂದು ಕೇಳಿದಾಗ ಓಮರ್ ನಗುತ್ತಾ 'ಪಾಕಿಸ್ತಾನ್, ನೀನು' ಎಂದು ಕೇಳಿದ. 'ನೋ. ಟೂ ಬ್ಯಾಡ್. ನೀನು ನಂಪಾರ್ಟಿ ಸೇರ್ಕೊ. ನಾವೆಲ್ಲ ಇಂಡಿಯಾ ಗೆಲ್ಲಲಿ ಅಂತ ಚೀರ್ ಮಾಡೋಣ.' ಎಂದ. ಓಮರ್ 'ಓಕೆ' ಎಂದು ನಕ್ಕ. 'ಡ್ಯಾಡಿ, ಓಮರ್ ಇಂಡಿಯಾಕ್ಕೆ ಚೀರ್ ಮಾಡ್ತಾನಂತೆ. ಪ್ಲೀಸ್ ಆತನೂ ಬರಲಿ, ನಮ್ಮನೇಗೆ. ಇಟ್ ವಿಲ್ ಬಿ ಟೂ ಮಚ್ ಫನ್. ಪ್ಲೀಸ್, ಪ್ಲೀಸ್, ಪ್ಲೀಸ್, ಪ್ಲೀಸ್' ಎಂದು ಗೋಗರೆಯಹತ್ತಿದ. ರಾಘವ ನಿರ್ವಾಹವಿಲ್ಲದೆ 'ಸರಿ' ಎಂದು ಒಪ್ಪಿದ. ಓಮರ್ ಖುಷಿಯಾಗಿ 'ಸರಿ, ನಾನು ಅವತ್ತು ಕೆಲಸಕ್ಕೆ ರಜಾ ಹಾಕ್ತೀನಿ. ಬೆಳಗಿನ ಜಾವ ಎರಡೂವರೆಗೆ ಮ್ಯಾಚು ಶುರುವಾಗುತ್ತಲ್ಲ. ನಾನು ಬೇಗ ಬರ್ತೀನಿ' ಎಂದು ಹೇಳಿ ಬಹಳ ಹುರುಪಿನಲ್ಲಿ ಮನೆಗೆ ಹೊರಟ.

ಓಮರ್ ಹೋದತಕ್ಷಣ ಅದೇ ಘಳಿಗೆಯನ್ನು ಕಾಯುತ್ತಿದ್ದವಳಂತೆ ಮಮತಾ 'ಅಲ್ಲ ನಿನಗೇನು ಅಷ್ಟು ಗೊತ್ತಾಗುವುದಿಲ್ಲವಾ? ಇಂಡಿಯಾ ಪಾಕಿಸ್ತಾನದ ಮ್ಯಾಚನ್ನು ಓಮರ್ ನಮ್ಮ ಮನೆಗೆ ಬಂದು ಕೂತು ಯಾಕೆ ನೋಡಬೇಕು? ಈ ಊರಲ್ಲಿ ಪಾಕಿಸ್ತಾನದೋರು ಯಾರೂ ಆ ಮ್ಯಾಚನ್ನು ನೋಡೋದಿಲ್ಲವಾ. ಅವರ ಜತೆ ಕೂತು ನೋಡಿಕೊಳ್ಳಲಿ. ಅಷ್ಟಕ್ಕೂ ಆತ ನಮ್ಮಗಳ ಜತೆ ಬಂದು ಹೇಗೆ ಕೂತು ಈ ಮ್ಯಾಚನ್ನು ನೋಡ್ತಾನೆ. ಆತ ನಂಬದೀಗೆ ಕೂತಿದ್ದಾನಂತ ಸೆಹ್ವಾಗ್ ಸಿಕ್ಸರ್ ಹೊಡೆದಾಗ ನಾವು ಮೆಲ್ಲಗೆ ಡೀಸೆಂಟಾಗಿ ಚಪ್ಪಾಳೆ ಹೊಡೆಯೋಕಾಗುತ್ತಾ? ವೈದೇಹಿ, ವಿನುತಾ ಇಬ್ಬರೂ ನಿನ್ನೆ, ನಮ್ಮನೇಗೆ ಮ್ಯಾಚು ನೋಡಕ್ಕೆ ಬರಬಹುದಾ ಅಂತ ಇಮೇಯ್ಲ್ ಕಳಿಸಿದ್ದಾರೆ. ಅವ್ರಿಗೆ ಏನು ಉತ್ತರ ಕೊಡಲಿ ನಾನು. ಇತ್ಲಾಗೆ ನಮ್ಗೂ ಸುಖ ಇಲ್ಲ. ಅತ್ಲಾಗೆ ಅವ್ನಿಗೂ ಸುಖ ಇಲ್ಲ. ಇಂಥ ವಿಷಯದಲ್ಲಿ ದಾಕ್ಷಿಣ್ಯಕ್ಕೆ ಬಸುರಾಗೋದು ಏನು ಚೆನ್ನಾಗಿರುತ್ತೆ. ನೀನು ಯಾವಾಗ್ಲೂ ಹೀಗೇ, ಏನಾರ ಹೇಳಿ ಕಷ್ಟಕ್ಕೆ ಸಿಗಿಹಾಕಿಬಿಡ್ತೀಯಾ' ಎಂದು ಸಿಡಿಸಿಡಿ ಮಾಡಿದಳು.

'ನನಗೇನು ಓಮರನ ಜತೆ ಕೂತು ಆ ಮ್ಯಾಚು ನೋಡೋದು ಸುಲಭ ಅಂದುಕೊಂಡಿದ್ದೀಯ. ಏನೋ ಮಗೂ ಆತ ಮನೇಗೆ ಬರೋದನ್ನ ಇಷ್ಟಪಡುತ್ತೆ ಅಂತ ನಾ ಒಪ್ಪಿಕೊಂಡೆ ಅಷ್ಟೇ. ಅದೂ ಓಮರ್ ನಮ್ಮ ಮನೇಲಿ ಟೀವಿ ಮುಂದೆ ನಿಂತ್ಕೊಂಡು ಕ್ರಿಕೆಟ್ ಹೈಲೈಟು ಬರುತ್ತಿದ್ದಾಗ ನೀವು ಮ್ಯಾಚು ನೋಡ್ತೀರಲ್ವಾ ಎಂದು ಕೇಳಿದಾಗ ಯಾವ ಬಾಯಲ್ಲಿ ಇಲ್ಲ ಅಂತ ಹೇಳೋದು ಹೇಳು' ಎಂದ ರಾಘವ.

'ಸರಿ, ಕಿರಣನ ಮಾತು ಕಟ್ಟಿಕೋ ನೀನು. ಏಳು ವರ್ಷದ ಹುಡುಗ ಆತ. ಅಸಲಿಗೆ ಕಿರಣನಿಗೆ ಪಾಕಿಸ್ತಾನ ಎಲ್ಲಿದೆ ಅಂತಾನೇ ಗೊತ್ತಿಲ್ಲ. ಮೊನ್ನೆ ನಾನು ಮ್ಯಾಪಲ್ಲಿ ತೋರಿಸಿದೆ.

ಸುಮ್ಮನೇ ಯಾರು ಬಾಲನ್ನು ಎಸೆದರೂ ಬ್ಯಾಟಿನಿಂದ ಹೊಡೆದು ಸಂತೋಷಪಡುವ ವಯಸ್ಸು ಅದು. ಎಂದಾದರೂ ಬೆಳಿಗ್ಗೆ ಎರಡೂವರೆಗೆ ಎದ್ದು ನಿಂಜತೆ ಕೂತು ಆ ಮಗು ಮ್ಯಾಚು ನೋಡಿದೆಯಾ ಹೇಳು. ಇಂಡಿಯಾ, ಪಾಕಿಸ್ತಾನ ಎಲ್ಲ ಅದಕ್ಕೇನು ಗೊತ್ತಾಗುತ್ತೆ. ಅದಕ್ಕೆ ಇದೂ ಒಂದು ಮ್ಯಾಚು ಅಷ್ಟೇ. ಓಮರನಿಗೆ ಹೋಗಿ ಕೇಳುತ್ತೆ 'ನೀನು ಯಾವ ಟೀಮಿಗೆ ಸಪೋರ್ಟ್ ಮಾಡ್ತೀಯಾ' ಅಂತ. ನೀ ಏನಾರ ಮಾಡ್ಕೋ. ನಾನು ಮೇಲೆ ಬೆಡ್ ರೂಮಲ್ಲಿರೋ ಕೆಟ್ಟ ಟೀವಿಯಲ್ಲಿ ನೋಡ್ಕೋತೀನಿ.' ಎಂದು ಹೇಳಿ ಧಡಧಡ ಮಾಡುತ್ತಾ ಮೇಲೆ ಹೋದಳು. ಬೆಡ್‌ರೂಮಿನಲ್ಲಿ ಒಳ್ಳೆಯ ಹೈ ಡೆಫ್ನೆನಿಷನ್ ಟೀವಿ ಹಾಕಿಸಬೇಕಿತ್ತು ಅನಿಸಿತು, ರಾಘವನಿಗೆ.

■

ಓಮರ್ ಬರುತ್ತಾನೆಂದ ಮೇಲೆ ಮಮತಾ ಆಕೆಯ ಗೆಳತಿಯರನ್ನು ಫೋನ್, ಇಮೇಯ್ಲ್ ಯಾವುದರ ಮೂಲಕವೂ ಸಂಪರ್ಕಿಸಲಿಲ್ಲ. 'ಇಂಡಿಯಾ ಪಾಕಿಸ್ತಾನ ಮ್ಯಾಚು. ಎಲ್ಲರೂ ಕೂತು ನೋಡಿದ್ದಿದ್ದರೆ ಎಷ್ಟು ಚೆನ್ನಾಗಿರೋದು. ಇಮೇಯ್ಲ್‌ಗೆ ಉತ್ತರ ಕೊಟ್ಟಿಲ್ಲ. ಏನಂದುಕೊಂಡಿರುತ್ತಾರೋ' ಎಂದು ಗೊಣಗುತ್ತಲೇ ಇದ್ದಳು, ಮಮತಾ. ಈಗ ಸುಮ್ಮನಿದ್ದುಬಿಡು ಮ್ಯಾಚೊಂದು ಆಗಿಹೋಗಲಿ, ಇಮೇಯ್ಲ್ ನೋಡ್ಲಿಲ್ಲ ಅಂತಲೋ, ಕಂಪ್ಯೂಟರ್ ಕೆಟ್ಟಿತ್ತು ಅಂತಲೋ ಏನೋ ಹೇಳಿ ಸುಧಾರಿಸಬಹುದು ಎಂದಿದ್ದ, ರಾಘವ.

ಆದರೆ, ಮ್ಯಾಚಿನ ಹಿಂದಿನ ದಿನ ರಾಘವನ ಗೆಳೆಯ ಭಾಸ್ಕರ ಫೋನು ಮಾಡಿ 'ರಾಘೂ, ಕಳೆದ ಸಲ ವರ್ಲ್ಡ್‌ಕಪ್ಪಲ್ಲಿ ಇಂಡಿಯಾದವರ ಆಟ ನೋಡಿ ಈ ಸಲವೂ ಮೊದಲ ಸುತ್ತಲ್ಲೇ ಸೋತುಕೊಂಡು ಹೋಗ್ತಾರೆ ಎಂದುಕೊಂಡು ಕ್ರಿಕೆಟ್ಟಿನ ಚ್ಯಾನೆಲ್ ಸಬ್‌ಸ್ಕ್ರಿಪ್ಷನ್ ತೆಗೆದುಕೊಳ್ಳಲಿಲ್ಲ. ಆದರೆ, ಈಗ ನೋಡಿದರೆ ಇಂಡಿಯಾ ಪಾಕಿಸ್ತಾನದ ಮ್ಯಾಚು. ಮತ್ತಿನ್ಯಾವಾಗ ಸಿಗುತ್ತೆ ನಮಗೆ ಈ ಅವಕಾಶ. ನಮ್ಮವರು ಅಲ್ಲಿ ಹೋಗೋ ಹಾಗಿಲ್ಲ. ಅವರು ಇಂಡಿಯಾಕೆ ಬರ್ತಾರೋ ಇಲ್ಲವೋ. ನಿಮ್ಮನೇಲಿ ಹೈಡೆಫ್ನೆನಿಷನ್ ಇದೆಯಲ್ಲ. ಬ್ರಾಡ್‌ಬ್ಯಾಂಡಿನಲ್ಲಿ ಕೆಟ್ಟ ಪೈರೇಟೆಡ್ ಚ್ಯಾನೆಲ್ಲುಗಳಲ್ಲಿ ಬಫ಼ರ್ ಆಕ್ಕೊಂಡು ಬಫ಼ರ್ ಆಕ್ಕೊಂಡು ಬರೋ ಆಟ ನೋಡೋದು ಏನೇನೂ ಮಜಾ ಇರೊಲ್ಲ. ನಿಮ್ಮನೇಲಿ ನೋಡಿದರೆ ಪರವಾಗಿಲ್ಲವಾ. ಥ್ಯಾಂಕ್ಸ್ ರಾಘೂ' ಎಂದು ರಾಘವ ಹಾಹೂ ಅನ್ನುವಷ್ಟರಲ್ಲಿ ತಾನೇ ಸ್ವತಹ ಆಹ್ವಾನಿಸಿಕೊಂಡು ಫೋನಿಟ್ಟುಬಿಟ್ಟ, ಭಾಸ್ಕರ. ಆತನಿಗೆ ವಾಪಸ್ ಫೋನು ಮಾಡಿ ಓಮರ್ ಬರುತ್ತಿದ್ದಾನೆ ಎಂದು ಹೇಳಬೇಕು ಎಂದುಕೊಂಡ. ಆದರೆ, ಹಾಗೆ ಹೇಳಿದಲ್ಲಿ ಓಮರ್ ಎಂಬ ಇಪ್ಪತ್ತೈದು ವರ್ಷದ ಪಾರ್ಟ್ ಟೈಮ್ ಪಾಕಿಸ್ತಾನಿ ವಿದ್ಯಾರ್ಥಿ, ಪಾರ್ಟ್ ಟೈಮ್ ತರಕಾರಿ ವ್ಯಾಪಾರಿಯ ಜತೆ ಕೂತು ತಾನು ಇಂಡಿಯಾ ಪಾಕಿಸ್ತಾನ್ ಮ್ಯಾಚು ನೋಡುತ್ತೇನೆ ಎಂಬ ಮಾತೇ ಭಾಸ್ಕರನನ್ನು ತಾನು ಮನೆಗೆ ಬರುವುದನ್ನು ತಪ್ಪಿಸಲು ಹೇಳುತ್ತಿರುವ ಕೆಟ್ಟ ಸುಳ್ಳು ಎಂದು ಆತ ಊಹಿಸಿಕೊಳ್ಳಬಹುದು ಎಂದೆನಿಸಿ ಸುಮ್ಮನಾಗಿಬಿಟ್ಟ, ರಾಘವ.

■

ಮ್ಯಾಚಿನ ದಿನ ಬೆಳಗಿನ ಜಾವ ಎರಡೂವರೆಗೆಲ್ಲ ಆಟ ಶುರುವಾಗುವುದೆಂದು ರಾತ್ರಿ ಹತ್ತು ಘಂಟೆಯ ವೇಳೆಗೇ ಭಾಸ್ಕರ ಕುಟುಂಬಸಮೇತ ಬಂದ. ಬರುವಾಗ ದಾರಿಯಲ್ಲಿ ಕಾರಿನಲ್ಲಿಯೇ ಮಲಗಿದ್ದ ಮಕ್ಕಳಿಬ್ಬರನ್ನೂ ಮೇಲೆ ಖಾಲಿಯಿದ್ದ ರೂಮೊಂದರಲ್ಲಿ ಮಲಗಿಸಿ ಬಂದ. ಮಮತಾ ಆತನ ಹೆಂಡತಿ ಶ್ರೀದೇವಿಯನ್ನು ಮಾತಾಡಿಸಿದ ಶಾಸ್ತ್ರ ಮಾಡಿ ಆಕೆಗೆ ರೂಮು ತೋರಿಸಿ 'ನಾನು ಸ್ವಲ್ಪ ಹೊತ್ತಾದರೂ ಮಲಗಬೇಕು. ಬೆಳಿಗ್ಗೆ ಬೇಗ ಏಳಬೇಕಲ್ಲ.' ಎಂದು ಮಲಗಿಬಿಟ್ಟಳು. ಶ್ರೀದೇವಿಗೆ ಇದು ಕೊಂಚ ವಿಚಿತ್ರವೆನಿಸಿದರೂ ಆಕೆಗೂ ನಿದ್ದೆ ಬೇಕಾಗಿದ್ದಿದ್ದರಿಂದ ಆಕೆಯೂ ಮಕ್ಕಳ ಜತೆ ಮಲಗಿದಳು.

ಭಾಸ್ಕರ ತನ್ನ ಕಾರಿನಿಂದ ಒಂದೊಂದೇ ಸಾಮಾನುಗಳನ್ನು ಒಳಗೆ ತಂದಿಟ್ಟ. ಒಂದು ಬ್ಲಾಕ್ ಲೇಬಲ್ ಬಾಟಲ್ಲು, ಖಾರದ ಗೋಡಂಬಿಯ ಪಾಕೀಟುಗಳು, ಒಂದು ಶಾಂಪೇನ್ ಬಾಟಲ್ಲು, ಹತ್ತಾರು ಭಾರತದ ಸಣ್ಣಸಣ್ಣ ಬಾವುಟಗಳು, ಒಂದಿಷ್ಟು ಕೇಸರೀ ಬಣ್ಣದ ಸ್ಕಾರ್ಫುಗಳು, ಒಂದೆರಡು ಶಂಖ ಮತ್ತು ಒಂದು ದೊಡ್ಡ ಜಾಗಟೆ, ಬಾಣ, ಬಿರುಸುಗಳು– ಎಲ್ಲವನ್ನೂ ನೀಟಾಗಿ ಜೋಡಿಸಿ 'ಯುದ್ಧಕ್ಕೆ ಸಿದ್ಧ ಮಾಡಿದ ಹಾಗೆ ನೋಡು' ಎಂದು ರಾಘವನ ನೋಡಿ ನಕ್ಕ. ಒಂದು ಆರಡಿ, ನಾಲ್ಕಡಿಯ ತ್ರಿವರ್ಣ ಧ್ವಜವನ್ನು ತಂದು ಟೀವಿಯ ಪಕ್ಕ ಇಟ್ಟು ಎರಡೂ ಕೈಯಿಂದ ಮುಟ್ಟಿ ಕಣ್ಣಿಗೊತ್ತಿಕೊಂಡು 'ಹರ ಹರ ಮಹಾದೇವ' ಎಂದು ಹೇಳಿ, 'ಶಂಭೋ ಶಂಕರಾ, ಈ ಮ್ಯಾಚನ್ನು ಗೆಲ್ಲಿಸಪ್ಪ' ಎಂದ. ಒಂದು ಕ್ಯಾಮ್‌ಕೋರ್ಡರನ್ನು ಮೂರು ಕಾಲಿನ ಸ್ಟ್ಯಾಂಡಿನ ಮೇಲೆ ನಿಲ್ಲಿಸಿ 'ರಾಘೂ ಪೂರಾ ರೆಕಾರ್ಡ್ ಮಾಡ್ತಾ ಇದೀನಿ. ಪ್ರತೀ ಫ್ಲೋರು, ಸಿಕ್ಸಿಗೂ ಜಾಗಟೆ, ಶಂಖ. ಲಂಡನ್ನಲ್ಲಿ ಪ್ರಕಾಶನ ಮನೆಗೆ ಹದಿನೈದು ಜನ ಬರ್ತಾ ಇದಾರಂತೆ. ಇಡೀ ದಿನ ನಮ್ಮ ಸೆಲಬ್ರೇಷನ್ನು ಯೂಟ್ಯೂಬಲ್ಲಿ, ಫೇಸ್‌ಬುಕ್ಕಲ್ಲಿ ಅಪ್‌ಡೇಟ್ ಆಗ್ತಾ ಇರುತ್ತೆ. ಚಿಂದಿ ಎಬ್ಬಿಸಿಬಿಡೋಣ. ಇದಕ್ಕೇ ಅಂತಲೇ ವಿಶೇಷವಾಗಿ ಆರ್ಡರ್ ಮಾಡಿ ಪಟಾಕಿ ತರಿಸಿದ್ದೇನೆ, ಗೊತ್ತಾ. ಎಂಥಾ ಒಳ್ಳೇ ಮ್ಯಾಚುಗಳನ್ನು ತಪ್ಪಿಸಿಕೊಂಡನಲ್ಲ ಅಂತ ಬೇಜಾರಾಗ್ತಾ ಇದೆ. ಡಿಶ್ ಹಾಕಿಸಕ್ಕೆ ಸ್ವಲ್ಪ ಅನುಮಾನ ಮಾಡಿದೆ ನೋಡು. ಈಗ ಒಂದಕ್ಕೆ ಎರಡು ರೇಟು ಕೇಳ್ತಾ ಇದಾರೆ. ಆದರೆ, ಇದೊಂದು ಮ್ಯಾಚು ಸಾಕು ನೋಡು, ಪೈಸಾ ವಸೂಲ್. ಏನು ರಾಘು, ಒಬ್ಬನೇ ಮ್ಯಾಚು ನೋಡ್ತಾ ಇದ್ದೆಯಾ. ಯಾರೂ ಬರ್ತಾ ಇಲ್ವೇನಯ್ಯ' ಮಾತಾಡುತ್ತಲೇ ಬಂದು ರಾಘವನ ಪಕ್ಕ ಕೂತ.

ರಾಘವನಿಗೆ ಈತನ ಸಂಭ್ರಮ ನೋಡಿ ಹೆದರಿಕೆಯೇ ಆಯಿತು. ಇವನಿಗೇನಾದರೂ ಓಮರ್ ಬರ್ತಾನೆ ಎಂದು ಹೇಳಿಬಿಟ್ಟರೆ ಮುಗಿದೇ ಹೋಯಿತು ಅನ್ನಿಸಿತು. ರಾಘವ ಮಾತಾಡದೇ ಸುಮ್ಮನೇ ಇರೋದನ್ನು ನೋಡಿ ಭಾಸ್ಕರ 'ರಾಘೂ, ಎರಡು ಗ್ಲಾಸು, ಸ್ವಲ್ಪ ಸೋಡ ತರ್ತೀಯೋ, ಅಥವಾ ಮಲಗ್ತೀಯೋ. ನಾನಂತೂ ಇವತ್ತು ಮಲಗೋ ಯೋಚನೇ ಕೂಡ ಮಾಡೊಲ್ಲ' ಎಂದು ತಾನೇ ಹೋಗಿ ಎರಡು ಗ್ಲಾಸು ತೆಗೆದುಕೊಂಡು ಬ್ಲಾಕ್ ಲೇಬಲನ್ನು ಬಗ್ಗಿಸಿ 'ಒಂದು ಒಳ್ಳೇ ಶಕುನ ಇದೆ, ಗೊತ್ತಾ?' ಎಂದ. ರಾಘವ ಆತನ ಮುಖ ನೋಡಿದಾಗ 'ಇವತ್ತು ಶುಕ್ರವಾರ ಅಲ್ಲ ಮಾರಾಯ' ಎಂದು ಕಣ್ಣು ಹೊಡೆದ. ರಾಘವ ಸುಮ್ಮನೆ 'ಹೌದು, ಹೌದು' ಎಂದು ಒಂದು ಗ್ಲಾಸನ್ನು ಕೈಗೆ ತೆಗೆದುಕೊಂಡ. ಭಾಸ್ಕರ

ಮಾತಾಡುತ್ತಲೇ ಇದ್ದ. '1992ರಿಂದ ಇದುವರೆವಿಗೂ ಆಡಿದ ಐದು ವರ್ಲ್ಡ್ ಕಪ್ಪಿನಲ್ಲಿಯೂ ನಮ್ಮನ್ನು ಅವರು ಸೋಲಿಸೋಕೆ ಆಗಿಲ್ಲ ಗೊತ್ತಾ. ಇವತ್ತೂ ನಮ್ಮವರೇ ಗೆಲ್ಲೋದು. ಒಳ್ಳೇ ಬ್ಯಾಟಿಂಗ್ ಲೈನ್ ಅಪ್ ಇದೆ, ನಮ್ಮದು. ಒಂದು ತಿಳ್ಕೋ. ಯಾವುದೇ ಕಾರಣಕ್ಕೆ ಸಚಿನ್ ಸೆಂಚುರಿ ಹೊಡೀಬಾರದು ನೋಡು' ಎಂದ. ರಾಘವನಿಗೆ ಅರ್ಥವಾಯಿತೋ ಇಲ್ಲವೋ ಗೊತ್ತಾಗದೇ 'ಸಚಿನ್ ಸೆಂಚುರಿ ಹೊಡೆದಾಗಲೆಲ್ಲ ನಮ್ಮವರು ಸೋತಿದ್ದಾರೆ ಕಣಯ್ಯ. ಪಾಪ, ಕೆಟ್ಟ ಅದೃಷ್ಟ ಆತನದು.' ಎಂದ.

ರಾಘವ ನಿಧಾನವಾಗಿ ಬ್ಲಾಕ್ ಲೇಬಲನ್ನು ಗುಟುಕರಿಸುತ್ತಾ ಇವನಿಗೆ ಓಮರ್ ಬರುವ ವಿಷಯವನ್ನು ಹೇಗೆ ಹೇಳುವುದು ಎಂದು ಯೋಚನೆ ಮಾಡುತ್ತಿದ್ದ. ಭಾಸ್ಕರ ಇಲ್ಲಿ ಭಾರತದವರು ಹೊಡೆಯುವ ಒಂದೊಂದು ಬೌಂಡರಿಗೂ ಜಾಗಟೆ ಹೊಡೆದರೆ, ಓಮರ್ ಪಕ್ಕದಲ್ಲಿ ಕೂತುಕೊಂಡು ಆಟ ನೋಡಲಿಕ್ಕಾಗುತ್ತದೆಯೇ? ಈಗಲೂ ಓಮರನಿಗೆ ಫೋನ್ ಮಾಡಿ ಏನಾದರೂ ನೆವ ಹೇಳಿ ತಪ್ಪಿಸಲೇ ಎಂದು ಯೋಚಿಸಿದ. ಆದರೆ ಮಲಗುವ ಮುನ್ನವೂ ಕಿರಣ ಹೇಳಿದ 'ಡ್ಯಾಡಿ, ಓಮರ್ ಮಾಮ ಬಂದ ತಕ್ಷಣ ನನ್ನ ಎಬ್ಬಿಸಿಬಿಡು.' ಮಾತು ನೆನಪಿಗೆ ಬಂದು ಏನು ಮಾಡಲೂ ಗೊತ್ತಾಗದೇ ಸುಮ್ಮನೇ ಕುಡಿಯುತ್ತಾ ಕೂತುಬಿಟ್ಟ. ಅಷ್ಟರಲ್ಲಿ ಮಮತಾ ಮೇಲಿನಿಂದ ಕೈಯಲ್ಲಿ ಫೋನು ಹಿಡಿದು ಕೆಳಗೆ ಬಂದು 'ವೈದೇಹಿ ಫೋನು ಬಂತು, ಈಗ. ನನ್ನ ಇಮೇಯ್ಲಿಗೆ ಕಾದು ಕಾದು ಕೊನೆಗೆ ಆಕೆಯೇ ಫೋನುಮಾಡಿ ಬೆಳಿಗ್ಗೆ ಬರೋಣ ಅಂದುಕೊಂಡಿದ್ದೀವಿ, ಏನಂತೀಯಾ? ಎಂದಳು. ನಾನು ಸರಿ, ಬಾ ಎಂದು ಹೇಳಿದ್ದೇನೆ. ವಿನುತಾಳೂ ಬರ್ತಿದ್ದಾಳೆ, ಇಬ್ಬರೂ ವಿಥ್ ಫ್ಯಾಮಿಲಿ. ಮಕ್ಕಳು ಬರ್ತಾ ಇಲ್ಲ' ಎಂದು ಹೇಳಿದಳು. ರಾಘವನ ಮುಖ ನೋಡಿದಾಗಲೇ ಆತ ಭಾಸ್ಕರನಿಗೆ ಓಮರನ ವಿಚಾರವೇನೂ ಹೇಳಿಲ್ಲವೆಂದು ಗೊತ್ತಾಗಿತ್ತು, ಆಕೆಗೆ. ಕೆಳಗೆ ಟೀವಿಯ ಪಕ್ಕದಲ್ಲಿ ಇದ್ದ ತ್ರಿವರ್ಣ ಧ್ವಜ ಮತ್ತು ಕೇಸರಿ ಸ್ಕಾರ್ಫುಗಳನ್ನು ನೋಡಿ ನಗುತ್ತಾ ಮೇಲೆ ಹೋದಳು. ಆ ನಗೆಯಲ್ಲಿ ರಾಘವನಿಗೆ ಅದು ಹೇಗೆ ನಿಭಾಯಿಸುತ್ತೀಯೋ, ನಿಭಾಯಿಸು ಎಂಬ ಸವಾಲೂ, ಕನಿಕರವೂ ಎರಡೂ ಸಮಪ್ರಮಾಣದಲ್ಲಿ ಬೆರೆತಿದ್ದವು.

ರಾಘವನಿಗೆ ಈಗಲೂ ತಾನು ಓಮರನಿಗೆ ಫೋನು ಮಾಡಿ ಹೇಳದಿದ್ದರೆ ಕೆಲಸ ಕೆಡುತ್ತದೆ ಎನಿಸಿತು. ವಿನುತಾಳ ಗಂಡ ಮುರಳಿ ಕ್ರಿಕೆಟ್ ನೋಡುವ ಪರಿಯೇ ಬೇರೆ. ಇಂಡಿಯಾ ಗೆಲ್ಲುತ್ತಿದ್ದರೆ, ಮ್ಯಾಚು ಮುಗಿಯುವ ತನಕ ಕೂತ ಜಾಗ ಬಿಟ್ಟು ಏಳುತ್ತಿರಲಿಲ್ಲ. ತಾನು ಏಳುವುದಿರಲಿ ಜತೆಗೆ ಕೂತವರೂ ಜಾಗ ಬಿಟ್ಟು ಏಳುವಂತಿಲ್ಲ. ಮಕ್ಕಳು ಚಿಕ್ಕವರಿದ್ದಾಗ ಅವನ್ನೂ ಜತೆಗೆ ಕೂರಿಸಿಕೊಂಡು ಕ್ರಿಕೆಟ್ ತೋರಿಸುತ್ತಿದ್ದ. ಎರಡೂ ಮಕ್ಕಳು ಮ್ಯಾಚಿನ ಅವಧಿಯಲ್ಲಿ ಅಲ್ಲಾಡುವುದಿರಲಿ, ಬಾತ್‌ರೂಮಿಗೂ ಹೋಗುವ ಹಾಗಿರಲಿಲ್ಲ. ಟೆನ್‌ಶನ್ ಜಾಸ್ತಿಯಾದರೆ ಹೆಂಡತಿ ಜತೆಗೆ ಬಹುವಚನದಲ್ಲಿಯೂ ಮಕ್ಕಳ ಜತೆಗೆ ಇಂಗ್ಲಿಶ್‌ನಲ್ಲಿಯೂ ಮಾತಾಡಲು ಶುರುಮಾಡಿಬಿಡುತ್ತಿದ್ದ. 'ಇನ್ನೊಂದು ಓವರ್ ಝಾಹೀರ್ ಖಾನ್‌ಗೆ ಕೊಡಬೇಕಿತ್ತು, ನೋಡ್ರಿ, ಭಾಳ ಚೆನ್ನಾಗಿ ಮಾಡ್ತಿದ್ದ. ಏನಂತೀರಿ. ಹಾ. ವಿನುತಾ ಅವರೆ? ವಿ ಆಲ್‌ವೇಸ್ ಮೇಕ್ ದೀಸ್ ಪೂರ್ ಡಿಸಿಷನ್ಸ್, ನೋ' ಲ್ಯಾಪ್‌ಟಾಪಿನಲ್ಲಿ ಕ್ರಿಕೆಟ್ ನೋಡುತ್ತಿದ್ದರಂತೂ ಮುಗಿದೇಹೋಯಿತು, ಭಾರತದ ಟೀಮಿನವರು ಚೆನ್ನಾಗಿ ಆಡುವ ತನಕ ಲ್ಯಾಪ್‌ಟಾಪನ್ನು

ಮನೆಯ ಮೂಲೆಮೂಲೆಗೂ ಕೊಂಡೊಯ್ದು ಇಟ್ಟು, ಎಂಟೂ ದಿಕ್ಕಿಗೆ ತಿರುಗಿಸಿ ಎರಡು ಬೌಂಡರಿ ಬಿದ್ದ ನಂತರ ಗೆಲ್ಲುವ ವಾಸ್ತು ಹಿಡಿದು ಅಲ್ಲೇ ಕೂತು ಇಡೀ ದಿನ ಮ್ಯಾಚನ್ನು ಪೂರಾ ನೋಡುತ್ತಿದ್ದ. ಬೆಡ್‌ರೂಮು, ಬೇಸ್‌ಮೆಂಟು, ಕ್ಲಾಸೆಟ್ಟುಗಳಿಂದ ಹಿಡಿದು ಕೆಲವೊಮ್ಮೆ ಟಾಯ್ಲೆಟ್‌ನಲ್ಲಿ ಕೂತು ಇಡೀ ಮ್ಯಾಚನ್ನು ನೋಡಿದ್ದುಂಟು. ಈತನ ಈ ಖಯಾಲಿಯನ್ನು ಸಹಿಸಿಕೊಳ್ಳದೆ ಮಕ್ಕಳು 'ಯು ಆರ್ ಕ್ರೇಝಿ' ಎಂದು ಹೇಳಿ ಕ್ರಿಕೆಟ್ ನೋಡುವುದನ್ನು ಬಿಟ್ಟು ನಾಲ್ಕು ವರ್ಷವಾಗಿತ್ತು.

ರಾಘವ ಓಮರನಿಗೆ ಫೋನು ಮಾಡಿದ. ಓಮರನ ಫೋನು ನಾಲ್ಕು ಬಾರಿ ರಿಂಗಾಗಿ ಆತನ ಮೆಸೇಜಿಗೆ ಹೋಯಿತು. ಮೆಸೇಜು ಬಿಡಲು ಮನಸಾಗಲಿಲ್ಲ. ಭಾಸ್ಕರನ ಕಡೆ ನೋಡುತ್ತಾ 'ಭಾಸ್ಕರ, ನಿನ್ನ ಹತ್ತಿರ ಹೇಳೋಕೆ ಒಂದು ಸಣ್ಣ ವಿಷಯವಿದೆ. ಈ ಮ್ಯಾಚು ನೋಡೋಕೆ ಓಮರ್ ಅಂತ ನನ್ನ ಸ್ನೇಹಿತನೊಬ್ಬ ಬರ್ತಾ ಇದಾನೆ.' ಎಂದ. ಭಾಸ್ಕರ 'ಬರ್ಲಿ ಬಿಡು. ಎಲ್ಲರೂ ಕೂತು ನೋಡೋಣ. ಜಾಸ್ತಿ ಜನ ಇದ್ದಷ್ಟೂ ಮಜಾ ಬರುತ್ತೆ. ಹೆಸರೇನಂದಿ, ಓಮರ್ರಾ. ನೋ ಪ್ರಾಬ್ಲಮ್. ನಮ್ಮವನು ತಾನೇ. ಅಮೀರ್ ಖಾನೂ ಮ್ಯಾಚು ನೋಡ್ತಾ ಇದಾನಂತೆ. ನೋಡಲಿ ಬಿಡು. ಮತ್ತೆ ಇಲ್ಲಿ ಕೂತು ಹಸಿರುಬಾವುಟ ಹಾರಿಸೋನಾದರೆ ಕಷ್ಟ, ಮಾರಾಯ. ನಂಕಾಲೇಜಲ್ಲಿ ಅಂಥಾವರು ಬಹಳ ಜನ ಇದ್ದರು. ದೊಡ್ಡ ಗಲಾಟೇನೇ ಆಗಿಹೋಗೋದು.' ಎಂದು ಯಾವ ಮುಲಾಜೂ ಇಲ್ಲದೆ ಹೇಳಿದ. ಭಾಸ್ಕರ ಸ್ವಲ್ಪ ಚಿತ್ತಾಗಿದ್ದುದನ್ನು ರಾಘವ ಗಮನಿಸಿದ. ರಾಘವ 'ಅಲ್ಲೇ ಇರೋದಪ್ಪ ವಿಷಯ. ಆತ ಪಾಕಿಸ್ತಾನಿ. ಹೀಗೇ ಸ್ನೇಹಿತ. ಮೊನ್ನೆ ನಂಮನೇಗೆ ಬಂದಿದ್ದ. ಮ್ಯಾಚು ನೋಡಲು ಬರ್ಲಾ ಅಂತ ಕೇಳಿದಾಗ, ಇಲ್ಲ ಅಂತ ಹೇಳಲಾಗಲಿಲ್ಲ. ಅಷ್ಟಕ್ಕೂ ನೀವೆಲ್ಲ ಬರೋ ಅಂದಾಜು ನನಗಿರಲಿಲ್ಲ.' ಎಂದು ಶುರುಮಾಡಿ ಓಮರನ ಕೆಲಸ, ಕಿರಣನ ಜತೆಗಿನ ಕ್ರಿಕೆಟ್ ಆಟ ಎಲ್ಲವನ್ನೂ ಕ್ಲುಪ್ತವಾಗಿ ಹೇಳಿ ಮುಗಿಸಿದ, ರಾಘವ.

ಭಾಸ್ಕರ 'ನಾವ್ ಬರೋದು ಬಿಡೋದು ಹಾಳಾಗಿಹೋಗ್ಲಿ. ನೀನು ಒಬ್ಬನೇ ಆತನ ಜತೆ ಕೂತು ಮ್ಯಾಚು ನೋಡೋ ಐಡಿಯಾ ಇತ್ತಾ. ಮಮತಾಗೆ ಇದು ಓಕೆನಾ?'

'ಇದು ನನ್ನ ಮಮತಾಳ ಓಕೆಯ ಪ್ರಶ್ನೆ ಅಲ್ಲ. ಕಿರಣನಿಗೆ ಓಮರನ ಜತೆ ಕ್ರಿಕೆಟ್ ಆಡುವುದು ಅಂದರೆ ಪ್ರಾಣ. ಸಂದರ್ಭ ಹಾಗೆ ಬಂತು. ಓಮರ್ ಮ್ಯಾಚ್ ನೋಡೋದಕ್ಕೆ ಬರಲಾ ಎಂದು ಕೇಳಿದಾಗ ಕಿರಣ ಆತ ಬರ್ಲಿ ಅಂತ ಬಹಳ ಹಠ ಮಾಡಿದ. ಈಗ ಅವನನ್ನು ಬರಬೇಡ ಅಂತ ಹೇಳೋಕೆ ತುಂಬಾ ತಡವಾಗಿದೆ. ಇನ್ನು ಎರಡು, ಎರಡೂವರೆ ಗಂಟೇಲಿ ಮ್ಯಾಚು ಶುರುವಾಗುತ್ತೆ. ಯಾರ ಮನಸ್ಸಿಗೂ ನೋವಾಗದ ಹಾಗೆ ಈ ಮ್ಯಾಚನ್ನು ನೋಡಿ ಮುಗಿಸೋಣ, ಪ್ಲೀಸ್.' ಎಂದ, ರಾಘವ.

'ಇದು ಹುಚ್ಚು ರಾಘು. ಇದನ್ನು ಮುರಳೀಗೆ ಹೇಳು. ಪ್ರತೀ ಬಾಲಿಗೆ ಒಮ್ಮೆ ಗಾಯತ್ರೀ ಮಂತ್ರ, ಹನುಮಾನ ಚಾಳೀಸ ಹೇಳ್ತಾನೆ ಆತ. ಅವನ ಜತೇಗೆ ನಿಂ ಓಮರ ಓವರಿಗೊಮ್ಮೆ ನಮಾಜ್ ಮಾಡ್ತಾ ಕೂತರೆ ಮ್ಯಾಚ್ ಎಂಥ ಮಜಾ ಬರುತ್ತಯ್ಯ. ದಿನಾ ಇಂಥ ಅವಕಾಶ ಸಿಕ್ಕಲ್ಲ. ಸುಮ್ಮನೆ ಓಮರನಿಗೆ ಏನೋ ಒಂದು ನೆವ ಹೇಳಿ ಬರಬೇಡ ಅಂತ ಹೇಳು.' ಎಂದ.

ಅದೇ ಹೊತ್ತಿಗೆ, ರಾಘವನ ಮೊಬೈಲ್ ಗರ್ರ್ ಎಂದು ಅಲುಗಿತು. ಓಮರನ ಮೆಸೇಜಿರಬಹುದೆಂದು ನೋಡಿದ. ಮುರಳಿಯಿಂದ ಮೆಸೇಜ್ ಬಂದಿತ್ತು. ರಾಘವನ ಮನೆಯ ಟೀವಿ ಯಾವ ದಿಕ್ಕಿಗೆ ಮುಖ ಮಾಡಿದೆ ಎಂದು ಕೇಳಿ ಮೆಸೇಜು ಕಳಿಸಿದ್ದ. ರಾಘವನಿಗೆ ಅರ್ಥವಾಗದೇ ಭಾಸ್ಕರನಿಗೆ ಆ ಮೆಸೇಜನ್ನು ತೋರಿಸಿದಾಗ ಆತ ಕಿಟಕಿ ತೆಗೆದು ಚಂದ್ರ ಇರೋ ದಿಕ್ಕು ನೋಡಿ, 'ದಕ್ಷಿಣ' ಎಂದು ವಾಪಸ್ಸು ಮೆಸೇಜು ಕಳಿಸಿದ. ಐದು ನಿಮಿಷದಲ್ಲಿಯೇ ಮುರಳಿ ವಾಪಸ್ಸು ಮೆಸೇಜ್ ಕಳಿಸಿದ. 'ವಾಸ್ತು ಪ್ರಕಾರ ನಾವು ದಕ್ಷಿಣ ದಿಕ್ಕಿಗೆ ಮುಖ ಮಾಡಿ ಕೂತು ಆಟ ನೋಡಿದರೆ ಇಂಡಿಯಾ ಗೆಲ್ಲುತ್ತೆ ಅಂತ ಯಾರೋ ನನ್ನ ಸ್ನೇಹಿತ ಬೆಂಗಳೂರಿನಿಂದ ಇಮೇಯ್ಲ್ ಮಾಡಿದಾನೆ. ಆ ಲೆಕ್ಕದಲ್ಲಿ ನಿಮ್ಮ ಮನೆ ಟೀವಿಯ ವಾಸ್ತು ಸರಿ ಇಲ್ಲ. ಆದರೂ ಪರವಾಗಿಲ್ಲ, ಅದಕ್ಕೆ ಪರಿಹಾರ ಇದೆ. ಲ್ಯಾಪ್‌ಟಾಪಲ್ಲಿ ಕ್ರಿಕೆಟ್ ಹಾಕಿಟ್ಟು ಅದನ್ನು ಟೀವಿ ಎದುರಿಗೆ ವಿರುದ್ಧ ದಿಕ್ಕಿನಲ್ಲಿಡೋಣ' ಎಂದು ಸ್ಮೈಲಿ ಫೇಸೊಂದನ್ನು ಹಾಕಿದ್ದ ಮೆಸೇಜು ಬಂತು. 'ವೆಸ್ಟ್ ಫೇಸಿಂಗ್ ಸೈಟಿನಲ್ಲಿ ಮನೆಕಟ್ಟುವಾಗ ಪೂರ್ವದಿಕ್ಕಿಗೆ ಮುಂಬಾಗಿಲಿಡುವ ಲೆಕ್ಕ ಈತನದು. ಇಂಥಾವನ ಜತೆ ಓಮರನನ್ನು ಕೂರಿಸಿ ಇಂಡಿಯಾ, ಪಾಕಿಸ್ತಾನ ಮ್ಯಾಚು ನೋಡಿಸ್ತಾನಂತೆ. ಅಪ್ಪಾ ರಾಘು, ಒಂದು ಉಪಕಾರ ಮಾಡು. ಇಲ್ಲೊಂದು ನಿಜವಾದ ಯುದ್ಧ ಆಗೋದನ್ನು ತಪ್ಪಿಸು. ನಿಂಗೆ ಓಮರನಿಗೆ ಮ್ಯಾಚು ತೋರಿಸಲೇಬೇಕೂ ಅಂತ ಆಸೆ ಇದ್ದರೆ ಹೇಳು. ನಾವು ಬೇರೆ ಜಾಗ ಹುಡ್ಕೋತೀವಿ. ಥತ್ತೇರಿಕಿ... ರಾತ್ರಿ ಹನ್ನೆರಡು ಆಗ್ತಾ ಬಂತು. ಈಗ ಯಾರಮನೇಗೆ ಹೋಗೋಣ. ಏನೋ ಸ್ನೇಹಿತಾಂತ ಬರ್ತೀವಿ. ಬೇರೆ ಯಾರೋ ಗುರುತಿಲ್ಲದವರ ಮನೇಗೆ ಹೋಗ್ತೀವಾ? ನೀನು ಇಲ್ಲಿ ಇಂಥಾ ಸಮಯದಲ್ಲಿ ದೊಡ್ಡ ಸೆಕ್ಯುಲರ್ ಪೋಸು ಕೊಟ್ಟುಕೊಂಡು ಕೂರಬೇಡ. ನೀನು ಹೋಗಿ ನಾಲ್ಕುಜನ ಮುಲ್ಲಾಗಳ ಜತೆ ಕೂತು ಮ್ಯಾಚು ನೋಡ್ತೀಯೇನಯ್ಯ' ಸ್ವಲ್ಪ ಖಾರವಾಗಿಯೇ ಹೇಳಿದ, ಭಾಸ್ಕರ.

ರಾಘವನಿಗೆ ಪಿಚ್ಚೆನಿಸಿತು. ನಮಗೆ ಯಾಕೆ ಈ ಇರುಸುಮುರುಸು? ಮೊಹಾಲಿಯಲ್ಲಿ ಎರಡೂ ದೇಶದ ಪ್ರಧಾನಿಗಳೂ ಒಟ್ಟಿಗೇ ಕೂತು ನೋಡುತ್ತಾರಂತಲ್ಲ, ಈ ಮ್ಯಾಚನ್ನು. ಪಾಕಿಸ್ತಾನದಿಂದ ಎಷ್ಟೋ ಮಂದಿ ಈ ಆಟವನ್ನು ನೋಡಲಿಕ್ಕೆಂದೇ ಬರ್ತಾ ಇದ್ದಾರಂತಲ್ಲ. ನಮಗ್ಯಾಕೆ ಈ ಮ್ಯಾಚನ್ನು ಓಮರನ ಜತೆ ಕೂತು ನೋಡಲು ಕಸಿವಿಸಿ? ಇಲ್ಲಿ ಈ ದೇಶಕ್ಕೆ ಬಂದು ಹದಿನೈದು ವರ್ಷಗಳಾಯಿತು. ಎಷ್ಟು ಒಲಿಂಪಿಕ್ಸ್ ನೋಡಿಲ್ಲ, ಟೆನಿಸ್ ಮ್ಯಾಚುಗಳನ್ನು ನೋಡಿಲ್ಲ. ಸೆರೆನಾ ವಿಲಿಯಮ್ಸ್ ಗೆದ್ದಾಗ ನ್ಯೂಯಾರ್ಕಿನಲ್ಲಿ ಲೈವ್ ಮ್ಯಾಚು ನೋಡಿ ಅಮೆರಿಕಾದ ಬಾವುಟ ಹೊತ್ತು, ಹೊದ್ದು ಕಿರಣನ ಜತೆ ಕುಣಿದು ಕುಪ್ಪಳಿಸಿದಾಗಲೂ ಪಕ್ಕದಲ್ಲಿ ಬೇಕಾದಷ್ಟು ಬೇರೆ ಬೇರೆ ದೇಶದ ಧ್ವಜಗಳನ್ನು ಮೈಮೇಲೆ ಹೊದ್ದವರಿರುತ್ತಾರಲ್ಲ. ಪ್ರತಿವರ್ಷ ನಡೆಯುವ ವೈಕಿಂಗ್-ಪ್ಯಾಕರ್ ಫುಟ್ಬಾಲ್ ಮ್ಯಾಚಿನಲ್ಲಿ ಪಕ್ಕದಲ್ಲಿಯೇ ಪ್ಯಾಕರ್ ಟೀಮಿನ ಅಭಿಮಾನಿಗಳು ಕುಡಿದು ಗಲಾಟೆ ಮಾಡುತ್ತಾ ಇದ್ದಾಗಲೂ ವೈಕಿಂಗ್ ಟೀಮಿನ ಕಟ್ಟಾ ಅಭಿಮಾನಿಯಾಗಿದ್ದ ರಾಘವನೂ ಕಿರಣನೊಟ್ಟಿಗೆ ವೈಕಿಂಗ್ ಜರ್ಸಿ ಧರಿಸಿ ಮ್ಯಾಚು ನೋಡಿ ಬರುತ್ತಿದ್ದ. ಆದರೆ, ಹೀಗೆ ಭಾರತದ ಟೀಮು ಒಂದೊಂದೇ ಮ್ಯಾಚು ಗೆಲ್ಲುತ್ತಿದ್ದಾಗ ಆಗುತ್ತಿದ್ದ ಉದ್ವೇಗ, ಉನ್ಮಾದಗಳು ಒಮ್ಮೆಯೂ ಟೆನ್ನಿಸ್‌ನಲ್ಲಾಗಲೀ, ಫುಟ್‌ಬಾಲ್

ನೋಡುತ್ತಿದ್ದಾಗಲಾಗಲೀ ಆಗುತ್ತಿತ್ತೇ? ಇಷ್ಟಿರಲಿ, ವಿಶ್ವಕಪ್ ಕ್ರಿಕೆಟ್ ಪಂದ್ಯದ ಪ್ರತಿ ಮ್ಯಾಚು ನೋಡಿದ್ದ ರಾಘವ ಒಂದೇ ಒಂದು ದಿನವೂ ಇಂಡಿಯಾ ಮ್ಯಾಚು ಶುರುವಾಗುವ ಮುಂಚೆ ಆಟಗಾರರು ಹಾಡುತ್ತಿದ್ದ ಭಾರತದ ರಾಷ್ಟ್ರಗೀತೆಗೆ ಎದ್ದು ನಿಲ್ಲದೇ ಇರಲಾಗುತ್ತಿರಲಿಲ್ಲ. ಇಷ್ಟು ವರ್ಷದಿಂದ ನೆಲೆಸಿದ್ದರೂ ಒಮ್ಮೆಯೂ ಅಮೆರಿಕಾದ ರಾಷ್ಟ್ರಗೀತೆಯ ಒಂದೇಒಂದು ಸಾಲೂ ನೆನಪಿಗೆ ಬರುವುದಿಲ್ಲವಲ್ಲ. ಓಮರನ ಜತೆ ಕೂತು ಇಂಡಿಯಾ ಪಾಕಿಸ್ತಾನದ ಮ್ಯಾಚು ನೋಡಲಾಗದೇ ಇರುವಷ್ಟು ಭಾರತೀಯತೆ ಉಳಿಸಿಕೊಳ್ಳುವುದು ಅಂದರೆ ಇದೇನಾ? ಭಾಸ್ಕರ ಹೇಳುವುದು ಸರಿಯೇ? ನಾನು, ನಾಲ್ಕು ಜನ ಮುಲ್ಲಾಗಳ ಜತೆ ಕೂತು ಈ ಮ್ಯಾಚು ನೋಡಬಲ್ಲೆನೇ?

ಸ್ನೇಹಿತರ ಜತೆ ಕೂತು ಮ್ಯಾಚು ನೋಡುವಂಥ ಒಂದು ಸಣ್ಣ ವಿಷಯ ಹುಟ್ಟಿಸಿದ ಜಿಜ್ಞಾಸೆ ಬಹಳ ಕಟುವಾಗಿತ್ತು. ಐದು ನಿಮಿಷವಾದ ಮೇಲೆ ಏನೋ ನಿರ್ಧರಿಸಿದವನಂತೆ ರಾಘವ ಭಾಸ್ಕರನಿಗೆ ಹೇಳಿದ. 'ನೋಡು, ಭಾಸ್ಕರ. ಕಿರಣ ಓಮರನ ಜತೆ ಕೂತು ಮ್ಯಾಚು ನೋಡಬೇಕು ಅಂತ ಬಹಳ ಆಸೆಯಿಂದಿದೆ. ಓಮರ್ ಬರದಿದ್ದರೆ ಕಿರಣನಿಗೆ ಬಹಳ ಬೇಜಾರಾಗುತ್ತೆ. ಒಂದು ಕೆಲಸ ಮಾಡಿ. ನೀವು ಇಲ್ಲಿ ಈ ಹೈಡೆಫ಼ಿನಿಷನಲ್ಲಿ ನೋಡ್ಕೊಳ್ಳಿ. ನಾನು, ಕಿರಣ, ಓಮರ್ ಮೇಲೆ ನಮ್ಮ ಬೆಡ್‌ರೂಮಲ್ಲಿ ನೋಡ್ಕೋತೀವಿ' ಎಂದ.

'ಹುಷಾರಪ್ಪ, ಮಗನೇ. ಓಮರನನ್ನು ನಿಮ್ಮ ಬೆಡ್‌ರೂಮಲ್ಲಿ ಮಮತಾ ಬಿಡ್ತಾರಾ. ನಮ್ಮನೇಲೀ ಶ್ರೀದೇವಿ ಅಂತೂ ಭಾಳ ಮುಜುಗರ ಪಟ್ಕೋತಾಳೆ' ಭಾಸ್ಕರ ಕೊಂಚ ತೊದಲುತ್ತಿದ್ದ.

'ಭಾಸ್ಕರ. ಐ ಡೋಂಟ್ ಕೇರ್. ನಾ ಓಮರನ ಜತೆ ಕೂತು ಮ್ಯಾಚು ನೋಡೋದು ಗ್ಯಾರಂಟಿ. ಮಮತಾ ಬೆಡ್‌ರೂಮಿಗೆ ಬರಬೇಡ ಅಂದರೆ, ಕಿರಣನ ರೂಮಿಗೆ ಹೋಗ್ತೀವಿ. ಇನ್ನೊಂದು ಎಚ್‌ಡಿ ರಿಸೀವರ್ ಈಗಲೇ ಆರ್ಡರ್ ಮಾಡ್ತೀನಿ. ಒಂದೂವರೆ ಗಂಟೇಲಿ ಡಿಶ್‌ನೋನು ಬಂದು ಫ಼್ಲಿಕ್ಸ್ ಮಾಡ್ತಾನೆ. ದುಪ್ಪಟ್ಟು ಚಾರ್ಜು ಮಾಡಲಿ. ನೀವು ಕೆಳಗೆ ಜಾಗಟೆ, ಶಂಖ ಹೊಡ್ಕೊಳ್ಳಿ. ನಾ ಮುಲ್ಲಾ ಜತೆ ನೋಡ್ತೀನೋ ಇಲ್ಲವೋ ಗೊತ್ತಿಲ್ಲ. ಆದರೆ, ನನ್ನ ಮಗನ ಜತೆ ಕೂತು ನೋಡ್ತೀನಿ.' ಆವೇಶ ಬಂದಂತೆ ಹೇಳಿ ಮಲಗಿದ, ರಾಘವ.

ಭಾಸ್ಕರನಿಗೆ ಕುಡಿದದ್ದು ಜಾಸ್ತಿಯಾಗಿತ್ತೋ ಇಲ್ಲವೋ, ಒಟ್ಟು ಇನ್ನೊಂದು ಒಂದೂವರೆಗಂಟೆಯಲ್ಲಿ ಶುರುವಾಗುವ ಮ್ಯಾಚನ್ನು ನೋಡಲು ಬೇರೆ ವ್ಯವಸ್ಥೆ ಮಾಡಿಕೊಳ್ಳುವ ಸ್ಥಿತಿಯಲ್ಲಂತೂ ಇರಲಿಲ್ಲ. 'ಒಟ್ಟು ನಾವುದ್ಧಾರ ಆಗಲ್ಲ, ನೋಡು.' ಎಂದು ಗೊಣಗುತ್ತಾ ಹಾಗೆಯೇ ಸೋಫ಼ಾದ ಮೇಲೆಯೇ ಅಡ್ಡಾದ. ಟೀವಿಯಲ್ಲಿ ಸರಕಾರಗಳು ಸಾಧಿಸಲಾಗದ ಎರಡೂ ದೇಶಗಳ ನಡುವಿನ ಶಾಂತಿಯನ್ನು ಕ್ರಿಕೆಟ್ ಮತ್ತು ಬಾಲಿವುಡ್‌ಗಳು ಹೇಗೆ ಸಾಧಿಸಿವೆ ಎಂದು ಒಂದಿಷ್ಟು ಜನ ಚರ್ಚೆ ಮಾಡುತ್ತಿದ್ದರು. ಮೊಹಾಲಿಯಲ್ಲಿ ಆಮೀರ್ ಖಾನ್ ಹೆಂಡತಿ ಕಿರಣ್ ರಾವ್‌ಳೊಂದಿಗೆ ಎನ್‌ಡೀಟೀವಿ ವರದಿಗಾರನೊಂದಿಗೆ ಮಾತನಾಡುತ್ತಿದ್ದ. ಮಂದಿರಾ ಬೇಡಿ ಏಕಕಾಲದಲ್ಲಿ ಪಾಕಿಸ್ತಾನ ಮತ್ತು ಭಾರತದ ಹಳೆಯ ಕ್ರಿಕೆಟಿಗರೊಂದಿಗೆ ವಿಶ್ಲೇಷಣೆ ನಡೆಸಿದ್ದಳು.

■

ಮುಂಜಾನೆ ಎರಡು ಗಂಟೆಗೆ ಸರಿಯಾಗಿ ವಿನುತಾ, ವೈದೇಹಿ ದಂಪತಿ ಸಮೇತ ಬಂದರು. ಮುರಳಿ ಬರುತ್ತಲೇ ಎಲ್ಲರಿಗೂ ಬಲಗಾಲಿಟ್ಟು ಒಳಗೆ ಬರಲಿಕ್ಕೆ ಹೇಳಿ ಭಾಸ್ಕರನನ್ನು ಎಬ್ಬಿಸಿ 'ಥತ್ತೇರಿ, ಮಗನೇ ಕುಡಿದು ಮಲಗಿದ್ದೀಯ. ಗೆದ್ದಮೇಲೆ ಇದ್ದೇ ಇದೆ, ಕುಡಿಯೋದು. ಅಲ್ಲೀತನಕ ಸ್ವಲ್ಪ ತಡ್ಕಳೋ. ಹೋಗಿ, ಸ್ನಾನ ಮಾಡಿ ಬಾ. ರಾಘೂ, ಏನು ನೀನೂ ಮಲಗಿದ್ದೀಯಾ?' ಎಂದು ಎಲ್ಲರನ್ನೂ ಎಬ್ಬಿಸಿದ. ಮಮತಾ ಎದ್ದು ಎಲ್ಲರಿಗೂ ಕಾಫಿ ಮಾಡಿಕೊಟ್ಟಳು. ರಾಘವನೂ ಎದ್ದು ಕಾಫಿ ಕುಡಿದು ಆಟ ನೋಡಲು ಸಿದ್ಧವಾದ.

ಧೋನಿ ಟಾಸ್ ಗೆದ್ದು ಮೊದಲು ಬ್ಯಾಟಿಂಗ್ ಆಡಲು ಆಯ್ದುಕೊಂಡ. ಭಾಸ್ಕರನೂ ಎದ್ದು ಬೆಳಗಿನ ಪರಿಷೆಯನ್ನು ಮೌನವಾಗಿಯೇ ಮುಗಿಸಿ ಆಟ ನೋಡುವುದಕ್ಕೆ ಸಿದ್ಧನಾದ. ರಾಘವನಿಗೆ ಓಮರ್ ಇನ್ನೂ ಬರದೇ ಇದ್ದುದು ಆಶ್ಚರ್ಯವಾಗಿತ್ತು. ಯಾವುದಕ್ಕೂ ಆತ ಬರುವುದಕ್ಕೆ ಮೊದಲೇ ಹೇಳಿಬಿಡೋಣ ಎಂದು ರಾಘವ 'ಇವತ್ತು ನನ್ನ ಗೆಳೆಯನೊಬ್ಬ ನಮ್ಮ ಜತೆ ಆಟ ನೋಡಲು ಬರ್ತಾ ಇದಾನೆ. ಆತನ ಹೆಸರು ಓಮರ್ ಅಂತ. ಈಗಲೇ ಹೇಳಿಬಿಡುತ್ತೇನೆ. ಆತ, ಪಾಕಿಸ್ತಾನಿ. ದಯವಿಟ್ಟು ಮೊದಲೇ ಹೇಳದೇ ಇದ್ದುದಕ್ಕೆ ನನ್ನ ಕ್ಷಮಿಸಿ. ಎಲ್ಲರೂ ಒಟ್ಟಿಗೆ ಕೂತು ಆಟ ನೋಡೋಕೆ ಆದರೆ ಸರಿ. ನಿಮಗೆ ಕಷ್ಟ ಆದರೆ ನಾನು ಅವನನ್ನು ಮೇಲೆ ಕರಕೊಂಡು ಹೋಗುತ್ತೀನಿ. ನಾನು, ಅವನು ಬೆಡ್‌ರೂಮಿನಲ್ಲಿ ನೋಡ್ಕೋತೀವಿ' ಎಂದ.

'ಏನು?' 'ತಮಾಷಿ ಮಾಡ್ತಾ ಇದೀಯಾ?' 'ಯಾವಾಗ ಬರ್ತಾನೆ?' 'ಒಬ್ಬನೇ ಬರ್ತಾನಾ, ಫ್ಯಾಮಿಲಿ ಇದೆಯಾ?' 'ಇನ್ನೂ ಯಾರಾದರೂ ಬರ್ತಾ ಇದಾರಾ?' 'ಇವನ್ಯಾವಾಗ ಸ್ನೇಹಿತನಾದ, ನಿನಗೆ?' ಇತ್ಯಾದಿ ಇತ್ಯಾದಿ ಗುಸುಗುಸು ಪ್ರತಿಕ್ರಿಯೆಗಳಾದ ನಂತರ ಈ ಸಂಭಾಷಣೆಯನ್ನು ಹೇಗೆ ಮುಂದುವರಿಸಲೆಂದು ಗೊತ್ತಾಗದೇ ಇದ್ದುದಕ್ಕೋ ಏನೋ ಇದ್ದಕ್ಕಿದ್ದಂತೆ ಭಾರಿ ಮೌನ ನೆಲೆಸಿತ್ತು, ಗುಂಪಿನಲ್ಲಿ. ರಾಘವನ ಮನೆಯ ಸ್ಯಾಮ್‌ಸಂಗ್ ಟೀವಿಯ ಮಂದ ಬೆಳಕಿನಲ್ಲಿ ಮಾತ್ರ ಕಾಣುತ್ತಿದ್ದ ಎಲ್ಲರ ಮುಖದಲ್ಲಿ ಆಶ್ಚರ್ಯ, ನಿರಾಕರಣೆ, ನಿರಾಶೆ, ಸಿಟ್ಟು ಎಲ್ಲವೂ ಬೆರೆತಿದ್ದ ಪೇಲವತೆ ಎದ್ದು ಕಾಣುತ್ತಿತ್ತು. ಓಮರ್ ಬರುತ್ತಾನೆ ಅನ್ನುವ ಸುದ್ದಿಯೊಂದೇ ಆತನ ಬಗ್ಗೆ ಉಭಶುಭ ಗೊತ್ತಿಲ್ಲದ ಈ ಅಷ್ಟೂ ಜನರ ಮುಖದಲ್ಲಿ ನಿಶ್ಶಬ್ದವಾದ ಆದರೆ ಸ್ಪಷ್ಟವಾದ ಸೂತಕದ ಛಾಯೆಯನ್ನು ತರಿಸಿತ್ತು. ಯಾರೂ ಏನೂ ಮಾತಾಡಲಿಲ್ಲ. ಮುರಳಿಯೊಬ್ಬ ಕಾಫಿ ಗುಟುಕರಿಸುತ್ತಾ 'ಅಲ್ಲ ಮಾರಾಯ, ಇಲ್ಲಿ ವೈಕಿಂಗ್ ಮ್ಯಾಚ್ ನೋಡಲಿಕ್ಕೇ ನಾವು ವೈಕಿಂಗ್ ಫ್ಯಾನುಗಳನ್ನು ಹುಡುಕಿಕೊಂಡು ಅವರ ಮನೇಗೆ ಟೀವಿ ನೋಡಕ್ಕೆ ಹೋಗ್ತೀವಿ. ಇದು ಮನೆ ಕಣಯ್ಯ. ಇದನ್ನೇನು ಸ್ಟೇಡಿಯಮ್ ಅಂದ್ಕೊಂಡಿದೀಯ. ಸ್ಟೇಡಿಯಮ್‌ನಲ್ಲಿ ಕೂಗಾಡಬಹುದು, ಹೊಡೆದಾಡಬಹುದು, ಕೊನೆಗೆ ಕೈಕುಲುಕಿ ಕಂಗ್ರಾಟ್ಸ್ ಹೇಳಬಹುದು. ನಾಲ್ಕು ಗೋಡೆಯ ನಡುವೆ ಇವೆಲ್ಲ ನಡೆಯತ್ತಾ. ನಮಗೆ ಮೊದಲೇ ಹೇಳಬೇಕಿತ್ತು ನೀನು.' ಆಕ್ಷೇಪಿಸುವ ಧ್ವನಿಯಲ್ಲಿ ಹೇಳಿದ.

ಆದರೆ ಯಾರಿಗೂ ಕೂತ ಜಾಗ ಬಿಟ್ಟು ಎದ್ದು ಹೋಗುವ ಆಲೋಚನೆಯಿದ್ದಹಾಗೆ ಕಾಣಲಿಲ್ಲ. ಆಟ ಶುರುವಾದ ಮೊದಲ ಓವರ್ನಲ್ಲಿಯೇ ಶುರುಮಾಡಿಕೊಂಡ ಸೆಹ್ವಾಗ್ ಪಾಕಿಸ್ತಾನಿ ಬೌಲರ್‌ಗಳನ್ನು ಒಂದೇ ಸಮನೆ ದಂಡಿಸತೊಡಗಿದ್ದ. ಬೌಂಡರಿಗಳ ಸುರಿಮಳೆಯನ್ನೇ ಸುರಿಸಿದ್ದ. ಹದಿನೈದು ನಿಮಿಷದಲ್ಲಿ ಇದೊಂದು ಘನವಾದ ವಿಷಯವೇ ಅಲ್ಲವೇನೋ ಎಂಬಂತೆ ಎಲ್ಲರೂ ಹುರ್ರೇ, ಹೈಫೈಗಳ ನಡುವೆ ಆಟ ನೋಡಲು ತೊಡಗಿಕೊಂಡರು.

ಸೆಹ್ವಾಗ್ ಔಟಾಗಿ ಸಚಿನ್ ತೆಂಡೂಲ್ಕರ್ ಭರದಿಂದ ಆಡುತ್ತಿದ್ದ. ಓಮರ್ ಇನ್ನೂ ಬಂದಿರಲಿಲ್ಲ. ರಾಘವ ಮೇಲೆ ರೂಮಿಗೆ ಹೋಗಿ ಕಿರಣನನ್ನು ಎಬ್ಬಿಸಲು ಪ್ರಯತ್ನಪಟ್ಟ. ಏನು ಮಾಡಿದರೂ ಕಿರಣ ಹಾಹೂ ಅನ್ನದೇ ಮಲಗಿದ್ದ. 'ತೆಂಡೂಲ್ಕರ್ ಹೊಡೆಯುತ್ತಾ ಇದಾನೆ, ಪುಟ್ಟ, ಏಳು.' ಎಂದು ನಿಧಾನವಾಗಿ ಶುರುಮಾಡಿ ಮೈ ಕೈ ಹಿಡಿದು ಅಲ್ಲಾಡಿಸಿ ಕೊನೆಗೆ ಹತಾಶನಾದಂತೆ 'ಏಳೋ, ಮುಂಡೇದೇ. ನಿನಗೋಸ್ಕರ ನಾನು ಇಷ್ಟು ಒದ್ದಾಡ್ತಾ ಇದೀನಿ. ಅರ್ಥ ಆಗಲ್ವಾ, ನಿಂಗೆ?' ಎಂದ. ಕಿರಣ ಯಾವುದರ ಪರಿವೆಯೇ ಇಲ್ಲದೇ ಅಲ್ಲಾಡದೇ ಮಲಗಿದ್ದ. ಸಮಯ ನೋಡಿಕೊಂಡ. ಮೂರೂಮುಕ್ಕಾಲರ ಬೆಳಗು. ಏನು ಮಾಡಲೂ ಗೊತ್ತಾಗದೇ ಹೊರಗೆ ಹೋಗಿ ಓಮರನ ಕಾರೇನಾದರೂ ಬಂದಿದೆಯಾ ನೋಡಿದ. ಏನೂ ಕಾಣಲಿಲ್ಲ. ಓಮರನಿಗೆ ಇನ್ನೊಮ್ಮೆ ಫೋನು ಮಾಡಿದ. ಮತ್ತೆ ಮೆಸೇಜು. 'ಎಲ್ಲಿದ್ದೀಯೋ ಓಮರ್. ನೀನು ಬರ್ತೀ ಅಂತ ಕಾಯ್ತಾ ಇದೀನಿ. ಬಾ, ಬೇಗ' ಎಂದು ಒಂದು ಮೆಸೇಜ್ ಬಿಟ್ಟು ಒಂದು ಕ್ಷಣ ಹೊರಗೆ ನಿಂತ. ಕತ್ತಲು ಇನ್ನೂ ದಟ್ಟವಾಗಿಯೇ ಇತ್ತು. ಗರಾಜಿನಲ್ಲಿಟ್ಟಿದ್ದ ಫ್ರಿಜ್ಜಿನಿಂದ ಎರಡು ಬಿಯರನ್ನು ತೆಗೆದು ಗಟಗಟ ಕುಡಿದು ಒಳಗೆ ಬಂದು ಆಟ ನೋಡಲಿಕ್ಕೆ ಕೂತ.

ಮಮತಾ ಮತ್ತೊಮ್ಮೆ ಎಲ್ಲರಿಗೂ ಕಾಫಿ ಬೆರೆಸುತ್ತಾ ಇರಬೇಕಾದರೆ 'ನಿನಗೇನಾದರೂ ಓಮರ್ ಫೋನ್ ಮಾಡಿದ್ದನಾ?' ಎಂದು ಕೇಳಿದ. 'ರಾಘೂ, ಯಾಕೆ ನಾನು ಫೋನು ಮಾಡಿ ಅವನಿಗೆ ಬರಬೇಡ ಅಂತ ಹೇಳಿದ್ದೀನಿ ಅಂತ ಅನುಮಾನಾನಾ? ಕುಡಿದದ್ದು ಸ್ವಲ್ಪ ಜಾಸ್ತಿ ಆಗಿದೆ ಅನ್ನಿಸುತ್ತೆ. ಸುಮ್ಮನೆ ಆಟ ನೋಡು' ಎಂದು ನಗುತ್ತಾ ಮತ್ತೆ ಆಟ ನೋಡಲು ಹೋಗಿ ಕೂತಳು.

ಎಲ್ಲರೂ ಅಪೇಕ್ಷಿಸಿದಂತೆ ಸಚಿನ್ ತೆಂಡೂಲ್ಕರ್ ನಾಲ್ಕು ಜೀವದಾನದ ನಡುವೆಯೂ ಶತಕ ಪೂರೈಸಲಾಗಲಿಲ್ಲ. ಸಚಿನ್ ಔಟಾದಾಗ ಹುರ್ರೇ ಎಂದು ಮುಗಿಲಿಗೆ ಹಾರಿದ್ದ, ಮುರಳಿ.

ಇಂಡಿಯಾದವರ ಇನ್ನಿಂಗ್ಸ್ ಮುಗಿದ ಸ್ವಲ್ಪ ಹೊತ್ತಿಗೆ ಕಿರಣ ಎದ್ದು ಬಂದ. ಭಾಸ್ಕರನ ಮಕ್ಕಳೂ ಎದ್ದು ಮೇಲೆ ಬೆಡ್‌ರೂಮಿನಲ್ಲಿದ್ದ ಟೀವಿಯಲ್ಲಿ ಕ್ರಿಕೆಟ್ ನೋಡುತ್ತಾ ಅಲ್ಲಿಯೇ ಬ್ಯಾಟು, ಬಾಲು ಹಿಡಕೊಂಡು ಆಟವಾಡುತ್ತಿದ್ದವು. ಕಿರಣ ಕೆಳಗೆ ಬಂದು ಸ್ವಲ್ಪ ಹೊತ್ತು ರಾಘವನ ಜತೆ ಕೂತು ಕ್ರಿಕೆಟ್ ನೋಡಿದ. 'ಓಮರ್ ಮಾಮ ಬರ್ಲಿಲ್ಲ' ಎಂದು ಒಂದೆರಡು ಬಾರಿ ಕೇಳಿ ರಾಘವ ಏನೂ ಉತ್ತರ ಕೊಡದಿದ್ದಾಗ 'ಟೂ ಬ್ಯಾಡ್...' ಎಂದವನೇ ಮೇಲೆ ಹೋಗಿ ಅಲ್ಲಿದ್ದ ಮಕ್ಕಳ ಜತೆ ಆಡಲು ತೊಡಗಿಕೊಂಡ. ರಾಘವ 'ಯಾಕೋ ಕಿರಣ. ಇಲ್ಲಿ ಹೈಡೆಫೆನಿಷನ್‌ನಲ್ಲಿ ಮ್ಯಾಚು ನೋಡೊಲ್ಲವೇನೋ.' ಎಂದು ಕೇಳಿದಾಗ 'ಕಡೇ ಐದು ಓವರ್

ನೋಡ್ತೀನಿ. ಓಮರ್ ಮಾಮ ಬಂದರೆ ನನ್ನ ಕರಿ' ಎಂದು ಮೇಲೆ ಹೋದ. ಕೆಳಗೆ ಕೂಗಾಟ ಜಾಸ್ತಿಯಾದಾಗ ಬಂದು ಎಲ್ಲರ ಜತೆ 'ಯೇ' ಎಂದು ಕೂಗಿ ಮತ್ತೆ ಮೇಲೆ ಹೋಗುತ್ತಿದ್ದ.

ಜ಼ಾಹೀರ್ ಖಾನನ ಬೌಲಿಂಗಿನಲ್ಲಿ ಮಿಸ್ಬಾ ಉಲ್ ಹಕ್‌ನ ಕ್ಯಾಚನ್ನು ವಿರಾಟ್ ಕೊಹ್ಲಿ ಹಿಡಿದು ಪಾಕಿಸ್ತಾನ 231ಕ್ಕೆ ಎಲ್ಲ ವಿಕೆಟ್‌ಗಳನ್ನು ಕಳಕೊಂಡು ವಿಶ್ವಕಪ್ ಟೂರ್ನಮೆಂಟಿನಿಂದ ನಿರ್ಗಮಿಸಿತು. ಮನಮೋಹನ್ ಸಿಂಗ್ ಎಡಗೈ ಮೇಲಾಗೂ, ಜ಼ರ್ದಾರಿ ಬಲಗೈ ಮೇಲಾಗೂ ಚಪ್ಪಾಳೆ ಹೊಡೆದರು. ಸೋನಿಯಾ ಗಾಂಧಿ, ರಾಹುಲ್ ಗಾಂಧಿ ಆಮೀರ್ ಖಾನ್ ಇತ್ಯಾದಿ ಗಣ್ಯರು ಭಾರತದ ಧ್ವಜವನ್ನು ಹಿಡಿದೆತ್ತಿದರು.

ರೆಹಮಾನಿನ 'ವಂದೇ ಮಾತರಮ್' ತಾರಕಕ್ಕೇರಿತು.

ಭಾರತದಲ್ಲಿ ರಾತ್ರಿ ಹನ್ನೊಂದೂವರೆಯ ಸಮಯ. ರಾಘವನ ಮನೆಯ ಕುಕೂ ಗಡಿಯಾರ ಮಧ್ಯಾಹ್ನ ಒಂದು ಹೊಡೆಯಿತು.

ಮೊಹಾಲಿಯಲ್ಲಿ ಚರಿತ್ರೆ ಮತ್ತೆ ಮರುಕಳಿಸಿತ್ತು.

ಎಲ್ಲೆಲ್ಲೂ ಪಟಾಕಿ, ರಾಘವನ ಮನೆಯ ಮುಂದೆಯೂ. ಟೀವಿಯಲ್ಲಿ ಫ್ರೀಜ್ ಆಗಿದ್ದ ಭಾರತದ ಟೀಮಿನ ಜತೆ ಎಲ್ಲರೂ ಕೇಸರೀ ಸ್ಕಾರ್ಫು ಹೊದ್ದು ಭಾರತದ ಬಾವುಟ ಹಿಡಿದುನಿಂತದ್ದನ್ನು ಫೋಟೊ ತೆಗೆದು ಫೇಸ್‌ಬುಕ್ಕಿನಲ್ಲಿ ಅಪ್ಲೋಡ್ ಮಾಡಿದ, ಭಾಸ್ಕರ. ಎರಡು ಮಿನಿಟಿನಲ್ಲಿ ನೂರಾ ಇಪ್ಪತ್ತು ಜನ 'ಲೈಕ್ ಇಟ್' ಕಾಮೆಂಟನ್ನು ಹಾಕಿದ್ದರು.

ಓಮರ್ ಬರಲೇ ಇಲ್ಲ.

■

ಅಂದು ರಾಘವನ ಮನೆಯಿಂದ ಎಲ್ಲರೂ ಪಾರ್ಟಿ ಮುಗಿಸಿಕೊಂಡು ಹೋದಾಗ ಸಂಜೆ ಆರರ ಮೇಲಾಗಿತ್ತು. ಹಿಂದಿನ ದಿನ ನಿದ್ರೆ ಸರಿಯಾಗಿರದ್ದಕ್ಕೋ ಅಥವಾ ರಾತ್ರಿ ಶುರುಮಾಡಿ ಬೆಳಿಗ್ಗೆ, ಮಧ್ಯಾಹ್ನದವರೆಗೂ ಕುಡಿದದ್ದಕ್ಕೋ ಏನೋ ರಾಘವನಿಗೆ ತಲೆ ನೋಯುತ್ತಿತ್ತು. ಎಲ್ಲರೂ ಮನೆಗೆ ಹೋಗಿದ್ದರು.

ರಾಘವನ ಫೋನು ರಿಂಗಾಯಿತು. ಕಾಲರ್ ಐಡಿ ಓಮರ್ ಎಂದು ಮಿನುಗಿತು.

'ಸರ್, ಸಾರಿ. ಬೆಳಿಗ್ಗೆ ನಿಂ ಮನೇಗೆ ಬರಬೇಕಂತಲೇ ಇದ್ದೆ. ನಿನ್ನೆ ರಾತ್ರಿ ನನಗೆ ಡೌನ್‌ಟೌನ್‌ನಲ್ಲಿರುವ ಮಸೀದಿ ಒಂದರಿಂದ ಇಮೇಯ್ಲ್ ಬಂದಿತ್ತು ಸರ್. ಕ್ರಿಕೆಟ್ ನೋಡಲು ಇಷ್ಟ ಇದ್ದವರು ಬಂದು ನೋಡಬಹುದು ಅಂತ. ಅಲ್ಲಿಗೆ ಹೋಗಬೇಕು ಅಂತನಿಸಿದರೂ ನಿಮ್ಮ ಜತೆ ನೋಡಲು ಬರುತ್ತೀನಿ ಎಂದು ಹೇಳಿದ್ದೆನಲ್ಲ ಅಂತ ನಿಮ್ಮ ಮನೆಗೇ ಬರಬೇಕು ಅಂತಂದುಕೊಂಡಿದ್ದೆ. ಆದರೆ, ಯಾರೋ ಸ್ನೇಹಿತ ಬಲವಂತ ಮಾಡಿ ಕರಕೊಂಡು ಹೋಗಿಬಿಟ್ಟ ಸಾರ್. ಅಲ್ಲಿ ಹೋಗಿ ನೋಡಿದರೆ ಎಲ್ಲೆಲ್ಲೂ ಜನ ಸರ್. ನಮ್ಮವರು ಈ ಏರಿಯಾದಲ್ಲಿ ಕ್ರಿಕೆಟ್ ಅಭಿಮಾನಿಗಳು ಇಷ್ಟು ದೊಡ್ಡ ಸಂಖ್ಯೆಯಲ್ಲಿದ್ದಾರೆ

ಅಂತಲೇ ಗೊತ್ತಿರಲಿಲ್ಲ. ಬರೇ ಪಾಕಿಸ್ತಾನದವರಷ್ಟೇ ಇರಲಿಲ್ಲ ಸರ್, ಅಲ್ಲಿ. ಮಿಡ್ಲ್ ಈಸ್ಟ್, ಸೊಮಾಲಿಯಾ, ಸುಡಾನ್‌ಗಳಿಂದ ಬಂದವರೂ ಇದ್ದರು. ದೊಡ್ಡ ಪ್ರೊಜೆಕ್ಟರ್ ಹಾಕಿದ್ದರು. ಆಟ ಬಹಳ ಚೆನ್ನಾಗಿತ್ತಲ್ಲ, ಸರ್. ಎನಿವೇ ಕಂಗ್ರಾಟ್ಸ್ ಸರ್. ನಮ್ಮವರು ಇಷ್ಟು ಆಡಿದ್ದೇ ಹೆಚ್ಚು ಸರ್. ವರ್ಲ್ಡ್ ಕಪ್ ಶುರುವಾಗುವ ಹದಿನೈದು ದಿನದ ಮುಂಚೆ ನಮ್ಮ ಕ್ಯಾಪ್ಟನ್ ಯಾರು ಅಂತ ಕೂಡ ನಮಗೆ ಗೊತ್ತಿರಲಿಲ್ಲ. ಕಿರಣ ಆಟ ನೋಡಿದ್ನಾ? ನಾನು ಮುಂದಿನವಾರ ಬರ್ತೀನಿ. ಮೇಡಂಗೆ ಹೇಳಿ, ಫ್ರೆಶ್ ಆದ ತೊಂಡೇಕಾಯಿ ಬಂದಿದೆ, ಅಂತ' ಎಂದ.

ರಾಘವ 'ಥ್ಯಾಂಕ್ಸ್' ಎಂದು ಫೋನಿಟ್ಟ.

ಜೂನ್ ೨೮, ೨೦೧೧.

ನೋಬಡೀಸ್ ಬಿಸಿನೆಸ್

ಬೆಳ್ಳಂಬೆಳಿಗ್ಗೆ ಆತುರದಲ್ಲಿ ಕಟ್ಟಿಕೊಂಡ ಟೈ ಕುತ್ತಿಗೆಯನ್ನು ಬಿಗಿಯುತ್ತಿದೆ ಎಂದೆನಿಸಿ ಕನ್ನಡಿಯ ಮುಂದೆ ನಿಂತು ಸಡಿಲ ಮಾಡಿಕೊಳ್ಳುತ್ತಿರಬೇಕಾದರೆ ದೀಪಾ ಗರಾಜಿನಿಂದಲೇ ಜೋರಾಗಿ 'ಕುಕ್ಕರ್ ಮೂರು ಸಲ ಕೂಗಿದ ಮೇಲೆ ಆರಿಸಿಬಿಡು' ಎಂದು ಕೂಗಿ ಕಾರನ್ನು ಹಿಂದೆ ತಿರುಗಿಸಿ ಹೊರಟಳು. ನಾನು ಕುಕ್ಕರ್ ಕೂಗುವತನಕ ಏನೂ ಮಾಡಲು ಕೆಲಸವಿಲ್ಲದೆ ಬೂಟನ್ನು ಮತ್ತೆ ಮತ್ತೆ ಉಜ್ಜಿ ಹೊಳಪು ಬರಿಸಿ, ಅಡುಗೆಮನೆಯಲ್ಲಿ ಎಲ್ಲ ಚೊಕ್ಕಮಾಡಿ ಕಾರನ್ನು ಗರಾಜಿನಿಂದ ಆಚೆಗೆ ತೆಗೆದೆ. ಕಾರು ಡ್ರೈವ್ ಮಾಡುತ್ತಲೇ ಹನಿ ಬಂಚ್ ಆಫ್ ಓಟ್ಸ್ ಎಂಬ ಸಿಹಿಗೋಧಿಯ ಅರೆಬರೆ ನುರಿತ ನುಚ್ಚಿಗೆ ಬೆರೆಸಿದ ಹಾಲು, ಬಾದಾಮಿಯ ಬೆಳಗಿನ ಉಪಾಹಾರವನ್ನು ಇನ್ನೇನು ಮುಗಿಸುತ್ತಿದ್ದೆ.

ಮೊಬೈಲು ರಿಂಗಣಿಸಿತು. ದೀಪಾಳ ಕರೆ. 'ಬಹಳ ಮುಖ್ಯವಾದ ವಿಷಯ ಇದೆ, ಸಖತ್ ಜ್ಯೂಸಿ. 101.3 ಎಫ್ಫೆಮ್ ಹಾಕ್ಕೊ. ನನಗೆ ಮೀಟಿಂಗಿದೆ. ಆಮೇಲೆ ಫೋನು ಮಾಡುತ್ತೇನೆ' ಎಂದಳು. ಒಬಾಮನ ಯಾವುದೋ ಹೊಸಾ ಪಾಲಿಸಿ ಇರಬಹುದು ಎಂದುಕೊಂಡು ರೇಡಿಯೋ ಹಾಕಿದೆ. 'ಎನಿಗ್ಮಾ ಗ್ರೂಪ್ ಆಫ್ ಹಾಸ್ಪಿಟಲ್ಸ್ ನ ಸಿಇಓ ಡಾ. ಸಂಜೀವ ನಾಯಕನನ್ನು ಹೋಟೆಲ್ ರ್‍ಯಾಡಿಸನ್‌ನಲ್ಲಿ ಪೋಲೀಸರು ನಡೆಸಿದ ಕುಟುಕು ಕಾರ್ಯಾಚರಣೆಯಲ್ಲಿ ವೇಶ್ಯಾವಾಟಿಕೆಯ ಆಪಾದನೆಯ ಮೇಲೆ ಬಂಧಿಸಿ, ಮುನ್ನೂರಾ ಐವತ್ತು ಡಾಲರ್ ಜಾಮೀನಿನ ಮೇಲೆ ಬಿಡುಗಡೆ ಮಾಡಲಾಗಿದೆ. ಅಂತರ್ಜಾಲದ ತಾಣವೊಂದರಿಂದ ಮಹಿಳೆಯೊಬ್ಬಾಕೆಯನ್ನು ರ್‍ಯಾಡಿಸನ್ ಹೋಟೆಲ್ಲಿಗೆ ಆಹ್ವಾನಿಸಿದ ಸುಳಿವನ್ನು ಹಿಡಿದು ಓಕ್‌ಪಾರ್ಕ್ ವಿಭಾಗದ ಪೋಲೀಸರ ಕಾರ್ಯಾಚರಣೆಯಲ್ಲಿ ಸಿಕ್ಕಿಬಿದ್ದ ಆರುಜನರನ್ನು ನಿನ್ನೆ ರಾತ್ರಿ ಬಂಧಿಸಲಾಗಿತ್ತು. ಇಂದು ಎಲ್ಲರನ್ನೂ ಜಾಮೀನಿನ ಮೇಲೆ ಬಿಡುಗಡೆ ಮಾಡಲಾಗಿದೆ.'

ನನಗೆ ನಂಬಲಿಕ್ಕೇ ಆಗಲಿಲ್ಲ. ಪಾರ್ಕಿಂಗ್ ಲಾಟಿನಲ್ಲಿ ಕಾರು ನಿಲ್ಲಿಸಿ ಕಂಪ್ಯೂಟರನ್ನು ಆನ್ ಮಾಡಿ ಅಂದಿನ 'ಸ್ಟಾರ್ ಟ್ರಿಬ್ಯೂನ್' ಪತ್ರಿಕೆಯ ಅಂತರ್ಜಾಲ ತಾಣವನ್ನು ತೆಗೆದು ಸಂಜೀವ ನಾಯಕನ ಹೆಸರನ್ನು ಕೀಲಿಮಣೆಯ ಮೇಲೆ ಕ್ಲಿಕ್ಕಿಸಿದಾಗ, ಪರದೆಯ ಮೇಲೆ ಸಂಜೀವನ ಮುಖದ ಮುಂದು ಮತ್ತು ಪ್ರೊಫೈಲನ್ನು ತೋರಿಸಿರುವ ಮಗ್‌ಶಾಟ್. ಕೆಳಗೆ ನಾನು ರೇಡಿಯೋದಲ್ಲಿ ಕೇಳಿದ್ದ ಸುದ್ದಿಯ ಅದೇ ಒಕ್ಕಣೆ. ಅದರ ಕೆಳಗೆ ಸ್ಥಳೀಯ ಟೀವಿ ವಾರ್ತಾ ಜಾಲವೊಂದರ ಕೊಂಡಿಯಿತ್ತು. ಅಪ್ರಯತ್ನವಾಗಿ ಆ ಕೊಂಡಿಯನ್ನು ಕ್ಲಿಕ್ಕಿಸಿದಾಗ ಇಪ್ಪತ್ತೆರಡು ಸೆಕೆಂಡುಗಳ ಜಾಹೀರಾತಿನ ನಂತರ ಸಂಜೀವನ ಬಿಟ್ ಶುರುವಾಯಿತು. 'ಎನಿಗ್ಮಾ ಸಣ್ಣ ಪ್ರಮಾಣದಲ್ಲಿ ಶುರುವಾಗಿ ಈ ಮಟ್ಟಕ್ಕೆ ಬೆಳೆದಿರುವುದು ಈ ನಗರದ ಪ್ರಜೆಗಳಿಗೆ ಹೆಮ್ಮೆ ತರುವ ವಿಷಯ. ಭಾರತದ ಮೂಲದವರಾದ ಸಂಜೀವ ನಾಯಕ ಕಳೆದ ಹದಿನೈದು ವರ್ಷಗಳಿಂದ ಈ ಕಂಪೆನಿಯ ಸಿಇಓ ಆಗಿ ಕಾರ್ಯ ನಿರ್ವಹಿಸುತ್ತಿದ್ದಾರೆ. ನಗರದಲ್ಲಿ ನಾಲ್ಕು ಆಸ್ಪತ್ರೆಗಳು ಮತ್ತು ಮೂವತ್ತೈದು ಕ್ಲಿನಿಕ್ಕುಗಳನ್ನು ಹೊಂದಿರುವ ಎನಿಗ್ಮಾ ದೇಶಾದ್ಯಂತ ಇನ್ನೂ ಇಪ್ಪತ್ತು ಆಸ್ಪತ್ರೆಗಳನ್ನೂ ಹೊಂದಿದೆ. ಸಂಜೀವ ನಾಯಕರ ವಿರುದ್ಧ ಈವರೆಗೆ ಒಂದೇ ಒಂದು ಆಪಾದನೆಯಾಗಲೀ, ಕೋರ್ಟಿನಲ್ಲಿ ಕೇಸಾಗಲೀ ಇಲ್ಲ. ಅವರನ್ನು ಹತ್ತಿರದಿಂದ ಬಲ್ಲವರೆಲ್ಲ ಆತನನ್ನು 'ಜಂಟಲ್‌ಮನ್' ಎಂತಲೇ ಹೇಳುತ್ತಾರೆ. ಅವರನ್ನು ಸಂಪರ್ಕಿಸಲೆಂದು ಅವರ ಮನೆಗೆ ಹೋದಾಗ ಅವರ ಮನೆಯ ಬಾಗಿಲು ಮುಚ್ಚಿತ್ತು. ಕರೆಗಂಟೆಯನ್ನೊತ್ತಿದಾಗ ಯಾರೂ ಬಾಗಿಲು ತೆರೆಯಲಿಲ್ಲ' ಎಂಬ ಸಣ್ಣ ಕ್ಲಿಪ್ಪಿಂಗ್. ಜತೆಜತೆಗೇ ಸಂಜೀವನಾಯಕನ ಮನೆಯ ಮುಂಬಾಗಿಲಿನ ಕರೆಗಂಟೆಯನ್ನು ವಾರ್ತಾವಾಹಿನಿಯ ವರದಿಗಾರನೊಬ್ಬ ಒತ್ತುತ್ತಿದ್ದ ಚಿತ್ರವನ್ನು ಕ್ಲೋಸಪ್ಪಿನಲ್ಲಿ ಫ್ರೀಜ್ ಮಾಡಲಾಯಿತು. ನಂತರ 'ಸಂಜೀವ ನಾಯಕರಿಗೆ ಮಲ್ಟಿಪಲ್ ಸ್ಕ್ಲೀರೋಸಿಸ್‌ನಿಂದ ಬಳಲುತ್ತಿರುವ ಐವತ್ತೇಳು ವರ್ಷದ ಪತ್ನಿ ಜಾನಕಿ ನಾಯಕ್ ಮತ್ತು ಅಸೀಮ, ಆಕಾಶ್ ಎಂಬ ಇಬ್ಬರು ಮಕ್ಕಳಿದ್ದಾರೆ. ನಮ್ಮ ಪ್ರಶ್ನೆಗೆ, ಸಂದರ್ಶನಕ್ಕೆ ಇದುವರೆವಿಗೂ ಯಾರೂ ಸಿಕ್ಕಿಲ್ಲ' ಎಂಬಲ್ಲಿಗೆ ಕ್ಲಿಪಿಂಗ್ ಮುಗಿದಿತ್ತು. ಮುಗಿಯುವ ಮುನ್ನ ಗಾಲಿಖುರ್ಚಿಯಲ್ಲಿ ಕೂತಿದ್ದ ಜಾನಕಿಯ ಹಿಂದೆ ನಗುತ್ತಾ ನಿಂತಿದ್ದ ಸಂಜೀವ ಮತ್ತು ಮಕ್ಕಳಿಬ್ಬರ ಫೋಟೋ ನಿಧಾನಕ್ಕೆ ಲಾಂಗ್‌ಶಾಟಿನಲ್ಲಿ ಫೇಡ್ ಆಗುತ್ತಾ ಹೋಯಿತು. ಪಕ್ಕದ ಸಂಬಂಧಪಟ್ಟ ಸರ್ಚ್ ವಿಭಾಗದಲ್ಲಿ 'ಮಲ್ಟಿಪಲ್ ಸ್ಕ್ಲೀರೋಸಿಸ್ ಎಂದರೇನು?' 'ಎಸ್ಕಾರ್ಟಿಂಗ್ ಸರ್ವೀಸಸ್' 'ಫೆಲನಿ' ಇತರೇ ಪದಗಳ ಪದಕೋಶವೇ ಇತ್ತು.

ಕೆಲಸಕ್ಕೆ ಬಂದವನೇ ದೀಪಾಳಿಗೆ ಫೋನು ಮಾಡಿದಾಗ 'ಇನ್ನೂ ಮೀಟಿಂಗ್‌ನಲ್ಲಿದೀನಿ. ಇವತ್ತಿನ ಪೇಪರ್ ನೋಡಿದ್ಯಾ?' ಎಂದಳು. 'ಹೌದು, ನೋಡಿದೆ.' ಎಂದಾಗ 'ಥೂ ಎಂಥ ಅಸಹ್ಯ ಅಲ್ವಾ?' ಎಂದಳು. ಹಿನ್ನೆಲೆಯಲ್ಲಿ ಬೇರೆ ಯಾರದ್ದೋ ಮಾತು ಜೋರಾಗಿ ಕೇಳುತ್ತಿತ್ತು. ನಾನು ದೀಪಾಳಿಗೆ 'ಮೀಟಿಂಗ್ ಮುಗಿಸು, ನಾನು ಆಮೇಲೆ ಫೋನು ಮಾಡ್ತೇನೆ' ಎಂದು ಹೇಳಿ, ಸಂಜೀವನ ಫೋನು ನಂಬರನ್ನು ಹುಡುಕಿ ಮಾಡಲೋ ಬೇಡವೋ ಎಂದು ಹತ್ತಾರು ಬಾರಿ ಯೋಚಿಸಿ ಕೊನೆಗೆ ಆತನ ನಂಬರನ್ನು ಒತ್ತಿದೆ.

ಎಣಿಸಿದ ಹಾಗೆ ಆತನ ವಾಯ್ಸ್‌ಮೇಲ್‌ಗೆ ಹೋಗಿತ್ತು. ಏನೂ ಮೆಸೇಜ್ ಬಿಡಲಿಕ್ಕೆ ಮನಸ್ಸಾಗದೇ ಆತನಿಗೆ 'ನಿನಗೆ ಏನಾದರೂ ಬೇಕಾದರೆ ತಿಳಿಸು' ಎಂದು ಚಿಕ್ಕ ಮೆಸೇಜ್

ಬಿಟ್ಟು ಕೆಲಸದಲ್ಲಿ ತೊಡಗಿಕೊಳ್ಳಲು ಪ್ರಯತ್ನಮಾಡಿದೆ.

ಕಂಪ್ಯೂಟರಿನಲ್ಲಿ ತೆರೆದಿದ್ದ ಎಲ್ಲ ಕಿಟಕಿಗಳಲ್ಲೂ ಕಾಣುತ್ತಿದ್ದ ಪತ್ರಿಕೆಗಳು, ನ್ಯೂಸ್‌ಚ್ಯಾನೆಲ್ಲುಗಳಲ್ಲಿಯೂ ಇದೇ ಸುದ್ದಿ. 'ಎನಿಗ್ಮಾದ ಭವಿಷ್ಯವೇನಿರಬಹುದು?' ಎಂದು ಕೆಟಿಟಿಸಿ ವಾಹಿನಿಯಲ್ಲಿ ನಿರೂಪಕಿ ಟ್ರಿಬ್ಯೂನಿನ ಹಣಕಾಸು ವಿಭಾಗದ ಮುಖ್ಯಸ್ಥನನ್ನು ಸಂದರ್ಶಿಸುತ್ತಿದ್ದಳು. ಆತ 'ಸಂಜೀವ ನಾಯಕ ಎನಿಗ್ಮಾದ ಸ್ಥಾಪಕನಾಗಿದ್ದರೂ ಈಗ ಅದು ಪಬ್ಲಿಕ್ ಶೇರುಗಳನ್ನು ಹೊಂದಿರುವುದರಿಂದ ಶೇರು ಹೊಂದಿರುವವರು, ಆಡಳಿತ ಮಂಡಳಿಯ ಸದಸ್ಯರು ಮತ್ತು ಹೂಡಿಕೆದಾರರು ಈ ಕಂಪೆನಿಯ ಭವಿಷ್ಯವನ್ನು ನಿರ್ಧರಿಸಲಿದ್ದಾರೆ. ಕಂಪೆನಿಯ ಭವಿಷ್ಯ ಹಾಗಿರಲಿ ಸಂಜೀವ ನಾಯಕನ ಭವಿಷ್ಯ ಏನಾಗಲಿದೆ ಎನ್ನುವುದು ಕುತೂಹಲಕಾರಿಯಾಗಿದೆ. ಶೇಕಡಾ ಇಪ್ಪತ್ತು ಶೇರುಗಳು ಸಂಜೀವ ನಾಯಕನ ಮತು ಆತನ ಕುಟುಂಬದವರ ಹೆಸರಲ್ಲಿರುವುದರಿಂದ, ಕಂಪೆನಿ ಆತನನ್ನು ಕೆಲಸದಿಂದ ತೆಗೆದಲ್ಲಿ, ಆತ ಈ ಕಂಪೆನಿಯ ಶೇರುಗಳನ್ನು ಇಟ್ಟುಕೊಳ್ಳುತ್ತಾನೋ ಮಾರಿಬಿಡುತ್ತಾನೋ ಅನ್ನುವುದರ ಮೇಲೆ ಕಂಪೆನಿಯ ಭವಿಷ್ಯ ನಿಂತಿದೆ. ಆಸ್ಪತ್ರೆಯ ಆಡಳಿತಾಧಿಕಾರಿಯಾಗಿದ್ದರೂ ಇನ್ನೂ ಪ್ರಾಕ್ಟೀಸ್ ಮಾಡುತ್ತಿರುವ ಡಾ. ಸಂಜೀವ ನಾಯಕರ ಇಮೇಜು ಈ ಘಟನೆಯಿಂದ ಏನಾಗಬಹುದು ಎನ್ನುವುದು ಕುತೂಹಲಕರವಾಗಿದೆ. ಡಾ. ಸಂಜೀವ ನಾಯಕ ಕೆಲಸದಲ್ಲಿ ಮುಂದುವರೆಯಬೇಕಾ, ಇಲ್ಲವಾ ಎನ್ನುವುದು ಮಿಲಿಯನ್ ಡಾಲರ್ ಪ್ರಶ್ನೆ.' ಎಂದ. 'ಎನಿಗ್ಮಾದ ಕೆಲಸಗಾರರು ಈ ಬಗ್ಗೆ ಏನನ್ನುತ್ತಾರೆ, ನೋಡೋಣ' ಎಂದು ಆ ನಿರೂಪಕಿ ಸಿಂಡಿ ಇನ್ನೊಂದು ಚಚ್ಚೌಕದಲ್ಲಿ ಎನಿಗ್ಮಾದ ಆಸ್ಪತ್ರೆಯ ಮುಖ್ಯ ಆವರಣಕ್ಕೆ ಕರೆದೊಯ್ದಳು. ಅಲ್ಲಿದ್ದ ವರದಿಗಾರನೊಬ್ಬನ 'ಥ್ಯಾಂಕ್ಯು ಸಿಂಡಿ'ಯಿಂದ ಇನ್ನೊಂದು ಕೊಂಡಿ ಬಿಚ್ಚಿಕೊಂಡಿತ್ತು. 'ಕಳೆದ ವರ್ಷ ರಿಸೆಷನ್ ಅಂತ ನಮ್ಮ ಸಂಬಳ ಏರಿಸಿರಲಿಲ್ಲ. ನಮ್ಮ ಎಲ್ಲ ಬೆನಿಫಿಟ್ಟುಗಳು, ಸ್ಕೀಮುಗಳು ಎಲ್ಲ ನಿಂತಿವೆ. ನನಗೀಗ ಗೊತ್ತಾಗ್ತಾ ಇದೆ, ಆ ಹಣ ಎಲ್ಲಿ ಖರ್ಚಾಗ್ತಾ ಇದೆ, ಅಂತ' ಎಂದು ನರ್ಸಿಂಗ್ ಯೂನಿಯನ್ನಿನ ಮುಖಂಡ ತನ್ನ ಕಟವಾಯಿಯನ್ನು ವಾಲಿಸುತ್ತಾ ಹೇಳಿದ. 'ಆಹ, ಈಗ ನಾವು ಹೇಳಬಹುದು, ನಮ್ಮ ಆಸ್ಪತ್ರೆಯ ರೋಗಿಗಳಿಗೆ– ನಮ್ಮ ಬಾಸು ರ್‍ಯಾಡಿಸನ್ನಿನಲ್ಲಿ ವಿಶ್ರಾಂತಿ ತಗೋತಾ ಇರೋದರಿಂದ ನಿಮ್ಮ ಅಪಾಯಿಂಟ್‌ಮೆಂಟನ್ನು ಮುಂದೆ ಹಾಕಲಾಗಿದೆ, ಎಂದು' ನುಡಿದ ಇನ್ನೊಬ್ಬಾತ. ತಲೆಬುಡವಿರದ ಈ ಜಟಾಪಟಿಯನ್ನು ಕಂಪ್ಯೂಟರನ್ನು ಆರಿಸುವ ಮೂಲಕ ಮುಗಿಸಿದೆ.

■

ಮತ್ತೆ ದೀಪಾ ಫೋನು ಮಾಡಿದ್ದಳು. 'ಥೂ, ಎಂಥದಂತೆ, ಈ ವಯಸ್ಸಲ್ಲಿ ನಿನ್ ಸ್ನೇಹಿತಂದು. ಪಾಪ ಜಾನಕಿ ಗತಿ ಏನಾಗಬೇಕು? ಮೊದಲೇ ಬಿಡದಂಥ ಖಾಯಿಲೆ ಆಕೆಗೆ?' ಎಂದು ಸಂಜೀವನನ್ನು ತರಾಟೆಗೆ ತೆಗೆದುಕೊಳ್ಳುತ್ತಲೇ ಮಾತು ಶುರುಮಾಡಿಕೊಂಡಿದ್ದಳು. ಒಂದು ರೀತಿಯ ವಿಚಿತ್ರವಾದ ಪಾಪಪ್ರಜ್ಞೆ ಅಕಾರಣವಾಗಿ ಒಂದು ನಿಮಿಷ ನನ್ನ ಮನಸ್ಸಿನಲ್ಲಿ ಹಾದುಹೋಯಿತು. ಅರೆ, ಸಂಜೀವ ನನ್ನ ಗೆಳೆಯನಾಗಿದ್ದಕ್ಕೆ ಆತನ ಪಾಪಗಳಿಗೆಲ್ಲಾ ನಾನು ಹೇಗೆ ಹೊಣೆಯಾಗುತ್ತೇನೆ ಎಂದುಕೊಂಡು ತಕ್ಷಣ ಸಾವರಿಸಿಕೊಂಡು 'ನನ್ನ

ಮೇಲೆ ಯಾಕೆ ಹಾರಾಡ್ತೀಯೇ ಮಾರಾಯ್ತೀ. ನಾನೇನು ತಪ್ಪು ಮಾಡಿದ್ದೇನೆ? ನಾನು ಶ್ರೀರಾಮಚಂದ್ರನಂಥವನು, ಗೊತ್ತಾ?' ಎಂದೆ. 'ಹೌದೌದು. ನೀನೇನಾರ ಇಂಥ ಕೆಲಸ ಮಾಡಿದ್ರೆ ಈ ಸ್ಟಿಂಗ್ ಆಪರೇಷನ್ನಿನ ವಿಡಿಯೊ ಕ್ಲಿಪಿಂಗ್‌ಗಳನ್ನು ನಾನೇ ಯೂಟ್ಯೂಬಿಗೆ ಹಾಕಿ ನಿನ್ನ ಮಾನ, ಮರ್ಯಾದೆ ಹರಾಜು ಹಾಕ್ತಾ ಇದ್ದೆ. ಹಾಳಾಗಿ ಹೋಗ್ಲಿ. ಎಷ್ಟು ದಿನದಿಂದ ಈ ಕೆಲಸ ಮಾಡ್ತಾ ಇದ್ದನೋ? ನಮ್ಮಮ್ಮ ಹೇಳ್ತಾ ಇದ್ಲು. ಹೂಸು ಮತ್ತು ಹಾದರಾನ ಬಹಳ ಹೊತ್ತು ಮುಚ್ಚಿಡೋಕಾಗೊಲ್ಲವಂತೆ. ಆ ವಿಷಯ ಮಾತಾಡೋಕ್ಕೂ ಅಸಹ್ಯ ಆಗುತ್ತೆ. ನೀನೇನಾದರೂ ಸಂಜೀವನಿಗೆ ಫೋನು ಮಾಡಿದ್ಯಾ?' ಎಂದು ವಿಷಯ ಬದಲಿಸಿದಳು.

ದೀಪಾ ಈ ರೀತಿಯ ಭಾಷೆಯಲ್ಲಿ ಮಾತನಾಡಿದ್ದು ನಾನು ಕೇಳಿಯೇ ಇಲ್ಲ ಅನಿಸಿತ್ತು. ಹೆಚ್ಚು ಮಾತಾಡದೇ ನಾನು ನಾಲ್ಕುಬಾರಿ ಫೋನು ಮಾಡಿದ್ದೂ, ಆತ ಉತ್ತರ ಕೊಡದಿದ್ದಾಗ ಮೆಸೇಜ್ ಬಿಟ್ಟಿದ್ದೂ ಹೇಳಿದೆ. ಮುಂದಿನ ಹತ್ತು ನಿಮಿಷದಲ್ಲಿ ದೀಪಾ, ಜಾನಕಿ ಹಾಸಿಗೆ ಹಿಡಿದಿರುವಾಗ ಸಂಜೀವನಂಥ ಗಂಡಸರು ಇಂಥ ಕೆಲಸ ಮಾಡುವುದು ಎಂಥ ನೀಚವಾದುದೆಂದೂ, ನಾನೇ ಖುದ್ದಾಗಿ ನಿಂತು ಜಾನಕಿಗೆ ಸಂಜೀವನಿಂದ ಡೈವೋರ್ಸ್ ಪಡೆಯೋದಕ್ಕೆ ಸಹಾಯ ಮಾಡಬೇಕೆಂದೂ ಇಲ್ಲದಿದ್ದರೆ ನಾನೂ ಸಂಜೀವನ ಈ ಘನಕಾರ್ಯಕ್ಕೆ ಹೇಗೆ ಕುಮ್ಮಕ್ಕು ಕೊಟ್ಟಹಾಗಾಗುತ್ತದೆಂದೂ ಪಟಪಟನೆ ಹೇಳಿ ಇಡೀ ಗಂಡುಜನ್ಮದ ಮತ್ತು ಈ ಕೇಸಿನಲ್ಲಿ ಸಂಜೀವನ ಪ್ರಕೃತ ಅವನ ಈ ಜನ್ಮವನ್ನು ಜಾಲಾಡಿ ಫೋನಿಟ್ಟಳು.

■

ವಯಸ್ಸಿನಲ್ಲಿ ಸಂಜೀವ ನನಗಿಂತ ಸುಮಾರು ಹದಿನೈದು ವರ್ಷ ದೊಡ್ಡವನಾಗಿದ್ದರೂ ನಾವು ಈ ಊರಲ್ಲಿ ಪ್ರಾಕ್ಟೀಸು ಶುರುಮಾಡಿದ್ದು ಹೆಚ್ಚುಕಡಿಮೆ ಒಂದೇ ಸಮಯದಲ್ಲಿ. ಶಿವಮೊಗ್ಗಾದ ಕುಂಬಾರಗುಂಡಿಯಲ್ಲಿ ನನ್ನ ದೊಡ್ಡಪ್ಪನ ಮಗ ಶೀನಣ್ಣನ ಜತೆ ಸಂಜೀವ ಕ್ರಿಕೆಟ್ ಆಡುತ್ತಿದ್ದ. ಕುಂಬಾರಗುಂಡಿಯಿಂದ ಆತ ಹೊಡೆದ ಚೆಂಡು ಮಂಜುನಾಥ ಟಾಕೀಸಿನ ಆವರಣದೊಳಗೆ ಬೀಳುತ್ತಿತ್ತು ಎನ್ನುವುದು ಆ ಕಾಲದಲ್ಲಿ ದಂತಕಥೆಯಾಗಿ ಹೋಗಿತ್ತು. ವಯಸ್ಸಿನಲ್ಲೂ ಆಟದ ಕೌಶಲ್ಯದಲ್ಲೂ ಯಾವರೀತಿಯಲ್ಲಿಯೂ ಆ ಗುಂಪಿಗೆ ಸಮವಿರದ ನಾನು ಸುಮ್ಮನೆ ವಿಕೆಟ್‌ಕೀಪರನ ತೀರ ಹಿಂದೆ ಬೌಂಡರಿ ಲೈನಿನ ಹತ್ತಿರ ನಿಂತು ಚೆಂಡನ್ನು ಹಿಡಿದು ಒಗೆಯುತ್ತಿದ್ದೆ. ಒಮ್ಮೆ ಆತ ನನಗೆ, 'ಏ ಮರೀ, ಬಾರೋ ಇಲ್ಲಿ ಬಾ, ಬೌಲ್ ಮಾಡು ಬಾ' ಎಂದು ಕರೆದದ್ದು ಅತಿಹೆಮ್ಮೆಯ ವಿಷಯವಾಗಿತ್ತು. ಎರಡನೇ ಓವರಿನಲ್ಲಿಯೇ ಆತನನ್ನು ನೇರವಾಗಿ ಬೌಲ್ಡ್ ಮಾಡಿದಾಗಂತಲೂ ನಾ ಬೀಗಿ ಹೋಗಿದ್ದೆ. 'ನೋಡು, ನೀ ರೌಂಡ್ ದ ವಿಕೆಟ್ ಮಾಡಿದರೆ, ಲೈನು, ಲೆಂತು ಸರಿಯಾಗಿರುತ್ತೆ. ಸ್ವಲ್ಪ ಬಾಲನ್ನು ಗಾಳಿಯಲ್ಲಿ ತೇಲಿಸು. ಸ್ವಿಂಗ್ ಆಗುತ್ತೆ' ಎಂದು ನನ್ನ ಬೌಲಿಂಗನ್ನು ತಿದ್ದಿದ್ದ. ಅವನು ಹೇಳಿಕೊಟ್ಟ ಹಾಗೆ ಬೌಲಿಂಗ್ ಮಾಡಿದ್ದಕ್ಕೇ ನನಗೆ ಮುಂದಿನ ವರ್ಷದ ದೊಡ್ಡ ಬ್ರಾಹ್ಮಣರ ಕೇರಿಯ ಕ್ರಿಕೆಟ್ ಟೂರ್ನಮೆಂಟಿನಲ್ಲಿ ಅತ್ಯುತ್ತಮ ಬೌಲರ್ ಆಗಿ ಪ್ರಶಸ್ತಿ ಬಂತೆಂದು ನಾ ನಂಬಿದ್ದೆ. ಆದರೆ, ಅಷ್ಟು ಹೊತ್ತಿಗೆ ಸಂಜೀವನಿಗೆ ದಾವಣಗೆರೆಯಲ್ಲಿ ಮೆಡಿಕಲ್ ಸಿಕ್ಕು ಊರು ಬಿಟ್ಟು ಹೊರಟು ಹೋಗಿದ್ದ.

ನಂತರ ನಾನು ಓದು ಮುಗಿಸಿ, ಅಮೆರಿಕಾಕ್ಕೆ ಬಂದು ಈ ಊರಲ್ಲಿ ಪ್ರಾಕ್ಟೀಸು ಶುರುಮಾಡಿದರ ಹೊಸತರಲ್ಲಿ ಒಮ್ಮೆ ಶೀನಣ್ಣ ಇದ್ದಕ್ಕಿದ್ದ ಹಾಗೆ ಫೋನು ಮಾಡಿ ಸಂಜೀವನೂ ಇದೇ ಊರಲ್ಲಿ ಪ್ರಾಕ್ಟೀಸು ಶುರುಮಾಡುತ್ತಾ ಇದ್ದಾನೆಂದೂ, ಇಷ್ಟು ದಿನ ಸೌದಿ ಅರೇಬಿಯಾದಲ್ಲಿದ್ದನೆಂದೂ ಈಗ ಅಲ್ಲಿ ಸಾಕಾಗಿ ಅಮೆರಿಕಾಕ್ಕೆ ಬಂದಿದ್ದಾನೆಂದೂ ನನ್ನ ಹೆಸರನ್ನು ಯಾವುದೋ ರಿಜಿಸ್ಟ್ರಿಯಲ್ಲಿ ನೋಡಿದನೆಂದೂ, ನನ್ನನ್ನು ಆದಷ್ಟು ಬೇಗ ಸಂಪರ್ಕಿಸುತ್ತಾನೆಂದೂ ಹೇಳಿದ್ದ. ಶೀನಣ್ಣ ಹೇಳಿದ ಹಾಗೆ ಸಂಜೀವ ನನಗೆ ಒಮ್ಮೆ ಫೋನು ಮಾಡಿ ಮನೆಗೆ ಬರಬೇಕೆಂದು ಕರೆದಿದ್ದ. ನಾನು, ದೀಪಾ ಮನೆಗೆ ಹೋಗಿಬಂದಿದ್ದೆವು. ಐದುಸಾವಿರ ಚದರಡಿಯ, ಕಲ್ಡಿಸಾಕಿನಲ್ಲಿದ್ದ ಈತನ ಈ ಭವ್ಯಬಂಗಲೆಯನ್ನು ನೋಡಿ ನಾನು, ದೀಪಾ ದಂಗಾಗಿ ಹೋಗಿದ್ದೆವು. ಆಗ ನನ್ನ ಪ್ರಾಕ್ಟೀಸು ಇನ್ನೂ ಕುಂಟಿಕೊಂಡು ಶುರುವಾಗಿತ್ತು. ದೀಪಾ ಇನ್ನೂ ಕಾಲೇಜಿನಲ್ಲಿ ಓದುತ್ತಿದ್ದಳು. ಆತನ ಲಿವಿಂಗ್ ರೂಮಿನಲ್ಲಿದ್ದ ಟರ್ಕಿಯ ಕಾರ್ಪೆಟ್ಟಿನ ಮೇಲೆ ಕಾಲಿಟ್ಟರೆ ಕೊಳೆಯಾಗುತ್ತದೆಂದು ಮುದುಡಿ ಕೂತಿದ್ದ ನಾವಿಬ್ಬರೂ ಆತನ ದಿವಾನಖಾನೆಯ ಅಂದಚಂದವನ್ನು ಆಸ್ವಾದಿಸುತ್ತಿರುವಾಗಲೇ ದೀಪಾ ತನ್ನ ಮೊಣಕೈಯಿಂದ ನನ್ನ ಸೊಂಟವನ್ನೊಮ್ಮೆ ತಿವಿದು 'ಎಲ್ಲ ಸೌದಿ ದುಡ್ಡು ಅಲ್ವಾ?' ಎಂದಿದ್ದಳು. ಆಕೆ ಸಂಭಾಷಣೆಯನ್ನು ಮುಗಿಸುವ ಮೊದಲು ಸಂಜೀವ ಗರಿಮುರಿಯಾದ ಕಾರ್ಡ್ರಾಯ್ ಮತ್ತು ಮಾಂಟೆ ಕಾರ್ಲೋದಲ್ಲಿ ಬಂದು ಹಲೋ, ಹಾಯ್ ಮಾಡಿ ದೊಡ್ಡದನಿಯಲ್ಲಿ 'ನೋಡು, ನಮ್ಮ ಕೆಲಸದಲ್ಲಿ ಬರೇ ಪೇಷೆಂಟುಗಳನ್ನು ನೋಡಿಕೊಂಡು ದುಡ್ಡುಮಾಡ್ತೀವಂದರೆ ಹಾಗೆ ಮಾಡಿದ ದುಡ್ಡನ್ನು ಎಣಿಸೋಕೂ ಸಮಯವಿರೊಲ್ಲ. ಮೂವತ್ತೊಂಬತ್ತು ರಿಟೈರ್ ಆಗೋ ವಯಸ್ಸಾ. ಈ ಸೌದೀ ಕಥೆ ಹೇಳ್ತೀನಿ ಕೇಳು. ಆ ಸಾಬರಿಗೆ ಬುದ್ಧಿ ಇಲ್ಲ. ಎಲ್ಲ ಮಾಡಿದ್ರು, ಸ್ಕೂಲುಗಳನ್ನು ಸರಿಯಾಗಿ ಮಾಡ್ಲಿಲ್ಲ, ನೋಡು. ಮಕ್ಕಳ ವಿದ್ಯಾಭ್ಯಾಸ ಸರಿಯಾಗಿದ್ದಿದ್ರೆ ನಾವ್ಯಾಕೆ ಇಲ್ಲಿಗೆ ಬರ್ಬೇಕಿತ್ತು ಹೇಳು. ಹೋಗ್ಲಿ ಬಿಡು. ಹೇಗಿದ್ದೀಯಾ? ಇನ್ನೂ ಕ್ರಿಕೆಟ್ ಆಡ್ತಾ ಇದ್ದೀಯಾ... ಈಕೆ ನನ್ನ ಹೆಂಡತಿ ಜಾನಕಿ, ಮಕ್ಕಳು ಅಸೀಮ, ಆಕಾಶ್' ಮಾತಾಡುತ್ತಾ ಬೆಣ್ಣೆಮುರುಕು, ಕೋನಿಯಾಕನ್ನು ಕೊಟ್ಟು ಉಪಚರಿಸಿದ್ದ.

ಈತ ಬರೀ ಡಾಕ್ಟರಿಕೆ ಮಾತ್ರ ಮಾಡಿ ದುಡ್ಡು ಮಾಡೊಲ್ಲ ಮತ್ತು ಒಂದು ಕೆಲಸದಲ್ಲಿ ಆರುತಿಂಗಳಿಗಿಂತ ಹೆಚ್ಚು ನಿಲ್ಲುವ ಆಸಾಮಿ ಅಲ್ಲ ಎಂದು ನನಗೆ ಸೇರಿದ ಎರಡು ವರ್ಷದಲ್ಲಿಯೇ ಗೊತ್ತಾಗಿ ಹೋಯಿತು. ಆಸ್ಪತ್ರೆಯ ಕೆಲಸ ಬಿಟ್ಟು ತನ್ನದೇ ಒಂದು ಗುಂಪು ಕಟ್ಟಿಕೊಂಡು ಸಣ್ಣ ಕ್ಲಿನಿಕ್ಕೊಂದನ್ನು ತೆಗೆದಿದ್ದ. ಕ್ಲಿನಿಕ್ಕುಗಳನ್ನು, ಕೆಲಸಗಾರರನ್ನು ಕೂಡಿಸಿ, ಗುಣಿಸಿ 'ಎನಿಗ್ಮಾ ಇನ್ಕ್' ಎಂಬ ಆಸ್ಪತ್ರೆಗಳ ಒಂದು ದೊಡ್ಡ ಸಮೂಹವನ್ನೇ ಸೃಷ್ಟಿಸಿದ್ದ. ಎಮರ್ಜೆನ್ಸಿ, ಅರ್ಜೆಂಟ್ ಕೇರ್, ಟ್ರಾನ್ಸ್‌ಪ್ಲಾಂಟ್, ಕಾಸ್ಮೆಟಿಕ್ ಸರ್ಜರಿ, ಬ್ಯಾರಿಯಾಟ್ರಿಕ್ ಸರ್ಜರಿ, ಸ್ಲೀಪ್ ಸ್ಟಡಿ– ಹೀಗೆ ಏನು ಬೇಕು, ಏನು ಬೇಡ? ನಗರದ ಇನ್ನೂ ನಾಲ್ಕು ದೊಡ್ಡ ಆಸ್ಪತ್ರೆಗಳನ್ನು ಕೊಂಡು, ಪ್ರತಿ ರಸ್ತೆಗೂ ಮೆಕ್‌ಡೊನಾಲ್ಡಿನಂತೆ ಸಣ್ಣ ಸಣ್ಣ ಕ್ಲಿನಿಕ್ಕುಗಳನ್ನು ತೆಗೆದು ಎಲ್ಲ ಕಡೆ ಆತನ ಲೋಗೋವಾದ ಪ್ರಶ್ನಾರ್ಥಕ ಚಿಹ್ನೆ '?' ಅನ್ನು ಹಾಕಿಸಿ, ಮೆಡಿಸಿನ್‌ಅನ್ನು ಇಪ್ಪತ್ತು ವರ್ಷಗಳಲ್ಲಿ ಒಂದು ದೊಡ್ಡ ಉದ್ಯಮವನ್ನಾಗಿ ಮಾಡಿದ್ದ. ಹತ್ತುವರ್ಷದ ಹಿಂದೆ ಆಸ್ಪತ್ರೆಯ ಶೇರುಗಳು ಪಬ್ಲಿಕ್ಕಿಗೆ ಹೋದಾಗ ನನಗೂ ಬೇಕಾ ಎಂದು ಕೇಳಿದ್ದ. ದೀಪಾ

ಹಾಲು ಕುಡಿಯುವ ಮಕ್ಕಳು, ವಿಷ ಕುಡಿಯುವ ಮಕ್ಕಳ ಉಪಮೆಯನ್ನು ಕೊಟ್ಟು ನನ್ನನ್ನು ತಡೆದಿದ್ದಳು.

ವೃತ್ತಿಯಲ್ಲಿ ಸಂಜೀವ ನನಗಿಂತಾ ಬಹಳ ಬೇಗ ಎತ್ತರವಾಗಿ ಬೆಳೆದಿದ್ದರೂ ನನ್ನ ಮತ್ತು ಆತನ ಸ್ನೇಹಕ್ಕೆ ಇದರಿಂದ ಅಡ್ಡಿಯೇನೂ ಆಗಲಿಲ್ಲ. ಆತನನ್ನು ನಾ ಚಿಕ್ಕಂದಿನಲ್ಲಿ ಹೋಗು ಬಾ ಎಂದು ಕರೆಯುತ್ತಿದ್ದೆ. ಈಗ ಮತ್ತೆ ಪರಿಚಯವಾದ ಹೊಸತರಲ್ಲಿ ಆತನ ಈ ದೌಲತ್ತು, ಅಂತಸ್ತು, ಮಾತುಮಾತಿಗೆ ಎದುರಿನವರ ಹೆಗಲ ಮೇಲೆ ಕೈಯಿಟ್ಟು ಜೋರಾಗಿ ನಗುವ ಶೈಲಿಗಳಿಂದ ನಾ ಕೊಂಚ ಕಸಿವಿಸಿಗೊಂಡು ಮೊದಮೊದಲು ಹೋಗಿ ಬನ್ನಿ ಎಂದರೂ ಆತ 'ಏನ್ಗುರೂ... ಸಖತ್ತಾ, ಮುಚ್ಕೊಂಡು ಕುಡಿಯಯ್ಯಾ' ಎಂದೆಲ್ಲಾ ಮಾತಾಡುವಾಗ ಮತ್ತೆ ಬಹಳ ಬೇಗ ಹೋಗು ಬಾ ಎನ್ನುವುದಕ್ಕೆ ಶುರುಮಾಡಿದ್ದೆ. ದಿನಕ್ಕೆರಡು ಮೀಟಿಂಗು, ಮಾತೆತ್ತಿದರೆ ಮೊದಲ ದರ್ಜೆಯ ವಿಮಾನ ಪ್ರಯಾಣ, ರೆಸಾರ್ಟುಗಳ ಬಗ್ಗೆಯೇ ಮಾತಾಡುತ್ತಿದ್ದ ಸಂಜೀವನ ಬಳಿ ನಾನು ತೀರಾ ಆಪ್ತವಾಗಿ ಮಾತಾಡುವುದು ಏನೂ ಇಲ್ಲವೇನೋ ಎಂದು ಬಹಳ ಬಾರಿ ನನಗನಿಸಿತ್ತು. ಆದರೂ ಈ ಹೊರದೇಶದಲ್ಲಿ ಒಂದೇ ಊರಿನವರು, ಒಂದು ಕಾಲದಲ್ಲಿ ನನ್ನ ಜತೆ ಕ್ರಿಕೆಟ್ ಆಡಿದ್ದ ಎನ್ನುವ ಒಂದೇ ಒಂದು ಅಂಶ ನಮ್ಮ ನಡುವಿನ ಬೇರೆಲ್ಲ ಭಿನ್ನತೆ, ಅಂತರಗಳನ್ನು ದೂರಮಾಡಿತ್ತು. ಒಮ್ಮೊಮ್ಮೆ ಇದ್ದಕ್ಕಿದ್ದ ಹಾಗೆ ಫೋನು ಮಾಡಿ 'ಈ ವೀಕೆಂಡು ಮನೆಗೆ ಬಾ. ಸೋನು ನಿಗಮ್ ಹಾಡುಗಳನ್ನು ಕೇಳೋಣ' ಎಂದು ನಾ ಉತ್ತರ ಹೇಳುವುದಕ್ಕಿಂತ ಮುಂಚೆ ಎಲ್ಲ ಸಿದ್ಧಮಾಡಿಟ್ಟುಕೊಂಡಿರುತ್ತಿದ್ದ. ಇದ್ದಕ್ಕಿದ್ದಂತೆ ಧಿಡೀರನೇ ಫೋನು ಮಾಡಿ 'ದೀಪಾ ಅವರೇ, ಜಾನಕೀ ಊರಲ್ಲಿಲ್ಲ. ಇವತ್ತು ರಾತ್ರಿ ನಿಮ್ಮನೇಗೆ ಊಟಕ್ಕೆ ಬರ್ತೀನಿ. ಏನೂ ಬೇಡ. ಟೊಮೇಟೋ ಸಾರು, ಒಂದೆರಡು ಬಾಳಕ ಕರಿದುಬಿಡಿ. ನಿಂ ಹಬ್ಬೀನ ಒಂದೆರಡು ಗಂಟೆ ನನಗೇಂತ ಫ್ರೀ ಮಾಡಿಕೊಡಿ ಅಷ್ಟೇ' ಎಂದು ರೆಮಿ ಮಾರ್ಟಿನಿ ಹಿಡಕೊಂಡೇ ಬರುತ್ತಿದ್ದ. ನಗರದ ಚೇಂಬರ್ ಆಫ್ ಕಾಮರ್ಸಿನಿಂದ ಎರಡು ಬಾರಿ 'ವರ್ಷದ ಪ್ರಜೆ' ಪ್ರಶಸ್ತಿ ಪಡೆದುಕೊಂಡ, ಟೈಮ್ ಮ್ಯಾಗಜೀನಿನ 'ಅತಿ ಪ್ರಭಾವಶಾಲಿ ವ್ಯಕ್ತಿಗಳ' ಪಟ್ಟಿಗೆ ಯಾವತ್ತೂ ಸೇರಬಹುದಾದ ಸಂಜೀವ ನಮ್ಮ ಮನೆಯಲ್ಲಿ ಕೂತು ಅನ್ನ ಸಾರು ತಿನ್ನುವುದಕ್ಕೆ ಖುಷಿ ಪಡಬೇಕೋ ಅಥವಾ ದೀಪಾ ನಾನೂ ಇಬ್ಬರೂ ಕೂತು ನೋಡಲಿದ್ದ ಅವತ್ತಿನ ಟೀವಿಯ ಶೋ ತಪ್ಪಿದ್ದಕ್ಕೆ ಬೇಜಾರು ಮಾಡಿಕೊಳ್ಳಬೇಕೋ ಗೊತ್ತಾಗದೇ ಇದ್ದ ದಿನಗಳು ಬಹಳ ಇದ್ದವು.

ದೀಪಾ, ಜಾನಕಿ ಕೂಡ ಆಗಾಗ್ಗೆ ಒಬ್ಬರಿಗೊಬ್ಬರು ಫೋನು ಮಾಡಿಕೊಳ್ಳುತ್ತಾ ಇದ್ದರು. ದೀಪಾ ಬಸುರಾಗಿದ್ದಾಗ ಜಾನಕಿ ಏಳನೆಯ ತಿಂಗಳಲ್ಲಿ ತನಗೆ ಗೊತ್ತಿದ್ದ ಹೆಂಗಸರನ್ನೆಲ್ಲಾ ಮನೆಗೆ ಕರೆದು ಸೀಮಂತ, ಬೇಬಿ ಶವರ್ ಎಲ್ಲವನ್ನೂ ಮಾಡಿದ್ದಳು. ಅಲ್ಲಲ್ಲಿ ಪಾರ್ಟಿಗಳಲ್ಲಿ ಭೇಟಿ ಮಾಡುತ್ತಿದ್ದುದು, ಗೌರೀಪೂಜೆಗೆ ಇಬ್ಬರೂ ಬಾಗಿನ ಹಂಚಿಕೊಳ್ಳುವುದು, ಸ್ಪಾ, ಸಾನಾ, ಶಾಪಿಂಗು, ಫೇಶಿಯಲ್‌ಗಳನ್ನು ಒಟ್ಟಿಗೇ ಮಾಡಿಸಿಕೊಳ್ಳುವಷ್ಟು ದೋಸ್ತಿ ಬೆಳೆಸಿಕೊಂಡಿದ್ದರು. ಆದರೆ, ಅಲ್ಲಿಯೂ ಜಾನಕಿಯ ಕಂಟ್ರಿ ಕ್ಲಬ್ಬು, ಕಿಟ್ಟಿ ಪಾರ್ಟಿಗಳಿಂದ ದೀಪಾ ತನ್ನನ್ನು ತಾನು ದೂರವಿರಿಸಿಕೊಂಡಿದ್ದಳು. ಅವರಿಬ್ಬರ ಮಧ್ಯೆ ಇದ್ದ ತೆರೆ ನನ್ನ ಮತ್ತು ಸಂಜೀವನ ನಡುವಿನ ತೆರೆಗಿಂತ ಕೊಂಚ ದಟ್ಟವಾಗಿತ್ತೇನೋ ಎಂದು ನನಗೆ ಬಹಳ ಬಾರಿ ಅನ್ನಿಸಿತ್ತು.

ನಾಲ್ಕು ವರ್ಷದ ಹಿಂದೆ ಜಾನಕಿಗೆ ಮಲ್ಟಿಪಲ್ ಸ್ಕ್ಲೀರೋಸಿಸ್ ಆಗಿದೆ ಎಂಬ ಸುದ್ದಿ ನನಗೂ ದೀಪಾಳಿಗೂ ಗೊತ್ತಾದದ್ದು ಯಾವುದೋ ಟೀವಿ ಚಾನಲ್ಲಿನ ಸುದ್ದಿಯಿಂದ. ಎನಿಗ್ಮಾ ಇನ್‌ಕ್ ಆಯುರ್ವೇದ ಮತ್ತು ಇನ್ನಿತರ ಪರ್ಯಾಯ ವೈದ್ಯ ವಿಭಾಗಗಳನ್ನು ತನ್ನ ಇತರೇ ಪರಿಣಿತ ವಿಭಾಗಗಳಾಗಿ ಆಸ್ಪತ್ರೆಯ ಮುಖ್ಯವಾಹಿನಿಯಲ್ಲಿ ಸೇರಿಸಿಕೊಳ್ಳುತ್ತಿರುವುದರ ಪ್ರಯುಕ್ತ ಇಟ್ಟುಕೊಂಡಿದ್ದ ಸಣ್ಣ ಸಮಾರಂಭದ ನಂತರದ ಪತ್ರಿಕಾ ಹೇಳಿಕೆಯಲ್ಲಿ ಈ ವಿಷಯವನ್ನು ಬಹಿರಂಗ ಪಡಿಸಿದ್ದ, ಸಂಜೀವ. ಜಾನಕಿಗೆ ಮಲ್ಟಿಪಲ್ ಸ್ಕ್ಲೀರೋಸಿಸ್ ಆಗಿದೆಯಂತೆ ನಿಜವೇ ಎಂಬ ಸಂದರ್ಶಕನ ಪ್ರಶ್ನೆಗೆ ಸಂಜೀವ 'ಹೌದು. ನಾನು ಮತ್ತು ನನ್ನ ಕುಟುಂಬ ಧೈರ್ಯವಾಗಿ ಇದನ್ನು ಎದುರಿಸುತ್ತಾ ಇದ್ದೇವೆ' ಎಂದು ಚುಟುಕಾಗಿ ಹೇಳಿದ್ದ. ಇದನ್ನು ನೋಡಿದ್ದ ದೀಪಾ ಜಾನಕಿಗೆ ತಕ್ಷಣ ಫ್ಲೋನು ಮಾಡಿದ್ದಳಂತೆ. ಜಾನಕಿ 'ಹೌದು, ದೀಪಾ. ಈಗ ಕೆಲ ಸಮಯದ ಹಿಂದೆ ಗೊತ್ತಾಯಿತು. ಆದರೆ, ನಾನು ಹುಷಾರಾಗಿ ಇದ್ದೇನೆ' ಎಂದು ತಡವರಿಸುತ್ತಾ ಹೇಳಿ ಫ್ಲೋನಿಟ್ಟಿದ್ದಳಂತೆ. 'ಮೊನ್ನೆ ದೇವಸ್ಥಾನದಲ್ಲಿ ಸಿಕ್ಕಿದಾಗ ಕುಂಟುತ್ತಾ ಇದ್ದಳು. ಕಾಲಿಗೆ ಬ್ರೇಸ್ ಯಾಕೆ ಹಾಕೊಂಡಿದೀರಾ ಜಾನಕೀ, ಎಂದು ಕೇಳಿದರೆ ಉಳುಕಿದೆ ಅಂತ ತೇಲಿಸಿಬಿಟ್ಟಳು. ನಾವು ಮಾತ್ರ ಮೇಲುಬಿದ್ದು ಸ್ನೇಹಿತರು ಅಂತ ಹೋಗೋದಷ್ಟೇ. ಒಂದು ಲೆವೆಲ್ ಒಳಗೆ ನಮ್ಮನ್ನು ಅವರುಗಳು ಬಿಟ್ಟುಕೊಳ್ಳುವುದೇ ಇಲ್ಲ. ನಾವು ಸುಮ್ಮನೇ ಒದ್ದಾಡ್ತೀವಷ್ಟೇ. ಅವರಿಗೇ ಎಂತದೂ ಬೇಡ. ಫ್ಲೋನು ಮಾಡಿದರೆ ಸರಿಯಾಗಿ ಮಾತಾಡೋಕೇನು, ಆಕೆಗೆ' ಎಂದು ಮುಜುಗರಪಟ್ಟುಕೊಂಡಿದ್ದಳು.

ಜಾನಕಿಯ ಪರಿಸ್ಥಿತಿ ಬಿಗಡಾಯಿಸಿದೆ ಎಂದು ನನಗೂ ದೀಪಾಳಿಗೂ ಗೊತ್ತಾಗಿದ್ದು ಕಳೆದ ವರ್ಷದ ದೀಪಾವಳಿಯ ಪಾರ್ಟಿಯಲ್ಲಿ. ಪ್ರತಿ ದೀಪಾವಳಿಗೆ ತನ್ನ ಕೆಲಸಗಾರರಿಗೆ ಬೋನಸ್‌ಅನ್ನು ಕೊಡುವುದನ್ನು ರೂಢಿಸಿಕೊಂಡಿದ್ದ, ಸಂಜೀವ. ಈ ನಡುವೆ ನಾವು ನಿಷ್ಠುರ ಮಾಡಿಕೊಳ್ಳಬಾರದೆಂದು ಎರಡು ವರ್ಷಕ್ಕೊಮ್ಮೆಯೋ, ಮೂರು ವರ್ಷಕ್ಕೊಮ್ಮೆಯೋ ಆತನ ಪಾರ್ಟಿಗೆ ಹೋಗುತ್ತಿದ್ದೆವು. ಅಂದು ಪಾರ್ಟಿಹಾಲಿನ ಚೊಕ್ಕಾದ ವೇದಿಕೆಯ ಮೇಲೆ ಜಾನಕಿಯನ್ನು ಗಾಲಿಖುರ್ಚಿಯಲ್ಲಿ ತಳ್ಳುತ್ತಾ ಬಂದು ಆಕೆಯನ್ನು ತನ್ನಪಕ್ಕವೇ ಕೂಡಿಸಿಕೊಂಡು, ಕಂಪೆನಿಯ (ತನ್ನ ಆಸ್ಪತ್ರೆಗಳ ಸಮೂಹವನ್ನು ಸಂಜೀವ ಕರೆಯುತ್ತಿದ್ದುದು ಕಂಪೆನಿಯೆಂತಲೇ) ಆಯ-ವ್ಯಯ ಪಟ್ಟಿಯನ್ನು ಪವರ್ ಪಾಯಿಂಟಿನಲ್ಲಿ ತೋರಿಸಿ, ಇನ್ನು ಐದು ವರ್ಷದಲ್ಲಿ ಎನಿಗ್ಮಾ ನ್ಯೂಯಾರ್ಕ್ ಸ್ಟಾಕ್ ಎಕ್ಸ್‌ಚೇಂಜಿನಲ್ಲಿಯೂ ನೋಂದಿತವಾಗುವುದೆಂದೂ, ಇವಕ್ಕೆಲ್ಲಾ ನಿಜವಾದ ಕಾರಣ ಆ ಕಂಪೆನಿಯ ಕೆಲಸಗಾರರು ಎಂದೂ, ಎಲ್ಲಕ್ಕಿಂತಾ ಮುಖ್ಯವಾಗಿ ತನ್ನ ಎಲ್ಲ ಕೆಲಸಕ್ಕೆ ಸ್ಫೂರ್ತಿಯಾಗಿ ನಿಂತಿರುವ ಜಾನಕಿಯನ್ನು ಮರೆತರೆ ತಾನು ಹೇಗೆ ಸೀದಾ ನರಕಕ್ಕೇ ಹೋಗುತ್ತೇನೆಂದೂ ಹೇಳಿ, ಹಿಂದೆಮುಂದೆ ನಾಲ್ಕು ಜೋಕು ಹೇಳಿ ಎರಡು ಶಾಂಪೇನಿನ ಬಾಟಲುಗಳ ಕಾರ್ಕನ್ನು ಒಡೆದು ಫ಼ರಮಾಯಿಶ್ ಮಾಡಿದ್ದ. ಜಾನಕಿಯ ಗ್ಲಾಸಿಗೂ ಬುರುಬುರು ನೊರೆಬರುವ ಶಾಂಪೇನನ್ನು ಹಾಕಿ ಗ್ಲಾಸಿಗೆ ಗ್ಲಾಸು ತಗುಲಿಸಿ 'ಡ್ರಿಂಕ್ ಅಪ್' ಎಂದು ಪಾರ್ಟಿಗೆ ನಾಂದಿ ಹಾಡಿದ್ದ. ಕ್ರಿಸ್‌ಮಸ್ ಬೋನಸ್ ಎಂಬ ಮಾತನ್ನೇ ಮರೆತು ದೀಪಾವಳಿಯಂದೇ ಬೋನಸ್ ಒಪ್ಪಿಸಿಕೊಂಡು ಬಾಲಿವುಡ್ಡಿನ ವಿಶಾಲ-ಶೇಖರರ ಧುನ್‌ಗಳಿಗೆ ನರ್ತಿಸುವ

ಬಿಳೀ ಜೋಡಿಗಳ ಗುಂಪನ್ನು ಎನಿಗ್ಮಾದಲ್ಲಿ ಸೃಷ್ಟಿಸಿದ ಸಂಜೀವನ ಕರಿಸ್ಮ ಕಂಡು ನನಗೆ ಹೊಟ್ಟೆಉರಿ ಆಗದೇ ಇರಲಿಲ್ಲ.

'ಎಲ್ಲಾ ಬರೇ ಭೊಕಾಳಿ ನಿಂ ಫ್ರೆಂಡಿನದು.' ಮತ್ತೆ ದೀಪಾ ಫೋನು ಮಾಡಿದ್ದಳು. 'ಹಂದಿ, ಹಂದಿ. ಹೋದ ವರ್ಷ ಆ ದೀಪಾವಳಿ ಪಾರ್ಟೀಲಿ ಜಾನಕೀನ ವೀಲ್‌ಚೇರಲ್ಲಿ ಕರಕಂಬಂದಿದ್ದೇನು? ತಲೆ ಸವರಿದ್ದೇನು? ಶಾಂಪೇನ್ ಕುಡಿಸಿದ್ದೇನು? ಏನು ನಾಟಕಾ ಮಾಡ್ತಾನಪ್ಪ ಆತ. ನಾಚಿಕೆಯಾಗ್ಬೇಕು' ಸಿಡಿಸಿಡಿ ಹಾಯುತ್ತಿದ್ದಳು. ನಾನು ಮಾತಾಡದೇ ಸುಮ್ಮನಿದ್ದೆ. ಈ ವಿಷಯದಲ್ಲಿ ನಾನು ಸಂಜೀವನ ಪರವಾಗಿ ವಕಾಲತ್ತು ಮಾಡಿದಲ್ಲಿ ಅದು ನನಗೇ ತಿರುಗಿ ಬಡಿಯುವ ಸಾಧ್ಯತೆಗಳೇ ಇದ್ದುದರಿಂದ ಮಾತಾಡದೇ ಇರುವುದೇ ಲಕ್ಷಣವೆನಿಸಿತ್ತು.

■

ಆದರೂ ಈ ಸಮಯದಲ್ಲಿ ಒಮ್ಮೆಯಾದರೂ ಸಂಜೀವನ ಜತೆ ಮಾತಾಡಬೇಕು ಅಂತ ನನಗನಿಸಿತು. ಇದೊಂದು ಸ್ಟಿಂಗ್ ಆಪರೇಷನ್ ಅಂತೆ. ಈತ ರ್‍ಯಾಡಿಸನ್ ಹೋಟೆಲ್ಲಿಗೆ ಯಾಕೆ ಹೋಗಿ ಕೂತಿದ್ದ? ಅಲ್ಲಿ ಈತನ ಜತೆಗೆ ಯಾರಾದರೂ ಇದ್ದರೇ? ಯಾರದೋ ಜತೆಗೇ ಇದ್ದ ಅಂದುಕೊಂಡರೂ ಆಕೆಗೆ ಹದಿನೆಂಟು ವರ್ಷದ ಮೇಲೆ ವಯಸ್ಸಾಗಿದ್ದರೆ ಇಬ್ಬರೂ ಪರಸ್ಪರ ಸಮ್ಮತಿಯಿಂದಲೇ ರೂಮಿನಲ್ಲಿದ್ದರು ಎಂದು ಈ ರಗಳೆಯನ್ನು ಮುಗಿಸಿಬಿಡಬಹುದಲ್ಲ. ಇಂಟರ್ನೆಟ್ಟಿನ ಯಾವುದೋ ಎಸ್ಕಾರ್ಟಿಂಗ್ ಸರ್ವಿಸ್‌ನ ಸೈಟಿನಿಂದ ಏರ್ಪಾಟು ಮಾಡಿಕೊಂಡು ಹೋಗಿದ್ದಾನೆ ಎಂದು ಸುದ್ದಿಯಿದೆಯಲ್ಲ. ಏನಾದರೂ ಹೆಚ್ಚುಕಮ್ಮಿಯಾಗಿ ಅಪ್ರಾಪ್ತ ವಯಸ್ಸಿನ ಹುಡುಗಿಯ ಜತೆ ಸಿಕ್ಕಿಹಾಕಿಕೊಂಡಿದ್ದಾನಾ? ಯಾರೋ ಇವನಿಗಾಗದವರು ಎಲ್ಲ ಮುಂಚೆಯೇ ಏರ್ಪಾಟು ಮಾಡಿ ನಂತರ ಮಾಧ್ಯಮಗಳನ್ನು ಕರೆದಿರಬಹುದಲ್ಲವೇ? ಜಾಮೀನು ಕೊಟ್ಟು ಬಿಡಿಸಿಕೊಂಡು ಬಂದಿದ್ದಾನಂತೆ. ಅದೂ ಮುನ್ನೂರಾ ಐವತ್ತು ಡಾಲರ್ ಮಾತ್ರ. ಟೀವಿಯ ಮಾಹಿತಿಯ ಪ್ರಕಾರ ಬರೇ ಮಿಸ್‌ಡೆಮೀನರ್ ಅಂತ ದಂಡ ಹಾಕಿದಾರೆ. ಇವನೇನು ಜೈಲಿಗೆ ಹೋಗಬೇಕಾಗಿ ಬರುವುದಿಲ್ಲ. ಬರೇ ಕೋರ್ಟಿಗೆ ಹೋಗಿ ದಂಡ ಕೊಟ್ಟು ಬಂದರೆ ಸಾಕಂತೆ.

ಸಂಜೀವನಿಗೆ ಇನ್ನೊಮ್ಮೆ ಫೋನು ಮಾಡಿದೆ. ಮತ್ತೆ ಮೆಸೇಜು. ಈ ಬಾರಿ ನಾನು 'ಸಂಜೀವ, ನಾನು ಮನೇಗೆ ಬರ್ತಾ ಇದೀನಿ' ಎಂದು ಚುಟುಕಾಗಿ ಮೆಸೇಜ್ ಬಿಟ್ಟು, ದೀಪಾಳಿಗೆ ಫೋನಾಯಿಸಿ 'ನಾನು ಸಂಜೀವನ ಮನೆಗೆ ಹೋಗ್ತಾ ಇದೀನಿ. ನೀನು ಬರ್ತೀಯಾ?' ಎಂದು ಕೇಳಿದ್ದಕ್ಕೆ ಆಕೆ 'ಸಾಧ್ಯವೇ ಇಲ್ಲ, ನೀ ಹೋಗಿ ಬಾ. ನಾನು ಆಮೇಲೆ ಜಾನಕಿಯ ಹತ್ತಿರ ಮಾತಾಡುತ್ತೇನೆ' ಎಂದು ಫೋನಿಟ್ಟಳು.

ಕಾರು ಡ್ರೈವ್ ಮಾಡುತ್ತಾ ಇದ್ದಾಗ ನಾನು ಈ ಸಂದರ್ಭದಲ್ಲಿ ಸಂಜೀವನ ಮನೆಗೆ ಹೋಗುವುದು ಎಷ್ಟರಮಟ್ಟಿಗೆ ಸರಿಯಾದ ನಿರ್ಧಾರ ಎನ್ನಿಸಿತು. ಇದಕ್ಕೆ ಸಂಜೀವ ಹೇಗೆ ಪ್ರತಿಕ್ರಿಯಿಸಬಹುದು. ಮಾಧ್ಯಮದವರಿಗೆ ಕಾಣಿಸಿಕೊಳ್ಳದೇ ಇರುವುದು ಈ ಘಟ್ಟದಲ್ಲಿ ಸಹಜವೇನೋ. ಸುಮ್ಮಸುಮ್ಮನೇ ಏನೇನೋ ಹೇಳಿಕೆಗಳನ್ನು ಕೊಟ್ಟು ಆಮೇಲೆ

ಒದ್ದಾಡುವುದಕ್ಕಿಂತ ಇದು ಮೇಲು. ಪ್ರಾಯಶಃ ಇಷ್ಟು ಹೊತ್ತಿಗೆ ಸಂಜೀವ ಯಾರದಾದರೂ ಕಾನೂನು ಸಲಹೆ ತೆಗೆದುಕೊಂಡಿರಬಹುದು.

ಕಸಿವಿಸಿಯ ವಿಚಾರವೆಂದರೆ ಕಾನೂನಿನ ವಿಚಾರ ಹಾಳಾಗಿಹೋಗಲೀ, ಈತ ಜಾನಕಿಗೆ ಏನು ಉತ್ತರ ಕೊಡುತ್ತಾನೆ? ಕಳೆದ ನಾಲ್ಕು ವರ್ಷಗಳಲ್ಲಿ ಮಲ್ಟಿಪಲ್ ಸ್ಕ್ಲೀರೋಸಿಸ್‌ಗೆಂದು ನಡೆಯುವ ಫಂಡ್‌ರೈಸರುಗಳಿಗೋಸ್ಕರ ಅನೇಕ ಕಾರ್ಯಕ್ರಮಗಳನ್ನು ಈತ ಎನಿಗ್ಮಾದಿಂದ ಪ್ರಾಯೋಜಿಸಿ ರಾಷ್ಟ್ರೀಯ ಫೌಂಡೇಷನ್‌ಗೆಂದು ಸುಮಾರು ದುಡ್ಡನ್ನು ಶೇಖರಿಸಿಕೊಟ್ಟಿದ್ದ. ಎನಿಗ್ಮಾದಲ್ಲಿಯೇ ಇದರ ಬಗ್ಗೆ ಅನೇಕ ಸಂಶೋಧನೆಗಳು ನಡೆಯುವಂತೆ ಅವಕಾಶವೂ ಮಾಡಿಕೊಟ್ಟಿದ್ದ. ಜಾನಕಿಯ ಬಗೆಗಿನ ಈತನ ಕಾಳಜಿ ಎಲ್ಲ ಬರೇ ನಾಟಕವೇ? ದೇಹದ ತೆವಲನ್ನು ಪ್ರೀತಿಗೆ ಪೂರೈಸಲಾಗದಿದ್ದಲ್ಲಿ ಇಂಥ ವ್ಯವಸ್ಥೆ ಸಂಜೀವನಂಥ ಗಂಡಸರಿಗೆ ಸಹಜ ಎಂದು ಒಂದು ಕುತರ್ಕದಿಂದ ಒಪ್ಪಿಕೊಳ್ಳಬಹುದು ಎನಿಸಿತು. ಆದರೆ, ಎಷ್ಟು ದಿನ ಹೀಗೆ ಪ್ರೀತಿಗೆ ಪ್ರೀತಿ, ತೆವಲಿಗೆ ತೆವಲು ಎಂದು ಇರಲಿಕ್ಕಾಗುತ್ತದೆ.

ಮನೆಗೆ ಸುಮಾರು ಇಪ್ಪತ್ತುಗಜಗಳ ಅಂತರದಲ್ಲಿ ಕಾರು ನಿಲ್ಲಿಸಿ ನಡಕೊಂಡು ಹೋದೆ. ಕಳೆದ ವರ್ಷ ತಾನೇ ಕಟ್ಟಿಸಿದ್ದ ಹೊಸ ಮನೆ ದಿವಿನಾಗಿ ಕಾಣುತ್ತಿತ್ತು. ಮನೆಯ ಮುಂದೆ ನಾಲ್ಕಾರು ಕಾರುಗಳು. ಮೂಲೆಯಲ್ಲಿ ಟೀವಿ ಚಾನೆಲ್ಲಿನ ವ್ಯಾನೊಂದು ತಲೆಯ ಮೇಲೆ ಸಣ್ಣದೊಂದು ಡಿಶ್‌ಅನ್ನು ಇಟ್ಟುಕೊಂಡು ಮೌನವಾಗಿ ನಿಂತಿತ್ತು.

ನಾನು ಕರೆಗಂಟೆಯನ್ನು ಒತ್ತಿದಾಗ ಪಕ್ಕದ ಕಿಟಕಿಯಿಂದ ಸಂಜೀವನ ಮಗ ಆಕಾಶ ಪರದೆ ಸರಿಸಿ ನೋಡಿ 'ಹಾಯ್ ಅಂಕಲ್' ಎಂದವನೇ ಬಂದು ಬಾಗಿಲು ತೆಗೆದ. ನಾನು ಒಳಗೆ ಹೋದಾಗ 'ಡ್ಯಾಡಿ ಸ್ಟಡಿಯಲ್ಲಿದ್ದಾರೆ' ಎಂದು ಹೇಳಿ ತಾನು ಸೀದಾ ಮೇಲೆ ಹೋದ. ಲಿವಿಂಗ್ ರೂಮಿನಲ್ಲಿದ್ದ ಸೋಫಾದಲ್ಲಿ ಜಾನಕಿ 'ಸಾರೇಗಾಮಾಪಾ' ನೋಡುತ್ತಿದ್ದಳು. ಜಾನಕಿಯ ತಾಯಿಯೂ ಪಕ್ಕದಲ್ಲಿಯೇ ಕೂತಿದ್ದರು. ನನ್ನ ನೋಡಿ 'ಬಾರಪ್ಪಾ, ಬಾ. ಸಂಜೀವ ಅವನ ಸ್ಟಡಿ ರೂಮಿನಲ್ಲಿದ್ದಾನೆ. ಬಾ, ಕಾಫಿ ಕುಡೀತೀಯಾ' ಎಂದರು. ನಾನು ಜಾನಕಿಯ ಮುಖ ನೋಡಿದೆ. ಆಕೆ ನಿರ್ಭಾವುಕಳಾಗಿ 'ಈಗ ಸ್ವಲ್ಪ ಹೊತ್ತಿನ ಕೆಳಗೆ ದೀಪಾ ಫೋನು ಮಾಡಿದ್ದಳು, ನೀ ಬರ್ತಾ ಇದೀಯಾ, ಅಂತ' ಎಂದು ಹೇಳಿ 'ಸಂಜೀವ, ಒಳಗೆ ಲಾಯರ್ ಜತೆ ಇದಾನೆ. ಇಲ್ಲೇ ಕಾಯುತ್ತೀಯಾ. ಅಥವಾ ಒಳಗೆ ಹೋಗ್ತೀಯಾ.' ಎಂದಳು. ನಾನು ಏನು ಮಾಡಬೇಕೆಂದು ಗೊತ್ತಾಗದೇ ಸುಮ್ಮನೇ ನಿಂತೆ. ಜಾನಕಿಯ ತಾಯಿ 'ಹೋಗಪ್ಪ, ಒಳಗೆ ಹೋಗು. ಸಂಜೀವನಿಗೆ ಏನಾದರೂ ಸಹಾಯ ಬೇಕಾಗಬಹುದು. ಎಂಥ ಸುಡುಗಾಡೋ ಏನೋ. ಈ ರಂಪ ಮುಗಿದರೆ ಸಾಕು' ಎಂದು ಸೆರಗಿನಿಂದ ಕಣ್ಣೊರೆಸಿಕೊಂಡರು. ಜಾನಕಿ ಅಮ್ಮನನ್ನು ಹತ್ತಿರ ಕರೆದು ಕಿವಿಯಲ್ಲಿ ಏನೋ ಹೇಳಿದಳು. 'ಒಂದು ನಿಮಿಷ' ಎಂದವರೇ ಗಾಲಿಖುರ್ಚಿಯನ್ನು ತಂದು ಸೋಫಾದ ಪಕ್ಕ ಇಟ್ಟು ಅನಾಮತ್ತಾಗಿ ಜಾನಕಿಯನ್ನು ಎತ್ತಿ ಕೂರಿಸಿದರು. ನಾನು ಸಹಾಯಮಾಡಲು ಹೋದಾಗ 'ಅಯ್ಯೋ ಇದೇನು ಬಿಡಪ್ಪಾ, ದಿನಾ ಮಾಡೋ ಕೆಲಸವೇಯ. ನೀನು ಹೋಗಿ ಅದೇನು ಮಾತುಕತೆಯೋ ಮುಗಿಸಿಕೊಂಡು ಬಾ. ಇಲ್ಲಿಯೇ ಊಟ ಮಾಡಿಕೊಂಡು

ಹೋಗುವಿಯಂತೆ. ದೀಪಾನೂ ಕರಕೊಂಡು ಬಂದಿದ್ದರೆ ಚೆನ್ನಾಗಿರುತ್ತಿತ್ತು. ನೀವುಗಳು ಮನೇಗೆ ಬರೋದೇ ಅಪರೂಪ' ಎಂದರು.

ಈ ಇಬ್ಬರು ಹೆಂಗಸರನ್ನು ನೋಡಿ ಮೊಟ್ಟಮೊದಲಬಾರಿಗೆ ನನಗೆ ಸಂಜೀವನ ಮೇಲೆ ತೀರ ಅಸಹ್ಯವಾಯಿತು. ಮನೆಯಲ್ಲಿ ವಯಸ್ಸಾದ ಅತ್ತೆ, ಕಾಯಿಲೆಯ ಹೆಂಡತಿಯನ್ನು ಇಟ್ಟುಕೊಂಡು ಇಂಥಾ ಕೆಲಸ ಮಾಡಲು ಮನಸ್ಸು ಹೇಗೆ ಬಂತು? ಇರಲಿ, ನ್ಯಾಯ ನಿರ್ಣಯಕ್ಕೆ ಇದು ಕಾಲವಲ್ಲ. ಈ ರಾಡಿಯಿಂದ ಬಿಡಿಸಿಕೊಳ್ಳುವುದು ಹೇಗೆ ಎಂದು ಸಂಜೀವನ ಮನೆಯವರೇ ಯೋಚಿಸುತ್ತಿರುವಾಗ ನಾನೇಕೆ ತಲೆಕೆಡಿಸಿಕೊಳ್ಳಲಿ ಎಂದು ನಾನು ಮಾತಾಡದೇ ಸಂಜೀವನ ಸ್ಟಡಿಯತ್ತ ಹೋದೆ.

ನನ್ನ ನೋಡಿ ಸಂಜೀವ 'ಬಾ' ಎಂದು ಸನ್ನೆ ಮಾಡಿದ. ಪೂರಾ ಚೆರ್ರಿಯ ಪೀಠೋಪಕರಣಗಳಿದ್ದ ಅವನ ವಿಶಾಲವಾದ ಸ್ಟಡಿ ರೂಮಿನಲ್ಲಿ ಅವನ ಲಾಯರ್ ಸ್ಟಾನ್ಲಿ ಮತ್ತು ಪ್ಯಾರಾಲೀಗಲ್ ಒಬ್ಬಾಕೆ ಜತೆ ಒಂದಿಷ್ಟು ಪತ್ರಗಳನ್ನು ಹರಡಿಕೊಂಡು ಕೂತಿದ್ದರು. ಅರ್ಮಾನಿ ಸೂಟು, ಗರಿಮುರಿಯಾದ ಟೈ ತೊಟ್ಟಿದ್ದ ಸಂಜೀವ ಮಿರಿಮಿರಿ ಅನ್ನುತ್ತಿದ್ದ ಸಣ್ಣ ಫ್ರೇಮಿನ ರೀಡಿಂಗ್ ಗ್ಲಾಸನ್ನು ಮೂಗಿನ ಮೇಲೇರಿಸಿ ಏನೋ ಫೈಲು ನೋಡುತ್ತಿದ್ದ. ಅವನ ಈ ಹೊರಗಿನ ಚೂಪಾದ ವೇಷಭೂಷಣ ಮತ್ತು ಗಾಂಭೀರ್ಯದ ನಡುವೆಯೂ ಒಂದು ಬಗೆಯ ದುಗುಡ ಎದ್ದು ಕಾಣುತ್ತಿತ್ತು. ಅಲ್ಲೇ ಪಕ್ಕದಲ್ಲಿದ್ದ ಫ್ರಿಜ್ಜಿನ ಮೇಲಿದ್ದ ಕ್ರಿಸ್ಟಲ್‌ನ ಬಾಟಲಿನಲ್ಲಿದ್ದ ಸ್ಕಾಚಿನ ಕಡೆ ಬೆರಳು ತೋರಿಸಿದ, ನನ್ನ ಕಡೆ ನೋಡದೇ. ನಾನು ಸ್ಕಾಚನ್ನು ಗ್ಲಾಸಿಗೆ ಬಗ್ಗಿಸುತ್ತಾ ಸ್ಟಾನ್ಲಿಯತ್ತ ನೋಡಿದೆ. ಆತ 'ಹಾಯ್' ಎಂದು ನಕ್ಕ. 'ಈತ ನನ್ನ ಸ್ನೇಹಿತ. ಈತ ನನ್ನ ನಡತೆಗೆ ಸಾಕ್ಷಿಯಾಗಿ ನಿಲ್ತಾನೆ, ಬೇಕಾದರೆ. ಅಲ್ವೇನಯ್ಯಾ' ಎಂದು ನನ್ನ ಕಡೆ ನೋಡುತ್ತಾ ಒಂದು ಕ್ಷಣ ನಕ್ಕು 'ಏನಪ್ಪಾ, ನಿನ್ನ ನಂಬಬಹುದಾ ಕೋರ್ಟಲ್ಲಿ?' ಎಂದ. ವಿಷಯದ ಹಿಂದೆ ಮುಂದೆ ಗೊತ್ತಿಲ್ಲದ ನಾನು ಒಂದು ಕ್ಷಣ ಆತನನ್ನೇ ದಿಟ್ಟಿಸಿದೆ. ಕೋರ್ಟಿಗೆ ಹೋಗುವ ತಪ್ಪನ್ನು ಈತ ಏನೂ ಮಾಡಿಲ್ಲ ಎಂದು ಮಾಧ್ಯಮದವರು ಹೇಳುತ್ತಿದ್ದಾರೆ. ಇಲ್ಲಿ ಈತ ಲಾಯರ್ ಜತೆ ಕೂತು ನನ್ನ ಸಾಕ್ಷಿ ಹೇಳ್ತೀಯಾ ಎಂದು ಕೇಳುತ್ತಾ ಇದ್ದಾನೆ. ಇನ್ನು ಸುಮ್ಮನೇ ಕೂತಿದ್ದರೆ ಅರ್ಥವಿಲ್ಲ ಎನ್ನಿಸಿ 'ಏನು ವಿಷಯ ಅಂತ ಕೊಂಚ ಬಿಡಿಸಿ ಹೇಳ್ತೀಯಾ? ಸಂಜೀವ' ಅಂದೆ.

'ನಾ ಹೇಳೋದೇನಿದೆ. ಟೀವೀಯವರು ಎಲ್ಲಾ ಹೇಳ್ತಾ ಇದಾರಲ್ಲ.' ಎಂದ, ಕೈಯಲ್ಲಿದ್ದ ಪೇಪರ್‌ವೈಟನ್ನು ತಿರುಗಿಸುತ್ತಾ.

ನಾನು ಆತನೇ ಮುಂದುವರೆಸಲಿ ಎಂದು ಕಾದಿದ್ದೆ. ನಾನೇನೂ ಮಾತಾಡದೇ ಇರುವುದನ್ನು ಕಂಡು ಆತ 'ನಿನಗೇನನ್ನಿಸುತ್ತೆ?' ಎಂದ.

'ಸಂಜೀವ, ನನಗೇನನ್ನಿಸುತ್ತೆ ಅನ್ನೋದು ಮುಖ್ಯ ಅಲ್ಲ. ಪೇಪರಲ್ಲಿ ನಿನ್ನ ಫೋಟೋ ಬಂದಿದೆ. ಎಲ್ಲ ಟೀವೀಯ ಚಾನೆಲ್‌ಗಳು ಇದೇ ಸ್ಟೋರೀನ ಗಂಟೆಗೊಂದು ಬಾರಿ ಲೂಪ್ ಮಾಡಿ ಹಾಕ್ತಾ ಇದಾವೆ. ಇವತ್ತಿನ ಬೆಂಗಳೂರಿನ ಪತ್ರಿಕೆಗಳಲ್ಲೂ ಕೂಡ ನಿನ್ನ ಫೋಟೋ ಮುಖಪುಟದಲ್ಲಿ ಬಂದಿದೆ.' ನಿಧಾನವಾಗಿ ಹೇಳಿದೆ.

'ಮೀಡಿಯಾದವರಿಗೆ ಕೆಲಸ ಇಲ್ಲ. ನಾಲ್ಕು ದಿನದಲ್ಲಿ ಎಲ್ಲ ಸರಿ ಹೋಗುತ್ತೆ' ಎಂದ. ಮೀಡಿಯಾದ ವಿಷಯ ಹೇಳಿದ ತಕ್ಷಣ ಆತನ ಮುಖದ ಭಾವನೆಯೇ ಬದಲಾಯಿತು. ಹಣೆಯ ಮೇಲಿದ್ದ ಬೆವರನ್ನು ಒರೆಸುತ್ತಾ ಮುಂದಿದ್ದ ಲ್ಯಾಪ್‌ಟಾಪಿನ ಕೀಬೋರ್ಡಿನ ಮೇಲೆ ಟಪಟಪಿಸತೊಡಗಿದ. ಬೆಂಗಳೂರಿನ ಪತ್ರಿಕೆಗಳನ್ನು ನೋಡುತ್ತಿದ್ದಾನೆ ಎನ್ನಿಸಿತು, ನನಗೆ.

ಅಲ್ಲಿಯತನಕ ಏನೋ ಪತ್ರಗಳನ್ನು ನೋಡುತ್ತಿದ್ದ ಸ್ಟಾನ್ಲಿ ಹೇಳಿದ 'ಮೀಡಿಯಾದ ವಿಷಯ ಬಿಡು. ಒಬ್ಬ ಲಂಪಟ ಸಿಇಓನ ಆ ಸೀಟಲ್ಲಿ ಕೂರಿಸೋಕೆ ನಾಳೆ ಬೋರ್ಡ್ ಒಪ್ಪುತ್ತಾ? ಈಗಾಗಲೇ ಅನಧಿಕೃತವಾಗಿ ಬೋರ್ಡ್ ಮೀಟಿಂಗ್ ಆಗಿದೆಯಂತೆ. ನನಗೆ ಗೊತ್ತಾಗಿರೋ ಪ್ರಕಾರ ನೀನು ಇದರಿಂದ ಕ್ಲೀನ್ ಆಗಿ ಹೊರಬಂದು ಒಂದು ಪತ್ರಿಕಾ ಹೇಳಿಕೆ ಕೊಟ್ಟರೆ ನೀ ಉಳಕೊಳ್ತೀಯಾ. ಹೇಗೆ ಕ್ಲೀನ್ ಆಗ್ತೀಯಾ ಅನ್ನೋದು ಮುಖ್ಯ ಅಲ್ಲ. ನಾವು ಮೀಡಿಯಾ ಮೇಲೆ ಮಾನನಷ್ಟ ಮೊಕದ್ದಮೆ ಹಾಕಬಹುದು. ಆದರೆ, ಅವರು ತೋರಿಸ್ತಾ ಇರೋದು ಪೋಲೀಸ್ ಸ್ಟೇಷನ್‌ನಲ್ಲಿ ತೆಗೆದಿರೋ ಫೋಟೋಗಳನ್ನು. ಪೋಲೀಸರ ಮೇಲೆ ಕೇಸ್ ಹಾಕ್ತೀಯಾ?'

'ನಾನೇನು ಕೊಲೆ ಮಾಡಿಲ್ಲ. ಏನ್ಮಾಡುತ್ತೆ ಬೋರ್ಡು. ನನ್ನ ತೆಗೀತಾರಾ? ತೆಗೀಲಿ. ಅದಕ್ಕೆ ಅವರು ದುಬಾರಿ ಬೆಲೆ ಕೊಡಬೇಕಾಗುತ್ತೆ.'

'ಕಂಪೆನಿ ನಿಂದೇ. ಆದರೆ ನಿನ್ನ ತೆಗೆದು ಬೇರೆ ಯಾರನ್ನಾದರೂ ಸಿಇಓ ಆಗಿ ಮಾಡೋ ಅಧಿಕಾರವನ್ನು ನೀನೇ ಬೋರ್ಡಿಗೆ ಕೊಟ್ಟಿದ್ದೀಯ. ಆದರೆ ಆ ಬಗ್ಗೆ ಯಾರೂ ಮಾತಾಡ್ತಾ ಇಲ್ಲ, ಬೋರ್ಡು ನಿನಗೆ ಸಹಾಯ ಮಾಡಬೇಕು ಅಂತಲೇ ಪ್ರಯತ್ನ ಮಾಡ್ತಾ ಇರೋದು. ನಿನ್ನ ಇಮೇಜ್?' ಸ್ಟಾನ್ಲಿ ಹೇಳಿದ.

'ಏನು ನನ್ನ ಇಮೇಜು?' ಲ್ಯಾಪ್‌ಟಾಪಿನಿಂದ ಕಣ್ಣು ತೆಗೆಯದೇ ಹೇಳಿದ. 'ನನ್ನ ಬಗ್ಗೆ ಬರೀತಾ ಇದಾನಲ್ಲ ಈ ಪೇಪರ್ನೋನು. ಆತ ನಾ ಕಳೆದ ಸಲ ಬೆಂಗಳೂರಿಗೆ ಹೋದಾಗ ಸಾರ್, ನೀವು ನಮ್ಮೋರು. ನೀವು ಆ ಹೊರದೇಶದಲ್ಲಿ ಇಷ್ಟು ಮುಂದೆ ಬಂದಿರೋದಂದ್ರೆ ಸಾಮಾನ್ಯಾನ ಸಾರ್ ಅಂತ ಹಲ್ಲುಗಿಂಜಿಕೋತ ಏಟ್ರಿಯಾದಲ್ಲಿ ಪಾರ್ಟಿ ಕೊಟ್ಟಿದ್ದ. ತನ್ನ ಪ್ರೇಮಪ್ರಕರಣಗಳ ಬಗ್ಗೆ ಖುಲ್ಲಂಖುಲ್ಲ ಹೇಳಿದ್ದ. ಈಗ ನನ್ನ ಬಗ್ಗೆ ಹೀಗೆ ಬರೀತಾನೆ. ಬೇರೆಯೋರ ಬಗ್ಗೆ ಬರೆಯೋಕೆ ಬಂದಾಗ ಎಲ್ಲ ನೀತಿವಂತರಾಗಿಬಿಡ್ತಾರೆ. ಸ್ಟಾನ್ಲಿ, ಗೆಟ್ ಟು ದ ಪಾಯಿಂಟ್. ನನಗೆ ಮಾರಲ್ ಸೈನ್ಸ್ ಲೆಕ್ಚರ್ ಕೊಡೋಕೆ ಬರಬೇಡ.'

'ನೋಡು ಸಂಜೀವ್. ನೀನೇನು ದೊಡ್ಡ ಕೆಲಸ ಮಾಡ್ಬೇಕಾಗಿಲ್ಲ. ನನ್ನಿಂದ ತಪ್ಪಾಗಿದೆ ಅಂತ ಒಪ್ಪಿಕೊ. ಪತ್ರಿಕಾ ಹೇಳಿಕೆ ಕೊಟ್ಟುಬಿಟ್ಟರೆ ಆಯಿತು. ಜನ ಕ್ಷಮಿಸುತ್ತಾರೆ.' ಎಂದು ನನ್ನ ನೋಡುತ್ತಾ 'ಅದೂ ನಿಮ್ ದೇಶದಲ್ಲಿ ಕೆಲವು ಕಡೆ ಪಾಲಿಗ್ಯಾಮಿ ಇನ್ನೂ ಇದೆ ಅಲ್ವಾ. ಕಲ್ಚರ್ ಫ್ಯಾಕ್ಟರು ಇಲ್ಲಿ ಚೆನ್ನಾಗಿ ವರ್ಕೌಟ್ ಆಗುತ್ತೆ. ಜಾನಕೀ ಇಂದ ಒಂದು ನೋ ಪ್ರಾಬ್ಲಮ್ ಅಂತ ಕ್ಯಾಮೆರಾ ಮುಂದೆ ಹೇಳಿಸಿದರೆ ಇನ್ನೂ ವೈಟೇಜ್ ಬರುತ್ತೆ' ಎಂದು ಉಗುಳು ನುಂಗುತ್ತಾ, ಸ್ಟಾನ್ಲಿ.

'ನೋ ವೇ... ನಾನೀ ನಾಟಕ ಮಾಡೋಕೆ ರೆಡಿ ಇಲ್ಲ. ಒಂದು ವಿಷಯ ತಿಳ್ಕೋ. ಇದು ನನಗೆ, ಜಾನಕಿಗೆ ಮಾತ್ರ ಸಂಬಂಧಿಸಿದ ವಿಷಯ. ಪಾಲಿಗ್ಯಾಮಿ ಬಗ್ಗೆ ಮಾತಾಡ್ತಾನೆ. ಅಫ್ಘಾನಿಸ್ತಾನದಿಂದ ಬಂದಿದೀನಿ ಅಂತ ತಿಳ್ಕೊಂಡಿದ್ಯಾ ನನ್ನನ್ನು. ನಾನೇನು ಯಾರನ್ನಾರ ಮದ್ವೆ ಮಾಡ್ಕೊಳೋಕೆ ಹೋಗಿದ್ನಾ? ಇವಂಗೆಂತ ಗೊತ್ತು ನಮ್ ದೇಶದ ಬಗ್ಗೆ. ಸ್ವಲ್ಪ ಹಳ್ಳಕ್ಕೆ ಬಿದ್ರೆ ಸಾಕು. ಎಲ್ಲರೂ ಬುದ್ಧಿ ಹೇಳೋವ್ರೇ' ಎಂದ, ನನ್ನ ನೋಡಿ ಕನ್ನಡದಲ್ಲಿ.

ನಾನು ಇಲ್ಲಿಗೆ ಯಾಕೆ ಬಂದಿದ್ದೇನೆ, ಏನು ಮಾಡುತ್ತಿದ್ದೇನೆ ಎನ್ನುವುದನ್ನು ಅರ್ಥಮಾಡಿಕೊಳ್ಳುವ ಪ್ರಯತ್ನವನ್ನು ಬಿಟ್ಟಿದ್ದೆ. ಸಂಜೀವನನ್ನು ನೋಡಿ 'ನಾನಿನ್ನು ಹೊರಡ್ತೀನಿ. ನನ್ನಿಂದ ಏನಾದರೂ ಬೇಕಿದ್ದರೆ ಹೇಳು' ಎಂದು ಹೇಳಿ ಹೊರಟೆ.

'ಒಂದು ನಿಮಿಷ ಕೂತ್ಕೋ' ಎಂದ, ಸಂಜೀವ, ಸ್ಟಾನ್ಲಿಯ ಕಡೆ ನೋಡಿ 'ನನಗೆ ಸ್ವಲ್ಪ ಯೋಚನೆ ಮಾಡುವುದಕ್ಕೆ ಕಾಲಾವಕಾಶ ಕೊಡು. ನಾಳೆ ಬೆಳಿಗ್ಗೆ ನಾನೇ ಫೋನು ಮಾಡ್ತೀನಿ' ಎಂದ. ಸ್ಟಾನ್ಲಿ ಮತ್ತು ಆತನ ಪ್ಯಾರಾಲೀಗಲ್ ಇಬ್ಬರೂ ಅಲ್ಲಿಂದ ಹೊರಟರು.

ಆತ ಹೋಗುವುದನ್ನೇ ಕಾಯುತ್ತಿದ್ದ ಹಾಗೆ ಸಂಜೀವ ನನ್ನ ಹತ್ತಿರ ಬಂದು ನನ್ನ ಕೈಹಿಡಕೊಂಡು ತಲೆಬಗ್ಗಿಸಿ 'ನನ್ನ ಕಂಡರೆ ಹೀನವಾದ ಭಾವನೆ ಬಂದಿರಬಹುದಲ್ಲ, ನಿನಗೆ. ಸಾರಿ' ಎಂದ. ಈತ ನನ್ನ ಬಳಿ ಕ್ಷಮೆಯಾಚಿಸುವುದರಲ್ಲಿ ಏನರ್ಥ ಎಂದು ನನಗೆ ಗೊತ್ತಾಗಲಿಲ್ಲ. ಸಂಜೀವ ನನ್ನ ಮುಂದೆಯಾಗಲೀ, ಇನ್ಯಾರ ಮುಂದೆಯಾಗಲೀ ಸಾರಿ ಎಂದಿದ್ದನ್ನು ನಾ ನೋಡಿಯೇ ಇರಲಿಲ್ಲ. ಹೇಗೆ ಉತ್ತರಿಸಬೇಕೆಂದು ಗೊತ್ತಾಗದೇ 'ಇರಲಿ. ನೀ ನನಗೆ ಏನೂ ಹೇಳಬೇಕಾಗಿಲ್ಲ. ಜಾನಕಿ ಹೇಗಿದ್ದಾಳೆ?' ಎಂದೆ.

'ಆಕೆ ಆರಾಮಾಗಿದಾಳೆ.' ಎಂದ.

'ಆರಾಮಾಗಿದಾಳಾ. ಈಗ ನಾ ಮಾತಾಡಿಸ್ಕೊಂಡು ಬಂದೆ. ಆಕೆ ಆರಾಮಾಗಿದಾಳೆ ಅಂತ ನನಗನ್ನಿಸಲಿಲ್ಲ.'

'ನನ್ನ ನಂಬು. ಆಕೆ ಆರಾಮಾಗಿದಾಳೆ. ಮನೆಯಲ್ಲಿ ಎಲ್ಲವೂ ಎಲ್ಲರಿಗೂ ಗೊತ್ತಿರೋ ವಿಷಯವೇ' ಎಂದ, ನನ್ನನ್ನು ನೇರವಾಗಿ ನೋಡದೇ.

'ಎಂಥ ಮಾತಾಡ್ತಾ ಇದೀಯ, ಸಂಜೀವ. ನೀ ಯಾವುದೋ ಬೇರೆ ಹೆಂಗಸಿನ ಜತೆ ಹೋಟೆಲಿನ ರೂಮಲ್ಲಿದ್ದ ವಿಷಯ ಎಲ್ಲರಿಗೂ ಗೊತ್ತಿರೋದಾ?' ಎಂದೆ, ನನ್ನ ಧ್ವನಿ ನನಗೆ ಅರಿವಿಲ್ಲದೇ ಕೊಂಚ ಎತ್ತರಕ್ಕೆ ಏರಿದ್ದು ನೋಡಿ ನನಗೇ ಆಶ್ಚರ್ಯವಾಗಿತ್ತು.

'ಹೋ. ಹೋ. ಹೋ... ನೀ ಇಷ್ಟೊಂದು ಉದ್ವೇಗ ಪಟ್ಟುಕೊಳ್ಳೋ ಅಗತ್ಯವಿಲ್ಲ. ನೀನು ತಿಳಕೊಳ್ಳೋ ಅಷ್ಟು ವಿಷಯ ಸರಳವಾಗಿಲ್ಲ. ಅಷ್ಟಕ್ಕೂ ಇಂಥ ವಿಷಯಗಳು ಅಷ್ಟು ಸರಳವಾಗಿರೊಲ್ಲ' ಎಂದ ಆತನೂ ದನಿಯೇರಿಸಿ, ಅವನ ಮಾತಿನ ಧೋರಣೆ ಈ ಇಡೀ ಘಟನೆಯಲ್ಲಿ ನನ್ನ ಪಾತ್ರ ಮತ್ತು ಅದರ ಮಿತಿಯನ್ನು ವಿವರಿಸುವಂತಿತ್ತು.

ನಾನು ಸುಮ್ಮನೇ ಆತನ ಮುಖ ನೋಡಿದೆ.

'ಜಾನಕಿಗೆ ಆಕೆಯ ಕಾಯಿಲೆಯ ಮೊದಲ ಲಕ್ಷಣಗಳು ಸುಮಾರು ಇಪ್ಪತ್ತು ವರ್ಷದ ಹಿಂದೆ ಕಾಣಿಸಿಕೊಂಡವು. ಎಲ್ಲರ ಕಣ್ಣಿಗೂ ಕಾಣುವ ಹಾಗಲ್ಲ. ನಮ್ಮಿಬ್ಬರಿಗೆ ಮಾತ್ರ ಅರಿವಾಗುವ ಹಾಗೆ. ಅರ್ಥಮಾಡಿಕೋ. ನಾವಿಬ್ಬರೂ ಪರಸ್ಪರರ ಅವಶ್ಯಕತೆಗಳನ್ನು ಪೂರೈಸಲು ಬೇರೆ ಮಾರ್ಗಗಳನ್ನು ಹುಡುಕಿಕೊಳ್ಳಬೇಕಾಯಿತು. ಅದರ ವಿವರಗಳು, ನೈತಿಕತೆ ನೀನು ನೋಡಿರುವ ಸಮಾಜದ ಕಟ್ಟಳೆಗಳೊಳಗೆ ಬರದೇ ಇರಬಹುದು.' ಎಂದ.

ನನಗೆ ಏನು ಮಾತಾಡಬೇಕೆಂದು ಗೊತ್ತಾಗಲಿಲ್ಲ. ಇಲ್ಲಿ ಕೂಡ ಹುತಾತ್ಮನಾಗಲು ಬಯಸುತ್ತಿದ್ದಾನೆ, ಜಾನಕಿಯ ಕಾಯಿಲೆಯ ಆಸರೆ ಹಿಡಿದು ಅನ್ನಿಸಿತು. ಸುಮ್ಮನೆ ನಕ್ಕು 'ನೀವಿಬ್ಬರೂ ಬಹಳ ವಿಷಯ ಮುಚ್ಚಿಡ್ತೀರಪ್ಪ. ಪರಸ್ಪರರ ಅವಶ್ಯಕತೆಗಳೇನು ಸಂಜೀವ ಇಲ್ಲಿ; ನಿನಗೆ ಹೋಟೆಲಿನ ರೂಮು, ಆಕೆಗೆ ವೀಲ್ ಚೇರಾ?' ಎಂದೆ.

'ಕೆಲವು ವಿಷಯಗಳನ್ನು ಮುಚ್ಚಿಡಬೇಕಾಗುತ್ತೆ.' ಎಂದ, ಉಗುಳುನುಂಗುತ್ತಾ. ಆತನ ಮುಖದ ಭಾವನೆಗಳನ್ನು ನಾ ಓದಲಾಗದೇ ಹೋದೆ.

ನಾನು ಇನ್ನು ಆತನ ಜತೆ ಮಾತನಾಡಲಾರೆ ಎನ್ನಿಸಿ 'ನಾನು ಬರ್ತೀನಿ.' ಎಂದು ರೂಮಿನ ಹೊರಗೆ ಬಂದೆ.

■

ಜಾನಕಿ ಮತ್ತು ಜಾನಕಿಯ ಅಮ್ಮ ಇನ್ನೂ ಲಿವಿಂಗ್ ರೂಮಿನಲ್ಲಿಯೇ ಕೂತಿದ್ದರು. ನಾನು ಹೊರಡ್ತೀನಿ ಎಂದು ಹೇಳಿದಾಗ ಜಾನಕಿ ಏನೂ ಮಾತಾಡಲಿಲ್ಲ. ಜಾನಕಿಯ ಅಮ್ಮ ನನ್ನ ನೋಡಿ 'ಎಲ್ಲೂ ಹೋಗಬೇಡ, ಇಲ್ಲೇ ಕೂತುಕೋ. ಊಟ ಬಡಿಸ್ತೀನಿ. ಊಟ ಮಾಡ್ಕೊಂಡು ಹೋಗು. ಸಂಜೀವ ಆಮೇಲೆ ಊಟ ಮಾಡುತ್ತಾನೋ ಏನೋ, ನೀನು ಬಾ.' ಎಂದು ಕರೆದರು.

ನಾನು ಜಾನಕಿಯ ಗಾಲಿಖುರ್ಚಿಯನ್ನು ತಳ್ಳಿಕೊಂಡು ಹೋಗಿ ಊಟದ ಮನೆಯಲ್ಲಿ ನನ್ನ ಪಕ್ಕವೇ ಕೂರಿಸಿಕೊಂಡೆ.

ಜಾನಕಿಗೆ ಒಂದು ಫೋನು ಬಂತು. ಫೋನೆತ್ತಿಕೊಂಡ ಆಕೆಯ ಕೈ ಕೊಂಚ ನಡುಗುತ್ತಿದ್ದರೂ ಹಿಡಿತ ಬಲವಾಗಿಯೇ ಇತ್ತು.

'ಇಲ್ಲ, ಇನ್ನೂ ಇಲ್ಲೇ ಇದ್ದಾನೆ' ಎಂದು ಫೋನಿಗೆ ಕೈಮುಚ್ಚಿ ನನ್ನ ಕಡೆ ತಿರುಗಿ 'ದೀಪಾ' ಎಂದಳು.

'ಇಲ್ಲ, ಇಲ್ಲ. ಇಲ್ಲೇ ಊಟ ಮಾಡಿಕೊಂಡು ಬರ್ತಾನೆ. ನೀನೂ ಬಂದಿದ್ದರೆ ಚೆನ್ನಾಗಿರುತ್ತಿತ್ತು. ಇರಲಿ, ಇರಲಿ. ನಾನಾ, ನನಗೇನಾಗಿದೆ. ನಾನು ಆರಾಮಾಗಿದ್ದೇನೆ'. ಮಾತಾಡುತ್ತಿದ್ದ ಹಾಗೆ ಜಾನಕಿಯ ಮುಖ ಕೆಂಪಾಯಿತು. ಅವುಡುಗಚ್ಚಿ 'ದೇವರಾಣೆಗೂ ದೀಪಾ. ಎಂತದೂ ಬೇಡ. ನಾನು ಯಾರಿಗೂ ಎಂಥ ಹೇಳಿಕೆಯನ್ನೂ ಕೊಡಲ್ಲ. ಮನೆ ಹತ್ತಿರ ಕರಕೊಂಡು ಬರೋದೇನೂ ಬೇಡ. ದಯವಿಟ್ಟು ನನ್ನ ಪಾಡಿಗೆ ನನ್ನ ಬಿಟ್ಟುಬಿಡು' ಎಂದು ಫೋನಿಟ್ಟಳು.

ನಾನು ಜಾನಕಿಯ ಮುಖ ನೋಡಿದೆ. ಜಾನಕಿ 'ದೀಪಾಗೆ ಬುದ್ಧಿ ಇಲ್ಲ. ಯಾವುದೋ 'ಮಾನಸಿ' ಅಂತ ವಿಮೆನ್ಸ್ ಲಿಬ್ ಅಂತೆ. ನ್ಯೂಯಾರ್ಕಿನಲ್ಲಿದೆಯಂತೆ. ದೀಪಾಳ ಸ್ನೇಹಿತೆಯೊಬ್ಬಳು ಕೇರಳದಲ್ಲಿರೋ ಇದರ ಔಟ್‌ಸೋರ್ಸ್ಡ್ ಎನ್‌ಜೀಒಗೆ ಕೆಲಸ ಮಾಡ್ತಾಳಂತೆ. ಏನೋ ಸಂಶೋಧನೆಗೆ ಅಂತ ಇಲ್ಲಿಗೆ ಬಂದಿದಾಳಂತೆ. ಶೋಷಿತ ಭಾರತೀಯ ಹೆಂಗಸರ ರೀಹ್ಯಾಬ್‌ನಲ್ಲಿ ಪರಿಣಿತಳಂತೆ. ನನ್ನ ಸಂದರ್ಶಿಸೋಕೆ ಬರ್ತಾರಂತೆ. ದೀಪಾನೇ ಎಲ್ಲವನ್ನೂ ಏರ್ಪಾಟು ಮಾಡ್ತಾಳಂತೆ. ನಾ ಹೊಡೆದಾಡಬೇಕಂತೆ. ಹೊಡೆದಾಟವೆಲ್ಲ ಮುಗೀತು ಅಂತ ದೀಪಾಗೆ ಹೇಳು. ದಯವಿಟ್ಟು ತಪ್ಪು ತಿಳೀಬೇಡ, ಈಗ ದಿಸ್ ಈಸ್ ನೋಬಡೀಸ್ ಬಿಸಿನೆಸ್ ಅದರ್ ದೇನ್ ಮೈನ್ ಅಂಡ್ ಸಂಜೀವ್ಸ್. ಇದರಿಂದ ಬೇರೆ ಯಾರಿಗೆ ಏನು ಸಿಗುತ್ತೆ. ನಿನ್ನ ದೀಪಾಳ ಸ್ನೇಹಿತೆಗೆ ಸಂಜೆ ಪತ್ರಿಕೆಗೆ ಬರೆಯೋಕೆ ಒಂದು ವಿಷಯ ಸಿಕ್ಕಹಾಗಾಯ್ತಷ್ಟೇ.'

ನಾನು ಜಾನಕಿಯ ಅಮ್ಮ ಬಡಿಸಿದ್ದನ್ನು ಸುಮ್ಮನೇ ಊಟ ಮಾಡಿ ಮನೆಗೆ ಬಂದೆ.

ದೀಪಾ ಒಂದೇ ಸಮನೆ ಎಗರಾಡುತ್ತಿದ್ದಳು. 'ತನಗೆ ಎಂಥಾ ಅನ್ಯಾಯ ಆಗುತ್ತಾ ಇದೆ ಅನ್ನೋದೂ ಅರ್ಥ ಆಗದಿರೋ ಪರಿಸ್ಥಿತೀಲಿದ್ದಾಳೆ, ಆಕೆ. ಪಾಪ, ಆಕೆಗೆ ನಡೆಯೋಕೂ, ಕೂರೋಕೂ ಆಗೊಲ್ಲ. ಆಕೆಯ ಅಮ್ಮನಿಗೂ ಗ್ರೀನ್‌ಕಾರ್ಡು ಕೊಡಿಸಿಕೊಂಡು ಇಲ್ಲಿಗೆ ಕರೆಸಿಕೊಂಡಿದ್ದಾನೆ, ಸಂಜೀವ. ಮುಂದಿನ ವರ್ಷ ಆಕಾಶ ಕಾಲೇಜಿಗೆ ಹೋಗ್ತಾನೆ. ಮನೇಲಿ ಯಾರೂ ಮಾತಾಡೋ ಹಾಗಿಲ್ಲ. ಎಲ್ಲದರ ಅನುಕೂಲವನ್ನು ಸಂಜೀವ ಪಡಕೋತಾ ಇದಾನೆ. ವಯಸ್ಸು ಅರವತ್ತಾದರೂ ಇನ್ನೂ ಈ ಕಚ್ಚೆಹರುಕ ಬುದ್ಧಿ ಹೋಗಿಲ್ಲ ಎಂದರೆ. ವ್ಯವಸ್ಥಿತವಾದ ಅತ್ಯಾಚಾರ, ಇದು. ಐ ಹೇಟ್ ಮೆನ್. ಒಂದು ಸಂದರ್ಶನ ಕೊಟ್ಟಿದ್ದರೆ ಏನಾಗುತ್ತಿತ್ತು. ಕೆಲವರಿಗೆ ಯಾರ ಬುದ್ಧಿವಾದವೂ ಬೇಕಾಗೊಲ್ಲ.'

'ದೀಪಾ, ನೀನು ಯಾಕೆ ಇಷ್ಟು ಉದ್ವೇಗಕ್ಕೆ ಒಳಗಾಗ್ತೀಯಾ? ಈ ವಿಷಯಾನ ಅಲ್ಲೇ ಬಿಟ್ಟುಬಿಡು. ನಮ್ಮೂರಿನವರು ಅಂತ ಮಾತಾಡಿಸ್ಕೊಂಡು ಬರೋಣ ಎಂದು ಹೋಗಿದ್ದೆ. ಅದು ಸರಿ ಹೋಗ್ಲಿಲ್ಲ. ಇದು ಅವರವರ ವಿಷಯ' ಎಂದು ಸಮಾಧಾನ ಮಾಡಲು ಪ್ರಯತ್ನಿಸಿದೆ.

■

ಮಾರನೆಯ ದಿನ ಬೆಳಿಗ್ಗೆ ಒಂಭತ್ತರ ವಾರ್ತೆಗಳ ನಂತರ ಬ್ರೇಕಿಂಗ್ ನ್ಯೂಸ್ ಎಂದು ಇನ್ನೊಂದು ಸಣ್ಣ ಕ್ಲಿಪಿಂಗ್ ಬಂತು. 'ಎನಿಗ್ಮಾದ ಸಂಜೀವ ನಾಯಕರು ನಮ್ಮ ಚ್ಯಾನಲ್ಲಿಗೆಂದು ಕಳಿಸಿಕೊಟ್ಟ ಒಂದು ವಿಶೇಷ ವಿಡಿಯೋವನ್ನು ನಿಮ್ಮ ಮುಂದೆ ಪ್ರಸಾರ ಮಾಡುತ್ತೇವೆ. ನಮಗೆ ಬಂದಿರೋ ಸುದ್ದಿಗಳ ಪ್ರಕಾರ ಸಂಜೀವ್ ತಮ್ಮ ತಪ್ಪನ್ನು ಒಪ್ಪಿಕೊಂಡಿದಾರೆ. ಕಾನೂನಿನ ಪರವಾಗಿ ಇದು ಶಿಕ್ಷಾರ್ಹ ಅಪರಾಧವಲ್ಲದಿದ್ದರೂ ಅವರು ಈ ರೀತಿ ತಪ್ಪೊಪ್ಪಿಕೊಳ್ಳುವುದಕ್ಕೆ ಕಾರಣ ಏನಿರಬಹುದು? ಈ ತಪ್ಪೊಪ್ಪಿಗೆ ಯಾರಿಗಾಗಿ? ಎಲ್ಲವನ್ನೂ ವಿಶ್ಲೇಷಿಸುವುದಕ್ಕೆ ನಮ್ಮ ಬಳಿ ಇದ್ದಾರೆ ಟ್ರಿಬ್ಯೂನಿನ ಕಾನೂನಿನ ಪರಿಣತರು. ಅದಕ್ಕೆ ಮುಂಚೆ ಈ ಕ್ಲಿಪಿಂಗ್ ನೋಡೋಣ. ಇದು ಕೆಟಿಟಿಸಿ ಎಕ್ಸ್‌ಕ್ಲೂಸಿವ್' ಎಂದು ಹೇಳಿದನಂತರ ಆ ಸಣ್ಣ ಕ್ಲಿಪಿಂಗ್ ಶುರುವಾಯಿತು.

ಸಂಜೀವ ನಾಯಕನ ಮನೆ. ಸಂಜೀವ ಒಂದು ಕೆಂಪು ರೇಷ್ಮೆಯ ಶೆರ್ವಾನಿ ಧರಿಸಿದ್ದ. ಜಾನಕಿ ಗಾಲಿಖುರ್ಚಿಯಲ್ಲಿ ಕೂತಿದ್ದಳು. ನಾನು ನಿನ್ನೆ ಆಕೆಯನ್ನು ನೋಡಿದಾಗ ಹಾಕಿದ್ದ ಚೂಡಿದಾರವನ್ನೇ ಹಾಕಿದ್ದಳು. ಮಕ್ಕಳು, ಅತ್ತೆ ಯಾರೂ ಜತೆಗಿರಲಿಲ್ಲ. ನಾನು ಆತನ ಮನೆಗೆ ಹೋಗಿ ಬಂದ ಸ್ವಲ್ಪ ಹೊತ್ತಿಗೇ ಈ ವಿಡಿಯೋ ತೆಗೆದಿರಬಹುದು ಎನಿಸಿತು. ಆದರೆ ಬೆಳಕು, ಕ್ಯಾಮೆರಾ ಕೋನಗಳು ಎಲ್ಲವನ್ನೂ ನೋಡಿದಾಗ ಯಾವುದೋ ವೃತ್ತಿಪರ ವಿಡಿಯೋಗ್ರಾಫರ್ ತೆಗೆದಿದ್ದಾನೆ ಅನ್ನಿಸಿತು. ನೋಡುತ್ತಿದ್ದಂತೆ ಕ್ಯಾಮೆರಾ ಸಂಜೀವನ ಮುಖದ ಮೇಲೆ ಝೂಮ್ ಆಯಿತು. ಆತ ಜಾನಕಿಯ ಕಡೆ ತಿರುಗಿ 'ಐ ಆಮ್ ಸಾರಿ, ಜಾನಕಿ. ನನ್ನ ಕ್ಷಮಿಸ್ತೀಯಾ?' ಎಂದು ಜಾನಕಿಯ ಕೈ ಹಿಡಕೊಂಡ. ಜಾನಕಿಯ ಕಣ್ಣು ತುಂಬಿ ಬಂದಿದ್ದವು. ಆಕೆ, ಏನೂ ಮಾತಾಡದೇ ಸಂಜೀವನನ್ನೇ ನೋಡುತ್ತಾ ಆತ ಹಿಡಕೊಂಡಿದ್ದ ಕೈಯನ್ನು ಒತ್ತಿದಳು. ಸಂಜೀವ ಗಾಲಿಖುರ್ಚಿಯನ್ನು ನಿಧಾನವಾಗಿ ಮುಂದೆ ದಬ್ಬಿಕೊಂಡು ಬಂದ. ಮುಂದೆ ಸ್ಟಾನ್ಲಿ ನಿಂತಿದ್ದ. ಕ್ಯಾಮೆರಾ ಆತನ ಕಡೆ ತಿರುಗಿದಾಗ ಆತ ತನ್ನ ಪರಿಚಯವನ್ನು ಹೇಳಿಕೊಂಡು ಸಂಜೀವನ ಕಡೆ ತಿರುಗಿ 'ನೀನು ಇನ್ನೂ ಏನಾರ ಹೇಳೋದು ಇದೆಯಾ?' ಎಂದು ಕೇಳಿದ. ಸಂಜೀವ 'ಇದು ನನ್ನ ಮತ್ತು ಜಾನಕಿಯ ನಡುವಿನ ಸಮಸ್ಯೆ. ನಾನು ಕ್ಷಮಾಪಣೆ ಕೇಳಬೇಕಾಗಿದ್ದರೆ ಅದು ಜಾನಕಿಗೆ ಮತ್ತು ದೇವರಿಗೆ ಮಾತ್ರ. ಇನ್ನು ಕಾನೂನಿನ ಪ್ರಕಾರ ಏನು ಶಿಕ್ಷೆ ಆಗಬೇಕೋ ಅದು ನನಗೆ ಆಗಿದೆ. ಇಷ್ಟು ಬಿಟ್ಟು ಬೇರೆ ಯಾರಿಗೂ ನಾ ಏನೂ ಉತ್ತರ ಕೊಡಲಾರೆ. ನಾನು ಮಾಡಿದ್ದು ತಪ್ಪೆಂದು ಜಾನಕಿಗೆ ಮತ್ತು ದೇವರಿಗೆ ಅನಿಸಿದರೆ ಅದಕ್ಕೆ ತಕ್ಕ ಶಿಕ್ಷೆ ನನಗೆ ಈಗಾಗಲೇ ಆಗಿದೆ. ದಯವಿಟ್ಟು ಕ್ಷಮಿಸಿ' ಎಂದು ಹೇಳಿ ಸೀದಾ ಒಳಗೆ ಹೋದ.

ಟೀವೀ ವಾಹಿನಿಯಾಕೆ 'ನೆನಪಿಡಿ, ಇದು ನಮ್ಮ ಚ್ಯಾನೆಲ್ಲಿಗೆಂದೇ ಸಂಜೀವ ನಾಯಕರು ಕಳಿಸಿದ ವಿಶೇಷ ವಿಡಿಯೊ. ನಮ್ಮ ವರದಿಗಾರರ ಪ್ರಶ್ನೆಗೆ ಅವರು ಇನ್ನೂ ಸಿಕ್ಕಿಲ್ಲ' ಎನ್ನುತ್ತಿದ್ದಳು.

ದೀಪಾ 'ಸಂದರ್ಶನ ಕೊಟ್ಟಿದ್ದರೆ ಪ್ರಶ್ನೆಗೆ ಉತ್ತರ ಕೊಡಬೇಕಾಗುತ್ತೆ ಅಂತ ವಿಡಿಯೋ ಕಳಿಸಿದಾನೆ. ಬಾಸ್ಟರ್ಡ್' ಎಂದು ಟೀವಿ ಆರಿಸಿದಳು.

ಜನವರಿ ೨೧, ೨೦೧೧

ಆರ್ಡಿನರಿ ಹೀರೋಗಳು

ಬೆಳ್ಳಂಬೆಳಗ್ಗೆ ಮೂರೂವರೆಗೆ ಹೊಯ್ಕೊಳೋವಂಥ ವಿಷಯಾನಾ ಅದು. ನನಗರ್ಥವಾಗಿರಲಿಲ್ಲ. ಹೆಸರು ಸನ್‌ಶೈನ್ ಅಂತೆ. ತಂಗಿಯರು ಕ್ರಿಸ್ಟಲ್ ಮತ್ತು ಟಕೀಲಾ. ಇವರು ಯಾವಾಗ ಆಸ್ಪತ್ರೆಗೆ ಬಂದಾಗಲೂ ಇವರ ಹೆಸರುಗಳ ಬಗ್ಗೆ ಅರ್ಧಗಂಟೆ ವ್ಯಾಖ್ಯಾನವನ್ನು ಯಾರಾದರೂ ಕೊಡುತ್ತಿದ್ದರು. ಏನೋ ಆದಂತೆ ಮೂವರೂ ಧಾಂಗುಡಿಸಿದ್ದರು, ಬೆಳಗ್ಗೆ ಮೂರೂವರೆಗೆ. ಅವರನ್ನು ನೋಡಿದರೆ ಹೇಳಬಹುದಾಗಿತ್ತು ಯಾರೂ ಕಾರನ್ನು ಡ್ರೈವ್ ಮಾಡುವುದಿರಲಿ, ನೆಟ್ಟಗೆ ನಿಲ್ಲುವ ಸ್ಥಿತಿಯಲ್ಲೂ ಇರಲಿಲ್ಲ ಅಂತ. ಎರಡು ವಾರದ ಹಿಂದೆ ತಾನೇ ಆಸ್ಪತ್ರೆಗೆ ಹೊಟ್ಟೆನೋವೆಂದು ಬಂದಿದ್ದ ಸನ್‌ಶೈನನ್ನು ನೋಡಿ, ಆಕೆ ಮರೆತೇಬಿಟ್ಟಿದ್ದ ಅವಳ ಮುಟ್ಟು ಅವಳ ಹೊಟ್ಟೆನೋವಿಗೆ ಕಾರಣವಿರಬಹುದೆಂದು ಆಗ ನೆನಪಿಸಿದ್ದೆ. ಇಪ್ಪತ್ತುವಾರಗಳಿಂದ ಆಗದೇ ಇದ್ದ ಮುಟ್ಟನ್ನು ಆಗತಾನೇ ಜ್ಞಾನೋದಯವಾದಂತೆ ನೆನೆಸಿಕೊಂಡಿದ್ದಳು. ಎರಡು ನಿಮಿಷದಲ್ಲಿ ಮೂತ್ರ ಪರೀಕ್ಷಿಸಿ, 'ಸನ್‌ಶೈನ್, ನೀನು ಬಸುರಿ' ಎಂದಿದ್ದೆ. ಆಗಲೂ ಇದ್ದ ಕ್ರಿಸ್ಟಲ್ ಮತ್ತು ಟಕೀಲಾಗಳು ಹೈ-ಫೈ ಮಾಡಿಕೊಂಡು ಒಬ್ಬರನ್ನೊಬ್ಬರು ತಬ್ಬಾಡಿಹೋಗಿದ್ದರು.

ಇಂದಿನ ಇವರ ಅವಸ್ಥೆ ನೋಡಿ ಬಸಿರಾದಾಗಲಾದರೂ ಕುಡಿಯಬಾರದೆಂಬ ಧ್ಯಾಸ ಇಲ್ಲವೇ ಈ ಹೆಣ್ಣುಮಕ್ಕಳಿಗೆ ಎಂದುಕೊಂಡೇ ಪರೀಕ್ಷಾಕೊಠಡಿಯೊಳಗೆ ಹೋದೆ. ಸನ್‌ಶೈನನ್ನು ನೋಡಿ 'ಮೂವರನ್ನೂ ನೋಡಬೇಕಾ? ಅಥವಾ ಒಬ್ಬಳನ್ನು ಮಾತ್ರವೇ?' ಅಂದು ನಕ್ಕೆ, ದೊಡ್ಡ ಜೋಕು ಮಾಡಿದ ಹಾಗೆ. ಯಾವ ಭಾವನೆಯೂ ಇಲ್ಲದಂತೆ 'ಒಂದ್ನಿಮಿಷ ಬಾಗಿಲು ಹಾಕು, ಡಾಕ್' ಅಂದಳು, ಸನ್‌ಶೈನ್. ಹದಿನೇಳರಿಂದ ಇಪ್ಪತ್ತೊಂದು ವರ್ಷದ ಹೆಣ್ಣುಮಕ್ಕಳಿರುವ ರೂಮಿನಲ್ಲಿ ನಾನೊಬ್ಬನೇ. ಆರಡಿ, ಎಂಟಡಿ ಇರುವ ರೂಮು ಆಲ್ಕೋಹಾಲಿನ ಪರಿಮಳದಿಂದ ತುಂಬಿಹೋಗಿತ್ತು. ಬರುತ್ತಿರುವ ಉಬ್ಬಳಿಕೆಯನ್ನು ತಡೆದುಕೊಂಡು ನನ್ನ ವ್ಯವಹಾರವೇನಿದ್ದರೂ ಸನ್‌ಶೈನ್‌ಳ ಜತೆ ಮಾತ್ರವಾದ್ದರಿಂದ ಅವಳನ್ನು ಮಾತ್ರ ಮಾತಾಡಿಸುವ ಪ್ರಯತ್ನವನ್ನು ಮಾಡಿದೆ.

'ನಿನ್ನ ಹತ್ತಿರ ಇದ್ಯಲ್ಲ ಅಲ್ಟ್ರಾಸೌಂಡ್ ಮಶೀನು, ಅದರಲ್ಲಿ ಮಗೂಗೆ ಎಷ್ಟು ತಿಂಗಳಾಗಿದೆ ಎಂದು ಹೇಳೋಕಾಗುತ್ತಾ' ಎಂದು ನೇರವಾಗಿ ವ್ಯವಹಾರಕ್ಕಿಳಿದಳು. ನಾನು 'ಹಂಗೆಲ್ಲಾ ಸುಮ್ಮಸುಮ್ಮನೆ ಅಲ್ಟ್ರಾಸೌಂಡ್ ಮಾಡೋಕಾಗೊಲ್ಲ. ಇದು ಎಮರ್ಜೆನ್ಸಿ ಡಿಪಾರ್ಟ್ಮೆಂಟು' ಎಂದೆ. 'ಹಾಗಾದರೆ, ನನಗೆ ಕಿಬ್ಬೊಟ್ಟೆ ನೋವು. ಈಗ ಮೂರುಗಂಟೆ ಮೊದಲು ಕೊಂಚ ಬ್ಲೀಡಿಂಗಾಗಿತ್ತು. ನಿನಗೆ ಗೊತ್ತಿದೆ ನಾನು ಬಸುರಿ' ಎಂದು ಉತ್ತರವನ್ನು ಉರುಹೊಡೆದುಕೊಂಡು ಬಂದಿದ್ದಹಾಗೆ ಹೇಳಿದಳು. ನಾನು ಹೋಗಿ ಮರುಮಾತಿಲ್ಲದೇ ಅಲ್ಟ್ರಾಸೌಂಡಿನ ಮಶೀನನ್ನು ತಂದಿಟ್ಟೆ.

ಮಗುವನ್ನು ಕಷ್ಟಪಟ್ಟು ನಾನೂ ನೋಡುತ್ತಾ ಸನ್‌ಶೈನಿಗೂ ತೋರಿಸಿದೆ. 'ಇದು ತಲೆ, ಇದು ಹೃದಯ, ಇವು ಸಣ್ಣ ಕೈಕಾಲುಗಳು' ಎಂದು ತೋರಿಸಿದೆ. 'ಎಷ್ಟು ತಿಂಗಳಾಗಿದೆ, ಡಾಕ್?' ಎಂದಳು. ನಾನು 'ಸುಮಾರು ಹದಿನಾರರಿಂದ ಹದಿನೆಂಟು ವಾರವಾಗಿರಬಹುದು' ಎಂದೆ. 'ಹಾಗೆ ಹೇಳಿದರೆ ಹೇಗೆ, ಡಾಕ್. ಹದಿನಾರೋ, ಹದಿನೇಳೋ ಅಥವಾ ಹದಿನೆಂಟೋ?' ಎಂದು ಸ್ವಲ್ಪ ಒರಟಾಗಿಯೇ ಕೇಳಿದಳು. ಆಲ್ಕೋಹಾಲು ತನ್ನ ಕೆಲಸ ಮಾಡುತ್ತಿತ್ತು. 'ಅಷ್ಟು ನಿಖರವಾಗಿ ಹೇಳೊಕ್ಕಾಗೊಲ್ಲ. ಇದು ಎಮರ್ಜೆನ್ಸಿಗೆ ಉಪಯೋಗಿಸೋ ಅಲ್ಟ್ರಾಸೌಂಡ್ ಮಶೀನು' ಎಂದೆ. 'ಹೇ ಡಾಕ್, ನಿಂತ್ಕೊ. ಈ ಮಗೂಗೆ ಎಷ್ಟು ವಯಸ್ಸಾಗಿದೆ ಅಂತ ತಿಳ್ಕೊಳೋದು ತುಂಬಾ ಅವಶ್ಯಕ' ಎಂದಳು. 'ಹಾಗಾದರೆ ನಾಳೆ ನಿಧಾನವಾಗಿ ಬಾ. ರೇಡಿಯಾಲಜಿ ಡಿಪಾರ್ಟ್‌ಮೆಂಟಿನಲ್ಲಿ ಮಾಡಿಸಿಕೊಳ್ಳುವಂತೆ' ಎಂದೆ. ಒಂದೆರಡು ನಿಮಿಷ ಯೋಚಿಸಿ ತಮ್ಮತಮ್ಮಲ್ಲೇ ಮಾತಾಡಿಕೊಂಡು 'ಡಾಕ್, ಈ ಅಲ್ಟ್ರಾಸೌಂಡಲ್ಲಿ ಮಗೂ ಕರಿಯದ್ದೋ, ಬಿಳಿಯನೋ, ಏಷಿಯನ್ನೋ, ಸೊಮಾಲಿಯನ್ನೋ ಅಂತ ಹೇಳಕ್ಕಾಗುತ್ತಾ' ಎಂದು ಕೇಳಿದಳು. ಪ್ರಶ್ನೆ ವಿಚಿತ್ರವಾದದ್ದಾದರೂ ಸ್ವಲ್ಪ ಸಮಾಧಾನದಿಂದಲೇ 'ಇಲ್ಲ. ನನಗ್ಗೊತ್ತಿದ್ದ ಹಾಗೆ ಹಾಗೆಲ್ಲಾ ಹೇಳೊಕ್ಕಾಗೊಲ್ಲ' ಎಂದೆ. ಹಾಗೆಂದು ಪರಿಚಯದ ಸಲಿಗೆಯಿಂದ 'ಯಾಕೆ ಸನ್‌ಶೈನ್? ಏನ್ಸಮಾಚಾರ?' ಎಂದೆ. 'ತಪ್ಪುತಿಳಿಯಬೇಡ, ಡಾಕ್. ನನ್ನ ಮಗುವಿನ ಅಪ್ಪ ಒಬ್ಬ ಏಷಿಯನ್ ಆಗಕೂಡದು, ಬ್ಲಡಿ ಹೆಲ್... ನೋ ಅಫೆನ್ಸ್... ಡಾಕ್' ಎಂದವಳೇ ಗೊಳೋ ಎಂದು ಅಳಲು ಶುರುಮಾಡಿದಳು. ರೂಮಿನಿಂದ ಹೊರಗೆ ಬಂದು ಅವಳ ಚಾರ್ಟನ್ನು ಮತ್ತೊಮ್ಮೆ ನೋಡಿದೆ. ಸನ್‌ಶೈನ್‌ಳ ಮಗುವಿಗೆ ಹದಿನಾರು ವಾರವಾಗಿದೆಯೋ ಅಥವಾ ಹದಿನೆಂಟು ವಾರವಾಗಿದೆಯೋ ಅನ್ನುವುದರ ಮೇಲೆ ಮಗುವಿನ ಅಪ್ಪ ಯಾರು ಎನ್ನುವುದು ನಿರ್ಧಾರಿತವಾಗುತ್ತದೆ ಎಂದು ನನ್ನ ಮನಸ್ಸಿಗೆ ಈಗ ನಿಧಾನವಾಗಿ ಅರ್ಥವಾಗುತ್ತಿತ್ತು. ರೂಮಿನಲ್ಲಿ ಕೂತು ಒಬ್ಬಳೇ ಅತ್ತು ವಾಪಸ್ಸು ಮನೆಗೆ ಹೋಗುತ್ತಾ, 'ಡಾಕ್, ನೀನು ತುಂಬಾ ಒಳ್ಳೆಯವನು. ನನಗೆ ಹುಟ್ಟುವ ಮಗು ಏನಾದರೂ ಏಷಿಯನ್ ಆದರೆ ಅದಕ್ಕೆ ಒಂದು ಹೆಸರು ಸೂಚಿಸುತ್ತೀಯ. ಅಬ್ದುಲ್ಲ ಅನ್ನುವ ಹೆಸರು ಹೇಗೆ?' ಎಂದಳು. ನಾನು ಏನೂ ಮಾತಾಡಲಿಲ್ಲ. ಅವಳೇ 'ಡಾಕ್, ನಿನ್ನ ಮಶೀನಿನ ಲೆಕ್ಕ ಏನಾದರೂ ತಪ್ಪಿದ್ದರೆ ಈ ಮಗುವಿನ ಅಪ್ಪ ಸೋಮಾಲಿ, ಕಾಂಬೋಡಿಯನ್ ಅಥವಾ ಮೆಕ್ಸಿಕನ್, ಯಾರು ಬೇಕಾದರೂ ಆಗಬಹುದು. ಏನು ಬಹಳ ವ್ಯತ್ಯಾಸವಿಲ್ಲ ಬಿಡು, ಕೊಂಚ ಕಂದು ಬಣ್ಣವಿರುತ್ತೆ, ಅಷ್ಟೇ. ಯು ಬೆಟರ್ ಬಿ ರೈಟ್' ಅಂದುಕೊಂಡು ಹೊರಗೆ ಹೋದಳು. ನಾನು ಕೂತ ಜಾಗ ಬಿಟ್ಟು ಅಲ್ಲಾಡಲಿಲ್ಲ.

ಕೆಲಸ ಮುಗಿದ ಮೇಲೆ ನನ್ನ ಟಪಾಲಿನ ಡಬ್ಬಿಯಲ್ಲಿ ನನಗೆ ಬಂದಿದ್ದ ಪತ್ರಗಳನ್ನು ನೋಡುತ್ತಿದ್ದೆ. ಗ್ರಾಹಕರ ತೃಪ್ತಿಯ ಒಂದು ಸಮೀಕ್ಷೆ ಮಾಡಿ ಅದರ ಒಂದು ಪ್ರತಿಯನ್ನು ನನಗೂ ಕಳಿಸಿದ್ದರು. ಎಲ್ಲಾ ಮೀಡಿಯೋಕರ್ ಅಂಕಗಳೇ. ಎಮರ್ಜೆನ್ಸಿ ಡಿಪಾರ್ಟ್‌ಮೆಂಟಿನಲ್ಲಿ ಡಾಕ್ಟರನ್ನು ಕಾಯುವುದರಿಂದ ಹಿಡಿದು ಅವರಿಗೆ ಅರ್ಥವಾಗುವ ಹಾಗೆ ನಾನು ಅವರ ಕಾಯಿಲೆಯ ಬಗ್ಗೆ ಏನನ್ನೂ ಹೇಳಲಿಲ್ಲವೆಂದು ಕೆಲವು ರೋಗಿಗಳು ಆಸ್ಪತ್ರೆಯ ಆಡಳಿತಕ್ಕೆ ದೂರಿತ್ತಿದ್ದರು. ಇವೆಲ್ಲಕ್ಕೂ ತಲೆಕೆಡಿಸಿಕೊಳ್ಳುವುದನ್ನು ಎಂದೋ ಬಿಟ್ಟಿದ್ದೆ. ಒಂದು ಸಣ್ಣ ಶೀತ, ಜ್ವರಕ್ಕೆ ಎಮರ್ಜೆನ್ಸಿ ಎಂದು ಬರುವ ಈ ಜನಕ್ಕೆ ನಾವು ನಿಜವಾಗಿ ಉಳಿಸುವ ಜೀವಗಳ ಬೆಲೆ ಅರ್ಥವಾಗುವುದಕ್ಕೆ ಸಾಧ್ಯವೇ ಇಲ್ಲ ಎಂದು ಬಹಳ ಬಾರಿ ಮೀಟಿಂಗುಗಳಲ್ಲಿ ವಾದಿಸಿದ್ದ ನಾನು, ಈ ದೂರುಗಳಿಗೆ ಮೈ ಒರೆಸಿಕೊಳ್ಳುವಷ್ಟು ದಪ್ಪ ಚರ್ಮದವನಾಗಿದ್ದೆ. ಆದ್ದರಿಂದ ಈ ಸಮೀಕ್ಷೆ ನನಗೆ ವಿಶೇಷವಾದ ಆಶ್ಚರ್ಯವನ್ನೇನೂ ಮಾಡಲಿಲ್ಲ. ಆದರೆ ನನ್ನ ಹೆಸರಿಗೆ ಬಂದ ರಹಸ್ಯವಾದ ಒಂದು ಪತ್ರ ನನ್ನ ಗಮನವನ್ನು ಸೆಳೆಯಿತು. ತೆಗೆದು ನೋಡಿದಾಗ ಅದರ ಒಕ್ಕಣೆ ಇಷ್ಟು; 'ನೀನು ಒಳ್ಳೆಯ ಡಾಕ್ಟರು. ನಿನ್ನ ವೈದ್ಯಕೀಯ ಸ್ಕಿಲ್ಲುಗಳ ಬಗ್ಗೆ ನಮಗೆ ಯಾವರೀತಿಯ ಸಂಶಯವೂ ಇಲ್ಲ. ಆದರೆ, ಕೆಲವು ವಯಸ್ಸಾದ ರೋಗಿಗಳ ಈ ದೂರನ್ನು ನಾವು ಕೊಂಚ ಹೆಚ್ಚು ಆಸ್ಥೆಯಿಂದಲೇ ಪರಿಗಣಿಸಲೇಬೇಕಾಗಿದೆ. ಅವರು ತೀರ ಖಾಯಿಲೆಯಿಂದ ಆಸ್ಪತ್ರೆಗೆ ಬಂದಾಗ, ನಿನ್ನ ಕೆಲವು ಪದಗಳ ಉಚ್ಚಾರ ಅವರಿಗೆ ಅರ್ಥವಾಗುವುದಿಲ್ಲವಂತೆ. ಹೀಗೆ, ಕಳೆದ ತಿಂಗಳಲ್ಲೇ ಮೂವರು ದೂರಿತ್ತಿದ್ದಾರೆ. ಒಬ್ಬರಂತೂ ಇಂಗ್ಲಿಷ್ ಬರದ ನಿನ್ನಂತ ಡಾಕ್ಟರನ್ನು ಎಮರ್ಜೆನ್ಸಿ ಡಿಪಾರ್ಟ್ಮೆಂಟಿನಲ್ಲಿ ಕೆಲಸಕ್ಕೆ ಇಟ್ಟುಕೊಳ್ಳುವುದು ರೋಗಿಗಳಿಗೆ ಅಪಾಯ ಅನ್ನುವ ಅರ್ಥ ಬರುವಂತೆ ದೂರು ಬರೆದಿದ್ದಾರೆ. ನಿನಗೆ ಇಂಗ್ಲಿಷ್ ಬರುವುದಿಲ್ಲ ಎಂದು ಹೇಳುವಷ್ಟು ಮೂರ್ಖತನವನ್ನು ನಾವು ತೋರಿಸುವುದಿಲ್ಲ. ಈ ವಿಷಯವಾಗಿ ಮುಖತಃ ಮಾತಾಡಬೇಕು. ದಯವಿಟ್ಟು ಆದಷ್ಟು ಬೇಗ ಆಫೀಸಿಗೆ ಬಾ.' ಎಂದಿತ್ತು.

ನನಗೆ ತಲೆ ಕೆಡಲು ಶುರುವಾಗಿತ್ತು. ಒಂಭತ್ತು ವರ್ಷಗಳಿಂದ ಮಾಡುತ್ತಿದ್ದೇನೆ ಈ ಕೆಲಸವನ್ನು. ಸಾವು ಬದುಕಿನ ಮಧ್ಯೆ ಉಸಿರಿಗೆ ಬಾಯಿ ಬಿಡುತ್ತಿರುವ ರೋಗಿ ನನ್ನ ಕಂದು ಉಚ್ಚಾರವನ್ನು ಗಮನಿಸುವ ಸಾಧ್ಯತೆಗಳೆಷ್ಟು? ನನ್ನನ್ನು ಕೆಲಸದಿಂದ ತೆಗೆಯಲು ಇದೊಂದು ಕೊಳಕು ಯೋಜನೆ, ಯಾವುದೋ ದೂರೊಂದರ ಎಳೆಯನ್ನು ಹಿಡಕೊಂಡು ಕಾಲು ಕೆರೆದುಕೊಂಡು ಜಗಳಕ್ಕೆ ಬರುತ್ತಿದೆ, ಆಸ್ಪತ್ರೆಯ ಜೋಕರ್ ಅಡ್ಮಿನಿಸ್ಟ್ರೇಶನ್. ನಾನು ಇದಕ್ಕೆಲ್ಲಾ ಜಗ್ಗುವುದಿಲ್ಲ ಎಂದುಕೊಂಡು ಜಗಳಕ್ಕೆ ಸಿದ್ಧನಾಗಿಯೇ ಹೋದೆ ಆಸ್ಪತ್ರೆಯ ಆಡಳಿತಾಧಿಕಾರಿಯ ಆಫೀಸಿಗೆ. ನಿದ್ದೆಯಿರದೆ ಕೆಂಡದಂತಾಗಿದ್ದ ನನ್ನ ಕಣ್ಣುಗಳನ್ನು ನೋಡಿ ಅಲ್ಲೇ ಇದ್ದ ಅರ್ಧ ತೊಡೆಯ ಸೆಕ್ರೆಟರಿ 'ಹೊಲಸು ರಾತ್ರಿ ಎನ್ನಿಸುತ್ತೆ' ಎಂದು ಹಲ್ಲು ಕಿರಿದು ಸ್ವಾಗತಿಸಿದಳು.'ನಿನ್ನ ಡಾಕ್ಟರಿಕೆಯ ಬಗ್ಗೆ ನಾನು ಈ ಒಂಭತ್ತು ವರ್ಷದಲ್ಲಿ ಏನಾದರೂ ಹೇಳಿದ್ದೀನಾ. ಬೇಜಾರು ಮಾಡಿಕೊಳ್ಳಬೇಡ. ನೀನಿರುವುದು ಆಸ್ಪತ್ರೆಯ ಹೈ ರಿಸ್ಕ್ ಏರಿಯಾ. ಉಸಿರಾಡದವರೂ ಬರ್ತಾರೆ. ಉಸಿರಾಡುತ್ತಿರುವವರೂ ಉಸಿರಿಗೇನೋ ಆಗಿದೆ ಎಂಬ ಭ್ರಾಂತಿಯಲ್ಲೂ ಬರುತ್ತಾರೆ. ಅಂಥವರಿಗೆ ನಾಲ್ಕು ಸಾಂತ್ವನದ ಮಾತು ಸಾಕು; ಮಾತು, ಕಮ್ಯುನಿಕೇಷನ್ ತುಂಬಾ ಮುಖ್ಯ.' ಪ್ರೇಯಸಿ ಬಿಸುಪು ಸಾಲದೆಂದಳೆಂದು, ಹಚ್ಚಿದ್ದ

ಕಾಂಡೋಮನ್ನು ಬಿಡಿಸುವಷ್ಟೇ ನೈಸು ಹಚ್ಚುತ್ತಿದ್ದಾನೆ, ಬೋಳೀಮಗ ಅನ್ನಿಸಿತು.

'ಎಂಥ ಕಮ್ಯುನಿಕೇಷನ್. ನನಗೆ ಆಕ್ಸೆಂಟಿಲ್ಲವೋ? ಇಷ್ಟು ದಿನ ಇಲ್ಲದ್ದು ಈಗ ಯಾವನು ನನ್ನ ಉಚ್ಚಾರದಲ್ಲಿ ತಪ್ಪು ಕಂಡು ಹಿಡೀತಾನೆ' ಇದು ಯಾವುದೋ ದೊಡ್ಡ ಪಿತೂರಿ ಎಂದು ಖಾತ್ರಿಯಾದವನಂತೆ ನಾನು ಮಾತಾಡಿದೆ.

'ಈಗ ಯಾರೂ ಏನೂ ದೊಡ್ಡ ಗಲಾಟೆ ಮಾಡಿಲ್ಲ. ನೀನು ಸಣ್ಣವಿಷಯಾನ ದೊಡ್ಡದು ಮಾಡ್ತಾ ಇದೀಯ. ಹಿಂದೆ ಪರಿಸ್ಥಿತಿ ಹೀಗಿರಲಿಲ್ಲ. ಈಗ ಬದಲಾಗಿದೆ. ತಪ್ಪು ತಿಳೀಬೇಡ. ನಾವು ಬಿಸಿನೆಸ್ಸಿನಲ್ಲಿರಬೇಕು ಅಂದರೆ ಇಂಥವನೆಲ್ಲಾ ಸ್ವಲ್ಪ ಗಂಭೀರವಾಗಿ ಪರಿಗಣಿಸಬೇಕಾಗುತ್ತದೆ. ಸುಮ್ಮನೆ ಹೇಳ್ತೀನಿ ಕೇಳು, ಕಳೆದ ಮೂರು ವರ್ಷಗಳಲ್ಲಿ ನೀನು ನೋಡಿರುವ ರೋಗಿಗಳ ಸಂಖ್ಯೆ ಗಣನೀಯವಾಗಿ ಕಡಿಮೆಯಾಗಿದೆ. ನೀನೆಷ್ಟೇ ಒಳ್ಳೇ ಡಾಕ್ಟರಾಗಿದ್ದರೂ, ನೀನಿರುವ ಶಿಫ್ಟಿನಲ್ಲಿ ನಿನ್ನ ಜತೆಗೆ ಕೆಲಸ ಮಾಡುವ ಯಾವುದೇ ಡಾಕ್ಟರು ನಿನಗಿಂತಾ ಹೆಚ್ಚು ರೋಗಿಗಳನ್ನು ನೋಡಿರುತ್ತಾನೆ. ಕೆಲವರು ನೇರವಾಗಿ ನೀನು ನೋಡೋದು ಬೇಡ ಎಂದು ಕೇಳಿಕೊಂಡಿದ್ದಾರೆ.'

'ಅದು ನನ್ನ ತಪ್ಪಾ?'

'ತಪ್ಪಲ್ಲ, ನೀನು ಅನ್ನುವ ಒಂದು ಎಲಿಮೆಂಟು ಈ ಬಿಸಿನೆಸ್ಸಿಗೆ ತೊಂದರೆಯಾದರೆ ಅಥವಾ ರೋಗಿ ಮಾರಣಾಂತಿಕ ಸ್ಥಿತಿಯಲ್ಲಿರುವಾಗ ಆತ ನನಗೆ ನನ್ನ ಡಾಕ್ಟರು ಏನು ಹೇಳುತ್ತಾ ಇದಾನೆ ಗೊತ್ತಾಗುತ್ತಿಲ್ಲ ಆದ್ದರಿಂದ ನನಗೆ ಬೇರೆ ಡಾಕ್ಟರು ಬೇಕು ಎಂದು ಕೇಳಿದರೆ ನಾನು ಇಲ್ಲ ಎಂದು ಹೇಳೋದಕ್ಕಾಗಲ್ಲ. ನಾವು ಯಾವಾಗಲೂ ರೋಗಿಗಳ ಪರವಾಗಿಯೇ ಯೋಚನೆ ಮಾಡಬೇಕಲ್ಲ.'

'ಓ ಕಮಾನ್, ಇದು ಅಮೆರಿಕಾ... ಇದು ಎಮರ್ಜೆನ್ಸಿ ಡಿಪಾರ್ಟ್ಮೆಂಟು.' ನಾನು ಕೊಂಚ ನಿಷ್ಠುರವಾಗಿಯೇ ಹೇಳಿದೆ.

'ನೋಡು. ನಾವೇನೇ ಮಾತಾಡಿದರೂ ರೋಗಿಗೆ ತಮ್ಮ ಡಾಕ್ಟರನ್ನು ಆರಿಸಿಕೊಳ್ಳುವ ಹಕ್ಕಿದೆ. ಹಾಗೆಯೇ ತಿರಸ್ಕರಿಸುವ ಹಕ್ಕೂ ಇದೆ.'

ನಾನು ನಿರುಪಾಯನಾಗಿ, 'ಸರಿ, ನಾನೀಗ ಏನು ಮಾಡಬೇಕು' ಅಂದೆ.

'ನಾನು ನೇರವಾಗಿ ಅಧಿಕೃತವಾಗಿ ನಿನ್ನ ವೇಷದ ಬಗ್ಗೆ ಏನೂ ಹೇಳಲಾಗುವುದಿಲ್ಲ. ಆದರೆ ನಿನ್ನ ಇಮೇಜನ್ನು ಬದಲಾಯಿಸಬೇಕಾದರೆ ನನ್ನ ಸಲಹೆ, ಮೊದಲು ನಿನ್ನ ಗಡ್ಡ ಬೋಳಿಸು. ನಿನ್ನ ಹೆಸರನ್ನು ಬದಲಾಯಿಸುವುದು ಸಾಧ್ಯವಿಲ್ಲ. ಮೊದಲ ಹೆಸರು ತುಸು ಉದ್ದ ಆಯಿತು. ಕೊಂಚ ತುಂಡರಿಸುವುದಕ್ಕಾಗುತ್ತದೆಯಾ ನೋಡು. ನಾನು ಇವೆಲ್ಲಾ ಆನ್ ದ ರೆಕಾರ್ಡ್ ಹೇಳೋಕಾಗೋದಿಲ್ಲ. ಒಬ್ಬ ಹಿತೈಷಿಯಾಗಿ ಸಲಹೆ ಕೊಟ್ಟೆ ಅಂತ ತಿಳಕೋ. ಅಫ಼ಿಶಿಯಲ್ ಆಗಿ ಆಸ್ಪತ್ರೆಯ ಕಮ್ಯುನಿಕೇಷನ್ ಡಿಪಾರ್ಟ್ಮೆಂಟಿನಿಂದ ಸ್ಪೋಕನ್ ಇಂಗ್ಲೀಷ್ ಕ್ಲಾಸ್ ತಗೋ. ನಿನ್ನ ಮಗಳಿಗೆ ಎಷ್ಟು ವಯಸ್ಸೆಂದೆ?'

ಒಂದು ನಿಮಿಷ ತಡವರಿಸಿ 'ಹತ್ತು ವರ್ಷ' ಎಂದೆ.

'ಅವಳ ಜತೆ ನೀನು ಇಂಗ್ಲೀಷಲ್ಲೇ ಮಾತಾಡುತ್ತೀ ಅಂದುಕೊಂಡಿದೀನಿ.'

'ಅದಕ್ಕೂ ಇದಕ್ಕೂ ಏನು ಸಂಬಂಧ?'

'ನನ್ನ ಸಲಹೆ ಪರಿಗಣಿಸು. ಅವಳ ಜತೆ ಆದಷ್ಟು ಇಂಗ್ಲೀಷಲ್ಲೇ ಮಾತಾಡು'

'ಬ್ಲಡಿ ಹೆಲ್... ಜೀಸಸ್' ಎಂದು ಎದ್ದೆ.

'ಗುಡ್... ಕಲೀತಾ ಇದೀಯಾ. ಒಂದು ವಿಷಯ ತಿಳ್ಕೋ. ನಿನ್ನ ಕಳ್ಕೊಳೋಕೆ ನನಗಿಷ್ಟ ಇಲ್ಲ. ಆದರೆ, ಆ ಪರಿಸ್ಥಿತಿ ಬರದ ಹಾಗೇ ನೀನೂ ಸಹಕರಿಸಬೇಕು. ರಾತ್ರಿಯೆಲ್ಲಾ ನಿದ್ದೆ ಮಾಡಿಲ್ಲ. ಹೋಗಿ ಮಲಗಿಕೋ' ಎಂದು ಆತನೂ ಎದ್ದ.

■

ವಾಪಸ್ಸು ಮನೆಗೆ ಹೋಗಬೇಕೆಂದು ಕಾರಿಗೆ ಬಂದು ಕೂತೆ. ಹೊರಗೆ ಮೈಕೊರೆಯುವ ಛಳಿ. ರಾತ್ರಿ ನಿದ್ದೆಯಿಲ್ಲದೆ ತಲೆ ಕೆಟ್ಟಂತಾಗಿತ್ತು. ಕಾರು ಹೊರಡಲು ಕಿರಿಕಿರಿ ಮಾಡುತ್ತಿತ್ತು. ಇನ್ನು ನಲವತ್ತೈದು ನಿಮಿಷ ಕಾರು ಡ್ರೈವ್ ಮಾಡುವ ಪರಿಸ್ಥಿತಿಯಲ್ಲಿ ನಾನಿರಲಿಲ್ಲ. ಸೀದಾ ಹೋಗಿ ಒಂದು ದೊಡ್ಡ ಲೋಟ ಕರಿಕರಿಕಾಫ್ಟಿಯನ್ನು ಬಗ್ಗಿಸಿಕೊಂಡು ಬಂದು ಕಾರಿನ ಹೀಟರ್‌ಅನ್ನು ಪೂರ ಏರಿಸಿ ಕೂತೆ. ತಲೆ ಸಿಡಿಯುತ್ತಿತ್ತು. ಮುಂದೆ ಡ್ಯಾಶ್ಬೋರ್ಡಿನ ಮೇಲಿದ್ದ ಸ್ವತಂತ್ರ ದೇವತೆ ಪಕ್ಕದಲ್ಲಿ ಒಂದು ಗಾಜಿನಂತೆ ಕಾಣುವ ಫೈಬರ್‌ನಲ್ಲಿದ್ದ ಗಣೇಶನಿಗೆ ಕೈಯೆತ್ತಿ ಹೆದರಿಸುತ್ತಿದ್ದಳು. ಕಾರಿನ ಗೇರನ್ನು ಬದಲಾಯಿಸುವ ಮುಂಚೆ ಗಣೇಶನನ್ನು ಒಮ್ಮೆ ಮುಟ್ಟಿ ಕಣ್ಣಿಗೊತ್ತಿಕೊಂಡೆ.

ಪಕ್ಕದ ಪಾರ್ಕಿಂಗ್ ಜಾಗದಲ್ಲಿ ಒಂದು ಹಳೆಯ ಫ್ಲೋರ್ಡ್ ಕಾರು ಶಬ್ದ ಮಾಡುತ್ತಾ ಬಂದು ನಿಂತಿತು. ನಾನು ಕುತೂಹಲದಿಂದ ಕಿಟಕಿಯಿಂದ ಹೊರಗೆ ನೋಡಿದಾಗ, ಸನ್‌ಶೈನ್ ಮತ್ತು ಇನ್ನೊಬ್ಬ ನಲವತ್ತೈದರಿಂದ ಐವತ್ತು ವರ್ಷದ ವ್ಯಕ್ತಿ ಇಬ್ಬರೂ ಇಳಿದುಬಂದು ನನ್ನ ಕಾರಿನ ಕಿಟಕಿಯ ಗಾಜನ್ನು ಬಡಿದರು. ನಾನು ಕಿಟಕಿಯ ಗಾಜನ್ನು ಅರ್ಧಮಾತ್ರ ಇಳಿಸಿ 'ಏನು?' ಎಂದೆ. ಕಿಟಕಿಯ ಗಾಜನ್ನು ಪೂರಾ ಇಳಿಸುವಂತೆ ಸಂಜ್ಞೆ ಮಾಡಿದರು. ಹೊರಗೆ ಕೊರೆಯುವ ಛಳಿಯನ್ನು ತಾಳದೇ ಸನ್‌ಶೈನ್ ನಡುಗುತ್ತಿದ್ದಳು. ಅವಳು ಮಾತಾಡಿದಾಗಲೆಲ್ಲಾ ಅವಳ ಬಾಯಿಂದ ಮಂಜಿನ ಹೊಗೆ ದಟ್ಟವಾಗಿ ಹೊರಡುತ್ತಿತ್ತು. ಗಾಳಿಯೂ ಭರ್ರೋ ಎಂದು ಬೀಸುತ್ತಿತ್ತು. ಈ ಪಾರ್ಕಿಂಗ್ ಲಾಟಿನಲ್ಲಿ ಇವಳದೇನು ವ್ಯವಹಾರ ಎಂದುಕೊಂಡು ನಾನೂ ಒಂದು ಕ್ಷಣ ಜಗ್ಗದೇ 'ಆಸ್ಪತ್ರೆಯ ವ್ಯವಹಾರವೇನಿದ್ದರೂ ಆಸ್ಪತ್ರೆಯಲ್ಲಿ ಮಾತ್ರ. ನಾನೀಗ ಡ್ಯೂಟಿ ಮೇಲಿಲ್ಲ.' ಎಂದೆ. ಆಗ ಆ ಇನ್ನೊಬ್ಬ ವ್ಯಕ್ತಿ ಇದ್ದಕ್ಕಿದ್ದಂತೆ ಪಾರ್ಕಿಂಗ್ ಲಾಟಿನ ಕೊನೆಗೆ ಹೋಗಿ ಒಂದು ದಪ್ಪ ಕಲ್ಲನ್ನು ತಂದು, ಬಾಗಿಲು ತೆಗೆಯದಿದ್ದರೆ ಕಿಟಕಿಯ ಗಾಜನ್ನು ಒಡೆದುಬಿಡುತ್ತೇನೆ ಅನ್ನುವ ಸೂಚನೆ ಕೊಟ್ಟ. ಅರೆಬರೆ ನಿದ್ದೆ, ಹೊರಗಿನ ಮಬ್ಬು ಎಲ್ಲವೂ ಸೇರಿ ಇದು ನಿಜವಾಗಿ ನಡೆಯುತ್ತಿದೆ ಎಂದು ನಂಬುವುದು ಕಷ್ಟವಾಯಿತು. ನಾನು

ವಿಧಿಯಿಲ್ಲದೆ ಕಿಟಕಿಯ ಬಾಗಿಲನ್ನು ಇಳಿಸಿ 'ಇದು ತಪ್ಪು. ನಾನು ಪೋಲೀಸಿಗೆ ರಿಪೋರ್ಟ್ ಮಾಡುತ್ತೇನೆ' ಎಂದೆ.

ಕೊಂಚವೂ ವಿಚಲಿತನಾಗದೇ ಆ ವ್ಯಕ್ತಿ ಕೈಯಲ್ಲಿ ಹಿಡಿದಿದ್ದ ಕಲ್ಲನ್ನು ಒಂದು ಮೂಲೆಯಲ್ಲಿ ಎಸೆದ. ಸನ್‌ಶೈನ್ 'ಇದು ನಮ್ಮಪ್ಪ' ಎಂದು ಪರಿಚಯಿಸಿಕೊಟ್ಟಳು. ಆತನನ್ನು ಒಮ್ಮೆ ದಿಟ್ಟಿಸಿ ನೋಡಿದೆ. ಎಡಗೆನ್ನೆಯ ಮೇಲೆ, ಕಣ್ಣಿನ ಕೆಳಗೆ ಸಿಪಿಐಎಮ್ ಪಾರ್ಟಿಯ ಗುರುತಿನಂತಿರುವ ಅರ್ಧಚಂದ್ರ ಮತ್ತು ಅದರ ಹೊಕ್ಕುಳು ಸೀಳಿರುವ ತ್ರಿಶೂಲವೋ ಅಥವಾ ಹಾಗೆಯೇ ಭಯಪಡಿಸುವ ಆಯುಧವೊಂದರ ಗುರುತಿನ ಹಚ್ಚೆ, ಕೆನ್ನೆಯಮೇಲೆ ಮಾತ್ರ ಬಂಗಾರದ ಬಣ್ಣದ ಗಡ್ಡ, ಗದ್ದ ಮತ್ತು ಕುತ್ತಿಗೆಯನ್ನು ನೀಟಾಗಿ ಕೆರೆದಿದ್ದ. ಬಾಯಿಯ ಒಂದು ಮೂಲೆಯಲ್ಲಿ ಹಚ್ಚಿರದ ಸಿಗರೇಟು, ನನಗಿಂತ ಕೆಂಪಗಾಗಿದ್ದ ಕಣ್ಣುಗಳು. ನೋಡಿದ ತಕ್ಷಣ ಕುಡಿದಿದ್ದಾನೆ ಎಂದು ಹೇಳಬಹುದಾಗಿತ್ತು.

'ಹೇ ಡಾಕ್. ಸಾರಿ, ನಿನ್ನ ಈ ರೀತಿ ತಡೆದು ನಿಲ್ಲಿಸಿದ್ದಕ್ಕೆ. ಸನ್‌ಶೈನ್ ಬಸುರಿ ಅಂತ ತಿಳೀತು, ಈಗ ಸ್ವಲ್ಪ ಹೊತ್ತಿನ ಕೆಳಗೆ. ಅವಳ ರೆಕಾರ್ಡುಗಳನ್ನು ನೋಡೋಣ ಅಂತ ಆಸ್ಪತ್ರೆಗೆ ಹೊರಟಿದ್ದೆವು. ಅಷ್ಟರಲ್ಲಿ ನೀನು ಕಾರಿನ ಹತ್ತಿರ ಬರುತ್ತಿದ್ದುದು ಕಾಣಿಸಿತು. ಸರಿ, ನಿನ್ನನ್ನೇ ಮಾತಾಡಿಸೋಣ ಎಂದು ಬಂದೆವು. ಆದರೆ, ನೀನು ಬಾಗಿಲು ತೆಗೆಯಲಿಲ್ಲ. ಆದ್ದರಿಂದ ಹೀಗೆ ಮಾಡಬೇಕಾಯಿತು. ಹೊರಗೆ ಛಳಿ ಜಾಸ್ತಿ ಇದೆ. ಒಳಗೆ ಬರಬಹುದೇ?' ಎಂದು ನನ್ನ ಉತ್ತರಕ್ಕೂ ಕಾಯದೇ ಸೀದಾ ಕಾರಿನ ಆ ಪಕ್ಕದ ಬಾಗಿಲನ್ನು ತೆಗೆದು ನನ್ನ ಪಕ್ಕದಲ್ಲಿ ಬಂದು ಕೂತ. ಸನ್‌ಶೈನ್ ಒಂದು ಕ್ಷಣ ಹಿಂಜರಿದು, ಯೋಚಿಸಿ, ನಂತರ ಕಾರಿನ ಹಿಂದಿನ ಸೀಟಿನಲ್ಲಿ ಕೂತಳು.

ನಾನು ನೇರವಾಗಿ ನೋಡುತ್ತಾ ಕೇಳಿದೆ, 'ನನ್ನಿಂದೇನಾಗಬೇಕು?'

ಆತ ಮುಂದಿನ ಡ್ಯಾಶ್‌ಬೋರ್ಡಿನ ಗಣೇಶನನ್ನೇ ನೋಡುತ್ತಾ ಹೇಳಿದ, 'ನೀನು ಎಲ್ಲಿಯವ ಡಾಕ್?'

'ಅದು ಯಾಕೆ ಬೇಕೀಗ?'

'ಬಹಳ ಮುಖ್ಯ. ನೀನು ಪಾಕಿಸ್ತಾನಿಯೋ?'

'ಇಲ್ಲ ಭಾರತದವ.'

'ಅಲ್ಲೇ ಪಕ್ಕದಲ್ಲೇ. ನಾನು ಅಫ್ಘಾನಿಸ್ತಾನಕ್ಕೆ ಹೋಗಿದ್ದೆ. ಕಾಂದಹಾರಿನ ಪಕ್ಕ ಆರುತಿಂಗಳು ನನ್ನ ಪೋಸ್ಟಿಂಗಿತ್ತು. ಮೂರು ಬುಲೆಟ್ಟು ತಿಂದಿದೀನಿ. ನನ್ನ ನಾಲ್ಕು ಜನ ಸ್ನೇಹಿತರು ನನ್ನ ಮುಂದೆ ಕರಕಲಾಗಿ ಹೋದರು. ಈ ಕಾಲು ನೋಡು. ಇದರ ಇನ್ನೊಂದು ಭಾಗವನ್ನು ಕಾಬೂಲಿಗೆ ಚ್ಯಾರಿಟಿಯಾಗಿ ಬಿಟ್ಟುಬಂದಿದ್ದೇನೆ, ಆನರಬಲಿ ಡಿಸ್‌ಚಾರ್ಜ್ಡ್, ಇನ್ ದ ಲೈನ್ ಆಫ್ ಡ್ಯೂಟಿ. ಈಗ ಮನೇಲಿದೀನಿ. ಸರಕಾರ ನನ್ನ ಖರ್ಚು ನೋಡ್ಕೊಳುತ್ತೆ.'

ಇವರಿಬ್ಬರೂ ನನ್ನ ಕಾರನ್ನು ಹೀಗೆ ಬೀದಿಯಲ್ಲಿ ಯಾಕೆ ಅಡ್ಡಹಾಕಿದ್ದಾರೆ, ನನಗೆ

ತಿಳಿಯಲಿಲ್ಲ. ಈಗ ಇದ್ದಕ್ಕಿದ್ದಹಾಗೆ ಅವನ ಯುದ್ಧದ ಪ್ರವರ ಯಾಕೆ ಹೇಳುತ್ತಿದ್ದಾನೆ ಅನ್ನುವುದೂ ಗೊತ್ತಾಗಲಿಲ್ಲ. ಯಾರಿಗೆ ಬಸಿರಾದೆ ಎಂದು ಗೊತ್ತಿಲ್ಲದೆ ಹಿಂದಿನ ಸೀಟಿನಲ್ಲಿ ಬೆದರಿದ ಹರಿಣಿಯಂತೆ ಕಣ್ಣುಬಿಡುತ್ತಾ ಕೂತಿರುವ ಸನ್‌ಶೈನ್, ವಾಪಸ್ಸು ಆ ರಾತ್ರಿ ದೆವ್ವಗಳು ದೆಂಗಾಡುವ ಹೊತ್ತಿನ ಇನ್ನೊಂದು ಶಿಫ್ಟಿಗೆ ಸಿದ್ಧವಾಗುವುದಕ್ಕೆ ಬೇಕಾದ ಕಡೆಯಪಕ್ಷ ಐದುಗಂಟೆ ನಿದ್ದೆಯನ್ನು ಓಡಿಸಿಬಿಡಬಹುದಾದ ಈ ಪರಿಪಾಟಲುಗಳು ನನಗೆ ಸಾಕಾಗಿದ್ದವು. ಜಗಳ ಕಾಯುವುದಕ್ಕೆ ದೇಹ ಸಿದ್ಧವಿರಲಿಲ್ಲ, ಮನಸ್ಸು ದಣಿದಿತ್ತು.

'ದಯವಿಟ್ಟು ನನ್ನ ಮನೆಗೆ ಹೋಗಲು ಬಿಡು. ನಾನು ರಾತ್ರಿ ಮತ್ತೆ ಕೆಲಸಕ್ಕೆ ಬರಬೇಕು. ಇವತ್ತು ರಾತ್ರಿ ಮತ್ತೆ ಬನ್ನಿ. ಮತ್ತೆ ಅಲ್ಟ್ರಾಸೌಂಡ್ ಮಾಡ್ತೀನಿ, ಪುಕ್ಕಟೆ' ಅಂದೆ.

'ಅದೇ ವಿಷಯ ನಾ ಮಾತಾಡಕ್ಕೆ ಬಂದಿರೋದು. ಈ ಭೋಸುಡಿ ಬಸಿರಾಗಿದ್ದಾಳೆ' ಎಂದ.

'ಅದು ನಿನ್ನ ವ್ಯವಹಾರವಲ್ಲ. ನನಗೀಗ ಇಪ್ಪತ್ತೊಂದು. ನಾನೇನು ಮಾಡಲಿಕ್ಕೂ ನನಗೆ ಹಕ್ಕಿದೆ.' ಅಂದಳು, ಸನ್‌ಶೈನ್ ಅವರಪ್ಪನ್ನ ನೋಡುತ್ತಾ.

ಸರಿ, ಇವರಿಬ್ಬರ ಜಗಳ ನಾನಿನ್ನು ಹೊರಡಬಹುದು ಅನ್ನುವಂತೆ ನನ್ನ ಪಕ್ಕದಲ್ಲಿ ಕೂತಿದ್ದವನ ಮುಖ ನೋಡಿದೆ. ಅವನ ಹೆಸರೂ ನನಗೆ ಗೊತ್ತಿರಲಿಲ್ಲ. ನನ್ನ ಇಂಗಿತವನ್ನರಿತವನಂತೆ ಕೈಕುಲುಕಿ 'ಜಾನತನ್' ಅಂದ. ನಾನು ಕೈ ಕುಲುಕಿ 'ನಾನಿನ್ನು ಮನೆಗೆ ಹೋಗಬಹುದೇ' ಅಂದೆ.

'ನಿಂತ್ಕೋ, ಡಾಕ್. ಬರೀ ವಯಸ್ಸಾದರೆ ಬುದ್ಧಿ ಬರುವುದಿಲ್ಲ, ಇವಕ್ಕೆ. ಬೇಬಿ, ನೀನು ಸ್ವಲ್ಪ ಹೊರಗೆ ಹೋಗು. ನಾನು ಡಾಕ್ಟರ ಹತ್ತಿರ ಮಾತಾಡಬೇಕು' ಅಂದ.

'ನಾನೆಲ್ಲೂ ಹೋಗುವುದಿಲ್ಲ' ಅಂದಳು, ಸನ್‌ಶೈನ್. ಕೂಡಲೇ ಒಮ್ಮೆ ಹಿಂದೆ ತಿರುಗಿ ಆಕೆಯನ್ನೊಮ್ಮೆ ದುರುಗುಟ್ಟಿ ನೋಡಿದ. ಸನ್‌ಶೈನ್ ಮರುಮಾತಿಲ್ಲದೇ ಕಾರಿನಿಂದ ಇಳಿದು ಪಕ್ಕದಲ್ಲಿಯೇ ನಿಂತಿದ್ದ ಅವಳ ಕಾರಿನಲ್ಲಿ ಹೋಗಿ ಕೂತಿದ್ದಲ್ಲದೇ ತನ್ನ ಪಾಡಿಗೆ ತಾನು ಕಾರನ್ನು ಚಾಲೂಮಾಡಿ ಹಿಂದಕ್ಕೆ ತೆಗೆದು ಡ್ರೈವ್ ಮಾಡಿಕೊಂಡು ಹೋಗಿಯೇಬಿಟ್ಟಳು.

'ಬಿಚ್' ಅಂದ, ಒಮ್ಮೆ ನಿಟ್ಟುಸಿರುಬಿಟ್ಟು. ನಿಸ್ಸಹಾಯಕತೆಯ ಜತೆ ಸಿಟ್ಟೂ ಬೆರೆತುಕೊಂಡು ಅದನ್ನು ತೋರಿಸಿಕೊಳ್ಳಲು ಅವನ ಯುದ್ಧವೀರನ ಛಾಯೆ ಅಡ್ಡಬರುತ್ತಿದ್ದುದು ಎದ್ದುಕಾಣುತ್ತಿತ್ತು.

'ಡಾಕ್, ಹುಡುಗಿ ತಪ್ಪು ಮಾಡಿದಾಳೆ. ಹೈಸ್ಕೂಲು ಪಾಸಾಗಲಿಲ್ಲ. ಇವಳ ಆಸ್ಪತ್ರೆಯ ರೆಕಾರ್ಡು ತೆಗೆದುನೋಡಿದರೆ ಇವಳ ಚರಿತ್ರೆ ಗೊತ್ತಾಗುತ್ತೆ. ನಾನು ಯುದ್ಧ, ಹಾಗೆ-ಹೀಗೆಂದು ದೇಶ ಸುತ್ತಿಕೊಂಡು ಇರುವಾಗ ಮೂರೂ ಮಕ್ಕಳೂ ಇಲ್ಲಿ ಬೆಳೆದರು. ನಾನೇನೂ ಸಂತ ಅಲ್ಲ, ಡಾಕ್. ನೀನು ಪೇಪರಲ್ಲಿ, ಟೀವಿಯಲ್ಲಿ ನೋಡಿದ್ದು ಮಾತ್ರ ಯುದ್ಧ ಅಂತ ತಿಳಕೊಂಡಿದೀಯ. ಬರೀ ಸೆಟಲೈಟುಗಳ ಮೂಲಕ ಯುದ್ಧ ನೋಡಿದೀಯ.

ನಾನು ಯುದ್ಧದ ಕಣಕಣಾನೂ ಅನುಭವಿಸಿದೀನಿ. ಅಲ್ಲಿಯ ಶ್ರಾಪ್‌ನೆಲ್ಲುಗಳ ಬಗ್ಗೆ ನಿನಗೆ ಬೋರು ಹೊಡೆಸುವುದಿಲ್ಲ. ಆ ಗುಡ್ಡಗಳಲ್ಲಿ ಬೆದೆಕಟ್ಟಿಕೊಂಡು ಕೂತುಕೋಬೇಕು, ಇಲ್ಲವೇ ಸ್ನೇಹಿತರಿಂದಲೇ ಮುಕಳೀ ಬಿರಿಸಿಕೋಬೇಕು. ನಾನು ಫ್ಲ್ಯಾಗಟ್ ಅಲ್ಲ, ಡಾಕ್. ನಾನು ಮತ್ತು ಬಹಳಷ್ಟು ನನ್ನಂತವರಿಗೆ ಗೊತ್ತಿದೆ. ನಾವು ಯುದ್ಧಕ್ಕೆ ಹೋದ ಕಡೆಯೆಲ್ಲಾ ಮುಂದಿನ ಸಂತತಿ ಕೊಂಚ ಕೆಂಪಗೆ ಅಥವಾ ಬೆಳ್ಳಗಿರ್ತಾವೆ ಅಂತ. ಹಾಳಾಗಿಹೋಗಲಿ, ನನ್ನ ಪರಾಕ್ರಮ ಹೇಳ್ಕೊಳ್ಳೋಕ್ಕೆ ನಾನಿಲ್ಲಿ ಬರ್ಲಿಲ್ಲ. ಸನ್‌ಶೈನ್ ಹದಿನಾಲ್ಕನೆ ವಯಸ್ಸಿನಲ್ಲಿ ಯಾರಿಂದಲೋ ಚಾಕುವಿನಿಂದ ಇರಿಸಿಕೊಂಡು ನಿಮ್ಮಾಸ್ಪತ್ರೆಗೆ ಬಂದಿದ್ದಳು. ನೀನು ಇಲ್ಲಿ ಆಗಿನ್ನೂ ಕೆಲಸ ಮಾಡುತ್ತಿದ್ದೆಯೋ ಇಲ್ಲವೋ ಗೊತ್ತಿಲ್ಲ. ಆಸ್ಪತ್ರೆಯ ರೆಕಾರ್ಡುಗಳಲ್ಲಿ ದಾಖಲಾಗಿರುವುದು ರೇಪ್ ಅಂತ. ಆದರೆ, ನಿಜ ಏನು ಗೊತ್ತಾ. ಇವಳು ಯಾರೋ ಇಬ್ಬರು ಹುಡುಗರ ಜತೆ ಯಾವುದೋ ಸ್ಮಶಾನದಲ್ಲಿ ಮಜಾಮಾಡುತ್ತಿರಬೇಕಾದರೆ ಒಬ್ಬ ಸೊಟ್ಟಗಾಗಿ ತಡಕೊಳ್ಳಲಾರದೇ ಇರಿದನಂತೆ. ಅವತ್ತೇ ಈಕೆ ಕನ್ಯತ್ವ ಕಳಕೊಂಡೆ ಎಂದು ಮನೆಗೆ ಬಂದು ಅತ್ತಿದ್ದಳು. ನೋಡು, ಡಾಕ್ ನನ್ನ ಮಗಳು ಕನ್ಯತ್ವ ಕಳಕಂಡಿದ್ದು ಸ್ಮಶಾನದಲ್ಲಿ. ಅದೂ ರೇಪ್ ಅಂತ ದಾಖಲಾಗಿದೆ. ಅವತ್ತಿನಿಂದ ಇವತ್ತಿನವರೆಗೆ ಇವಳ ಹಗರಣಗಳು ಅವ್ಯಾಹತವಾಗಿ ಸಾಗಿವೆ. ಮಾಡೋಕೆ ಕೆಲಸ ಇಲ್ಲ. ಈ ಕಳೆದ ಮೂರು ವರ್ಷಗಳಲ್ಲಿ ಮೂರು ಬಾರಿ ನಾನೇ ಅಬಾರ್ಷನ್ ಮಾಡಿಸಿದ್ದೇನೆ. ನಾಲ್ಕುಬಾರಿ ಕ್ಲಮೀಡೀಯ ಮತ್ತು ಇನ್ನೇನೋ ಕೆಟ್ಟ ಹೆಂಗಸರ ಖಾಯಿಲೆಗಳು. ಆರುತಿಂಗಳಿಗೊಮ್ಮೆ ನಾನೇ ಖುದ್ದಾಗಿ ಕರಕೊಂಡು ಹೋಗಿ ಎಚ್‌ಐವಿ ಟೆಸ್ಟು ಮಾಡಿಸಿಕೊಂಡು ಬರ್ತೇನೆ'

ನನಗೆ ತಲೆ ಸಿಡಿದುಹೋಗುತ್ತಿತ್ತು. ಇಲ್ಲಿ ಈತ ಪಕ್ಕ ಕೂತು ಮಗಳ ಮತ್ತು ತನ್ನ ಮಿಡೀವಲ್ ರಾಸಲೀಲೆಗಳ ಬಗ್ಗೆ ನನಗೆ ವಿವರವಾಗಿ ಹೇಳುತ್ತಿದ್ದಾನೆ. 'ಪ್ಲೀಸ್' ಎನ್ನುವಂತೆ ಅವನ ಮುಖ ನೋಡಿದೆ. ಇಲ್ಲಿ ನಾನು ಏನು ಮಾಡಬಹುದು ಅನ್ನುವುದರ ಕುರುಹು ಲವಲೇಶವೂ ಇರಲಿಲ್ಲ.

'ನೇರವಾಗಿ ವಿಷಯಕ್ಕೆ ಬರ್ತೇನೆ, ಡಾಕ್. ನನಗರ್ಥವಾಗಿರೋ ಪ್ರಕಾರ ಸನ್‌ಶೈನ್‌ಗೆ ಈಗ ಅಬಾರ್ಷನ್‌ಗೆ ಮೀರಿದ ಬಸಿರು. ಕೂಸಿನ ಅಪ್ಪ ಈ ಮಿಡ್‌ವೆಸ್ಟಿನ ನಾರ್ವೇಜಿಯನ್, ಸ್ಕಾಂಡಿನೇವಿಯನ್ ಅಥವಾ ಹಾಳಾಗಿ ಹೋಗಲಿ ಸ್ಕಾಟ್ ಆದರೂ ಪರವಾಗಿಲ್ಲ. ಇವಳ ಪ್ರಕಾರ ಆ ಸಾಧ್ಯತೆಗಳು ತೀರ ಕಡಿಮೆಯಂತೆ. ಊರಲ್ಲಿ ಪಾಕಿಸ್ತಾನಿ ರೆಸ್ಟುರೆಂಟಿದೆಯಲ್ಲ, ಅವರ ಕಡೆಯವನು ರಫೀಕ್ ಅಂತ ಇದ್ದಾನಲ್ಲ, ಅವನದ್ದಿರಬಹುದಂತೆ ಈ ಮಗು–ಇವಳಿಗೆ ಹದಿನಾರು ವಾರವಾಗಿದ್ದರೆ. ಅಕ್ಕತಂಗಿಯರೆಲ್ಲರೂ ಕೂಡಿ ಈ ನಿರ್ಣಯಕ್ಕೆ ಬಂದಿದ್ದಾರೆ. ಹದಿನೇಳು ವಾರವಾದರೆ, ಫ್ಲೋರ್ಡ್ ಕಂಪೆನಿಯಲ್ಲಿ ಕೆಲಸ ಮಾಡೋ ಹೋಸೆಯದಂತೆ. ಇಲ್ಲದಿದ್ದರೆ ನಿನ್ನ ಜತೆಯಲ್ಲಿ ಕೆಲಸ ಮಾಡ್ತಾನಲ್ಲ, ಆ ಡಾ. ಅಲ್ ತರೀಫ಼ೆ ಅನ್ನೋ ಅರಬ್, ಆತನದಂತೆ. ಒಟ್ಟು ಆ ಒಂದೂವರೆ ತಿಂಗಳ ಅವಧಿಯಲ್ಲಿ ಈ ಹಲ್ಕಾ ರಂಡೆ ಯಾವ ಲೋಕಲ್ ಬೀಜಕ್ಕೂ ಬಸಿರಾಗಿರುವ ಸಾಧ್ಯತೆ ಕಡಿಮೆ ಅಂತಾಳೆ. ಅದಕ್ಕೇ ಅಂತೆ ನಿನ್ನೆ ರಾತ್ರಿ ನಿನ್ನ ಹತ್ತಿರ ಅಲ್ಟ್ರಾಸೌಂಡ್ ಮಾಡಿಸಿಕೊಳ್ಳೋಕೆ ಬಂದದ್ದು. ಅಲ್ಟ್ರಾಸೌಂಡಿನಲ್ಲಿ ಈಗ ಹೊಸಾ ಟೆಕ್ನಿಕ್ಕಿದೆಯಂತೆ. ಥ್ರೀಡೀಯಲ್ಲಿ ಮಗೂ ಪೂರ ಕಾಣುತ್ತಂತಲ್ಲ. ಹಾಗೆ ನೋಡಿ ಮಗೂ

ಕರಿಯದೋ, ಬಿಳಿಯದೋ ಏಷಿಯಯನ್ನೋ, ಮೆಕ್ಸಿಕನ್ನೋ ಅಂತ ಹೇಳೋಕ್ಕಾಗಲ್ವಾ?'

'ಖಂಡಿತಾ ಸಾಧ್ಯವಿಲ್ಲ. ನನ್ನಿಂದ ಸಾಧ್ಯವಿಲ್ಲ.'

'ನಿನಗಾಗದೇ ಇದ್ದರೆ ಹೇಳು. ಬೇರೆ ಎಲ್ಲಾದರೂ ಕರಕೊಂಡು ಹೋಗ್ತೀನಿ. ಆದರೆ, ಆಕೆ ಯಾವ ಕಾರಣಕ್ಕೂ ಕಂದು ಮಗೂನ ಹೆರಬಾರದು.'

'ಸನ್‌ಶೈನ್‌ಗೆ ಹದಿನೆಂಟು ವಾರ ಆಗಿದೆ. ಈಗ ಯಾರೂ ಅಬಾರ್ಷನ್ ಮಾಡಲು ಒಪ್ಪುವುದಿಲ್ಲ.'

'ಮಾಡದೇ ಇದ್ದರೆ ನಾನೇ ಹೊಟ್ಟೆ ಬಗೀತೀನಿ.' ಎಂದ. 'ರಾತ್ರಿ ಬರ್ತೀವಿ, ಡಾಕ್. ನಿನ್ನೆ ರಾತ್ರಿ ಮಾಡಿದ ಅಲ್ಟ್ರಾಸೌಂಡ್ ಮತ್ತಿತರ ಆಸ್ಪತ್ರೆಯ ದಾಖಲೆಗಳನ್ನು ನಾವು ಬೇರೆ ಎಲ್ಲಾರ ತಗೊಂಡು ಹೋಗ್ತೇವೆ. ಸರಿಯಾಗಿ ಕೆಲಸ ಮಾಡಲು ಬರದೇ ಇದ್ದಮೇಲೆ ಡಾಕ್ಟರು ಅಂತ ಯಾಕೆ ಹೇಳ್ಕೋತೀಯ?' ಎಂದು ಕಾರಿಳಿದು ಹೋದ.

ನಾನು ಸುಮ್ಮನೇ ಕೂತಿದ್ದೆ.

■

ಸುಮ್ಮನೇ ಮಾತಿಲ್ಲದೇ ಡ್ರೈವ್ ಮಾಡಿಕೊಂಡು ಮನೆಯ ಕಡೆ ಬರುತ್ತಿದ್ದೆ. ಮನಸ್ಸು ವ್ಯಗ್ರವಾಗಿತ್ತು. ನಾನು ಎಲ್ಲಿ ತಪ್ಪಿದ್ದೇನೆ ಅರ್ಥವಾಗಲಿಲ್ಲ. ಸಿಕ್ಕಸಿಕ್ಕವರ ಜತೆ ಮಲಗುವುದನ್ನು ತಪ್ಪೇ ಅಲ್ಲ ಅಂದುಕೊಳ್ಳುವ ಸನ್‌ಶೈನ್, ಅವಳು ಹಾಗೆ ಆದದ್ದಕ್ಕೆ ತಾನು ಯುದ್ಧದಲ್ಲಿ ಬಿಜ್ಹಿಯಾಗಿರುವುದೇ ಕಾರಣ ಅಂದುಕೊಂಡಿರೋ ಅವಳಪ್ಪ, ಅವನ ಈಗಿನ ಏಕೈಕ ಜವಾಬ್ದಾರಿ ಸನ್‌ಶೈನ್‌ಳ ಮಗು ಕಂದು ಹೌದೋ ಅಲ್ಲವೋ ಎಂದು ತಿಳಕೊಳ್ಳುವುದು. ತನ್ನ ಬಿಳಿಯ ಬೀಜದಿಂದ ದಕ್ಷಿಣ ಏಷ್ಯಾದ ಸಂತತಿ ಮುಂದುವರೆಸುವ ಪೌರುಷದ ಬಗ್ಗೆ ಯಾವ ಎಗ್ಗಿಲ್ಲದೇ ಹೇಳಿಕೊಳ್ಳುವುದಕ್ಕೆ ಆತನಿಗೆ ಸಂಕೋಚವಿಲ್ಲ. ಹುಟ್ಟುವ ಮುನ್ನ ಮಗುವಿನ ಬಣ್ಣವನ್ನು ಹೇಳದಿದ್ದಕ್ಕೆ ನಾ ನಾಲಾಯಕ್ ಡಾಕ್ಟರು. 'ವಾಮಿಟಿಂಗ್' 'ಹರ್ಟ್' ಅಂಥಾ ಪದಗಳು ನನ್ನ ನಾಲಿಗೆಯಲ್ಲಿ ಸರಿಯಾಗಿ ಉಚ್ಚಾರವಾಗುತ್ತಿಲ್ಲವೆಂದು ನಾನು ಸ್ಪೋಕನ್ ಇಂಗ್ಲಿಷ್ ಕ್ಲಾಸು ತೆಗೆದುಕೊಳ್ಳಬೇಕು. ಅರವತ್ತು ವರ್ಷದ ಒಬ್ಬ ಯಾವನೋ ಬಿಳಿಯ ಎಕ್ಸಿಕ್ಯುಟಿವ್‌ಗೆ ಹೃದಯಾಘಾತವಾದಾಗ, ನಾನು ಮಾತಾಡಿದ್ದು ಆತನಿಗೆ ಅರ್ಥವಾಗದೇ ಅವನ 'ಸ್ಟ್ರೆಸ್' ಅನ್ನು ಏರಿಸಿತ್ತಂತೆ. ನಾನು ಈ ಬಿಳೀ ರೋಗಗ್ರಸ್ತ ಗ್ರಾಹಕರ ತೃಪ್ತಿಗೆ ಹೊರೆಯಾಗಿರುವ ಒಂದು 'ಎಲಿಮೆಂಟು'.

'ಹೆಜ್‌ಬುಲ್ಲಾದವರು ಡೇಕೇರ್ ಸೆಂಟರುಗಳಿಂದ ನಮ್ಮ ಯುದ್ಧವಿಮಾನಗಳಿಗೆ ಕ್ಷಿಪಣಿಗಳನ್ನಿಟ್ಟು ಉಡಾಯಿಸಿದರೆ, ನಾವು ಅವರ ಡೇಕೇರ್ ಸೆಂಟರುಗಳನ್ನು ಉಡಾಯಿಸುವುದು ತಪ್ಪಾ? ಅವರು ಯುದ್ಧ ಮಾಡುತ್ತಿರುವುದು ನಮ್ಮ ಸಂಸ್ಕೃತಿಯ ವಿರುದ್ಧ. ಇರಾಕ್ ಇಪ್ಪತ್ತೈದು ವರ್ಷದ ನಂತರ ಸ್ವತಂತ್ರಗೊಂಡಿದೆ. ನಾವು ಅಲ್ಲಿ ಯುದ್ಧಕ್ಕೆ ಹೋಗಿದ್ದರಿಂದಲೇ ಅಲ್ಲಿಗೆ ಸ್ವಾತಂತ್ರ್ಯ ಸಿಕ್ಕಿದ್ದು'

'ಈ ದೇಶದಲ್ಲಿರೋ ಅನಧಿಕೃತ ವಲಸೆಗಾರರಿಗೆ ಹಸಿರುಕಾರ್ಡು ಕೊಡಬೇಕಂತೆ. ಎಲ್ಲರಿಗೂ ಹಂಗಾಮಿ ಕೆಲಸದ ಪರ್ಮಿಟ್ಟನ್ನು ಕೊಟ್ಟು ಇಲ್ಲೇ ಇರಲು ಅನುಕೂಲ ಮಾಡಿಕೊಡಬೇಕಂತೆ. ಕಾರಣ ಬಹಳ ಸರಳ. ಅವರಿಗೆ ಸಿಗುವ ಕಾಸಿಗೆ ಅದೇ ಕೆಲಸವನ್ನು ನಮ್ಮ ಅಮೆರಿಕನ್ನರು ಯಾರೂ ಮಾಡುವುದಿಲ್ಲವಂತೆ. ಆರ್ಥಿಕವಾಗಿ ಅದು ಗಿಟ್ಟೋದಿಲ್ಲ. ಮೊದಲು ಡಾಕ್ಟರುಗಳನ್ನು ಕರಕೊಂಡು ಬಂದೆವು. ಆಮೇಲೆ ಈ ಐಟೀಯವರು. ಈಗ ನಮ್ಮ ಮನೆ, ಸೇತುವೆ ಕಟ್ಟುವವರೂ, ಸೂಪರ್ಮಾರ್ಕೆಟ್ಟುಗಳಲ್ಲಿ ಬಿಲ್ಲು ಹಾಕುವವರೂ, ಟ್ಯಾಕ್ಸಿ ಡ್ರೈವರುಗಳೂ 'ಕಂದಾ'ಗಿದ್ದು ಸಾಲಲಿಲ್ಲ. ನಾಳೆ ನಮ್ಮ ಬ್ಯಾಂಕುಗಳಲ್ಲಿ, ಚರ್ಚುಗಳಲ್ಲಿ ಕಂದು ಬಣ್ಣ ಎದ್ದು ಕಾಣಲಿದೆ. ತಿಳಕೊಳ್ಳಿ ನೀವೆಲ್ಲಾ, 2020ರಷ್ಟರಲ್ಲಿ ಅಮೆರಿಕಾ ಪೂರಾ ಕಂದಾಗಿರುತ್ತದೆ. ಅದರಲ್ಲಿ ತಪ್ಪೇನಿಲ್ಲ, ಬಿಡಿ. ಬೆಳಿಗ್ಗೆ ಎದ್ದ ತಕ್ಷಣ ಹಲೋಗೆ ಬದಲು 'ಓಲ' ಎನ್ನೋಣ. ಒಬ್ಬರಿಗೊಬ್ಬರು ಎದುರು ಸಿಕ್ಕಾಗ 'ನಮಸ್ತೆ' ಅನ್ನೋಣ. ರಮ್ಜಾನ್‌ಗೆ ಉಪವಾಸ ಮಾಡೋಣ. ನಮ್ಮ ಪ್ರೆಸಿಡೆಂಟು ಸ್ಪಾನಿಶ್‌ನಲ್ಲಿ ಪ್ರಮಾಣವಚನ ಸ್ವೀಕರಿಸಿದರೆ, 'ಹೈಲ್ ಟು ದ ಚೀಫ್' ಅನ್ನೋಣ. ಗಾಡ್ ಬ್ಲೆಸ್ ಅಮೆರಿಕ.'

ರೇಡಿಯೋ ಚಾನಲ್ಲಿನವರು ತಮ್ಮ ಬಿಳೀ ಸ್ವಾತಂತ್ರ್ಯವನ್ನು ತೋರಿಸಿಕೊಳ್ಳುತ್ತಿದ್ದರು. ಕಣ್ಣು ಎಳಕೊಂಡು ಹೋಗುತ್ತಿತ್ತು. ರೇಡಿಯೋ ಆರಿಸಿದೆ. ಹಾಡು ಹಾಕಿದೆ. ಮುನ್ನಾಭಾಯಿ 'ವೇಸ್ಟ್ ಹುಯೀ' ಎಂದು ಸಾಲ್ಸಾ ಹಾಡುತ್ತಿದ್ದ.

■

ಆಸ್ಪತ್ರೆಯಲ್ಲಿ ನನಗಿದ್ದ ಹಳೇ ಅಸ್ತಿತ್ವವನ್ನು ಮರಳಿ ಗಳಿಸುವುದು ಹೇಗೆ? ಯಾವನೋ ಯಃಕಶ್ಚಿತ್ ಸನ್‌ಶೈನ್‌ನ ಅಪ್ಪ ನನ್ನ ಕಾರಿನ ಪಕ್ಕ ಬಂದು ಕಾರು ನಿಲ್ಲಿಸಿದ್ದೇ ಅಲ್ಲದೇ ನನ್ನನ್ನು ಹೆದರಿಸಿದ್ದಾನೆ. ಅದರ ಬಗ್ಗೆ ನಾನೇನು ಹೇಳಿದರೂ ಯಾರೂ ಕೇಳುವುದಿಲ್ಲ. ಆಸ್ಪತ್ರೆಯ ಆಡಳಿತ ಗ್ರಾಹಕರ ತೃಪ್ತಿಯ ಅಲೆಯಲ್ಲಿ ತೇಲುತ್ತಿದೆ. ಗ್ರಾಹಕ ಯಾವತ್ತೂ ಸರಿಯೇ.

ನನ್ನ ಏಕೈಕ ಶಕ್ತಿಯೆಂದರೆ ನನ್ನ ಕೆಲಸ ಮಾತ್ರ. ನಾನು ಯಾರು, ಏನು ಎಂದು ಜನರಿಗೆ, ಆಡಳಿತಕ್ಕೆ ಗೊತ್ತಾಗುವುದು ನನ್ನ ಕೆಲಸದಿಂದ ಮಾತ್ರ. ಬರೀ ಜೀವ ಉಳಿಸುವುದಷ್ಟೇ ಕೆಲಸವಲ್ಲ. ಉಳಿಸುತ್ತಾ ಇದ್ದೇನೆ ಎಂದು ಹೇಳಿಕೊಂಡು, ಜಗಜ್ಜಾಹೀರು ಮಾಡಿಕೊಂಡು ಉಳಿಸಬೇಕು. ನನ್ನ ಹತ್ತಿರ ಮಾತಾಡುವ ಮುನ್ನ, ನನ್ನ ಉಚ್ಚಾರವನ್ನು ಅರ್ಥ ಮಾಡಿಕೊಳ್ಳಲು ಅವಕಾಶ ಸಿಗುವ ಮುನ್ನ ಒಂದು ಸಾಯುತ್ತಿರುವ ಜೀವ ನನ್ನ ಕೈಯಾರೆ ಉಳಕೊಳ್ಳಬೇಕು. ಅಸಾಧ್ಯವಾದುದನ್ನು ಸಾಧ್ಯಮಾಡಿ ತೋರಿಸಬೇಕು. ನಿಂತು ಹೋದ ಹೃದಯವನ್ನು ಬಡಿದೆಬ್ಬಿಸಿ ಆಸ್ಪತ್ರೆಯಿಂದ ನಡಕೊಂಡು ಹೋಗುವ ಹಾಗೆ ಮಾಡಬೇಕು. ಹೊಟ್ಟೆಯಿಂದ ಚಾಕುವನ್ನು ತೆಗೆದು, ಝಿಲ್ಲೆಂದು ಹರಿಯುತ್ತಿರುವ ರಕ್ತವನ್ನು ಕೈಯಿಂದ ಅಮುಕಿ ಹಿಡಿದು ಚಕಚಕ ಹೊಲಿಗೆ ಹಾಕಿ ನಗಬೇಕು, ಕಾರಿಡಾರಿನಲ್ಲೇ ಎಲ್ಲರ ಮುಂದೆ ನೀರೊಡೆದ ಬಸುರಿಯೊಬ್ಬಳ ಹೆರಿಗೆ ಮಾಡಬೇಕು, ಹೆಣಗಳನ್ನು ನಗಿಸಬೇಕು. ಆ ನಗುವನ್ನು ಆಸ್ಪತ್ರೆಯ ಅಡ್ಮಿನಿಸ್ಟ್ರೇಷನ್ ನೋಡಬೇಕು... ಯಸ್, ಐ ನೀಡ್ ಅ ಬಿಗ್ ಸೇವ್.

ಕಣ್ಣು ಬಿಟ್ಟಾಗ ಕಾರು ರಸ್ತೆಯಿಂದ ಪಕ್ಕದ ಹಳ್ಳಕ್ಕೆ ಇಳಿಯುತ್ತಿತ್ತು. ತಕ್ಷಣ ಎಚ್ಚರಾದೆ. ಕಷ್ಟಪಟ್ಟು ಕಾರನ್ನು ವಾಪಸ್ಸು ರಸ್ತೆಗೆ ತಂದೆ. ನನ್ನ ನಿದ್ರೆ, ಸುಶುಪ್ತಿಗಳ ನಡುವಿನ ನಿಜವಾದ ಕನಸಿನಿಂದ ಹೊರಬಂದಿದ್ದೆ. ಇನ್ನು ಎರಡು ಸೆಕೆಂಡು ತೂಕಡಿಸಿದ್ದರೆ ಪ್ರಾಯಶಃ ಕಾರು ತಲೆಕೆಳಗಾಗಿ ಹಳ್ಳದಲ್ಲಿ ನಿಂತಿರುತ್ತಿತ್ತು. ಏನೂ ಆಗಲಿಲ್ಲವಲ್ಲ ಅಂದುಕೊಂಡು ಕಾರಿನ ವೇಗವನ್ನು ಜಾಸ್ತಿ ಮಾಡುತ್ತಿದ್ದಾಗ ನನ್ನ ಕಿವಿಗೆ ಕೇಳಿಸಿದ್ದು ಪೋಲೀಸು ಕಾರಿನ ಲೈಟು ಮತ್ತು ಸೈರನ್ನುಗಳು. ಥತ್ತೇರಿ, ಎಂದು ಕಾರನ್ನು ನಿಲ್ಲಿಸಿದ್ದೆ.

'ಎಷ್ಟು ವೇಗವಾಗಿ ಹೋಗುತ್ತಿದ್ದೆ, ಗೊತ್ತಾ?' ಕೇಳಿದ, ನನ್ನ ಕಾರನ್ನು ನಿಲ್ಲಿಸಿದ ಪೋಲೀಸು.

'ಗೊತ್ತಿಲ್ಲ' ಎಂದೆ.

'ನಿನ್ನ ಲೈಸೆನ್ಸು ಮತ್ತು ರಿಜಿಸ್ಟ್ರೇಷನ್ನನ್ನು ತೆಗೆಯುತ್ತೀಯ?'

ಸುಮ್ಮನೇ ಮಾತಿಲ್ಲದೇ ತೆಗೆದುಕೊಟ್ಟೆ.

'ಒಂದು ನಿಮಿಷದಲ್ಲಿ ಬರುತ್ತೇನೆ' ಎಂದು ಹಿಂದೆ ನಿಲ್ಲಿಸಿದ ತನ್ನ ಕಾರಿನ ಬಳಿ ಹೋದ. ನನ್ನ ದಾಖಲೆಗಳನ್ನು ಪರಿಶೀಲಿಸಿದ ಎಂದು ಕಾಣುತ್ತದೆ, ಮತ್ತೆ ವಾಪಸ್ಸು ಬಂದ. 'ನೀನು ಡಾಕ್ಟರೋ' ಎಂದ. 'ಹೌದು' ಎಂದೆ. 'ಕೊಂಚ ಕಾರಿನಿಂದ ಕೆಳಗಿಳಿಯುತ್ತೀಯಾ' ಎಂದು ಕೇಳಿದ್ದಕ್ಕೆ 'ನನ್ನಿಂದ ಏನು ಅಂಥಾ ತಪ್ಪಾಗಿರುವುದೀಗ?' ಎಂದುಕೊಳ್ಳುತ್ತಲೇ ಕೆಳಗಿಳಿದೆ.

ತನ್ನ ಬ್ರೆಥಲೈಸರ್ ತೆಗೆದು 'ಇದರೊಳಗೆ ಊದು' ಎಂದ. ನನಗೆ ಮೈಯೆಲ್ಲಾ ಉರಿದುಹೋಯಿತು. 'ನಾ ಯಾಕೆ ಊದಬೇಕು, ಇದರೊಳಗೆ. ನಾನು ರಾತ್ರಿ ಕೆಲಸ ಮಾಡಿ ಈಗ ಮನೆಗೆ ಹೋಗುತ್ತಿದ್ದೇನೆ. ನಾನು ಕುಡಿದಿಲ್ಲ. ಬೇಕಾದರೆ, ಆಸ್ಪತ್ರೆಗೆ ಫೋನು ಮಾಡಿ ಕೇಳು' ಎಂದೆ.

'ಹೇಳಿದಷ್ಟು ಮಾಡು' ಎಂದ.

ನಿರ್ವಾಹವಿಲ್ಲದೇ ಊದಿದೆ. ಒಮ್ಮೆ ಅವನು ಮಶೀನನ್ನು ನೋಡುತ್ತಾ ನನ್ನ ಮುಖವನ್ನು ನೋಡಿದ. 'ನಿನ್ನ ಮೂಗಿನ ತುದಿಯನ್ನೊಮ್ಮೆ ನಿನ್ನ ತೋರುಬೆರಳಿನಿಂದ ಮುಟ್ಟು' ಅಂದ. ನಾನು 'ನಿನಗೆ ಬೇಕಾದ ಟೆಸ್ಟುಗಳನ್ನು ಮಾಡಿಯಾಗಿದೆ. ನಾನು ಕುಡಿದಿಲ್ಲ ಎನ್ನುವುದು ನಿನಗೂ ಗೊತ್ತು, ನನಗೂ ಗೊತ್ತು. ಮತ್ತೆ ಇನ್ಯಾವ ಪರೀಕ್ಷೆಗೂ ನಾನು ಸಿದ್ಧನಾಗಿಲ್ಲ' ಎಂದೆ.

'ಮಾಡದಿದ್ದರೆ ವಿಚಾರಣೆಗೆ ಅಡ್ಡಿಪಡಿಸಿದೆ ಎಂದು ಅರೆಸ್ಟ್ ಮಾಡಬೇಕಾಗುತ್ತದೆ' ಎಂದ. ನನ್ನ ಸಿಟ್ಟು ನೆತ್ತಿಗೇರಿತ್ತು. 'ಎಂಥ ವಿಚಾರಣೆಯಯ್ಯ ನಿನ್ನದು. ರಾತ್ರಿ ಕೆಲಸ ಮಾಡಿ ಮನೆಗೆ ಹೋಗುತ್ತಿದ್ದೆ. ಹದಿನಾಲ್ಕು ಗಂಟೆ ನಿದ್ದೆ ಮಾಡದಿದ್ದರೆ, ನಾಲ್ಕು ಶಾಟ್ ಕುಡಿದಷ್ಟೇ ತಲೆಕೆಟ್ಟಿರುತ್ತದೆ. ನಾನು ಜವಾಬ್ದಾರಿಯಿರುವ ಡಾಕ್ಟರು. ನಾನು ಯಾವ ತಪ್ಪು ಮಾಡಿದೆ ಅಂತ ಹೀಗೆ ಬೀದಿಮೇಲೆ ನಿಲ್ಲಿಸಿ ನನ್ನ ಡ್ಯಾನ್ಸ್ ಮಾಡಿಸ್ತಾ ಇದೀಯ? ನನ್ನ ಹಕ್ಕುಗಳು ನನಗೆ ಗೊತ್ತಿವೆ. ನಾನು ನನ್ನ ಲಾಯರ್ ಜತೆ ಮಾತಾಡ್ತೀನಿ' ಎಂದೆ.

'ಹೇ ಡಾಕ್ಟರ್. ನೀನು ಯದ್ವಾತದ್ವಾ ಸ್ಪೀಡಿನಲ್ಲಿ ಕಾರು ಓಡಿಸ್ತಾ ಇದ್ದೆ. ಎರಡು ಸ್ಟಾಪ್‌ಸೈನ್‌ಗಳಲ್ಲಿ ನಿಲ್ಲಲಿಲ್ಲ. ನಿನ್ನ ಕಾರು ಇನ್ನೇನು ಹಳ್ಳಕ್ಕೆ ಬೀಳುತ್ತಿತ್ತು. ನಾನು ಒಂದು ಮೈಲಿಯಿಂದ ಹಿಂಬಾಲಿಸಿಕೊಂಡು ಬರುತ್ತಿದ್ದೇನೆ. ನೀನು ಕುಡಿದಿರಬಹುದು ಎಂದು ನಾನು ಹೇಳುತ್ತಿಲ್ಲ. ನಾನೂ ರಾತ್ರಿ ಕೆಲಸ ಮುಗಿಸಿಯೇ ಮನೆಗೆ ಹೋಗುತ್ತಿರುವುದು. ನನ್ನ ಕೆಲಸ ಸುಲಭ ಮಾಡು. ಸುಮ್ಮನೇ ಹೇಳಿದಷ್ಟು ಕೇಳು. ಎಲ್ಲ ಟೆಸ್ಟುಗಳು ನೆಗಟೀವ್ ಅಂತ ಒಂದು ರಿಪೋರ್ಟ್ ಬರೆದು ನಿನಗೊಂದು ವಾರ್ನಿಂಗ್ ಶೀಟ್ ಕೊಟ್ಟು ನಾನು ಮನೆಗೆ ಹೋಗುತ್ತೇನೆ. ಇಬ್ಬರೂ ಬೆಚ್ಚಗೆ ಮಲಗುವಾ' ಎಂದ.

'ನಾನು ಒಬ್ಬ ಬಿಳಿಯ ಚರ್ಮದವನಾಗಿದ್ದರೆ ಇವೆಲ್ಲಾ ಮಾಡುತ್ತಿದ್ದೆಯಾ' ಎಂದು ಕೇಳಿಬಿಟ್ಟೆ.

'ಹೇ ಡಾಕ್, ಎಂಥ ಮಾತಾಡುತ್ತಿದ್ದೀಯ ನೀನು. ಈ ಒಂದು ಮಾತಿನಿಂದಲೇ ನಾನು ನಿನ್ನನ್ನು ಅರೆಸ್ಟ್ ಮಾಡಬಹುದು ಗೊತ್ತಾ. ನಾ ನಿನಗೆ ಮೊದಲೇ ಹೇಳಿದೀನಿ. ನನ್ನ ಕೆಲಸ ನಾನು ಮಾಡುತ್ತಿದ್ದೇನೆ ಅಂತ. ನಾನು ನಿನಗೆ ರೇಸಿಸ್ಟ್ ಥರ ಕಾಣಿಸ್ತೀನಾ? ನಿನಗೆ ನಿಜವಾದ ರೇಸಿಸ್ಟ್ ಪೋಲೀಸುಗಳು ಏನು ಮಾಡುತ್ತಾರೆ ಅಂತ ಕರಕೊಂಡು ತೋರಿಸಲಾ. ನಡೀ ಪೋಲೀಸ್ ಸ್ಟೇಷನ್‌ಗೆ. ನಿನ್ನ ಕಾರನ್ನು ಇಲ್ಲಿ ಬಿಡು. ಅಲ್ಲಿಂದ ನಿಮ್ಮವರೇ ಇದಾರಲ್ಲ ದೊಡ್ಡದೊಡ್ಡ ಲಾಯರ್‌ಗಳು, ಅವರಿಗೆ ಫೋನು ಮಾಡು. ಬಂದು ನಿನ್ನ ಬಿಡಿಸಿಕೊಳ್ಳಲಿ. ನಾನು ಪ್ರೋಟೋಕಾಲುಗಳ ಪ್ರಕಾರ ನನ್ನ ಕೆಲಸ ಮಾಡುತ್ತಿದ್ದೇನೆ. ಅದು ನೀನರ್ಥ ಮಾಡಿಕೊಳ್ಳದಿದ್ದರೆ...' ಇನ್ನೂ ಏನೋ ಹೇಳುತ್ತಿದ್ದ.

ಮರುಮಾತಿಲ್ಲದೇ ನನ್ನ ಬಲಗೈ ತೋರುಬೆರಳು ನನ್ನ ಮೂಗಿನ ತುದಿ ಮತ್ತು ಚಾಚಿದ್ದ ಆತನ ತೋರುಬೆರಳ ನಡುವೆ ನಾಕೈದು ಬಾರಿ ಅಡ್ಡಾಡಿತು. ಒಂದು ಸಣ್ಣ ಊಹಾರೇಖೆಯ ಮೇಲೆ ಹೆಜ್ಜೆ ಮೇಲೆ ಹೆಜ್ಜೆ ಇಟ್ಟು ನಡೆದು, ಸುಮ್ಮನೇ ಕಾರಲ್ಲಿ ಬಂದು ಕುಳಿತೆ. ಬಾಯಿ ಮುಚ್ಚಿಕೊಂಡು ಕಾರಿನಲ್ಲಿಯೇ ಕೂತಿದ್ದರೆ ಬರೀ ವಾರ್ನಿಂಗ್ ಸಿಗುತ್ತಿತ್ತೋ ಏನೋ, ಈಗ 'ಬೇಜವಾಬ್ದಾರಿ ಡ್ರೈವಿಂಗ್' ಎಂದು ಇನ್ನೂರೈವತ್ತು ಡಾಲರ್ಗಳ ದಂಡ ಕೊಟ್ಟು ಬಂದೆ.

ಮನೆಗೆ ಬಂದು ಮಲಗಲು ಪ್ರಯತ್ನಿಸಿದೆ. ಏನು ಮಾಡಿದರೂ ನಿದ್ದೆಯ ಸುಳಿವೂ ಹತ್ತಲಿಲ್ಲ. ಕಿಟಕಿಯ ಹೊರಗೆ ನೋಡಿದೆ. ಇಂದು ಸ್ಕೂಲಿಗೆ ರಜವಂತೆ. ಮಗಳು ಆಟವಾಡುತ್ತಿದ್ದಳು. ಈ ಥಂಡಿಯಲ್ಲಿ ಇವಳ ಆಟ ನೋಡಿ, ಒಂದು ಕ್ಷಣ ಆಶ್ಚರ್ಯವೆನಿಸಿತು. ಹತ್ತುವರ್ಷದ ಮಗಳು ಪಕ್ಕದ ಮನೆಯ ಮಕ್ಕಳ ಜತೆಗೆ ತಲೆಮಟ್ಟ ಬಿದ್ದ ಮಂಜಿನಲ್ಲಿ ಬಿದ್ದು ಹೊರಳಾಡುತ್ತಿದ್ದಳು. ಸನ್‌ಶೈನ್‌ಳ ಅಪ್ಪ ಹೇಳಿದ ಸ್ಮಶಾನ ನೆನಪು ಬಂದಿತು. ಸನ್‌ಶೈನ್‌ಗೂ ನನ್ನ ಮಗಳಿಗೂ ಇದ್ದ ವಯಸ್ಸಿನ ಅಂತರ ಯಾಕೋ ತೀರಾ ಕಮ್ಮಿ ಎನ್ನಿಸಿತು. ನನ್ನ ಕೂಸು ಮಂಜಿನಲ್ಲಿ ಬಿದ್ದು ಹೊರಳಾಡುವುದಕ್ಕಿಂತ ದೊಡ್ಡವಳಾಗಿದ್ದಾಳೆ ಎನ್ನಿಸಿತು. ನಾನೇ ಎತ್ತಾಡಿಸಿದ್ದ ನನ್ನ ಮೊಂಬೆಯ ಕಣ್ಣುಗಳಲ್ಲಿ ಯಾವ ಮುಗ್ಧತೆಯನ್ನು ಕಾಣುವ ವ್ಯವಧಾನವನ್ನೂ ನಾನು ಕಳಕೊಂಡಿದ್ದೆನಾ, ಗೊತ್ತಾಗಲಿಲ್ಲ. ಮಗಳ ಜತೆಗೇ ಬೆಳೆದಿದ್ದ ಪಕ್ಕದ ಮನೆಯ ಹನ್ನೊಂದು ವರ್ಷದ ಚಾರ್ಲಿಯ ಮುಖದಲ್ಲಿ ಸಣ್ಣ ಮೀಸೆ ಕಾಣಿಸಿದಂತಾಯಿತು. ಮಗಳ ಜೀನ್ಸ್ ತೀರಾ ಟೈಟಿದೆ ಎನ್ನಿಸಿತು.

ಕಿಟಕಿಯ ಬಾಗಿಲು ತೆಗೆದು ಜೋರಾಗಿ ಮಗಳ ಹೆಸರು ಹಿಡಿದು ಕೂಗಿದೆ. ಮನೆಗೆ ಬರುವಂತೆ ಸಂಜ್ಞೆಮಾಡಿದೆ. ಧುಮುಗುಡುತ್ತಲೇ ಬಂದಳು, ಬಂದವಳೇ ಹೇಳಿದ್ದು ಒಂದೇ ಮಾತು, 'ನಾನು ನನ್ನ ಸ್ನೇಹಿತರ ಜತೆಗಿರಬೇಕಾದರೆ, ನೀನು ಇಂಗ್ಲೀಷಲ್ಲಿ ಮಾತಾಡಬೇಡ.' ಏನೇನೋ ಜಗಳಕ್ಕೆ ತಯಾರಾಗಿದ್ದ ನಾನು ಮಾತಿಲ್ಲದೇ ಸುಮ್ಮನಾದೆ.

■

ಸೋಮಾಲಿಯಾದ ಬಸುರಿಯೊಬ್ಬಳು ಹೊಟ್ಟೆನೋವೆಂದು ತಡಕೊಳ್ಳಲಾಗದೇ ಬಂದು ಕೋಣೆಯಲ್ಲಿ ಮಲಗಿದ್ದಳು. ಒಂದೇ ಸಮನೆ ಕೂಗಾಡುತ್ತಿದ್ದಾಳೆ. ಏನು ಮಾಡಿದರೂ ಒಂದೇ ಒಂದು ಅಕ್ಷರ ಇಂಗ್ಲೀಷು ಭಾಷೆ ಬರದು. ಅವಳಿಗೆ ಎಲ್ಲಿ ನೋವಿದೆಯೆಂದು ತಿಳಕೊಳ್ಳುವುದಕ್ಕೇ ಅರ್ಧಗಂಟೆಯಮೇಲೆ ಬೇಕಾಯಿತು. ನಾನು ಇದ್ದಬದ್ದ ಕೈ, ಮೈ ಸಂಜ್ಞೆಗಳನ್ನೆಲ್ಲಾ ಉಪಯೋಗಿಸಿದ್ದೆ. ಆಸ್ಪತ್ರೆ ಗುತ್ತಿಗೆಗೆ ಹಿಡಿದಿದ್ದ ದುಭಾಷಿ ಅಂದು ಕಾಯಿಲೆ ಬಿದ್ದು ಮಲಗಿದ್ದ. ಸರಿ, ಯಾವುದೋ ಟೆಲಿಫೋನು ಕಂಪೆನಿಯ ದುಭಾಷೀ ಸೇವೆಯನ್ನು ಉಪಯೋಗಿಸಿಕೊಳ್ಳುವುದಕ್ಕೆ ನಾನೂ ಮತ್ತು ನನ್ನ ಸೆಕ್ರೆಟರಿ ಇಬ್ಬರೂ ಹೆಣಗಾಡುತ್ತಿದ್ದೆವು. ನಾನು 'ಎಲ್ಲಿ ನೋವು' ಎಂದು ಫೋನಿನಲ್ಲಿ ಆ ದುಭಾಷಿಗೆ ಕೇಳಿದರೆ, ಆತ ಅದನ್ನು ಸ್ವಹೀಲಿಯೋ, ಇನ್ನೆಂತದೋ ಭಾಷೆಯಲ್ಲಿ ಈ ಬಸುರಿಗೆ ಕೇಳಬೇಕು. ಆಕೆ ನರಳುತ್ತಾ ಹೇಳಿದ್ದನ್ನು ಈ ದುಭಾಷಿಯೂ ತನಗೆ ಬರುವ ಇಂಗ್ಲೀಷಿನಿಂದ ನನಗೆ ಭಾಷಾಂತರಿಸಿ ಹೇಳಬೇಕು. ಕೆಲವೊಮ್ಮೆ ಫೋನು ಇದ್ದಕ್ಕಿದ್ದಂತೆ ತುಂಡರಿಸಿಹೋಗುತ್ತಿತ್ತು. ಇನ್ನು ಕೆಲವೊಮ್ಮೆ ಅವರಿಬ್ಬರೇ ಏನೋ ಸುಖ ದುಃಖ ಮಾತಾಡಿಕೊಳ್ಳುತ್ತಿದ್ದಾರೆ ಅನ್ನಿಸುತ್ತಿತ್ತು. ಇಷ್ಟು ನೋವಿನ ನಡುವೆಯೂ ಒಂದೆರಡು ಬಾರಿ ಕಿಸಕ್ಕನೇ ನಕ್ಕಳು ಬೇರೆ ಆ ಬಸುರಿ. ನಗುವಂತ ಯಾವ ವಿಷಯವನ್ನೂ ಆಕಡೆಯವ ನನಗೆ ಭಾಷಾಂತರಿಸಲಿಲ್ಲ. ಅವಳ ಮುಖಭಾವ ನನ್ನ ನೋಡಿ ಅಣಕಿಸುವಂತಿದೆ ಎನ್ನುವ ಅನುಮಾನ ನನಗೆ ಬಹಳ ಬಾರಿ ಬಂದಿತು. ನನಗೆ ಬೇಕಾದಷ್ಟು ಮಾಹಿತಿ ಸಿಕ್ಕ ಮೇಲೆ ಹೊರಬಂದೆ.

ಹೊರಗೆ ಬಂದವನೇ ಡೆಸ್ಕಿನ ಮೇಲೆ, ಆಕೆಯ ಕೇಸ್ ಪೇಪರ್ ಎಸೆದು 'ಈ ದೇಶಕ್ಕೆ ವಲಸೆ ಬರುವುದಕ್ಕಾಗುತ್ತದೆ. ಪುಕ್ಕಟೆ ಹಸಿರುಕಾರ್ಡುಕೊಟ್ಟು ಕರೆಸಿಕೊಳ್ತೇವೆ. ಈ ಜನಕ್ಕೆ ಒಂದೆರಡು ಪದ ಇಂಗ್ಲೀಷು ಕಲಿಯೋಕೆ ಏನು ಧಾಡಿ. ಸಾಯುತ್ತಿದ್ದರೂ ಯಾವ ಭಾಷೆಯೋ ಸುಡುಗಾಡು ಅದರಲ್ಲೇ ಮಾತಾಡಿ ಸಾಯುತ್ತಾರೆ. ಆ ದುಭಾಷಿ ಸರ್ವಿಸನ್ನೂ ಔಟ್‌ಸೋರ್ಸ್ ಮಾಡಿದ್ದಾರೆ ಅನ್ನಿಸುತ್ತೆ. ಲೈನಿನ ಆಕಡೆಯಿದ್ದವನು ಎಲ್ಲೋ ಆಫ್ರಿಕಾದಲ್ಲಿಯೇ ಕೂತು ಮಾತಾಡ್ತಾನೆ, ಬೋಳೀಮಗ. ದುಭಾಷಿ ಅನ್ನುವ ಪದದ ಅರ್ಥ ಭಾಷಾಂತರಕಾರ ಅಂತ. ಇಲ್ಲಿ ನೋಡಿದರೆ, ಅವನ ಇಂಗ್ಲೀಷು ಇನ್ನೂ ಅತ್ತತ್ತ. ಮತ್ತೆ ಏನೋ ಮಾತುಮಾತಿಗೂ ಕಿಸಿಯುತ್ತಾರೆ, ಬೇರೆ' ಎಂದು ಸಿಟ್ಟಿನಿಂದ ಕೂತೆ. ನನ್ನ ನರ್ಸು ಏನೂ ಮಾತಾಡದೇ 'ಅವಳ ನೋವಿಗೆ ಏನು ಕೊಡಲಿ?' ಎಂದಳು.

ಯಾಕೋ ನಾನು ಕಳಕೊಳ್ಳುತ್ತಿದ್ದೇನೆ, ಅನ್ನಿಸಿತು.

ಅಷ್ಟರಲ್ಲಿ ಆಂಬುಲೆನ್ಸಿನ ಪೇಜರ್ ಹೊಡಕೊಳ್ಳುವುದಕ್ಕೆ ಶುರುವಾಯಿತು. 'ನಲವತ್ತೆಂಟುವರ್ಷದ ಬಿಳಿಯ ಗಂಡಸು. ನಾಲ್ಕು ಬಾರಿ ಚಾಕುವಿನಿಂದ ಇರಿದಿದ್ದಾರೆ. ಇನ್ನೂ ಉಸಿರಾಡುತ್ತಿದ್ದಾನೆ. ನಾಡಿಬಡಿತ ಕ್ಷೀಣವಾಗಿದೆ. ನಾವಿಲ್ಲಿ ಟ್ಯೂಬು ಐವಿ ಡ್ರಿಪ್ಪು, ಲೈನುಗಳನ್ನು ಹಾಕುತ್ತಿದ್ದೇವೆ. ನಿಮ್ಮ ಕಡೆ ನಿಮ್ಮ ಟೀಮನ್ನು ಸಿದ್ಧಮಾಡಿಕೊಳ್ಳಿ' ಎಂದು ಒಂದು ಕಿರಿದಾದ ಟಿಪ್ಪಣಿ ಹರಿದುಬಂತು.

ನನ್ನಲ್ಲಿನ ವೈದ್ಯ ಇದ್ದಕ್ಕಿದ್ದಂತೆ ಜಾಗೃತನಾದ. ನನ್ನ 'ಬಿಗ್ ಸೇವ್'ನ ಸಮಯ ಇದು ಅನ್ನಿಸಿತು.

ಸಸ್ಪೆಂಶನ್ ಆಫ್ ಡಿಸ್‌ಬಿಲೀಫ್ ಅಂದರೆ ಇದೇ ಏನೋ. ನನ್ನ ಯಾವ ಊಹೆಗೂ ನಿಲುಕದಂತೆ ಆತ ಜಾನಥನ್ ಆಗಿದ್ದ. ಬೆಳಿಗ್ಗೆ ನಡೆದ ಘಟನೆಗಳಿಂದ ನಾನು ನನ್ನ ಮಟ್ಟಿಗೆ ಮಾತ್ರ ಇಂತಹ ಒಂದು ಕ್ರಿಯೆಯನ್ನು ಊಹಿಸಬಲ್ಲವನಾಗಿದ್ದೆ, ನಿರೀಕ್ಷಿಸಬಲ್ಲವನಾಗಿದ್ದೆ, ಅಪೇಕ್ಷಿಸಿಯೂ ಇದ್ದೆ. ಆದರೆ, ಇದು ನಾನು ಕೆಲಸ ಮಾಡುತ್ತಿರುವ ಇದೇ ಹೊತ್ತಿನಲ್ಲಿ ನಾನೇ ಕೇಳಿಕೊಂಡಹಾಗೆ ನನ್ನ 'ಬಿಗ್ ಸೇವ್'ಗೆ ಬೇಕಾದ ಇನ್ನೊಂದು ಅಂಶ ಪೂರ್ಣಗೊಳ್ಳುತ್ತಿದೆ. ನಾನೆಂಬ ಎಲಿಮೆಂಟು ಈ ಸದವಕಾಶ ಕಳಕೊಳ್ಳಬಾರದೆಂದು, ಕೈಗವಸು, ಮುಖಕವಚ ಮತ್ತು ಇತರೇ ಉಪಕರಣಗಳೊಂದಿಗೆ ಸಿದ್ಧನಾಗಿ ನಿಂತೆ.

'ಆಸ್ಪತ್ರೆಯ ಬಾಗಿಲ ಹತ್ತಿರ ಕಾರ್ಡಿಯಾಕ್ ಅರೆಸ್ಟ್ ಆಯಿತು. ಹೃದಯದ ಬಡಿತ ನಿಂತಿದೆ. ಎದೆಗೂಡಿಗೆ ಎರಡು ಮತ್ತು ಹೊಟ್ಟೆಯ ಭಾಗಕ್ಕೆ ಎರಡು ಇರಿತ. ಇದರಲ್ಲಿ ಎರಡು ಥ್ರೂ ಅಂಡ್ ಥ್ರೂ. ನಾವು ಹೋದಾಗಲೇ ಇವ ಕಷ್ಟಪಟ್ಟು ಉಸಿರಾಡುತ್ತಿದ್ದ. ನಾವು ಉಸಿರಂತೂ ಆಡಿಸುತ್ತಿದ್ದೇವೆ. ಎರಡೂ ಐವಿ ಡ್ರಿಪ್ ಸುರಿಯುತ್ತಿದೆ. ನಾಲ್ಕು ಬಾರಿ ಶಾಕ್ ಕೊಟ್ಟಿದ್ದೇವೆ. ಏನೂ ಉಪಯೋಗವಿಲ್ಲ, ಡಾಕ್. ನಿನ್ನ ಕೆಲಸ ಸುಲಭ. ಸುಮ್ಮನೇ ನೋಡಿದಂತೆ ಮಾಡಿ ಸತ್ತಿದ್ದಾನೆ ಎಂದು ಸರ್ಟಿಫಿಕೇಟಿಗೆ ಒಂದು ರುಜು ಹಾಕು' ಎಂದ, ಪ್ಯಾರಮೆಡಿಕ್.

ನಾನು ನೋಡಿದೆ ಹತ್ತಿರ ಬಂದು ಜಾನಥನ್‌ನ ಮುಖವನ್ನು. ಮುಖ ನೀಲಿಯಾಗಿತ್ತು. ಕೆಂಚುಗಡ್ಡ, ಮತ್ತು ಎಡಗೆನ್ನೆಯ ಮೇಲಿನ ಹಚ್ಚೆ ಇನ್ನೂ ತಾಜಾತನದಿಂದ ಕೂಡಿತ್ತು. ಬೆಳಿಗ್ಗೆ ತಾನೇ ನನ್ನನ್ನು ಹೆದರಿಸಿದಾತ ಈತನೇ ಅನ್ನಿಸಿತು. ನಾಡಿಬಡಿತವನ್ನೊಮ್ಮೆ ನೋಡಿದೆ. ಮಾನೀಟರ್‌ನಲ್ಲಿ ಮತ್ತೊಮ್ಮೆ ಒಂದು ಮಿಡಿತಕ್ಕೆ ಕಾದೆ.

'ಪ್ರಯತ್ನ ಮುಂದುವರೆಸಿ. ನೀವು ಪಂಪ್ ಮಾಡಿ. ಈಗ ತಾನೇ ಕಾರ್ಡಿಯಾಕ್ ಅರೆಸ್ಟ್ ಆಗಿದೆ. ನಮಗೆ ಇನ್ನೂ ಸಮಯವಿದೆ. ಸ್ಕಾಲ್ಪೆಲ್ ತಗಂಡುಬಾ' ಎಂದೆ. ಕೈಗೆ ಸಿಕ್ಕ ಒಂದು ಚೂಪಾದ ಸ್ಕಾಲ್ಪೆಲ್‌ನಿಂದ ಆತನ ಎದೆಗೂಡನ್ನು ಸೀಳಿದೆ. ಹೃದಯ ನೇರವಾಗಿ ಕಣ್ಣಿಗೇ ಕಾಣುತ್ತಿತ್ತು. ಸುತ್ತ ಮಲಗಿದ್ದ ಮಾಲೀಕನನ್ನು ಮರೆತು ಸ್ವಸ್ಥವಾಗಿ, ಸ್ತಬ್ಧವಾಗಿ ಕೂತಿತ್ತು. ನಾನು ನೋಡಿದ್ದ ಬೇರೆ ಹೃದಯಗಳಿಗಿಂತಾ ಬೇರೆಯಾಗಿಯೇನೂ ಕಾಣಲಿಲ್ಲ. 'ಸರ್ಜಿಕಲ್ ಟೀಮ್ ಕೂಗಿ. ಇವ ಈಗಲೇ ಸರ್ಜರೀಗೆ ಹೋಗಬೇಕು' ಎಂದವನೇ, ಜಾನಥನ್‌ನ ಹೃದಯವನ್ನು ನನ್ನ ಗವುಸಿನ ಕೈಯಿಂದ ಮೆಲ್ಲಗೆ ಹಿಸುಕತೊಡಗಿದೆ. ನನ್ನ ಕೈ ಬೆರಳುಗಳ ತುಡಿತಕ್ಕೆ ಆ ಹೃದಯ ಮಿಡಿಯುತ್ತಿತ್ತು.

ನಾನು ಪ್ರೋಟೋಕಾಲಿಗೆ ತಕ್ಕಹಾಗೆ ಪುಸ್ತಕದಲ್ಲಿ ಹೇಳಿದ್ದನ್ನು, ನಾನು ಕಲಿತಿದ್ದನ್ನು ಮಾಡುತ್ತಿದ್ದೆ ಎನ್ನುವ ಸಮಜಾಯಿಷಿ ನನಗೇ ನಾನು ಕೊಟ್ಟುಕೊಳ್ಳಬೇಕಾಗಿ ಬಂದಾಗ ನಗು ಬಂತು. ಈ ಹೃದಯದ ಮಿಡಿತ ಜಾನಥನ್‌ನನ್ನು ಮತ್ತೆ ಇರಾಕಿಗೋ, ಅಫ್ಘಾನಿಸ್ತಾನಕ್ಕೋ ಅಲ್ಲಿನ ಸಂತತಿಯನ್ನು ಮುಂದುವರಿಸಲು ಕಳಿಸುತ್ತದೆಯೋ, ಅಥವಾ ಆತನನ್ನು ಜೀವನ ಪರ್ಯಂತ ಆಕಾಶ ನೋಡಿಕೊಂಡು ಮಲಗುವ ವೆಜಿಟೆಬಲ್ ಆಗಿ ಮಾಡುತ್ತದೆಯೋ ನನಗೆ ಗೊತ್ತಿಲ್ಲ. ಜಾನಥನ್‌ನ ಮುಖ ನೀಲಿಯಿಂದ ಕೆಂಚಾಗಬೇಕು ಅನ್ನುವುದಷ್ಟೇ ನನಗೆ ಆ ಕ್ಷಣದ ತುರ್ತಾಗಿತ್ತು. ಜಾನಥನ್‌ನ ಮರುಹುಟ್ಟು, ನಾನೆಂಬ ಎಲಿಮೆಂಟನ್ನು ಉದ್ದೀಪಿಸಬಲ್ಲ 'ಬಿಗ್ ಸೇವ್' ಆಗಬೇಕಿತ್ತು.

'ನಿನ್ನ ದೇವರು ಅಂತ ತಿಳಕೊಂಡಿದೀಯ' ಒಬ್ಬ ಪ್ಯಾರಮೆಡಿಕ್ ಕೇಳಿದ.

ನಕ್ಕು 'ನಿನಗೇನನಿಸುತ್ತದೆ, ನಾನು ಆರ್ಡಿನರಿ ಅಂತಲಾ?' ಎಂದೆ.

ಡಿಸೆಂಬರ್ ೧೭, ೨೦೦೬

ಶೇಷ

ಬೂಬಮ್ಮನ ಹೆಸರು ಮೆಹಬೂಬ ಅಂತಂತೆ. ಎಲ್ಲರೂ ಆಕೆಯನ್ನು, ಬೂಬಿ, ಬೂಬಕ್ಕ, ಮೆಹಬೂಬಮ್ಮ, ಬೂಬಮ್ಮ ಎಂದು ಅವರವರ ಅನುಕೂಲಕ್ಕೆ ತಕ್ಕಂತೆ ಕರೆಯುತ್ತಿದ್ದರು. ಬೂಬಮ್ಮ ಈ ಮನೆಗೆ ಕೆಲಸಕ್ಕೆ ಕಸ, ಮುಸುರೆ ಮಾಡಲು ಸೇರಿದಾಗ ಪದ್ದಕ್ಕ ಸೂರು ಹಾರಿಹೋಗುವ ಹಾಗೆ ಗಲಾಟೆ ಮಾಡಿದ್ದಳು. ಆಗ, ಆಕೆಗಿನ್ನೂ ಕೈಕಾಲು ಓಡುತ್ತಿತ್ತು. ಬಿಡುಬೀಸಾಗಿ ಎರಡು ಏಕಾದಶಿ ನಿಟ್ಟುಪವಾಸ ಮಾಡಿ ಮುಗಿಸುತ್ತಿದ್ದಳು. ಆದರೂ ದ್ವಾದಶಿಯ ದಿನ ಅಷ್ಟುಹೊತ್ತಿಗೇ ಒಂದು ಕೆಂಡದ ಒಲೆಯನ್ನು ಕಣ್ಣು ಕೆಂಪಗೆ ಮಾಡಿಕೊಂಡು ಊದುವ ತಾಕತ್ತು ಕಡಿಮೆಯಾಗಿದೆಯೆಂದು ಒಂದು ಸಿಂಗಲ್ ಸಿಲಿಂಡರಿನ ಗ್ಯಾಸ್ ಸ್ಟವ್ ತಂದುಕೊಟ್ಟಿದ್ದ, ಮಗ ಪ್ರಹ್ಲಾದ. ಮೊದಲು, ಹೌಹಾರಿದಳು, ಕೂಗಾಡಿದಳು, ಆ ಗ್ಯಾಸ್ ಸ್ಟವ್ ಕಡೆ ಕಣ್ಣೆತ್ತಿಯೂ ನೋಡಲಿಲ್ಲ. ಕೊನೆಗೆ, ಇನ್ನು ಊದಿದರೆ ತಲೆತಿರುಗಿ ಬೀಳುತ್ತೇನೆ ಎಂದು ಆಕೆಗೇ ಅನಿಸಿದಾಗ, ತಾನೇ ಸುಮ್ಮನೆ ಆ ಗ್ಯಾಸ್ ಒಲೆಯನ್ನು ಇಟ್ಟಿದ್ದ ನೆಲವನ್ನು ಸಗಣಿಯಿಂದ ಸಾರಿಸಿ, ಮಠದಲ್ಲಿ ಯಾರಿಂದಲೋ ಕಾಡಿಬೇಡಿ, ಗೋಮೂತ್ರ ಇಸಕೊಂಡು ಬಂದು ಪ್ರೋಕ್ಷಣೆ ಮಾಡಿ ಒಲೆಯ ಸುತ್ತಲೂ ಒಂದು ಒಂಕೊಂಕಿ ರಂಗೋಲಿಯನ್ನು ಇಟ್ಟು ಮುಸುರೆಯಲ್ಲದ ಪದಾರ್ಥಗಳಾದ ಕಾಫಿ, ಒಗ್ಗರಣೆ ಅವಲಕ್ಕಿ, ಗುಲ್ಪಾವಟೆ ಇತರೇ ಎಲ್ಲವುಗಳನ್ನು ಮಾಡಿಕೊಳ್ಳುವುದಕ್ಕೆ ಶುರುಮಾಡಿಕೊಂಡಿದ್ದಳು. ಮುಸುರೆ ಅಡುಗೆಗೆ ಒಳಗಿನ ಅಡುಗೆಮನೆಯಲ್ಲಿದ್ದ ಸೌದೆ ಒಲೆಯಲ್ಲಿಯೇ ಹೇಗೋ ಸಾಗಿಸುತ್ತಿದ್ದಳು. ಸೊಸೆ ಸೀತ, ಇವುಗಳ ಉಸಾಬರಿಯೇ ತನಗೆ ಬೇಡೆಂದು ಸುಮ್ಮನಾಗಿದ್ದಳು. ಇದೇ ಸಮಯದಲ್ಲಿ ಕಸ, ಮುಸುರೆಗೆ ಬೂಬಮ್ಮನನ್ನು ಕರಕೊಂಡು ಬಂದು ಸೇರಿಸಿದ್ದ, ಪ್ರಹ್ಲಾದ. 'ಅಪ್ಪಾ, ಪೆಲ್ಲೀ... ಖುಷ್ಪಂಚ್ಮೀ ಮಾಡ್ಕೊಂಡು ಕೂತಿಯೀನಪ್ಪ, ಇಲ್ಲಿ. ನೀ ನೋಡಿದ್ರೆ, ಮನೀ ಕಸ, ಮುಸುರೆ ಮಾಡಕ್ಕ ಯಾರ ತುರುಕ್ರನ್ನ ಸೇರಿಸ್ಕಂಡ್ರೆ ನಾ ಬಾಮೀಗೆ ಬಿದ್ದು ಸಾಯ್ತೀನಿ' ಎಂದು ಗಲಾಟೆ ಮಾಡಿದ್ದಳು. ಪ್ರಹ್ಲಾದ 'ನಾಯೇನು ಆಚಾರ ಬಿಟ್ಟುಹೋಗಿದೀನನು,

ಈಗ. ಬೇರೆ ಗತಿಯೇ ಇಲ್ಲಾಂತ ಈಗ ಸೇರಿಸಿಕೊಂಡಿರದು, ಗೊತ್ತನು. ನಮ್ಮವರೆಲ್ಲಾ ತಿಂಗಳಿಗೆ ಇನ್ನೂರೈವತ್ತು ರೂಪಾಯಿ ಕೇಳ್ತಾರೆ. ಎಲ್ಲಿಂದ ತರಣ. ಇಷ್ಟಾಗಿ ಆಕಿ, ನಿನ್ನ ಬಟ್ಟೆ, ಪಾತ್ರಿ ಮುಟ್ಟಕ್ಕ ಬರಲ್ಲ, ಗೊತ್ತಲ್ಲ. ಪಾತ್ರಿಯನ್ನೆಲ್ಲಾ ಹೊರಗೇ ತೊಳೆದು ಡಬಾಕಿಟ್ಟಿರ್ತಾಳೆ. ಜಯಂತಿ, ಶ್ಯಾಮ್ಲಿ ಇಬ್ಬರೂ ಸೇರಿ ಗಲಬರಿಸಿ ಒಳಗೆ ತಂದಿಡ್ತಾರೆ... ಒಂಚೂರೂ ಮೈಲಿಗೀ ನೀರಿನ ಹಂಗಿಲ್ಲದಂಗ. ಆತಲ್ಲ. ಇಷ್ಟರ ಮ್ಯಾಲ... ಆ ಹಾವೇರಿ ಮಂದೀನ ಸೇರಿಸ್ಕಂಡಿದಾರ ಅಂದರೆ ನಮ್ದೆಂತದೇಳು.' ಎಂದು ತನ್ನ ಈ ನಿರ್ಧಾರಕ್ಕೆ ದೊಡ್ಡ ಬ್ರಾಹ್ಮಣರ ಕೇರಿಯ ಹಾವೇರಿ ಕುಟುಂಬದವರ ಅಂಗೀಕಾರವನ್ನು ಪ್ರಮಾಣಪತ್ರವನ್ನಾಗಿ ಲಗತ್ತಿಸಿದ್ದ, ಬೂಬಮ್ಮನ ಪರವಾಗಿ.

ನಿಧಾನವಾಗಿ ಪದ್ದಕ್ಕ ಅನುಸರಿಸಿಕೊಂಡು ಹೋಗುವುದನ್ನು ಕಲಿತಿದ್ದಳು. ಶ್ಯಾಮ್ಲಿ ಬಂದು ಪದ್ದಕ್ಕನಿಗೆ ಬೂಬಮ್ಮನ ಚರಿತ್ರೆಯನ್ನು ಹೇಳಿದ್ದಳು. ಬೂಬಮ್ಮ ಇದ್ದಿದ್ದು ಅಲ್ಲಿಯೇ ರವಿವರ್ಮ ರಸ್ತೆಯ ಹಿಂಭಾಗದ ಮಸೀದಿಯ ಪಕ್ಕದ ಒಂದು ಸಣ್ಣ ಮನೆಯಲ್ಲಿ. ಆಕೆಯ ಗಂಡನಿಗೆ ಯಾವಾಗಲೂ ಗೂರಲಂತೆ. ಶ್ಯಾಮ್ಲಿ ಒಮ್ಮೆ ಟೆಂಪೋಸ್ಟ್ಯಾಂಡಿಗೆ ಹೋಗಬೇಕಾದರೆ, ಹಾಗೆಯೇ ನಿಂತು ಅವಳ ಮನೆಯೊಳಗೆ ಒಮ್ಮೆ ಇಣುಕಿನೋಡಿದ್ದಳಂತೆ. ತಲೇಗೆ ಒಂದು ನೀಲಿಯ ಬಲೆಬಲೆಯ ಟೋಪಿಯನ್ನು ಹಾಕಿಕೊಂಡು, ಒಂದು ಬಣ್ಣದ ಲುಂಗಿ ಮತ್ತು ಮಸುಕು ಬಿಳಿಯ ಒಂದು ಜುಬ್ಬವನ್ನು ಹಾಕಿ ಕೂರುತ್ತಿದ್ದನಂತೆ. 'ಆ ಗಡ್ಡಕ್ಕೇ ಮಾರಾಯಿತಿ, ಎಂದೋ ಹಚ್ಚಿದ ಮೆಹೆಂದೀ ಇನ್ನೂ ಬಣ್ಣ ಬಿಡ್ತಾನೇ ಇದವ್ವ' ಅಂದಿದ್ದಳು, ಶ್ಯಾಮ್ಲಿ. 'ಆ ಬಾಯಾಗೆ ಇರೋದು ನಾಕಂದ್ರೆ ನಾಕೇ ಹಲ್ಲು. ಅದರಾಗೂ ಖರ್ಜೂರ ಕಡೀತಾ ಕೂತಿರ್ತಾನವ.'

'ಈ ಹೆಣ್ಣೆಂಗಸನ್ನು ಕೆಲಸಕ್ಕ ಹಚ್ಚಿ ಆತ ಮನ್ಯಾಗ ಕೂರ್ತಾನನು?' ಪದ್ದಕ್ಕ ಕೇಳಿದ್ದಳು.

ಶ್ಯಾಮ್ಲಿ ಜಯಂತಿಯ ಮುಖ ನೋಡಿದ್ದಳು. ಜಯಂತಿ ಶ್ಯಾಮ್ಲಿಗಿಂತ ಕತೆ ಚೆನ್ನಾಗಿ ಹೇಳುತ್ತಾಳೆ ಎಂದು ಅವರಿಬ್ಬರೇ ನಿರ್ಧರಿಸಿದ್ದಂತಿತ್ತು. ಜಯಂತಿ ಇದನ್ನೇ ಕಾಯುತ್ತಿದ್ದಂತೆ 'ಅಯ್ಯೋ ಪದ್ದಕ್ಕ ಅದೊಂದು ದೊಡ್ಡ ಕತೀನೆ. ಇವ, ಬೂಬಿ ಮತ್ತ ಇಬ್ಬರು ಮಕ್ಕಳು ಮಲ್ಪೆಯಲ್ಲಿದ್ದರಂತೆ. ಅಲ್ಲಿ ಬಂದರ್ನಾಗ ಈತ ರೋಡಿನ ಬದಿಯಲ್ಲಿ ಸೀಗಡೀ ಮೀನನ್ನು ಹಾಕ್ಕೊಂಡು ಮಾರುತ್ತಿದ್ದನಂತೆ. ಬೂಬಮ್ಮನೂ ಈತನ ಜತಿಜತೀಗೆ ಕೆಲಸ ಮಾಡ್ತಿದ್ದಳಂತೆ. ಇಬ್ರು ಮಕ್ಳೂ ಸ್ಕೂಲಿಗೆ ಹೋಗ್ತಿದ್ದರಂತೆ. ಒಂದಿನ, ಏನು ಹಣೇಬರನೋ ಏನೋ, ಈತ ಅಂಬಲಪಾಡಿಗೆ ಹೋಗಬೇಕಂತ ನಿಂತಿದ್ದಾಗ ಆ ಗಜಾನನದವ ಮಿನಿಬಸ್ಸನ್ನು ತಿರುಗಿಸಕ್ಕೆ ಹೋದಾಗ ಇವನ ಕಾಲ ಮೇಲೆ ಎರಡೂ ಚಕ್ರಗಳೂ ಹೋದವಂತೆ. ಅಲ್ಲಿಯೇ ಎರಡೂ ಕಾಲೂ ಜಪ್ಪಿಯಂತೆ. ಮಣಿಪಾಲಕ್ಕ ಕರಕೊಂಡು ಹೋಗಿ ಎರಡೂ ಕಾಲನ್ನು ಮುಲಾಜಿಲ್ಲದೇ ಕತ್ತರಿಸಿದರಂತೆ. ಆಗ ಬೂಬಮ್ಮ ತನ್ನ ಎರಡೂ ಮಕ್ಕಳನ್ನು ಕರಕೊಂಡು ಸೀದಾ ಇಲ್ಲಿಗ ರವಿವರ್ಮ ರಸ್ತೆಯ ಹಿಂಭಾಗಕ್ಕೆ ಬಂದಳಂತೆ. ಯಾರೋ ಅವರ ದೂರದ ಸಂಬಂಧೀ ಇಲ್ಲಿದ್ದರು. ಇಲ್ಲಿಗೆ ಬಾ ಎಂದು ಹೇಳಿ ಇಲ್ಲೇ ಸುಜಾತಾ ಕ್ಯಾಂಟೀನಲ್ಲಿ ಸೇರಿಸಿದರಂತೆ' ಎಂದು ತನಗೆ ಗೊತ್ತಿದ್ದಷ್ಟು ಹೇಳಿದ್ದಳು.

'ಸುಜಾತಾ ಕ್ಯಾಂಟೀನಿನ ಸುಬ್ರಾಯ ಮೈಯರು ದುಡ್ಡು ಉಳಿಸಲು ಎಂತದ್ದು ಬೇಕಾದರೂ ಮಾಡ್ತಾರಂತೆ, ಮಾರಾಯ್ತಿ. ಮೊದಲು, ಬ್ರಾಮಣರ ಹೋಟೆಲಾಗೆ ಈ ಸಾಬರವಳು ಪಾತ್ರೆ ಪಡಗ ತೊಳೆಯೋದು ಹೆಂಗೆ ಅಂತ ಭಾಳ ಜನ ತಕರಾರು ಮಾಡಿದ್ದರಂತೆ. ಇವರು ಎಂತಕ್ಕೂ ಜಗ್ಗಲಿಲ್ಲ. ಆಕಿ, ಹೋಟೆಲೊಳಗಿಂದ ಬರದಿದ್ದರೆ ಆತೋ, ಇಲ್ಲೋ ಅಂದದ್ದೇ ಪಕ್ಕದ ಓಣಿಯಿಂದ ಬೂಬಮ್ಮನನ್ನು ಹೋಟೆಲ ಹಿಂದಕ್ಕೆ ಬಿಟ್ಟುಕೊಳ್ಳುತ್ತಿದ್ದರಂತೆ. ತೀರ ಹಂದಿಗಳು ಬಿಟ್ಟರೆ ಬೇರೆ ಮನುಷ್ಯಪ್ರಾಣಿಗಳು ಓಡಾಡೋ ಜಾಗ ಅಲ್ಲ, ಅದು. ಅದಕ್ಕೇ ಬೂಬಮ್ಮ ಹೇಳಿಬಿಟ್ಟಳಂತೆ, 'ನನ್ಗೆ ದುಡ್ಡು ಕಮ್ಮಿಯಾದ್ರೂ ಪರವಾಗಿಲ್ಲ. ಆ ಓಣಿಯಲ್ಲಿ ಓಡಾಡಂಗಿಲ್ಲ' ಅಂತ. ಆಮೇಲೆ, ಏನಾರ ಆಗಲೀ ಅಂತ ಸೀದಾ ಕ್ಯಾಂಟೀನಿನ ಮುಂಬಾಗಿಲಿಂದಲೇ ಒಳಗೆ ಹೋಗಲಿಕ್ಕೆ ಶುರುಮಾಡಿದ್ದಳಂತೆ. ಬಾರಿ ಗಟ್ಟಿ ಹೆಂಗ್ಸದು. ನೋಡಕ್ಕೆ ನೀಟಾಗಿದ್ದ ಬೂಬಮ್ಮ ಮನೇಲಿ ಯಾಕೆ ಕೆಲಸ ಮಾಡಬಾರದು ಅಂತ ಕ್ಯಾಂಟೀನಿನ ಪಕ್ಕದ ಮನೆಯ ಶೆಟ್ಟರಿಗೆ ಅನ್ನಿಸಿತಂತೆ. ದಿನಾ ಬೆಳಿಗ್ಗೆ ಇಡ್ಲಿ ಕಟ್ಟಿಸಿಕೊಂಡು ಹೋಗಕ್ಕಂತ ಬರ್ತಿದ್ದ ಶೆಟ್ರ ಲಕ್ಷ್ಮಿ ಕೇಳೇ ಬಿಟ್ಟಳಂತೆ. ಮೊದಲು ಈ ಕ್ಯಾಂಟೀನ್ ಕೆಲಸದ ಜತೆಗೂ ಬೇರೆ ಎಲ್ಲ ಮಾಡುತ್ತಿದ್ದ ಈ ಬೂಬಮ್ಮಗೆ, ಇಡೀ ಬೀದಿಗೆ ಬೀದೀನೇ ಕೆಲಸ ಮಾಡಿಸಿಕೊಳ್ಳಕ್ಕೆ ಶುರುವಾತು ನೋಡು, ಆ ಕ್ಯಾಂಟೀನ್ ಕೆಲ್ಸ ಬಿಟ್ಟೇ ಬಿಟ್ಳು.' ಶ್ಯಾಮ್ಲಿ ಮುಂದುವರೆಸಿದ್ದಳು.

'ಆಮೇಲ್ನಡದದ್ದು ಈ ರವಿವರ್ಮ ರಸ್ತೆಗೇ ಒಂದು ದೊಡ್ಡ ಇತಿಹಾಸನೇ ಅವ್ವ. ಸಾಮಿಲ್ ಕೃಷ್ಣಪ್ಪನವರು, ಜಗದೀಶ ಡಾಕ್ಟ್ರು, ಅಂಗಡೀ ಪೈಗಳು, ಟ್ಯಾಕ್ಸ್ ಆಫೀಸ್ ಮೂರ್ತಿಗಳು, ಅವರ ತಮ್ಮ ನಾರಾಯಣಾಚಾರ್ರು, ಜಿಗ್‌ಝಾಗ್ ಲೀಲಕ್ಕ, ಎಲ್ಲರೂ ಈಕೀನ ನಾಮುಂದ ತಾಮುಂದ ಅಂತ ಮನೇಲಿ ಸೇರಿಸ್ಕಂಡಿದ್ದೇ ನೋಡು. ನಮ್ಮನೀಗ ಬರಕ್ಕ ಅಪ್ಪಗೆ ಈಕೀನ್ ಒಪ್ಪಿಸೋಹೊತ್ತಿಗೆ ಸಾಕಾಗಿ ಹೋತಂತೆ'

ಪದ್ದಕ್ಕಗೆ ಏನೂ ಮಾಡಲು ನಿರ್ವಾಹವೇ ಇರಲಿಲ್ಲ. ಸುಮ್ಮನೇ ಜಯಂತಿ, ಶ್ಯಾಮ್ಲೀಯ ಬಳಿ ಹಲುಬಿದಳು, 'ಈ ರವಿವರ್ಮ ರಸ್ತೀ ಅನುಕೂಲ ಅಂತೀಯ, ಅನನುಕೂಲ ಅಂತೀಯ ಗೊತ್ತಿಲ್ಲೇ ಜಯಂತೀ. ಇಲ್ಲಿಗೆ ನಾ ಬಂದಂತೀರ ಅದೇ ಕೊಳಕು, ಅದೇ ಓಣೋಣಿ ಮನೆಗಳು. ಒಂದು ರೂಮಿಂದಲೇ ಇನ್ನೊಂದು ರೂಮಿಗೆ ಹೋಗ್ಬಕು. ಪಕ್ಕದಾಕಿ ಮನೇಲಿ ಒಗ್ಗರಣಿ ಹಾಕಿದ್ರೆ ಇಲ್ಲಿ ವಾಸನೆ ಬರ್ತದೆ. ಮನೆ ಮುಂದೆ ಎಷ್ಟು ಕೊಳಕಿರಾತೋ, ಹಿಂದೂ ಅಷ್ಟೇ. ಅದೆಂಥದೋ ಕನ್ಸರೆನ್ಸಿ ಅಂತಾರಪ. ಅಲ್ಲಂತೂ ಬರೇ ಹಂದಿಗಳು. ಜಯಂತಿ ಇನ್ನೂ ಕೈಕೂಸಾಗಿದ್ದಾಗಿದ್ಲು, ಇಲ್ಲಿನ್ನೂ ಕಕ್ಕಸ್ಸೂ ಇರ್ಲಿಲ್ಲ. ನಿನ್ನ ಹಿಂದೆ ಕಕ್ಕಕ್ಕಂತ ಕೂಡಿಸಿದ್ರೆ, ಒಂದು ನಿಮಿಷದಲ್ಲಿ ಕಕ್ಕನೂ ಸಪಾಟು, ನಿನ್ನ ಮುಕುಳೀನೂ ಸಪಾಟು, ಹಂದಿಗಳಿಂದ. ಇಂತದ್ರಲ್ಲಿ, ಆ ಕನ್ಸರೆನ್ಸಿ ಹಿಂಭಾಗಕ್ಕೆ ಆ ಮಸೀದಿ ಕಟ್ಟಿದ್ರು ನೋಡು. ಆ ಮಸೀದೀ ಬಂದ ಮ್ಯಾಲ ಬೀದಿ ಮ್ಯಾಲಿನ ಕಸ, ಕೆಟ್ಟಾಕೊಳಕ ಹಂಗೇ ಇದ್ರೂ, ಆ ಹಂದೀಗಳ ಹಾವಳಿ ಕಮ್ಮಿ ಆದ್ವು ನೋಡಪ. ಮುನಿಸಿಪಾಲಿಟೀ ಕರಾಮತ್ತೋ ಅಥವಾ ಇನ್ನೆಂತದೋ ಆ ಹರಿಯೇ ಬಲ್ಲ. ಆದ್ರೂ ಅಲ್ಲಿ ಕೂಡ್ಲಿ ಮಠದಾಗ ಮಂಗಳಾರತಿ ಜಾಗಟೇ ಸದ್ದು ಕೇಳೋ ಮೊದಲು ಇಲ್ಲಿ ಮುಲ್ಲಾ ಕೂಗ್ತಾನಲಪ. ಮನೆ ಹಿಂದೆ ತಿರುಗಿದರ ಬರೇ ಹಸುರೋ ಹಸುರು. ಆ ಝುಂಡಾ, ಆ ಅತ್ತರು, ಆ ನವಿಲುಗರೀ ಚಾಮರ– ಸಾಕವ್ವಾ ಸಾಕು. ಬೇರೆ ಕಡೆ ಹೋಗಣ

ಅಂದರೆ, ನಿಮ್ಮಪ್ಪ ಕೇಳಲ್ಲ. ಈಗ ಅವಳನ್ನೇ ಮನೇಗೆ ಕೆಲಸಕ್ಕೂ ತಂದಿಟ್ಟಾತಲ. ಇನ್ನೇನು ನೋಡಬೇಕೋ, ಈ ಕಾಲದಾಗ...'

■

ಬೂಬಮ್ಮ ನೋಡಲು ಸಾಧಾರಣ ಚೆಲುವೆ. ಮೇಲಾಗಿ, ನೀಟಾಗಿ ಡ್ರೆಸ್ ಮಾಡಿಕೊಂಡು, ತಲೆಗೂದಲು ಬಾಚಿಕೊಂಡು, ಒಂದು ದಿನವೂ ಎಲೆ ಅಡಿಕೆ ಹಾಕದೇ ಇದ್ದುದರಲ್ಲೇ ಚೆನ್ನಾಗಿರುವ ಸೀರೆ ಉಟ್ಟುಕೊಂಡು ಬರುತ್ತಿದ್ದಳು. ಆದರೆ, ಈ ಪ್ರಹ್ಲಾದನ ಮನೆಯ ವಾಸ್ತು ಅವಳನ್ನು ಸುಸೂತ್ರವಾಗಿ ನೇರ ಬಾಗಿಲಿನಿಂದ ಹಿತ್ತಲವರೆಗೆ ಏಕ ಕೆಲಸವನ್ನು ಮುಗಿಸಿಕೊಂಡು ಹೋಗಲು ಬಿಡುತ್ತಿರಲಿಲ್ಲ. ರವಿವರ್ಮ ರಸ್ತೆಯ ಬಹಳಷ್ಟು ಮನೆಗಳು ಇದೇರೀತಿ ಇದ್ದವು. ಸೀಗೇಹಟ್ಟಿ ಬಸ್‌ಸ್ಟ್ಯಾಂಡ್ ಕಡೆಯಿಂದ ತಿರುಗಿ, ಭಾರತ್ ಫೌಂಡ್ರಿಯ ಮೇಲೆ ಈ ರಸ್ತೆಗೆ ಬಂದರಂತೂ ಎಲ್ಲ ಮನೆಗಳೂ ಒಂದೇ ರೀತಿ. ತೀರ ಒತ್ತೊತ್ತಾಗಿ ಒಂದಕ್ಕೆ ಅಂಟಿದಂತೇ ಇದ್ದವು. ಮೇಲಾಗಿ, ಮೊದಲು ಇಲ್ಲಿ ಮನೆ ಕಟ್ಟಿದವರೆಲ್ಲರಿಗೂ ಎರಡು ಬೀದಿಗಳ ನಡುವೆ ಇದ್ದ ಜಾಗವನ್ನು ಮನೆಯಿಂದ ಕೂಡಿಸುವ ಹಾಗೆ ಉದ್ದಕ್ಕೂ ಕೋಣೆಗಳನ್ನು ರೈಲ್ವೆ ಬೋಗಿಯ ಹಾಗೆ ಕಟ್ಟಿದ್ದರು. ಪ್ರಹ್ಲಾದನ ಮನೆಯೂ ಇದ್ದುದು ಹಾಗೆಯೇ. ಮುಂದಿನಿಂದ ಹಿಂದಿನ ತನಕ ಒಂದು ಕೋಣೆಯಿಂದ ಇನ್ನೊಂದು ಕೋಣೆಯ ಮೂಲಕವೇ ಹೋಗಬೇಕು. ಒಂದು ಪ್ಯಾಸೇಜ್ ಆಗಲೀ, ಅಥವಾ ಹಜಾರವಾಗಲೀ ಇಲ್ಲದೇ ಇದ್ದುದು ಈ ಮಡೀಹೆಂಗಸರುಗಳಿಗೆ ಮತ್ತು ಇತರೇ ಮಡೀಕೆಲಸಗಳಿಗೆ ತುಂಬಾ ಅನಾನುಕೂಲವಿತ್ತು. ಮುಂದೆ ಮೂರು ಕೋಣೆಗಳು, ನಡುವೆ ಅಡುಗೆಮನೆ ಮತ್ತು ಅದರಲ್ಲೇ ಒಂದು ದೇವರ ಗೂಡು. ಅದರ ಹಿಂದೆ ಇನ್ನೊಂದು ರೂಮು ಮತ್ತು ಬಲಗಡೆ ಒಂದು ಸಣ್ಣ ಬಚ್ಚಲಮನೆ. ಬೂಬಮ್ಮ ಮನೆಗೆ ಬಂದತಕ್ಷಣ ಪದ್ದಕ್ಕ ತಾನು ಅಡುಗೆ ಮನೆಯನ್ನು ಸೇರಿ ಬಾಗಿಲು ಹಾಕಿಕೊಂಡು ಕೂರುತ್ತಿದ್ದಳು. ಮುಂದಿನ ರೂಮುಗಳನ್ನು ಗುಡಿಸಿ, ಒರೆಸಿದ ಮೇಲೆ ಮತ್ತೆ ಮುಂಬಾಗಿಲಿನಿಂದ ಹೊರಹೋಗಿ, ಮನೆಯ ಪಕ್ಕದಲ್ಲಿದ್ದ ಒಂದು ಓಣಿಯ ಮೂಲಕ ಹಿಂದೆ ಹೋಗಿ ಹಿಂದಿನ ಕೋಣೆ ಮತ್ತು ಬಚ್ಚಲು ಸಾರಿಸುತ್ತಿದ್ದಳು. ಪದ್ದಕ್ಕ ಬಹಳ ಜಾಗರೂಕತೆಯಿಂದ ತನ್ನ ಬಟ್ಟೆಯಾಗಲೀ ಅಥವಾ ಇನ್ನೆಂತ ಪಾತ್ರೆಗಳಾಗಲೀ ಬೂಬಮ್ಮನ ಕೈಗೆ ಸಿಗದಂತೆ ನೋಡಿಕೊಳ್ಳುತ್ತಿದ್ದಳು. ಪ್ರಹ್ಲಾದನಾಗಲೀ, ಸೀತಳಾಗಲೀ ಅಥವಾ ಮಕ್ಕಳಾಗಲೀ ಬೂಬಮ್ಮ ಮನೆಯಲ್ಲಿದ್ದಷ್ಟು ಹೊತ್ತು ಅಡುಗೆ ಮನೆಯ ಕೆಲಸವೇನೂ ಮಾಡದಂತೆ ನೋಡಿಕೊಳ್ಳುತ್ತಿದ್ದಳು.

ಹೀಗಿದ್ದಾಗ ಪದ್ದಕ್ಕನಂಥವಳೂ ಕೊಂಚ ಬಿಕ್ಕಳಿಸುವ ಹಾಗೆ ಆಗುವ ಘಟನೆಯೊಂದು ಅಲ್ಲಿಯೇ ಕೂಡ್ಲಿ ಮಠದ ಬಳಿ ನಡೆಯಿತು. ಕೂಡ್ಲಿ ಮಠವೆಂದರೆ, ಕೂಡ್ಲಿ ಮಠದಲ್ಲಲ್ಲ...

ಪ್ರಹ್ಲಾದನ ಮನೆ ದಾಟಿ ಕೆ ಆರ್ ಪುರಂ ರಸ್ತೆಯಲ್ಲಿ ತುಮಕೂರು ಶಾಮರಾಯರ ರಸ್ತೆ ದಾಟಿ ಮುಂದೆ ಹೋದರೆ, ಕೃಷ್ಣಾ ಟಾಕೀಸು. ಅದರ ಎದುರಿಗೇ ರಾಯರ ಮಠ. ಬಗುಲಲ್ಲಿಯೇ ಇದ್ದ ಶರಾವತಿ ಕಾಫಿ ವರ್ಕ್ಸ್‌ಅನ್ನೂ ದಾಟಿಕೊಂಡು ಹೋದರೆ ಹೊಳೆ.

ಅಲ್ಲಿ ಎಡಕ್ಕೆ ತಿರುಗಿದರೆ ಸಿಗುವುದೇ ಕೂಡ್ಲಿಮಠ. ಅಕ್ಕಪಕ್ಕದ ಮನೆಗಳಲ್ಲಿ ಆನಂದತೀರ್ಥರೇ ಮೈವೆತ್ತಂತೆ ಓಡಾಡುವ ಆಚಾರ್ರುಗಳಲ್ಲಿ ಪದ್ದಕ್ಕನ ಚಿಕ್ಕಪ್ಪನ ಮಗ ರಾಘುವೂ ಒಬ್ಬ. ಆತ ಮೂಲ ಹೊಳೆಹೊನ್ನೂರಿನವರಂತೆ. ಹೊಳೆಹೊನ್ನೂರ ರಾಘವೇಂದ್ರರಾಯರಂದರೆ ಮಾಧ್ವಶಿಖಾಮಣಿ. ಅವರು ಮನೆಯ ಜಗಲಿಯ ಮೇಲೆ ಯಾವತ್ತೂ ಒಂದು ವ್ಯಾಸಪೀಠವನ್ನಿಟ್ಟುಕೊಂಡು ಭಾಗವತ ಓದುತ್ತಲೇ ಕೂತಿರುತ್ತಿದ್ದರು. ಮನೆಯೊಳಗೆ ಕಾಲಿಟ್ಟರೆ, ಬರೇ ಗಂಧಾಕ್ಷತೆಗಳ ಪರಿಮಳ. ಒಂದೇ ಕೋಣೆಯಲ್ಲಿ ತಾಳೆಗರಿಗಳೂ ಮತ್ತು ಇನಾರ್ಗನಿಕ್ ಕೆಮಿಸ್ಟ್ರಿಯ ಪುಸ್ತಕಗಳೂ ಕಾಣುತ್ತಿದ್ದವು. ಒಳಗೆ ಹೋದರೆ, ಪೂಜಾಗೃಹದಲ್ಲಿ ಒಂದು ರೋಸ್‌ವುಡ್ಡಿನ ಮಂಟಪ, ಕೃಷ್ಣಾಜಿನದಲ್ಲಿ ಮಡಿಸಿಟ್ಟಿದ್ದ ದೇವರ ಸಂಪುಟ, ಮೇಲೆ ಉಡುಪಿಕೃಷ್ಣನಿಗೆ ಪೂಜಿಸುತ್ತಿರುವ ಆನಂದತೀರ್ಥರ ಒಂದು ಚಿತ್ರಪಠ, ಹಲಗಾರತಿ, ಜಾಗಟೆ ಮತ್ತು ಅದನ್ನು ಬಡಿಯಲು ಒಂದು ಬೆತ್ತದ ಪುಟ್ಟ ಗದೆ, ತಾಮ್ರದ ತಾಲಿ ಮತ್ತು ಉದ್ಧರಣೆ. ಮನೆಯ ಟೇಪ್ ರೆಕಾರ್ಡರ್‌ನಲ್ಲಿ ಯಾವಾಗಲೂ ದ್ವಾದಶಸ್ತೋತ್ರ, ಇತ್ತೀಚೆಗೆ ಕಾರು ಕೊಂಡಿದ್ದ ರಾಘವೇಂದ್ರರಾಯರು ಕಾರನ್ನು ರಿವರ್ಸ್ ಮಾಡಬೇಕಾದರೂ 'ಪ್ರೀಣಯಾಮಂ' ಸಂಗೀತ ಬರುವ ಹಾಗೆ ಏರ್ಪಾಡು ಮಾಡಿದ್ದರು. ಅವರು ಅಲ್ಲಿಯೇ ದೇಶೀಯ ವಿದ್ಯಾ ಶಾಲೆಯಲ್ಲಿ ಕೆಮಿಸ್ಟ್ರಿ ಕಲಿಸುತ್ತಿದ್ದರೂ ಅವರ ಒಲವೇನಿದ್ದರೂ ಮಧ್ವಮತಪ್ರತಿಪಾದನೆ, ಮಾಯಾವಾದಖಂಡನೆ. ಬೆಳಗ್ಗೆ ಶಾಲೆಗೆ ಹೋಗಿ ಒಂದೆರಡು ಗಂಟೆ ಪಾಠ ಮಾಡಿ ಬಂದುಬಿಟ್ಟರೆ, ಸಂಜೆಯೆಲ್ಲಾ ಸುಧಾಪಾಠ ಮತ್ತು ಭಾನುವಾರದಂದು ಇಡೀ ಕುಂಸಿ, ಹೊಳೇಹೊನ್ನೂರು, ಬಾಳಗಾರು, ಶಿರಾಳಕೊಪ್ಪ, ಆಯನೂರು ಇತರ ಊರುಗಳ ಮಠಗಳಲ್ಲಿ ಭಾಗವತಪಾರಾಯಣ.

ಪದ್ದಕ್ಕನಿಗೆ ರಾಘೂನ ಮಗ ಶ್ರೀಪತಿಗೆ ಸೋದರಿಕೆ ಸಂಬಂಧದಲ್ಲಿ ಜಯಂತಿಯನ್ನು ಕೊಡಲಿಕ್ಕಾಸೆ. ಆದರೆ, ಮೊದಲಿಂದಲೇ ಸುಜಾತಾ ಕ್ಯಾಂಟೀನಿನಲ್ಲಿ ಇಡ್ಲಿ ತಿನ್ನುವ, ಕೃಷ್ಣಾ ಟಾಕೀಸಿನ ಪಕ್ಕದಲ್ಲಿ ಮಸಾಲೆಮಂಡಕ್ಕಿ ತಿನ್ನುವ ಪ್ರಹ್ಲಾದನ ಮೇಲೆ ರಾಘೂಗೆ ವಿಶೇಷವಾದ ಗೌರವವೇನೂ ಇರಲಿಲ್ಲ. ರಾಘೂನ ಮನೆಯಲ್ಲಿ ನಡೆಯುವ ಸಂಜೆಯ ಸುಧಾಪಾಠಕ್ಕೆ ಹೋಗು ಎಂದು ಕೊಂಚ ಬಲವಂತವಾಗಿಯೇ ಕಳಿಸಿದ್ದಳು, ಪದ್ದಕ್ಕ. ಆದರೆ, ಎರಡು ದಿನ ಹೋಗಿಬಂದು ಪ್ರಹ್ಲಾದ ನಂತರ ತಾನಾಗಿಯೇ ನಿಲ್ಲಿಸಿಬಿಟ್ಟಿದ್ದ. ಗೊತ್ತಾದ ಪದ್ದಕ್ಕ 'ಹಾಳಾಗಿ ಹೋಗಲಿ, ಅತ್ಲಾಗೆ' ಎಂದು ಸುಮ್ಮನಾಗಿದ್ದಳು. ಈಗ ರಾಘೂ ಮನೆಗೆ ಮೊನ್ನೆ ಚಾತುರ್ಮಾಸದ ಊಟಕ್ಕೆ ಪದ್ದಕ್ಕ ಹೋದಾಗ, 'ಏನೇ ಪದ್ದಿ, ಸಾಯುವ ಸಮಯದಲ್ಲಿ ನಿನಮಗ ಆ ತುರುಕರವಳನ್ನು ತಂದು ಕೆಲಸಕ್ಕಿಟ್ಟಿಯಾನಂತಲೇ. ಆಕಿ ತೊಳೆದ ಪಾತ್ರ್ಯಾಗ ಊಟ ಮಾಡೋಹಂಗಾತಲ, ನಿನ್ನಕತಿ. ಬಂದು ನಮ್ಮಾನ್ಯಾಗಿರು. ಎರಡು ಹೊತ್ತು ಊಟ ಹಾಕೋದೇನು ದೊಡ್ಡವಿಷ್ಯ ಅಲ್ಲ, ನಂಗೆ' ಎಂದಿದ್ದ. ಪದ್ದಕ್ಕನಿಗೆ ಎಲ್ಲರ ಮುಂದೆ ಭಾಳ ಅವಮಾನವಾದಂತಾಗಿ ಏನು ಹೇಳಬೇಕು ಗೊತ್ತಾಗದೇ ಸುಮ್ಮನೇ ಬಂದಿದ್ದಳು.

ಪದ್ದಕ್ಕನಿಗೆ ಸಾವಿರಾರು ಆಸೆಗಳಿದ್ದರೂ ರಾಘೂನ ಮಗ ಶ್ರೀಪತಿಗೆ ಬಳ್ಳಾರಿಕಡೆಯ ಕುಡಿತಿನಿ ವಾಸುದೇವಾಚಾರ್ಯರ ಒಬ್ಬಳೇ ಮಗಳು ಸುನಂದೆಯ ಜತೆ ಮದುವೆ ನಿಷ್ಕರ್ಷೆ ಆಗೇ ಹೋಗಿತ್ತು. ಹೆಣ್ಣಿನ ಮನೆಯಲ್ಲಿ ನಿಶ್ಚಿತಾರ್ಥ ನಡೆದು, ಫೇಣಿ, ಬೇಸನ್

ಲಾಡು, ಶ್ಯಾವಿಗೆ ಖೀರುಗಳ ಊಟದ ನಂತರ ಇಳಕಲ್ಲ ಸೀರೆ, ರವಿಕೆ ಖಣಗಳನ್ನು ಬದಲಾಯಿಸಿಕೊಂಡರು, ಬೀಗಿತ್ತಿಯರು. ಬಳ್ಳಾರಿಯ ರಾಘವ ಕಳಾ ಮಂದಿರದಲ್ಲಿ ಲಗ್ನ ನಡೆಯಬೇಕೆಂದು ಗೊತ್ತೂ ಆಗಿತ್ತು. ಪದ್ದಕ್ಕನೂ ಮದುವೆಗೆ ಶಿವಮೊಗ್ಗೆಯಿಂದ ಬಳ್ಳಾರಿಗೆ ಬಸ್ಸಿನಲ್ಲಿ ಹೋಗಿ ಬರಬೇಕೆಂದು ತೀರ್ಮಾನಿಸಿಯೂ ಆಗಿತ್ತು. ಬೀಗರೆಲ್ಲರೂ ಮದುವೆಗೆ ಬೇಕಾದ ಕಂಚೀ ಸೀರೆಗಳನ್ನು ತರಲು ಸಾಕ್ಷಾತ್ ಕಂಚಿಗೇ ಹೋಗಬೇಕೆಂದು ವಿಚಾರಮಾಡಿ, ಬೆಂಗಳೂರು ಮಾರ್ಗವಾಗಿ ಕಂಚಿಗೆ ಹೋಗುತ್ತಿದ್ದಾಗ ಎದುರಿನಿಂದ ಬಂದ ಲಾರಿಯೊಂದು ನೇರವಾಗಿ ಢಿಕ್ಕಿ ಹೊಡೆಯಲು ನಾಲ್ಕೂಜನ ಬೀಗರುಗಳೂ ಮತ್ತು ಕಾರಿನ ಡ್ರೈವರನೂ ಕಾರಿನ ಸ್ಟೀರಿಯೋದಲ್ಲಿ ಬರುತ್ತಿದ್ದ 'ಪ್ರೀಣಯಾಮಂ' ಜತೆಗೇ ಸ್ಥಳದಲ್ಲೇ ಮೃತಪಟ್ಟಿದ್ದರು. ರಾಘೂ ಸಾಯುವ ಮೊದಲು 'ನೀರು... ನೀರು...' ಎಂದಾಗ ಇವನಿಗೆ ಢಿಕ್ಕಿ ಹೊಡೆದ ಲಾರಿಯ ಡ್ರೈವರನೇ ನೀರು ಕುಡಿಸಿದ್ದನಂತೆ.

ತುಮಕೂರು ಶಾಮರಾಯರ ರಸ್ತೆ, ಕೆ ಆರ್ ಪುರಂ ಮತ್ತು ಕೂಡ್ಲಿಮಠದ ರಸ್ತೆಗಳ ಆಸುಪಾಸು ರಾಘೂ ತನ್ನ ಕುಟುಂಬ ಮತ್ತು ಬೀಗರ ಜತೆ ಸತ್ತಿದ್ದಕ್ಕಿಂತ ಸಾಯುವ ಸಮಯದಲ್ಲಿ ಯಾರೋ ಜಾತಿಯಲ್ಲದ ಜಾತಿಯವನ ಕೈಯಿಂದ ಬಾಯಿಗೆ ನೀರು ಸುರಿಸಿಕೊಂಡು ಸತ್ತಿದ್ದೇ ದೊಡ್ಡ ಸುದ್ದಿಯಾಗಿಬಿಟ್ಟಿತು. 'ಎಂಥ ದೊಡ್ಡ ಆಚಾರ್ರು, ವಿದ್ವಾಂಸರು, ಎಲ್ಲಿ ಎಷ್ಟು ಮಡಿ ಮೈಲಿಗೆ ಮಾಡಿದರೆ ಏನು ಬಂತು? ಕೊನೆಗೆ ನೋಡಿ ಜವರಾಯ ಎಲ್ಲಿ ಕಾದಿದ್ದ?' ಎಂದು ಎಲ್ಲರೂ ಮಾತಾಡಿಕೊಳ್ಳಹತ್ತಿದ್ದರು. ಪದ್ದಕ್ಕನಿಗಂತೂ ಜೀವ ಕರೆಕರೆಯಾಗಿಹೋಗಿಬಿಟ್ಟಿತು. 'ಇದಕ್ಕೇ ಕಣ್ರೀ ರುಣಾನ್ಬಂದ ಅನ್ನದು. ಸಾಯೋ ಹೊತ್ತಿಗೆ ಯಾರೋ ಏನೋ ಡ್ರೈವರ್ ಹತ್ರ ಗಂಗಾಜಲನ ಬಿಡಸಕೋಬೇಕಂದರೆ?' ಎಂದು ಒಂದು ನಾಲ್ಕು ದಿನ ಹೇಳಿಕೊಂಡು ತಿರುಗಿದಳು. ಕೈಕಾಲಲ್ಲಿ ಇದ್ದ ಶಕ್ತಿಯಲ್ಲೇ ರಾಘೂನ ಮನೆಗೆ ಹೋಗಿ ಬಿಳಿಯ ಬ್ಯಾಂಡೇಜಿನಲ್ಲಿ ಕಟ್ಟಿ ಸಾಲಾಗಿ ಮಲಗಿಸಿದ್ದ ಆ ಮಡೀ ದೇಹಗಳನ್ನು ನೋಡಿ ಬಂದಳು. ಬರುತ್ತಾ ಶ್ರೀಪತಿಗೆ, 'ಮತ್ತೆ ಆ ಮಗೀದು ಕೆಟ್ಟ ನಕ್ಷತ್ರ ಅಂತ ದೂರಮಾಡಿಬಿಡಬೇಡವೋ... ಸುಮ್ಮನೇ ಲಗ್ನ ಮಾಡ್ಕೋ' ಎಂದು ಹೇಳಿ ಬಂದಿದ್ದಳು.

■

ಅಂದಿನಿಂದ ಪದ್ದಕ್ಕನಲ್ಲಿ ಏನೋ ಒಂದು ಬದಲಾವಣೆ ಕಾಣಿಸಿಕೊಂಡಿತ್ತು ಅನ್ನಿಸಿತ್ತು, ಶ್ಯಾಮ್ಲಿಗೆ. ಮನೆಯ ಹಿತ್ತಲಲ್ಲಿ ಒಂದು ಕೈತೋಟ ಮಾಡಿಕೊಂಡಿದ್ದಳು, ಪದ್ದಕ್ಕ. ಒಂದು ಭಾಗದಲ್ಲಿ ಒಂದು ಸಣ್ಣ ಚಪ್ಪರ ಹಾಕಿ, ಮಲ್ಲಿಗೆಯ ಬಳ್ಳಿಯೊಂದನ್ನು ಹರಡಿಸಿದ್ದಳು. ಪಕ್ಕದಲ್ಲಿ ದಾಸವಾಳ ಗಿಡ, ಅದಕ್ಕೆ ಹಚ್ಚಿಕೊಂಡ ಹಾಗೇ ಬೆಳೆದ ಚಂದವಾದ ಚೆಂಡುಹೂಗಳು, ಎರಡಡಿ ಜಾಗ ಬಿಟ್ಟು ಕಾಯಿಪಲ್ಲೆಗಳು, ಗುಳ್ಳ ಬದನೇಕಾಯಿ, ಸೌತೆ, ಹುರಳಿ ಕೆಲವೊಮ್ಮೆ ಡಬಲ್ ಬೀನ್ಸ್. ಪದ್ದಕ್ಕನಿಗೆ ಈ ಕೈತೋಟದ ಕಾಯಿಪಲ್ಲೆಗಳು ಒಂದು ಹವ್ಯಾಸವಾಗಿದ್ದವೇ ಹೊರತು ಎಂದೂ ಏನೂ ಮನೆಯೊಳಗೆ ಬರುತ್ತಿರಲಿಲ್ಲ. ಯಾವತ್ತೂ ಈ ಕಾಯಿಪಲ್ಲೆಗಳು ಮನೆಯಿಂದ ಹೊರಗೇ. ರವಿವರ್ಮ ಬೀದಿಯ ಎಲ್ಲರ ಮನೆಗೂ ವಿಲೇವಾರಿಯಾಗುತ್ತಿದ್ದವು.

'ಹೋಗೇ ಕೂಸು. ನೀವಂತೂ ಮಲ್ಲಿಗೆ ಧಂಡಿಯಾಗಿ ಮುಡಕೋತೀರಾ. ಎಲ್ರೂ ಮುಡಕೊಂಡ್ರೂ ಇನ್ನೂ ಉಳಕೊಳ್ಳುವಷ್ಟು ಬಿಡತ್ತೆ. ಸುಮ್ಮನೆ ಗಿಡದಲ್ಲಿ ಯಾಕ ಒಣ್ಗಸ್ಬೇಕದನ್ನ. ಆ ಬೂಬಮ್ಮನಿಗೆ ಒಂದಿಷ್ಟು ಕೊಡು. ಆಕೀಗೆ ಮಲ್ಲಿಗೆ ದಂಡೆ ಅಂದರೆ ಇಷ್ಟ. ನಂಗೊತ್ತಾಗದಿಲ್ಲನು? ಹೋಗಿ ಒಂದಿಷ್ಟು ಮುಡಕೊಳ್ಳಲಿ.' ಶ್ಯಾಮ್ಲಿ ಕೇಳಿಸಿಕೊಂಡಾಗ, ಜಯಂತಿಗೆ ಹೇಳಿ ಮುಸಿಮುಸಿ ನಕ್ಕಿದ್ದಳು. ಸೀತಾ ಪದ್ದಕ್ಕನ ಮುಖ ನೋಡಿ ಇದು ಯಾವ ಹೊಸಾ ತರದ ಆಟವೋ ಎಂದು ಯೋಚಿಸಿದಳು. ಪದ್ದಕ್ಕ 'ಏನು ಹಂಗೆ ನೋಡ್ತೀರೇ. ನಾವು ಒಳಗೆ ತರೋ ಮೊದಲು ಅದನ್ನು ಆಕೀಗೆ ಕೊಟ್ಟರೆ, ಏನೂ ದೋಷಾ ಇಲ್ಲ ತಿಳ್ಕಾ. ನಾನೇನು ದೇವರ ಮುಂದ ಇಟ್ಟ ಹೂವನ್ನು ಕೊಡೂ ಅಂತ ಕೇಳಿದ್ನನು?' ಎಂದು ಸುಮ್ಮನಾಗಿಸಿದ್ದಳು.

ಈ ಮಲ್ಲಿಗೆ ದಂಡೆಯಿಂದ ಶುರುವಾಗಿದ್ದು ಈ ವಿಚಿತ್ರ ಸಂಬಂಧ ಒಂದು ಗುಪ್ತ ಪ್ರಣಯದ ರೀತಿ ಯಾವ ಅಬ್ಬರವೂ ಇಲ್ಲದೆ ನಿಧಾನವಾಗಿ ತೇಯ್ದ ಗಂಧದಂತೆ ಆದರೆ ಮಿದುವಾದ ಪರಿಮಳವನ್ನು ಬೀರುತ್ತಾ ಹರಿದಿತ್ತು. ಶ್ಯಾಮ್ಲಿ ಸೂಕ್ಷ್ಮವಾಗಿ ಗಮನಿಸಿದ್ದೆಂದರೆ ಈ ನಡುವೆ ಬೂಬಮ್ಮ ಹಿಂದಿನ ಮನೆಯಲ್ಲಿ ಕಸಹೊಡೆದು, ನೆಲ ಒರೆಸುತ್ತಿದ್ದಾಗ ಅಡುಗೆ ಮನೆಯ ಹಿಂಬಾಗಿಲು ಚೂರೇ ಚೂರು ತೆರೆದಿರುತ್ತಿತ್ತು. ಹಿತ್ತಲಲ್ಲಿ ಬೂಬಮ್ಮ ಪಾತ್ರೆ ತೊಳೆಯುತ್ತಾ ಕೂತಿರುವಾಗ, ಪದ್ದಕ್ಕ ಹಿತ್ತಲ ಹುಲ್ಲಿನ ನಡುವಿನ ಕಲ್ಲುಬಂಡೆಗಳ ಮೇಲೆ ಸಪೂರಕ್ಕೆ ಹೆಜ್ಜೆ ಇಟ್ಟುಕೊಂಡು ಹೋಗಿ ಹಿತ್ತಲತೋಟದಲ್ಲಿ ತಂಪಾಡಿಗೆ ತನ್ನ ಕೆಲಸವನ್ನು ಮಾಡಿಕೊಳ್ಳುತ್ತಿದ್ದಳು. ಪದ್ದಕ್ಕ ಕೆಲವೊಂದು ನಿಯಮಗಳನ್ನು ಮಡಿಮಡಿಯಾಗಿ ಹಾಕಿಕೊಂಡಿದ್ದಳು– ಬೂಬಮ್ಮ ಪಾತ್ರೆ ಪಡಗ ತೊಳೆಯಬಹುದು, ಯಾವ ಕಾರಣಕ್ಕೂ ಆಕೆ ಅದನ್ನು ಮನೆಯೊಳಗೆ ತರುವಹಾಗಿಲ್ಲ. ಆಕೆ ಕಸ ಹೊಡೆದು, ಮನೆ ಸಾರಿಸಬಹುದು, ಆದರೆ ಪೂರ್ತಿ ನೆಲ ಒಣಗಿದ ಮೇಲೆ ಮಾತ್ರ ತಾನು ಆ ರೂಮಿಗೆ ಹೋಗುತ್ತಿದ್ದಳು. ಬಟ್ಟೆಗಳನ್ನು ಒಗೆದಾಗಲೂ ಅಷ್ಟೇ, ಅದನ್ನು ಹೊರಗೆ ಒಣಹಾಕಿದಾಗ ಬಟ್ಟೆಗಳು ಪೂರ ಒಣಗುವ ತನಕ ಅವನ್ನು ಒಳಗೆ ತರುವ ಹಾಗಿಲ್ಲ. ಮಳೆಗಾಲದಲ್ಲಿ ಇದು ಫಜೀತಿಗೆ ಇಟ್ಟುಕೊಳ್ಳುತ್ತಿತ್ತು. ಜಯಂತಿ, ಶ್ಯಾಮ್ಲೀಯರ ಅರ್ಧ ಒಗೆದ ಬಟ್ಟೆಗಳ 'ಇಸ್ತ್ರೀ ಒಣಗಿಸುವಿಕೆ' ಪದ್ದಕ್ಕನಿಗೆ ಸರಿಬರುತ್ತಿರಲೇ ಇಲ್ಲ. ಎಲ್ಲಿಯವರೆಗೆ ಬೂಬಮ್ಮನಿಗೆ ಈ ಮನೆಯ ನೀರಿನ ಸ್ಪರ್ಶದ ಹಂಗಿರುವುದಿಲ್ಲವೋ ಅಲ್ಲಿಯವರೆವಿಗೂ ಪದ್ದಕ್ಕನ ಈ ವಿಸ್ತೃತ ಮಡಿ ಸಾಗುತ್ತಿತ್ತು. ಬೂಬಮ್ಮನಿಗೆ ಮುಟ್ಟಾದ ದಿನಗಳಲ್ಲಿ ಸುತರಾಂ ಆಕೆ ಇಲ್ಲಿಗೆ ಬರುವಂತಿಲ್ಲ. ಬೂಬಮ್ಮನ 'ತಿಂಗಳ' ಲೆಕ್ಕವನ್ನು ಪದ್ದಕ್ಕ ಇತರರೆಲ್ಲರಿಗಿಂತ ಚೆನ್ನಾಗಿ ಇಟ್ಟಿದ್ದಳು.

ಹೀಗಿರುವಾಗ ಬೂಬಮ್ಮ ಪಾತ್ರೆ ತೊಳೆಯುತ್ತಿರುವಾಗ ಪದ್ದಕ್ಕ ಹಿತ್ತಲ ತೋಟಕ್ಕೆ ಹೋಗುವುದು ಶ್ಯಾಮ್ಲಿಯ ಪಾಲಿಗೆ ದೊಡ್ಡ ವಿಷಯ. ಒಂದು ದಿನ ಹಿತ್ತಲಲ್ಲಿ ಪದ್ದಕ್ಕ ಇದ್ದಾಗ ಬೂಬಮ್ಮ, ಪದ್ದಕ್ಕನ ಮಾತುಕತೆಯನ್ನು ಶ್ಯಾಮ್ಲಿ ಕೇಳಿಸಿಕೊಂಡಳು.

'ಏನೇ ಬೂಬಮ್ಮ, ಗಂಡ ಹೆಂಗಿಯಾನೆ?'

'ಏನೋ ಹೀಗೇ ಉಂಟದು'

'ಗೂರಲಿಗೆ ಏನಾರ ಕೊಡ್ತಿದೀಯನು?'

'ರಾಮದಾಸು ಡಾಕ್ಟರು ಕೊಟ್ಟದ್ದು'

'ಸುಮ್ನೆ ಅದೂ ಇದೂ ಅಂತ ದುಡ್ಡು ಹಾಳ್ಮಾಡ್ಬೇಡ. ನಾ ಹೇಳ್ತೀನಿ, ಕೇಳು. ನಂಜಬಟ್ಟಲು ಹೂನಲ್ಲಿ ಪಟ್ಟಿ ಹಾಕು, ಹಣೇಮೇಲೆ, ದಿನಾ. ಮೆಣಸಿನ ಕಷಾಯ ಕುಡಿಸು, ಈ ಥಂಡೀದಿನ ಹೊರಗೆ ಹೋಗಬೇಡ ಅಂತ ಹೇಳು. ಖರ್ಜೂರ, ತಂಬಾಕು ಬಿಡಕ್ಕೆ ಹೇಳು. ಬೀಡೀ ಸೇದ್ತಾನಾ?'

'ಸೊಲ್ಪ ಉಂಟು'

'ನೀನೇ ಹಾಳ್ಮಾಡದು. ಅವ್ನಿಗೆ ಬೀಡೀ ಯಾರ್ ಕೊಡಿಸವ್ರು ಅಂಗಡಿಯಿಂದ, ನೀತಾನೇ'

ಬೂಬಮ್ಮ ಮಾತಾಡಲಿಲ್ಲ.

'ಹೋಕ್ಕೊಳ್ಳಿ ಬಿಡು. ನಿಂದ್ಯಾವಾಗ್ಲೇ ಈ ತಿಂಗಳು. ನಾಳೆಗೆ ದಿನಾ ಅಲ್ಲ. ನಾಳೆಯಿಂದ ಇನ್ನು ಐದು ದಿನಾ ಬರಂಗಿಲ್ಲ, ತಾನೇ. ಹೋಗ್ಲಿ ಬಿಡತ್ತಾಗೆ. ಬರ್ಬೇಕಾದ್ರೇ ಚೆನ್ನಾಗಿ ಸ್ನಾನ ಮಾಡಿ ಬಾ. ತಗೋ, ಈ ದುಡ್ಡಲ್ಲಿ ಸೋಪನ್ನು ತಗೋಳಿವಂತೆ. ಮಕ್ಕಳು ಸ್ಕೂಲಿಗೆ ಹೋಗ್ತಾ ಇದಾವನೇ?'

'ಹೂ'

'ಎಲ್ಲಿಗೆ ಸೇರಿಸಿಯಾ'

'ಇಲ್ಲೇ ಟೆಂಪೋಸ್ಟ್ಯಾಂಡಲ್ಲಿ'

'ಚೆನ್ನಾಗಿ ಓದ್ತಾವನೂ'

'ಹೂ'

'ಶ್ಯಾಮ್ಲೀದು ಜಯಂತೀದು ಪುಸ್ತಕಗಳನ್ನು ಇಸಕೋ. ಬಟ್ಟೆಗಳೂ ಇರ್ತಾವೆ. ಇಸಕೊಂಡು ಹಾಕಿಕೋ. ಸೀತಾದು ಹಳೀ ಸೀರಿ ಇರ್ತಾವನೋ. ಕೇಳಿ ಇಸಕೋ'

'ಮತ್ತೆ, ಮತ್ತೆ'

'ಏಂತದದು ಮತ್ತೆ ಆ ಸುಡುಗಾಡು ಮತ್ತೆ. ಅದೇನು ಹೇಳು'

'ನಾನು ನಾಳೆಯೂ ಕೆಲಸಕ್ಕೆ ಬರ್ತೀನಿ. ಇನ್ನು ಎಂಟು ತಿಂಗಳು ನಾನು ಹೊರಗೆ ಕೂಡುವುದಿಲ್ಲ'

'ಏಂತದೇ, ಹಂಗಂದರೆ'

'ನನಗೀಗ ಎರಡು ತಿಂಗಳು?'

'ಅಯ್ಯೋ ನಿನಗೇನ್ಬಂತೇ ಬೇನೆ, ಆ ಕಾಲಿಲ್ಲದ್ ಕುಂಟಂಗೂ ಬೆದೆ ಬಿಟ್ಟಿಲ್ಲನು. ಎಲ್ಲಿಂದ ಹೋಗುತ್ತೆ ಆ ಬುದ್ಧಿ. ಹೆತ್ತು ಹೆತ್ತು ಸತ್ತೋಗ್ತೀರ. ಆತಗೆ ಮೊದಲೇ ಗೂರಲು, ಮನ್ತುಂಬಾ

ಮಕ್ಳು, ನೋಡ್ಕೊಳ್ಳೋವ್ರ್ಯಾರು. ದುಡಿಯಾಕೆ ನಯಾ ಪೈಸ ತಾಕತ್ತಿಲ್ಲ. ಇದಕ್ಕೇನು ಕಮ್ಮಿಯಿಲ್ಲ, ನಿನ್ಗಂಡಂದು. ಅವನ ಜನ್ಮಕ್ಕಿಷ್ಟು' ಅಂದುಕೊಂಡು ಒಳಗೆ ಬಂದಿದ್ದಳು.

ಬೂಬಮ್ಮ ಬಾಯಲ್ಲಿ ಸೆರಗಿಟ್ಟುಕೊಂಡು ಹೊರಗೆ ಹೋಗಿದ್ದಳು.

ಅಲ್ಲೇ ನಿಂತಿದ್ದ ಶ್ಯಾಮ್ಲೀ ಒಳಗೆ ಬಂದಿದಳು. ಆಕೆಗೆ, ಇದೆಂಥ ಮನಸ್ಸು ಪದ್ದಕ್ಕನದು ಅನಿಸಿ ಸ್ವಲ್ಪ ಕಸಿವಿಸಿಯಾಯಿತು. ಐದು ನಿಮಿಷದ ನಂತರ ಪದ್ದಕ್ಕ ಇದನ್ನು ಗಮನಿಸಿಯೋ ಎಂಬಂತೆ ಹೇಳಿದ್ದಳು 'ಪಾಪ, ಹೋಗ್ನೋಡೇ. ಸಿಟ್ನಲ್ಲಿ ಏನೋ ಅಂದ್ಬಿಟ್ಟೆ.'

ಶ್ಯಾಮ್ಲೀಗೆ ತಡಕೊಳ್ಳಲಿಕ್ಕಾಗಲಿಲ್ಲ. 'ಯಾಕೇ ಪದ್ದಕ್ಕ, ಬೂಬಮ್ಮನ್ ಗಂಡಾನೂ ಮನ್ಷ ತಾನೇ. ಕಾಲಿಲ್ಲ ಅಂದ್ರೆ ಆತ ಗಂಡಲ್ಲನು. ಆಕೀ ಸಂಸಾರ ಆಕೀಗೆ. ನೀ ಯಾಕ್ ಆ ಹೆಂಗ್ಸನ್ನು ಮುಖಾಮೋರೆ ನೋಡ್ದೆ ಅಂತೀ. ಆಕಿ ಎಂಥ ತಪ್ಪು ಮಾಡಿದ್ಲು' ಎಂದಳು.

'ಅದಕ್ಕೇ ಕಣವ್ವಾ ನಾ ಹೇಳಿದ್ದು. ಇದು ಪಾಪದ್ದು, ಮೂಳೀ ಹಂಗ ಮನ್ಮನಿ ದುಡಿದು ಮನೀಗ್ ಹೋದ್ರೆ ಬೀಡೀ ಸೇದ್ಕಂಡಿದ್ದು ರಾತ್ರೀ ಕಾಲೆಳೆದು ಮಕ್ಕಳ್ ಮಾಡಿದ್ರೆ, ಯಾತಕ್ ಬರತ್ತೆ, ಆ ಜೀವ. ನಾವ್ ಹೇಳ್ದೇ ಇನ್ಯಾರ್ ಹೇಳ್ತಾರೆ, ಆಕೀಗೆ. ನೀವೂ ಹೆಣ್ಮಕ್ಳು ಇನ್ಮೇಲೆ ಕೊಂಚ ಅನುಸರಿಸ್ಕಳಿ. ಬಸುರಿ ಹೆಂಗಸದು. ನಿಂನಿಂ ಬಟ್ಟೇ ಒಗಿಯಾದ್ ಕಲ್ತುಕೋರೇ, ಹುಡ್ಗೀರ. ನಾಳಿ ಲಗ್ನ ಆಗಿ ಹೋದ್ರೆ ಯಾರು ಎಲ್ಲಾ ಮಾಡೋರು' ಎಂದು ಶ್ಯಾಮ್ಲೀ, ಜಯಂತೀಗೆ ಬಯ್ಯಲು ಶುರುಮಾಡಿದ್ದಳು.

'ಇದೊಳ್ಳೆ ಲವ್ವಾತಲ್ಲೇ ಇವ್ರಿಬ್ರುದ್ದು' ಎಂದು ಜಯಂತಿ, ಶ್ಯಾಮ್ಲಿ ಮಾತಾಡಿಕೊಂಡು ನಕ್ಕಿದ್ದರು.

ಕೆಲವೇ ದಿನದಲ್ಲಿ ಮನೆಯ ಅಡುಗೆಮನೆಯ ಹಿಂದಿನ ರೂಮನ್ನು ತನ್ನ ಮಡೀಸೀರೆಗಳನ್ನು ಒಣಗಿ ಹಾಕಿಕೊಳ್ಳಲು ಬೇಕು ಎಂಬ ನೆವದಲ್ಲಿ ತೆರವು ಮಾಡಿಸಿ ರೂಮಿನ ಕೆಲಸದಿಂದ ಮುಕ್ತಿಮಾಡಿದ್ದನ್ನು ಶ್ಯಾಮ್ಲಿ ಗಮನಿಸಿದ್ದಳು.

'ಏನಾರ ಬೆಳಿಗ್ಗೆ ಸರಿಯಾಗಿ ತಿನ್ನೇ. ಏ ಶ್ಯಾಮ್ಲೀ ಇನ್ನೂ ಒಂದೀಟು ಹುರಿಹಿಟ್ಟು ಹಾಕು. ಹಿಟ್ಬೊಗ್ಗರಣೇ ಮಾಡ್ತಾರನೇ, ಬೂಬಿ ನಿಂಕಡೆ. ಸರ್ಯಾಗಿ ತಿನ್ನು' ಎಂದು ಒಂದು ಬಾಳೆಲೆಯಲ್ಲಿ ತಿಂಡಿ ತಗಂಡು, ಕೈ ತಾಕಿಸದ ಹಾಗೆ, ಸೀರೆ ಮುದುರಿಕೊಂಡು ಬೂಬಮ್ಮನ ಕೈಗೆ ಧಪ್ ಎಂದು ಹಾಕುತ್ತಿದ್ದಳು. ವಾಂತಿಗೆಂದು ಎಂತದೋ ಲೇಹ್ಯವನ್ನು ತಗೋ ಎಂದು ಮಾಡಿಕೊಟ್ಟಿದ್ದಳು.

'ಏ ಪ್ರಹ್ಲಾದ, ಮುಂದಿನ್ತಿಂಗ್ಳಿಂದ ಒಂದು ಇಪ್ಪತ್ತೈದು ರೂಪಾಯಿ ಜಾಸ್ತಿ ಮಾಡಪ. ಎಲ್ಲಾ ಧಾರ್ಣೆ ದುಬಾರ್ಯಾಗದೆ' ಎಂದು ಪ್ರಹ್ಲಾದನಿಗೆ ಹೇಳಿ ಆಕೆಯ ಸಂಬಳವನ್ನು ಜಾಸ್ತಿ ಮಾಡಿಸಿದ್ದಳು.

■

ಪದ್ದಕ್ಕನ ಯಾವ ಮಾತಿಗೂ ಪ್ರತಿಯಾಗಿ ಬೂಬಮ್ಮ ಏನೂ ಮಾತಾಡುತ್ತಿರಲಿಲ್ಲ. ಈ ಬಸುರಿನ ಕಾರಣದಿಂದ ಒಂದೆರಡು ಮನೆಯಲ್ಲಿ ಕೆಲಸ ಬಿಡಬೇಕೇನೋ ಎಂದು ಯೋಚಿಸಿದ್ದಳು. ಆದರೆ, ಪದ್ದಕ್ಕನೇ ಅದನ್ನು ತಡೆದಿದ್ದಳು. 'ಹಂಗೇನರ ಮಾಡೀಯೇ ಮಾರಾಯ್ತೀ. ಮೊದ್ಲೇ ಕೈಯಾಗ್ ಕಾಸಿಲ್ಲ. ಆಮೇಲೆ, ಹೊಟ್ಟೇಗೇನು ದಬ್ಬೆ ಕಟ್ಕೊಂಡು ಓಡಾಡ್ಬೇಕಂತಿದೀಯನು. ಬೇಕಾರೆ ಕೆಲ್ಸ ಕಮ್ಮಿ ಮಾಡ್ತೀನಿ ಅಂತ ಹೇಳು. ಯಾರ ಮನೇನೂ ಬಿಡಬೇಡ.'

ಬೂಬಮ್ಮನ ಗಂಡನ ಬಗ್ಗೆ ಆಕೆಗೆ ಸಿಟ್ಟು ಕಮ್ಮಿಯಾಗಿರಲಿಲ್ಲ. ತಾನೇನಾದರೂ ರವಿವರ್ಮ ಬೀದಿಯ ಹಿಂಬದಿಗೆ ಹೋಗಿಬರುವ ಹಾಗಿದ್ದಿದ್ದರೆ, ಸೀದಾ ಹೋಗಿ ಅವನನ್ನು ಹುರಿದು ಮುಕ್ಕಿಬಿಡುತ್ತಿದ್ದಳೇನೋ.

ರಾಮದಾಸು ಡಾಕ್ಟರು ಮನೆಗೆ ಬಂದಾಗ ಒಮ್ಮೆ ಕೇಳಿದ್ದಳು. 'ಏನ್ರೀ ನಿಮ್ಗೆ ಮಕ್ಕಳಾಗದಂಗ ಆಪ್ರೇಷನ್ ಮಾಡಕ್ಕ ಬರತ್ತೇನ್ರೀ?'

ರಾಮದಾಸು ಡಾಕ್ಟರು 'ಬರುತ್ತೆ, ಆದರೆ ಗಂಡಸರಿಗೆ ಮಾತ್ರ. ಹೆಂಗ್ಸರದ್ದು ಸ್ವಲ್ಪ ಕಷ್ಟ. ಬೇಕಾದರೆ, ಮಾತ್ರೆ ಕೊಡಬಹುದು.'

'ಚಲೋ ಆತು ತಗೋರಿ. ಆ ಕುಂಟ ಸೂಳೇಮಗನ್ನ ಹಿಡ್ಕಂಡು ಆಪರೇಷನ್ ಮಾಡ್ರಲ. ಕಾಲಾಗ ಶಕ್ತಿಯಿಲ್ಲ, ನರ ಮಾತ್ರ ಇದಾವ್, ಮುಂಡೇಮಗಂದು. ಈ ಹೆಣ್ಣಿಂಗಸು ಒಂದೇ ಸಮನೆ ಕಷ್ಟಪಡುತ್ತೆ' ಎಂದು ಅಲವತ್ತುಕೊಂಡಿದ್ದಳು.

ರಾಮದಾಸು ಡಾಕ್ಟರು ಆ ಕಡೆಯಿಂದ ಜಾಗ ಖಾಲಿಮಾಡಿದ್ದರು.

■

ಹೀಗಿದ್ದಾಗ ಇದ್ದಕ್ಕಿದ್ದಂತೆ ಒಂದು ದಿನ ಶ್ಯಾಮ್ಲಿಗೆ ಗದ್ದಬಾವು ಆಗಿಬಿಟ್ಟಿತು. ದವಡೆಯ ಹತ್ತಿರ ಸಣ್ಣಗೆ ಶುರುವಾದ ಊತ ನಾಲ್ಕು ದಿನದಲ್ಲಿ ಇಡೀ ಮುಖಕ್ಕೇ ಹರಡಿ ರಣರಂಪವಾಗಿಬಿಟ್ಟಿತು. ಶ್ಯಾಮ್ಲೀ ನೋವಿನಿಂದ ಪ್ರತಿದಿನಾ ರಾತ್ರಿ ಹೋ ಎಂದು ಅಳುತ್ತಾ ಎದ್ದು ಕೂರುತ್ತಿದ್ದಳು. ಪದ್ದಕ್ಕ ದಿನಾ ಕೆನ್ನೆಗೆ ಗಂಧ ತೇಯ್ದು ಹಚ್ಚುತ್ತಿದ್ದಳು. ಕುಂಬಾರಗೇರಿಯ ನಾಗಪ್ಪನಿಗೆ ಹೇಳಿ ಒಂದು ವಿಶೇಷವಾಗಿ ಮಾಡಿಸಿದ ಮಣ್ಣಿನ ಮಡಕೆಯಲ್ಲಿ ದಿನಾ ರಾತ್ರಿ ಹಲಸಿನ ಹಣ್ಣಿನ ತೊಳೆಯನ್ನು ಬಿಡಿಸಿಟ್ಟು, ಬೆಳಿಗ್ಗೆ ಅದು ಕಳಿತಾಗ ಅದನ್ನು ಕೆನ್ನೆಗೆ ಹಗೂರವಾಗಿ ಇಟ್ಟು ಬಟ್ಟೆ ಕಟ್ಟುತ್ತಿದ್ದಳು. ಹೊಳೇಹೊನ್ನೂರ ಮಠಕ್ಕೆ ಪ್ರಹ್ಲಾದನನ್ನು ಕಳಿಸಿ ಸ್ವಾಮಿಗಳ ಹತ್ತಿರ ಫಲಮಂತ್ರಾಕ್ಷತಿ ತರಿಸಿದ್ದಳು. ಯಾಕೋ ಒಂದು ವಾರವಾದರೂ ಶ್ಯಾಮ್ಲಿಯ ಊದಿದ ದವಡೆಯ ಬಾವು ಇಳಿದೇ ಇರಲಿಲ್ಲ. ಪಕ್ಕದ ಮನೆಯ ಸೀತಾಲಕ್ಷಮ್ಮನವರು ಹೇಳಿದ್ದರು. 'ತಪ್ಪು ತಿಳಕೋಬೇಡ್ರೀ, ಪದ್ದಕ್ಕ, ಇದು ಗದಮಾರಮ್ಮ. ರಾಕ್ಷಸ ದೇವರುಗಳ ಕಾಯಿಲೆಗಳಿಗೆ ಈ ಸ್ವಾಮಿಗಳ ಪ್ರಸಾದ ನಡೆಯೋಲ್ಲ, ಮಾರಿಕಾಂಬಾ ಗುಡಿಗೆ ಒಂದಿಷ್ಟು ಕಾಣಿಕೆ ಕೊಡ್ತೀನಿ ಅಂತ ಹರಸ್ಕೊಳ್ಳಿ. ನಮ್ಮ ಬಸಮ್ಮನ ಹತ್ತಿರ ಮುಡಿಪು ಕೊಟ್ಟು ಕಳಿಸೋಣವಂತೆ, ಬೇಕಾದರೆ,

ನಂಜುಂಡೇಶ್ವರನಿಗೆ ಹರಕೆ ಕಟ್ಕೊಳಿ' ಎಂದು ಹೇಳಿದರು. ನಂಜುಂಡೇಶ್ವರನಿಗೆ ಪದ್ದಕ್ಕ ಏನು ಮಾಡಿದರೂ ಹರಕೆ ಕಟ್ಟಿಕೊಳ್ಳುವುದಿಲ್ಲ ಎಂದು ಗೊತ್ತಾದಾಗ ಆಕೆಯ ಅನುಮತಿಯಿಲ್ಲದೇ ಅವರೇ ಶ್ಯಾಮ್ಲಿಯ ಹೆಸರಲ್ಲಿ ನಂಜುಂಡೇಶ್ವರನಿಗೆ ಗದ್ದ ಮಾಡಿಸಿಹಾಕ್ತೀನಿ ಎಂದು ತಾವೇ ಹರಕೆ ಹೊತ್ತಿದ್ದರು.

ಏನು ಮಾಡಿದರೂ ಶ್ಯಾಮ್ಲಿಗೆ ಊತ ಕಮ್ಮಿಯಾಗಲಿಲ್ಲ. ಲಕ್ಷ್ಮೀದೇವಮ್ಮನಿಗೆ ಮನೆಯ ಹಿಂದಿನ ಮಸೀದಿಯ ಮುಲ್ಲ ಹತ್ತಿರ ಮಂತ್ರಿಸಿದ ನವಿಲುಗರಿ ತಗುಲಿಸಿದರೆ ಎಲ್ಲ ಸರಿಹೋಗುತ್ತದೆ ಎಂದು ಯಾರೋ ಹೇಳಿದ್ದರು. ಅವರಿಗೆ ಇಂಥಾದ್ದರಲ್ಲಿ ಬಹಳ ಆಸಕ್ತಿ. ಏನಾದರೂ ಆಗಲಿ ಎಂದು ಬೂಬಮ್ಮನಿಗೆ ಅವರೇ ಹೋಗಿ 'ಆ ಮಗೂ ಕಥೆ ನೋಡಕ್ಕಾಗಲ್ವೇ, ಬೂಬಿ. ನಂಜುಂಡೇಶ್ವರನಿಗೇ ಹರಕೆ ಬೇಡ ಅಂತಾಳೀ ಪದ್ದಕ್ಕ ಆಕಿಗೆ ಎಂತೆಂಥದೂ ಗೊತ್ತಾಗೊಲ್ಲ. ನೀನು ಒಂಚೂರು ಏನಾದರೂ ಮಾಡಕ್ಕಾಗತ್ತಾ?' ಎಂದು ಕೇಳಿದ್ದರು.

ಪದ್ದಕ್ಕನ ಕಥೆ ಗೊತ್ತಿದ್ದ ಬೂಬಿ ಶ್ಯಾಮ್ಲಿಯನ್ನು ಮಸೀದಿಗೆ ಕರಕೊಂಡು ಹೋಗುವುದಂತೂ ಸಾಧ್ಯವಿಲ್ಲ ಎಂದರಿತುಕೊಂಡಿದ್ದಳು. ಆದರೂ ಶ್ಯಾಮ್ಲಿಯ ಒದ್ದಾಟ ನೋಡಿ ಆಕೆಗೆ ಕಣ್ಣಲ್ಲಿ ನೀರು ಬಂದಿತ್ತು. ಏನಾದರೂ ಮಾಡಲಾಗುತ್ತದಾ ಎಂದು ಮಸೀದಿಯಲ್ಲಿ ವಿಚಾರಿಸುತ್ತೇನೆ ಎಂದಳು.

ಒಂದು ವಾರ ಕಳೆದಿತ್ತು. ಶ್ಯಾಮ್ಲಿಗೆ ಗದ್ದ ಸಿಕ್ಕಾಪಟ್ಟೆ ಬಿಗುಬಂದಿತ್ತು. ಕೆನ್ನೆಗೆ ಹಚ್ಚಿದ್ದ ಗಂಧದಿಂದಲೋ ಅಥವಾ ಊತದಿಂದಲೋ ಗೊತ್ತಿಲ್ಲ, ಬಾಯೊಳಗೆ ಉಪ್ಪುಪ್ಪು ನೀರು ಬರುತ್ತಿತ್ತು. ಪದ್ದಕ್ಕ ಹಾಕಿದ್ದ ಹಲಸಿನ ತೊಳೆಯ ಪಟ್ಟು ಸ್ವಲ್ಪ ಹಾಯೆನಿಸುತ್ತಿತ್ತು. ಅಂದು ಸ್ಕೂಲಿನಿಂದ ವತ್ಸಲಾ ಟೀಚರ್ ಮನೆಗೆ ಕಳಿಸಿದ್ದರು. ಶ್ಯಾಮ್ಲಿ ಸುಮ್ಮನೆ ಹಲಸಿನ ಕೀಚುಗಳನ್ನು ಎಣಿಸುತ್ತಾ ಅಂಗಳದಲ್ಲಿ ಕೂತಿದ್ದಳು.

ಬೂಬಮ್ಮ ನಿಧಾನವಾಗಿ ಅತ್ತಿತ್ತ ನೋಡುತ್ತಾ ಮನೆಯ ಹಿತ್ತಲಿಗೆ ಬಂದಳು. ಪದ್ದಕ್ಕ ಹತ್ತಿರದಲ್ಲಿಲ್ಲ ಎಂಬ ವಿಷಯವನ್ನು ದೃಢಪಡಿಸಿಕೊಂಡು ಸೀದಾ ಬಂದವಳೇ ನೇರವಾಗಿ ಶ್ಯಾಮ್ಲಿಯ ಎದುರಲ್ಲಿ ಕೂತಳು. ತಲೆಗೆ ತನ್ನ ಸೆರಗನ್ನು ಮುಚ್ಚಿ ಸೆರಗಿನ ಉಡಿಯಲ್ಲಿ ಇಟ್ಟುಕೊಂಡು ಬಂದಿದ್ದ ಒಂದು ನವಿಲುಗರಿಯನ್ನು ತೆಗೆದಳು. ಏನೋ ಪಿಟಿಪಿಟಿ ಅಂದಳು. ಆ ನವಿಲುಗರಿಯನ್ನು ಶ್ಯಾಮ್ಲಿಯ ಕೆನ್ನೆಗೆ ಒಮ್ಮೆ ತಗುಲಿಸಿದಳು. ಎರಡು ಬಾರಿ ಮೃದುವಾಗಿ ಹೊಡೆದಳು. ಮೂರನೆಯ ಬಾರಿ ಮೇಲಿನಿಂದ ನೀವಿದಳು. ಕೊನೆಗೆ ಆ ನವಿಲುಗರಿಯನ್ನು ಶ್ಯಾಮ್ಲಿಯ ಗದ್ದಕ್ಕೆ ಎರಡೂ ಕೈಯಿಂದ ಒತ್ತಿಕೊಂಡು ನಿಂತಳು. ನಂತರ ಉಡಿಯಿಂದ ಒಂದು ಕರಿಯ ತಾಯತದಂತಿದ್ದ ದಾರವನ್ನು ತೆಗೆದಳು. ಅದನ್ನು ಶ್ಯಾಮ್ಲಿಯ ತೋಳಿಗೆ ಕಟ್ಟಲು ಶುರುಮಾಡಿದಳು.

ಇದು ಅಚಾನಕ್ಕಾಗಿ ಅಲ್ಲಿಯೇ ಹಿಂದೆ ಮಡಿನೀರು ಹಿಡಕೊಂಡು ಹೋಗಲು ಬಂದಿದ್ದ ಪದ್ದಕ್ಕನ ಕಣ್ಣಿಗೆ ಬಿದ್ದುಬಿಟ್ಟಿತು. ಪದ್ದಕ್ಕ 'ಅಯ್ಯೋ ಜಾತಿಗೆಟ್ಟವಳೇ, ನಮ್ಮನೇಗೆ ನಿನ್ನನ್ನ ಇಟ್ಕೊಂಡಿರೋದು ಕೆಲಸಕ್ಕಂತಲೇ, ಮೂಳಿ. ಎಂತೆಂತೆಂಥದೋ ಸುಡುಗಾಡೆಲ್ಲಾ ಕಟ್ತೀಯಾ,

ನಂಮಗೂಗೆ. ಏನೇನೇನನ್ನ ತಿಂದಿರ್ತೀಯೋ ಆ ಕೈಯಾಗೆ, ಎಲ್ಲೆಲ್ಲಿಂದ ತಂದಿರ್ತಾನೋ ಆ ನಿನ ಕುಂಟ ಗಂಡ, ತಕ್ಕೋ ನಿನ ತಾಯತಾನ' ಅಂದವಳೇ ಆ ತಾಯತಾನ ಶ್ಯಾಮ್ಲೀಯ ತೋಳಿನಿಂದ ಬಿಚ್ಚಿ ತೆಗೆದು ಬೂಬಮ್ಮನ ಮುಖದ ಮೇಲೆ ಎಸೆದುಬಿಟ್ಟಳು.

ಅಲ್ಲಿಯೇ ಏನು ಮಾಡಬೇಕೆಂದು ಗೊತ್ತಾಗದೇ ಅಳುತ್ತಾ ನಿಂತಿದ್ದ ಶ್ಯಾಮ್ಲಿಯನ್ನು ಸೀದಾ ಕರಕೊಂಡು ಬಂದು ಬಟ್ಟೆಸಮೇತ ಅಲ್ಲಿಯೇ ಬಚ್ಚಲಲ್ಲಿ ಕೂಡಿಸಿ, ಎರಡು ಬಕೀಟು ನೀರನ್ನು ತಣ್ಣೀರಂತ ಬಿಸಿನೀರಂತ ನೋಡದೇ ಹುಯ್ದಳು, ಪದ್ದಕ್ಕ. ತಾನೇ ಬಟ್ಟೆ ಬದಲಾಯಿಸುತ್ತಾ 'ಅಲ್ವೇ ಶ್ಯಾಮ್ಲೀ... ಋಷ್ಪಂಚ್ಮೀ ಮಾಡ್ಕೊಂಡಿದೀನೇ, ನಿಂಗೂ ಅರ್ಥ ಆಗುಲ್ಲ ಅಂದ್ರೆ ಅದೆಂಥದೇ? ಹೇಳೋರು, ಕೇಳೋರಿಲ್ಲದೇ ಇದ್ರೆ ಹಿಂಗೇ ಆಗೋದು' ಅಂದು ಹೋಗಿ ದೇವರ ಮುಂದೆ ಕೂತಳು.

ಅರ್ಧ ಗಂಟೆಯಾದ ಮೇಲೆ ಹೊರಗೆ ಬಂದು ಶ್ಯಾಮ್ಲೀಗೆ 'ಶ್ಯಾಮ್ಲೀ, ಮಗೀಗೆ ತಣ್ಣೀರು ಹಾಕಿದ್ನಲ್ಲ ನನ್ನ ಬುದ್ಧಿಗೇನಂತ ಬಡ್ಕಳ್ಳಿ. ನಂಗೊತ್ತಾಗ್ಲಿಲ್ಲೇ. ಹತ್ರ ಬಿಟ್ಕೊಂಡ್ವಿ ಅಂತ ಮುಟ್ಟಕ್ಕೇ ಬರ್ತಾಳಲ್ಲ, ಆ ಬೂಬಿ. ಏನ್ಹೇಳಣ, ಹೇಳು. ಪಾಪ ಆಕಿಗೆ ನಂಪದ್ಧತೀ ಎಲ್ಲ ಎಂಥ ಗೊತ್ತಾದದು. ಇರ್ಲೇಳು. ನಂಗೂ ಆವೇಶ ಬಂತು. ಏ ಪ್ರಹ್ಲಾದ... ಆ ಬೂಬಮ್ಮಂಗೆ ನಾಳೆಯಿಂದ ಮನೇಗೆ ಮತ್ತ ಕೆಲಸಕ್ಕೆ ಬರಬೇಕಂತ ಹೇಳು' ಅಂತ ಹೇಳಿದ್ದಳು.

ಏನು ಮಾಡಿದರೂ, ಸ್ವತಃ ಪ್ರಹ್ಲಾದನೇ ಹೋಗಿ ಬೂಬಮ್ಮನ ಮನೆಯ ಹೊರಗೆ ನಿಂತು ಬಾ ಎಂದು ಕರೆದರೂ ಬೂಬಮ್ಮ ಕೆಲಸಕ್ಕೆ ಬರಲಿಲ್ಲ.

■

ಮಠದ ಮಂತ್ರಾಕ್ಷತೆಯಿಂದಲೋ, ನಂಜುಂಡೇಶ್ವರನಿಗೆ ಲಕ್ಷ್ಮೀದೇವಮ್ಮ ಕಟ್ಟಿಕೊಂಡ ಹರಕೆಯಿಂದಲೋ ಅಥವಾ ಬೂಬಮ್ಮನ ನವಿಲುಗರಿಯ ಪ್ರಭಾವವೋ ಶ್ಯಾಮ್ಲೀಗೆ ಗದ್ದಬಾವು ಪೂರಾ ಗುಣವಾಯಿತು. ಏನು ಮಾಡಿದರೂ ಬೂಬಮ್ಮ ವಾಪಸ್ಸು ಪದ್ದಕ್ಕನ ಮನೆಗೆ ವಾಪಸ್ಸು ಕೆಲಸಕ್ಕೆ ಬರಲಿಲ್ಲ. 'ಎಂಥ ಸೊಕ್ಕು ನೋಡು, ಆಕೀಗೆ. ಏ ಶ್ಯಾಮ್ಲೀ ನೀ ಆ ಕಡೀ ಏನಾರ ಹೋದ್ರೆ ಆಕೀ ಹಡವಣಿಗೆ ಆಗಿದ್ಯಾ ನೋಡು' ಎಂದಿದ್ದಳು. ಶ್ಯಾಮ್ಲೀ ಹೋದಳೋ ಬಿಟ್ಟಳೋ ಆಕಿಗೆ ಗೊತ್ತಾಗಲಿಲ್ಲ.

ಹೀಗೇ ಆರು ತಿಂಗಳು ಕಳೆದವು. ನಂತರ ಇದ್ದಕ್ಕಿದ್ದಂತೆ ಶುರುವಾದದ್ದು ಪದ್ದಕ್ಕಳ ವಾಂತಿ. ಹುಟ್ಟಿದಾಗಿನಿಂದ ಒಂದು ದಿನವೂ ಮಲಗದ ಪದ್ದಕ್ಕ ಉಧೋ ಹರಿ ಎಂದು ಮಲಗಿ ಬಿಟ್ಟಳು. ಮೊದಲೊಂದಿಷ್ಟು ದಿನ ಏನೋ ಮುಜುಗರ ಎಂದು ತಾನೇ ಔಷಧ ಮಾಡಿಕೊಂಡಳು. ದ್ವಾದಶಿ ಪಾರಣೆಯ ಗಂಜಿ ಊಟವನ್ನೂ ದಕ್ಕಿಸಿಕೊಳ್ಳದ ಹಾಗೆ ವಾಂತಿ ಜಾಸ್ತಿಯಾಗಿಬಿಟ್ಟಿತು. ತಾನೇ ತನ್ನ ವೈದ್ಯವನ್ನು ಮಾಡಿಕೊಂಡು ಹೈರಾಣಾದ ಮೇಲೆ, ಪ್ರಹ್ಲಾದನಿಗೆ ಹೇಳಿ ರಾಮದಾಸು ಡಾಕ್ಟರನ್ನು ಮನೆಗೆ ಕರೆಸಿದ್ದಾಯಿತು. ಅಲ್ಲಿ ಇಲ್ಲಿ ಮುಟ್ಟಿದಂತೆ ಮಾಡಿ ನಂತರ ಅನುಮಾನಿಸಿ, ಪ್ರಹ್ಲಾದನನ್ನು ಈ ಕಡೆ ಕರೆದು ಹೇಳಿದ್ದರು ರಾಮದಾಸು

ಡಾಕ್ಟರು, 'ಪದ್ದಕ್ಕಗೆ ಹೊಟ್ಟೆಯಲ್ಲಿ ಇಷ್ಟುದಪ್ಪಾ ಗಡ್ಡೆಯಿದೆ. ನಾವೆಂಥಾ ಮಾಡಿದರೂ ಆಕೆ ಉಳಿಯೋದಿಲ್ಲ. ಬೇಕಾದ್ದು ತಿಂದ್ಕೊಂಡಿರಲಿ ಇನ್ನು ನನ್ನ ಕೈಯಲ್ಲಿ ಏನೂ ಇಲ್ಲ' ಎಂದು ಕೈಯಾಡಿಸಿ ಹೋಗಿದ್ದರು.

ಪದ್ದಕ್ಕ ಹೊಟ್ಟೆಯಲ್ಲಿರುವುದನ್ನೆಲ್ಲಾ ಕಕ್ಕಿ ಕಕ್ಕಿ, ಒಂದು ಮೂಲೆ ಹಿಡಿದು ಮಲಗಿದ್ದಳು. ಮೊದಲೇ ಹತ್ತಿಯಂತಿದ್ದ ಅವಳ ಕೈಗಳು ಇನ್ನೂ ಸುರುಟಿಕೊಂಡು ಹೋಗಿದ್ದವು. ಕೈಮೇಲಿನ ನರಗಳು ನೀಲಿಯಾಗಿ ಉಬ್ಬಿದ್ದವು. ಊಟದ ಮನೆಯ ಒಂದು ಮೂಲೆಯಲ್ಲಿ ಒಂದು ಸಣ್ಣ ಗಾದಿಯ ಮೇಲೆ ಎರಡು ದಿಂಬುಗಳನ್ನು ಇಟ್ಟು ಒರಗಿ ಕೂರಲು ಪ್ರಯತ್ನಪಟ್ಟು ಸೋಲುತ್ತಿದ್ದಳು. ಕಣ್ಣು ಸೋಲು ಬರುತ್ತಿತ್ತು.

'ಹೋಗಿ ಹಿಪ್ಪನೇರಳೆ ಹಣ್ಣು ತಾ. ಅದನ್ನು ತೇಯ್ದು ಹಣ್ಯಾಗ ಹಚ್ಕೊಂಡರೆ, ಈ ಕಕ್ಕಾಟ ಕೊಂಚ ಕಮ್ಮಿ ಆಗ್ತದೋ... ಏನೋ...' ಎಂದು ಕ್ಷೀಣ ಸ್ವರದಲ್ಲಿ ಸೊಸೆ ಸೀತಾಳಿಗೆ ಹೇಳಿದ್ದಳು. ಸೀತಾ ಪ್ರಹ್ಲಾದನ ಮುಖವನ್ನು ನೋಡಿದ್ದಳು. ಪ್ರಹ್ಲಾದ ಸೀತಾಳನ್ನು ಹೊರಗೆ ಕರೆದು, 'ಹಿಪ್ಪುನೇರಳೆ ಹಣ್ಣು ಎಲ್ಲಿ ಸಿಗುತ್ತೇ. ಸಿಕ್ಕರೂ ಇದು ಬದುಕಕ್ಕುಂಟಾ? ನಾ ಹೋಗಿ ತರ್ತೇನೆ' ಎಂದವನೇ ಮನೆಯಿಂದ ಹೊರಬಿದ್ದ.

'ಬೂಬಮ್ಮಗ ಹೆರಿಗೆ ಆಯ್ತನು?' ಒಮ್ಮೆ ತನ್ನ ಕಣ್ಣುಗಳನ್ನು ಹಿಗ್ಗಿಸಿ ಹಿಂಬಾಗಿಲ ಕಡೆ ನೋಡಿದಳು. ಬೂದುಗಟ್ಟಿದ್ದ ಕಣ್ಣುಗಳು ತನ್ನ ಸುತ್ತಲಿನ ಬಿಳಿಗೆ ಇನ್ನೇನು ತಿರುಗುವಂತಿದ್ದವು. ಆ ಕಣ್ಣುಗಳ ಪಾರದರ್ಶಕತೆಯ ಬಗ್ಗೆ, ತಿಳಿಯ ಬಗ್ಗೆ ಜಯಂತಿಗೆ, ತಾನು ಓದಿದ ಪೀನ ಮಸೂರ, ನಿಮ್ನ ಮಸೂರಗಳ ಆಧಾರದ ಮೇಲೆ, ಅನುಮಾನವಿತ್ತು. 'ಇದ್ಯಾಕೆ, ಪದ್ದಕ್ಕ, ದಿನಗಳ ಅಂದಾಜೇ ಮರೀತಾ ಇದ್ಯಲ್ಲ. ಬೂಬಿ ಮನೀಗ ಬರದೇ ಆರು ತಿಂಗಳಾತು. ನಾ ಆಕಡೀ ಹೋದಾಗ ಆಕೀ ಸಿಕ್ರೆ ನಿಂವಿಷಯ ಹೇಳ್ತೀನ್ ತಗಾ' ಎಂದಿದ್ದಳು,

■

ರವಿವರ್ಮ ರಸ್ತೆಯಲ್ಲಿ ಕಳೆದ ಎರಡು ದಿನಗಳಿಂದ ಹಿಡಿದ ಮಳೆ ಬಿಟ್ಟಿರಲಿಲ್ಲ. ಪದ್ದಕ್ಕಗೆ ಹುಶಾರಾಗ್ಲಿ ಎಂದು ಆ ಮಳೆಯಲ್ಲೇ ಹೋಗಿ ಶ್ಯಾಮ್ಲಿ ಕೂಡ್ಲಿ ಮಠದಲ್ಲಿ ಮಂಗಳಾರತಿ ಮಾಡಿಸಿ, ಫಲ ಮಂತ್ರಾಕ್ಷತೆ ತಂದು ಕೊಟ್ಟಿದ್ದಳು.

'ಬೂಬಮ್ಮ ಬಂದ್ಲೇನೆ, ಮನೆಗೆ?' ಮತ್ತೊಮ್ಮೆ ಕೇಳಿದಳು, ಪದ್ದಕ್ಕ.

'ಇಕಾ, ಈಗ ಹೋಗಿ ಕರ್ಕಂಬರ್ತೀನಿ' ಅಂದದ್ದೇ ಶ್ಯಾಮ್ಲೀ ನೇರ ರವಿವರ್ಮ ರಸ್ತೆಯ ಹಿಂದಿನಿಂದ ಹೋದಳು.

■

ಬೂಬಮ್ಮ ತಲೆಗೆ ಒಂದು ಮಫ್ಲರ್ ಕಟ್ಟಿಕೊಂಡಿದ್ದಳು. ಮಗು ಕಪ್ಪಗೆ ಶಿಲೆಯಲ್ಲಿ ಕೊರೆದಿಟ್ಟಂತೆ ಇತ್ತು. ಎರಡೂ ಕೆನ್ನೆಗೆ ಕಪ್ಪನ್ನು ಹಚ್ಚಿತ್ತು. ಮಗುವಿನ ಸುತ್ತಲೂ ಒಂದು

ನೀಲೀ ಬಣ್ಣದ ಕುಲಾವಿ. ಮಗುವನ್ನು ಎತ್ತಿಕೊಂಡು ಹಿತ್ತಲಲ್ಲೇ ನಿಂತುಕೊಂಡಿದ್ದಳು. ಮಳೆ ನಿಂತಿತ್ತು. ಮೇಲೆ ಮೋಡವೂ ಚದುರಿತ್ತು.

ಪ್ರಹ್ಲಾದ ಅನಾಮತ್ತಾಗಿ ಪದ್ದಕ್ಕನನ್ನು ಹೊತ್ತುಕೊಂಡು ಹಿತ್ತಲಿಗೇ ಬಂದ. ಶ್ಯಾಮ್ಲೀ, ಜಯಂತೀ ಇಬ್ಬರೂ ಆಕೆಯ ಗಾದಿಯನ್ನು ತೆಗೆದುಕೊಂಡು ಹೋಗಿ ಅಲ್ಲಿ ಒಯ್ದಿಟ್ಟರು. ಪ್ರಹ್ಲಾದನೇ ಒಂದು ಶಾಲನ್ನು ಪದ್ದಕ್ಕನಿಗೆ ಹೊದಿಸಿ, 'ಏ ಪದ್ದಕ್ಕ, ಬೂಬಮ್ಮ ಬಂದಿದಾಳೆ ನೋಡು' ಎಂದ.

ಒಂದು ಕ್ಷಣ ಅತ್ತಿತ್ತ ನೋಡಿ 'ಹೆರಿಗಿ ಎಲ್ಲ ಸುಸೂತ್ರವಾಗಾಯ್ತನು?' ಪದ್ದಕ್ಕ ಕೇಳಿದಳು.

'ಹೂ' ಸಣ್ಣ ಧ್ವನಿಯಲ್ಲಿ ಹೇಳಿದಳು, ಬೂಬಮ್ಮ.

'ಎಂಥ ಮಗು?'

'ಗಂಡು'

'ಗಂಡಗ ಆಪರೇಷನ್ ಮಾಡಿಸ್ತೀಯಾ?'

ಬೂಬಮ್ಮ ಏನೂ ಮಾತಾಡಲಿಲ್ಲ. ಸೀದಾ ಮಗುವನ್ನು ಪದ್ದಕ್ಕನಿಗೆ ನೋಡುವಂತೆ ಹಿಡಿದಳು.

ಆಗ, ಇದುವರೆವಿಗೂ ಯಾರೂ ನೋಡದಿರುವ, ಆ ಮನೆಯಲ್ಲಿಯೇ ಇನ್ನೂ ಶ್ಯಾಮ್ಲಿಯೂ ಮಾಡದಿರುವ ಒಂದು ಕ್ರಿಯೆ ನಡೆದುಹೋಯಿತು. ಸ್ವತಃ ಪದ್ದಕ್ಕನಿಗೂ ಇದು ಅರಿವಿಗೆ ಬಂತೋ ಇಲ್ಲವೋ? ಎಲ್ಲರೂ ನೋಡುತ್ತಿರುವ ಹಾಗೆ ಪದ್ದಕ್ಕ ಸೀದಾ ಆ ಬೂಬಮ್ಮನ ಮಗು ಬೂಬಮ್ಮನ ಕೈಯಲ್ಲಿ ಇರುವಂತೆಯೇ ಅದರ ಎರಡೂ ಕೆನ್ನೆಯನ್ನು ಸವರಿ ಒಂದು ನೆಟಿಕೆ ಮುರಿದುಬಿಟ್ಟಳು. ಇದು ಮುಸ್ಸಂಜೆ, ರವಿವರ್ಮ ರಸ್ತೆಯ ಆ ಹಾಳುಬಿದ್ದ ಕನ್ಸರ್ವೆನ್ಸಿಗೆ ಅಂಟಿಕೊಂಡಂತೆಯೇ ಇದ್ದ ಪದ್ದಕ್ಕನ ಮನೆಯ ಹಿತ್ತಲಲ್ಲಿ ಯಾವುದೇ ಧಾವಂತವೂ ಇಲ್ಲದೇ ನಡೆದುಹೋಯಿತು.

ಶ್ಯಾಮ್ಲಿ, ಜಯಂತಿ, ಪ್ರಹ್ಲಾದ ಬಾಯಿಬಿಟ್ಟುಕೊಂಡು ನೋಡುತ್ತಲೇ ಇದ್ದರು.

ಪದ್ದಕ್ಕ ಏನೂ ಆಗದ ಹಾಗೆ ಕೈ ವಾಪಾಸ್ ತೆಗೆದುಕೊಂಡಳು. 'ಮಗೂಗೆ ಒಂದಿಷ್ಟು ಬಟ್ಟೆ ಕೊಡಿಸು' ಎಂದು ಸೀತಾಳನ್ನು ಕರೆದು ಕಿವಿಯಲ್ಲಿ ಏನೋ ಹೇಳಿದಳು. ಸೀತಾ ಬೂಬಮ್ಮನಿಗೆ ಒಂದು ನೂರು ರೂಪಾಯಿಯ ನೋಟನ್ನು ಕೊಟ್ಟಳು.

ನೂರುರೂಪಾಯಿಯ ಯಾವ ಭಾಗವೂ ಒಂದೇ ಹೊತ್ತಿನಲ್ಲಿ ಇಬ್ಬರ ಕೈಗಳನ್ನೂ ಸೋಕಿಕೊಂಡಿರಲಿಲ್ಲ.

■

ಬೂಬಮ್ಮ ಹೊರಟುಹೋದಳು.

ಸೀತಾ, ಬಚ್ಚಲಲ್ಲಿ ನೀರು ಕಾಯಿಸೇ, ಶ್ಯಾಮ್ಲೀ. ಮೊದಲೇ ಪಿತ್ಥದ ವಾಂತಿ ಪದ್ದಕ್ಕಗ. ನೀರು ಸುಮಾರಾಗಿರ್ಲಿ. ಪದ್ದಕ್ಕ ನಡೀರಿ ನೀವು ಒಳಗೆ. ಎಲ್ಲ ಬಿಟ್ಟು ಈ ವಯಸ್ಸಲ್ಲಿ ಬೂಬೀ ಮಗೂನ ಯಾಕ್ ಮುಟ್ಟಕ್ಕ ಹೋಗಿದ್ರಿ. ಆಕಿಗೇನು, ಕರ್ದತಕ್ಷಣ ಬರ್ತಾಳೆ. ಹೋಗ್ಲೀ ಮಗೂ ಸ್ಪರ್ಶಕ್ಕೆ ಏನೂ ದೋಷ ಇಲ್ಲ, ತಗೋರಿ. ನಾಳೇ ಪಂಚಗವ್ಯ ತಗಂಡರಾಯಿತು...' ಅಂದಳು.

ಪದ್ದಕ್ಕ ಬೇಡ ಅಂತ ಅನ್ನಲಿಲ್ಲ, ಸರಿ ಎಂತಲೂ ಅನ್ನಲಿಲ್ಲ.

ಜನವರಿ ೭, ೨೦೦೮.

ಓದಿ ಓದಿ ಮರುಳಾಗಿ!

ಛಂದ ಪುಸ್ತಕ ಬಹುಮಾನ

ಹೊಸ ಕತೆಗಾರರನ್ನು ಗುರುತಿಸುವ ಸಲುವಾಗಿ ನಮ್ಮ ಪ್ರಕಾಶನ ಸಂಸ್ಥೆಯು ಕಳೆದ ಹದಿಮೂರು ವರ್ಷಗಳಿಂದ ಕತೆಗಳ ಹಸ್ತಪ್ರತಿ ಸ್ಪರ್ಧೆಯನ್ನು ನಡೆಸುತ್ತಾ ಬಂದಿದೆ. ಈವರೆಗೆ ಒಂದೂ ಕಥಾಸಂಕಲನವನ್ನು ಪ್ರಕಟಿಸದವರು ಈ ಸ್ಪರ್ಧೆಯಲ್ಲಿ ಭಾಗವಹಿಸಬಹುದು. ಇತರ ಪ್ರಕಾರಗಳಲ್ಲಿ ಒಂದೆರಡು ಪುಸ್ತಕಗಳನ್ನು ಪ್ರಕಟ ಮಾಡಿದವರೂ ಇದರಲ್ಲಿ ಭಾಗವಹಿಸುವ ಅವಕಾಶವಿರುತ್ತದೆ. ಮೊದಲ ಸುತ್ತಿನ ಆಯ್ಕೆಯನ್ನು ಪ್ರಕಾಶನದ ಸದಸ್ಯರು ಮಾಡಿ, ಕೊನೆಯ ಆಯ್ಕೆಗಾಗಿ ಸುಮಾರು ಹತ್ತು ಹಸ್ತಪ್ರತಿಗಳನ್ನು ನಾಡಿನ ಹಿರಿಯ ಸಾಹಿತಿಗಳಿಗೆ ಒಪ್ಪಿಸುತ್ತಾರೆ. ಆಯ್ಕೆಯಾದ ಹಸ್ತಪ್ರತಿಯನ್ನು ಪುಸ್ತಕ ರೂಪದಲ್ಲಿ ಪ್ರಕಟಿಸಿ, ಪ್ರಶಸ್ತಿ ಪತ್ರ, ಫಲಕ ಹಾಗೂ ಮೂವತ್ತು ಸಾವಿರ ರೂಪಾಯಿ ಬಹುಮಾನವನ್ನು ನೀಡಲಾಗುತ್ತದೆ. ಈವರೆಗೂ ಈ ಪ್ರಶಸ್ತಿಯಲ್ಲಿ ಬಹುಮಾನ ಪಡೆದವರ ವಿವರಗಳ ಪಟ್ಟಿಯನ್ನು ಮುಂದಿನ ಪುಟದಲ್ಲಿ ನೀಡಿದ್ದೇವೆ.

ಇವರಲ್ಲಿ ಮೌನೇಶ ಬಡಿಗೇರ, ಶಾಂತಿ ಕೆ ಅಪ್ಪಣ್ಣ, ಪದ್ಮನಾಭ ಭಟ್ ಶೇವ್ಕಾರ ಮತ್ತು ಸ್ವಾಮಿ ಪೊನ್ನಾಚಿ ಅವರಿಗೆ ಕೇಂದ್ರ ಸಾಹಿತ್ಯ ಅಕಾಡೆಮಿಯ ಯುವ ಪುರಸ್ಕಾರ ದೊರೆತಿದೆ. ವಿನಯಾ, ಶಾಂತಿ ಕೆ ಅಪ್ಪಣ್ಣ ಮತ್ತು ಪದ್ಮನಾಭ ಭಟ್ ಶೇವ್ಕಾರರ ಪುಸ್ತಕಗಳಿಗೆ ಕರ್ನಾಟಕ ಸಾಹಿತ್ಯ ಅಕಾಡೆಮಿಯ ಪುಸ್ತಕ ಬಹುಮಾನ ಅಥವಾ ದತ್ತಿ ಬಹುಮಾನಗಳು ಸಂದಿವೆ. ಇನ್ನೂ ಹಲವಾರು ನಾಡಿನ ಪ್ರಮುಖ ಪ್ರಶಸ್ತಿ ಮತ್ತು ಬಹುಮಾನಗಳೂ ಈ ಕೃತಿಗಳಿಗೆ ಲಭ್ಯವಾಗಿವೆ.

ನೀವು ಈ ಸ್ಪರ್ಧೆಯಲ್ಲಿ ಭಾಗವಹಿಸಬೇಕೆ? ಹಾಗಿದ್ದರೆ ನಮ್ಮ ಮುಂದಿನ ವರ್ಷದ ಸ್ಪರ್ಧೆಯ ಆಹ್ವಾನವನ್ನು ಖ್ಯಾತ ಕನ್ನಡ ನಿಯತಕಾಲಿಕಗಳಲ್ಲಿ ಅಥವಾ ಸಾಮಾಜಿಕ ಜಾಲತಾಣಗಳಲ್ಲಿ ನಿರೀಕ್ಷಿಸಿರಿ. ಹೆಚ್ಚಿನ ವಿವರಗಳಿಗೆ 98444 22782 ಗೆ ಸಂದೇಶ ಕಳುಹಿಸಿರಿ.

ಓದಿ ಓದಿ ಮರುಳಾಗಿ!

ಛಂದ ಪುಸ್ತಕ ಬಹುಮಾನ ಪಡೆದ ಕೃತಿಗಳು

ಕತೆಗಾರರು	ಕಥಾಸಂಕಲನ	ತೀರ್ಪುಗಾರರು
ಸುನಂದಾ ಕಡಮೆ	ಪುಟ್ಟ ಪಾದದ ಗುರುತು	ಅಶೋಕ ಹೆಗಡೆ/ ಸುಮಂಗಲಾ
ಅಲಕ ತೀರ್ಥಹಳ್ಳಿ	ಈ ಕತೆಗಳ ಸಹವಾಸವೇ ಸಾಕು	ಕೇಶವ ಮಳಗಿ/ ಸುಮಂಗಲಾ
ಲೋಕೇಶ ಅಗಸನಕಟ್ಟೆ	ಹಟ್ಟಿಯೆಂಬ ಭೂಮಿಯ ತುಣುಕು	ಬೊಳುವಾರು
ವಿನಯಾ	ಊರ ಒಳಗಣ ಬಯಲು	ನೇಮಿಚಂದ್ರ
ಸಂದೀಪ ನಾಯಕ	ಗೋಡೆಗೆ ಬರೆದ ನವಿಲು	ಅಮರೇಶ ನುಗಡೋಣಿ
ಕಣಾದ ರಾಘವ	ಮೊದಲ ಮಳೆಯ ಮಣ್ಣು	ಕೆ. ಸತ್ಯನಾರಾಯಣ
ಬಸವಣ್ಣೆಪ್ಪಾ ಕಂಬಾರ	ಆಟಿಕೆ	ಕುಂ. ವೀರಭದ್ರಪ್ಪ
ಮೌನೇಶ ಬಡಿಗೇರ	ಮಾಯಾಕೋಲಾಹಲ	ಓ.ಎಲ್.ಎನ್. ಸ್ವಾಮಿ
ಪದ್ಮನಾಭ ಭಟ್	ಕೇಪಿನ ಡಬ್ಬಿ	ಎಂ. ಎಸ್. ಆಶಾದೇವಿ
ಶಾಂತಿ ಕೆ ಅಪ್ಪಣ್ಣ	ಮನಸು ಅಭಿಸಾರಿಕೆ	ಎಚ್.ಎಸ್.ಆರ್
ದಯಾನಂದ	ದೇವರು ಕಚ್ಚಿದ ಸೇಬು	ನಾ. ಡಿಸೋಜಾ
ಸ್ವಾಮಿ ಪೊನ್ನಾಚಿ	ಧೂಪದ ಮಕ್ಕಳು	ಎಂ. ಎಸ್. ಶ್ರೀರಾಮ್
ಶಶಿ ತರೀಕೆರೆ	ಡುಮಿಂಗ	ಲಲಿತಾ ಸಿದ್ಧಬಸವಯ್ಯ
ಛಾಯಾ ಭಟ್	ಬಯಲರಸಿ ಹೊರಟವಳು	ತಾರಿಣಿ ಶುಭದಾಯಿನಿ
ಕಾವ್ಯಾ ಕಡಮೆ	ಮಾಕೋನ ಏಕಾಂತ	ಟಿ.ಪಿ. ಅಶೋಕ

ಛಂದ ಪುಸ್ತಕ ಬಹುಮಾನ

ಪುಟ್ಟ ಪಾದದ ಗುರುತು - ಸುನಂದಾ ಪ್ರಕಾಶ ಕಡಮೆ - ₹ 120
ಈ ಕತೆಗಳ ಸಹವಾಸವೇ ಸಾಕು - ಅಲಕ ತೀರ್ಥಹಳ್ಳಿ - ₹ 60
ಹಟ್ಟಿಯೆಂಬ ಭೂಮಿಯ ತುಣುಕು - ಲೋಕೇಶ ಅಗಸನಕಟ್ಟೆ - ₹ 180
ಗೋಡೆಗೆ ಬರೆದ ನವಿಲು - ಸಂದೀಪ ನಾಯಕ - ₹ 60
ಮೊದಲ ಮಳೆಯ ಮಣ್ಣು - ಕಣಾದ ರಾಘವ - ₹ 140
ಆಟಿಕೆ - ಬಸವಣ್ಣೆಪ್ಪಾ ಕಂಬಾರ - ₹ 100
ಮಾಯಾಕೋಲಾಹಲ - ಮೌನೇಶ ಬಡಿಗೇರ - ₹ 165
ಕೇಪಿನ ಡಬ್ಬಿ - ಪದ್ಮನಾಭ ಭಟ್, ಶೇವ್ಕಾರ - ₹ 150
ಮನಸು ಅಭಿಸಾರಿಕೆ - ಶಾಂತಿ ಕೆ ಅಪ್ಪಣ್ಣ - ₹ 230
ದೇವರು ಕಚ್ಚಿದ ಸೇಬು - ದಯಾನಂದ - ₹ 140
ಧೂಪದ ಮಕ್ಕಳು - ಸ್ವಾಮಿ ಪೊನ್ನಾಚಿ - ₹ 130
ಡುಮಿಂಗ - ಶಶಿ ತರೀಕೆರೆ - ₹ 130
ಬಯಲರಸಿ ಹೊರಟವಳು - ಛಾಯಾ ಭಟ್ - ₹ 120
ಮಾಕೋನ ಏಕಾಂತ - ಕಾವ್ಯಾ ಕಡಮೆ - ₹ 130

ಕಥಾಸಂಕಲನ

ಶಕುಂತಳಾ - ಗುರುಪ್ರಸಾದ್ ಕಾಗಿನೆಲೆ - ₹ 80
ಜುಮುರು ಮಳೆ - ಸುಮಂಗಲಾ - ₹ 220
ಶಾಲಭಂಜಿಕೆ - ಡಾ. ಕೆ. ಎನ್. ಗಣೇಶಯ್ಯ - ₹ 180 (7ನೇ ಮುದ್ರಣ)
ಕಾರಂತಜ್ಜನಿಗೊಂದು ಪತ್ರ - ಸಚ್ಚಿದಾನಂದ ಹೆಗಡೆ - ₹ 150
ಹಕೂನ ಮಟಾಟ - ನಾಗರಾಜ ವಸ್ತಾರೆ - ₹ 80
ಕಾಲಿಟ್ಟಲ್ಲಿ ಕಾಲುದಾರಿ - ಸುಮಂಗಲಾ - ₹ 80
ಹುಲಿರಾಯ - ಕೀರ್ತಿರಾಜ್ - ₹ 80
ನಿರವಯವ - ನಾಗರಾಜ ವಸ್ತಾರೆ - ₹ 125
ಹನ್ನೊಂದನೇ ಅಡ್ಡರಸ್ತೆ - ಸುಮಂಗಲಾ - ₹ 170
ಗಾಳಿಗೆ ಮೆತ್ತಿದ ಬಣ್ಣ - ಕರ್ಕಿ ಕೃಷ್ಣಮೂರ್ತಿ - ₹ 120
ಕನ್ನಡಿ ಹರಳು - ಪದ್ಮನಾಭ ಭಟ್, ಶೇವ್ಕಾರ - ₹ 130
ಒಂದು ಚಿಟಿಕೆ ಮಣ್ಣು - ಲಕ್ಷ್ಮಣ ಬಾದಾಮಿ - ₹ 130
ಬಂಡಲ್ ಕತೆಗಳು - ಎಸ್ ಸುರೇಂದ್ರನಾಥ್ - ₹ 160
ದೇವರ ರಜಾ - ಗುರುಪ್ರಸಾದ್ ಕಾಗಿನೆಲೆ - ₹ 225 (2ನೇ ಮುದ್ರಣ)
ಕಟ್ಟು ಕತೆಗಳು - ಎಸ್ ಸುರೇಂದ್ರನಾಥ್ - ₹ 210
ಮಡಿಲು (ನೀಳ್ಗತೆ) - ನಾಗರಾಜ ವಸ್ತಾರೆ - ₹ 15

ತಿರಾಮಿಸು - ಶಶಿ ತರೀಕೆರೆ - ₹ 210
ತೊಟ್ಟು ಕ್ರಾಂತಿ - ಕಾವ್ಯಾ ಕಡಮೆ - ₹ 180

ಪ್ರಬಂಧ

ಪೂರ್ವ ಪಶ್ಚಿಮ - ಎಂ. ಆರ್. ದತ್ತಾತ್ರಿ - ₹ 80
ರಾಗಿಮುದ್ದೆ - ರಘುನಾಥ ಚ. ಹ. - ₹ 120
ಕುಟ್ಟವಲಕ್ಕಿ / ಗೊಜ್ಜವಲಕ್ಕಿ - ಪ್ರಶಾಂತ ಆಡೂರ - ₹ 170 / ₹ 170
ಕಿಲಿಮಂಜಾರೋ - ಪ್ರಶಾಂತ್ ಬೀಚಿ - ₹ 80
ಮಿಸಳ್ ಭಾಜಿ - ಭಾರತಿ ಬಿ ವಿ - ₹ 190
ನೀ ಮಾಯೆಯೊಳಗೋ... - ವಿಕ್ರಮ ಹತ್ವಾರ - ₹ 150
ಸಾವೆಂಬ ಲಹರಿ - ಗುರುಪ್ರಸಾದ ಕಾಗಿನೆಲೆ - ₹ 140
ವೈದ್ಯ, ಮತ್ತೊಬ್ಬ - ಗುರುಪ್ರಸಾದ ಕಾಗಿನೆಲೆ - ₹ 120
ಅಪ್ಪನ ರ್‍ಯಾಲೀಸ್ ಸೈಕಲ್ - ದರ್ಶನ್ ಜಯಣ್ಣ - ₹ 110
ಇಮೋಜಿ ಭಾಷೆ - ಕರ್ಕಿ ಕೃಷ್ಣಮೂರ್ತಿ - ₹ 150

ಅನುವಾದ

ದಿ ಚಾಯ್ಸ್ - ಈಡಿತ್ ಎವಾ ಎಗರ್ (ಜಯಶ್ರೀ ಭಟ್) - ₹ 280
ದೇಹವೇ ದೇಶ - ಗರಿಮಾ ಶ್ರೀವಾಸ್ತವ (ವಿಕ್ರಮ ವಿಸಾಜಿ) - ₹ 250
ಪರ್ಸೆಪೊಲಿಸ್- ಮಾರ್ಜಾನ್ ಸತ್ರಪಿ (ಪ್ರೀತಿ ನಾಗರಾಜ) - ₹ 395
ಗಾಳಿ ಪಳಗಿಸಿದ ಬಾಲಕ - ವಿಲಿಯಂ ಕಾಂಕ್ವಾಂಬಾ (ಕರುಣಾ ಬಿ ಎಸ್) - ₹ 180
ಅಮೋಸ್ ಫಾರ್ಚೂನ್ - ಎಲಿಝಬೆತ್ ಯೇಟ್ಸ್ (ಜಯಶ್ರೀ ಭಟ್) - ₹ 110
ನವ ಜೀವಗಳು - ವಿಲಿಯಂ ಡಾಲ್ರಿಂಪಲ್ (ನವೀನ ಗಂಗೋತ್ರಿ) - ₹ 250
ಮೈಕೆಲ್ ಕೆ - ಜೆ.ಎಂ. ಕುಟ್‌ಸೀ (ಸುನಿಲ್ ರಾವ್) - ₹ 170
ಲೇರಿಯೊಂಕ - ಹೆನ್ರಿ ಆರ್. ಓಲೆ ಕುಲೆಟ್ (ಪ್ರಶಾಂತ ಬೀಚಿ) - ₹ 140
ಅರೆಶತಮಾನದ ಮೌನ - ಯಾನ್ ರಫ್-ಓ'ಹರ್ನ್ (ಅರುಣ್) - ₹ 310
ಪರ್ವತದಲ್ಲಿ ಪವಾಡ - ನ್ಯಾಂಡೊ ಪರಾಡೊ (ಸಂಯುಕ್ತಾ ಪುಲಿಗಲ್) - ₹ 340
ಚಂದಿರ ಬೇಕೆಂದವನು - ಮಿಮಿ ಬೇರ್ಡ್ (ಪ್ರಜ್ಞಾ ಶಾಸ್ತ್ರಿ) - ₹ 180
ಬಂಡೂಲ - ವಿಕಿ ಕಾನ್‌ಸ್ಟಂಟೀನ್ ಕ್ರುಕ್ (ರಾಜ್ಯಶ್ರೀ ಕುಳಮರ್ವ) - ₹ 425
ರೆಬೆಲ್ ಸುಲ್ತಾನರು - ಮನು ಎಸ್ ಪಿಳ್ಳೈ (ಸಂಯುಕ್ತಾ ಪುಲಿಗಲ್) - ₹ 420
ಫಾಲೋಯಿಂಗ್ ಫಿಶ್ - ಸಮಂತ್ ಸುಬ್ರಮಣಿಯನ್ (ಸಹನಾ ಹೆಗಡೆ) - ₹ 280
ಜಗವ ಚುಂಬಿಸು - ಸುಬ್ರೊತೋ ಬಾಗ್ಚಿ (ವಂದನಾ ಪಿ ಸಿ) - ₹ 240
ಪರ್ದಾ ಅಂಡ್ ಪಾಲಿಗಮಿ - ಇಕ್ಬಾಲುನ್ನೀಸಾ ಹುಸೇನ್ (ದಾದಾಪೀರ್) - ₹ 380
ವಾಡಿವಾಸಲ್ - ಚಿ. ಸು. ಚೆಲ್ಲಪ್ಪ (ಸತ್ಯಕಿ) - ₹ 70
ನಾಲ್ಕನೇ ಎಕರೆ - ಶ್ರೀರಮಣ (ಅಜಯ್ ವರ್ಮಾ ಅಲ್ಲೂರಿ) - ₹ 100

ಮಾವೋನ ಕೊನೆಯ ನರ್ತಕ - ಲೀ ಶ್ವಿನ್‌ಶಿಂಗ್ (ಜಯಶ್ರೀ ಭಟ್) - ₹ 340
ಕೋಬಾಲ್ಟ್ ಬ್ಲೂ - ಸಚಿನ್ ಕುಂಡಲ್‌ಕರ್ (ಸಪ್ನಾ ಕಟ್ಟಿ) - ₹ 150
ವಿದ್ಯಾವಂತ ವೇಶ್ಯೆಯ ಆತ್ಮಕಥೆ - ಮಾನದಾ ದೇವಿ (ನಾಗ ಹುಬ್ಳಿ) - ₹ 240
ದಿ ಲೈಟ್‌ಹೌಸ್ ಫ್ಯಾಮಿಲಿ - ಫಿರಾತ್ ಸುನೇಲ್ (ಮಾಧುರಿ ಕುಲಕರ್ಣಿ) - ₹ 230

ವಸುಧೇಂದ್ರ

ಮನೀಷೆ - ಕತೆಗಳು - ₹ 120 (8ನೇ ಮುದ್ರಣ)
ಯುಗಾದಿ - ಕತೆಗಳು - ₹ 190 (9ನೇ ಮುದ್ರಣ)
ಚೇಳು - ಕತೆಗಳು - ₹ 120 (8ನೇ ಮುದ್ರಣ)
ಹಂಪಿ ಎಕ್ಸ್‌ಪ್ರೆಸ್ - ಕತೆಗಳು - ₹ 195 (9ನೇ ಮುದ್ರಣ)
ಮೋಹನಸ್ವಾಮಿ - ಕತೆಗಳು - ₹ 270 (7ನೇ ಮುದ್ರಣ)
ವಿಷಮ ಭಿನ್ನರಾಶಿ - ಕತೆಗಳು - ₹ 280 (4ನೇ ಮುದ್ರಣ)
ಕೋತಿಗಳು - ಪ್ರಬಂಧ - ₹ 120 (8ನೇ ಮುದ್ರಣ)
ನಮ್ಮಮ್ಮ ಅಂದ್ರೆ ನಂಗಿಷ್ಟ - ಪ್ರಬಂಧ - ₹ 80 (26ನೇ ಮುದ್ರಣ)
ರಕ್ಷಕ ಅನಾಥ - ಪ್ರಬಂಧ - ₹ 110 (5ನೇ ಮುದ್ರಣ)
ವರ್ಣಮಯ - ಪ್ರಬಂಧ - ₹ 225 (6ನೇ ಮುದ್ರಣ)
ಐದು ಪೈಸೆ ವರದಕ್ಷಿಣೆ - ಪ್ರಬಂಧ - ₹ 280 (5ನೇ ಮುದ್ರಣ)
ಹರಿಚಿತ್ತ ಸತ್ಯ - ಕಾದಂಬರಿ - ₹ 200 (6ನೇ ಮುದ್ರಣ)
ತೇಜೋ-ತುಂಗಭದ್ರಾ - ಕಾದಂಬರಿ - ಉತ್ತಮ/ಸಾದಾ (₹ 500/₹ 450) (15ನೇ ಮುದ್ರಣ)
ಮಿಥುನ - ಶ್ರೀರಮಣರ ಕತೆಗಳು - ₹ 135 (8ನೇ ಮುದ್ರಣ)
ಎವರೆಸ್ಟ್ - ಜಾನ್ ಕ್ರಾಕೌರ್ - ₹ 420 (4ನೇ ಮುದ್ರಣ)

ಕಾದಂಬರಿ

ಎನ್ನ ಭವದ ಕೇಡು - ಎಸ್ ಸುರೇಂದ್ರನಾಥ್ - ₹ 75
ನ್ಯಾಸ - ಹರೀಶ ಹಾಗಲವಾಡಿ - ₹ 250
ಗುಣ - ಗುರುಪ್ರಸಾದ್ ಕಾಗಿನೆಲೆ - ₹ 150
ದ್ವೀಪವ ಬಯಸಿ - ಎಂ. ಆರ್. ದತ್ತಾತ್ರಿ - ₹ 320
ತಾರಾಬಾಯಿಯ ಪತ್ರ - ದತ್ತಾತ್ರಿ ಎಂ ಆರ್ - ₹ 160
ಅಗೆದಷ್ಟೂ ನಕ್ಷತ್ರ - ಸುಮಂಗಲಾ - ₹ 230
ಪ್ರಿಯೇ ಚಾರುಶೀಲೆ - ನಾಗರಾಜ ವಸ್ತಾರೆ - ₹ 380
ಋಷ್ಯಶೃಂಗ - ಹರೀಶ ಹಾಗಲವಾಡಿ - ₹ 125
ಅಂತು - ಪ್ರಕಾಶ ನಾಯಕ್ - ₹ 200
ಚುಕ್ಕಿ ಬೆಳಕಿನ ಜಾಡು - ಕರ್ಕಿ ಕೃಷ್ಣಮೂರ್ತಿ - ₹ 200

ದೀಪವಿರದ ದಾರಿಯಲ್ಲಿ - ಸುಶಾಂತ್ ಕೋಟ್ಯಾನ್ - ₹ 160
ದಾರಿ - ಕುಸುಮಾ ಆಯರಹಳ್ಳಿ - ₹ 395
ಬರೀ ಎರಡು ರೆಕ್ಕೆ - ಸುನಂದಾ ಪ್ರಕಾಶ ಕಡಮೆ - ₹ 260

ಕವಿತೆ

ಮದ್ಯಸಾರ - ಅಪಾರ - ₹ 90
ಪೂರ್ಣನ ಗರಿಗಳು - ಪೂರ್ಣಪ್ರಜ್ಞ - ₹ 70
ಹಲೋ ಹಲೋ ಚಂದಮಾಮ - ರಾಧೇಶ ತೋಳ್ಪಾಡಿ - ₹ 50

ಪದಚರಿತೆ

ಸರಿಗನ್ನಡಂ ಗೆಲ್ಗೆ - ಅಪಾರ - ₹ 390

www.ingramcontent.com/pod-product-compliance
Lightning Source LLC
LaVergne TN
LVHW090346051026
849518LV00006B/2058

* 9 7 8 8 1 9 6 7 2 4 8 9 4 *